காட்சி சமூகவியல்

காட்சி சமூகவியல்

காட்சி சமூகவியல்

இரா குமரன்

எக்ஸ்பிரஸ் பப்ளிஷிங்
நோஷன் பிரஸ் மீடியா பிரைவேட் லிமிடெட்

உள்ளடக்கம்

அறிமுகம்

காட்சி உலகில் படங்கள் நம் அன்றாட வாழ்வில் ஆதிக்கம் செலுத்தி வரும் நிலையில், சமூகத்தை வடிவமைப்பதில் காட்சிப்படுத்தப்படும் பங்கைப் பற்றியது ஆழமான புரிதலின் தேவை முன்னெப்போதும் இல்லாத அளவுக்கு அதிகமாக உள்ளது. இந்தச் சூழலில்தான், "காட்சிப்படுத்தல் சமூகம்: காட்சி சமூகவியலை அறிமுகப்படுத்துதல்" என்ற புத்தகத்தை நாங்கள் வழங்குகிறோம், இது காட்சி சமூகவியலின் உற்சாகமான மற்றும் வளர்ந்து வரும் துறைக்கான விரிவான வழிகாட்டியாகும். இந்தப் புத்தகம் காட்சித் தரவின் பகுப்பாய்வு மற்றும் விளக்கத்தில் கவனம் செலுத்துவதன் மூலம் சமூக ஆய்வு குறித்த ஒரு புதிய கண்ணோட்டத்தை வழங்குகிறது, படங்கள், சின்னங்கள் மற்றும் காட்சி விவரிப்புகள் சமூக உலகத்தைப் பற்றிய நமது புரிதலுக்கு பங்களிக்கும் சிக்கலான வழிகளை வெளிச்சம் போட்டுக் காட்டுகிறது.

பாரம்பரிய சமூகவியல் முறைகள் பெரும்பாலும் சமூக வாழ்க்கையின் முழு நிறமாலையையும் படம்பிடிக்கத் தவறிவிடுகின்றன என்று வளர்ந்து வரும் அங்கீகாரத்திற்கு பதிலளிக்கும் விதமாக, ஒரு துணைப் பிரிவாக காட்சி சமூகவியல் தோன்றியது. புகைப்படங்கள், திரைப்படங்கள், ஓவியங்கள், விளம்பரங்கள் மற்றும் டிஜிட்டல் ஊடகங்கள் போன்ற பல்வேறு காட்சிப் பொருட்களைப் பயன்படுத்துவதன் மூலம், காட்சி சமூகவியல் இந்த வகையான காட்சி வெளிப்பாட்டிற்குள் பொதிந்துள்ள அடிப்படை அர்த்தங்கள், நம்பிக்கைகள் மற்றும் மதிப்புகளைக் கண்டறிய முயல்கிறது. இந்த அணுகுமுறை சமூகத்தைப் பற்றிய நமது புரிதலை வளப்படுத்துவது மட்டுமல்லாமல், நம்மைச் சுற்றியுள்ள காட்சி உலகத்துடன் நாம் ஈடுபடுவோம் விளக்க வழிகளை மறு மதிப்பீடு செய்ய நம்மை சவால் செய்கிறது.

"சமூகத்தைக் காட்சிப்படுத்துதல்: காட்சி சமூகவியலை அறிமுகப்படுத்துதல்" என்ற கட்டுரையில், துறையின் வரலாற்று வளர்ச்சியைக் கண்டறிந்து, அதன் பரிணாமத்தை வடிவமைத்த முக்கிய மைல்கற்கள் மற்றும் விவாதங்களை ஆராய்வதன் மூலம் தொடங்குகிறோம். இந்த வரலாற்று கண்ணோட்டம் காட்சி சமூகவியலை வரையறுக்கும் முக்கிய கருத்துக்கள் மற்றும் வழிமுறைகளை ஆராய்வதற்கான அடித்தளமாக செயல்படுகிறது, இது வாசகர்களுக்கு துறையின் தத்துவார்த்த அடித்தளங்களைப் பற்றிய உறுதியான புரிதலை வழங்குகிறது.

அடுத்து, காட்சி சமூகவியலின் நடைமுறை அம்சங்கள் ஆராய்வோம், காட்சித் தரவின் பகுப்பாய்வு மற்றும் விளக்கத்தில் பயன்படுத்தப்படும் பல்வேறு நுட்பங்கள் மற்றும் கருவிகளுக்கு விரிவான வழிகாட்டியை வழங்குகிறோம். உள்ளடக்க பகுப்பாய்வு மற்றும் குறியியல் முதல் புகைப்படத் தோற்றம் மற்றும் காட்சி இனவியல் வரை, புத்தகத்தின் இந்தப் பகுதி, சமூகத்தின் காட்சி பரிமாணங்களை ஆராயுங்கள் காட்சி சமூகவியலாளர்கள் பயன்படுத்தும் பல்வேறு முறைகள் பற்றிய விரிவான விளக்கமாக செயல்படுகிறது.

எங்கள் அணுகுமுறையின் மையமானது, காட்சி சமூகவியல் என்பது அனைவருக்கும் பொருந்தக்கூடிய ஒரு துறை அல்ல என்பதை அங்கீகரிப்பது. மாறாக, இது ஒரு மாறும் மற்றும் வளர்ந்து வரும் துறையாகும், இது பரந்த அளவிலான கண்ணோட்டங்கள், கோட்பாடுகள் மற்றும் முறைகளை உள்ளடக்கியது. அதற்காக, சமூக காட்சியை நடைமுறையில் எவ்வாறு பயன்படுத்தலாம் என்பதை ஆராய்வதற்கு இந்தப் புத்தகத்தின் கனிசமான பகுதியை நாங்கள் அர்ப்பணித்துள்ளோம். தொடர்ச்சியான ஈடுபாட்டுடன் கூடிய வழக்கு ஆய்வுகள் மற்றும் எடுத்துக்காட்டுகள் மூலம், காட்சி சமூகவியலின் பல்துறைத்திறன் மற்றும் தகவமைப்புத் திறனை நாங்கள் நிருபிக்கிறோம், பல்வேறு வகையான சமூக நிகழ்வுகளில் வெளிச்சம் போடுவதற்கான திறனைக் காட்டுகிறோம்.

இந்தப் புத்தகம் முழுவதும், காட்சித் தரவுகளுடன் பணிபுரியும் போது நெறிமுறைக் கருத்தாய்வுகளின் முக்கியத்துவத்தை நாங்கள் வலியுறுத்துகிறோம், காட்சிப்

பொருட்களைச் சேகரித்தல், பகுப்பாய்வு செய்தல் மற்றும் பரப்புதல் ஆகியவற்றின் செயல்பாட்டில் எழக்கூடிய பல்வேறு சவால்கள் மற்றும் இக்கட்டான சூழ்நிலைகள் தீர்க்கிறோம். காட்சி சமூகவியலின் சிக்கலான நெறிமுறை நிலப்பரப்பில் செல்லவும், காட்சி ஆய்வுக்கு பொறுப்பான மற்றும் உணர்திறன் மிக்க அணுகுமுறை வளர்ப்பதற்கு தேவையான அறிவு மற்றும் திறன் வாசகர்களை சித்தப்படுத்துவதே எங்கள் நோக்கம்.

புத்தகத்தின் அமைப்பு

தொடக்க அத்தியாயத்தில், காட்சி சமூகவியலை ஒரு துறையாகப் பற்றிய ஒரு கண்ணோட்டத்தை நாங்கள் வழங்குகிறோம், அதன் வரலாற்று வளர்ச்சியைக் கண்டறிந்து, அதன் முக்கிய கருத்துக்கள் மற்றும் நோக்கங்களை வரையறுக்கிறோம். சமூகவியல் விசாரணையின் பரந்த சூழலில் இந்தத் துறையை நிலைநிறுத்துவதன் மூலம், சமூக உலகத்தைப் பற்றிய நமது புரிதலை மேம்படுத்தும் காட்சி சமூகவியலின் தனித்துவமான பங்களிப்புகளை வெளிச்சம் போட்டுக் காட்டுவதை நோக்கமாகக் கொண்டுள்ளோம். சமகால சமூகத்தை வரையறுக்கும் வளமான மற்றும் பன்முகத்தன்மை கொண்ட காட்சி நிலப்பரப்பில் ஈடுபட வாசகர்களுக்கு ஒரு அழைப்பாகவும் இந்த அத்தியாயம் செயல்படுகிறது.

இரண்டாவது அத்தியாயத்தில், காட்சி சமூகவியலின் தத்துவார்த்த அடித்தளங்களை ஆராய்வோம், இந்தத் துறையை வடிவமைத்த பல்வேறு கண்ணோட்டங்கள் அணுகுமுறைகளை ஆராய்வோம். காட்சி மானுடவியலின் ஆரம்பகால முன்னோடிகள் முதல் பின்னவீனத்துவ மற்றும் விமர்சனக் கோட்பாடுகளின் தோற்றம் வரை, இந்த அத்தியாயம் காட்சி கலாச்சாரம் மற்றும் சமூகத்தின் ஆய்வைத் தூண்டிய முக்கிய விவாதங்கள் மற்றும் அறிவுசார் மரபுகள் பற்றிய விரிவான கண்ணோட்டத்தை வழங்குகிறது. தத்துவார்த்த நிலப்பரப்பைப் பற்றிய நுணுக்கமான புரிதலை வழங்குவதன் மூலம், வாசகர்களின் சொந்த ஆராய்ச்சிக்குள் காட்சித் தரவை பகுப்பாய்வு செய்து விளக்குவதற்குத் தேவையான கருவிகளுடன் சித்தப்படுத்துவதை நோக்கமாகக் கொண்டுள்ளோம்.

மூன்றாவது அத்தியாயம், உலகளாவிய மற்றும் இந்திய நிலப்பரப்புகளை நிரப்பும் பல்வேறு காட்சி கலாச்சாரங்களை ஆராய்கிறது, இந்த கலாச்சாரங்கள் சமூகம் வாழ்க்கையுடன் எவ்வாறு குறுக்கிடுகின்றன மற்றும் பாதிக்கப்படுகின்றன என்பதை மையமாகக் கொண்டுள்ளது. விளம்பரம் மற்றும் திரைப்படம் முதல் கிராஃபிட்டி மற்றும் தெருக் கலை வரை, பல்வேறு பிரபலமான காட்சி வடிவங்கள் மற்றும் நடைமுறைகளை நாங்கள் ஆராய்வோம், கூட்டு அடையாளங்கள், மதிப்புகள் மற்றும் நம்பிக்கைகளை வடிவமைப்பதில் அவற்றின் பங்கை வெளிச்சம் போட்டுக் காட்டுகிறோம். ஒப்பீட்டு அணுகுமுறையின் மூலம், இந்த அத்தியாயம் இந்திய காட்சி கலாச்சாரத்தின் தனித்துவமான பண்புகளை எடுத்துக்காட்டுகிறது, அதே நேரத்தில் ஒரு பரந்த உலகளாவிய சூழலுக்குள் நிலைநிறுத்துகிறது.

நான்காவது அத்தியாயத்தில், பிம்பம், கலாச்சாரம் மற்றும் அடையாளம் ஆகியவற்றுக்கு இடையேயான உறவின் மீது நம் கவனத்தைத் திருப்புகிறோம், காட்சி பிரதிநிதித்துவங்கள் இரண்டும் சமூக யதார்த்தங்களை எவ்வாறு பிரதிபலிக்கின்றன மற்றும் உருவாக்குகின்றன என்பதை ஆராய்கிறோம். பல்வேறு கலாச்சார சூழல்களில் தனிப்பட்ட வழக்கு ஆய்வுகளைப் பயன்படுத்தி, படங்கள் மற்றும் கூட்டு அடையாளங்களை வெளிப்படுத்துதல், நடத்துதல் மற்றும் போட்டியிடுவதற்கான ஒரு ஊடகமாக எவ்வாறு செயல்படுகின்றன என்பதை விவாதிக்கிறோம். இந்த அத்தியாயம் படங்களைப் படிப்பதில் தொடர்புடைய நெறிமுறை மற்றும் வழிமுறைகள் சவால்களை எடுத்துரைக்கிறது, காட்சி பிரதிநிதித்துவத்தில் உள்ளார் சக்தி இயக்கவியலில் விமர்சன ரீதியாக ஈடுபட வாசகர்களை ஊக்குவிக்கிறது.

இறுதி அத்தியாயம், வேகமாக வளர்ந்து வரும் டிஜிட்டல் மற்றும் மல்டிமீடியா உலகில் ஆழமாகப் பரவி, காட்சி கலாச்சாரம் மற்றும் சமூகத்தில் புதியது

தொழில்நுட்பங்களின் மாற்றத்தக்க தாக்கத்தை ஆராய்கிறது. டிஜிட்டல் மீடியா தளங்கள் படங்களின் உற்பத்தி, நுகர்வு மற்றும் புழக்கத்தை மறுவடிவமைக்கும் எண்ணற்ற வழிகள் மற்றும் காட்சி சமூகவியல் துறையில் இந்த மாற்றங்களின் தாக்கங்கள் குறித்து நாங்கள் விவாதிக்கிறோம். அதிநவீன ஆராய்ச்சி மற்றும் வளர்ந்து வரும் போக்குகளுடன் ஈடுபடுவதன் மூலம், டிஜிட்டல் யுகத்தில் எதிர்கால விசாரணைக்கு வாசகர்கள் தயார்படுத்துவதே இந்த அத்தியாயத்தின் நோக்கமாகும்.

"சமூகத்தை காட்சிப்படுத்துதல்: காட்சி சமூகவியலை அறிமுகப்படுத்துதல்" என்பது காட்சி கலாச்சாரம் மற்றும் சமூகம் பற்றிய ஆய்வுக்கு விரிவான, அணுகக்கூடியது மற்றும் ஈர்க்கக்கூடிய அறிமுகத்தை வழங்குகிறது, நமது உலகத்தை வரையறுக்கும் சிக்கலான காட்சி நிலப்பரப்பில் செல்லவும் பகுப்பாய்வு செய்யவும் தேவையான தத்துவார்த்த அறிவு மற்றும் நடைமுறை திறன்களை வாசகர்களுக்கு வழங்குகிறது. தத்துவார்த்த விவாதங்கள், வழக்கு ஆய்வுகள் மற்றும் நடைமுறை பயன்பாடுகளின் கலவையின் மூலம், சமூக வாழ்க்கை எப்போதும் வளர்ந்து வரும் காட்சி பரிமாணங்களில் ஈடுபடத் தயாராக இருக்கும் புதிய தலைமுறை காட்சி சமூகவியலாளர்களை ஊக்குவிப்பதை நாங்கள் நோக்கமாகக் கொண்டுள்ளோம்.

ஒன்று

காட்சி சமூகவியல்: களம்

காட்சி சமூகவியல் என்பது சமூகவியலின் ஒரு துணைப் பிரிவாகும், இது சமூக நிகழ்வுகளைப் படிக்கவும், பகுப்பாய்வு செய்யவும் மற்றும் புரிந்துகொள்ளவும் காட்சி முறைகள், பொருட்கள் மற்றும் ஊடகங்களைப் பயன்படுத்துகிறது. இது சமூக அனுபவங்கள், அடையாளங்கள், உறவுகள் மற்றும் கட்டமைப்புகளை பிரதிநிதித்துவப்படுத்துதல், வடிவமைத்தல் மற்றும் தொடர்புகொள்வதில் காட்சி படங்கள் மற்றும் கலைப்பொருட்களின் பங்கில் கவனம் செலுத்துகிறது. புகைப்படங்கள், ஓவியங்கள், திரைப்படங்கள், விளம்பரங்கள் மற்றும் சமூக ஊடக உள்ளடக்கம் போன்ற பல்வேறு வகையான காட்சிப் பொருட்களை ஆராய்வதன் மூலம், சமூகவியல் மனித நடத்தை, கலாச்சாரம் மற்றும் சமூகம் குறித்த தனித்துவமான காட்சியை வழங்குகிறது.

காட்சி சமூகவியல் என்ற கருத்து, காட்சி கூறுகள் மனித தொடர்பு மற்றும் சமூக தொடர்புக்கு ஒருங்கிணைந்தவை என்ற காரணத்தால் அங்கீகரிப்பதில் இருந்து உருவாகிறது. வரலாறு முழுவதும், சமூகங்களின் கருத்துக்கள், நம்பிக்கைகள் மற்றும் மதிப்புகளை பிரதிநிதித்துவப்படுத்தவும் பகிர்ந்து கொள்ளவும் படங்களைப் பயன்படுத்தவும், அவை பெரும்பாலும் மொழியியல் மற்றும் கலாச்சார எல்லைகளை மீறுகின்றன. சமகால உலகில், காட்சி ஊடகங்களின் எங்கும் பரவலானது காட்சி தொடர்புகளின் சமூக தாக்கங்களைப் புரிந்துகொள்வதன் முக்கியத்துவத்தை தீவிரப்படுத்தியுள்ளது.

காட்சிப் பொருட்களின் அர்த்தத்தையும் முக்கியத்துவத்தையும் விளக்குவதற்கு, காட்சி சமூகவியல், குறியியல், நிகழ்வியல் மற்றும் பின்னவீனத்துவம் உள்ளிட்டவை பல்வேறு தத்துவார்த்த கண்ணோட்டங்களை ஏற்றுக்கொள்கிறது. உதாரணமாக, குறியியல், அறிகுறிகள் மற்றும் சின்னங்கள் மற்றும் அர்த்தத்தை வெளிப்படுத்துவதில் அவற்றின் பங்கு பற்றிய ஆய்வில் கவனம் செலுத்தப்படுகிறது. குறியியல் கோட்பாட்டிலிருந்து காட்சிப் படிமங்களுக்கு இடையேயான தொடர்பைப் பொறுத்தவரை, சமூக விதிமுறைகள் மற்றும் சக்தி இயக்கவியலை உருவாக்குதல், பராமரிதல் மற்றும் சவால் செய்யும் படங்கள் எவ்வாறு பயன்படுத்தப்படுகின்றன என்பதை சமூகவியலாளர்கள் ஆராயலாம்.

மறுபுறம், நிகழ்வியல் பார்வையாளரின் அகநிலை அனுபவத்தை வலியுறுத்துகிறது, காட்சிப் பொருட்களைப் புரிந்துகொள்வதில் சூழல் மற்றும் தனிப்பட்ட விளக்கத்தின் முக்கியத்துவத்தை வலியுறுத்துகிறது. ஒரு தத்துவார்த்த கட்டமைப்பாக பின்நவீனத்துவம், பிரமாண்டமான கதைகள் மீதான சந்தேகம் மற்றும் அர்த்தத்தின் மறுகட்டமைப்பில் முக்கியத்துவம் ஆகியவற்றால் வகைப்படுத்தப்படுகிறது. காட்சி சமூகவியலில், பின்னவீனத்துவம் ஆராய்ச்சியாளர்களின் படங்கள் வெளிப்படுத்தக்கூடிய பல மற்றும் சில நேரங்களில் முரண்பாடான அர்த்தங்களை ஆராயுங்கள் ஊக்குவிக்கிறது, இது சமூக வாழ்க்கையின் சிக்கலான தன்மை மற்றும் திரவத்தன்மையை எடுத்துக்காட்டுகிறது.

முறைப்படி, காட்சி சமூகவியல் காட்சித் தரவைச் சேகரித்து பகுப்பாய்வு செய்ய பல்வேறு அணுகுமுறைகளைப் பயன்படுத்துகிறது, அதாவது காட்சி இனவரைவியல், புகைப்படக்குரல், காட்சி உள்ளடக்க பகுப்பாய்வு மற்றும் வீடியோ மற்றும் திரைப்பட பகுப்பாய்வு. காட்சி இனவரைவியல் என்பது ஆராய்ச்சியாளர் ஒரு சமூக அமைப்பில் மூழ்கி, சுற்றுச்சூழலின் காட்சி அம்சங்கள் மற்றும் அதன் உறுப்பினர்களின் நடத்தைகளையும் கவனித்து ஆவணப்படுத்துவதை உள்ளடக்கியது. புகைப்படக்குரல் என்பது ஒரு பங்கேற்பு ஆராய்ச்சி முறையாகும், இது சமூக உறுப்பினர்கள் தங்கள் அனுபவங்களையும் முன்னோக்குகளையும் புகைப்படம் எடுத்தல் மூலம் கைப்பற்றப்பட்ட அதிகாரம் வழங்குகிறது, மேலும் அவர்களின் பார்வைகளை ஆராய்ச்சியாளர்கள் மற்றும் முடிவெடுப்பவர்களுக்குத் தெரிவிக்க உதவுகிறது.

காட்சி உள்ளடக்க பகுப்பாய்வு என்பது தொடர்ச்சியான வடிவங்கள், கருப்பொருள்கள் மற்றும் கூறுகளை அடையாளம் காண்பதன் மூலம் காட்சிப் பொருட்கள் படிப்பதற்கான ஒரு முறையான அணுகுமுறையாகும். வீடியோ மற்றும் திரைப்பட பகுப்பாய்வில், சமூகவியலாளர்கள் நகரும் படங்களை ஆராய்ந்து அவை சமூக யதார்த்தத்தை எவ்வாறு பிரதிநிதித்துவப்படுத்துகின்றன வடிவமைக்கின்றன என்பதை ஆராய்கின்றனர். இணையம் மற்றும் சமூக ஊடகங்கள் சமகால காட்சி கலாச்சாரத்தின் ஒருங்கிணைந்த பகுதியாக மாறிவிட்டதால், டிஜிட்டல் மற்றும் ஆன்லைன் காட்சி ஆராய்ச்சி முறைகளும் முக்கியத்துவம் பெற்றுள்ளன.

சமூக சமத்துவமின்மை, பாலின உறவுகள், மத நடைமுறைகள், நகர்ப்புற மற்றும் கிராமப்புற வாழ்க்கை மற்றும் சமூக இயக்கங்கள் பற்றிய ஆய்வு உட்பட பல்வேறு ஆராய்ச்சி தலைப்புகள் மற்றும் சூழல்களுக்கான காட்சி சமூகவியல் பயன்படுத்தப்பட்டுள்ளது. இந்த நிகழ்வுகளின் அம்சங்கள் ஆராய்வதன் மூலம், மனித அனுபவங்களை வடிவமைக்கும் அடிப்படை சமூக கட்டமைப்புகள், விதிமுறைகள் மற்றும் மதிப்புகள் பற்றிய மதிப்புமிக்க நுண்ணறிவுகளை ஆராய்ச்சியாளர்கள் பெற முடியும்.

முடிவில், காட்சி சமூகவியல் என்பது காட்சிப் பொருட்கள் மற்றும் ஊடகங்களின் கண்ணாடி மூலம் சமூக உலகைப் புரிந்துகொள்ள முயல்வது ஒரு மாறும் மற்றும் பலதுறை துணைப் புலமாகும். பல்வேறு தத்துவார்த்த கட்டமைப்புகள் மற்றும் வழிமுறைகளைப் பயன்படுத்துவதன் மூலம், காட்சி சமூகவியல் படங்கள், கலாச்சாரம் மற்றும் சமூகம் ஆகியவற்றுக்கு இடையேயான சிக்கலான தொடர்பு பற்றிய தனித்துவமான நுண்ணறிவுகளை வழங்குகிறது. காட்சி தொடர்ந்து விரிவடைந்து பரிணமிக்கும்போது, மனித சமூக வாழ்க்கையின் எப்போதும் மாறிவரும் நிலப்பரப்பை ஆராய்வதற்கான ஒரு முக்கிய கருவியாக காட்சி சமூகவியல் இருக்கும்.

காட்சி சமூகவியலின் அடிப்படைக் கருத்துக்கள்

காட்சி சமூகவியல் என்பது சமூகத்தின் காட்சி பிரதிநிதித்துவங்களைப் பற்றிய ஆய்வு ஆகும், இதில் படங்கள், புகைப்படங்கள், வீடியோக்கள் மற்றும் பிற காட்சிகள் ஊடகங்கள் அடங்கும். சமூக வாழ்க்கை, கலாச்சாரம் மற்றும் தனிப்பட்ட அனுபவங்களை வடிவமைப்பதில் இந்த காட்சிகளின் பங்கைப் புரிந்துகொள்வதே இதன் நோக்கமாகும். காட்சி சமூகவியலுடன் தொடர்புடைய சில அடிப்படைக் கருத்துக்கள் பின்வருமாறு:

1. காட்சித் தரவு: காட்சித் தரவு, காட்சி சமூகவியலில் பகுப்பாய்விற்கான மூலப் பொருளாகச் செயல்படும் பரந்த அளவிலான காட்சிப் பிரதிநிதித்துவங்களை உள்ளடக்கியது. இந்தப் பிரதிநிதித்துவங்களில் புகைப்படங்கள், வீடியோக்கள், வரைபடங்கள், ஓவியங்கள், விளம்பரங்கள், டிஜிட்டல் ஊடகங்கள் மற்றும் பலவும் அடங்கும். காட்சித் தரவு சமூக வாழ்க்கையைப் பற்றிய தனித்துவமான நுண்ணறிவுகளை வழங்குகிறது, ஏனெனில் இது பெரும்பாலும் உரை அடிப்படையிலான தரவுகளில் கவனிக்கப்படாமல் போகக்கூடிய சொற்கள் அல்லாத தொடர்பு, உணர்ச்சிகள் மற்றும் கலாச்சார நுணுக்கங்களைப் பிடிக்கிறது. காட்சித் தரவை பகுப்பாய்வு செய்வது, ஆராய்ச்சியாளர்கள் சமூக அமைப்புகளுக்கான வடிவங்கள், கருப்பொருள்கள் மற்றும் உறவுகளை ஆராயும், இதன் மூலம் மக்கள் தங்கள் சூழல்களுடன் எவ்வாறு தொடர்பு கொள்கிறார்கள் மற்றும் விளக்குகிறார்கள் என்பதில் வெளிச்சம் போடப்படுகிறது. காட்சித் தரவின் விளக்கம் அகநிலை சார்ந்ததாக இருக்கலாம் மற்றும் கவனமாகவும் விமர்சன ரீதியாகவும் அணுக வேண்டும், பெரும்பாலும் படங்கள் பதிவு செய்யப்படுகின்றன அர்த்தங்களை டிகோட் செய்ய உள்ளடக்க பகுப்பாய்வு, குறியியல் மற்றும் காட்சி கதை பகுப்பாய்வு போன்ற நுட்பங்களைப் பயன்படுத்துகிறது.

2. காட்சி கலாச்சாரம்: காட்சி கலாச்சாரம் என்பது ஒரு சமூகத்திற்குள் பகிரப்பட்ட காட்சி சின்னங்கள், படங்கள் மற்றும் நடைமுறைகளைக் குறிக்கிறது. இது சமூக வாழ்க்கையின் ஒருங்கிணைந்த பகுதியாகும், மேலும் தனிநபர்கள் தங்களைச் சுற்றியுள்ள உலகத்தை எவ்வாறு உணர்கிறார்கள் மற்றும் புரிந்துகொள்கிறார்கள். காட்சி கலாச்சாரம் நுண்கலை மற்றும் பிரபலமான ஊடகங்கள் முதல் கட்டிடக்கலை, ஃபேஷன் மற்றும் நகர்ப்புற நிலப்பரப்புகள் போன்ற அன்றாடப் பொருட்கள் காட்சி அனுபவங்கள் வரை அனைத்தையும் உள்ளடக்கியது. காட்சி கலாச்சாரத்தின் ஆய்வு, சமூகவியலாளர்கள் படங்களுக்கும் அவை உருவாக்கப்படும் சமூக, அரசியல் மற்றும் கலாச்சார சூழல்களுக்கும் சிக்கலான உறவுகளைப் புரிந்துகொள்ள உதவுகிறது. சமூகத்தின் கலாச்சார காட்சியின் பங்கை ஆராய்வதன் மூலம், கலாச்சார மதிப்புகள், விதிமுறைகள் மற்றும் சக்தி இயக்கவியலைத் தொடர்புகொள்வதற்கு, வலுப்படுத்துவதற்கு, சவால் செய்வதற்கும் காட்சிகள் மற்றும் நடைமுறைகள் எவ்வாறு பயன்படுத்தப்படுகின்றன என்பதைக் கண்டறிய முடியும்.

3. காட்சித் தொடர்பு: காட்சித் தொடர்பு என்பது காட்சி ஊடகங்கள் மூலம் கருத்துக்கள், தகவல்கள் மற்றும் உணர்ச்சிகளைப் பரிமாறிக் கொள்வதை உள்ளடக்கியது. நமது அதிகரித்து வரும் படங்கள் நிறைந்த உலகில், சமூக யதார்த்தத்தைப் பற்றிய நமது புரிதலை வடிவமைப்பதில் காட்சித் தொடர்பு முக்கிய பங்கு வகிக்கிறது. புகைப்படம் எடுத்தல், திரைப்படம் மற்றும் தொலைக்காட்சி முதல் டிஜிட்டல் மற்றும் சமூக ஊடக தளங்கள் வரை பரந்த அளவிலான ஊடகங்கள் மற்றும் நடைமுறைகள் இது உள்ளடக்கியது. வாய்மொழி அல்லது எழுதப்பட்ட தொடர்பை விட காட்சித் தொடர்பு உடனடி மற்றும் உணர்ச்சி ரீதியாக சக்திவாய்ந்ததாக இருக்கும், ஏனெனில் அது மொழித் தடைகளைத் தாண்டி நமது புலன்களை நேரடியாக ஈர்க்கும். சமூகவியலில் காட்சித் தொடர்பைப் படிப்பது, பல்வேறு சமூக சூழல்களில் காட்சிச் செய்திகள் உருவாக்கப்படுவது, கடத்தப்படுவது மற்றும் விளக்கப்படும் வழிகள் ஆராய ஆராய்ச்சியாளர்களுக்கு உதவுகிறது. இந்த பகுப்பாய்வு தனிநபர்கள், சமூகங்கள் மற்றும் சமூகங்கள் மீது காட்சித் தொடர்பின் தாக்கத்தையும், சமூக அடையாளங்கள், விதிமுறைகள் மற்றும் அதிகாரம் கட்டமைப்புகளை உருவாக்குவதற்கும் பராமரிப்பதற்கும் அது எவ்வாறு பங்களிக்கிறது என்பதை வெளிப்படுத்த முடியும்.

4. குறியியல்: குறிகள் மற்றும் குறியீடுகள் மற்றும் அவை எவ்வாறு அர்த்தத்தை வெளிப்படுத்துகின்றன என்பது பற்றிய ஆய்வுதான் குறியியல். காட்சி

சமூகவியலின் சூழலில், குறியியல் காட்சி பிரதிநிதித்துவங்களில் பொதிந்துள்ள அர்த்த அடுக்குகளைப் புரிந்துகொள்வதற்கான ஒரு கட்டமைப்பை வழங்குகிறது. இது குறிகள் (காட்சி கூறுகள்), குறிப்பான்கள் (குறி எடுக்கும் வடிவம்) மற்றும் குறிக்கப்பட்டவை (குறிப்பிடப்படும் கருத்து அல்லது பொருள்) ஆகியவற்றுக்கு இடையேயானவை உறவுகளை ஆராய்வதை உள்ளடக்கியது. குறிப்பிட்ட கலாச்சார சூழல்களுக்கான குறிகள் மற்றும் குறியீடுகள் செயல்படும் வழிகளை பகுப்பாய்வு செய்வதன் மூலம் காட்சித் தரவை டிகோட் செய்ய ஆராய்ச்சியாளர்களுக்கு குறியியல் உதவுகிறது. இந்த அணுகுமுறை காட்சி ஊடகங்கள் கருத்துக்கள், நம்பிக்கைகள் மற்றும் மதிப்புகள் எவ்வாறு தொடர்பு கொள்கின்றன, மேலும் பார்வையாளர்கள் மற்றும் சூழலைப் பொறுத்து இந்த அர்த்தங்கள் எவ்வாறு மாறக்கூடும் என்பதைப் பற்றிய ஆழமான புரிதலை அறியலாம். காட்சி கலாச்சாரத்தில் பிரதிநிதித்துவம், சக்தி மற்றும் சித்தாந்தம் ஆகியவற்றின் ஆராய்வதற்கு குறியியல் பகுப்பாய்வு மிகவும் பயனுள்ளதாக இருக்கும்.

5. ஐகானோகிராபி: ஐகானோகிராபி என்பது காட்சி சின்னங்கள் மற்றும் அவற்றின் அர்த்தங்களைப் பற்றிய ஆய்வு. காட்சி பிரதிநிதித்துவங்களில் இருக்கும் சின்னங்களையும் அவை தெரிவிக்கும் செய்திகளையும் அடையாளம் கண்டு பகுப்பாய்வு செய்யும் காட்சி சமூகவியலில் பயன்படுத்தப்படும் ஒரு முறையாகும். இந்த சின்னங்கள் உருவாக்கப்பட்டு பயன்படுத்தப்பட்ட கலாச்சாரம், வரலாற்று மற்றும் சமூக சூழல்களை ஆராய்வதன் மூலம் படங்களின் உள்ளடக்கம் மற்றும் பொருளைப் புரிந்துகொள்வதில் ஐகானோகிராபி கவனம் செலுத்துகிறது. இந்த அணுகுமுறை முக்கிய ஆராய்ச்சியாளர்கள் காட்சி சின்னங்கள் கலாச்சாரத்தை எவ்வாறு கொண்டு செல்கின்றன மற்றும் சமூக யதார்த்தத்தை உருவாக்குவதற்கு பங்களிக்க அனைவரும். ஐகானோகிராபியை பகுப்பாய்வு செய்வதன் மூலம், காட்சி சமூகவியலாளர்கள் படங்களின் கருத்து மற்றும் விளக்கத்தை வடிவமைக்கும் அடிப்படை கருப்பொருள்கள் கதைகளை எவ்வாறு வெளிப்படுத்தலாம் அல்லது இந்த கதைகள் சமூக விதிமுறைகள் மற்றும் மதிப்புகளை எவ்வாறு வலுப்படுத்தலாம் அல்லது சவால் செய்யலாம் கண்டறிய முடியும்.

6. பிரதிநிதித்துவம்: பிரதிநிதித்துவம் என்பது சமூக யதார்த்தத்தைப் பற்றிய அர்த்தத்தை ஊடகங்கள் சித்திரிக்கும் அல்லது வெளிப்படுத்தும் செயல்முறையாகும். இது ஒரு குறிப்பிட்ட செய்தி அல்லது கண்ணோட்டத்தைத் தொடர்புகொள்வதற்கு காட்சித் தகவலின் தேர்வு, அமைப்பு மற்றும் விளக்கத்தை உள்ளடக்கியது. பிரதிநிதித்துவம் என்பது காட்சி சமூகவியலில் ஒரு மையக் கருத்தாகும், ஏனெனில் இது காட்சி ஊடகங்கள் உலகத்தைப் பற்றிய நமது புரிதலை எவ்வாறு பிரதிபலிக்கிறது மற்றும் வடிவமைக்க முடியும் என்பதை எடுத்துக்காட்டுகிறது. பிரதிநிதித்துவத்தைப் படிப்பது என்பது காட்சி உள்ளடக்கத்தை உருவாக்குபவர்களால் செய்யப்படும் தேர்வுகளை ஆராய்வதை உள்ளடக்கியது, அதாவது எதைச் சேர்க்கிறது வேண்டும் அல்லது விலக்க வேண்டும், ஒரு விஷயத்தை எவ்வாறு வடிவமைக்க வேண்டும் மற்றும் எந்த நுட்பங்களைப் பயன்படுத்த வேண்டும். இந்த தேர்வுகள் கலாச்சார விதிமுறைகள், தனிப்பட்ட சார்புகள் மற்றும் சக்தி இயக்கவியல் போன்ற காரணிகளால் பாதிக்கப்படலாம். கூடுதலாக, பிரதிநிதித்துவம் பார்வையாளர்கள் தங்கள் சொந்த சமூக மற்றும் கலாச்சார பின்னணியின் அடிப்படையில் காட்சி உள்ளடக்கம் எவ்வாறு விளக்குகிறார்கள் என்பதிலும் அக்கறை உள்ளது. காட்சி ஊடகங்களில் பிரதிநிதித்துவத்தை பகுப்பாய்வு செய்வதன் மூலம், படைப்பாளிகள், பார்வையாளர்கள் மற்றும் படங்களுக்கு இடையிலான சிக்கலான தொடர்புகள் ஆராய்ச்சியாளர்கள் ஆராயலாம், மேலும் இந்த இயக்கவியல் சமூக அர்த்தங்கள், அடையாளங்கள் மற்றும் சக்தி உறவுகளின் கட்டுமானத்திற்கு எவ்வாறு பங்களிக்கிறது என்பதையும் ஆராயலாம்.

7. ஃப்ரேமிங்: ஃப்ரேமிங் என்பது ஊடகங்களில் வழங்கப்படும் வழிகளைக் குறிக்கிறது,ஒழுங்கமைக்கப்பட்ட, மற்றும் விளக்கப்பட்டது. இது படைப்பாளிகள் மற்றும் பார்வையாளர்களால் செய்யப்படும் நனவான மற்றும் மயக்கமற்ற தேர்வுகளை உள்ளடக்கியது, அவை காட்சி உள்ளடக்கத்தின் கருத்து மற்றும் விளக்கத்தை பாதிக்கின்றன. கலவை, கோணம், ஒளியமைப்பு மற்றும் நிறம் போன்ற கூறுகளில் ஃப்ரேமிங்கைக் காணலாம், இவை அனைத்தும் ஒரு படம் அல்லது காட்சி விவரிப்பின் ஒட்டுமொத்த செய்தி மற்றும் தாக்கத்திற்கு பங்களிக்கக்கூடும். காட்சி சமூகவியலில், காட்சி பிரதிநிதித்துவங்கள் எவ்வாறு குறிப்பிட்ட அர்த்தங்களை வெளிப்படுத்துகின்றன, உணர்ச்சிகளைத் தூண்டுகின்றன மற்றும் சமூகம் யதார்த்தத்தின் சில அம்சங்களை வலியுறுத்துகின்றன என்பதை புரிந்துகொள்வதற்கு ஃப்ரேமிங் என்ற கருத்து அவசியம், அதே நேரத்தில் மற்றவற்றைக் குறைக்கிறது மதிப்பிடுகின்றன. ஃப்ரேமிங்கை பகுப்பாய்வு செய்வது, காட்சி ஊடகத்தை வடிவமைக்கும் மற்றும் உலகத்தைப் பற்றிய நமது புரிதலை பாதிக்கும் அடிப்படை அனுமானங்கள், மதிப்புகள் சித்தாந்தங்களைக் கண்டறியும் ஆராய்ச்சியாளர்களுக்கு உதவுகிறது.

8. காட்சி விவரிப்பு: காட்சி விவரிப்புகள் என்பது காட்சி ஊடகங்கள் மூலம் சொல்லப்படும் கதைகள். அவை படங்கள், குறியீடுகள் மற்றும் காட்சி நுட்பங்களைப் பயன்படுத்தி அர்த்தத்தை வெளிப்படுத்தவும் உணர்ச்சிகளைத் தூண்டவும் பயன்படுத்துகின்றன, பெரும்பாலும் எழுதப்பட்ட அல்லது பேசும் மொழியுடன் இணைந்து. காட்சி விவரங்கள் திரைப்படங்கள், காமிக் துண்டுகள், புகைப்படக் கட்டுரைகள் அல்லது சமூக ஊடக இடுகைகள் போன்ற பல வடிவங்களை எடுக்கலாம், மேலும் அவை மனித தொடர்பு மற்றும் கலாச்சாரத்தின் ஒருங்கிணைந்த பகுதியாகும். காட்சி சமூகவியலில், காட்சி விவரங்கள் பற்றிய ஆய்வு, இந்தக் கதைகள் கருத்துக்கள், நம்பிக்கைகள் மற்றும் மதிப்புகள் எவ்வாறு தொடர்பு கொள்கின்றன, மேலும் அவை சமூக யதார்த்தத்தைப் பற்றிய நமது கருத்துக்களை எவ்வாறு பாதிக்கின்றன என்பதைப் புரிந்துகொள்வதில் கவனம் செலுத்துகிறது. கதைக்களம், கதாபாத்திரங்கள், அமைப்பு மற்றும் காட்சி நுட்பங்கள் போன்ற கூறுகளை ஆராய்வதன் மூலம், காட்சி விவரங்கள் அர்த்தத்தை உருவாக்கும் வழிகளை ஆராய்ச்சியாளர்கள் ஆராயலாம் மற்றும் கலாச்சார அடையாளங்கள், சமூக விதிமுறைகள் மற்றும் அதிகார உறவுகளை வடிவமைப்பதில் பங்களிக்கலாம்.

9. காட்சி இனவரைவியல்: காட்சி இனவரைவியல் என்பது மக்களின் கலாச்சாரம் மற்றும் சமூக வாழ்க்கையைப் படித்து ஆவணப்படுத்தப்பட்ட காட்சி ஊடகத்தைப் பயன்படுத்துகிறது ஆராய்ச்சி முறையாகும். இது காட்சி சமூகவியலின் ஒரு கிளையாகும், இது காட்சி ஊடகத்தின் ஆப் பங்கேற்பாளர் கண்காணிப்பு, நேர்காணல்கள் மற்றும் களப்பணி போன்ற இனவரைவியல் ஆராய்ச்சியின் கொள்கைகள் மற்றும் நடைமுறைகளுடன் இணைக்கப்பட்டுள்ளது. சமூக நிகழ்வுகளைப் படம்பிடித்து பகுப்பாய்வு செய்து புகைப்படம் எடுத்தல், வீடியோ பதிவு செய்தல் மற்றும் பிற காட்சிகளைப் பயன்படுத்துவதைக் காட்சி இனவரைவியல் உள்ளடக்கியது. காட்சி இனவரைவியல் மூலம் சேகரிக்கப்பட்ட காட்சித் தரவு, ஆய்வு மக்களின் வாழ்ந்த அனுபவங்கள், கலாச்சாரங்கள் மற்றும் சமூகம் வளமான மற்றும் நுணுக்கமான நுண்ணறிவுகளை வழங்க முடியும். காட்சி இனவரைவியல் ஆராய்ச்சியாளர்கள் சமூக வாழ்க்கையின் சிக்கல்களைப் புரிந்துகொள்ள உதவுவது மட்டுமில்லாமல், இந்த நுண்ணறிவுகளை பரந்த பார்வையாளர்களுக்குத் தெரிவிப்பதற்கான சக்திவாய்ந்த வழிமுறைகளையும் வழங்குகிறது.

10. காட்சி எழுத்தறிவு: காட்சி எழுத்தறிவு என்பது காட்சி உள்ளடக்கத்தைப் புரிந்துகொள்வதற்கும், விளக்குவதற்கும், உருவாக்குவதற்கும் உள்ள திறனைக் குறிக்கிறது. இது காட்சித் தொடர்பின் முக்கியத்துவத்தை அங்கீகரிப்பது, காட்சி ஊடகங்களை பகுப்பாய்வு செய்வதற்குத் தேவையான திறன்களை வளர்ப்பது

மற்றும் பயனுள்ளது காட்சிச் செய்திகளை உருவாக்கக் கற்றுக்கொள்வது ஆகியவற்றை உள்ளடக்கியது. நமது உலகம் காட்சித் தகவல்களால் பெருகிய முறையில் நிறைவுற்றதாகி வருவதால், நாம் தினமும் சந்திக்கும் பல்வேறு வகையான படங்களை வழிநடத்துவோம் அவற்றைப் புரிந்துகொள்வதற்கும் காட்சி எழுத்தறிவு ஒரு அத்தியாவசிய திறமையாக மாறியுள்ளது. காட்சி சமூகவியலின் சூழலில், காட்சி எழுத்தறிவு ஆராய்ச்சியாளர்கள் காட்சித் தரவுகளுடன் விமர்சன ரீதியாக ஈடுபடவும், காட்சி பிரதிநிதித்துவங்களின் சிக்கலான சமூக, கலாச்சார மற்றும் அரசியல் பரிமாணங்களைப் புரிந்துகொள்ளவும் உதவுகிறது. காட்சி எழுத்தறிவை வளர்ப்பது தனிநபர்கள் காட்சி ஊடகங்களின் உருவாக்கம் மற்றும் நுகர்வில் அதிக தகவலறிந்தவர்களாகவும், செயலில் பங்கேற்பாளர்களாகவும் மாறவும் அதிகாரம் அளிக்கிறது, மேலும் நமது வாழ்க்கையையும் சமூகங்களையும் வடிவமைப்பதில் படங்களின் பங்கைப் பற்றிய அதிக புரிதலை வளர்க்கிறது.

காட்சி சமூகவியலின் தோற்றத்திற்கான சக்திகள், காரணிகள் மற்றும் காரணங்கள்

பல்வேறு சக்திகள், காரணிகள் மற்றும் காரணங்களுக்கு பதிலளிக்கும் விதமாக காட்சி சமூகவியல் ஒரு தனித்துவமான ஆய்வுத் துறையாக உருவானது. அதன் வளர்ச்சிக்கான சில முக்கிய காரணங்கள் பின்வருமாறு:

*காட்சி கலாச்சாரத்தின் எழுச்சி:*20 மற்றும் 21 ஆம் நூற்றாண்டுகளில் புகைப்படங்கள், திரைப்படங்கள், விளம்பரங்கள் மற்றும் டிஜிட்டல் ஊடகங்கள் போன்ற காட்சிகள் பரவலான பெருக்கம், மனித அனுபவங்கள், சமூக தொடர்புகள் மற்றும் அடையாளங்களை வடிவமைப்பதில் காட்சி கலாச்சாரத்தின் முக்கியத்துவத்தை அதிகரித்து வரும் அங்கீகாரம் வழிவகுத்துள்ளது. அன்றாட வாழ்வில் காட்சிப் பொருட்களின் இந்த அதிகரிப்பு முக்கியத்துவம், அவற்றின் சமூக மற்றும் கலாச்சார தாக்கங்களைப் புரிந்துகொள்வதற்கான தேவை வழிவகுத்தது, இது காட்சி சமூகவியல் துறைக்கு வழிவகுத்தது.

*தொழில்நுட்ப முன்னேற்றங்கள்:*கேமராக்கள், வீடியோ பதிவு சாதனங்கள் மற்றும் டிஜிட்டல் தளங்கள் போன்ற புதிய தொழில்நுட்பங்களின் வளர்ச்சி மற்றும் பரவலான அணுகல், தனிநபர்கள் மற்றும் ஆராய்ச்சியாளர்கள் காட்சிப் பொருட்களை உருவாக்குதல், பகிர்தல் மற்றும் பகுப்பாய்வு செய்வதை எளிதாக்கியுள்ளது. இந்த தொழில்நுட்ப முன்னேற்றங்கள் காட்சிப் பொருட்களின் உற்பத்தி, சுழற்சி மற்றும் விளக்கத்தை பெரிதும் நம்பியிருக்கும் ஒரு துறையாக காட்சி சமூகவியலின் வளர்ச்சியை எளிதாக்கியுள்ளது.

*துறைகளுக்கு இடையேயான தாக்கங்கள்:*சமூகவியல், மானுடவியல், கலாச்சார ஆய்வுகள், ஊடக ஆய்வுகள் மற்றும் கலை வரலாறு போன்ற பல்வேறு துறைகளுக்கு இடையிலான இடைநிலை உரையாடல் மற்றும் ஒத்துழைப்பின் விளைவாக காட்சி சமூகவியல் உருவாகியுள்ளது. இந்த துறைகள் காட்சிப் பொருட்களின் ஆய்வுக்கு தனித்துவமான கண்ணோட்டங்கள், கோட்பாடுகள் மற்றும் வழிமுறைகளை பங்களித்துள்ளன, இது காட்சி சமூகவியலை ஒரு தனித்துவமான மற்றும் இடைநிலை விசாரணைத் துறையாக வளர்க்க உதவியது.

*தரமான ஆராய்ச்சி முறைகளை நோக்கிய மாற்றம்:*சமூக அறிவியலில் தரமான ஆராய்ச்சி முறைகளின் முக்கியத்துவத்தை அதிகரித்து வரும் அங்கீகாரம், காட்சி சமூகவியலின் வளர்ச்சிக்கு பங்களித்துள்ளது, பெரும்பாலும் உள்ளடக்க பகுப்பாய்வு, குறியியல் பகுப்பாய்வு மற்றும் காட்சி இனவியல் போன்ற தரமான முறைகளை நம்பியுள்ளது, இது காட்சிப் பொருட்களின் சமூகம் பரிமாணங்களை ஆய்வு செய்கிறது. தரமான ஆராய்ச்சியை நோக்கிய இந்த மாற்றம், காட்சிப்

பொருட்களின் நுண்ணிக்கமான அர்த்தங்கள் மற்றும் விளக்கங்கள் போன்ற அளவு முறைகள் மூலம் மட்டும் எளிதில் கைப்பற்ற முடியாத சமூக வாழ்க்கை அம்சங்களை ஆராய காட்சி சமூகவியலாளர்களுக்கு உதவியுள்ளது.

*அனிச்சைத்தன்மை மற்றும் ஆராய்ச்சியாளரின் பங்கு ஆகியவற்றில் கவனம் செலுத்துங்கள்:*முக்கியத்துவம் மற்றும் ஆராய்ச்சி செயல்முறை மற்றும் விளைவுகள் வடிவமைப்பதில் ஆராய்ச்சியாளரின் பங்கு காட்சி சமூகவியலின் வளர்ச்சிக்கு பங்களித்துள்ளது. காட்சி சமூகவியலாளர்கள் காட்சிப் பொருட்களின் விளக்கம் மற்றும் பகுப்பாய்வில் தங்கள் சொந்தக் கண்ணோட்டங்கள், சார்புகள் மற்றும் அனுபவங்களைக் கருத்தில் கொண்டு கொள்வதன் முக்கியத்துவத்தை அங்கீகரிக்கின்றனர். பிரதிபலிப்புத்தன்மையின் மீதான இந்த கவனம் காட்சி கலாச்சார ஆய்வுக்கு மிகவும் விமர்சனம் மற்றும் சுய விழிப்புணர்வு அணுகுமுறைக்கு வழிவகுத்துள்ளது.

*காட்சி எழுத்தறிவின் அவசியம்:*சமகால சமூகத்தில் காட்சிப் பொருட்களின் முக்கியத்துவம் அதிகரித்து வருவதால், காட்சி எழுத்தறிவுக்கான தேவை அதிகரித்து வருகிறது. இது காட்சிப் பொருட்களையும் அவற்றின் சமூக தாக்கங்களையும் புரிந்து கொள்ளவும், விளக்கவும், விமர்சன ரீதியாக பகுப்பாய்வு செய்யவும் திறனைக் குறிக்கிறது. காட்சி சமூகவியல், காட்சி எழுத்தறிவு திறன்களை வளர்த்து ஊக்குவிப்பதன் மூலம் இந்தத் தேவையை நிவர்த்தி செய்கிறது. நவீன உலகின் சிக்கலான காட்சி நிலப்பரப்பில் தனிநபர்கள் செல்லவும் ஈடுபடவும் உதவுகிறது.

*அதிகாரம் மற்றும் பிரதிநிதித்துவம் குறித்த விமர்சனக் கண்ணோட்டங்கள்:*சக்தி இயக்கவியல், சமூக ஏற்றத்தாழ்வுகள் மற்றும் சித்தாந்தங்களின் கட்டுமானம் மற்றும் மறுஉருவாக்கத்தில் காட்சிப் பொருட்களின் பங்கு குறித்த விமர்சனம் கண்ணோட்டங்களின் தேவைக்கான பிரதிபலிப்பாக காட்சி சமூகவியல் வெளியிடப்பட்டுள்ளது. காட்சி கலாச்சாரம் ஆதிக்கம் செலுத்தும் கதைகள் மற்றும் சக்தி கட்டமைப்புகளை வலுப்படுத்தும் மற்றும் சவால் செய்யும் வழிகளை ஆராய்வதன் மூலம், காட்சி சமூகவியலாளர்கள் காட்சிப் பொருட்கள், சமூக வாழ்க்கை மற்றும் தனிப்பட்ட அனுபவங்களுக்கு இடையிலான சிக்கலான உறவுகளைப் பற்றிய ஆழமான புரிதலுக்கு பங்களிக்கின்றனர்.

சுருக்கமாக, காட்சி சமூகவியலின் தோற்றம் பல்வேறு சக்திகள், காரணிகள் மற்றும் காரணங்களால் ஏற்படுகிறது, அவற்றில் காட்சி கலாச்சாரத்தின் எழுச்சி, தொழில்நுட்ப முன்னேற்றங்கள், துறைகளுக்கு இடையேயான தாக்கங்கள், தரமான ஆராய்ச்சி முறைகளை நோக்கிய மாற்றம், பிரதிபலிப்புத்தன்மையில் வளர்ந்து வரும் கவனம், காட்சி எழுத்தறிவின் தேவை மற்றும் சக்தி மற்றும் பிரதிநிதித்துவம் குறித்த விமர்சனக் கண்ணோட்டங்கள் ஆகியவை அடங்கும். இந்தக் காரணிகள் காட்சி சமூகவியலை ஒரு தனித்துவமான மற்றும் துறைகளுக்கு இடையேயான ஆய்வுத் துறையாக வளர்க்க பங்களித்துள்ளன, இது காட்சிப் பொருட்கள், சமூக வாழ்க்கை மற்றும் தனிப்பட்ட அனுபவங்களுக்கு இடையிலான சிக்கலான உறவுகளைப் புரிந்துகொள்ள முயல்கிறது. நமது சமூகம் தொடர்ந்து பரிணமித்து, பார்வை சார்ந்ததாக மாறும்போது, காட்சி சமூகவியல் புதிய சவால்கள் மற்றும் வாய்ப்புகளுக்கு ஏற்ப தொடர்ந்து வளர்ந்து, மனித அனுபவங்கள் மற்றும் சமூக தொடர்புகளை வடிவமைப்பதில் காட்சி கலாச்சாரத்தின் பங்கு பற்றிய மதிப்புமிக்க நுண்ணறிவுகளை வழங்குகிறது.

காட்சி கலாச்சாரத்தின் எழுச்சி

சமகால சமூகத்தில் காட்சிப் பொருட்களின் முக்கியத்துவம் அதிகரிப்பதற்கு பங்களித்த பல காரணிகள் மற்றும் முன்னேற்றங்களுடன் காட்சி கலாச்சாரத்தின் எழுச்சியைக் கொண்டுள்ளது காணலாம். இவற்றில் பின்வருவன அடங்கும்:

*தொழில்நுட்ப முன்னேற்றங்கள்:*புகைப்படக் கலை, திரைப்படம், தொலைக்காட்சி மற்றும் இணையம் போன்ற புதிய தொழில்நுட்பங்களின் கண்டுபிடிப்பு மற்றும் பரவலான கிடைக்கும் தன்மை காட்சி கலாச்சாரத்தின் எழுச்சியில் முக்கிய பங்கு வகிக்கிறது. இந்த தொழில்நுட்பங்கள் காட்சிப் பொருட்களின் பெருமளவிலான உற்பத்தி, பரவல் மற்றும் நுகர்வுக்கு வழிவகுத்த, இதனால் படங்கள் மற்றும் காட்சிகள் முன்னெப்போதையும் விட அணுகக்கூடியதாகவும் செல்வாக்கு மிக்கதாகவும் ஆக்கப்பட்டன.

*டிஜிட்டல் புரட்சி:*டிஜிட்டல் புரட்சியும், ஸ்மார்ட்போன்கள், டேப்லெட்டுகள் மற்றும் தனிப்பட்ட கணினிகள் போன்ற டிஜிட்டல் சாதனங்களின் பெருக்கமும் காட்சி கலாச்சாரத்தின் வளர்ச்சியை மேலும் துரிதப்படுத்தியுள்ளது. இந்த சாதனங்கள் மூலம், மக்கள் எந்த நேரத்திலும், எந்த இடத்திலும் காட்சிப் பொருட்களை எளிதாக உருவாக்கலாம், பகிரலாம் மற்றும் அணுகலாம். கூடுதலாக, சமூக ஊடக தளங்கள் தொடர்பு, சுய வெளிப்பாடு மற்றும் தனிப்பட்ட மற்றும் குழு அடையாளங்களை பொது காட்சிகளின் பங்கை பெருக்கியுள்ளன.

*உலகமயமாக்கல்:*உலகமயமாக்கல் செயல்முறை தேசிய, கலாச்சார மற்றும் மொழியியல் எல்லைகளைக் கடந்து காட்சிப் பொருட்களின் ஓட்டத்தை எளிதாக்கியுள்ளது, இது உலகளவில் கலாச்சார காட்சிகளின் அதிக ஒன்றோடொன்று இணைக்க வழிவகுத்தது. இது காட்சிப் போக்குகள், பாணிகள் மற்றும் சின்னங்களின் விரைவான பரவலுக்கு வழிவகுத்தது, இது சமகால சமூகத்தில் காட்சி கலாச்சாரத்தின் வளர்ந்து வரும் முக்கியத்துவத்திற்கு பங்களித்தது.

*நுகர்வோர் கலாச்சாரம்:*நுகர்வோர் கலாச்சாரத்தின் எழுச்சியும், நமது ஆசைகள், மதிப்பீடுகள் மற்றும் வாழ்க்கை முறைகளை வடிவமைப்பதில் விளம்பரம் மற்றும் சந்தைப்படுத்தலின் அதிகரிப்பு வரும் பங்கும் கலாச்சார காட்சியின் முக்கியத்துவத்திற்கு பங்களித்துள்ளன. விளம்பரங்கள், லோகோக்கள் மற்றும் பிராண்டட் தயாரிப்புகள் போன்ற காட்சிப் பொருட்கள், நுகர்வோர் கலாச்சாரத்தை மேம்படுத்துவதில் முக்கிய பங்கு வகிக்கிறது, இது நமது தேர்வுகள் மற்றும் நடத்தைகளை பாதிக்கிறது.

*ஊடக செறிவு:*தொலைக்காட்சி, திரைப்படங்கள், வீடியோ கேம்கள் மற்றும் இணையம் உள்ளிட்ட நமது அன்றாட வாழ்வில் ஊடகங்களின் செறிவு அதிகரித்து வருவது, காட்சிகள் பொருட்களுக்கான வெளிப்பாட்டை அதிகரிக்க வழிவகுத்துள்ளது. இந்த ஊடக செறிவு, நம்மைச் சுற்றியுள்ள உலகத்தைப் பற்றிய நமது கருத்துக்கள், அணுகுமுறைகள் மற்றும் புரிதலை வடிவமைப்பதில் காட்சி கலாச்சாரத்தின் வளர்ந்து வரும் முக்கியத்துவத்திற்கு பங்களித்துள்ளது.

*காட்சி கலைகள் மற்றும் பிரபலமான கலாச்சாரம்:*ஓவியம், சிற்பம், புகைப்படம் எடுத்தல் மற்றும் திரைப்படம் போன்ற காட்சி கலைகளின் பரிணாமம் மற்றும் விரிவாக்கம், அற்புதமான கலாச்சாரத்தின் வளர்ச்சி செல்வாக்கு ஆகியவை காட்சி கலாச்சாரத்தின் எழுச்சியில் குறிப்பிடத்தக்க பங்கைக் கொண்டுள்ளது. இந்த கலை மற்றும் கலாச்சார வெளிப்பாடுகள் சமூக மதிப்புகள், விதிமுறைகள் மற்றும் நம்பிக்கைகளை பிரதிபலிக்கும் மற்றும் விமர்சிக்கப்படுவதால், காட்சிப் பொருட்களுடன் அதிகம் பாராட்டு மற்றும் ஈடுபாட்டிற்கு வழிவகுத்தன.

*பன்முகத் தொடர்பு:*வாய்மொழி, எழுத்து மற்றும் காட்சி கூறுகளை இணைக்கும் மல்டிமாடல் தகவல்தொடர்புகளின் முக்கியத்துவத்தை அதிகரித்து வரும் அங்கீகாரம், காட்சி கலாச்சாரத்தின் எழுச்சிக்கும் பங்களித்துள்ளது. இந்த வகையான தொடர்பு பல்வேறு தொழில்முறை, கல்வி மற்றும் சமூக சூழல்களில் பெருகிய முறையில் முக்கியமானதாக மாறியுள்ளது, ஏனெனில் இது மிகவும் அதிகம் பயனுள்ள மற்றும் ஈடுபாட்டுடன் கூடிய தகவல்தொடர்புக்கு.

*படங்களின் சக்தி:*காட்சிப் பொருட்கள் சிக்கலான கருத்துக்கள், உணர்ச்சிகள் மற்றும் செய்திகளை சுருக்கமாகவும் உடனடியாக வெளிப்படுத்தும் தனித்துவமான

திறனைக் கொண்டுள்ளது. படங்களின் இந்த சக்தி, பொதுக் கருத்தை வடிவமைப்பதிலும், அரசியல் விவாதங்களில் செல்வாக்கு செலுத்துவதிலும், சமூக இயக்கங்களைத் திரட்டுவதிலும் அவற்றின் முக்கியத்துவத்தை அதிகரித்து வருகிறது.

காட்சி எழுத்தறிவு:காட்சிப் பொருட்கள் மிகவும் முக்கியத்துவம் பெறுவதால், சமகால சமூகத்தின் சிக்கலான காட்சி நிலப்பரப்பில் வழிசெலுத்துவதற்கும் ஈடுபடுவதற்கும் அவசியமான காட்சி எழுத்தறிவு திறன்களை வளர்ப்பதில் முக்கியத்துவம் அதிகரித்து வருகிறது. காட்சி எழுத்தறிவின் முக்கியத்துவம் நமது அன்றாட வாழ்வில் காட்சி கலாச்சாரத்தின் முக்கியத்துவத்தை மேலும் வலுப்படுத்தியுள்ளது.

டிஜிட்டல் புரட்சி மற்றும் காட்சி சமூகவியலின் எழுச்சி

காட்சிப் பொருட்கள் உருவாக்கப்படும், பரப்பப்படும் மற்றும் பகுப்பாய்வு செய்யப்படும் விதத்தை மாற்றுவதன் மூலம் காட்சி சமூகவியலின் தோற்றம் மற்றும் வளர்ச்சியில் டிஜிட்டல் புரட்சி முக்கிய பங்கு வகிக்கிறது. இந்த மாற்றம் ஒரு சமூகவியல் கட்டமைப்பிற்குள் காட்சி கலாச்சார ஆய்வுக்கு புதிய வாய்ப்புகளையும் சவால்களையும் திறந்துள்ளது.

காட்சி சமூகவியலில் டிஜிட்டல் புரட்சியின் ஒரு குறிப்பிடத்தக்க தாக்கம் பட உற்பத்தியின் ஜனநாயகமயமாக்கல் ஆகும். ஸ்மார்ட்போன்கள், டிஜிட்டல் கேமராக்கள் மற்றும் அணுகக்கூடிய எடிட்டிங் மென்பொருள்கள் பல்வேறு பின்னணிகளைச் சேர்ந்துள்ள தனிநபர்கள் காட்சிப் பொருட்களின் உற்பத்தியில் பங்கேற்கலாம். இந்த வளர்ச்சி ஆய்வுக்குக் கிடைக்கும் காட்சிப் பொருட்களின் வரம்பை விரிவுபடுத்தியுள்ளது, இது காட்சி சமூகவியலாளர்கள் மிகவும் மாறுபட்ட கண்ணோட்டங்கள் மற்றும் அனுபவங்களை ஆராயவும்.

கூடுதலாக, இணையம் மற்றும் சமூக ஊடக தளங்களின் விரைவான வளர்ச்சி, காட்சி உள்ளடக்கத்தின் முன்னோடியில்லாத பெருக்கத்திற்கு வழிவகுத்தது. படங்கள், வீடியோக்கள் மற்றும் பிற காட்சிப் பொருட்கள் தொடர்ந்து ஆன்லைனில் பகிரப்பட்டு நுகரப்படுகின்றன, இதனால் காட்சி கலாச்சாரம் சமகால சமூகம் வாழ்க்கையின் ஒரு முக்கிய அம்சமாக மாறியுள்ளது. காட்சி கலாச்சாரத்தின் இந்த உயர்ந்த முக்கியத்துவம், காட்சிப் பொருட்களின் சமூக தாக்கங்கள் மற்றும் அர்த்தங்களை ஆராயும் ஒரு துறையாக காட்சி சமூகவியலின் தேவை அதிகரித்துள்ளது.

டிஜிட்டல் புரட்சி காட்சிப் பொருட்களின் பகுப்பாய்விற்கான புதிய ஆராய்ச்சி முறைகள் மற்றும் கருவிகளையும் அறிமுகப்படுத்தியுள்ளது. டிஜிட்டல் உள்ளடக்க பகுப்பாய்வு, சமூக வலைப்பின்னல் பகுப்பாய்வு மற்றும் தரவு காட்சிப்படுத்தல் நுட்பங்கள் டிஜிட்டல் யுகத்தில் தோன்றிய புதுமையான அணுகுமுறைகளுக்கு எடுத்துக்காட்டுகளாகும். இந்த புதியஇந்த முறைகள் காட்சி சமூகவியலாளர்கள் காட்சிப் பொருட்களின் ஆய்வை புதுமையான வழிகளில் அணுக அனுமதித்துள்ளது, இது புதிய நுண்ணறிவுகள் மற்றும் கண்டுபிடிப்புகளுக்கு வழிவகுத்தது.

மேலும், டிஜிட்டல் புரட்சி டிஜிட்டல் காப்பகங்கள் மற்றும் தரவுத்தளங்களை உருவாக்குவதற்கு அணுகுவதற்கும் உதவியுள்ளது. இந்த வளங்கள் காட்சி சமூகவியலாளர்கள் பல்வேறு காலகட்டங்கள் மற்றும் புவியியல் இடங்களிலிருந்து ஏராளமான காட்சிப் பொருட்களை அணுகவும் உதவுகின்றன, இது அவர்களின் ஆராய்ச்சிக்கு ஒரு வளமான அடித்தளத்தை வழங்குகிறது.

மேலும், டிஜிட்டல் புரட்சி சமூகவியலாளர்கள் மற்றும் ஊடக ஆய்வுகள், மானுடவியல் மற்றும் கலை வரலாறு போன்ற பிற துறைகளைச் சேர்ந்து அறிஞர்களிடையே துறைகளுக்கு இடையேயான ஒத்துழைப்புகளை ஊக்குவித்துள்ளது. இந்த துறைகளுக்கு இடையேயான ஒத்துழைப்பு கருத்துக்கள், கோட்பாடுகள் மற்றும் வழிமுறைகளின் பரிமாற்றத்தை வளர்த்துள்ளன, இது காட்சி கலாச்சாரம் மற்றும் சமூகத்தில் அதன் பங்கைப் பற்றிய முழுமையான மற்றும் நுணுக்கமான புரிதலுக்கு வழிவகுத்தது. இதன் விளைவாக, காட்சி சமூகவியல் ஒரு துறைகளுக்கு இடையேயான துறையாக உருவெடுத்துள்ளது, இது பல்வேற

விசாரணைப் பகுதிகளிலிருந்து பெறப்பட்டுள்ளது பங்களிக்கிறது, காட்சிப் பொருட்களின் சமூக பரிமாணங்களின் ஒட்டுமொத்த புரிதலை வளப்படுத்துகிறது.

டிஜிட்டல் தளங்களின் எழுச்சி, காட்சி சமூகவியலாளர்கள் தங்கள் கண்டுபிடிப்புகளைப் பரப்பவும், பரந்த பார்வையாளர்களுடன் ஈடுபடவும் உதவியுள்ளனர், சமூக கலாச்சார காட்சியின் பங்கு பற்றிய பொது விவாதங்கள் மற்றும் விவாதங்களை எளிதாக்கியுள்ளது. டிஜிட்டல் புரட்சியின் சமூக தாக்கங்களையும், சமகால வாழ்க்கையில் காட்சிப் பொருட்கள் வளர்ந்து வரும் முக்கியத்துவத்தையும் புரிந்துகொண்டு நிவர்த்தி செய்ய முயல்வதால், இது காட்சி சமூகவியலின் தெரிவுநிலையையும் தாக்கத்தையும் அதிகரித்துள்ளது.

இறுதியாக, டிஜிட்டல் புரட்சி, சமகால சமூகத்தின் சிக்கலான காட்சி நிலப்பரப்பில் காட்சி எழுத்தறிவு திறன்களின் முக்கியத்துவத்தை எடுத்துக்காட்டுகிறது. இதன் விளைவாக, காட்சி எழுத்தறிவை வளர்த்து மேம்படுத்தும் பொறுப்பைக் காட்சி சமூகவியல் ஏற்றுக்கொண்டுள்ளது, தனிநபர்கள் காட்சிப் பொருட்களில் விமர்சனம் ரீதியாகவும் திறம்படவும் ஈடுபட உதவுகிறது.

முடிவில், டிஜிட்டல் காட்சிப் பொருட்களின் உற்பத்தி, சுழற்சி மற்றும் பகுப்பாய்வை மாற்றுவதன் மூலம் காட்சி சமூகவியலின் தோற்றம் மற்றும் வளர்ச்சியை கணிசமாக பாதித்துள்ளது. இந்த மாற்றம் ஒரு சமூகவியல் கட்டமைப்பிற்குள் காட்சி கலாச்சாரத்தைப் படிப்பதற்கான புதிய வாய்ப்புகள் மற்றும் சவால்களுக்கு வழிவகுத்துள்ளது. நமது சமூகம் தொடர்ந்து பரிணமித்து, பார்வை சார்ந்ததாக மாறும்போது, காட்சி சமூகவியல் தொடர்ந்து தகவமைத்து வளர்ந்து, மனித அனுபவங்கள், சமூக தொடர்புகள் மற்றும் கலாச்சார இயக்கவியல் வடிவமைப்பதில் காட்சிப் பொருட்களின் பங்கு பற்றிய மதிப்புமிக்க நுண்ணறிவுகளை வழங்குகிறது.

பட உற்பத்தியின் ஜனநாயகமயமாக்கல் காட்சி சமூகவியலின் எழுச்சி

சமகால டிஜிட்டல் யுகத்தில், பட உற்பத்தியின் ஜனநாயகமயமாக்கலும், காட்சி சமூகவியலின் எழுச்சியும், நாம் தொடர்பு கொள்ளும், உருவாக்கம் மற்றும் நமது அனுபவங்களைப் பகிர்ந்து கொள்ளும் வழிகளில் புரட்சியை ஏற்படுத்தியது. இந்த நிகழ்வு அறிவின் விரிவாக்கத்திற்கு பங்களித்து மட்டுமல்லாமல், சமூகவியல் துறையையும் மாற்றியுள்ளது, மனித தொடர்புகளின் சிக்கலான உலகில் புதியது நுண்ணறிவுகளை வழங்குகிறது.

படத் தயாரிப்பின் ஜனநாயகமயமாக்கல் என்பது, சாதாரண மக்கள் உள்ளடக்கக் காட்சியை உருவாக்கவும் பரப்பவும் அனுமதிக்கும் கருவிகள் மற்றும் தொழில்நுட்பங்களை அணுகும் செயல்முறையைக் குறிக்கிறது. இந்த மாற்றம் டிஜிட்டல் தொழில்நுட்பத்தில் ஏற்பட்ட முன்னேற்றங்கள், குறிப்பாக ஸ்மார்ட்போன்கள், மலிவு விலை கேமராக்கள் மற்றும் பயனர் நட்பு எடிட்டிங் மென்பொருளின் பெருக்கத்தால் எளிதாக்கப்பட்டுள்ளது. இந்த கருவிகள் தனிநபர்கள் தங்கள் பார்வைகளை உலகளாவிய பார்வையாளர்களுடன் பகிர்ந்து கொள்ளவும் அதிகாரம் அளித்துள்ளனர், முன்னர் படம் தயாரிப்பு நிபுணர்கள் மற்றும் நிபுணர்கள் மட்டுமே கட்டுப்படுத்திய தடைகளை உடைத்துள்ளனர்.

இந்த ஜனநாயகமயமாக்கல், சமூக வாழ்க்கையை வடிவமைப்பதிலும் மனித நடத்தையைப் புரிந்துகொள்வதிலும் படங்களின் பங்கை ஆராயும் ஒரு துணைத் துறையான காட்சி சமூகவியலின் எழுச்சிக்கு வழிவகுத்தது. சிக்கலான சமூகப் பிரச்சினைகள், தொடர்புகள் மற்றும் நிகழ்வுகளை ஆராய, புகைப்படங்கள், வீடியோக்கள் மற்றும் டிஜிட்டல் படங்கள் போன்ற காட்சித் தரவின் சக்தியை காட்சி சமூகவியல் பயன்படுத்துகிறது. இந்த அணுகுமுறை காட்சிகள் வெறும் அழகியல் மட்டுமல்ல; அவை மறைந்திருக்கும் அர்த்தங்களையும் வடிவங்களையும் வெளிக்கொணரும் திறனைக் கொண்டுள்ளது, சமூக உலகத்தைப் பற்றிய மிகவும் நுணுக்கமான புரிதல் வழங்குகின்றன என்பதை ஒப்புக்கொள்கிறது.

காட்சி சமூகவியலில் பட உற்பத்தியை ஜனநாயகப்படுத்துவதன் மூலம் ஒரு குறிப்பிடத்தக்க தாக்கம், கண்ணோட்டங்களின் பன்முகப்படுத்தலாகும். பல்வேறு கலாச்சார, சமூக மற்றும் பொருளாதார பின்னணிகளைச் சேர்ந்த தனிநபர்கள் பட உருவாக்கத்தில்

ஈடுபடுவதால், பல கண்ணோட்டங்கள் பிரதிநிதித்துவப்படுத்தப்படுகின்றன. இந்த பன்முகத்தன்மை சமூகவியல் பகுப்பாய்வுகளை வளப்படுத்துகிறது, இதன் மூலம் பரந்த அளவிலான அனுபவங்களைப் பெற முடியும், இறுதியில் சமூகம் முழுமையான புரிதலுக்கு வாழ்க்கையைப் பற்றியது.

கூடுதலாக, சமூக ஊடக தளங்களில் படங்களைப் பகிர்வதற்கான எளிமைக் காட்சி சமூகவியலின் வரம்பை விரிவுபடுத்தியுள்ளது. படங்கள் பரவும்போது, அவை படைப்பாளிகள், பார்வையாளர்கள் மற்றும் அறிஞர்களிடையே ஒரு உரையாடலை உருவாக்குகின்றன, இது பற்றிய கருத்துக்கள் மற்றும் விளக்கங்களின் மாறும் பரிமாற்றத்தை வளர்க்கிறது. இந்த செயல்முறை புதிய நுண்ணறிவுகளின் வெளிப்பாட்டிற்கு, ஏனெனில் தனிநபர்கள் கூட்டாக காட்சி வழிமுறைகள் மூலம் தங்கள் சமூகம் உலகத்தைப் புரிந்துகொள்கிறார்கள்.

மேலும், பல்வேறு துறைகளைச் சேர்ந்த அறிஞர்கள் காட்சித் தரவு ஆய்வில் பொதுவான நிலையைக் கண்டறிவதால், பட தயாரிப்புக் கருவிகளின் அணுகல், துறைகளுக்கு இடையேயான ஒத்துழைப்பை ஊக்குவித்துள்ளது. இந்தக் குறுக்குவெட்டு, ஆராய்ச்சி மற்றும் பகுப்பாய்விற்கான புதுமையான வழிகளைத் திறந்துள்ளது, துறைகளுக்கு இடையிலான இடைவெளிகளைக் குறைக்கிறது. வழிமுறைகளின் வளர்ச்சியை ஊக்குவிக்கிறது.

இருப்பினும், பட உற்பத்தியின் ஜனநாயகமயமாக்கல் காட்சி சமூகவியலுக்கும் சவால்களை முன்வைக்கிறது. தினமும் உருவாக்கப்பட்டு பகிரப்படும் படங்களின் அளவு அதிகமாக இருப்பதால், தகவல் சுமை அதிகரித்து, ஆராய்ச்சியாளர்கள் தொடர்புடைய காட்சித் தரவை அடையாளம் காணவும் பகுப்பாய்வு செய்வதை கடினமாக்குகிறது. மேலும், காட்சி உள்ளடக்கத்தின் அகநிலை தன்மை, விளக்கங்களின் நம்பகத்தன்மை மற்றும் செல்லுபடியாகும் தன்மை குறித்த கவலைகளை எழுப்புகிறது. இந்த சவால்களை எதிர்கொள்ள, காட்சி சமூகவியலாளர்கள் கிடைக்கக்கூடிய பரந்த அளவிலான காட்சித் தரவை முறையாக பகுப்பாய்வு செய்து விளக்குவதற்கு கடுமையான வழிமுறைகளை உருவாக்க வேண்டும்.

மேலும், பட உற்பத்தியின் ஜனநாயகமயமாக்கல் காட்சி சமூகவியலின் எல்லைக்குள் நெறிமுறைக் கருத்தாய்வுகளுக்கான தாக்கங்களைக் கொண்டுள்ளது. தனியுரிமை, ஒப்புதல் மற்றும் படங்களை தவறாகப் பயன்படுத்த சாத்தியக்கூறுகளைச் சுற்றியுள்ள பிரச்சினைகள் ஆராய்ச்சியாளர்களிடமிருந்து கவனமாகக் கவனத்தை கோருகின்றன. தனிநபர்கள் தனிப்பட்ட அனுபவங்களையும் கண்ணோட்டங்களையும் பகிர்ந்து கொள்ளும்போது, பொது மற்றும் தனியார் களங்களுக்கு இடையிலான கோடு மங்கலாகிவிடும், இதனால் அறிஞர்கள் தங்கள் ஆய்வின் பாடங்களுக்கு உணர்திறன் மற்றும் மரியாதையுடன் இந்த சிக்கல்களை வழிநடத்த வேண்டியிருக்கும்.

காட்சி எழுத்தறிவு மற்றும் காட்சி சமூகவியலின் எழுச்சியுடன் அதன் தொடர்பு

டிஜிட்டல் தொழில்நுட்பத்தின் விரைவான பரிணாம வளர்ச்சியும், சமகால உலகில் காட்சி உள்ளடக்கத்தின் பெருக்கமும் காட்சி எழுத்தறிவில் அதிக கவனம் செலுத்தப்பட்டது வழிவகுத்துள்ளது. 21 ஆம் நூற்றாண்டின் தகவல்தொடர்புகளின் முக்கிய அங்கமாக, காட்சி எழுத்தறிவு என்பது உள்ளடக்கத்தை விளக்குதல், பகுப்பாய்வு செய்தல் மற்றும் உருவாக்குதல் ஆகியவற்றை உள்ளடக்கியது, இது தனிநபர்கள் தங்களைச் சுற்றியுள்ள சிக்கலான காட்சி நிலப்பரப்பை திறம்பட வழிநடத்தியது. இந்தக் கட்டுரை காட்சி எழுத்தறிவுக்கும் காட்சி சமூகவியலின் எழுச்சிக்கும் இடையிலான உறவை ஆராய்ந்து, இந்த இரண்டு நிகழ்வுகளும் எவ்வாறு பின்னிப் பிணைந்து பரஸ்பரம் வலுப்படுத்தப்படுகின்றன என்பதை எடுத்துக்காட்டுகிறது.

காட்சி சமூகவியலின் எழுச்சி, பட உருவாக்கத்தின் ஜனநாயகமயமாக்கல் மற்றும் பல்வேறு பின்னணிகளைச் சேர்ந்த தனிநபர்களால் உருவாக்கப்பட்ட காட்சி உள்ளடக்கத்தின் வெடிப்பு ஆகியவற்றுடன் தொடர்புடையது. கருத்துக்கள், உணர்ச்சிகள் மற்றும் அனுபவங்களைத் தொடர்புகொள்வதற்கு மக்கள் காட்சி ஊடகங்களை அதிகளவில்

நம்பியிருப்பதால், ஆராய்ச்சியாளர்கள் மற்றும் பொதுமக்கள் காட்சி எழுத்தறிவு திறன்களை வளர்ப்பது மிகவும் முக்கியமானது. காட்சி சமூகவியல், ஒரு கல்வித் துறை, இந்தத் தேவைக்கு பதிலளிக்கும் விதமாக உருவானது, சமூக வாழ்க்கையை வடிவமைப்பதிலும் மனித நடத்தை முறைகள் கண்டறிவதிலும் காட்சி கூறுகளின் பங்கைப் புரிந்துகொள்ள முயன்றது.

காட்சி எழுத்தறிவுக்கும் காட்சி சமூகவியலாளர்களுக்கும் இடையிலான தொடர்பு, காட்சி சமூகவியலாளர்கள் பயன்படுத்தும் முறைகளில் தெளிவாகத் தெரிகிறது. காட்சி எழுத்தறிவின் முக்கியத்துவத்தை வலியுறுத்துவதன் மூலம், இந்தத் துறையில் உள்ள ஆராய்ச்சியாளர்கள் சமூக உலகத்தைப் பற்றிய ஆழமான, நுணுக்கமான புரிதலை ஊக்குவிக்கின்றனர். காட்சி எழுத்தறிவு அறிஞர்கள் காட்சித் தரவை விமர்சனக் கண்ணால் அணுகலாம், அடையாளம் காண்கிறதுபடங்கள், வீடியோக்கள் மற்றும் பிற காட்சிகள் தொடர்பான வடிவங்களில் பொதிந்துள்ள அடிப்படை செய்திகள், சார்புகள் மற்றும் சித்தாந்தங்கள். காட்சி சமூகவியல் ஆய்வுக்கு முக்கியமான மறைந்திருக்கும் அர்த்தங்கள் மற்றும் வடிவங்களைக் கண்டறிய இந்த பகுப்பாய்வு திறன் அவசியம்.

மேலும், காட்சி சமூகவியலில் அறிவு உற்பத்தியை ஜனநாயகப்படுத்துவதற்கு காட்சி எழுத்தறிவு பங்களிக்கிறது. தனிநபர்கள் பார்வை எழுத்தறிவு பெறும்போது, அவர்கள் இந்தத் துறையில் ஈடுபடவும் பங்களிக்கவும் சிறப்பாகத் தயாராகிறார்கள். காட்சி உள்ளடக்கத்தை உருவாக்குதல், பகுப்பாய்வு செய்தல் மற்றும் விளக்குதல் ஆகியவற்றில் இந்த செயலில் பங்கேற்பது, மிகவும் உள்ளடக்கியது மற்றும் பன்முகத்தன்மை கொண்ட அறிவை வளர்க்கிறது, இது இறுதியில் துறையை வலுப்படுத்துகிறது. காட்சி எழுத்தறிவை ஊக்குவிப்பதன் மூலம், காட்சி சமூகவியல் ஒரு புதிய தலைமுறை ஆராய்ச்சியாளர்களை வளர்ப்பது மட்டுமல்லாமல், சமூக உலகம் பற்றியது தொடர்ச்சியான உரையாடலில் பரந்த அளவிலான கண்ணோட்டங்கள் பிரதிநிதித்துவப்படுத்தப்படுவதையும் உறுதி செய்கிறது.

காட்சி சமூகவியல் கண்டுபிடிப்புகளைப் பரப்புவதிலும் நுகர்வதிலும் காட்சி எழுத்தறிவு முக்கிய பங்கு வகிக்கிறது. ஆராய்ச்சியாளர்கள் சிக்கலான சமூக நிகழ்வுகளைத் தொடர்புகொள்வதற்கு காட்சித் தரவைப் பயன்படுத்துவதால், பார்வையாளர்கள் இந்தக் காட்சி பிரதிநிதித்துவங்களில் ஈடுபடவும் புரிந்துகொள்ளவும் தேவையான திறன்களைக் கொண்டிருப்பது அவசியமாகிறது. இந்த வழியில், காட்சி எழுத்தறிவு கல்வி ஆராய்ச்சிக்கும் பரந்த பொதுமக்களுக்கும் இடையே ஒரு பாலமாகச் செயல்படுகிறது, இது அவர்களின் அன்றாட வாழ்க்கையில் ஊடுருவிச் செல்லும் காட்சி உள்ளடக்கத்துடன் விமர்சன ரீதியாக ஈடுபடும் திறன் கொண்ட மிகவும் தகவலறிந்த மற்றும் சுறுசுறுப்பான குடிமக்கள் செயல்படுத்துகிறது.

மேலும், காட்சி சமூகவியலில் காட்சி எழுத்தறிவுக்கு முக்கியத்துவம் அளிப்பது கலை, கல்வி, உளவியல் மற்றும் மானுடவியல் போன்ற பல்வேறு துறைகளைச் சேர்ந்த சேர்ந்த அறிஞர்களிடையே துறைகளுக்கு இடையேயான ஒத்துழைப்பைத் தூண்டியுள்ளது. இந்த குறுக்குவெட்டு காட்சி பகுப்பாய்விற்கான புதுமையான அணுகுமுறைகளை உருவாக்கவும், துறையை வளப்படுத்தவும், சமூகவியல் விசாரணையின் நோக்கத்தை விரிவுபடுத்தவும். துறைகள் முழுவதும் எழுத்தறிவை வளர்ப்பதன் மூலம், ஆராய்ச்சியாளர்கள் பல கோணங்களில் இருந்து சிக்கலான சமூகப் பிரச்சினைகளைச் சமாளிக்கின்றனர் சிறப்பாகத் தயாராக உள்ளனர், இது நம்மைச் சுற்றியுள்ள உலகத்தைப் பற்றிய விரிவான புரிதலுக்குத் தேவை.

இருப்பினும், காட்சி எழுத்தறிவை மேம்படுத்துவதிலும், காட்சி சமூகவியலுடனான அதன் தொடர்பிலும் உள்ள சவால்களை அங்கீகரிப்பது அவசியம். டிஜிட்டல் பிளவு, கலாச்சார வேறுபாடுகள் மற்றும் கல்விக்கான அணுகலின் மாறுபட்ட நிலைகள் போன்ற சிக்கல்கள் காட்சி எழுத்தறிவு திறன்களில் ஏற்றத்தாழ்வுகளை உருவாக்கலாம், இது காட்சி சமூகவியலின் உள்ளடக்கம் மற்றும் தாக்கத்தை கட்டுப்படுத்துகிறது. இந்த சவால்களை எதிர்கொள்ள, கல்வியாளர்கள், கொள்கை வகுப்பாளர்கள் மற்றும் ஆராய்ச்சியாளர்கள் ஒருங்கிணைந்த முயற்சிகளை மேற்கொண்டு, காட்சி எழுத்தறிவு திறன்கள் அனைவருக்கும் அணுகக்கூடியதாகவும் சமமாகவும் இருப்பதை உறுதி செய்ய வேண்டும்.

சுருக்கமாக, காட்சி சமூகவியலின் எழுச்சி, காட்சி எழுத்தறிவு என்ற கருத்துடன் நெருக்கமாகப் பிணைந்துள்ளது, இது இன்றைய சமூகத்தில் காட்சி முக்கியத்துவத்தின் காரணமாக மிகவும் முக்கியத்துவம் பெற்றுள்ளது. தங்கள் காட்சி எழுத்தறிவு திறன்களை வளர்ப்பதன் மூலம், ஆராய்ச்சியாளர்களும் பொதுமக்களும் காட்சித் தரவை மிகவும் தகவலறிந்த மற்றும் விமர்சன ரீதியாக சிறப்பாகச் செய்கிறார்கள் பகுப்பாய்வு செய்யலாம், ஈடுபடலாம் மற்றும் உருவாக்கலாம். இந்த இணைப்பு அறிவு உற்பத்தியின் ஜனநாயகமயமாக்கலுக்கும், துறைகளுக்கு இடையேயான ஒத்துழைப்புக்கும், சமூக உலகத்தைப் பற்றிய ஆழமான புரிதலுக்கும் அதிகமான மேலும் உலகம் மேலும் காட்சியாக மாறும்போது, காட்சி எழுத்தறிவின் முக்கியத்துவமும் காட்சி சமூகவியலுடனான அதன் தொடர்பும் தொடர்ந்து வளர்ந்து, நமது வேகமாக மாறிவரும் உலகத்தை நாம் உணரும் மற்றும் தொடர்பு கொள்ளும் விதத்தை வடிவமைக்கவும்.

காட்சி சமூகவியலின் முக்கியத்துவம்

இந்தியாவில் காட்சி சமூகவியலின் முக்கியத்துவத்தை மிகைப்படுத்த முடியாது, ஏனெனில் நாட்டின் வளமான கலாச்சார பாரம்பரியம், பன்முகத்தன்மை மற்றும் வேகமாக மாறிவரும் சமூக இயக்கவியல் ஆகியவை இதில் அடங்கும். சமூக நிகழ்வுகளைப் படிக்கும் காட்சி முறைகள் மற்றும் பொருட்களைப் பயன்படுத்தும் சமூகவியலின் துணைத் துறை, காட்சி சமூகவியல் இந்திய சமூகத்தின் சிக்கல்களைப் புரிந்துகொள்வதில் முக்கிய பங்கு வகிக்க முடியும். கலை, புகைப்படம் எடுத்தல், திரைப்படம், விளம்பரம் மற்றும் சமூக ஊடகங்கள் போன்ற பல்வேறு வடிவங்களில் காட்சி பிரதிநிதித்துவங்களை ஆராய்வதன் மூலம், காட்சி சமூகவியல் நாட்டின் கலாச்சாரம், மரபுகள் மற்றும் சமகால பிரச்சினைகள் குறித்த தனித்துவமான நுண்ணறிவுகளை வழங்க முடியும்.

கலாச்சார பன்முகத்தன்மையைப் படம்பிடித்தல்: இந்தியா மகத்தான கலாச்சார பன்முகத்தன்மை கொண்ட ஒரு நிலம், ஒவ்வொரு மாநிலமும் பிராந்தியமும் அதன் தனித்துவமான பழக்கவழக்கங்கள், மரபுகள் மற்றும் கலை வடிவங்களைக் கொண்டுள்ளது. காட்சி சமூகவியல் இந்த கலாச்சார மாறுபாடுகளைப் பிடிக்கவும் பகுப்பாய்வு செய்யவும் உதவுகிறது, இது நாட்டை ஒன்றிணைக்கும் சமூகக் கட்டமைப்பைப் பற்றியது ஆழமான புரிதலை செயல்படுத்துகிறது. பாரம்பரிய கலை வடிவங்கள், நாட்டுப்புறக் கதைகள் மற்றும் புராணங்களின் காட்சிகள் மற்றும் இந்திய கலையில் உலகமயமாக்கலின் தாக்கத்தை ஆராய்வதன் மூலம், காட்சி சமூகவியல் இந்தியாவின் பன்முகத்தன்மை கொண்ட கலாச்சார பாரம்பரியத்தின் நுணுக்கங்களைக் கண்டறிய முடியும்.

சமூகப் பிரச்சினைகளைத் தீர்ப்பது: வறுமை, சாதி பாகுபாடு, பாலின சமத்துவமின்மை மற்றும் சுற்றுச்சூழல் சீரழிவு உள்ளிட்ட ஏராளமான சமூகப் பிரச்சினைகளை இந்தியா எதிர்கொள்கிறது. இந்தப் பிரச்சினைகளை சித்தரிக்கும் காட்சிப் பொருட்களை ஆராய்வதன் மூலம், காட்சி சமூகவியல் விழிப்புணர்வை ஏற்படுத்துவதற்கும், இந்தச் சவால்களைப் பற்றியும் பற்றிய புரிதலை ஊக்குவிப்பதற்கும் பங்களிக்க முடியும். எடுத்துக்காட்டாக, காட்சி இனவியல் மற்றும் புகைப்படக் குரல் முறைகள் விளிம்புநிலை சமூகங்கள் தங்கள் அனுபவங்களையும் முன்னோக்கிகளையும் பகிர்ந்து கொள்ளுங்கள் அதிகாரம் அளிக்கும், மேலும் அவர்களின் குரல்கள் கேட்கப்படுவதற்கு ஒரு தளத்தை வழங்கும்.

காட்சி ஊடகங்களை பகுப்பாய்வு செய்தல்: இந்தியாவில் ஒரு செழிப்பான திரைப்படம் மற்றும் தொலைக்காட்சித் துறை உள்ளது, இது சமூக விதிமுறைகள் மற்றும் மதிப்புகளை வடிவமைப்பதில் முக்கிய பங்கு பெறுகிறது. திரைப்படங்கள், தொலைக்காட்சி நிகழ்ச்சிகள் மற்றும் விளம்பரங்களில் சமூகப்

பிரச்சினைகள், பாலின பாத்திரங்கள் மற்றும் கலாச்சாரங்களின் நடைமுறைகள் பிரதிநிதித்துவத்தை பகுப்பாய்வு செய்வதன் மூலம், காட்சி சமூகவியல் இந்திய சமூகத்தில் காட்சி ஊடகங்களின் தாக்கம் குறித்த மதிப்புமிக்க நுண்ணறிவுகளை வழங்குதல் முடியும். மேலும், டிஜிட்டல் தளங்கள் மற்றும் சமூக ஊடகங்களின் எழுச்சியுடன், இந்தியாவில் காட்சிகள் தொடர்ந்து வளர்ந்து வரும் நிலப்பரப்பையும், சமூக தொடர்பு, அடையாள உருவாக்கம் மற்றும் பொது சொற்பொழிவு மீதான அதன் விளைவுகள் ஆராய காட்சி சமூகவியல் உதவும்.

கல்வியை மேம்படுத்துதல்:இந்திய வகுப்பறைகளில் சமூகவியல் கருத்துக்கள் கற்பிக்கப்படும் விதத்தில் புரட்சியை ஏற்படுத்தும் ஆற்றலைக் காட்சி சமூகவியல் கொண்டுள்ளது. பாடத்திட்டத்தில் காட்சிப் பொருட்கள் மற்றும் வழிமுறைகளை ஒருங்கிணைப்பதன் மூலம், கல்வியாளர்கள் மாணவர்கள் காட்சி எழுத்தறிவு திறன்களை வளர்க்க உதவுகிறார்கள் முடியும், இது பார்வை சார்ந்த உலகில் பெருகிய முறையில் முக்கியமானது. கூடுதலாக, காட்சி முறைகளைப் பயன்படுத்துவது கற்றலை மிகவும் ஈடுபாட்டுடன், ஊடாடும் மற்றும் அணுகக்கூடியதாக மாற்றும், சமூக நிகழ்வுகளைப் பற்றிய ஆழமான புரிதலை ஊக்குவிக்கும்.

துறைகளுக்கு இடையேயான ஆராய்ச்சியை ஊக்குவித்தல்:காட்சி சமூகவியல், அதன் இயல்பிலேயே, கலை வரலாறு, மானுடவியல், ஊடக ஆய்வுகள் மற்றும் உளவியல் போன்ற துறைகளில் இருந்து பெறப்படுவதால், இடைநிலை ஆராய்ச்சியை ஊக்குவிக்கிறது. இந்திய சூழலில், இடைநிலை ஒத்துழைப்பு, சிக்கலான சமூகப் பிரச்சினைகளை பல கோணங்களில் நிவர்த்தி செய்யும் புதுமையான ஆராய்ச்சிக்கு வழிவகுக்கும், மேலும் நாடு எதிர்கொள்ளும் சவால்களைப் பற்றிய விரிவான புரிதலை வளர்க்கும்.

சமூக மாற்றத்தை ஆவணப்படுத்துதல்:இந்தியா விரைவான சமூக, பொருளாதார மற்றும் அரசியல் மாற்றங்களுக்கு உள்ளாகி வருவதால், இந்த மாற்றங்களை ஆவணப்படுத்துவதற்கான காட்சி சமூகவியல் ஒரு அத்தியாவசிய கருவியாகச் செயல்படும். சமூக மாற்றத்தின் அம்சங்கள் ஆராய்வதன் மூலம், இந்திய சமூகத்தின் மாற்றத்தின் அடிப்படை செயல்முறைகள், வடிவங்கள் மற்றும் இயக்கிகள் பற்றிய மதிப்புமிக்க நுண்ணறிவுகளை ஆராய்ச்சியாளர்கள் பெறலாம்.

முடிவில், காட்சி சமூகவியல் இந்திய சமூகத்தின் ஆய்வை வளப்படுத்துவதற்கு, சமூகப் பிரச்சினைகளைத் தீர்ப்பதற்கு, கல்வி மற்றும் துறைகளுக்கு இடையேயான ஆராய்ச்சியை ஊக்குவிப்பதற்கும் மகத்தான ஆற்றலைக் கொண்டுள்ளது. காட்சிப் பொருட்கள் மற்றும் வழிமுறைகளின் சக்தியைப் பயன்படுத்துவதன் மூலம், காட்சி சமூகவியல் இந்தியாவின் வளமான கலாச்சார பாரம்பரியம், பன்முகத்தன்மை மற்றும் அதன் சமூக நிலப்பரப்பின் சிக்கல்கள் பற்றிய ஆழமான புரிதலுக்கு பங்களிக்க முடியும்.

நோக்கம் மற்றும் நோக்கங்கள்

"சமூகத்தைக் காட்சிப்படுத்துதல்" என்ற புத்தகம் இந்தியாவின் தனித்துவமான சமூக, கலாச்சார மற்றும் வரலாற்று நிலப்பரப்பின் பின்னணியில் காட்சி சமூகவியலின் ஆழமான ஆய்வை வழங்குவதை நோக்கமாகக் கொண்டுள்ளது. இந்திய சமூகத்தின் சிக்கல்களைப் புரிந்துகொள்வதில் காட்சிப் பொருட்கள் மற்றும் முறைகளின் முக்கியத்துவத்தை உணர்ந்து, இந்தியாவில் காட்சி சமூகவியலின் ஆய்வு மற்றும் பயன்பாடு குறித்த விரிவான மற்றும் துறைகளுக்கு இடையேயான கண்ணோட்டத்தை வழங்க இந்த புத்தகம் முயற்சிக்கிறது.

புத்தகத்தின் முதன்மை நோக்கங்கள் பின்வருமாறு:

காட்சி சமூகவியல் துறையை அறிமுகப்படுத்துதல்: இந்தப் புத்தகம் காட்சி சமூகவியலை வரையறுத்து, அதன் தத்துவார்த்த அடித்தளங்களான செமியோடிக்ஸ், நிகழ்வியல் மற்றும் பின்நவீனத்துவம் ஆகியவற்றைப் பற்றி விவாதிப்பதன் மூலம் தொடங்கும். இந்தத் துறையின் கண்ணோட்டத்தை வழங்குவதன் மூலம், காட்சி சமூகவியலில் பயன்படுத்தப்படும் முக்கிய கருத்துக்கள் மற்றும் கட்டமைப்புகளை வாசகர்களுக்கு அறிமுகப்படுத்துவதே இந்தப் புத்தகத்தின் நோக்கமாகும்.

காட்சி சமூகவியல் வழிமுறைகளை வழங்கவும்:இந்தப் புத்தகம் காட்சி சமூகவியலில் பயன்படுத்தப்படும் பல்வேறு வழிமுறை அணுகுமுறைகள் உள்ளடக்கம், இதில் காட்சி இனவியல், ஒளிக்குரல், காட்சி உள்ளடக்க பகுப்பாய்வு மற்றும் வீடியோ மற்றும் திரைப்பட பகுப்பாய்வு ஆகியவை அடங்கும். நடைமுறை எடுத்துக்காட்டுகள் மற்றும் வழக்கு ஆய்வுகளை வழங்குவதன் மூலம், இந்தப் புத்தகம் வாசகர்களுக்கு அவர்களின் சொந்த காட்சி சமூகவியல் ஆராய்ச்சியை நடத்துவதற்கு தேவையான கருவிகள் மற்றும் நுட்பங்களை வழங்கும்.

இந்திய சமூகத்தின் காட்சி பிரதிநிதித்துவங்களை ஆராயுங்கள்.: சாதி அமைப்பு, பாலின உறவுகள், மத நடைமுறைகள் மற்றும் நகர்ப்புற மற்றும் கிராமப்புற வாழ்க்கை போன்ற இந்திய சமூகத்தின் பல்வேறு அம்சங்கள் காட்சிப் பொருட்களின் பகுப்பாய்வை இந்தப் புத்தகம் ஆராயும். இந்தக் காட்சிப் பிரதிநிதித்துவங்களை ஆராய்வதன் மூலம், இந்தியாவில் சமூக விதிமுறைகள் மற்றும் அதிகார இயக்கவியலை உருவாக்குதல், பராமரித்தல் மற்றும் சவால் செய்வதில் படங்களின் பங்கை எடுத்துக்காட்டுவதை இந்தப் புத்தகம் நோக்கமாகக் கொண்டுள்ளது.

காட்சி கலை மற்றும் இந்திய கலாச்சாரத்தை ஆராயுங்கள்:பாரம்பரிய கலை வடிவங்கள் முதல் நவீன மற்றும் சமகால கலை வரையிலான காட்சிகளை கலைக்கும் இந்திய கலாச்சாரத்திற்கும் இடையிலான உறவை இந்தப் புத்தகம் விவாதிக்கிறது. இந்திய நாட்டுப்புறக் கதைகள், புராணங்கள் மற்றும் இந்திய கலையில் உலகமயமாக்கலின் தாக்கம் ஆகியவற்றை ஆராய்வதன் மூலம், காட்சி கலாச்சாரத்திற்கும் சமூகத்திற்கும் அடையாளத்திற்கும் இடையிலான சிக்கலான தொடர்புகளை இந்தப் புத்தகம் வெளிச்சம் போட்டுக் காட்டுகிறது.

இந்திய சமூகத்தில் காட்சி ஊடகங்கள் மற்றும் அதன் பங்கை பகுப்பாய்வு செய்யுங்கள்:இந்தப் புத்தகம், சினிமா, தொலைக்காட்சி, விளம்பரம் மற்றும் டிஜிட்டல் தளங்கள் போன்ற காட்சி ஊடகங்கள் இந்திய சமூகத்தில் ஏற்படுத்தும் தாக்கத்தை ஆராயும். காட்சி ஊடகங்கள் பொதுச் சொற்பொழிவை வடிவமைக்கும் மற்றும் சமூக விதிமுறைகள் மற்றும் மதிப்புகள் எவ்வாறு பாதிக்கப்படுகின்றன என்பதை ஆராய்வதன் மூலம், சமகால இந்தியாவில் காட்சித் தொடர்பின் பங்கை நன்கு புரிந்துகொள்ள இந்தப் புத்தகம் பங்களிக்கும்.

கல்வியில் காட்சி சமூகவியலின் பங்கைப் பற்றி விவாதிக்கவும்:வகுப்பறையில் காட்சிப் பொருட்கள் மற்றும் வழிமுறைகளை ஒருங்கிணைப்பதில் கவனம் செலுத்தி, இந்திய கல்வியில் காட்சி சமூகவியலின் முக்கியத்துவத்தை இந்தப் புத்தகம் எடுத்துரைக்கும். காட்சி எழுத்தறிவு திறன்களின் வளர்ச்சியையும், சமூகவியல் கருத்துக்களைக் கற்பிக்கக் காட்சிகளைப் பயன்படுத்துவதையும் வலியுறுத்துவதன் மூலம், காட்சி சமூகவியலை தங்கள் கற்பித்தலில் இணைக்க விரும்பும் கல்வியாளர்களுக்கு இந்தப் புத்தகம் நடைமுறை வழிகாட்டுதலை வழங்குகிறது.

காட்சி சமூகவியலில் நெறிமுறை சார்ந்த பரிசீலனைகளை நிவர்த்தி செய்யுங்கள்:தகவலறிந்த ஒப்புதல், தனியுரிமை, பெயர் தெரியாதது மற்றும் பாதிக்கப்படக்கூடிய மக்களின் பிரதிநிதித்துவம் போன்ற காட்சி சமூகவியல் ஆராய்ச்சியில் எழும் நெறிமுறை சிக்கல்களை இந்தப் புத்தகம் உள்ளடக்கியது. இந்த நெறிமுறை பரிசீலனைகளைப் பற்றி விவாதிப்பதன் மூலம், காட்சி

சமூகவியலில் பொறுப்பான மற்றும் நெறிமுறை ஆராய்ச்சி நடைமுறைகள் மேம்படுத்துவதை இந்தப் புத்தகம் நோக்கமாகக் கொண்டுள்ளது.

வழக்கு ஆய்வுகள் மற்றும் எதிர்கால திசைகளைக் காட்சிப்படுத்துங்கள்:இந்தியாவில் காட்சி சமூகவியல் ஆராய்ச்சியின் வழக்கு ஆய்வுகளை முன்வைத்து, வளர்ந்து வரும் போக்குகள், சவால்கள் மற்றும் இந்தத் துறைக்கான வாய்ப்புகள் குறித்து விவாதிப்பதன் மூலம் இந்தப் புத்தகம் நிறைவடையும். சிக்கலான சமூகப் பிரச்சினைகளைத் தீர்ப்பதற்கு, துறைகளுக்கு இடையேயான ஒத்துழைப்பை ஊக்குவிப்பதற்கும் காட்சி சமூகவியலின் திறனை எடுத்துக்காட்டுவது மூலம், இந்தப் புத்தகம் இந்தியாவில் காட்சி சமூகவியலின் முன்னேற்றத்திற்கு பங்களிக்கும்.

சுருக்கமாக, "சமூகத்தைக் காட்சிப்படுத்துதல்" என்பது இந்தியாவில் காட்சி சமூகவியலின் ஆய்வு மற்றும் பயன்பாடு குறித்த விரிவான மற்றும் துறைகள் இடையேயான கண்ணோட்டத்தை வழங்க முயல்கிறது. இந்தத் துறையின் தத்துவார்த்த அடித்தளங்கள், வழிமுறைகள், பயன்பாடுகள் மற்றும் நெறிமுறைக் கருத்தாய்வுகளை எடுத்துரைப்பதன் மூலம், இந்திய சூழலில் காட்சி சமூகவியலைப் புரிந்துகொள்வதிலும் ஈடுபடுவதிலும் ஆர்வமுள்ள மாணவர்கள், ஆராய்ச்சியாளர்கள், கல்வியாளர்கள் மற்றும் பயிற்சியாளர்களுக்கு ஒரு மதிப்புமிக்கது வளமாகச் செயல்படுவதை இந்தப் புத்தகம் நோக்கமாகக் கொண்டுள்ளது.

பாரம்பரிய சமூகவியல் கோட்பாடு மற்றும் காட்சி படங்கள்

19 ஆம் நூற்றாண்டு மற்றும் 20 ஆம் நூற்றாண்டின் முற்பகுதியில் உருவாக்கப்பட்ட பாரம்பரிய சமூகவியல் கோட்பாடு, சமூக நிகழ்வுகளைப் புரிந்துகொள்வதற்கான அடிப்படைக் கருத்துகளையும் கட்டமைப்புகளையும் வழங்கியுள்ளது. பாரம்பரிய கோட்பாட்டாளர்கள் காட்சிப் படிமங்களில் வெளிப்படையாக கவனம் செலுத்தவில்லை என்றாலும், அவர்களின் கருத்துக்களை சமூகத்தில் காட்சி கலாச்சாரத்தின் பங்கைப் பற்றிய நுண்ணறிவுகளைப் பெற காட்சிப் பொருட்களின் ஆய்வுக்குப் பயன்படுத்தலாம். கார்ல் மார்க்ஸ், எமிலி டர்கெய்ம், மேக்ஸ் வெபர் மற்றும் ஜார்ஜ் சிம்மல் போன்ற முக்கிய பாரம்பரிய கோட்பாட்டாளர்கள், காட்சிப் படிமங்களுக்கும் சமூகம் செயல்முறைகளுக்கும் இடையிலான உறவை மாற்றியமைக்கப்பட்டு நீட்டிக்கக்கூடிய முன்னோக்குகளை வழங்குகிறார்கள்.

கார்ல் மார்க்ஸ்:மார்க்சின் வரலாற்றுப் பொருள்முதல்வாதக் கோட்பாடு, சமூகத்தின் பொருளாதார அடித்தளம் அல்லது உற்பத்தி முறை, சமூகம், அரசியல் மற்றும் அறிவுசார் வாழ்க்கையை தீர்மானிக்கிறது. இந்தச் சூழலில், காட்சிப் பிம்பங்களை ஆதிக்கப் பொருளாதார அமைப்பு மற்றும் அடிப்படை அதிகார இயக்கவியலின் பிரதிபலிப்பைப் புரிந்து கொள்ளலாம். உதாரணமாக, ஒரு முதலாளித்துவ சமூகத்தில் கலையின் பண்டமாக்கல் மற்றும் அதை சந்தைப்படுத்தக்கூடிய பொருளாக மாறுவதை மார்க்சிய லென்ஸ் மூலம் பகுப்பாய்வு செய்யலாம். கூடுதலாக, மார்க்சின் சித்தாந்தக் கருத்து மற்றும் ஆதிக்கக் கருத்துக்கள் ஆளும் வர்க்கத்தின் நலன்களுக்கு சேவை செய்கின்றன, பெரும்பாலும் நுகர்வோர் மற்றும் சமூக ஏற்றத்தாழ்வுகளை நிலைநிறுத்தும் விளம்பரங்கள் மற்றும் பிரச்சாரம் போன்ற காட்சிப் பிம்பங்களைப் பற்றிய ஆய்வுக்குப் பயன்படுத்தலாம்.

எமிலி டர்கெய்ம்:சமூக ஒழுங்கு மற்றும் ஒற்றுமையைப் பராமரிப்பதில் சமூக நிறுவனங்கள் மற்றும் பகிரப்பட்ட நம்பிக்கைகளின் பங்கு குறித்த டர்கெய்மின் கவனம், காட்சி உருவகங்களைப் புரிந்துகொள்வதற்கான ஒரு மதிப்புமிக்க முன்னோக்கை வழங்குகிறது. கூட்டு உணர்வு அல்லது ஒரு சமூகத்தை ஒன்றிணைக்கும் பகிரப்பட்ட மதிப்புகள், விதிமுறைகள் மற்றும் நம்பிக்கைகள் பற்றிய அவரது கருத்து, இந்தப் பகிரப்பட்டது கூறுகளைத் தொடர்புகொண்டு

வலுப்படுத்தும் காட்சிப் பொருட்களின் ஆய்வு மூலம் அவதானிக்க முடியும். உதாரணமாக, மதச் சின்னங்கள், தேசியக் கொடிகள் மற்றும் நினைவுச்சின்னங்கள் பகிரப்பட்ட நம்பிக்கைகள் மற்றும் மதிப்புகளின் காட்சிகள் பிரதிநிதித்துவங்களாகச் செயல்படுகின்றன, சமூக ஒற்றுமை மற்றும் ஒற்றுமை உணர்வை வளர்க்கின்றன. மேலும், புனிதமான மற்றும் புனிதமற்றவை பற்றிய டர்கெய்மின் பணியை காட்சி உருவகங்களின் பகுப்பாய்விற்குப் பயன்படுத்தலாம், ஏனெனில் சில படங்கள் அல்லது சின்னங்கள் புனிதமான அர்த்தத்துடன் நிரப்பப்பட்டு, வாழ்க்கையின் அசுத்தமான அல்லது சாதாரண அம்சங்களிலிருந்து அவற்றை வேறுபடுத்துகின்றன.

மேக்ஸ் வெபர். சமூக நடவடிக்கைகளை வடிவமைப்பதில் கருத்துக்கள் மற்றும் மதிப்புகளின் பங்கை வெபர் வலியுறுத்துவது, தனிநபர் மற்றும் கூட்டு நடத்தையில் காட்சி பிம்பங்களின் செல்வாக்கை ஆராய்வதற்கான ஒரு கட்டமைப்பை வழங்குகிறது. ஒரு சமூக நிகழ்வின் முக்கிய அம்சங்களை பிரதிநிதித்துவப்படுத்தும் எளிமைப்படுத்தப்பட்ட மாதிரி அல்லது வடிவமான 'இலட்சிய வகை' பற்றிய அவரது கருத்து, திரைப்படங்கள், விளம்பரங்கள் மற்றும் கலை போன்ற காட்சிப் பொருட்களில் சித்தரிக்கப்பட்டுள்ள முன்மாதிரிகள் மற்றும் ஸ்டீரியோடைப் பகுப்பாய்வு செய்ய வேண்டும் பயன்படுத்தலாம். இந்த காட்சி பிரதிநிதித்துவங்கள் உணர்வுகள் மற்றும் அணுகுமுறைகளை பாதிக்கலாம், சமூக நடவடிக்கைகளை வடிவமைக்கலாம். மேலும், அதிகாரத்துவம் மற்றும் சமூகத்தின் பகுத்தறிவு மயமாக்கல் பற்றிய வெபரின் பணியை காட்சிப் பிம்பங்களின் ஆய்வுக்கு நீட்டிக்க முடியும், ஏனெனில் படங்கள் நவீன அதிகாரத்துவங்களின் தரப்படுத்தல் மற்றும் செயல்திறன் பண்புகளை பிரதிபலிக்கவும் ஊக்குவிக்கவும் முடியும்.

ஜார்ஜ் சிம்மல்: சமூக வாழ்வில் சின்னங்கள் மற்றும் அறிகுறிகளின் பங்கு மற்றும் நுண்-நிலை தொடர்புகள் மீதான சிம்மலின் கவனம் காட்சி சமூகவியலுக்கு மிகவும் பொருத்தமானது. 'புலன்களின் சமூகவியல்' குறித்த அவரது பணி, சமூக தொடர்புகள் மற்றும் உறவுகளை வடிவமைப்பதில் காட்சி தூண்டுதல்கள் உட்பட புலன் அனுபவங்களின் முக்கியத்துவத்தை எடுத்துக்காட்டுகிறது. சில படங்கள் தூரம், அறிமுகமில்லாத தன்மை அல்லது பிற உணர்வுகளைத் தூண்டி, சமூக உணர்வுகள் மற்றும் தொடர்புகளை வடிவமைக்கும் என்பதால், 'அன்னியன்' பற்றிய சிம்மலின் கருத்தை காட்சிப் படங்கள் பற்றிய ஆய்வுக்கும் பயன்படுத்தலாம். மேலும், சமூக வேறுபாடுகள் மற்றும் படிநிலைகளை நிறுவுவதில் ஃபேஷன் மற்றும் காட்சித் தோற்றத்தின் பங்கு பற்றிய அவரது பணி, காட்சிப் படங்கள் மற்றும் சமூக அடுக்குகளுக்கு இடையிலான உறவைப் பற்றிய நுண்ணறிவுகளை வழங்க முடியும்.

கிளாசிக்கல் கோட்பாட்டாளர்கள் காட்சிப் படிமங்களில் வெளிப்படையாக கவனம் செலுத்தவில்லை என்றாலும், அவர்களின் பணி காட்சி சமூகவியலில் ஒன்று தத்துவார்த்த கட்டமைப்பின் வளர்ச்சிக்கு ஒரு உறுதியான அடித்தளத்தை வழங்குகிறது. சமகால சமூகத்தில் காட்சித் தொடர்பு தொடர்ந்து முக்கிய பங்கு வகிப்பதால், காட்சிப் பொருட்களின் பகுப்பாய்வில் கிளாசிக்கல் சமூகவியல் கோட்பாட்டை இணைப்பது, படங்கள், கலாச்சாரம் மற்றும் சமூக செயல்முறைகளுக்கு இடையிலான சிக்கலான தொடர்புகளை ஆராய்ச்சியாளர்கள் நன்கு புரிந்துகொள்ள உதவுகிறார்கள்.

உதாரணமாக, மார்க்சிய லென்ஸ் மூலம் காட்சிப் பொருட்களை ஆராய்வதன் மூலம், ஆராய்ச்சியாளர்கள் காட்சி கலாச்சாரம் ஆதிக்க சித்தாந்தங்கள் மற்றும் வர்க்கம் உறவுகளை எவ்வாறு நிலைநிறுத்துகிறது அல்லது சவால் செய்கிறது என்பதை ஆராயலாம், அதே நேரத்தில் துர்கெய்மியன் கண்ணோட்டம் சமூக ஒற்றுமையை வளர்ப்பதிலும் சமூக ஒழுங்கைப் பராமரிப்பதிலும் காட்சி சின்னங்களின் பங்கு பற்றிய நுண்ணறிவுகளை வழங்க முடியும். மதிப்புகள், கருத்துக்கள் மற்றும் இலட்சிய வகைகளின் பங்கை வெபர் வலியுறுத்துவது, காட்சி படங்கள் சமூக நடவடிக்கை மற்றும் தனிப்பட்ட நடத்தை வடிவமைக்கும் வழிகளை பகுப்பாய்வு செய்ய ஆராய்ச்சியாளர்களுக்கு உதவும், அதே

நேரத்தில் சிம்மலின் நுண்ணிய-நிலை தொடர்புகள் மற்றும் புலன்களின் சமூகவியல் மீதான கவனம் சமூக உறவுகள் மற்றும் அடையாளங்களை வடிவமைப்பதில் காட்சி தூண்டுதல்களின் முக்கியத்துவத்தை எடுத்துக்காட்டுகிறது.

காட்சிப் படிம ஆய்வில் பாரம்பரிய சமூகவியல் கோட்பாட்டை ஒருங்கிணைப்பதன் மூலம், காட்சி சமூகவியல் அதன் தத்துவார்த்த அடித்தளங்களை வளப்படுத்த முடியும் மற்றும் காட்சி கலாச்சாரத்தின் சமூக பரிமாணங்களைப் பற்றிய விரிவான புரிதலுக்கு பங்களிக்க முடியும். மேலும், பாரம்பரிய சமூகவியல் கோட்பாட்டில் ஈடுபடுவது காட்சி சமூகவியலாளர்கள் சமூகவியல் ஆராய்ச்சியின் பிற பகுதிகளுடன் தொடர்புகளை ஏற்படுத்தவும், துறைகளுக்கு இடையேயான ஒத்துழைப்பை வளர்க்கவும், துறையில் புதுமையான ஆராய்ச்சி முறைகள் மற்றும் முன்னோக்குகளின் வளர்ச்சியை ஊக்குவிக்கவும் உதவும்.

சுருக்கமாக, காட்சிப் படிம ஆய்வுக்கு பாரம்பரிய சமூகவியல் கோட்பாட்டைப் பயன்படுத்துவது, காட்சி சமூகவியலின் தத்துவார்த்த அடித்தளங்களை விரிவுபடுத்துதல் ஆழப்படுத்தவும் ஒரு மதிப்புமிக்க வாய்ப்பை வழங்குகிறது. நுண்ணறிவுகளை இணைப்பதன் மூலம்மார்க்ஸ், டர்கெய்ம், வெபர் மற்றும் சிம்மல் ஆகியோரின் பார்வையில் இருந்து காட்சிப் பொருட்களின் பகுப்பாய்வை மேற்கொள்வதன் மூலம், ஆராய்ச்சியாளர்கள் படங்கள், கலாச்சாரம் மற்றும் சமூக வாழ்க்கைக்கு இடையிலான சிக்கலான உறவுகளை நன்கு புரிந்து கொள்ள முடியும், மேலும் சமூகவியல் ஆராய்ச்சியின் துடிப்பானது மற்றும் துறைகளுக்கு இடையேயான துணைத் துறை காட்சி சமூகவியலின் தொடர்ச்சியான வளர்ச்சிக்கு பங்களிக்க முடியும்.

குறியியல் மற்றும் காட்சி சமூகவியல்

குறிகள் மற்றும் குறியீடுகள் மற்றும் தகவல்தொடர்புகளில் அவற்றின் பயன்பாடு பற்றிய ஆய்வு, குறியியல், காட்சி சமூகவியலில் குறிப்பிடத்தக்க பங்கை பெறுகிறது. புகைப்படங்கள், ஓவியங்கள், திரைப்படங்கள், விளம்பரங்கள் மற்றும் சமூக ஊடக உள்ளடக்கம் போன்ற காட்சிப் பொருட்களை ஆய்வு செய்து பகுப்பாய்வு செய்ய வேண்டும் காட்சி சமூகவியல் பல்வேறு முறைகள் மற்றும் தத்துவார்த்த முன்னோக்குகளைப் பயன்படுத்துகிறது. இந்த காட்சிப் பொருட்களின் அர்த்தத்தையும் முக்கியத்துவத்தையும் விளக்க ஒரு கட்டமைப்பை செமியோடிக்ஸ் வழங்குகிறது, இது காட்சித் தொடர்பின் சமூகம் தாக்கங்களை ஆழமாகப் புரிந்துகொள்ள பங்களிக்கிறது.

குறியியல் அறிவியலின் அடித்தளம் சுவிஸ் மொழியியலாளர் ஃபெர்டினாண்ட் டி சாசூர் மற்றும் அமெரிக்க தத்துவஞானி சார்லஸ் சாண்டர்ஸ் பியர்ஸ் ஆகியோரின் படைப்புகளில் உள்ளது. சாசூர் இரண்டு பகுதிகளைக் கொண்ட குறியின் கருத்தை அறிமுகப்படுத்தினார்: குறிப்பான் (குறிப்பு எடுக்கும் வடிவம், ஒரு படம் அல்லது சொல் போன்றவை) மற்றும் குறிக்கப்பட்ட (குறி குறிக்கும் கருத்து அல்லது பொருள்). பியர்ஸ் இந்தக் கருத்தை விரிவுபடுத்தி, அறிகுறிகளை மூன்று வகைகளாக வகைப்படுத்தினார்: சின்னங்கள் (அவற்றின் குறிப்புகளை ஒத்திருக்கும் அறிகுறிகள், எ.கா. புகைப்படங்கள்), குறியீடுகள் (அவற்றின் குறிப்புகளுடன் காரண அல்லது தொடர்புடைய உறவைக் கொண்ட அறிகுறிகள், எ.கா. நெருப்பைக் குறிக்கும் புகை), மற்றும் சின்னங்கள் (அவற்றின் குறிப்புகளுடன் தன்னிச்சையான அல்லது வழக்கமான உறவைக் கொண்ட அறிகுறிகள், எ.கா. மொழி).

காட்சிப் பொருட்கள் எவ்வாறு குறிகளாகவும் சின்னங்களாகவும் செயல்படுகின்றன, அவற்றின் வடிவம் மற்றும் உள்ளடக்கம் மூலம் அர்த்தத்தை வெளிப்படுத்துகின்றன என்பதை ஆராய்வதற்கு காட்சி சமூகவியல் குறியியல் (Cometiox)-ஐப் பயன்படுத்துகிறது. காட்சிப் படங்களுக்கு குறியியல் கோட்பாட்டைப் பயன்படுத்துவதன் மூலம், சமூக விதிமுறைகள், மதிப்புகள் மற்றும் சக்தி இயக்கவியலை உருவாக்குதல், பராமரிப்பு சவால் செய்யும் படங்கள் எவ்வாறு பயன்படுத்தப்படுகின்றன என்பதை சமூகவியலாளர்கள் ஆராயலாம். குறியியல் காட்சி சமூகவியலுடன் குறுக்கிடும் சில முக்கிய பகுதிகள் பின்வருமாறு:

பிரதிநிதித்துவம்: காட்சிப் பொருட்களில் சமூகக் குழுக்கள், அடையாளங்கள் மற்றும் அனுபவங்கள் எவ்வாறு பிரதிநிதித்துவப்படுத்தப்படுகின்றன என்பதை பகுப்பாய்வு

செய்கின்றன செய்ய குறியியல் காட்சி சமூகவியலாளர்களுக்கு உதவுகிறது. காட்சிப் படங்கள் எவ்வாறு ஸ்டிரியோடைகளை உருவாக்குகின்றன மற்றும் நிலைநிறுத்துகின்றன அல்லது அவை ஆதிக்கம் செலுத்தும் கதைகளை எவ்வாறு செயல்படுத்துகின்றன சவால் செய்கின்றன மற்றும் மாற்றுக் கண்ணோட்டங்களை வழங்குகின்றன என்பதை ஆராய்வது இதில் அடங்கும். பொருள் உருவாக்கப்பட்டு வெளிப்படுத்தப்படும் குறியியல் வழிமுறைகளைப் புரிந்துகொள்வதன் மூலம், சமூக உணர்வுகள் மற்றும் அணுகுமுறைகளை வடிவமைப்பதில் காட்சிப் படிமத்தின் பங்கு பற்றிய நுண்ணறிவுகளை ஆராய்ச்சியாளர்கள் பெறலாம்.

காட்சி விவரிப்பு: காட்சிப் பொருட்கள் பெரும்பாலும் படங்கள், சின்னங்கள் அல்லது அறிகுறிகளின் வரிசை மூலம் கதைகளைச் சொல்கின்றன அல்லது செய்திகள் வெளிப்படுத்துகின்றன. இந்த காட்சி விவரிப்பு அமைப்பு மற்றும் பொருளைப் புரிந்துகொள்வதற்கான ஒரு கட்டமைப்பை செமியோடிக்ஸ் வழங்குகிறது, அதன் அவற்றின் விளக்கத்தை வழிநடத்தும் கலாச்சார மரபுகளையும் வழங்குகிறது. காட்சி விவரிப்புகளை பகுப்பாய்வு செய்வதன் மூலம், குறிப்பிட்ட சமூக சூழல்களுக்கான கதைகள் சொல்லப்பட்டு புரிந்து கொள்ளப்படும் வழிகள் சமூகவியலாளர்கள் ஆராயலாம்.

சக்தி மற்றும் சித்தாந்தம்: காட்சி சமூகவியலாளர்கள் அதிகார உறவுகள் மற்றும் கருத்தியல் நம்பிக்கைகளைப் பராமரிப்பதற்கும் விவாதிப்பதற்கும் காட்சிப் பொருட்கள் எவ்வாறு பங்களிக்கின்றன என்பதை ஆராய குறியியல் மக்கள். உதாரணமாக, பிரச்சாரம் அல்லது அரசியல் கலையைப் பயன்படுத்துவதன் மூலம், படங்கள் ஆதிக்க சித்தாந்தங்கள் மற்றும் சமூக நிலைகளை நியாயப்படுத்த அல்லது சவால் செய்ய ஒரு வழிமுறையாக செயல்பட முடியும். இந்த காட்சிப் பொருட்களில் பயன்படுத்தப்படும் குறியியல் உத்திகளை ஆராய்வதன் மூலம், சமூக அதிகார கட்டமைப்புகளை வலுப்படுத்துவதில் அல்லது தகர்ப்பதில் காட்சித் தொடர்பின் பங்கை ஆராய்ச்சியாளர்கள் நன்கு புரிந்து கொள்ள முடியும். காட்சி கலாச்சாரம்: ஒரு சமூகத்திற்குள் காட்சிப் பொருட்களின் உற்பத்தி, நுகர்வு மற்றும் சுழற்சியை உள்ளடக்கிய காட்சிப் பண்பாட்டின் ஆய்வுக்கான குறியியல் பங்களிக்கிறது. காட்சிப் பண்பாட்டை ஆதரிக்கும் மரபுகள், குறியீடுகள் மற்றும் அர்த்த அமைப்புகளை ஆராய்வதன் மூலம், ஒரு குறிப்பிட்ட சூழலில் படங்கள் அர்த்தமுள்ளதாகவும் செல்வாக்கு மிக்கதாகவும் மாறும் சமூக செயல்முறைகளை வெளிப்படுத்த குறியியல் உதவுகிறது.

முறைசார் பயன்பாடுகள்: உள்ளடக்க பகுப்பாய்வு, சொற்பொழிவு பகுப்பாய்வு மற்றும் உருவப்படம் போன்ற காட்சிப் பொருட்களை பகுப்பாய்வு செய்வதற்கான பல்வேறு வழிமுறை கருவிகள் மற்றும் நுட்பங்களை குறியியல் வழங்குகிறது. இந்த முறைகள் ஆராய்ச்சியாளர்கள் காட்சிப் பொருட்களை முறையாகப் படிக்கவும், ஒரு குறிப்பிட்ட சமூக சூழலில் அதன் பொருள் மற்றும் முக்கியத்துவத்திற்கு பங்களிக்கும் தொடர்ச்சியான வடிவங்கள், கருப்பொருள்கள் மற்றும் கூறுகளை அடையாளம் காணவும் உதவுகின்றன. முடிவில், காட்சிப் பொருட்களை விளக்குவதற்கும் பகுப்பாய்வு செய்வதற்கும் ஒரு தத்துவார்த்த கட்டமைப்பையும் வழிமுறை கருவிகளையும் வழங்குவதன் மூலம், குறியியல் காட்சி சமூகவியலில் ஒரு முக்கிய பங்கை வகிக்கிறது. காட்சிப் படங்களின் ஆய்வுக்கு குறியியல் கோட்பாட்டைப் பயன்படுத்துவதன் மூலம், காட்சி சமூகவியலாளர்கள் படங்கள், பொருள், கலாச்சாரம் மற்றும் சமூகம் ஆகியவற்றுக்கு இடையேயான சிக்கலான தொடர்பு பற்றிய மதிப்புமிக்க நுண்ணறிவுகளைப் பெற முடியும். காட்சித் தொடர்பு தொடர்ந்து விரிவடைந்து பரிணமிக்கும்போது, குறியியல் காட்சி சமூகவியலின் ஒரு முக்கிய அங்கமாகவே இருக்கும், இது ஆராய்ச்சியாளர்களுக்கான காட்சி கலாச்சாரத்தின் சமூக பரிமாணங்களையும், காட்சிப் பொருட்கள் சமூக விதிமுறைகள், மதிப்புகள் மற்றும் சக்தி இயக்கவியலை வடிவமைக்கும் மற்றும் பிரதிபலிக்கும் வழிகளையும் நன்கு புரிந்துகொள்ள உதவும்.

குறியியல் துறையை தங்கள் ஆராய்ச்சியில் ஒருங்கிணைப்பதன் மூலம், காட்சி சமூகவியலாளர்கள்:

1. காட்சி தொடர்பை டிகோட் செய்யவும்: காட்சி தொடர்பை நிர்வகிக்கும் அடிப்படை குறியீடுகள் மற்றும் மரபுகளைப் புரிந்துகொள்வதற்கான ஒரு கட்டமைப்பை செமியோடிக்ஸ் வழங்குகிறது. இந்த வழியில் படங்களை 'படிக்'

கற்றுக்கொள்வதன் மூலம், ஆராய்ச்சியாளர்கள் காட்சிப் பொருட்களில் பொதிந்துள்ள மறைமுகமான செய்திகள் அர்த்தங்களைக் கண்டறிய முடியும், மேலும் காட்சித் தொடர்பு சமூக புரிதல் மற்றும் நடத்தை எவ்வாறு பாதிக்கப்படுகிறது என்பதை வெளிச்சம் போட்டுக் காட்ட முடியும்.

2. சமூகத்தில் காட்சி ஊடகங்களின் பங்கை ஆராயுங்கள்: திரைப்படம், தொலைக்காட்சி மற்றும் சமூக ஊடகங்கள் போன்ற காட்சி ஊடகங்கள் சமூக உரையாடல் மற்றும் பொதுக் கருத்தை வடிவமைப்பதில் குறிப்பிடத்தக்க பங்கை வகிக்கின்றன. காட்சி ஊடகங்கள் அர்த்தத்தை உருவாக்கும் மற்றும் வெளிப்படுத்தும் வழிகளையும், இந்த அர்த்தங்கள் ஒரு குறிப்பிட்ட சமூகத்திற்குள் எவ்வாறு பேச்சுவார்த்தை நடத்தப்படுகின்றன, போட்டியிடப்படுகின்றன மற்றும் வலுப்படுத்தப்படுகின்றன என்பதை பகுப்பாய்வு செய்ய குறியியல் ஆராய்ச்சியாளர்களுக்கு உதவுகிறது.

3. காட்சி கலாச்சாரத்திற்கும் அடையாளத்திற்கும் இடையிலான உறவை ஆராயுங்கள்: இனம், பாலினம், வர்க்கம் மற்றும் தேசியம் போன்ற சமூக அடையாளங்கள் கட்டுமானம் மற்றும் வெளிப்பாட்டிற்கு காட்சிப் பொருட்கள் எவ்வாறு பங்களிக்கின்றன என்பதை ஆராய குறியியல் பயன்படுத்தப்படலாம். காட்சிப் பொருட்களின் குறியீட்டு உள்ளடக்கம் மற்றும் பொருளை பகுப்பாய்வு செய்வதன் மூலம், படங்கள் எவ்வாறு தனிப்பட்ட மற்றும் கூட்டு அடையாளங்களை வடிவமைக்கின்றன மற்றும் பிரதிபலிக்கின்றன, இந்த செயல்முறைகளுக்கு அடிப்படையான சமூக இயக்கவியலையும் ஆராய்ச்சியாளர்கள் நன்கு புரிந்து கொள்ள முடியும்.

4. உலகமயமாக்கலின் கலாச்சார காட்சியின் மீதான தாக்கத்தை ஆராயுங்கள்: உலகமயமாக்கல் செயல்முறைகள் மூலம் சமூகங்கள் பெருகிய முறையில் ஒன்றோடொன்று இணைக்கப்படுவதால், காட்சிப் பொருட்களின் சுழற்சி மற்றும் காட்சிப் கலாச்சாரங்களின் பரிமாற்றமும் தீவிரமடைகிறது. உலகளாவிய காட்சி கலாச்சாரங்கள் எவ்வாறு ஒன்றோடொன்று தொடர்பு கொள்கின்றன, செல்வாக்கு செலுத்த மற்றும் மறுவடிவமைக்கின்றன என்ற ஆராய்ச்சியாளர்கள் செமியோடிக்ஸ், இது உள்ளூர் மற்றும் உலகளாவிய காட்சி நடைமுறைகளுக்கு இடையிலான சிக்கலான தொடர்பு மற்றும் சமூக வாழ்வில் இந்த செயல்முறைகளின் தாக்கத்தை வெளிப்படுத்துகிறது.

5. காட்சி எழுத்தறிவை ஊக்குவித்தல்: குறியியல் காட்சி எழுத்தறிவு திறன்களின் வளர்ச்சியை வளர்க்கிறது, தனிநபர்கள் காட்சிப் பொருட்களை மதிப்பாய்வு ரீதியாக மேம்படுத்துகிறது பகுப்பாய்வு செய்து அதில் ஈடுபட உதவுகிறது. காட்சி சமூகவியலின் ஆய்வு மற்றும் கற்பித்தலில் குறியியல் அறிவியலை இணைப்பதன் மூலம், ஆராய்ச்சியாளர்கள் மற்றும் கல்வியாளர்கள் மாணவர்கள் காட்சிப் பொருட்களை டிகோட் செய்து விளக்கு திறனை வளர்க்க உதவலாம், காட்சித் தொடர்பின் சமூக தாக்கங்கள் மற்றும் சமகால சமூகத்தை வடிவமைப்பதில் படங்களின் பங்கு பற்றிய ஆழமான புரிதலை வளர்க்கலாம்.

சுருக்கமாக, குறியியல் காட்சி சமூகவியலாளர்களுக்கு ஒரு மதிப்புமிக்க கட்டமைப்பையும் கருவிகளின் தொகுப்பையும் வழங்குகிறது, இது காட்சிப் பொருட்கள் அடையாளங்களாகவும் குறியீடுகளாகவும் செயல்படும் வழிகளை ஆராய உதவுகிறது, அவை அர்த்தத்தை வெளிப்படுத்துகின்றன மற்றும் சமூக வாழ்க்கையை பாதிக்கின்றன. குறியியல் அறிவியலை தங்கள் ஆராய்ச்சியில் இணைப்பதன் மூலம், காட்சி சமூகவியலாளர்கள் இடையிலான சிக்கலான உறவுகளைப் பற்றிய ஆழமான புரிதலைப் பெறலாம்.படங்கள், பொருள், கலாச்சாரம் மற்றும் சமூகம் ஆகியவை, துடிப்பான மற்றும் இடைநிலை விசாரணை துறையாக காட்சி சமூகவியலின் தொடர்ச்சியான வளர்ச்சி மற்றும் விரிவாக்கத்திற்கு பங்களிக்கின்றன.

நிகழ்வியல் மற்றும் காட்சி சமூகவியல்

எட்மண்ட் ஹூசெர்ல் நிறுவிய, மார்ட்டின் ஹைடெகர், மாரிஸ் மெர்லியோ-பாண்டி மற்றும் அல்ஃபிரட் ஷூட்ஸ் போன்ற அறிஞர்களால் மேலும் உருவாக்கப்பட்ட ஒரு தத்துவ அணுகுமுறையான நிகழ்வுவியல், மனித அனுபவம் மற்றும் நனவின் ஆய்வில் கவனம் செலுத்துகிறது. அதன் சாராம்சத்தில், நிகழ்வுவியல், வாழ்ந்த அனுபவங்களின் கட்டமைப்புகள் மற்றும் செயல்முறைகளைப் புரிந்து கொள்ள முயல்கிறது, தனிநபர்கள் அவர்களின் அகநிலை உணர்வுகள் மற்றும் விளக்கங்கள் மூலம் உலகம் எவ்வாறு தோன்றுகிறது என்பதை ஆராய்கிறது. இந்த அணுகுமுறையை காட்சி சமூகவியலில் பயன்படுத்தலாம், தனிநபர்கள் மற்றும் சமூகக் குழுக்களால் காட்சிப் பொருட்கள் அனுபவிக்கப்படும், புரிந்துகொள்ளப்படும் மற்றும் ஈடுபடும் விதங்கள் குறித்த மதிப்புமிக்க நுண்ணறிவுகளை வழங்குகிறது.

ஒரு நிகழ்வியல் கண்ணோட்டத்தை ஏற்றுக்கொள்வதன் மூலம், காட்சி சமூகவியலாளர்கள்:

1.   காட்சிப் பொருட்களின் அகநிலை அனுபவங்களை ஆராயுங்கள்: தனிப்பட்ட அனுபவங்கள் மற்றும் உணர்வுகளை ஆராய்வதன் முக்கியத்துவத்தை நிகழ்வியல் வலியுறுத்துகிறது. காட்சி சமூகவியலில், புகைப்படங்கள், திரைப்படங்கள் மற்றும் கலை போன்ற காட்சிப் பொருட்களுடன் மக்கள் எவ்வாறு ஈடுபடுகிறார்கள், மேலும் இது அனுபவங்கள் உலகத்தைப் பற்றிய அவர்களின் புரிதலையும் விளக்கத்தையும் எவ்வாறு வடிவமைக்கின்றன என்பதை ஆராய ஆராய்ச்சியாளர்களை இந்தக் கண்ணோட்டம் உட்பட.

2.   சமூக வாழ்வில் காட்சி உணர்வின் பங்கை ஆராயுங்கள்: நிகழ்வில் குறிப்பாக மனித அனுபவத்தை வடிவமைப்பதில் உணர்வின் பங்கில் அக்கறை உள்ளது. காட்சி சமூகவியலில் இந்த கவனத்தைப் பயன்படுத்துவதன் மூலம், காட்சி உணர்வானது சமூக தொடர்புகள், உறவுகள் மற்றும் அடையாளங்களை எவ்வாறு பாதிக்கிறது என்பதையும், தனிநபர்களின் சுய உணர்வு மற்றும் சொந்தம் ஆகியவற்றில் காட்சி கலாச்சாரத்தின் தாக்கத்தையும் ஆராய்ச்சியாளர்கள் ஆராயலாம்.

3.   காட்சிப் பொருட்களின் உருவகப்படுத்தப்பட்ட அனுபவத்தை ஆராயுங்கள்: குறிப்பாக மெர்லியோ-பாண்டியின் படைப்புகளால் பாதிக்கப்பட்ட நிகழ்வுசார் அணுகுமுறைகள், கருத்து மற்றும் அனுபவத்தை வடிவமைப்பதில் உடலின் பங்கை வலியுறுத்துகின்றன. காட்சி சமூகவியல், காட்சிப் பொருட்களுடன் ஈடுபடுவதன் மூலம் உருவகப்படுத்தப்பட்ட அம்சங்களை ஆராய இந்தக் கண்ணோட்டத்தைப் பயன்படுத்தலாம், அதாவது காட்சிப் படங்களைப் பார்ப்பது அல்லது உருவாக்குவது தொடர்பான உடல் மற்றும் புலன் அனுபவங்கள் போன்றவை.

4.   காட்சி அனுபவங்களின் அகநிலை இயல்பை பகுப்பாய்வு செய்யுங்கள்: தனிநபர்களின் அனுபவங்கள் அவர்களின் சமூக சூழல் மற்றும் மற்றவர்களுடனான தொடர்புகளால் வடிவமைக்கப்படுகின்றன என்பதை நிகழ்வியல் ஒப்புக்கொள்கிறது. காட்சி சமூகவியலில், இந்த முன்னோக்கு ஆராய்ச்சியாளர்கள் குறிப்பிட்ட சமூக குழுக்கள் அல்லது சமூகங்களுக்குள் காட்சிப் பொருட்கள் எவ்வாறு விளக்கப்பட்டு அனுபவிக்கப்படுகின்றன என்பதை ஆராய உதவும், மேலும் காட்சி கலாச்சாரத்துடன் கூட்டு ஈடுபாட்டின் மூலம் வெளிப்படும் பகிரப்பட்ட அர்த்தங்கள் மற்றும் புரிதல்களை எடுத்துக்காட்டுகிறது.

5.   காட்சி அனுபவங்களின் தற்காலிக அம்சங்களை ஆராயுங்கள்: நிகழ்வியல் மனித அனுபவத்தை வடிவமைப்பதில் காலத்தின் பங்கை வலியுறுத்துகிறது, கடந்த கால அனுபவங்கள், நினைவுகள் மற்றும் எதிர்பார்ப்புகள் தனிநபர்களின் தற்போதைய உணர்வுகள் மற்றும் புரிதல்கள் எவ்வாறு பாதிக்கப்படுகின்றன என்பதில் கவனம் செலுத்துகிறது. இந்தக் கண்ணோட்டத்தைக் காட்சி சமூகவியலில் பயன்படுத்துவதன் மூலம், காட்சிப் பொருட்கள் நினைவுகள், உணர்ச்சிகள் மற்றும்

தொடர்புகளைத் தூண்டும் வழிகளையும், இந்த தற்காலிக அம்சங்களின் தனிநபர்களின் அனுபவங்கள் மற்றும் காட்சி கலாச்சாரத்தின் விளக்கங்களில் ஏற்படும் தாக்கத்தையும் ஆராய்ச்சியாளர்கள் ஆராயலாம்.

6. அன்றாட வாழ்வில் காட்சிப் பொருட்களின் பங்கை ஆராயுங்கள்: நிகழ்வியல் அன்றாட அனுபவங்களின் கட்டமைப்புகள் மற்றும் செயல்முறைகளை வெளிக்கொணர முயல்கிறது, தனிநபர்களின் அன்றாட வாழ்க்கையில் உலகம் எவ்வாறு தோன்றுகிறது என்பதை ஆராய்கிறது. காட்சி சமூகவியலில், தனிநபர்களின் அன்றாட வழக்கங்கள், நடைமுறைகள் மற்றும் அனுபவங்களுக்குள் காட்சிப் பொருட்கள் எவ்வாறு உட்பொதிக்கப்படுகின்றன என்பதை ஆராய இந்த முன்னோக்கைப் பயன்படுத்தலாம், சமூக வாழ்க்கையை வடிவமைப்பதில் காட்சி கலாச்சாரத்தின் பெரும்பாலும் கவனிக்கப்படாத முக்கியத்துவத்தை எடுத்துக்காட்டுகிறது.

7. தரமான ஆராய்ச்சி முறைகளை உருவாக்குதல்: நேர்காணல்கள், பங்கேற்பாளர் கவனிப்பு மற்றும் தன்னியக்கவியல் போன்ற தரமான ஆராய்ச்சி முறைகளின் முக்கியத்துவத்தை நிகழ்வுவியல் வலியுறுத்துகிறது, இது ஆராய்ச்சியாளர்கள் தனிநபர்களின் அகநிலை அனுபவங்கள் மற்றும் உணர்வுகளை அணுகலாம். இந்த முறைகளை காட்சி சமூகவியலில் இணைப்பதன் மூலம், மக்கள் காட்சிப் பொருட்களில் ஈடுபடும் மற்றும் விளக்கும் வழிகள் மற்றும் இந்த அனுபவங்களை பாதிக்கும் சமூக மற்றும் கலாச்சார காரணிகள் பற்றிய ஆழமான புரிதலை ஆராய்ச்சியாளர்கள் பெறலாம்.

8. துறைகளுக்கு இடையேயான ஒத்துழைப்பை வளர்ப்பது: மனித அனுபவம், கருத்து மற்றும் நனவில் நிகழ்வின் கவனம், சமூகவியல், உளவியல், மானுடவியல் மற்ற துறைகளுக்கு இடையிலான இடைவெளியைக் குறைத்து, துறைகளுக்கு இடையேயான ஒத்துழைப்பு உதவுகிறது. ஒரு நிகழ்வியல் கண்ணோட்டத்தை ஏற்றுக்கொள்வதன் மூலம், காட்சி சமூகவியலாளர்கள் பல்வேறு துறைகளைச் சேர்ந்த அறிஞர்களுடன் ஈடுபடலாம், காட்சி கலாச்சாரம் மற்றும் அதன் சமூக தாக்கங்கள் பற்றிய ஆய்வில் உரையாடல் மற்றும் ஒத்துழைப்பை வளர்க்கலாம்.

முடிவில், காட்சி சமூகவியலுக்கான மதிப்புமிக்க தத்துவார்த்த மற்றும் வழிமுறை கட்டமைப்பை நிகழ்வியல் வழங்குகிறது, இது ஆராய்ச்சியாளர்கள் காட்சி பொருட்களின் அகநிலை அனுபவங்கள், உணர்வுகள் மற்றும் விளக்கங்களை ஆழமாக ஆராய உதவுகிறது. ஒரு நிகழ்வியல் கண்ணோட்டத்தை ஏற்றுக்கொள்வதன் மூலம், காட்சி சமூகவியலாளர்கள் காட்சிப் பொருட்கள் தனிப்பட்ட மற்றும் கூட்டு அனுபவங்களால் எவ்வாறு வடிவமைக்கப்படுகின்றன மற்றும் வடிவமைக்கப்படுகின்றன, காட்சி கலாச்சாரத்தின் சமூக, கலாச்சார மற்றும் தற்காலிக பரிமாணங்களையும் ஆழமாகப் புரிந்துகொள்ள முடியும்.

காட்சி சமூகவியல் ஆராய்ச்சியில் நிகழ்வியலைச் சேர்ப்பது பின்வருவனவற்றிற்கு வழிவகுக்கும்:

1. மேம்படுத்தப்பட்ட பச்சாதாபம் மற்றும் புரிதல்: ஆராய்ச்சியாளர்கள் தங்கள் பாடங்களைப் பற்றி ஒரு பச்சாதாப நிலைப்பாட்டை எடுக்கவும், அவர்களின் அனுபவங்களையும் கண்ணோட்டங்களையும் உள்ளிருந்து புரிந்துகொள்ளவும் ஊக்குவிக்கிறது. இந்த அணுகுமுறையை சமூகவியலில் பயன்படுத்துவதன் மூலம், தனிநபர்கள் மற்றும் சமூகக் குழுக்கள் காட்சிப் பொருட்களுடன் ஈடுபடும் மற்றும் விளக்கும் பல்வேறு வழிகளைப் பற்றிய நுணுக்கமான புரிதலை ஆராய்ச்சியாளர்கள் வளர்த்துக் கொள்ளலாம், இதனால் பல்வேறு கலாச்சாரக் கண்ணோட்டங்கள் அனுபவங்களுக்கான அதிக பச்சாதாபம் மற்றும் பாராட்டுக்கள் வளரும்.

2. ஓரங்கட்டப்பட்ட கண்ணோட்டங்களுக்கு அதிக கவனம்: அகநிலை அனுபவங்கள் மற்றும் தனிப்பட்ட கண்ணோட்டங்களில் நிகழ்வின் முக்கியத்துவம், காட்சி சமூகவியலாளர்கள் காட்சி கலாச்சாரத்திற்குள் ஓரங்கட்டப்பட்ட அல்லது குறைவாக பிரதிநிதித்துவப்படுத்தப்பட்ட குழுக்களின் அனுபவங்களைக்

கண்டறிந்துள்ளனர் முன்னிலைப்படுத்த உதவும். பெரும்பாலும் கவனிக்கப்படாத இந்தக் கண்ணோட்டங்களில் கவனம் செலுத்துவதன் மூலம், ஆராய்ச்சியாளர்களின் காட்சி கலாச்சாரம் மற்றும் அதன் சமூக தாக்கங்கள் பற்றியது மிகவும் உள்ளடக்கிய மற்றும் சமமான புரிதலுக்கு பங்களிக்க முடியும்.

3. காட்சிப் பொருட்களின் உருமாற்ற ஆற்றலை ஆராய்தல்: காட்சிப் பொருட்களுடன் ஈடுபடுவது தனிப்பட்ட மற்றும் சமூக மாற்றத்திற்கான வழிகளை ஆராயும் காட்சி சமூகவியலாளர்களுக்கு நிகழ்வியல் உதவும். தனிநபர்களின் உணர்வுகள், புரிதல்கள் மற்றும் அனுபவங்களில் காட்சி கலாச்சாரத்தின் தாக்கத்தை ஆராய்வதன் மூலம், ஆதிக்கம் செலுத்தும் கதைகளை சவால் செய்ய, மாற்றுக் கண்ணோட்டங்களை ஊக்குவிக்கவும், சமூக மாற்றத்தை வளர்க்கவும் காட்சிப் பொருட்களின் திறனை ஆராய்ச்சியாளர்கள் ஆராயலாம்.

சுருக்கமாக, காட்சி சமூகவியலாளர்கள் காட்சிப் பொருட்கள், தனிப்பட்ட அனுபவங்கள் மற்றும் சமூக வாழ்க்கைக்கு இடையிலான சிக்கலான மற்றும் பன்முக உறவுகள் ஆராயக்கூடிய ஒரு மதிப்புமிக்க லென்ஸை நிகழ்வியல் வழங்குகிறது. நிகழ்வியல் கண்ணோட்டங்கள் மற்றும் முறைகளை தங்கள் ஆராய்ச்சியில் இணைப்பதன் மூலம், காட்சி சமூகவியலாளர்கள் காட்சி கலாச்சாரம் எவ்வாறு உருவாகிறது மற்றும் எவ்வாறு உள்ளது என்பது பற்றிய விரிவான புரிதலை உருவாக்க முடியும்.மனித அனுபவங்களை ஆழமாகப் புரிந்துகொள்ளவும், காட்சித் தொடர்பின் சமூகப் பரிமாணங்களைப் பற்றிய நுணுக்கமான மற்றும் வளமான பாராட்டை வளர்க்கவும் உதவுகிறது.

பின்னவீனத்துவம் மற்றும் காட்சி சமூகவியல்

20 ஆம் நூற்றாண்டின் பிற்பகுதியில் தோன்றிய ஒரு அறிவுசார் இயக்கமான பின்னவீனத்துவம், நவீனத்துவத்துடன் தொடர்புடைய கருத்துக்களின் மகத்தான கதையாடல்கள், புறநிலை மற்றும் நேரியல் முன்னேற்றத்தை சவால் செய்கிறது. பின்னவீனத்துவ சிந்தனை, துண்டு துண்டாகப் பிரித்தல், பன்முகத்தன்மை மற்றும் அறிவு மற்றும் உண்மையின் சார்பியல் ஆகியவற்றை வலியுறுத்துகிறது, ஆதிக்க சித்தாந்தங்கள் மற்றும் சமூக அமைப்புகளை ஆதரிக்கும் அனுமானங்கள் மற்றும் கட்டமைப்புகளை கேள்விக்குள்ளாக்குகிறது. காட்சிப் பொருட்களின் சமூக பரிமாணங்களை ஆராயும் ஒரு துறையாக காட்சி சமூகவியல், காட்சி கலாச்சாரத்தில் பொதிந்துள்ள அர்த்தங்களின் சிக்கலான தன்மை மற்றும் பன்முகத்தன்மையை நன்கு புரிந்துகொள்ள பின்னவீனத்துவக் கண்ணோட்டங்களை இணைப்பதன் மூலம் பெரிதும் பயனடைய முடியும்.

பின்னவீனத்துவக் கண்ணோட்டத்தை ஏற்றுக்கொள்வதன் மூலம், காட்சி சமூகவியலாளர்கள்:

1. பன்மைத்தன்மை மற்றும் தெளிவின்மையை ஏற்றுக்கொள்: பின்னவீனத்துவம், காட்சிப் பொருட்களின் உள்ளார்ந்த அகநிலை தன்மையை வலியுறுத்தி, பல அர்த்தங்கள், விளக்கங்கள் மற்றும் முன்னோக்குகளை அங்கீகரிப்பதை ஊக்குவிக்கிறது. காட்சி சமூகவியலில், இந்தக் கண்ணோட்டம், தனிநபர்கள் மற்றும் சமூகக் குழுக்கள் காட்சி கலாச்சாரத்தில் ஈடுபடும் மற்றும் அர்த்தத்தை உருவாக்கும் வழிகளை ஆராய்ச்சியாளர்கள் ஆராய்கின்றனர், இது காட்சியின் சிக்கலான தன்மை மற்றும் திரவத்தன்மையை எடுத்துக்காட்டுகிறது.

2. ஆதிக்கக் கதைகளை அழித்தல்: சமூக வாழ்க்கையை வடிவமைக்கும் பிரம்மாண்டமான கதைகள் மற்றும் மேலாதிக்க கட்டமைப்புகளை பின்னவீனத்துவம் சவால் செய்கிறது. காட்சி சமூகவியலில் இந்த முக்கியமான பார்வையைப் பயன்படுத்துவதன் மூலம், ஆராய்ச்சியாளர்கள் காட்சிப் பொருட்களுக்குள் பொதிந்துள்ள ஆதிக்கக் சித்தாந்தங்கள், சக்தி இயக்கவியல் மற்றும் கலாச்சார விதிமுறைகளை அழித்தல், காட்சி கலாச்சாரம் இந்த

கட்டமைப்புகளை வலுப்படுத்தும் மற்றும் சவால் செய்யும் வழிகளை வெளிப்படுத்துதல் ஆகியவற்றைச் செய்ய முடியும்.

3. அடையாளங்களை வழங்கும் காட்சிப் பொருட்களின் பங்கை பகுப்பாய்வு செய்யுங்கள்: பின்நவீனத்துவ அடையாளங்களின் திரவத்தன்மை மற்றும் பன்முகத்தன்மையை எடுத்துக்காட்டுகிறது, சுயம் மற்றும் சமூகத்திற்கு சொந்தமானது பற்றிய அத்தியாவசியக் கருத்துக்களை கேள்விக்குள்ளாக்குகிறது. காட்சி சமூகவியலில், இனம், பாலினம், வர்க்கம் மற்றும் தேசியம் போன்ற சமூக அடையாளங்களின் கட்டுமானம் மற்றும் பேச்சுவார்த்தைக்கான காட்சிகள் எவ்வாறு பங்களிக்கின்றன என்பதை ஆராய்ச்சியாளர்கள் ஆராய இந்த முன்னோக்கு உதவுகிறது.

4. காட்சி கலாச்சாரத்தில் புதிய ஊடகங்கள் மற்றும் தொழில்நுட்பத்தின் தாக்கத்தை ஆராயுங்கள்: பின்நவீனத்துவம் புதிய ஊடகங்கள் மற்றும் தகவல் தொடர்பு தொழில்நுட்பங்களின் விரைவான வளர்ச்சியுடன் நெருக்கமாக தொடர்புடையது, அவை காட்சிப் பொருட்கள் உற்பத்தி செய்யப்படும், புழக்கத்தில் விடப்படும் நுகரப்படும் முறைகளை மாற்றியுள்ளனர். பின்நவீனத்துவக் கண்ணோட்டத்தை ஏற்றுக்கொள்வதன் மூலம், காட்சி சமூகவியலாளர்கள் காட்சி கலாச்சாரத்தில் இந்த தொழில்நுட்பங்களின் தாக்கத்தை ஆராயலாம், காட்சி தொடர்பு மற்றும் பிரதிநிதித்துவத்தின் இயக்கவியலை அவை எவ்வாறு மாற்றப்பட்டுள்ளன என்பதை ஆராயலாம்.

5. காட்சி கலாச்சாரம் மற்றும் நுகர்வோர்வாதத்தின் குறுக்குவெட்டை ஆராயுங்கள்: சமகால சமூகத்தை வடிவமைப்பதில் நுகர்வோர் மற்றும் பண்டமாக்கலின் பங்கை பின்னவீனத்துவம் வலியுறுத்துகிறது. காட்சி சமூகவியலில், நுகர்வு, பந்தமாக்கல் மற்றும் ஆசை செயல்முறைகளில் காட்சிப் பொருட்கள் எவ்வாறு உட்படுத்தப்படுகின்றன என்பதை ஆராயவும், காட்சி கலாச்சாரம், முதலாளித்துவம் மற்றும் சமூக வாழ்க்கைக்கு இடையிலான சிக்கலான உறவுகளை வெளிப்படுத்தவும் இந்த முன்னோக்கைப் பயன்படுத்தலாம்.

6. துறைகளுக்கு இடையேயான கண்ணோட்டங்களுடன் ஈடுபடுதல்: பின்நவீனத்துவம் துறைகளுக்கு இடையேயான உரையாடலை வளர்ப்பதை ஊக்குவிக்கிறது. காட்சி சமூகவியலில் பின்நவீனத்துவக் கண்ணோட்டங்களை இணைப்பதன் மூலம், ஆராய்ச்சியாளர்கள் கலாச்சார ஆய்வுகள், ஊடக ஆய்வுகள் மற்றும் கலை வரலாறு போன்ற பல்வேறு துறைகளைச் சேர்ந்த அறிஞர்களுடன் இணைந்து, காட்சி கலாச்சாரம் மற்றும் அதன் சமூக தாக்கங்கள் பற்றிய விரிவான மற்றும் நுணுக்கமான புரிதலை உருவாக்க முடியும்.

7. புதுமையான ஆராய்ச்சி முறைகளை உருவாக்குதல்: பின்நவீனத்துவத்தின் பன்முகத்தன்மை மற்றும் அகநிலை மீதான முக்கியத்துவம், காட்சிப் பொருட்களின் சிக்கலான தன்மை மற்றும் பன்முகத்தன்மையை முன்னிலைப்படுத்தும் புதுமையான ஆராய்ச்சி முறைகளின் வளர்ச்சியை ஊக்குவிக்கிறது. காட்சி சமூகவியலில், காட்சி கலாச்சாரத்தின் சமூக பரிமாணங்களை நன்கு புரிந்துகொண்டு அதில் ஈடுபட, காட்சி இனவியல், பங்கேற்பு செயல் ஆராய்ச்சி மற்றும் கூட்டு கலைத் திட்டங்கள் படைப்பு மற்றும் சோதனை அணுகுமுறைகளைப் பயன்படுத்துவது போன்றவை இதில் அடங்கும்.

8. பிரதிபலிப்பு மற்றும் சுய விமர்சனத்தை ஊக்குவிக்கவும்: பின்னவீனத்துவம் ஆராய்ச்சியாளர்கள் தங்கள் சொந்த அனுமானங்கள், சார்புகள் மற்றும் ஆராய்ச்சி செயல்முறைக்குள் நிலைப்பாடு ஆகியவற்றை விமர்சன ரீதியாக சிந்திக்க அழைக்கிறது. காட்சி சமூகவியலில், ஆராய்ச்சியாளர்களின் சொந்தக் கண்ணோட்டங்கள் மற்றும் அனுபவங்கள் காட்சிப் பொருட்களைப் பற்றிய அவர்களின் புரிதல் மற்றும் விளக்கத்தை வடிவமைக்கும் வழிகளை விசாரிக்க, சுயவிமர்சனம் மற்றும் தன்னியக்கவியல் போன்ற பிரதிபலிப்பு நடைமுறைகளில் ஈடுபடுவதை உள்ளடக்கியது.

இவ்வாறு, பின்நவீனத்துவம் காட்சி சமூகவியலுக்கான மதிப்புமிக்க தத்துவார்த்த மற்றும் வழிமுறை கட்டமைப்பை வழங்குகிறது, ஆராய்ச்சியாளர்கள் காட்சிப் பொருட்களின் சிக்கலான தன்மை, தெளிவின்மை மற்றும் பன்முகத்தன்மை மற்றும் அவற்றின் சமூக தாக்கங்களை ஆராய உதவுகிறது. பின்நவீனத்துவக் கண்ணோட்டத்தை ஏற்றுக்கொள்வதன் மூலம், காட்சி சமூகவியலாளர்கள் மேலாதிக்கக் கதைகளை சவால் செய்யலாம், அடையாளங்களின் கட்டுமானத்தை ஆராயலாம் மற்றும் பரந்த சமூக, கலாச்சார மற்றும் பொருளாதார சக்திகளுடன் காட்சி கலாச்சாரத்தின் குறுக்குவெட்டுகளை ஆராயலாம். மேலும், பின்னவீனத்துவம் துறைகளுக்கு இடையேயான ஒத்துழைப்பு, பிரதிபலிப்பு மற்றும் புதுமையான ஆராய்ச்சி முறைகளின் வளர்ச்சியை ஊக்குவிக்கிறது, காட்சி சமூகவியலை ஒரு வளமான மற்றும் ஆற்றல்மிக்க விசாரணைத் துறையாக தொடர்ந்து பரிணாமம் மற்றும் விரிவாக்கத்திற்கு பங்களிக்கிறது.

காட்சி சமூகவியல் ஆராய்ச்சியில் பின்நவீனத்துவத்தை இணைப்பது பின்வருவனவற்றிற்கு வழிவகுக்கும்:

1. காட்சிப் பிரதிநிதித்துவத்தில் சக்தி இயக்கவியலை அங்கீகரித்தல்: பின்நவீனத்துவம், காட்சிப் பொருட்களுக்குள் சக்தி உறவுகள் எவ்வாறு உட்பொதிக்கப்பட்டுள்ளன என்பதையும், உற்பத்தி, சுழற்சி மற்றும் நுகர்வு ஆகியவற்றையும் எடுத்துக்காட்டுகிறது. பின்நவீனத்துவக் கண்ணோட்டத்தை ஏற்றுக்கொள்வதன் மூலம், காட்சி சமூகவியலாளர்கள் காட்சி கலாச்சாரம் சக்தி இயக்கவியலை வலுப்படுத்தும் சீர்குலைக்கும் வழிகளை ஆராயலாம், சமூக ஏற்றத்தாழ்வுகள் மற்றும் படிநிலைகளைப் பராமரிப்பதில் அல்லது சவால் செய்வதில் காட்சிப் பொருட்களின் பங்கு பற்றியது நுண்ணறிவுகளை வழங்கலாம்.

2. காட்சி கலாச்சாரத்திற்கும் பிரபலமான கலாச்சாரத்திற்கும் இடையிலான உறவை ஆராய்தல்: உயர் மற்றும் தாழ்ந்த கலாச்சாரத்திற்கு இடையிலான எல்லைகள் மங்கலாக்குவதை பின்நவீனத்துவம் ஒப்புக்கொள்கிறது, காட்சிக்கும் பிரபலமான கலாச்சாரத்திற்கும் இடையிலான தொடர்புகளை ஆராய ஆராய்ச்சியாளர்கள் அழைக்கிறது. காட்சி சமூகவியலில், இந்த முன்னோக்கு ஆராய்ச்சியாளர்கள் காட்சிப் பொருட்கள் பிரபலமான கலாச்சாரத்துடன் எவ்வாறு ஈடுபடுகின்றன பதிலளிக்கின்றன என்றால், காட்சிப் பொருட்களின் உற்பத்தி மற்றும் நுகர்வில் பிரபலமான கலாச்சாரத்தின் தாக்கத்தையும் ஆராய உதவுகிறது.

3. காட்சி அர்த்தத்தை வடிவமைப்பதில் சூழலின் பங்கை வலியுறுத்துதல்: பின்நவீனத்துவம், பொருள் சூழலைப் பற்றி மேலும், பார்வையாளரின் பார்வை மற்றும் கலாச்சார பின்னணியைப் பொறுத்து மாற்றத்திற்கு உட்பட்டது என்றும் வலியுறுத்துகிறது. இந்தக் கண்ணோட்டத்தைக் காட்சி சமூகவியலில் இணைப்பதன் மூலம், ஆராய்ச்சியாளர்கள் காட்சிப் பொருட்களின் அர்த்தங்கள் பல்வேறு கலாச்சார, வரலாற்று மற்றும் சமூக சூழல்களால் வடிவமைக்கப்படுகின்றன மற்றும் அவற்றுக்கு எவ்வாறு பதிலளிக்கின்றன என்பதை ஆராயலாம்.

4. சமூக விதிமுறைகளை உருவாக்குவதிலும், சிதைப்பதிலும் காட்சிப் பொருட்களின் பங்கில் கவனம் செலுத்துங்கள்: பின்நவீனத்துவம் சமூக அமைப்புகள் சித்தாந்தங்களுக்குக் கீழே உள்ள மறைக்கப்பட்ட அனுமானங்கள் மற்றும் விதிமுறைகளை அம்பலப்படுத்த முயல்கிறது. காட்சி சமூகவியலில், சமூக விதிமுறைகள் மற்றும் மதிப்புகளின் கட்டுமானம் மற்றும் சிதைவில் காட்சிப் பொருட்கள் பங்கேற்கும் வழிகளை ஆராயும் ஆராய்ச்சியாளர்களுக்கு இந்தக் கண்ணோட்டம் உதவும், மேலும் காட்சி கலாச்சாரம் சமூக எதிர்பார்ப்புகள் மற்றும் நம்பிக்கைகளை எவ்வாறு பாதிக்கிறது மற்றும் வடிவமைக்கிறது பெரும்பாலும் நுட்பமான வழிகளை வெளிப்படுத்துகிறது.

பின்நவீனத்துவத்தால் வழங்கப்படும் நுண்ணறிவுகள் மற்றும் முன்னோக்குகளை ஏற்றுக்கொள்வதன் மூலம், காட்சி சமூகவியலாளர்கள் காட்சிப் பொருட்கள், சமூகம்

வாழ்க்கை மற்றும் தனிப்பட்ட அனுபவங்களுக்கு இடையிலான சிக்கலான உறவுகள் பற்றிய மிகவும் நுணுக்கமான மற்றும் பன்முக புரிதலை வளர்த்துக் கொள்ள முடியும். இந்த அணுகுமுறை கலாச்சாரம் மற்றும் அதன் எண்ணற்ற சமூக தாக்கங்கள் பற்றிய வளமான, மிகவும் உள்ளடக்கிய மற்றும் மிகவும் விமர்சன ரீதியான ஆய்வுக்கு பங்களிக்கும், மேலும் ஒரு மாறும் மற்றும் இடைநிலை ஆய்வுத் துறையாக காட்சி சமூகவியலின் எல்லைகளை விரிவுபடுத்துகிறது.

காட்சி சமூகவியல் மற்றும் காட்சி மானுடவியல்

காட்சி சமூகவியல் மற்றும் காட்சி மானுடவியல் ஆகியவை மனித சமூகங்களில் காட்சிப் பொருட்களின் உற்பத்தி, சுழற்சி, விளக்கம் மற்றும் தாக்கத்தை ஆய்வு செய்யும் இரண்டு துறைகளுக்கு இடையேயான துறைகளாகும். அவை சில ஒற்றுமைகள் மற்றும் ஒன்றுடன் ஒன்று இணைந்த பகுதிகளைப் பகிர்ந்து கொண்டாலும், அவை தனித்துவமான கவனம் செலுத்துதல்கள், தத்துவார்த்த அடித்தளங்கள் மற்றும் வழிமுறை அணுகுமுறைகள் உள்ளன.

ஒற்றுமைகள்:

பொருள்: காட்சி சமூகவியல் மற்றும் காட்சி மானுடவியல் இரண்டும் புகைப்படங்கள், திரைப்படங்கள், விளம்பரங்கள், கலை மற்றும் டிஜிட்டல் ஊடகங்கள் போன்றவை காட்சிப் பொருட்களையும், அவற்றின் உற்பத்தி மற்றும் நுகர்வில் உள்ள நடைமுறைகள் மற்றும் செயல்முறைகளையும் ஆராய்கின்றன.

காட்சி கலாச்சாரத்தின் முக்கியத்துவம்: மனித அனுபவங்கள், சமூக தொடர்புகள் மற்றும் அடையாளங்களை வடிவமைப்பதில் காட்சி கலாச்சாரத்தின் முக்கியத்துவத்தை இரு துறைகளும் அங்கீகரிக்கின்றன, மேலும் காட்சிப் பொருட்கள் சமூக, கலாச்சார மற்றும் வரலாற்று சூழல்களால் எவ்வாறு பாதிக்கப்படுகின்றன மற்றும் பாதிக்கப்படுகின்றன என்பதை ஆராய்கின்றன.

தரமான ஆராய்ச்சி முறைகளின் பயன்பாடு: காட்சி சமூகவியல் மற்றும் காட்சி மானுடவியல் ஆகியவை பெரும்பாலும் காட்சிப் பொருட்களின் சமூக பரிமாணங்களைப் பயன்படுத்துகின்றன படிக்க, பங்கேற்பாளர் கவனிப்பு, நேர்காணல்கள், இனவியல் மற்றும் உள்ளடக்க பகுப்பாய்வு உள்ளிட்ட ஒத்த தரமான ஆராய்ச்சி முறைகளைப் பயன்படுத்துகின்றன.

துறைகளுக்கு இடையேயான இயல்பு: இரண்டு துறைகளும் சமூகவியல், மானுடவியல், கலாச்சார ஆய்வுகள், ஊடக ஆய்வுகள் மற்றும் கலை வரலாறு போன்ற பரந்த அளவிலான துறைகள் பெறப்பட்டு அவற்றுக்கு பங்களிக்கின்றன, அவை துறைகளுக்கு இடையேயான உரையாடல் மற்றும் ஒத்துழைப்பை வளர்க்கின்றன.

வேறுபாடுகள்:

கோட்பாட்டு அடித்தளங்கள்: காட்சி சமூகவியல் சமூகவியல் கோட்பாடுகள் மற்றும் கருத்துகளில் வேரூன்றியுள்ளது, அதே நேரத்தில் காட்சி மானுடவியல் மானுடவியல் கோட்பாடுகள் மற்றும் கருத்துகளில் அடித்தளமாக உள்ளது. இதன் விளைவாக, காட்சி சமூகவியல் சமூக கட்டமைப்புகள், சக்தி இயக்கவியல் மற்றும் சித்தாந்தங்களின் கட்டுமானம் மற்றும் இனப்பெருக்கம் ஆகியவற்றில் காட்சிப் பொருட்களின் பங்கில் அதிக கவனம் செலுத்துகிறது, அதே நேரத்தில் காட்சி மானுடவியல் பெரும்பாலும் கலாச்சார வெளிப்பாடு, தொடர்பு மற்றும் பிரதிநிதித்துவத்தில் காட்சிப் பொருட்களின் பங்கை வலியுறுத்துகிறது.

எனவே, காட்சி சமூகவியல் மற்றும் காட்சி மானுடவியல் ஆகியவை காட்சிப் பொருட்கள் மற்றும் அவற்றின் சமூக மற்றும் கலாச்சார தாக்கங்கள் பற்றியது ஆய்வில் பொதுவான ஆர்வத்தைப் பகிர்ந்து கொள்கின்றன, ஆனால் அவை அவற்றின் தத்துவார்த்த அடித்தளங்கள், வழிமுறைகள் மற்றும் கவனம் செலுத்தும் பகுதிகளில் வேறுபடுகின்றன. காட்சி சமூகவியல் சமூகவியல் கோட்பாடுகள் மற்றும் கருத்துகளில் அடித்தளமாக உள்ளது

மற்றும் சமூக கட்டமைப்புகள், சக்தி இயக்கவியல் மற்றும் சித்தாந்தங்கள் இது தொடர்பாக காட்சிப் பொருட்களை பெரும்பாலும் ஆராய்கிறது, காட்சி மானுடவியல் கோட்பாடுகள் மற்றும் கருத்துகளில் வேரூன்றியுள்ளது, கலாச்சார வெளிப்பாடு, தொடர்பு மற்றும் காட்சிப் பொருட்கள் மூலம் பிரதிநிதித்துவத்தை வலியுறுத்துகிறது. இந்த வேறுபாடுகள் இருந்தபோதிலும், இரு துறைகளும் இடைநிலை உரையாடல் மற்றும் ஒத்துழைப்பிலிருந்து பயனடையலாம், ஏனெனில் அவை காட்சி கலாச்சாரம், சமூக வாழ்க்கை மற்றும் தனிப்பட்ட அனுபவங்களுக்கு இடையிலான சிக்கலான உறவுகள் குறித்த நிரப்புகின்றன முன்னோக்குகளை வழங்குதல்.

பாரம்பரிய சமூகவியல் Vs காட்சி சமூகவியல்

பாரம்பரிய சமூகவியல் மற்றும் காட்சி சமூகவியல் ஆகியவை அவற்றின் தத்துவார்த்த அடித்தளங்கள், ஆராய்ச்சி கவனம் மற்றும் வழிமுறை அணுகுமுறைகள் வேறுபடுகின்றன. இரண்டிற்கும் இடையிலான முக்கிய வேறுபாடுகள் இங்கே:

தத்துவார்த்த அடித்தளங்கள்: எமிலி டர்கெய்ம், மேக்ஸ் வெபர் மற்றும் கார்ல் மார்க்ஸ் போன்ற ஆரம்பகால சமூகவியலாளர்களால் உருவாக்கப்பட்ட அடிப்படைக் கோட்பாடுகள் மற்றும் கருத்துக்கள் பாரம்பரிய சமூகவியல் அடித்தளமாக உள்ளது. இந்த கோட்பாடுகள் பொதுவாக சமூக கட்டமைப்புகள், நிறுவனங்கள் மற்றும் நடத்தை முறைகளில் கவனம் செலுத்துகின்றன. மறுபுறம், காட்சி சமூகவியல் என்பது சமூக வாழ்க்கையில் காட்சிப் பொருட்கள் மற்றும் காட்சி கலாச்சாரத்தின் பங்கை குறிப்பாக ஆராயும் ஒரு இடைநிலைத் துறையாகும். காட்சி சமூகவியல் பாரம்பரிய சமூகவியல் கோட்பாடுகளை அடிப்படையாகக் கொண்டாலும், அது மானுடவியல், கலாச்சார ஆய்வுகள் மற்றும் ஊடக ஆய்வுகள் போன்றவை பிற துறைகளின் கருத்துக்களை உள்ள_க்கியது.

ஆராய்ச்சி கவனம்: பாரம்பரிய சமூகவியல் பொதுவாக சமூக அடுக்குப்படுத்தல், மதம், அரசியல் அமைப்புகள் மற்றும் பொருளாதார அமைப்புகள் போன்ற பரந்த சமூக நிகழ்வுகளை ஆராய்கிறது. இதற்கு மாறாக, காட்சி சமூகவியல், புகைப்படங்கள், திரைப்படங்கள், விளம்பரங்கள், கலை மற்றும் டிஜிட்டல் ஊடகங்கள் போன்ற காட்சிப் பொருட்களின் உற்பத்தி, சுழற்சி, விளக்கம் மற்றும் தாக்கத்தையும், சமூக வாழ்க்கை, அடையாளங்கள் மற்றும் சக்தி இயக்கவியலுடனான அதன் தொடர்பையும் குறிப்பாக ஆராய்கிறது.

வழிமுறைகள்: பாரம்பரிய சமூகவியல் பெரும்பாலும் சமூக நிகழ்வுகளைப் படிக்க பல்வேறு அளவு மற்றும் தரமான ஆராய்ச்சி முறைகளைப் பயன்படுத்துகிறது, இதில் ஆய்வுகள், பரிசோதனைகள், நேர்காணல்கள் மற்றும் பங்கேற்பாளர் கவனிப்பு ஆகியவை அடங்கும். காட்சி சமூகவியல், தரமான ஆராய்ச்சி முறைகளைப் பயன்படுத்துகையில், காட்சிப் பொருட்களின் பகுப்பாய்வில் அதிக முக்கியத்துவம் அளிக்கிறது பகுப்பாய்வு, குறியியல் பகுப்பாய்வு மற்றும் காட்சி இனவியல் போன்ற குறிப்பிட்ட நுட்பங்களை உள்ளடக்கியிருக்கலாம்.

காட்சிப் பொருட்களுடன் ஈடுபாடு: சமூக நிகழ்வுகளைப் படிக்க, பாரம்பரிய சமூகவியல் வாய்மொழி மற்றும் எழுத்துத் தொடர்பு மற்றும் எண் தரவுகளில் அதிக கவனம் செலுத்துகிறது. இதற்கு நேர்மாறாக, காட்சி சமூகவியல் காட்சிப் பொருட்கள் மற்றும் காட்சி கலாச்சாரத்தில் வெளிப்படையாக ஈடுபடுகிறது, மனித அனுபவங்கள், சமூக தொடர்புகள் மற்றும் அடையாளங்களை வடிவமைப்பதில் படங்கள் மற்றும் காட்சித் தொடர்புகளின் முக்கியத்துவத்தை அங்கீகரிக்கிறது. காட்சிப் பொருட்களின் மீதான இந்த கவனம், பாரம்பரிய சமூகவியல் முறைகள் மூலம் எளிதில் கைப்பற்ற முடியாத சமூக வாழ்க்கையின் அம்சங்கள் காட்சி சமூகவியலாளர்கள் ஆராய்கின்றனர்.

*காட்சி எழுத்தறிவுக்கு முக்கியத்துவம்:*காட்சி சமூக காட்சி எழுத்தறிவின் வளர்ச்சியை வலியுறுத்துகிறது, இது காட்சிப் பொருட்களை வலியுறுத்துகிறது. விளக்கி, விமர்சன ரீதியாக பகுப்பாய்வு செய்யும் திறனைக் குறிக்கிறது. கிளாசிக்கல் சமூகவியல், விமர்சன சிந்தனை மற்றும் பகுப்பாய்வு திறன்களின் வளர்ச்சியில் அக்கறை கொண்டிருந்தாலும், பொதுவாக காட்சி எழுத்தறிவுக்கு அதே அளவிற்கு முன்னுரிமை அளிப்பதில்லை.

*இடைநிலை:*காட்சி சமூகவியல் என்பது இயல்பாகவே பலதுறை சார்ந்தது, மானுடவியல், கலாச்சார ஆய்வுகள், ஊடக ஆய்வுகள் மற்றும் கலை வரலாறு போன்றவை அளவிலான துறைகளைப் பயன்படுத்தி பங்களிக்கிறது. பாரம்பரிய சமூகவியல், பலதுறை சார்ந்ததாக இருந்தாலும், சமூகவியல் கோட்பாடுகள் மற்றும் கருத்துகளில் மிகவும் குறிப்பிட்ட கவனம் செலுத்தப்படுகிறது.

சுருக்கமாக, கிளாசிக்கல் சமூகவியல் மற்றும் காட்சி சமூகவியல் ஆகியவை அவற்றின் தத்துவார்த்த அடித்தளங்கள், ஆராய்ச்சி கவனம், வழிமுறை அணுகுமுறைகள் மற்றும் காட்சிப் பொருட்களுடன் ஈடுபாடு ஆகியவற்றில் வேறுபடுகின்றன. கிளாசிக்கல் சமூகவியல் அடிப்படை சமூகவியல் கோட்பாடுகள் மற்றும் கருத்துகளை அடிப்படையாகக் கொண்டது மற்றும் பரந்த சமூக நிகழ்வுகளை ஆராய்கிறது, அதே நேரத்தில் காட்சி சமூகவியல் சமூக வாழ்வில் காட்சிப் பொருட்கள் மற்றும் காட்சி கலாச்சாரத்தின் பங்கை குறிப்பாக ஆராய்கிறது. இந்த வேறுபாடுகள் இருந்தபோதிலும், இரு துறைகளும் இடைநிலை உரையாடல் மற்றும் ஒத்துழைப்பிலிருந்து பயனடையலாம், ஏனெனில் அவை சமூகம் கட்டமைப்புகள், தனிப்பட்ட மற்றும் கலாச்சார வெளிப்பாடு ஆகியவற்றுக்கு இடையேயான சிக்கலான உறவுகள் குறித்த நிரப்பு முன்னோக்குகள் வழங்குகின்றன.

காட்சி சமூகவியலைப் பயிற்சி செய்தல்: காட்சி ஊடகம் மற்றும் தொழில்முறை பயிற்சி

சமூகவியல் துறைக்குள் காட்சி சமூகவியல் ஒரு குறிப்பிடத்தக்க துணைப் பிரிவாக உருவெடுத்துள்ளது, சமூக வாழ்க்கை, கலாச்சாரம் மற்றும் தனிப்பட்ட அனுபவங்கள் வடிவமைப்பில் காட்சி பிரதிநிதித்துவங்கள் மற்றும் காட்சி ஊடகங்களின் பங்கை மையமாகக் கொண்டுள்ளது. உலகம் காட்சித் தகவல்களால் பெருகிய முறையில் ஆதிக்கம் செலுத்தப்படுவதால், காட்சி ஊடகங்களைப் புரிந்துகொள்வதும் அவற்றுடன் ஈடுபடுவதும் இதற்கு முன்பு இருந்ததை விட மிக முக்கியமானது. இந்தக் கட்டுரை காட்சி சமூகவியலின் நடைமுறையை ஆராய்கிறது, தொழில்முறை நடைமுறையில் காட்சி ஊடகங்களைப் பயன்படுத்தக்கூடிய வழிகளையும், காட்சித் தரவுகளுடன் பணிபுரியும் சிக்கல்களை காட்சி சமூகவியலாளர்கள் எவ்வாறு வழிநடத்த முடியும் என்பதைக் காட்டுகிறது. காட்சி சமூகவியலில் பயன்படுத்தப்படும் பல்வேறு வகையான காட்சி ஊடகங்களை நாங்கள் ஆராய்வோம், வழிமுறை அணுகுமுறைகள் மற்றும் நெறிமுறைகள் கருத்தாய்வுகளைப் பற்றி விவாதிப்போம், மேலும் பல்வேறு தொழில்முறை சூழல்களில் காட்சி சமூகவியலின் நடைமுறை பயன்பாடுகளை ஆராய்வோம்.

காட்சி சமூகவியலில் காட்சி ஊடகத்தின் வடிவங்கள்

காட்சி சமூகவியல் பரந்த அளவிலான காட்சி ஊடகங்களை உள்ளடக்கியது, அவற்றுள்:

*புகைப்படம்:*மிகவும் அணுகக்கூடிய மற்றும் பரவலாகப் பயன்படுத்தப்படும் காட்சி ஊடகங்களில் ஒன்றாக, புகைப்படம் எடுக்கப்பட்ட நீண்ட காலமாக சமூகவியலின் ஒரு மூலக்கல்லாக இருந்து வருகிறது. புகைப்படங்கள் ஒரு குறிப்பிட்ட தருணத்தைப் பிடிக்கவும், சமூக நிகழ்வுகளை ஆவணப்படுத்தவும், சிக்கலான உணர்ச்சிகளையும் கருத்துக்களை வெளிப்படுத்தவும் முடியும்.

திரைப்படம் மற்றும் காணொளி:திரைப்படமும் காணொளியும் சமூக வாழ்க்கை மாறும், கால அடிப்படையிலான பிரதிநிதித்துவங்களை வழங்குகின்றன, இது காலப்போக்கில் செயல்முறைகள், தொடர்புகள் மற்றும் மாற்றங்களை ஆராயவும்.

கலை மற்றும் விளக்கப்படங்கள்:ஓவியங்கள் மற்றும் வரைபடங்கள் போன்ற காட்சிகள் சமூக விழுமியங்கள், விதிமுறைகள் மற்றும் சித்தாந்தங்களின் பிரதிபலிப்பாகவும், சிக்கலான கருத்துக்கள் மற்றும் உணர்ச்சிகளைத் தொடர்புகொள்வதற்கான ஒரு வழியாகவும் பகுப்பாய்வு செய்யலாம்.

டிஜிட்டல் மற்றும் சமூக ஊடகங்கள்:டிஜிட்டல் மற்றும் சமூக ஊடக தளங்களின் விரைவான வளர்ச்சி, காட்சி உள்ளடக்கம் மற்றும் தகவல்தொடர்புக்கான புதிய வடிவங்களை உருவாக்கியுள்ளது, இது காட்சி சமூகவியலாளர்களுக்கு வாய்ப்புகள் மற்றும் சவால்கள் இரண்டையும் வழங்குகிறது.

பிற காட்சிப் பொருட்கள்:காட்சி சமூகவியல், சமூகத் தரவைப் பிரதிநிதித்துவப்படுத்தவும் பகுப்பாய்வு செய்யவும் பயன்படுத்தக்கூடிய வரைபடங்கள், வரைபடங்கள் மற்றும் இன்போ கிராபிக்ஸ் போன்ற பிற காட்சி ஊடகங்களுடனும் ஈடுபடுகிறது.

காட்சி சமூகவியலில் வழிமுறை அணுகுமுறைகள்

காட்சி சமூகவியலில் காட்சித் தரவுகளுடன் பணிபுரிய பல்வேறு வழிமுறைகளைப் பயன்படுத்தலாம், அவற்றுள்:

1. உள்ளடக்க பகுப்பாய்வு:இது காட்சி உள்ளடக்கத்தின் முறையான பகுப்பாய்வை உள்ளடக்கியது, கருப்பொருள்கள், வடிவங்கள் மற்றும் பிரதிநிதித்துவங்கள் போன்ற கூறுகளில் கவனம் செலுத்துகிறது செலுத்துகிறது. உள்ளடக்க பகுப்பாய்வு காட்சி ஊடகங்களால் தெரிவிக்கப்படும் செய்திகள் மற்றும் அர்த்தங்கள் பற்றிய அளவு மற்றும் தரமான நுண்ணறிவுகளை வழங்க முடியும்.

2. குறியியல்: காட்சி ஊடகங்களில் உள்ள குறிகள் மற்றும் சின்னங்களையும் அவை எவ்வாறு அர்த்தத்தை வெளிப்படுத்துகின்றன என்பதையும் குறியியல் ஆராய்கிறது. இந்த அணுகுமுறை ஆராய்ச்சியாளர்களுக்கு காட்சி பிரதிநிதித்துவங்களில் பொதிந்துள்ள அர்த்த அடுக்குகளைப் புரிந்துகொள்ளவும், குறிப்பிட்ட கலாச்சாரம் சூழல்களுக்குள் அவை எவ்வாறு செயல்படுகின்றன என்பதைப் புரிந்துகொள்ளவும் உதவுகிறது.

3. காட்சி இனவரைவியல்: காட்சி இனவரைவியல், காட்சி ஊடகங்களை பங்கேற்பாளர் கண்காணிப்பு, நேர்காணல்கள் மற்றும் களப்பணி போன்ற இனவரைவியல் ஆராய்ச்சி முறைகளுடன் ஒருங்கிணைக்கிறது. இந்த அணுகுமுறை காட்சித் தரவைப் பயன்படுத்துவதன் மூலம் சமூக நிகழ்வுகளை ஆழமாக ஆய்வு செய்ய வேண்டும்.

4. காட்சி கதை பகுப்பாய்வு: காட்சி விவரிப்பு பகுப்பாய்வு காட்சி ஊடகங்கள் மூலம் சொல்லப்படும் கதைகளில் கவனம் செலுத்துகிறது, கதைக்களம், கதாபாத்திரங்கள், அமைப்பு மற்றும் காட்சி நுட்பங்கள் போன்ற கூறுகளை ஆராய்கிறது, விவரிப்புகள் எவ்வாறு அர்த்தத்தை உருவாக்குகின்றன மற்றும் கலாச்சார அடையாளங்கள், சமூக விதிமுறைகள் மற்றும் அதிகாரம் உறவுகளை வடிவமைக்கின்றன என்பதை ஆராய்கிறது.

5. கலப்பு முறை: பல கலவை காட்சி சமூகவியலாளர்கள் தரவை பகுப்பாய்வு செய்வதற்கு வழிமுறை அணுகுமுறைகளின் காட்சிகளைப் பயன்படுத்துகின்றனர், பெரும்பாலும் காட்சிகள் பகுப்பாய்வை நேர்காணல்கள், கணக்கெடுப்புகள் மற்றும் உரை பகுப்பாய்வு போன்ற பிற தரவு சேகரிப்பு மற்றும் பகுப்பாய்வோடு ஒருங்கிணைக்கப்படுகிறது.

காட்சி சமூகவியலில் நெறிமுறை பரிசீலனைகள்

காட்சி ஊடகங்களுடன் பணிபுரிவது காட்சி சமூகவியலாளர்களுக்கு பல நெறிமுறைக் கருத்துக்களை எழுப்புகிறது, அவற்றுள்:

1. ஒப்புதல் மற்றும் தனியுரிமை: காட்சித் தரவுகளைப் பற்றிய பாடங்களிலிருந்து தகவலறிந்த ஒப்புதலைப் பெறுவது அவர்களின் தனியுரிமையை மதிப்பதும் காட்சி சமூகவியலில் அடிப்படை நெறிமுறைக் கொள்கையாகும். இதில் காட்சிப் பொருட்களைப் பயன்படுத்த அல்லது வெளியிட அனுமதி பெறுவதும், தனிநபர்களின் பெயர் தெரியாமல் இருந்தால் அவர்களை அடையாளம் காணவும் முடியாது என்பதை உறுதி செய்வதும் அடங்கும்.

2. பிரதிநிதித்துவம் மற்றும் சக்தி இயக்கவியல்: காட்சி ஊடகங்கள் ஒரே மாதிரியான கருத்துக்களை வலுப்படுத்தவும், சில குழுக்களை ஓரங்கட்டவும் அல்லது அதிகார ஏற்றத்தாழ்வுகளை நிலைநிறுத்தவும் கூடிய சாத்தியக்கூறுகளை காட்சி சமூகவியலாளர்கள் அறிந்திருக்க வேண்டும். ஆதிக்கக் கதைகளை சவால் செய்யும் மற்றும் மாற்றுக் கண்ணோட்டங்களை வழங்கும் காட்சிப் பொருட்களை உருவாக்கி பகுப்பாய்வு செய்ய அவர்கள் பாடுபட வேண்டும்.

3. தி தாக்கம் இன் காட்சி பொருட்கள்: காட்சிப் பொருட்கள் பாடல்கள் மற்றும் பார்வையாளர்கள் இருவரின் மீதும் உணர்ச்சிகளை ஏற்படுத்தும் மற்றும் உளவியல் தாக்கத்தை கவனமாகக் கருத்தில் கொள்ள வேண்டும். காட்சி சமூகவியலாளர்கள் தீங்கைக் குறைப்பதற்கும், தங்கள் ஆராய்ச்சியின் பாடங்களை பரப்புவதையோ அல்லது சுரண்டுவதையோ தவிர்க்கவும் இலக்காகக் கொள்ள வேண்டும்.

4. உரிமை மற்றும் அறிவுசார் சோத்து: காட்சி சமூகவியலாளர்கள் காட்சிப் பொருட்களின் உரிமை மற்றும் அறிவுசார் சொத்துரிமைகளை மதிக்க வேண்டும். பதிப்புரிமை பெற்ற பொருட்களைப் பயன்படுத்த அனுமதிகளைப் பெறுதல், ஆதாரங்களை முறையாகக் கூறுதல் மற்றும் காட்சி உள்ளடக்கத்தின் பயன்பாடு மற்றும் பரப்புதல் வெளிப்படைத்தன்மையுடன் இருத்தல் ஆகியவை இதில் அடங்கும்.

தொழில்முறை நடைமுறையில் காட்சி சமூகவியலின் நடைமுறை பயன்பாடுகள்

பல்வேறு தொழில்முறை சூழல்களில் காட்சி சமூகவியல் பல நடைமுறை பயன்பாடுகளைக் கொண்டுள்ளது. சில எடுத்துக்காட்டுகள்:

1. கல்வி: சிக்கலான சமூகவியல் கருத்துக்களைக் கற்பிக்கவும், விமர்சன சிந்தனையைத் தூண்டவும், பல்வேறு கற்றல் பாணிகளை ஈடுபடுத்தவும் பயன்படுத்தலாம். கல்வியாளர்கள் தங்கள் பாடத்திட்டங்களில் காட்சி ஊடகங்களை இணைத்துக்கொள்ளலாம், கற்றலை ஆதரிக்கும் காட்சி உதவிகளை உருவாக்கலாம் அல்லது மாணவர்கள் தங்கள் சொந்த காட்சித் திட்டங்களை உருவாக்க ஊக்குவிக்கலாம்.

2. ஆராய்ச்சி மற்றும் கொள்கை வளர்ச்சி: காட்சித் தரவுகளின் பகுப்பாய்வு மூலம் சமூக நிகழ்வுகள் குறித்த மதிப்புமிக்க நுண்ணறிவுகளை வழங்குவதன் மூலம் காட்சி சமூகவியலாளர்கள் ஆராய்ச்சி கொள்கை மேம்பாட்டிற்கு பங்களிக்க முடியும். ஆராய்ச்சி முடிவுகள் விளக்கவும், சிக்கலான கருத்துக்களை தெரிவிக்கவும், சான்றுகள் சார்ந்த கொள்கை பரிந்துரைகளைத் தெரிவிக்கவும் பயன்படுத்தலாம்.

3. வக்காலத்து மற்றும் சமூக மாற்றம்: காட்சி சமூகவியல் ஆதரவு மற்றும் சமூக மாற்ற முயற்சிகளில் முக்கிய பங்கு வகிக்க முடியும். ஆதிக்கக் கதைகளை சவால் செய்யும் மற்றும் ஓரங்கட்டப்பட்ட குரல்களைப் பிரதிநிதித்துவப்படுத்தும் சக்திவாய்ந்த காட்சிப் பொருட்களை உருவாக்கி பரப்புவதன் மூலம், காட்சி சமூகவியலாளர்கள்

விழிப்புணர்வை ஏற்படுத்தவும், பொதுமக்களின் ஆதரவை உருவாக்கவும், சமூகப் பிரச்சினைகளில் நடவடிக்கை எடுக்கவும் உதவவும் முடியும்.

4. கலை மற்றும் கலாச்சாரம்: காட்சி ஊடகங்கள் உருவாக்கப்பட்டு நுகரப்படும் சமூக மற்றும் வரலாற்று சூழல்களை ஆராய்வதன் மூலம் காட்சி சமூகவியலாளர்கள் கலை மற்றும் கலாச்சாரத்தைப் பற்றி புரிந்துகொள்வதற்கும் பாராட்டுவதற்கும் பங்களிக்க முடியும். சமூகவியல் கருப்பொருள்களை ஆராயும் கண்காட்சிகள், நிறுவனங்கள் அல்லது பொது கலைத் திட்டங்களை உருவாக்க கலைஞர்கள் மற்றும் கலாச்சார நிறுவனங்கள் அவர்கள் ஒத்துழைக்கலாம்.

5. ஊடகம் மற்றும் தொடர்பு: காட்சி சமூகவியல், காட்சி செய்திகள் உருவாக்கப்படும், கடத்தப்படும் மற்றும் விளக்கப்படும் வழிகள் பற்றிய நுண்ணறிவுகளை வழங்குவதன் மூலம் ஊடகங்கள் மற்றும் தகவல் தொடர்பு நடைமுறைகளைத் தெரிவிக்க முடியும். காட்சி சமூகவியலாளர்கள் பத்திரிகையாளர்கள், திரைப்படத் தயாரிப்பாளர்கள், வடிவமைப்பாளர்கள் மற்றும் பிற ஊடக வல்லுநர்களுடன் இணைந்து சமூக யதார்த்தத்தின் மிகவும் துல்லியமான, மாறுபட்ட மற்றும் நுணுக்கமான பிரதிநிதித்துவங்களை உருவாக்க முடியும்.

6. சமூகம் நிச்சயதார்த்தம் மற்றும் வளர்ச்சி: உள்ளூர் பிரச்சினைகளை உருவாக்கவும், உரையாடலை எளிதாக்கவும், சமூக நடவடிக்கை எடுக்க அதிகாரம் அளிக்கவும் சமூக ஈடுபாடு மற்றும் மேம்பாட்டு முயற்சிகளில் காட்சி சமூகவியலைப் பயன்படுத்தலாம். பங்கேற்பு புகைப்படம் எடுத்தல் அல்லது சமூக மேப்பிங் போன்ற காட்சி முறைகள் சமூக மூலதனத்தை உருவாக்கவும், சமூக மீள்தன்மையை அதிகரிக்கவும், சமூக ஒற்றுமையை ஊக்குவிக்கவும் உதவும்.

முடிவுரை

காட்சி சமூகவியலைப் பயிற்சி செய்வது என்பது பல்வேறு வகையான காட்சி ஊடகங்களில் ஈடுபடுவது, பல்வேறு வழிமுறை அணுகுமுறைகள் பயன்படுத்துவது மற்றும் சிக்கலான நெறிமுறைக் கருத்தாய்வுகளை வழிநடத்துவது உள்ளடக்கியது. காட்சி சமூகவியலின் சாத்தியமான பயன்பாடுகள் பரந்த அளவில் உள்ளன, அவை பல்வேறு தொழில்முறை சூழல்களில் பரவி சமூக வாழ்க்கையைப் புரிந்துகொள்வதற்கும் மாற்றுவதற்கும் பங்களிக்கின்றன. நமது உலகம் காட்சித் தகவல்களால் பெருகிய முறையில் நிறைவுற்றதாக மாறும்போது, விசாரணை மற்றும் தொழில்முறை நடைமுறைக்கான ஒரு துறையாக காட்சி சமூகவியலின் முக்கியத்துவம் தொடர்ந்து வளரும். காட்சி ஊடகங்களால் வழங்கப்படும் சவால்கள் மற்றும் வாய்ப்புகளைத் தழுவுவதன் மூலம், காட்சி சமூகவியலாளர்கள் நம்மைச் சுற்றியுள்ள உலகத்தைப் பார்க்கும், புரிந்துகொள்ளும் மற்றும் முக்கிய பங்கு வகிக்கும் வழிகளை வடிவமைப்பதில் பங்கு வகிக்க முடியும்.

காட்சி சமூகவியலில் சவால்கள் மற்றும் வாய்ப்புகள்

காட்சி சமூகவியலில் சவால்கள் இல்லாமல், அவை துறைக்குள் வளர்ச்சி மற்றும் மேம்பாட்டிற்கான வாய்ப்புகளையும் வழங்குகின்றன. இந்த சவால்கள் மற்றும் வாய்ப்புகளில் சில:

1. தொழில்நுட்பம் சார்ந்தது முன்னேற்றங்கள்: தொழில்நுட்பத்தில் ஏற்பட்டுள்ள விரைவான முன்னேற்றங்கள், காட்சி ஊடகங்கள் உருவாக்கப்படும், பரப்பப்படும் மற்றும் நுகரப்படும் முறைகள் மாற்றியமைத்துள்ளன. காட்சி சமூகவியலாளர்கள் இந்த மாற்றங்களை அறிந்துகொண்டு அதற்கேற்ப தங்கள் நடைமுறைகளை மாற்றியமைக்க வேண்டும், புதிய கருவிகள் மற்றும் தளங்களைப் பயன்படுத்திக் கொள்ள வேண்டும், அதே நேரத்தில் சமூக வாழ்க்கையின் ஆய்வு மற்றும் பிரதிநிதித்துவத்தால் ஏற்படும் தாக்கங்களை விமர்சன ரீதியாக மதிப்பிட வேண்டும்.

2. இடைநிலை ஒழுக்கம்: காட்சி சமூகவியல், மானுடவியல், ஊடக ஆய்வுகள் மற்றும் கலை வரலாறு போன்ற பல்வேறு துறைகளுடன் ஒன்றுடன் ஒன்று இணைகிறது. இந்த இடைநிலைத்தன்மை காட்சி சமூகவியலாளர்களுக்கு சவால்கள் மற்றும் வாய்ப்புகள் இரண்டையும் முன்வைக்கிறது, ஏனெனில் அவர்கள் பல்வேறு தத்துவார்த்த முன்னோக்குகள் மற்றும் வழிமுறை அணுகுமுறைகளை வழிநடத்த வேண்டும், அதே நேரத்தில் துறை எல்லைகளுக்கு அப்பால் ஒத்துழைப்பு மற்றும் உரையாடலை வளர்க்க வேண்டும்.

3. தி அகநிலை இன் காட்சி தரவு: காட்சித் தரவின் விளக்கம் மிகவும் அகநிலை சார்ந்ததாக இருக்கலாம், காட்சி பகுப்பாய்வின் செல்லுபடியாகும் தன்மை மற்றும் நம்பகத்தன்மை குறித்த கேள்விகள் எழுப்புகிறது. காட்சி சமூகவியலாளர்கள் கடுமையான வழிமுறை அணுகுமுறைகளை உருவாக்கி, தங்கள் கண்டுபிடிப்புகள் அனுபவ சான்றுகள் மற்றும் கடுமையான பகுப்பாய்வில் அடித்தளமாக இருப்பதை உறுதிசெய்ய, தங்கள் சொந்த சார்புகள் மற்றும் அனுமானங்கள் குறித்த விமர்சன விழிப்புணர்வை வளர்த்துக் கொள்ள வேண்டும்.

4. நெறிமுறை சார்ந்தது சிக்கல்கள்: முன்னர் விவாதித்தபடி, காட்சி சமூகவியல் ஒப்புதல், பிரதிநிதித்துவம், தாக்கம் மற்றும் உரிமை தொடர்பான பல்வேறு நெறிமுறைக் கருத்தாய்வுகளை எழுப்புகிறது. காட்சி சமூகவியலாளர்கள் இந்த நெறிமுறை சிக்கல்களில் தொடர்ந்து ஈடுபட வேண்டும், அவர் மற்றும் தொழில்முறை நடைமுறையில் அவற்றை நிவர்த்தி செய்வதற்கான உத்திகளை உருவாக்க வேண்டும்.

5. அணுகல்தன்மை மற்றும் உள்ளடக்கம்: காட்சி சமூகவியல் அணுகக்கூடியதாகவும், உள்ளடக்கியதாகவும் இருப்பதை உறுதி செய்வது தொடர்ச்சியான சவாலாகும். காட்சி சமூக கலாச்சாரவாதிகள், இயலாமை, மொழித் தடைகள் மற்றும் வேறுபாடுகள் போன்ற காரணிகளைக் கருத்தில் கொண்டு, பல்வேறு பார்வையாளர்களுக்கு அணுகக்கூடிய காட்சிப் பொருட்களை உருவாக்கி பகுப்பாய்வு செய்ய பாடுபட வேண்டும். கூடுதலாக, காட்சி சமூகவியல் ஓரங்கட்டப்பட்ட மற்றும் பிரதிநிதித்துவம் குறைவாக உள்ள குழுக்களின் குரல்கள் மற்றும் முன்னோக்குகளை முன்னிலைப்படுத்துவதன் மூலம் மூலம் உள்ளடக்கியதாக இருக்க வேண்டும்.

6. பொது நிச்சயதார்த்தம் மற்றும் தாக்கம்: காட்சி சமூகவியல், கல்வி ஆராய்ச்சியாளர்கள் முதல் கொள்கை வகுப்பாளர்கள், ஆர்வலர்கள் மற்றும் பொதுமக்கள் வரை பரந்த அளவிலான பார்வையாளர்கள் ஈடுபடுத்தும் மற்றும் பாதிக்கும் ஆற்றலைக் கொண்டுள்ளது. காட்சி சமூகவியலாளர்கள் தங்கள் கண்டுபிடிப்புகள் மற்றும் நுண்ணறிவுகளை பல்வேறு பார்வையாளர்களுக்கு எவ்வாறு திறம்பட தெரிவிப்பது என்பதைக் கருத்தில் கொள்ளுங்கள் கொள்ள வேண்டும், உரையாடலைத் தூண்டவும், முடிவெடுப்பதைத் தெரிவிக்கவும், சமூக மாற்றத்தை ஊக்குவிக்கவும் காட்சிப் பொருட்களைப் பயன்படுத்த வேண்டும்.

காட்சி சமூகவியல் பயிற்சி என்பது ஒரு மாறும் மற்றும் வளர்ந்து வரும் துறையாகும், இது ஆராய்ச்சியாளர்கள் மற்றும் பயிற்சியாளர்களுக்கு சவால்கள் மற்றும் வாய்ப்புகள் இரண்டையும் வழங்குகிறது. காட்சி ஊடகங்களின் சிக்கல்களைத் தழுவி, பல்வேறு துறைசார் கண்ணோட்டங்களுடன் ஈடுபடுவதன் மூலமும், காட்சி ஆராய்ச்சியில் உள்ளார் நெறிமுறை மற்றும் வழிமுறை சிக்கல்களை நிவர்த்தி செய்வதன் மூலமும், காட்சி சமூகவியலாளர்கள் சமூக வாழ்க்கையைப் புரிந்துகொள்வதற்கும் மாற்றுவதற்கு குறிப்பிடத்தக்க பங்களிப்பைச் செய்ய முடியும். நமது உலகம் காட்சித் தகவல்களால் தொடர்ந்து வடிவமைக்கப்படுவதால், விசாரணை மற்றும் தொழில்முறை நடைமுறையின் ஒரு துறையாக காட்சி சமூகவியலின் முக்கியத்துவம் தொடர்ந்து வளர்ந்து வருகிறது, நமது சமூக உலகின் பரிமாணங்களை ஆராய்வதற்கும் ஈடுபடுவதற்கும் புதிய சாத்தியங்களை வழங்கும்.

சிந்திக்க வேண்டிய கேள்விகள்

2 மதிப்பெண் வினாக்கள்:
1. காட்சி சமூகவியலை வரையறுக்கவும். (நினைவில்)
2. பாரம்பரிய சமூகவியல் கோட்பாட்டுடன் தொடர்புடைய இரண்டு முக்கிய நபர்களை அடையாளம் காணவும் (நினைவில் கொள்க)
3. குறியியல் (குறியியல்) என்ற கருத்தை சுருக்கமாக விளக்குங்கள். (புரிந்துகொள்ளுதல்)
4. நிகழ்வியலை ஒரே வாக்கியத்தில் விவரிக்கவும். (புரிந்துகொள்ளுதல்)
5. பின்நவீனத்துவத்தின் இரண்டு பண்புகளை பட்டியலிடுங்கள். (நினைவில்)
6. பிரதிபலிப்பு என்றால் என்னகாட்சி சமூகவியலின் சூழலில்? (புரிந்துகொள்ளுதல்)
7. தரமான ஆராய்ச்சியில் பயன்படுத்தப்படும் ஒரு முறையைக் குறிப்பிடவும். காட்சி சமூகவியலுக்கு (நினைவில்)
8. சமூக சொற்பொழிவைப் பாதிக்கும் இரண்டு காட்சி ஊடகங்களைக் குறிப்பிடவும். (நினைவில்)
9. பின்நவீனத்துவத்தில் நுகர்வோர் கலாச்சாரத்தின் பங்கு என்ன?? (புரிந்துகொள்ளுதல்)
10. நிகழ்வியலின் சூழலில் "இடைநிலை" என்ற வார்த்தையை விளக்குங்கள். (புரிந்துகொள்ளுதல்)
11. "காட்சி சமூகவியல்" என்ற சொல்லை வரையறுக்கவும்."
12. காட்சி சமூகவியலில் பயன்படுத்தப்படும் இரண்டு வகையான காட்சிகளைப் பட்டியலிடுங்கள்.
13. காட்சி சமூகவியலின் சூழலில் "உள்ளடக்க பகுப்பாய்வு" என்பதன் பொருள் என்ன??
14. காட்சி சமூகவியலில் "கட்டமைத்தல்" என்ற கருத்தை விளக்குங்கள்.
15. காட்சி இனவரைவியலின் நோக்கத்தை சுருக்கமாக விவரிக்கவும்
16. "காட்சி எழுத்தறிவு" மற்றும் காட்சி சமூகவியலில் அதன் முக்கியத்துவத்தை வரையறுக்கவும்.
17. "குறியியல்" என்றால், அந்த காட்சி சமூகவியலுக்கு எவ்வாறு பொருந்தும்?
18. காட்சி சமூகவியலில் இரண்டு நெறிமுறைக் கருத்தாய்வுகளைப் பட்டியலிடுங்கள்.
19. காட்சி சமூகவியலில் "பிரதிநிதித்துவம்" என்ற கருத்தை விளக்குங்கள்.
20. காட்சி விவரிப்பு என்றால் என்ன, அந்தக் காட்சி சமூகவியலுக்கு எவ்வாறு பொருத்தமானது.?

5 மதிப்பெண் வினாக்கள்:
1. காட்சி சமூகவியலில் குறியியல் முக்கியத்துவத்தை விவரிக்கவும். (புரிந்துகொள்ளுதல்)
2. சமூக வாழ்வில் காட்சி உணர்வின் பங்கை ஒரு நிகழ்வின் கண்ணோட்டத்தில் விளக்குங்கள். (பயன்படுத்துதல்)
3. பின்நவீனத்துவத்தின் சூழலில் காட்சி கலாச்சாரத்தில் புதிய ஊடகங்கள் மற்றும் தொழில்நுட்பத்தின் தாக்கத்தை விவாதிக்கவும்.(விண்ணப்பித்தல்)
4. நவீனத்துவத்தையும் பின்னவீனத்துவத்தையும் ஒப்பிட்டு வேறுபடுத்துங்கள்.காட்சி சமூகவியலின் சூழலில் (பகுப்பாய்வு)
5. பின்நவீனத்துவ சூழலில் சமூக அடையாளங்களை உருவாக்குவதற்கு காட்சிப் பொருட்கள் எவ்வாறு பங்களிக்கின்றன என்பதை பகுப்பாய்வு செய்யுங்கள். (பகுப்பாய்வு)

6. காட்சி சமூகவியலில் காட்சி எழுத்தறிவின் முக்கியத்துவத்தைப் பற்றி விவாதிக்கவும்.(விண்ணப்பித்தல்)

7. பின்நவீனத்துவக் கண்ணோட்டத்தில் காட்சி கலாச்சாரம் மற்றும் நுகர்வோர் கலாச்சாரத்தின் குறுக்குவெட்டை விளக்குகள். (பயன்படுத்துதல்)

8. பின்நவீனத்துவத்தில் சமூக விதிமுறைகளை உருவாக்குவதிலும் சிதைப்பதிலும் காட்சிப் பொருட்களின் பங்கை விளக்குங்கள்.(விண்ணப்பித்தல்)

9. அனிச்சைத்தன்மையின் முக்கியத்துவத்தை மதிப்பிடுங்கள்.காட்சி சமூகவியலில்ஆராய்ச்சி. (மதிப்பீடு செய்தல்)

10. காட்சி சமூகவியலில் துறைகளுக்கு இடையேயான ஒத்துழைப்பின் பங்கை மதிப்பிடுங்கள்.ஆராய்ச்சி. (மதிப்பீடு செய்தல்)

11. காட்சி சமூகவியலில் புகைப்படக் கலையின் பங்கைப் பற்றி விவாதிக்கவும். மேலும் சமூக நிகழ்வுகளைப் படிக்க இதை எவ்வாறு பயன்படுத்தலாம் என்பதற்கான உதாரணத்தை வழங்கவும்.

12. ஒரு குறிப்பிட்ட எடுத்துக்காட்டைப் பயன்படுத்தி, காட்சித் தரவை பகுப்பாய்வு செய்ய உள்ளடக்க பகுப்பாய்வை எவ்வாறு பயன்படுத்தலாம் என்பதை விளக்குங்கள்.

13. காட்சி சமூகவியலில் காட்சித் தரவுகளுடன் பணிபுரியும் போது தகவலறிந்த சம்மதத்தைப் பெறுதல் மற்றும் தனியுரிமையைப் பராமரித்தல் ஆகியவற்றின் செயல்முறையை விவரிக்கவும்.

14. காட்சி சமூகவியலில் இயக்கவியலுக்கும் பிரதிநிதித்துவ சக்திக்கும் இடையிலான உறவை பகுப்பாய்வு செய்யுங்கள், ஒரு குறிப்பிட்ட காட்சி ஊடகத்திலிருந்து ஒரு உதாரணத்தை வழங்குகிறது.

15. காட்சி சமூகவியலில் இடைநிலைத்தன்மையின் முக்கியத்துவத்தைப் பற்றி விவாதிக்கவும். மேலும் பல்வேறு துறைகளில் ஒத்துழைப்பை எவ்வாறு வளர்க்க முடியும் என்பதற்கான உதாரணத்தை வழங்கவும்.

16. ஒரு குறிப்பிட்ட கலாச்சார நடைமுறை அல்லது சமூக நிகழ்வைப் படிக்கும் காட்சி இனவரைவியல் எவ்வாறு பயன்படுத்தப்படலாம் என்பதை விளக்குங்கள்.

17. காட்சி சமூகவியல் துறையில் தொழில்நுட்ப முன்னேற்றங்களால் வழங்கப்படும் சவால்கள் மற்றும் வாய்ப்புகள் பற்றி விவாதிக்கவும்.

18. ஒரு காட்சி விவரத்தை பகுப்பாய்வு செய்யுங்கள் (ஒரு படம் போன்றவை(காமிக் துண்டு, அல்லது புகைப்படக் கட்டுரை) அதன் சமூகவியல் கருப்பொருள்கள் மற்றும் செய்திகளின் அடிப்படையில்.

19. ஒரு காட்சி பிரதிநிதித்துவத்தின் குறியியல் பகுப்பாய்வை நடத்தும் செயல்முறையை ஒரு உதாரணத்துடன் விவரிக்கவும்.

20. காட்சி சமூகவியல் எவ்வாறு செயல்படுகிறது என்பதை விளக்குங்கள்.கலை மற்றும் கலாச்சாரத்தைப் புரிந்துகொள்வதற்கும் பாராட்டுவதற்கும் பங்களிக்க முடியும்,ஒரு குறிப்பிட்ட காட்சி ஊடகத்திலிருந்து ஒரு உதாரணத்தை வழங்குதல்.

10 மதிப்பெண் வினாக்கள்:

1. குறிப்பிட்ட உதாரணங்களை வழங்குதல், பாரம்பரிய சமூகவியல் கோட்பாட்டிற்கும் காட்சிப் படிமத்திற்கும் இடையிலான உறவை பகுப்பாய்வு செய்யுங்கள். (பகுப்பாய்வு)

2. காட்சி சமூகவியலில் நிகழ்வின் முக்கியத்துவத்தைப் பற்றி விவாதிக்கவும், மேலும் காட்சிப் பொருட்களின் ஆய்வுக்கு அதை எவ்வாறு பயன்படுத்தலாம் என்பதற்கான எடுத்துக்காட்டுகளை வழங்கவும். (பயன்படுத்துதல்)

3. பின்னவீனத்துவத்தின் பங்களிப்புகளை மதிப்பிடுங்கள்.காட்சி சமூகவியலுக்குமேலும் அது கலாச்சார காட்சியைப் புரிந்துகொள்வதில் எவ்வாறு தாக்கத்தை ஏற்படுத்தியது. (மதிப்பீடு செய்தல்)

4. ஒரு குறிப்பிட்ட வழக்கு ஆய்வைப் பயன்படுத்தி, பின்நவீனத்துவ சூழலில் சமூக அடையாளங்களின் கட்டுமானம், பேச்சுவார்த்தை மற்றும் வெளிப்பாடு ஆகியவற்றில் காட்சிப் பொருட்களின் பங்கை விளக்குங்கள். (பயன்படுத்துதல்)

5. காட்சி சமூகவியலில் பின்நவீனத்துவக் கண்ணோட்டங்களை இணைப்பதில் உள்ள சவால்கள் மற்றும் வாய்ப்புகளை விமர்சன ரீதியாக விவாதிக்க வேண்டும் ஆராய்ச்சி. (மதிப்பீடு செய்தல்)

6. டிஜிட்டல் மற்றும் சமூக ஊடகங்களின் தாக்கத்தை மதிப்பிடுங்கள். காட்சி சமூகவியல் பற்றி, ஆராய்ச்சியாளர்கள் மற்றும் பயிற்சியாளர்களுக்கு அவை வழங்கும் வாய்ப்புகள் மற்றும் சவால்களைப் பற்றி விவாதித்தல்.

7. ஒரு குறிப்பிட்ட சமூகவியல் பிரச்சினை அல்லது நிகழ்வை ஆராயும் ஒரு காட்சி விவரம் (கதை பலகை, புகைப்படக் கட்டுரை அல்லது குறுகிய வீடியோ போன்றவை) உருவாக்கி, அதை உருவாக்கும் செயல்முறையைப் பற்றி விவாதிக்கவும், பிரதிநிதித்துவம் மற்றும் கட்டமைப்பின் அடிப்படையில் தேர்ந்தெடுக்கப்பட்ட தேர்வுகள் முன்னிலைப்படுத்தவும்.

8. ஒரு குறிப்பிட்ட காட்சி ஊடகம் அல்லது திட்டத்தில் பிரதிநிதித்துவம் மற்றும் சக்தி இயக்கவியல் தொடர்பான நெறிமுறைக் கருத்தாய்வுகளை விமர்சன ரீதியாக மதிப்பிடுங்கள், இந்தப் பிரச்சினைகளைத் தீர்ப்பதற்கான சாத்தியமான உத்திகளைப் பற்றி விவாதிக்கவும்.

9. ஒரு காட்சி சமூகவியலை வடிவமைக்கவும், ஒரு குறிப்பிட்ட சமூகப் பிரச்சினை அல்லது நிகழ்வை ஆராய்வதற்கான ஆராய்ச்சித் திட்டம், அதில் உள்ள வழிமுறை அணுகுமுறை, தரவு சேகரிப்பு நுட்பங்கள் மற்றும் நெறிமுறைக் கருத்தாய்வுகளை கோடிட்டுக் காட்டுகிறது.

10. காட்சி சமூகவியலின் திறனை மதிப்பிடுங்கள். பொது ஈடுபாடு மற்றும் சமூக மாற்றத்திற்கான ஒரு கருவியாக, விழிப்புணர்வை ஏற்படுத்தவும், பொதுமக்களின் ஆதரவை உருவாக்கவும், சமூகப் பிரச்சினைகளில் நடவடிக்கை எடுக்க ஊக்குவிக்கவும் காட்சிப் பொருட்கள் எவ்வாறு பயன்படுத்தப்பட்டுள்ளன என்பதற்கான குறிப்பிட்ட எடுத்துக்காட்டுகளைப் பற்றி விவாதிக்கிறது.

பரிந்துரைக்கப்பட்ட ஆய்வுகள்

பால், எம்.எஸ்., & ஸ்மித், ஜி.டபிள்யூ.எட். (பதிப்பாளர்கள்). (1992). காட்சித் தரவை பகுப்பாய்வு செய்தல். சேஜ் வெளியீடுகள்.

பாங்க்ஸ், எம். (2001) சமூக ஆராய்ச்சியில் காட்சி முறைகள். SAGE வெளியீடுகள்.

சாப்ளின், இ. (1994) சமூகவியல் மற்றும் காட்சி பிரதிநிதித்துவம். ரூட்லெட்ஜ்.

கோலியர், ஜெ., & கோலியர், எம். (1986). காட்சி மானுடவியல்: புகைப்படம் எடுத்தல்ஒரு ஆராய்ச்சி முறையாக. நியூ மெக்ஸிகோ பல்கலைக்கழக அச்சகம்.

எம்மிசன், எம்., & ஸ்மித், பி. (2000) காட்சி ஆராய்ச்சி: படங்கள், பொருள்கள், சூழல்கள் மற்றும் சமூக மற்றும் கலாச்சார விசாரணையில் தொடர்புகள். SAGE வெளியீடுகள்.

கிரேடி, ஜெ. (பதிப்பு). (2018) காட்சி ஆராய்ச்சி: காட்சி ரீதியாக சிந்திப்பது பற்றிய ஒரு சுருக்கமான அறிமுகம். ப்ளூம்ஸ்பரி அகாடமிக்.

ஹார்பர், டி (2012) காட்சி சமூகவியல். ரூட்லெட்ஜ்.

மார்கோலிஸ், இ., & பவுவெல்ஸ், எல். (பதிப்பாளர்கள்). (2011) காட்சி ஆராய்ச்சி முறைகளின் SAGE கையேடு. SAGE வெளியீடுகள்.

மிட்செல், WJT (1994). படக் கோட்பாடு: வாய்மொழி மற்றும் காட்சி பிரதிநிதித்துவம் பற்றிய கட்டுரைகள்.. சிகாகோ பல்கலைக்கழக அச்சகம்.

பிரஸ்ஸர், ஜெ. (பதிப்பு). (1998) பட   அடிப்படையிலான ஆராய்ச்சி: தரமான ஆராய்ச்சியாளர்களுக்கான ஒரு மூல புத்தகம். ரூட்லெட்ஜ்.

ரோஸ், ஜி. (2016) காட்சி முறைகள்: காட்சிப் பொருட்களுடன் ஆராய்ச்சிக்கான ஒரு அறிமுகம். SAGE வெளியீடுகள்.

ஸ்டான்சாக், ஜி.சி (பதிப்பு). (2007). காட்சி ஆராய்ச்சி முறைகள்: பிம்பம், சமூகம் மற்றும் பிரதிநிதித்துவம். SAGE வெளியீடுகள்.

இரண்டு

காட்சி சமூகவியல்: அணுகுமுறைகள்

காட்சி தொடர்பு மற்றும் அதன் முக்கியத்துவம் பற்றிய சுருக்கமான கண்ணோட்டம்.

காட்சித் தொடர்பு என்பது படங்கள், சின்னங்கள் மற்றும் பிற காட்சி கூறுகளைப் பயன்படுத்தி கருத்துக்கள், கருத்துக்கள் மற்றும் தகவல்களை வெளிப்படுத்தும் ஒரு சக்திவாய்ந்த முறையாகும். இது புகைப்படம் எடுத்தல், திரைப்படம், வீடியோ, கிராஃபிக் வடிவமைப்பு மற்றும் விளக்கப்படம் உள்ளிட்ட பல்வேறு ஊடகங்களை உள்ளடக்கியது. ஆரம்பகால குகை ஓவியங்கள் முதல் நவீன டிஜிட்டல் ஊடகங்கள் வரை, காட்சித் தொடர்புகளின் முக்கியத்துவம் வரலாறு முழுவதும் தெளிவாகத் தெரிகிறது. இன்று, காட்சித் தொடர்பு நமது அன்றாட வாழ்க்கையின் ஒரு தவிர்க்க முடியாத பகுதியாக மாறியுள்ளது, உலகத்தைப் பற்றிய நமது புரிதலை வடிவமைக்கிறது செயல்கள் மற்றும் விளைவுகளை பாதிக்கிறது.

காட்சித் தொடர்புகள் வளர்ந்து வரும் முக்கியத்துவத்திற்கு பல காரணிகள் காரணமாக இருக்கலாம். முதலாவதாக, மனிதர்கள் பெரும்பாலும் காட்சி உயிரினங்கள். உலகத்திலிருந்து நாம் பெறும் தகவல்களில் சுமார் 80% நமது பார்வை புலன் மூலம் பெறப்படுவதாக ஆராய்ச்சி கூறுகிறது. காட்சித் தொடர்பு இந்த உண்மையைப் பயன்படுத்தி, சிக்கலான கருத்துக்களையும் செய்திகளையும் திறமையாகவும் திறம்படவும் செயலாக்கவும் புரிந்துகொள்ளவும் உதவுகிறது.

இரண்டாவதாக, காட்சித் தொடர்பு மொழித் தடைகளைத் தாண்டி, உள்ளடக்கிய தகவல் பரிமாற்றம். மொழி மற்றும் சொற்களஞ்சியம் பற்றிய பகிரப்பட்ட புரிதலை நம்பியிருக்கும் வாய்மொழித் தொடர்பு போலல்லாமல், காட்சித் தொடர்புதகவல்தொடர்பை பெரும்பாலும் பல்வேறு கலாச்சார மற்றும் மொழியியல் பின்னணியைச் சேர்ந்த தனிநபர்களால் புரிந்து கொள்ள முடியும். உலகமயமாக்கல் மற்றும் டிஜிட்டல் ஊடக யுகத்தில், எல்லைகள் மற்றும் மொழிகள் கடந்து தகவல் பகிரப்படும் காட்சித் தொடர்பின் இந்த உலகளாவிய ஈர்ப்பு அதன் முக்கியத்துவத்திற்கு பங்களித்துள்ளது.

மூன்றாவதாக, காட்சித் தொடர்பு, உரை அடிப்படையிலான தகவல்தொடர்பு மூலம் அடைய முடியாத உடனடித் தன்மை மற்றும் தாக்கத்தை வழங்குகிறது. படங்கள், சின்னங்கள் மற்றும் காட்சி கூறுகள் உணர்ச்சிகளைத் தூண்டலாம், சிந்தனையைத் தூண்டலாம் மற்றும் நீடித்த பதிவுகளை உருவாக்கலாம். இந்த உணர்ச்சி அதிர்வு காட்சித் தொடர்புகளின் முக்கிய

அம்சமாகும், ஏனெனில் இது பார்வையாளர்களை வற்புறுத்தவும், தெரிவிக்கவும், ஊக்குவிக்கவும் சக்தி கொண்டது.

மேலும், டிஜிட்டல் மற்றும் ஒன்றோடொன்று இணைக்கப்பட்ட நமது உலகில் காட்சித் தொடர்பு ஒரு முக்கிய பங்கை வகிக்கிறது. நாம் சந்திக்கும் தகவல்களின் அளவு அதிகரித்து வருவதால், அதைச் செயலாக்குவதற்கும் புரிந்துகொள்வதற்கும் பயனுள்ள மற்றும் திறமையான வழிகளுக்குத் தேவை அதிகரித்துள்ளது. காட்சித் தொடர்பு இந்தச் சவாலுக்கு ஒரு தீர்வை வழங்குகிறது, ஏனெனில் இது எளிதில் ஜீரணிக்கக்கூடிய காட்சி கூறுகள் மூலம் தகவல்களை விரைவாகப் பெறலாம் பரப்புவதற்கும் புரிந்துகொள்வதற்கும் உதவுகிறது. சமூக ஊடகங்களின் சூழலில் இது மிகவும் முக்கியமானது, அங்கு கவனக் குறைவு, பார்வையாளர்களுக்கான போட்டி கடுமையாக உள்ளது.

காட்சித் தொடர்பு விமர்சன சிந்தனை திறன்களின் வளர்ச்சியையும் எளிதாக்குகிறது, ஏனெனில் பார்வையாளர்கள் காட்சி உள்ளடக்கத்தில் தீவிரமாக ஈடுபடுகின்றனர் விளக்கவும் இது தேவைப்படுகிறது. இன்றைய உலகில், படங்கள் மற்றும் செய்திகளால் நாம் தொடர்ந்து தாக்கப்படுகிறோம், தனிநபர்கள் எதிர்கொள்ளும் காட்சித் தகவலை விமர்சன ரீதியாக மதிப்பிடவும் மதிப்பீடு செய்யவும் முடியும். இந்தத் திறன்களை வளர்ப்பது, தகவலறிந்த முடிவுகளை எடுக்கவும், நம்மைச் சுற்றியுள்ள உலகத்துடன் மிகவும் திறம்பட ஈடுபடவும் நமக்கு உதவுகிறது.

மேலும், காட்சித் தொடர்பு பொதுக் கருத்தை வடிவமைப்பதிலும், கருத்துக்களைப் பாதிப்பதிலும், சமூக மாற்றத்தை இயக்குவதிலும் மகத்தான சக்தியைக் கொண்டுள்ளது. எடுத்துக்காட்டாக, ஆவணப்பட புகைப்படம் எடுத்தல் மற்றும் புகைப்பட இதழியல் ஆகியவை சமூகப் பிரச்சினைகளை அம்பலப்படுத்துவதிலும், பொது விழிப்புணர்வை குறிப்பிடத்தக்க பங்கைக் கொண்டுள்ளது. சிவில் உரிமைகள் இயக்கம் அல்லது வியட்நாம் போரின் போது எடுக்கப்பட்டவை போன்ற சின்னச் சின்ன படங்கள், இந்த வரலாற்று நிகழ்வுகளின் கூட்டு நினைவையும் புரிதலையும் வடிவமைத்துள்ளன.

சந்தைப்படுத்தல், விளம்பரம் மற்றும் பிராண்ட் மேம்பாட்டில் காட்சித் தொடர்பு ஒரு முக்கிய கருவியாக மாறியுள்ளது. காட்சிகளின் மூலோபாய பயன்பாட்டு நிறுவனங்கள் தங்கள் செய்திகள், மதிப்புகள் மற்றும் அடையாளங்களைத் தொடர்பு கொள்ளவும், போட்டியாளர்களிடமிருந்து தங்களை வேறுபடுத்திக் கொள்ளவும், அவர்களின் இலக்கு பார்வையாளர்கள் மீது நீடித்த தாக்கத்தை உருவாக்கவும் உதவும்.

கல்வித் துறை, கற்றல் அனுபவங்களையும் மேம்படுத்தும் காட்சித் தொடர்பு ஒரு விலைமதிப்பற்ற கருவியாகச் செயல்படுகிறது. வரைபடங்கள், விளக்கப்படங்கள் மற்றும் விளக்கப்படங்கள் போன்ற காட்சி உதவிகள் சிக்கலான கருத்துக்களை தெளிவுபடுத்த உதவும்,தகவல்களைத் தக்கவைத்துக்கொள்வதையும் நினைவுபடுத்துவதையும் மேம்படுத்துதல், மேலும் பல்வேறு கற்றல் பாணிகளைப் பூர்த்தி செய்தல்.

இறுதியாக, காட்சித் தொடர்பு என்பது படைப்பு வெளிப்பாடு மற்றும் கதைசொல்லுக்கு ஒரு சக்திவாய்ந்த ஊடகமாக செயல்படுகிறது. புகழ்பெற்ற கலைஞர்கள் மற்றும் திரைப்பட தயாரிப்பாளர்களின் படைப்புகள் முதல் சமூக ஊடக தளங்களில் பயனர் உள்ளடக்கம் வரை, காட்சித் தொடர்பு தனிநபர்கள் கண்ணோட்டங்கள், அனுபவங்கள் மற்றும் தங்கள் கருத்துக்களை வெளிப்படுத்த ஒரு தளத்தை வழங்குகிறது. அவ்வாறு செய்வதன் மூலம், இது பச்சாதாபம், புரிதல் மற்றும் உரையாடலை வளர்க்கிறது, கலாச்சார மற்றும் சமூக பிளவுகளை இணைக்கிறது.

இன்றைய உலகில் காட்சி ஊடகங்களை விளக்குவதன் முக்கியத்துவம்

இன்றைய உலகில் காட்சி ஊடகங்களை விளக்குவதன் மூலம் முக்கியத்துவத்தை மிகைப்படுத்த முடியாது. டிஜிட்டல் யுகத்தில் நாம் தொடர்ந்து முன்னேறி வருவதால், காட்சி உள்ளடக்கத்தின் பரவல் உயர்ந்துள்ளது, மேலும் படங்கள், வீடியோக்கள் மற்றும் பிற காட்சிகள் ஊடகங்களுக்கான நமது வெளிப்பாடு நமது அன்றாட வாழ்க்கையின் ஒரு ஒருங்கிணைந்த பகுதியாக மாறிவிட்டது. காட்சித் தகவல்களின் இந்த தொடர்ச்சியான

வருகை, ஊடகங்களை விளக்குவதற்கும் விமர்சன ரீதியாக மதிப்பிடுவதற்கும் உள்ள திறனை முன்னெப்போதையும் விட மிகவும் முக்கியமானதாக ஆக்கியுள்ளது. இந்த சூழலில், காட்சி ஊடகங்களை விளக்குவதன் முக்கியத்துவத்தைப் புரிந்துகொள்வது ஊடக எழுத்தறிவு, விமர்சன சிந்தனை, கலாச்சார புரிதல், பொதுக் கருத்து வடிவமைப்பதில் காட்சி ஊடகங்களின் பங்கு மற்றும் நமது தனிப்பட்ட மற்றும் தொழில்முறை வாழ்க்கை காட்சிகளின் தாக்கம் உள்ளிட்ட பல முக்கியமானவை உள்ளடக்கியது.

ஊடக எழுத்தறிவு:

ஊடக எழுத்தறிவு திறன்களை வளர்ப்பதில் காட்சி ஊடகங்களை விளக்குவது அவசியம், இது ஊடக உள்ளடக்கத்தை அணுகுதல், பகுப்பாய்வு செய்தல், மதிப்பீடு செய்தல் மற்றும் உருவாக்குதல் ஆகியவற்றைக் குறிக்கிறது. இன்றைய டிஜிட்டல் முறையில் இணைக்கப்பட்ட உலகில், பல்வேறு வகையான காட்சி ஊடகங்களால் நாம் தொடர்ந்து தாக்கப்படுவதால், இந்த ஊடகங்களைப் புரிந்துகொள்வது, புரிந்துகொள்வது மற்றும் அவர்களுடன் விமர்சன ரீதியாக ஈடுபடுவது மிகவும் முக்கியமானது. ஊடக எழுத்தறிவு தனிநபர்களை பொறுப்பான நுகர்வோராகவும் ஊடகத்தின் படைப்பாளிகளாகவும் மாற அதிகாரம் வழங்குதல், மேலும் தவறான தகவல்கள் மற்றும் கையாளுதல்களுக்கு எதிராக பகுத்தறிவு மற்றும் மீள்தன்மையுடன் சிக்கலான ஊடக நிலப்பரப்பில் செல்ல அவர்களுக்கு உதவுகிறது.

விமர்சன சிந்தனை:

காட்சி ஊடகங்களை விளக்கும் திறனாய்வு சிந்தனை திறன்களை வளர்க்கிறது, ஏனெனில் இது தனிநபர்கள் எதிர்கொள்ளும் காட்சி உள்ளடக்கம் கேள்வி கேட்க, பகுப்பாய்வு செய்ய மற்றும் மதிப்பீடு செய்ய ஊக்குவிக்கிறது. காட்சி செய்திகளை மறுகட்டமைக்கும் திறனை வளர்ப்பதன் மூலமும், அடிப்படை சார்புகளை காண்பதன் மூலமும், காட்சி ஊடகங்களின் செல்லுபடியாகும் தன்மை மற்றும் நம்பகத்தன்மையை மதிப்பிடுவதன் மூலமும், தனிநபர்கள் தகவலறிந்த முடிவுகள் மற்றும் தீர்ப்புகளை எடுக்க சிறப்பாக தயாராக உள்ளனர். உண்மைக்கும் புனைவுக்கும் இடையில் வேறுபாடு காண்பது பெருகிய முறையில் சவாலானதாகி வரும் பல தகவல்களால் குறிக்கப்பட்ட ஒரு சகாப்தத்தில் இந்த திறன் தொகுப்பு விலைமதிப்பற்றது.

கலாச்சார புரிதல்:

காட்சி ஊடகங்களை விளக்குவது கலாச்சார புரிதலையும், கலாச்சாரங்களுக்கு இடையேயான தொடர்பையும் வளர்ப்பதில் முக்கிய பங்கு வகிக்கிறது. காட்சி உள்ளடக்கம் பெரும்பாலும் மொழித் தடைகளைத் தாண்டி, பல்வேறு பின்னணிகளைச் சேர்ந்த தனிநபர்கள் தங்கள் கண்ணோட்டங்கள், அனுபவங்கள் மற்றும் கருத்துக்களை இணைக்கவும் பகிர்ந்து கொள்ளவும் உதவுகிறது. காட்சி ஊடகங்களுடன் ஈடுபடுவதன் மூலமும், விளக்குவதன் மூலமும், பல்வேறு கலாச்சாரங்களின் மதிப்புகள், நம்பிக்கைகள் மற்றும் சமூக விதிமுறைகள் பற்றியது நுண்ணறிவைப் பெறலாம், பச்சாதாபம், சகிப்புத்தன்மை மற்றும் பரஸ்பர மரியாதை ஆகியவற்றை வளர்க்கலாம். அதிகரித்து வரும் உலகமயமாக்கப்பட்ட உலகில், காட்சி ஊடகங்கள் மூலம் பல்வேறு கலாச்சாரங்களைப் புரிந்துகொண்டு பாராட்டு திறன், கலாச்சாரங்களுக்கு இடையேயான உரையாடல் மற்றும் ஒத்துழைப்பை வளர்க்கும் ஒரு முக்கிய திறமையாகும்.

பொதுக் கருத்தை வடிவமைத்தல்:

காட்சி ஊடகங்கள் பொதுக் கருத்தை வடிவமைப்பதிலும் சமூக மாற்றத்தை ஏற்படுத்துவதிலும் ஆழமான தாக்கத்தை ஏற்படுத்துகின்றன. படங்கள் மற்றும் வீடியோக்கள் சக்திவாய்ந்த உணர்ச்சிகளைத் தூண்டி, நீடித்த பதிவுகளை உருவாக்கி, பல்வேறு பிரச்சினைகள், நிகழ்வுகள் மற்றும் தலைப்புகளை நாம் எவ்வாறு உணர்கிறோம் மற்றும் புரிந்துகொள்கிறோம் என்பதை பாதிக்கிறது. காட்சி உள்ளடக்கம் உணர்ச்சிகளைக் கையாளும், நமது நம்பிக்கைகளை வடிவமைக்கும் மற்றும் பொதுக் கருத்தை உருவாக்குவதற்கு பங்களிக்கும் வழிகளைப் புரிந்துகொள்வதில் காட்சி ஊடகங்களை விளக்குவது அவசியம். நாம் சந்திக்கும் காட்சி ஊடகங்களை விமர்சன ரீதியாக மதிப்பிடுவதன் மூலம் சாத்தியமான சார்புகள், நிகழ்ச்சிகள் மற்றும் தாக்கங்கள் குறித்து நாம் மேலும் அறிந்துகொள்ள முடியும், மேலும் நம்மைச் சுற்றியுள்ள உலகத்தைப் பற்றிய நமது கருத்துக்களை வடிவமைப்பதில் காட்சி ஊடகத்தின் பங்கை நன்கு புரிந்துகொள்ளவும் முடியும்.

தனிப்பட்ட மற்றும் தொழில்முறை தாக்கம்:

காட்சி ஊடகங்களை விளக்கும் திறன் நமது தனிப்பட்ட மற்றும் தொழில்முறை வாழ்க்கை இரண்டிலும் தாக்கங்களை ஏற்படுத்துகிறது. தனிப்பட்ட மட்டத்தில், காட்சி ஊடகங்களைப் புரிந்துகொள்வது கலை, திரைப்படம் மற்றும் பிற காட்சி வெளிப்பாடுகள் மீதான நமது பாராட்டை மேம்படுத்தும், நமது கலாச்சாரம் அனுபவங்களை வளப்படுத்தும் மற்றும் நமது படைப்பாற்றலை வளர்க்கும். தொழில்முறை ரீதியாக, காட்சி ஊடகங்களை விளக்கும் திறன் சந்தைப்படுத்தல், விளம்பரம், வடிவமைப்பு, பத்திரிகை மற்றும் கல்வி போன்ற பல்வேறு தொழில்களில் பெருகிய முறையில் மதிப்புமிக்க திறமையாகும். இந்தத் திறன்களை வளர்ப்பதன் மூலம், தனிநபர்கள் அந்தந்த துறைகளில் மிகவும் பயனுள்ள தொடர்பாளர்கள், ஒத்துழைப்பாளர்கள் மற்றும் முடிவெடுப்பவர்களாக மாறுகிறார்கள் முடியும்.

தவறான தகவல் மற்றும் போலிச் செய்திகளை எதிர்த்துப் போராடுதல்:

சமூக ஊடகங்கள் மற்றும் உடனடி தகவல் பகிர்வு யுகத்தில், தவறான தகவல் மற்றும் போலிச் செய்திகள் பரவுவது ஒரு குறிப்பிடத்தக்க கவலையாக மாறியுள்ளது. படங்கள், வீடியோக்கள் மற்றும் பிற காட்சி உள்ளடக்கங்களின் நம்பகத்தன்மை மற்றும் நம்பகத்தன்மையை தனிநபர்கள் ஆராய்வதால், காட்சி ஊடகங்கள் விளக்குவது இந்தப் பிரச்சினைகளை எதிர்த்துப் போராடுவதில் மிக முக்கியமானது. காட்சி ஊடகங்களை விமர்சன ரீதியாக மதிப்பிடுவதற்கான திறன்களை வளர்ப்பதன் மூலம், தனிநபர்கள் தகவல்களின் விழிப்புடன் கூடிய நுகர்வோராக மாறலாம் தவறான தகவல் மற்றும் போலீஸ் செய்திகளுக்கு எதிரான போராட்டத்தில் பங்களிக்க முடியும். இது, அர்த்தமுள்ள உரையாடலில் ஈடுபடவும், ஆதாரங்களை அடிப்படையாகக் கொண்ட முடிவுகளை எடுக்கவும், மிகவும் தகவலறிந்த மற்றும் விவேகமான சமூகத்தை உருவாக்க உதவுகிறது.

நெறிமுறை பரிசீலனைகள்:

காட்சி ஊடகங்களை விளக்குவது என்பது காட்சி உள்ளடக்கத்தின் உருவாக்கம், விநியோகம் மற்றும் நுகர்வு ஆகியவற்றுடன் தொடர்புடைய நெறிமுறை தாக்கங்களைப் புரிந்துகொள்வதையும் உள்ளடக்கியது. தனியுரிமை, ஒப்புதல், கையாளுதல் மற்றும் பிரதிநிதித்துவம் போன்ற சிக்கல்கள் காட்சி ஊடக நிலப்பரப்பில் குறிப்பிடத்தக்க பங்கை வகிக்கின்றன. காட்சி ஊடகங்களை விளக்கும் திறனை வளர்ப்பதன் மூலம், தனிநபர்கள் இந்த நெறிமுறை பரிசீலனைகளைப் பற்றி மேலும் அறிந்திருக்க முடியும், காட்சி உள்ளடக்கத்துடன் பொறுப்பான மற்றும் மரியாதைக்குரிய ஈடுபாட்டை ஊக்குவிக்க முடியும்.

அதிகாரமளித்தல் மற்றும் ஆதரவு:

விளிம்புநிலை சமூகங்களுக்கு குரல் கொடுக்கவும், முக்கியமான சமூகப் பிரச்சினைகள் குறித்த விழிப்புணர்வை ஏற்படுத்தவும், நேர்மறையான மாற்றத்தை ஏற்படுத்தவும் காட்சி ஊடகங்கள் சக்தி வாய்ந்தவை. காட்சி ஊடகங்களை விளக்குதல், தனிநபர்கள் காட்சி விவரிப்புகளின் சூழல், முக்கியத்துவம் மற்றும் தாக்கத்தைப் புரிந்துகொள்ள உதவுகிறது, சமூக நீதி மற்றும் சமத்துவத்திற்கான ஆதரவாளர்களாக மாற அவர்களுக்கு அதிகாரம் வழங்கப்படுகிறது. காட்சி ஊடகங்களுடன் விமர்சன ரீதியாக ஈடுபடுவதன் மூலம், தனிநபர்கள் பல்வேறு பிரச்சினைகள் குறித்த பரந்த விவாதத்திற்கு பங்களிக்க முடியும், ஒற்றுமை மற்றும் கூட்டு நடவடிக்கையை ஊக்குவிக்க முடியும்.

தொழில்நுட்ப முன்னேற்றங்கள் மற்றும் புதிய ஊடக வடிவங்கள்:

தொழில்நுட்பம் தொடர்ந்து முன்னேறி வருவதால், காட்சி ஊடக நிலப்பரப்பு தொடர்ந்து உருவாகி வருகிறது, இது மெய்நிகர் யதார்த்தம், ஆக்மென்டட் யதார்த்தம் மற்றும் தரவு காட்சிப்படுத்தல் போன்ற புதிய காட்சி தொடர்பு வடிவங்களை உருவாக்குகிறது. இந்த புதிய ஊடக வடிவங்களுக்கு ஏற்ப காட்சி ஊடகங்களை விளக்கும் திறன் அவசியம், இது தனிநபர்கள் எப்போதும் மாறிவரும் டிஜிட்டல் நிலப்பரப்பில் திறம்பட செல்லவும், வளர்ந்து வரும் தொழில்நுட்பங்களின் திறனைப் பயன்படுத்தவும் முடியும் என்பதை உறுதி செய்கிறது.

உணர்ச்சி நுண்ணறிவு மற்றும் பச்சாதாபம்:

காட்சி ஊடகங்களை விளக்குவது என்பது காட்சி உள்ளடக்கத்தின் மூலம் வெளிப்படுத்தப்படும் உணர்ச்சிகள் மற்றும் கண்ணோட்டங்களைப் புரிந்துகொள்வதையும் அவர்களுடன் ஈடுபடுவதையும் உள்ளடக்கியது. இந்த செயல்முறை உணர்ச்சி நுண்ணறிவு மற்றும் பச்சாதாபத்தை வளர்க்கிறது, தனிநபர்கள் மற்றவர்களுடன் ஆழமான மட்டத்தில் இணைவதற்கும் மனித அனுபவத்தைப் பற்றியும் பற்றிய சிறந்த புரிதலை வளர்ப்பதற்கு உதவுகிறது. அதிகரித்து வரும் ஒன்றோடொன்று இணைக்கப்பட்ட நமது உலகில் இரக்கம், புரிதல் மற்றும் ஒத்துழைப்பை மேம்படுத்துவதில் இந்தத் திறன்கள் அவசியம்.

காட்சி பகுப்பாய்விற்கான கோட்பாடுகள் மற்றும் அணுகுமுறைகள்:

குறிகள் மற்றும் சின்னங்களைப் பற்றிய ஆய்வான குறியியல், காட்சி ஊடகங்களைப் புரிந்துகொள்வதற்கு ஒரு முக்கிய அணுகுமுறை உருவெடுத்துள்ளது. குறியியல், படங்கள், வண்ணங்கள் மற்றும் அச்சுக்கலை முதல் ஒலிகள் மற்றும் சைகைகள் வரை எதையும் உள்ளடக்கிய குறியியல்களைப் பயன்படுத்துவதன் மூலம் மூலம் பொருள் எவ்வாறு உருவாக்கப்படுகிறது, வெளிப்படுத்தப்படுகிறது மற்றும் விளக்கப்படுகிறது என்பதை ஆராய்கிறது. காட்சி பகுப்பாய்வுத் துறையில், குறியியல் துறையில் இரண்டு முக்கிய நபர்களான ரோலண்ட் பார்ட்ஸ் மற்றும் உம்பர்ட்டோ ஈகோ, காட்சி அறிகுறிகள் எவ்வாறு செயல்படுகின்றன மற்றும் அர்த்தத்தை உருவாக்குகின்றன என்பது பற்றிய புரிதலுக்கு குறிப்பிடத்தக்க பங்களிப்பைச் செய்கிறது. இந்தக் கட்டுரை பார்ட்ஸ் மற்றும் ஈகோ முன்வைத்த கோட்பாடுகள் மற்றும் அணுகுமுறைகளை ஆராய்ந்து, காட்சி பகுப்பாய்விற்கு அவற்றின் பொருத்தத்தை ஆராயும்.

ரோலண்ட் பார்ட்ஸ் (1915-1980):

பிரெஞ்சு இலக்கியக் கோட்பாட்டாளரும் குறியியல் நிபுணருமான ரோலண்ட் பார்டேஸ், குறியியல் துறையில், குறிப்பாக காட்சி கலாச்சாரம் தொடர்பாக, தனது முன்னோடிப் பணிக்காகப் புகழ்பெற்றவர். காட்சி பகுப்பாய்வுத் துறையில் பார்த்தேஸின் மிகவும் செல்வாக்கு மிக்க படைப்பு அவரது "படம், இசை, உரை" (1977) ஆகும், இதில் புகைப்படம்

எடுத்தல், விளம்பரம் மற்றும் திரைப்படம் போன்ற பல்வேறு வகையான ஊடகங்களில் அடையாளங்கள் மற்றும் சின்னங்களின் பங்கை ஆராயும் பல கட்டுரைகள் உள்ளன.

குறியியல் துறையில் பார்த்தேஸின் முக்கிய பங்களிப்பு ஒன்று, குறிப்பிற்கும் குறிப்பிற்கும் இடையே வேறுபாடாகும். குறிப்பானது ஒரு அடையாளத்தின் நேரடி, புறநிலை அர்த்தத்தைக் குறிக்கிறது, அதே நேரத்தில் குறிப்பானது ஒரு அடையாளத்தைத் தூண்டக்கூடிய அகநிலை, துணை அர்த்தங்களைக் குறிக்கிறது. காட்சி பகுப்பாய்வின் சூழலில், இந்த வேறுபாடு ஒரு படத்தில் இருக்கும் அடுக்கு அர்த்தங்களைப் புரிந்துகொள்ள நமக்கு உதவுகிறது, இது மிகவும் நுணுக்கமான விளக்கத்தை அனைவரும்.

பார்த்தேஸ் தொன்மம் என்ற கருத்தையும் அறிமுகப்படுத்தினார், இதை அவர் இரண்டாம் வரிசை செமியோலாஜிக்கல் அமைப்பு என்று வரையறுத்தார், இது முதல்-வரிசை அமைப்பை உருவாக்குகிறது.குறிப்பீடு மற்றும் பொருள் விளக்கம். பார்த்தேஸின் கூற்றுப்படி, தொன்மங்கள் என்பது கலாச்சார ரீதியாக குறிப்பிட்ட கதைகள் ஆகும், அவை சில மதிப்புகள், சித்தாந்தங்கள் மற்றும் நம்பிக்கைகள் இயல்பாக்குவதற்கும் நிலைநிறுத்துவதற்கும் உதவுகின்றன. காட்சி பகுப்பாய்வில், ஒரு படத்தின் புராணக் கூறுகளை ஆராய்வது அதன் அர்த்தத்தைத் தெரிவிக்கும் அடிப்படை கலாச்சார அனுமானங்கள் மற்றும் சித்தாந்தங்களை வெளிப்படுத்தலாம்.

மேலும், "தி ரெட்டோரிக் ஆஃப் தி இமேஜ்" (1964) என்ற பார்த்ஸின் கட்டுரை, படங்கள் காட்சி மொழியின் ஒரு வடிவமாக செயல்படும் வழிகளை ஆராய்கிறது, அவற்றின் சொந்த தொடரியல், இலக்கணம் மற்றும் சொல்லாட்சிக் கலை ஆகியவற்றைக் கொண்டுள்ளது. ஒரு படத்திற்குள் மூன்று நிலை அர்த்தங்களை பார்ஸ் அடையாளம் காண்கிறது: மொழியியல் செய்தி, குறியிடப்பட்ட சின்னச் செய்தி மற்றும் குறியிடப்படாத சின்னச் செய்தி. இந்த நிலை அர்த்தங்களை பகுப்பாய்வு செய்வதன் மூலம், ஒரு படம் எவ்வாறு தொடர்பு கொள்கிறது மற்றும் அர்த்தத்தை உருவாக்குகிறது ஆழமான புரிதலைப் பெறலாம்.

உம்பர்ட்டோ எக்கோ (1932-2016):

இத்தாலிய குறியியல் நிபுணர், தத்துவஞானி மற்றும் நாவலாசிரியரான உம்பர்ட்டோ ஈகோ, பல்வேறு கலாச்சார சூழல்களுக்கான குறிகளும் சின்னங்களும் செயல்படும் விதங்களில் கவனம் செலுத்தி, குறியியல் துறையில் குறிப்பிடத்தக்க பங்களிப்புகளைச் செய்தார். குறியியல் குறித்த ஈகோவின் பணி, மொழியியல், மானுடவியல் மற்றும் உளவியல் போன்ற துறைகளை மையமாகக் கொண்ட ஒரு இடைநிலை அணுகுமுறை வகைப்படுத்தப்படுகிறது.

குறியியல் துறையில் ஈகோவின் மிக முக்கியமான பங்களிப்புகளில் ஒன்று "குறியீடுகள்" என்ற கருத்தை அவர் உருவாக்கியது. ஈகோவின் கூற்றுப்படி, குறியீடுகள் என்பது அறிகுறிகளுக்கும் அவற்றின் அர்த்தங்களுக்கும் இடையிலான உறவை நிர்வகிக்கும் மரபுகள் அல்லது விதிகளின் தொகுப்பாகும். காட்சி பகுப்பாய்வில், ஒரு படத்தில் இருக்கும் குறியீடுகளை ஆராய்வது, அதன் விளக்கத்தைத் தெரிவிக்கும் கலாச்சார ரீதியாக குறிப்பிட்ட மரபுகளைப் புரிந்துகொள்ள உதவும்.

"வரம்பற்ற செமியாசிஸ்" என்ற கருத்தையும் ஈகோ அறிமுகப்படுத்தினார், இது அறிகுறிகளின் விளக்கம் ஒரு திறந்த-முடிவு செயல்முறை என்றும், அர்த்தங்கள் தொடர்ந்து பேச்சுவார்த்தை நடத்தப்பட்டு வருவதாகவும் கூறப்படுகிறது. இந்தக் கருத்து அர்த்த உருவாக்கத்தின் திரவதன்மை மற்றும் சுறுசுறுப்பை எடுத்துக்காட்டுகிறது, காட்சி அறிகுறிகளின் விளக்கத்தில் சூழல், கலாச்சாரம் மற்றும் தனிப்பட்ட அகநிலையின் முக்கியத்துவத்தை வலியுறுத்துகிறது.

மேலும், "திறந்த படைப்பு" (1962) பற்றிய ஈகோவின் படைப்பு, ஒரு உரை அல்லது படத்தின் பொருள் நிலையானது அல்லது முன்னரே தீர்மானிக்கப்படவில்லை, மாறாக வாசகர் அல்லது பார்வையாளரின் விளக்கத்திற்கு உட்பட்டது என்ற கருத்தை ஆராய்கிறது. இந்தக் கருத்து "அதிகாரப்பூர்வ" விளக்கத்தின் கருத்தை சவால் செய்கிறது, காட்சி பகுப்பாய்விற்கு மிகவும் பன்முகத்தன்மை கொண்ட மற்றும் ஜனநாயக அணுகுமுறை

ஊக்குவிக்கிறது. அர்த்தத்தை முக்கிய பார்வையாளரின் பங்கை ஏற்பதன் மூலம், ஈகோவை வலியுறுத்துகிறதுஒரே படத்திலிருந்து எழக்கூடிய மாறுபட்ட கண்ணோட்டங்கள் மற்றும் விளக்கங்களுடன் ஈடுபடுவது.

இந்த தத்துவார்த்த பங்களிப்புகளுக்கு மேலதிகமாக, பார்ட்ஸ் மற்றும் ஈகோ இருவரும் காட்சி ஊடகங்களை பகுப்பாய்வு செய்வதற்கான நடைமுறை வழிமுறைகளை உருவாக்கியுள்ளனர். "தி ரெடோரிக் ஆஃப் தி இமேஜ்" குறித்த பார்ட்ஸின் பணி, ஒரு படத்தின் பல்வேறு கூறுகளைப் பிரிப்பதற்கும், அர்த்தத்தை உருவாக்குவதற்கும் அவை எவ்வாறு தொடர்பு கொள்கின்றன என்பதை புரிந்துகொள்வதற்கும் ஒரு கட்டமைப்பை வழங்குகிறது. இதேபோல், குறியியல் தொடர்பான ஈகோவின் அணுகுமுறை, காட்சி அறிகுறிகளின் விளக்கத்தைத் தெரிவிக்கும் கலாச்சார குறியீடுகள் மற்றும் மரபுகளை ஆராய்வதன் முக்கியத்துவத்தை வலியுறுத்துகிறது.

காட்சி பகுப்பாய்விற்கு குறியியல் பயன்படுத்துதல்:

ரோலண்ட் பார்டெஸ் மற்றும் உம்பர்ட்டோ ஈகோ ஆகியோரால் முன்வைக்கப்பட்ட கோட்பாடுகள் மற்றும் அணுகுமுறைகளை காட்சி ஊடகங்களின் பகுப்பாய்விற்கு பயனுள்ள பயன்பாடு, இதனால் படங்கள் அர்த்தத்தை உருவாக்கும் மற்றும் வெளிப்படுத்தும் சிக்கலான வழிகளைப் பற்றிய ஆழமான புரிதலைப் பெற முடியும். குறிப்பு, பொருள், கட்டுக்கதை, குறியீடுகள் மற்றும் வரம்பற்ற செமியாசிஸ் போன்ற கருத்துகளைப் பயன்படுத்துவதன் மூலம், ஒரு படத்தில் பல அடுக்கு இருக்கும். அர்த்தங்களை நாம் ஆராயலாம், அதன் முறையான கூறுகள் மற்றும் அதன் விளக்கத்தைத் தெரிவிக்கும் கலாச்சாரம், கருத்தியல் மற்றும் அகநிலை காரணிகள் இரண்டையும் கருத்தில் கொள்ள வேண்டும். கொள்ளலாம்.

உதாரணமாக, ஒரு புகைப்படத்தை பகுப்பாய்வு செய்யும் போது, சித்தரிக்கப்பட்டுள்ள பொருட்கள், மக்கள் மற்றும் அமைப்புகள் போன்ற அதன் குறியீட்டு கூறுகள் ஆராய்வதன் மூலம் ஒருவர் தொடங்கலாம். அடுத்து, இந்த கூறுகளுடன் தொடர்புடைய அர்த்த அர்த்தங்களை ஆராயலாம், அவற்றுடன் இணைக்கப்பட்டுள்ள தொடர்புகள், உணர்ச்சிகள் மற்றும் கலாச்சாரம் குறியீட்டைக் கருத்தில் கொள்ளலாம். அங்கிருந்து, புராணக் கதைகள் மற்றும் கலாச்சாரக் குறியீடுகளின் இருப்பை ஒருவர் ஆராயலாம், படத்தின் அர்த்தத்தை தெரிவிக்கும் அடிப்படை சித்தாந்தங்கள் மற்றும் மதிப்புகளைக் கண்டறிய முயலலாம். இறுதியாக, திறந்தவெளிப் படைப்புக் கருத்து, பல்வேறு பார்வையாளர்களிடமிருந்து வெளிப்படும் பல்வேறு விளக்கங்களைக் கருத்தில் கொண்டு நம்மை அழைக்கிறது, அர்த்தத்தை பார்வையாளரின் செயலில் உள்ள பங்கை ஒப்புக்கொள்கிறது.

சமூக குறியியல்: குந்தர் கிரெஸ் மற்றும் தியோ வான் லீவென்

சமூக குறியியல் என்பது குறியியல் துறையின் ஒரு துணைப் பிரிவாகும், இது சமூக மற்றும் கலாச்சார காரணிகளின் குறியீடுகள் மற்றும் சின்னங்களின் உற்பத்தி, விளக்கம் மற்றும் பயன்பாடு எவ்வாறு பாதிக்கப்படுகிறது என்பதை மையமாகக் கொண்டுள்ளது. குந்தர் கிரெஸ் மற்றும் தியோ வான் லீவென் ஆகியோரின் பணி, குறிப்பாக காட்சி பகுப்பாய்வு தொடர்பாக, சமூக குறியியல் வடிவமைப்பில் முக்கிய பங்கு வகிக்கிறது. இரு அறிஞர்களும் சமூக சூழலையும், காட்சி அறிகுறிகளின் அர்த்தத்தையும் வடிவமைப்பதில் அதிகார உறவுகளின் பங்கையும் கருத்தில் கொள்ள வேண்டும் கொள்வதன் முக்கியத்துவத்தை வலியுறுத்தும் கோட்பாடுகள் மற்றும் வழிமுறைகளை உருவாக்கியுள்ளனர். இந்த கட்டுரை கிரெஸ் மற்றும் வான் லீவென் ஆகியோரின் சமூக குறியியல் பங்களிப்புகளை ஆராய்கிறது மற்றும் காட்சி பகுப்பாய்விற்கு அவற்றின் பொருத்தத்தை ஆராயும்.

குந்தர் கிரெஸ் (1940-2019):

ஜெர்மன் வம்சாவளியையச் சேர்ந்த மொழியியலாளரும் குறியியல் நிபுணருமான குந்தர் கிரெஸ், சமூக குறியியல் துறையில், குறிப்பாக பன்முகத்தன்மை, காட்சி தொடர்பு மற்றும் மொழி மற்றும் காட்சி ஊடகங்களில் சக்தி மற்றும் சித்தாந்தம் பற்றிய ஆய்வு ஆகிய துறைகளில் குறிப்பிடத்தக்க பங்களிப்புகளைச் செய்தார். அர்த்தத்தை உருவாக்குவதன் மூலம் சமூக மற்றும் கலாச்சார பரிமாணங்களில் முக்கியத்துவம் கொடுப்பதன் மூலமும், அறிகுறிகளின் உற்பத்தி மற்றும் விளக்கத்தை வடிவமைப்பதில் சக்தி உறவுகளின் பங்கை ஆராய்வதற்கான அர்ப்பணிப்பாலும் கிரெஸ்ஸின் பணி வகைப்படுத்தப்படுகிறது.

சமூக குறியியல் அறிவியலுக்கு கிரெஸ் அளித்த முக்கிய பங்களிப்புகளில் ஒன்று, மல்டிமாடல் கோட்பாட்டை உருவாக்குவதாகும். மல்டிமாடலிட்டி என்பது தகவல் தொடர்பு என்பது மொழியியல் அடையாளங்களை மட்டுமல்ல, காட்சி படங்கள், சைகைகள், ஒலி மற்றும் இடஞ்சார்ந்த ஏற்பாடுகள் போன்ற பல்வேறு மொழியியல் அல்லாத அர்த்த உருவாக்கும் முறைகளையும் உள்ளடக்கியது என்ற கருத்தைக் குறிக்கிறது. காட்சி பகுப்பாய்வின் சூழலில், கிரெஸ்ஸின் மல்டிமாடல் அணுகுமுறை, பல்வேறு தொடர்பு முறைகள் எவ்வாறு தொடர்பு கொள்கின்றன மற்றும் ஒரு உரை அல்லது படத்தின் ஒட்டுமொத்த அர்த்தத்திற்கு பங்களிக்கின்றன என்பதைக் கருத்தில் கொண்டு, காட்சி ஊடகங்களின் முழுமையான பரிசோதனையை ஊக்குவிக்கிறது.

கூடுதலாக, தியோ வான் லீவெனுடன் இணைந்து எழுதிய "காட்சி வடிவமைப்பின் இலக்கணம்" (1996) குறித்த கிரெஸின் படைப்பு, காட்சி ஊடகத்தின் முறையான கூறுகளான கலவை, நிறம் மற்றும் முன்னோக்கை பகுப்பாய்வு செய்வதற்கான ஒரு முறையான கட்டமைப்பை வழங்குகிறது. இந்த கட்டமைப்பு சமூக குறியியல் கொள்கைகளில் வேரூன்றியுள்ளது, காட்சி கூறுகளை ஒரு குறிப்பிட்ட சூழலுக்குள் குறிப்பிட்ட அர்த்தங்கள் மற்றும் செயல்பாடுகளைக் கொண்ட சமூக மற்றும் கலாச்சார ரீதியாக அமைந்துள்ள அறிகுறிகளாகப் புரிந்து கொள்ளக்கூடிய வழிகளை வலியுறுத்துகிறது.

தியோ வான் லீவென் (1947-தற்போது வரை):

டச்சு நாட்டைச் சேர்ந்த மொழியியலாளரும் குறியியல் நிபுணருமான தியோ வான் லீவென், சமூக குறியியல் கோட்பாட்டை வளர்ப்பதில் குந்தர் கிரெஸுடன் நெருக்கமாகப் பணியாற்றியுள்ளார், குறிப்பாக காட்சி தொடர்பு தொடர்பாக. வான் லீவெனின் பணி, சமூக மற்றும் கலாச்சார காரணிகள் காட்சி அறிகுறிகளின் உற்பத்தி, விளக்கம் மற்றும் பயன்பாட்டை வடிவமைக்கும் வழிகளிலும், இந்த செயல்முறைகளை மத்தியஸ்தம் செய்வதில் சக்தி உறவுகளின் பங்கிலும் கவனம் செலுத்துகிறது.

சமூக குறியியல் துறையில் வான் லீவெனின் மிக முக்கியமான பங்களிப்புகளில் ஒன்று, காட்சி இலக்கணம் குறித்த அவரது பணியாகும், இதை அவர் இணைந்து உருவாக்கினார்கிரெஸ். காட்சி இலக்கணம் என்பது சமூக குறியியல் கொள்கைகளின் அடிப்படையில் காட்சி ஊடகத்தின் முறையான கூறுகளை பகுப்பாய்வு செய்வதற்கான ஒரு முறையானது கட்டமைப்பாகும். இந்த அணுகுமுறை காட்சி கூறுகளை சமூக மற்றும் கலாச்சார ரீதியாக அமைந்துள்ள குறிகளாகப் புரிந்துகொள்ளக்கூடிய வழிகளை வலியுறுத்துகிறது, அவை ஒரு குறிப்பிட்ட சூழலுக்குள் குறிப்பிட்ட அர்த்தங்கள் மற்றும் செயல்பாடுகளைக் கொண்டுள்ளது.

மேலும், அதிகார உறவுகள், சித்தாந்தங்கள் மற்றும் சமூக அடையாளங்களை வடிவமைப்பில் மொழி மற்றும் காட்சி ஊடகங்களின் பங்கை ஆராயும் ஒரு வழிமுறை அணுகுமுறையான விமர்சன சொற்பொழிவு பகுப்பாய்வின் (CDA) வளர்ச்சிக்கு வான் லீவென் பங்களித்துள்ளார். அறிகுறிகள் உருவாக்கப்பட்டு விளக்கப்படும் சமூக மற்றும் அரசியல் சூழலையும், சக்தி இயக்கவியல் அர்த்தத்தையும் உருவாக்கும் செயல்முறையை எவ்வாறு பாதிக்கலாம் என்பதையும் கருத்தில் கொள்வதன் முக்கியத்துவத்தை CDA வலியுறுத்துகிறது.

காட்சி பகுப்பாய்விற்கு சமூக குறியியல் பயன்படுத்துதல்:

குந்தர் கிரெஸ் மற்றும் தியோ வான் லீவென் ஆகியோரால் உருவாக்கப்பட்ட கோட்பாடுகள் மற்றும் வழிமுறைகள், சமூக குறியியல் கட்டமைப்பிற்குள் காட்சி ஊடகங்களைப் புரிந்துகொள்வதற்கும் விளக்குவதற்கும் மதிப்புமிக்க கருவிகளை வழங்குகின்றன. பன்முகத்தன்மை, காட்சி இலக்கணம் மற்றும் விமர்சன சொற்பொழிவு பகுப்பாய்வு போன்ற கருத்துக்களை பகுப்பாய்விற்குப் பயன்படுத்துவதன் மூலம், காட்சி அறிகுறிகளின் அர்த்தத்தையும் வடிவமைக்கும் சமூக, கலாச்சார மற்றும் சக்தி தொடர்பான காரணிகளின் சிக்கலான இடைவினையை நாம் ஆராயலாம்.

உதாரணமாக, ஒரு விளம்பரத்தை பகுப்பாய்வு செய்யும்போது, படங்கள், உரை, நிறம் மற்றும் அமைப்பு போன்ற பல்வேறு தொடர்பு முறைகளை ஆராய்வதன் மூலம் ஒருவர் தொடங்கலாம். கிரெஸ் மற்றும் வான் லீவெனின் காட்சி இலக்கண கட்டமைப்பைப் பயன்படுத்தி, விளம்பரத்தின் முறையான கூறுகளை அவற்றின் சமூக மற்றும் கலாச்சாரம் அர்த்தங்களுடன் தொடர்புடையதாக பகுப்பாய்வு செய்யலாம், சிறப்பம்சம், சட்டகம் மற்றும் முறைமை போன்ற அம்சங்களைக் கருத்தில் கொள்ளலாம்.

அடுத்து, வான் லீவெனின் விமர்சனம் சொற்பொழிவு பகுப்பாய்வு அணுகுமுறையைப் பயன்படுத்தி, விளம்பரத்தில் பொதிந்துள்ள சக்தி இயக்கவியல் மற்றும் சித்தாந்தங்களை ஆராயலாம். இதில், விளம்பரம் ஆதிக்கம் செலுத்தும் சமூக விதிமுறைகள், மதிப்புகள் மற்றும் அடையாளங்களை வலுப்படுத்தும் அல்லது சவால் செய்யும் வழிகளையும், இந்த பிரதிநிதித்துவங்களை ஆதரிக்கும் சக்தி உறவுகளையும் ஆராய்வது அடங்கும்.

இறுதியாக, கிரெஸ் மற்றும் வான் லீவெனின் மல்டிமாடல் அணுகுமுறை, பல்வேறு வகையான தொடர்பு முறைகள் எவ்வாறு தொடர்பு கொள்கின்றன விளம்பரத்தின் ஒட்டுமொத்த அர்த்தத்திற்கு பங்களிக்கின்றன என்பதைக் கருத்தில் கொள்ள ஊக்குவிக்கிறது. இதில் காட்சி மற்றும் மொழியியல் கூறுகள் தொடர்பான தொடர்பு, விளம்பரம் இடஞ்சார்ந்த ஏற்பாடுகள், நிறம் மற்றும் அச்சுக்கலை ஆகியவற்றைப் பயன்படுத்தி அர்த்தத்தை உருவாக்கி அதன் செய்தியை வெளிப்படுத்தும் வழிகளை ஆராய்வது அடங்கும்.

சமூக குறியியல் கண்ணோட்டத்தை ஏற்றுக்கொள்வதன் மூலம், காட்சி பகுப்பாய்வு வெறும் முறையான கூறுகளின் விளக்கத்திற்கு அப்பால் நகர்ந்து காட்சி ஊடகத்தின் ஆழமான சமூக, கலாச்சார மற்றும் அதிகாரம் தொடர்பான பரிமாணங்களை ஆராய முடியும். இந்த அணுகுமுறை காட்சி தொடர்பு பற்றிய மிகவும் நுணுக்கமான மற்றும் விமர்சனப் புரிதலை வளர்க்கிறது, காட்சி உலகின் சிக்கல்களையும் நமது சமூக யதார்த்தத்தையும் வடிவமைப்பதில் அது வகிக்கும் பங்கையும் நன்கு புரிந்துகொள்ள உதவுகிறது.

உருவப்படவியல் மற்றும் உருவப்படவியல்: எர்வின் பனோஃப்ஸ்கி

ஒரு முக்கிய ஜெர்மன் கலை வரலாற்றாசிரியரும் கோட்பாட்டாளருமான எர்வின் பனோஃப்ஸ்கி (1892-1968), ஐகானோகிராபி மற்றும் ஐகானாலஜியின் கருத்துகளை உருவாக்குவதன் மூலம் மூலம் கலை வரலாறு மற்றும் காட்சி கலாச்சாரம் பற்றிய ஆய்வுக்கு குறிப்பிடத்தக்க பங்களிப்பை வழங்கப்பட்டது. பனோஃப்ஸ்கியின் கோட்பாடுகள் கலை வரலாற்றுத் துறையில் நீடித்த தாக்கத்தை ஏற்படுத்தியுள்ளன, மேலும் காட்சி படங்களைப் புரிந்துகொள்வதற்கு விளக்குவதற்கும் மதிப்புமிக்க கருவிகள் வழங்கப்பட்டுள்ளன. இந்தக் கட்டுரையில், பனோஃப்ஸ்கியின் ஐகானோகிராபி மற்றும் ஐகானாலஜி பற்றிய கருத்துக்களை ஆராய்வோம், அவற்றின் முக்கிய கொள்கைகளை கோடிட்டுக் காட்டுவோம் மற்றும் கலாச்சார ஆய்வுக்கு அவற்றின் பொருத்தத்தைப் பற்றி விவாதிப்போம்.

உருவப்படவியல்:

பனோஃப்ஸ்கி வரையறுத்தபடி, ஐகானோகிராஃபி என்பது காட்சிப் படங்களின் பொருள் மற்றும் உள்ளடக்கம் பற்றிய ஆய்வு ஆகும், குறிப்பாக சின்னங்கள், கருப்பொருள்கள் மற்றும் மையக்கருக்களின் அடையாளம் மற்றும் விளக்கம் தொடர்பாக. ஐகானோகிராஃபி என்பது

படங்களின் பல்வேறு கூறுகளை ஆராய்வதன் மூலமும், இந்த கூறுகள் குறிப்பிட்ட கருத்துக்கள், கதைகள் அல்லது கருத்துக்களை வெளிப்படுத்துகின்றன வழிகளை ஆராய்வதன் மூலமும் படங்களின் பொருளைப் புரிந்துகொள்ள முயல்கிறது. சாராம்சத்தில், ஐகானோகிராஃபி என்பது காட்சி அறிகுறிகள் மற்றும் சின்னங்களின் டிகோடிங்கை உள்ளடக்கியது, இது படங்களுக்குள் பொதிந்துள்ள செய்திகள் மற்றும் அர்த்தங்களைப் புரிந்துகொள்ளவும்.

உருவப்படத்திற்கான ஓவியத்திற்கான பனோஃப்ஸ்கியின் அணுகுமுறை, படங்கள் உருவாக்கப்பட்டு விளக்கப்பட்ட கலாச்சாரம் மற்றும் வரலாற்று சூழலைப் புரிந்துகொள்வதன் முக்கியத்துவத்தை வலியுறுத்துகிறது. படங்களை குறிப்பிட்ட சமூக, மத மற்றும் அறிவுசார் சூழல்களுக்குள் நிலைநிறுத்துவதன் மூலம், காட்சிப் படங்களின் அர்த்தங்கள் மற்றும் செயல்பாடுகள், அண்டியல் இந்தப் படங்கள் எவ்வாறு காலத்தின் மதிப்புகள் மற்றும் நம்பிக்கைகளை பிரதிபலித்தன மற்றும் வடிவமைத்தன என்பது பற்றியது ஆழமான புரிதலைப் பெற முடியும் என்று பனோஃப்ஸ்கி வாதிட்டார்.

சின்னவியல்:

பனோஃப்ஸ்கியின் கூற்றுப்படி, ஐகானாலஜி என்பது ஐகானோகிராஃபியின் மிகவும் மேம்பட்ட மற்றும் விளக்கமளிக்கும் அம்சமாகும், இது காட்சி படங்களின் உள்ளடக்கத்தைத் தெரிவிக்கும் அடிப்படைக் கொள்கைகள், யோசனைகள் மற்றும் கருத்துக்களை வெளிக்கொணர முயல்கிறது. ஐகானாலஜி குறிப்பிட்ட சின்னங்கள் மற்றும் கருப்பொருள்களின் அடையாளம் மற்றும் விளக்கத்தில் கவனம் செலுத்துகையில், ஐகானாலஜி இந்த சின்னங்களின் கலாச்சார, தத்துவ மற்றும் அறிவுசார் அடித்தளங்களை ஆழமாக ஆராய்கிறது, அவை பரந்த சிந்தனை மற்றும் நம்பிக்கை வடிவங்களை உள்ளடக்கிய வழிகளை ஆராய்கிறது.

காட்சிப் படங்களை பகுப்பாய்வு செய்வதற்கான மூன்று அடுக்கு வழிமுறை கட்டமைப்பை பனோஃப்ஸ்கி உருவாக்கினார், இது உருவப்படம் மற்றும் உருவவியல் இரண்டையும் உள்ளடக்கியது. இந்த கட்டமைப்பானது பின்வரும் பகுப்பாய்வு நிலைகளை உள்ளடக்கியது:

முன்-சிற்ப விளக்கம்: இந்த நிலை பொருள்கள், மக்கள் மற்றும் அமைப்புகள் போன்ற ஒரு படத்தின் அடிப்படை கூறுகளை அடையாளம் கண்டு விளக்குவதை உள்ளடக்கியது. இது படத்தின் குறியீட்டு அல்லது கருப்பொருள் அர்த்தங்களைக் கருத்தில் கொள்ளாமல், முற்றிலும் காட்சி மற்றும் முறையான அம்சங்களில் கவனம் செலுத்துகிறது.

ஐகானோகிராஃபிக்கல் பகுப்பாய்வு: இந்த நிலையில், பகுப்பாய்வு படத்தின் அடிப்படை கூறுகளுக்கு அப்பால் நகர்ந்து அதன் குறியீட்டு மற்றும் கருப்பொருள் முக்கியத்துவத்தை ஆராய்கிறது. ஐகானோகிராஃபிக்கல் பகுப்பாய்வு என்பது காட்சி அறிகுறிகள் மற்றும் சின்னங்களை அடையாளம் கண்டு விளக்குவதை உள்ளடக்கியது, இந்த கூறுகள் குறிப்பிடப்பட்டுள்ள கருத்துக்கள், கதைகள் அல்லது கருத்துக்களை வெளிப்படுத்தும் வழிகளைக் கருத்தில் கொள்கிறது.

சின்னவியல் விளக்கம்: இந்த அளவிலான பகுப்பாய்வு, படத்தின் கலாச்சாரம், தத்துவம் மற்றும் அறிவுசார் அடித்தளங்களை ஆழமாக ஆராய்கிறது, அதன் உள்ளடக்கம் தெரிவிக்கும் அடிப்படைக் கொள்கைகள், கருத்துக்கள் மற்றும் கருத்துக்களை வெளிக்கொணர முயல்கிறது. சின்னவியல் விளக்கம் என்பது படத்தை அதன் பரந்த வரலாற்று மற்றும் கலாச்சார சூழலில் நிலைநிறுத்துவது, அதன் காலத்தின் மதிப்புகள், நம்பிக்கைகள் மற்றும் கருத்துக்களை பிரதிபலிக்கும் மற்றும் வடிவமைக்கும் வழிகளை ஆராய்வது உள்ளடக்கியது.

காட்சி கலாச்சார ஆய்வுக்கான பொருத்தம்:

பனோஃப்ஸ்கியின் ஐகானோகிராபி மற்றும் ஐகானாலஜி பற்றிய கருத்துக்கள் கலை வரலாறு மற்றும் காட்சி கலாச்சாரம் பற்றிய ஆய்வில் நீடித்த தாக்கத்தை அமைக்கப்பட்டன, காட்சி படங்களைப் புரிந்துகொள்வதற்கும் விளக்குவதற்கும் மதிப்புமிக்க கருவிகளை வழங்குகின்றன. பனோஃப்ஸ்கியின் வழிமுறை கட்டமைப்பைப் பயன்படுத்துவதன் மூலம்,

அறிஞர்கள் காட்சி அறிகுறிகள் மற்றும் சின்னங்களின் சிக்கலான இடைவினையைப் பயன்படுத்துகின்றனர் பற்றிய நுண்ணறிவைப் பெறலாம், படங்கள் அர்த்தத்தை வெளிப்படுத்தும் வழிகளையும் அவை உருவாக்கப்பட்ட கலாச்சாரம், அறிவுசார் மற்றும் வரலாற்று சூழல்களைப் பற்றியது பிரதிபலிக்கும் வழிகளையும் ஆராயலாம்.

மேலும், பனோஃப்ஸ்கியின் கோட்பாடுகள் காட்சிப் படங்களின் பரந்த சமூகம், மத மற்றும் தத்துவ பரிமாணங்களைக் கருத்தில் கொள்வதன் முக்கியத்துவத்தை வலியுறுத்துகின்றன, மேலும் காட்சி பகுப்பாய்விற்கு மிகவும் நுணுக்கமான மற்றும் சூழல் சார்ந்த அணுகுமுறையை ஊக்குவிக்கிறது. ஐகானோகிராஃபிக் மற்றும் ஐகானாலஜிக்கல் அம்சங்கள் ஆராய்வதன் மூலம்படங்களைப் பயன்படுத்துவதன் மூலம், காட்சி கலாச்சாரம் மற்றும் நம்மைச் சுற்றியுள்ள உலகத்தைப் பற்றிய நமது புரிதலை வடிவமைப்பதில் அது வகிக்கும் பங்கு குறித்து நமது பாராட்டை ஆழப்படுத்த முடியும்.

உதாரணமாக, ஒரு மறுமலர்ச்சி ஓவியத்தை பகுப்பாய்வு செய்யும்போது, உருவங்கள், பொருட்கள் மற்றும் அமைப்பு (முன்-சின்ன வரைவியல் விளக்கம்) போன்ற உருவத்தின் அடிப்படை கூறுகளை அடையாளம் கண்டு விவரிப்பதன் மூலம் ஒருவர் தொடங்கலாம். அடுத்து, இந்த கூறுகளின் குறியீட்டு மற்றும் கருப்பொருள் முக்கியத்துவத்தை ஆராயலாம், அவை குறிப்பிட்ட கருத்துக்கள், கதைகள் அல்லது கருத்துக்களை வெளிப்படுத்துகின்றன வழிகளைக் கருத்தில் கொள்ளலாம் (சின்ன வரைவியல் பகுப்பாய்வு). அங்கிருந்து, படத்தின் கலாச்சாரம், தத்துவம் மற்றும் அறிவுசார் அடித்தளங்களை ஆழமாக ஆராய்ந்து, அதன் பரந்த வரலாற்று மற்றும் கலாச்சார சூழலில் (சின்ன வரைவியல் விளக்கம்) அதை நிலைநிறுத்தலாம்.

அவ்வாறு செய்வதன் மூலம், ஓவியத்திற்குள் பொதிந்துள்ள சிக்கலான அர்த்த அடுக்குகளைப் பற்றிய நுண்ணறிவைப் பெறலாம், அதே போல் மறுமலர்ச்சி காலத்தின் மதிப்புகள், நம்பிக்கைகள் மற்றும் கருத்துக்களை அது எவ்வாறு பிரதிபலிக்கிறது மற்றும் வடிவமைக்கிறது என்பதை அறியலாம். இந்த அணுகுமுறை ஓவியத்தைப் பற்றிய மிகவும் நுட்பமான புரிதலை வளர்த்துக் கொள்ளுங்கள், அதன் உள்ளடக்கம் மற்றும் சூழலுடன் மிகவும் அர்த்தமுள்ளதாக இருக்கிறது வகையில் ஈடுபடுகிறது.

படங்களின் பகுப்பாய்விற்கான அணுகுமுறைகள்: உள்ளடக்க பகுப்பாய்வு

உள்ளடக்க பகுப்பாய்வு என்பது காட்சி படங்கள், உரைகள் மற்றும் பிற ஊடக வடிவங்களை பகுப்பாய்வு செய்து உள்ளடக்கத்திற்குள் உள்ள வடிவங்கள், கருப்பொருள்கள் மற்றும் அர்த்தங்களை அடையாளம் காணும் ஒரு முறையான மற்றும் புறநிலை முறையாகும். இந்த ஆராய்ச்சி முறை சமூக அறிவியலில், குறிப்பாக தகவல் தொடர்பு ஆய்வுகள், சமூகவியல் மற்றும் உளவியலில் வேர்களைக் கொண்டுள்ளது. புகைப்படங்கள், ஓவியங்கள், விளம்பரங்கள் மற்றும் திரைப்படம் போன்ற காட்சிப் படங்களின் ஆய்வுக்கு உள்ளடக்க பகுப்பாய்வைப் பயன்படுத்தலாம், மூலம் தெரிவிக்கப்படும் செய்திகள் மற்றும் அர்த்தங்கள், அவை உருவாக்கப்பட்ட கலாச்சாரம், சமூக மற்றும் கருத்தியல் சூழல்கள் பற்றியது மதிப்புமிக்க நுண்ணறிவுகளை வழங்குகிறது.

உள்ளடக்கம் பகுப்பாய்வின் கண்ணோட்டம்:

உள்ளடக்க பகுப்பாய்வு என்பது உள்ளடக்கத்திற்குள் உள்ள வடிவங்கள், கருப்பொருள்கள் மற்றும் அர்த்தங்களை அடையாளம் காண காட்சி படங்கள், உரைகள் அல்லது பிற ஊடகங்களை முறையாக ஆய்வு செய்வதை உள்ளடக்கியது. இந்த முறை படங்கள் மற்றும் பிற ஊடகங்கள் கட்டமைக்கப்பட்ட தகவல்தொடர்பு வடிவங்களாகப் புரிந்து கொள்ள முடியும், எந்த கருத்தை உருவாக்கியது, அவை காட்சி அறிகுறிகள் மற்றும் சின்னங்களைப் பயன்படுத்துவதன் மூலம் குறிப்பிட்ட செய்திகள் மற்றும் அர்த்தங்களை வெளிப்படுத்துகின்றன.

உள்ளடக்க பகுப்பாய்வு பொதுவாக பின்வரும் படிகளை உள்ளடக்கியது:

*ஆராய்ச்சி கேள்வியை வரையறுத்தல்:*உள்ளடக்க பகுப்பாய்வின் முதல் படி, பகுப்பாய்வு தீர்க்க முயற்சிக்கும் ஆராய்ச்சி கேள்வி அல்லது சிக்கலை வரையறுப்பது. கொடுக்கப்பட்ட படங்களின் தொகுப்பிற்குள் குறிப்பிட்ட கருப்பொருள்கள், சிக்கல்கள் அல்லது வடிவங்களை ஆராய்வது அல்லது காட்சி படங்கள் குறிப்பிட்டது கலாச்சார, சமூக அல்லது கருத்தியல் சூழல்களை பிரதிபலிக்கும் அல்லது வடிவமைக்கும் வழிகளை ஆராய்வது இதில் அடங்கும்.

*ஒரு குறியீட்டுத் திட்டத்தை உருவாக்குதல்:*ஆராய்ச்சி கேள்வி வரையறுக்கப்பட்டவுடன், படங்களின் பகுப்பாய்வை வழிநடத்த ஒரு குறியீட்டுத் திட்டத்தை உருவாக்க வேண்டும். இது படங்களுக்குள் குறிப்பிட்ட கூறுகள், கருப்பொருள்கள் அல்லது வடிவங்களுடன் தொடர்புடைய வகைகள் அல்லது குறியீடுகளை உருவாக்குவதையும், படங்களுக்கு இந்தக் குறியீடுகளை ஒதுக்குவதற்கான தெளிவான அளவுகோல்களை வரையறுப்பதையும் உள்ளடக்கியிருக்கலாம்.

*மாதிரி எடுத்தல்:*பகுப்பாய்வு பிரதிநிதித்துவமாகவும் செல்லுபடியாகவும் இருப்பதை உறுதி செய்வதற்காக, பகுப்பாய்விற்கு படங்களின் மாதிரியைத் தேர்ந்தெடுக்க வேண்டும். ஆராய்ச்சி கேள்விகள் மற்றும் பகுப்பாய்வின் குறிக்கோள்களைப் பொறுத்து, ஒரு பெரிய மக்கள்தொகையிலிருந்து படங்களின் சீரற்ற அல்லது நோக்கமான மாதிரியைத் தேர்ந்தெடுப்பது இதில் அடங்கும்.

*தரவை குறியாக்கம் செய்தல்:*மாதிரி தேர்ந்தெடுக்கப்பட்டவுடன், படங்கள் குறியீட்டுத் திட்டத்தின்படி குறிக்கப்பட வேண்டும். குறியீட்டுத் திட்டத்தில் வரையறுக்கப்பட்ட அளவுகோல்களின் அடிப்படையில், ஒவ்வொரு படத்திலும் உள்ள குறிப்பிட்ட கூறுகள், கருப்பொருள்கள் அல்லது வடிவங்களுக்கு குறியீடுகள் அல்லது வகைகளை ஒதுக்குவது இதில் அடங்கும்.

*தரவை பகுப்பாய்வு செய்தல்:*படங்கள் குறியிடப்பட்ட பிறகு, உள்ளடக்கத்திற்குள் உள்ள வடிவங்கள், போக்குகள் மற்றும் உறவுகளை அடையாளம் காண தரவை பகுப்பாய்வு செய்யலாம். இதில் ஒவ்வொரு குறியீடு அல்லது வகைக்கும் அதிர்வெண்கள், சதவீதங்கள் அல்லது மையப் போக்கின் பிற அளவீடுகளைக் கணக்கிடுவது, படங்களுக்குள் உள்ளது வெவ்வேறு குறியீடுகள் அல்லது வகைகளுக்கு இடையிலான உறவுகளை ஆராய்வதும் அடங்கும்.

*முடிவு விளக்குதல்:*உள்ளடக்க பகுப்பாய்வின் இறுதிப் படி, ஆராய்ச்சி கேள்வி அல்லது சிக்கலுக்கான கண்டுபிடிப்புகளின் தாக்கங்களையும், படங்கள் உருவாக்கப்பட்டு விளக்கப்பட்டுள்ளன பரந்த கலாச்சாரம், சமூகம் மற்றும் கருத்தியல் சூழல்களையும் கருத்தில் கொண்டு பகுப்பாய்வின் முடிவு விலகுவதாகும்.

உள்ளடக்க பகுப்பாய்வின் நன்மைகள் மற்றும் வரம்புகள்:

காட்சிப் படங்களின் பகுப்பாய்விற்கான அணுகுமுறை உள்ளடக்க பகுப்பாய்வு பல நன்மைகளை வழங்குகிறது. முதலாவதாக, இது ஒரு முறையான மற்றும் புறநிலை முறையாகும், இது பெரிய அளவிலான தரவை பகுப்பாய்வு செய்வதற்கும் உள்ளடக்கத்திற்குள் உள்ள வடிவங்கள் மற்றும் போக்குகளை அடையாளம் காண்பதற்கும் அனைவரும். இது காட்சிப் படங்களால் தெரிவிக்கப்படும் செய்திகள் மற்றும் அர்த்தங்கள், அவை உருவாக்கப்பட்டு விளக்கப்பட்ட கலாச்சாரம், சமூகம் மற்றும் கருத்தியல் சூழல்கள் பற்றிய மதிப்புமிக்க நுண்ணறிவுகளை வழங்க முடியும்.

இரண்டாவதாக, உள்ளடக்க பகுப்பாய்வை புகைப்படங்கள் மற்றும் ஓவியங்கள் முதல் விளம்பரங்கள் மற்றும் திரைப்படம் வரை பரந்த அளவிலான காட்சி ஊடகங்களுக்கு பயன்படுத்தலாம். இந்த நெகிழ்வுத்தன்மை காட்சி கலாச்சாரம் மற்றும் படங்களின் பகுப்பாய்வு பற்றிய ஆய்வுக்கு பல்துறை மற்றும் பயனுள்ள கருவியாக அமைகிறது.

இருப்பினும், உள்ளடக்க பகுப்பாய்விலும் சில வரம்புகள் உள்ளன. ஒரு சாத்தியமான குறைபாடு என்னவென்றால், இது நேரத்தை எடுத்துக்கொள்ளும் மற்றும் உழைப்பு மிகுந்ததாக இருக்கலாம், குறிப்பாக படங்களின் பெரிய மாதிரிகள் அல்லது சிக்கலான குறியீட்டுத் திட்டங்களைக் கையாளும் போது. கூடுதலாக, உள்ளடக்க பகுப்பாய்வு காட்சி படங்களுடன் தொடர்புடைய முழு அளவிலான அர்த்தங்கள் மற்றும் விளக்கங்களைப் பிடிக்காமல் போகலாம், ஏனெனில் இது உள்ளடக்கத்திற்குள் உள்ள வடிவங்கள் மற்றும் கருப்பொருள்களை காண்பதில் முதன்மையாக கவனம் செலுத்துகிறது. இது பகுப்பாய்வின் ஆழத்தையும் தரத்தையும் மட்டுப்படுத்தலாம், குறிப்பாக காட்சி அர்த்தத்தின் நுணுக்கமான அல்லது அகநிலை அம்சங்களை ஆராயும்போது.

மேலும், உள்ளடக்க பகுப்பாய்வு, ஆராய்ச்சியாளரால் உருவாக்கப்பட்ட குறியீட்டுத் திட்டத்தைச் சார்ந்துள்ளது, இது படங்களின் விளக்கத்தில் சாத்தியமானது சார்புகள் அல்லது வரம்புகளை அறிமுகப்படுத்தலாம். குறியீட்டுத் திட்டம் படங்களுக்குள் உள்ள அனைத்து தொடர்புடைய கூறுகள், கருப்பொருள்கள் அல்லது வடிவங்களைப் பிடிக்காமல் போகலாம், அல்லது அது உள்ளடக்கம் குறித்த ஆராய்ச்சியாளரின் சொந்த அனுமானங்கள் மற்றும் முன்னோக்குகளைப் பிரதிபலிக்கக்கூடும்.

இந்த வரம்புகள் இருந்தபோதிலும், காட்சிப் படங்களைப் படிப்பதற்கும் காட்சி கலாச்சாரத்தை பகுப்பாய்வு செய்வதற்கும் உள்ளடக்க பகுப்பாய்வு ஒரு மதிப்புமிக்க கருவி உள்ளாது. காட்சி உள்ளடக்கத்தை ஆய்வு செய்வதற்கு ஒரு முறையான மற்றும் புறநிலை அணுகுமுறையை வழங்குவதன் மூலம், உள்ளடக்க பகுப்பாய்வு ஆராய்ச்சியாளர்கள் படங்களுக்குள் உள்ள வடிவங்கள், போக்குகள் மற்றும் உறவுகளை அடையாளம் காணவும், இந்த படங்கள் அவை உருவாக்கப்பட்டு விளக்கப்பட்ட கலாச்சாரம், சமூகம் மற்றும் கருத்தியல் சூழல்களை எவ்வாறு பிரதிபலிக்கின்றன மற்றும் வடிவமைக்கின்றன என்பதை ஆராயவும்.

சொற்பொழிவு பகுப்பாய்வு

சொற்பொழிவு பகுப்பாய்வு என்பது ஒரு தரமான ஆராய்ச்சி முறையாகும், இது அர்த்தத்தை உருவாக்கவும், செய்திகளை தெரிவிக்கவும் மற்றும் சமூக யதார்த்தத்தை வடிவமைக்கவும் எவ்வாறு பயன்படுத்தப்படுகிறது என்பதை ஆராய்கிறது. மொழியியல், சமூகவியல், உளவியல் மற்றும் மானுடவியல் ஆகிய துறைகளில் வேரூன்றிய சொற்பொழிவு பகுப்பாய்வு, மொழி, சக்தி மற்றும் சித்தாந்தம் ஆகியவற்றுக்கு இடையேயான உறவுகளைப் புரிந்துகொள்ளவும், சமூக அடையாளங்கள், உறவுகள் மற்றும் நிறுவனங்களை உருவாக்கவும் பராமரிக்கவும் மொழி எவ்வாறு பயன்படுத்தப்படுகிறது என்பதைப் புரிந்துகொள்ளவும் முயல்கிறது.

சொற்பொழிவு பகுப்பாய்வின் கண்ணோட்டம்:

சொற்பொழிவு பகுப்பாய்வு, பயன்பாட்டில் உள்ள மொழியைப் படிப்பதில் கவனம் செலுத்துகிறது, பேச்சு அல்லது எழுத்து நூல்கள் குறிப்பிட்ட சமூக, கலாச்சாரம் மற்றும் அரசியல் சூழல்களுக்குள் அர்த்தத்தை உருவாக்கும் மற்றும் செய்திகளை வெளிப்படுத்தும் வழிகளை ஆராய்கிறது. சொற்பொழிவு பகுப்பாய்வு என்பது தனிப்பட்ட சொற்கள் அல்லது வாக்கியங்களின் மட்டத்தில் மட்டுமல்ல, உரையாடல்கள், விவரிப்புகள் மற்றும் சொற்பொழிவுகள் போன்ற பெரிய அர்த்த அலகுகளின் மட்டத்திலும் மொழியைப் படிப்பதில் அக்கறை உள்ளது.

சொற்பொழிவு பகுப்பாய்விற்கு பல வேறுபட்ட அணுகுமுறைகள் உள்ளன, ஒவ்வொன்றும் அதன் சொந்த தத்துவார்த்த அனுமானங்கள், வழிமுறை கருவிகள் மற்றும் ஆராய்ச்சி கேள்விகள் உள்ளன. சொற்பொழிவு பகுப்பாய்விற்கான சில முக்கிய அணுகுமுறைகள் பின்வருமாறு:

*உரையாடல் பகுப்பாய்வு (CA):*உரையாடல் பகுப்பாய்வு, பேச்சாளர்கள் அர்த்தத்தை உருவாக்குதல், செய்திகளை தெரிவிக்க மற்றும் சமூக உறவுகளை நிர்வகிக்க மொழியைப் பயன்படுத்தும் வழிகள் ஆராய்வதன் மூலம், ஊடாடலில் பேச்சைப் பற்றிய ஆய்வில் கவனம் செலுத்துகிறது. CA குறிப்பாக உரையாடலின் கட்டமைப்புகள் மற்றும் வடிவங்கள் மற்றும் இந்த கட்டமைப்புகள் சமூக தொடர்புகளின் அமைப்பு மற்றும் மேலாண்மைக்கு பங்களிக்கும் வழிகளைப் படிப்பதில் அக்கறை உள்ளது.

*விமர்சன சொற்பொழிவு பகுப்பாய்வு (CDA):*விமர்சன சொற்பொழிவு பகுப்பாய்வு என்பது மொழி, அதிகாரம் மற்றும் சித்தாந்தம் ஆகியவற்றுக்கு இடையிலான உறவுகளைப் புரிந்துகொள்ள முயலும் மொழியின் ஆய்வுக்கான ஒரு துறைகளுக்கு இடையேயான அணுகுமுறையாகும். அதிகார உறவுகள் மற்றும் சமூக ஏற்றத்தாழ்வுகளை கட்டமைக்க, பராமரிக்க மற்றும் சவால் செய்ய மொழி பயன்படுத்தப்படும் வழிகளிலும், ஆதிக்க சித்தாந்தங்களின் உற்பத்தி மற்றும் இனப்பெருக்கத்தில் மொழி உட்படுத்தப்படும் வழிகளிலும் CDA கவனம் செலுத்துகிறது.

*விவாத உளவியல்(DP):*டிஸ்கர்சிவ் சைக்காலாஜி என்பது மொழி மற்றும் அறிவாற்றல் பற்றிய ஆய்வுக்கான ஒரு அணுகுமுறையாகும், இது மனப்பான்மைகள், உணர்ச்சிகள் மற்றும் அடையாளங்கள் போன்ற உளவியல் கருத்துக்கள் கட்டமைக்கப்பட்டு, சொற்பொழிவு மூலம் பேச்சுவார்த்தை நடத்தப்படும் வழிகளில் கவனம் செலுத்துகிறது. பேச்சாளர்கள் தங்கள் சமூக அடையாளங்கள் மற்றும் உறவுகளை உருவாக்க மற்றும் நிர்வகிக்க மொழியையப் பயன்படுத்தும் வழிகள் மற்றும் இந்த கட்டுமானங்கள் சமூக தொடர்புகளின் அமைப்பு மற்றும் மேலாண்மைக்கு பங்களிக்கும் வழிகள் பற்றிய ஆய்வில் டிபி குறிப்பாக அக்கறை கொண்டுள்ளது.

*ஃபோக்கோடியன் சொற்பொழிவு பகுப்பாய்வு (FDA):*ஃபூக்கோடியன் சொற்பொழிவு பகுப்பாய்வு என்பது பிரெஞ்சு தத்துவஞானி மைக்கேல் ஃபூக்கோவின் கோட்பாடுகள் மற்றும் கருத்துகளை அடிப்படையாகக் கொண்ட மொழி ஆய்வுக்கான ஒரு அணுகுமுறையாகும். FDA, மொழி, சக்தி மற்றும் அறிவுக்கு இடையிலான உறவுகளில் கவனம் செலுத்துகிறது, சொற்பொழிவுகள் சமூக யதார்த்தத்தை உருவாக்கும் மற்றும் ஒழுங்குபடுத்தும் வழிகளையும், அறிவின் உற்பத்தி மற்றும் சுழற்சி மூலம் சக்தி செயல்படும் வழிகளையும் ஆராய்கிறது.

சொற்பொழிவு பகுப்பாய்வில் வழிமுறைகள் மற்றும் படிகள்:

சொற்பொழிவு பகுப்பாய்வில் பயன்படுத்தப்படும் குறிப்பிட்ட முறைகள் மற்றும் நுட்பங்கள் பயன்படுத்தப்படும் குறிப்பிட்ட அணுகுமுறையைப் பொறுத்து மாறுபடலாம் என்றாலும், பெரும்பாலான சொற்பொழிவு பகுப்பாய்விற்கு பொதுவான சில பொதுவான படிகள் உள்ளன. இந்தப் படிகளில் பின்வருவன அடங்கும்:

ஆராய்ச்சி கேள்வியை வரையறுத்தல்:சொற்பொழிவு பகுப்பாய்வின் முதல் படி, பகுப்பாய்வு தீர்க்க முயற்சிக்கும் ஆராய்ச்சி கேள்வி அல்லது சிக்கலை வரையறுப்பது. இதில் மொழி குறிப்பிட்ட அம்சங்களை ஆராய்வது அடங்கும், அதாவது பேச்சாளர்கள் அர்த்தத்தை உருவாக்கும் வழிகள், செய்திகளை வெளிப்படுத்தும் வழிகள் அல்லது சமூக உறவுகளை நிர்வகித்தல் அல்லது மொழி, சக்தி மற்றும் சித்தாந்தம் ஆகியவற்றுக்கு இடையேயான உறவுகளை ஆராய்வது.

தரவுகளைச் சேகரித்தல்:ஆராய்ச்சி கேள்வி வரையறுக்கப்பட்டவுடன், பகுப்பாய்விற்காக தரவு சேகரிக்கப்பட வேண்டும். இதில் உரையாடல்கள், நேர்காணல்கள் அல்லது ஆவணங்கள் போன்ற பேச்சு அல்லது எழுத்து நூல்களைச் சேகரிப்பது, அண்மைய ஆய்வு செய்யப்படும் மக்கள்தொகையைப் பிரதிநிதித்துவப்படுத்தும் நூல்களின் மாதிரியைத் தேர்ந்தெடுப்பது ஆகியவை அடங்கும்.

தரவை பகுப்பாய்வு செய்தல்:தரவுகளின் பகுப்பாய்வு, வார்த்தைத் தேர்வு, இலக்கணம், தொடரியல் மற்றும் சொல்லாட்சிக் கருவிகள் போன்ற அம்சங்களில் கவனம் செலுத்துதல்,

உரைகள் பயன்படுத்தப்படும் மொழியை நெருக்கமாக ஆராய்வதை உள்ளடக்கியது. பயன்படுத்தப்படும் அணுகுமுறையைப் பொறுத்து, உரைகள் அர்த்தத்தை உருவாக்குதல், செய்திகளை வெளிப்படுத்துதல் மற்றும் சமூக உறவுகளை நிர்வகிக்கும் வழிகள், உரைகளுக்குள்ளும் அதன் மூலமாகவும் சக்தி மற்றும் சித்தாந்தம் செயல்படும் வழிகளையும் பகுப்பாய்வு செய்வதையும் உள்ளடக்கியிருக்கலாம்.

*வடிவங்கள் மற்றும் கருப்பொருள்களை அடையாளம் காணுதல்:*பகுப்பாய்வு தொடரும்போது, ஆராய்ச்சியாளர் நூல்களுக்குள் வடிவங்கள், கருப்பொருள்கள் மற்றும் தொடர்ச்சியான அம்சங்களை அடையாளம் காண்பார். இந்த வடிவங்கள் மற்றும் கருப்பொருள்கள் குறிப்பிட்ட ஆராய்ச்சி கேள்வி அல்லது சிக்கலுடன் தொடர்புடையதாக இருக்கலாம் அல்லது அவை தரவு பகுப்பாய்விலிருந்து இன்னும் பரந்த அளவில் வெளிப்படலாம்.

*முடிவு விளக்குதல்:*சொற்பொழிவு பகுப்பாய்வின் இறுதிப் படி, ஆராய்ச்சி கேள்வி அல்லது பிரச்சனைக்கான கண்டுபிடிப்புகளின் தாக்கங்களையும், நூல்கள் உருவாக்கப்பட்டன விளக்கப்பட்ட பரந்த சமூக, கலாச்சார மற்றும் அரசியல் சூழல்களையும் கருத்தில் கொண்டு பகுப்பாய்வின் முடிவு விலகுவதாகும். பகுப்பாய்வில் அடையாளம் காணப்பட்ட வடிவங்கள் மற்றும் கருப்பொருள்கள் மற்றும் பயன்படுத்தப்படும் குறிப்பிட்ட அணுகுமுறையைத் தெரிவிக்கும் தத்துவார்த்த கருத்துக்கள் மற்றும் கட்டமைப்புகளுக்கு இடையே தொடர்புகளை வரைவது இதில் அடங்கும்.

சொற்பொழிவு பகுப்பாய்வின் நன்மைகள் மற்றும் வரம்புகள்:

சொற்பொழிவுமொழி மற்றும் தகவல்தொடர்பு பற்றிய ஆய்வுக்கான ஆராய்ச்சி முறையாக பல நன்மைகளை வழங்குகிறது. முதலாவதாக, அர்த்தத்தை உருவாக்க, செய்திகளை தெரிவிக்க மற்றும் சமூக யதார்த்தத்தை வடிவமைக்க மொழி எவ்வாறு பயன்படுத்தப்படுகிறது என்பது பற்றிய வளமான மற்றும் விரிவான புரிதலை இது வழங்குகிறது. மொழி சூழல் மற்றும் ஊடாடும் அம்சங்களில் கவனம் செலுத்துவதன் மூலம், சொற்பொழிவு பகுப்பாய்வு ஆராய்ச்சியாளர்கள் மொழி, சக்தி மற்றும் சித்தாந்தம் ஆகியவற்றுக்கு இடையேயான சிக்கலான உறவுகள், சமூக அடையாளங்கள், உறவுகள் மற்றும் நிறுவனங்களின் கட்டுமானம் மற்றும் பராமரிப்பில் மொழி எவ்வாறு உட்படுத்தப்படுகிறது என்று ஆராயப்படுகிறது.

இரண்டாவதாக, சொற்பொழிவு பகுப்பாய்வு என்பது ஒரு நெகிழ்வான மற்றும் தகவமைப்பு முறையாகும், இது அன்றாட உரையாடல்கள் முதல் அரசியல் உரைகள் ஊடக பிரதிநிதித்துவங்கள் வரை பரந்த அளவிலான உரைகள் மற்றும் சூழல்களுக்குப் பயன்படுத்தப்படலாம். இந்த பல்துறைத்திறன் பல்வேறு துறைகள் மற்றும் ஆராய்ச்சிப் பகுதிகளில் மொழி மற்றும் தகவல்தொடர்பு பற்றிய ஆய்வுக்கு ஒரு மதிப்புமிக்க கருவியாக அமைகிறது.

இருப்பினும், சொற்பொழிவு பகுப்பாய்விற்கும் சில வரம்புகள் உள்ளன. ஒரு சாத்தியமான குறைபாடு என்னவென்றால், இது நேரத்தை எடுத்துக்கொள்ளும் மற்றும் உழைப்பு மிகுந்ததாக இருக்கலாம், குறிப்பாக அதிக அளவிலான தரவு அல்லது சிக்கலான பகுப்பாய்வு கட்டமைப்புகளைக் கையாளும் போது. கூடுதலாக, சொற்பொழிவு பகுப்பாய்வு என்பது ஒரு தரமான ஆராய்ச்சி முறையாகும், அதாவது அதன் கண்டுபிடிப்புகள் பொதுமைப்படுத்துவது அல்லது பெரிய மக்கள்தொகைக்கு பயன்படுத்துவது மிகவும் கடினமாக இருக்கலாம்.

மேலும், சொற்பொழிவு பகுப்பாய்வின் இயல்பு பகுப்பாய்வில் சாத்தியமான சார்புகள் அல்லது அகநிலைகளை அறிமுகப்படுத்தக்கூடும், ஏனெனில் ஆராய்ச்சியாளரின் சொந்த அனுமானங்கள், முன்னோக்குகள் மற்றும் தத்துவார்த்த கட்டமைப்புகள் தரவின் விளக்கத்தை பாதிக்கலாம். இது ஆராய்ச்சியாளர்கள் தங்கள் சொந்த சார்புகளை அறிந்திருப்பதும், அவர்களின் பகுப்பாய்வில் பிரதிபலிப்பு மற்றும் வெளிப்படைத்தன்மைக்காக பாடுபடுவதும் முக்கியம்.

ஒப்பீட்டு பகுப்பாய்வு

ஒப்பீட்டு பகுப்பாய்வு என்பது இரண்டு அல்லது அதற்கு மேற்பட்ட வழக்குகள், பொருள்கள் அல்லது நிகழ்வுகளை முறையாக ஆய்வு செய்து ஒப்பிட்டு ஒற்றுமைகள் மற்றும் வேறுபாடுகளை அடையாளம் காணவும், வடிவங்கள், உறவுகள் மற்றும் அடிப்படை வழிமுறைகளை கண்டறியவும் உதவும் ஒரு ஆராய்ச்சி முறையாகவும். இந்த முறை சமூகவியல், அரசியல் அறிவியல், பொருளாதாரம், மானுடவியல் மற்றும் கலை வரலாறு உள்ளிட்ட பல்வேறு துறைகளில் பரவலானது பயன்படுத்தப்படுகிறது, ஏனெனில் இது சிக்கலான நிகழ்வுகளை அதன் குறிப்பிட்ட சூழல்களுக்குள் புரிந்துகொள்வதற்கு விளக்குவதற்கு ஒரு மதிப்புமிக்கது கட்டமைப்பை வழங்குகிறது.

ஒப்பீட்டு பகுப்பாய்வின் கண்ணோட்டம்:

ஒப்பீட்டு பகுப்பாய்வு என்பது ஒற்றுமைகள் மற்றும் வேறுபாடுகளை அடையாளம் காண்பதுடன், வடிவங்கள், உறவுகள் மற்றும் அடிப்படை வழிமுறைகள் கண்டறியும் நோக்கத்துடன் இரண்டு அல்லது அதற்கு மேற்பட்ட வழக்குகள், பொருள்கள் அல்லது நிகழ்வுகளின் முறையான ஒப்பீட்டை உள்ளடக்கியது. பல வழக்குகள் அல்லது பொருள்களை ஆராய்வதன் மூலம், ஒப்பீட்டு பகுப்பாய்வு ஆராய்ச்சியாளர்கள் விசாரணையின் கீழ் உள்ள நிகழ்வுகளைப் பற்றி மிகவும் அதிகம் நுணுக்கமான மற்றும் சூழல் சார்ந்த புரிதலை உருவாக்கவும், கோட்பாடுகளைச் சோதிக்கவும், கருதுகோள்களை உருவாக்கவும், காரண உறவுகளை அடையாளம் காணவும் உட்பட.

ஒப்பீட்டு பகுப்பாய்விற்கு பல வேறுபட்ட சொந்த அணுகுமுறைகள் உள்ளன, ஒவ்வொன்றும் அதன் தத்துவார்த்த அனுமானங்கள், வழிமுறை கருவிகள் மற்றும் ஆராய்ச்சி கேள்விகள் உள்ளன. ஒப்பீட்டு பகுப்பாய்விற்கான சில முக்கிய அணுகுமுறைகள் பின்வருமாறு:

*மிகவும் ஒத்த அமைப்பு வடிவமைப்பு (MSSD):*இந்த அணுகுமுறையில், பல விஷயங்களில் ஒத்திருக்கும் வழக்குகள் அல்லது பொருள்கள் ஒப்பிடப்படுகின்றன, அவற்றுக்கிடையேயான வேறுபாடுகளுக்குக் காரணம் காரணிகளை அடையாளம் காணும் நோக்கத்துடன். குழப்பத்தை ஏற்படுத்தும் பல மாறிகளை மாறாமல் வைத்திருப்பதன் மூலம், ஆராய்ச்சியாளர்கள் கவனிக்கப்பட்ட வேறுபாடுகளுக்குக் காரணமான காரணிகளைத் தனிமைப்படுத்தி, மாறிகளுக்கு இடையிலான காரண உறவுகள் குறித்து மிகவும் வலுவான முடிவுகளை எடுக்க முடியும்.

*மிகவும் மாறுபட்ட வடிவமைப்பு (MDSD):*MSSD அணுகுமுறைக்கு மாறாக, MDSD அணுகுமுறையானது, ஒன்றுக்கொன்று மிகவும் வேறுபட்ட வழக்குகள் அல்லது பொருட்களை ஒப்பிட்டு, அவற்றுக்கிடையேயான ஒற்றுமைகளுக்குக் காரணமான காரணிகளை அடையாளம் காண்பதை நோக்கமாகக் கொண்டுள்ளது. இந்த அணுகுமுறை, ஆராய்ச்சியாளர்கள் பல்வேறு சூழல்கள் மற்றும் நிலைமைகள் ஒரே மாதிரியான விளைவுகளை உருவாக்கும் வழிகளை ஆராயவும், இந்த ஒற்றுமைகளை உருவாக்கும் அடிப்படை வழிமுறைகளை அடையாளம் காணவும்.

*ஜோடி ஒப்பீடு:*ஜோடி ஒப்பீடு என்பது, சில விஷயங்களில் ஒத்ததாகவும், மற்றவற்றில் வேறுபட்டதாகவும் இருக்கும் இரண்டு நிகழ்வுகள் அல்லது பொருட்களை ஒப்பிடுவது உள்ளடக்கியது, அவற்றுக்கிடையேயான ஒற்றுமைகள் மற்றும் வேறுபாடுகளுக்குக் காரணமான காரணிகளைக் கண்டறியும் நோக்கத்துடன். மாறிகளுக்கு இடையிலான சிக்கலான உறவுகளை ஆராய்வதற்கும், போட்டியிடும் கோட்பாடுகள் அல்லது விளக்கங்களைச் சோதிப்பதற்கும் இந்த அணுகுமுறை மிகவும் அதிகம் பயனுள்ளதாக இருக்கும்.

உள்ளமைவு ஒப்பீடு:கட்டமைப்பு ஒப்பீடு என்பது குறிப்பிட்ட பண்புகள் அல்லது கட்டமைப்புகளைப் பகிர்ந்து கொள்ளும் பல நிகழ்வுகள் அல்லது பொருட்களை ஒப்பிடுவதை உள்ளடக்கியது, அவற்றுக்கிடையேயான விளைவுகளில் ஏற்படும் மாறுபாடுகளுக்குக் காரணமான காரணிகளை அடையாளம் காணும் நோக்கத்துடன். இந்த அணுகுமுறை ஆராய்ச்சியாளர்கள் காரணிகளின் பல்வேறு சேர்க்கைகள் பல்வேறு விளைவுகளை உருவாக்கும் வழிகளை ஆராயவும், இந்த மாறுபாடுகளை உருவாக்கும் அடிப்படை வழிமுறைகளை அடையாளம் காணவும்.

ஒப்பீட்டு பகுப்பாய்வின் படிகள்:

ஒப்பீட்டு பகுப்பாய்வில் பயன்படுத்தப்படும் குறிப்பிட்ட முறைகள் மற்றும் நுட்பங்கள் பயன்படுத்தப்படும் குறிப்பிட்ட அணுகுமுறையைப் பொறுத்து மாறுபடலாம் என்றாலும், பெரும்பாலான ஒப்பீட்டு பகுப்பாய்விற்கு பொதுவான சில பொதுவான படிகள் உள்ளன. இந்தப் படிகளில் பின்வருவன அடங்கும்:

ஆராய்ச்சி கேள்வியை வரையறுத்தல்:ஒப்பீட்டு பகுப்பாய்வின் முதல் படி, பகுப்பாய்வு தீர்க்க முயற்சிக்கும் ஆராய்ச்சி கேள்வி அல்லது சிக்கலை வரையறுப்பது. இதில் விசாரணையின் உள்ள வழக்குகள் அல்லது குறிப்பிட்ட பொருட்களின் கீழ் ஆராய்வது, அவற்றுக்கிடையேயான ஒற்றுமைகள் அல்லது வேறுபாடுகளுக்குக் காரணமான காரணிகள் அல்லது குறிப்பிட்ட மாறிகள் மற்றும் விளைவுகளுக்கு இடையிலான உறவுகளை ஆராய்வது ஆகியவை அடங்கும்.

வழக்குகள் அல்லது பொருட்களைத் தேர்ந்தெடுப்பது:ஆராய்ச்சி கேள்வி வரையறுக்கப்பட்டவுடன், ஒப்பிட வேண்டிய வழக்குகள் அல்லது பொருள்களைத் தேர்ந்தெடுக்க வேண்டும். பகுப்பாய்வின் குறிக்கோள்கள் மற்றும் பயன்படுத்தப்படும் குறிப்பிட்ட அணுகுமுறையைப் பொறுத்து, குறிப்பிட்ட விஷயங்களில் ஒத்த அல்லது வேறுபட்ட வழக்குகள் அல்லது பொருள்களைத் தேர்ந்தெடுப்பது இதில் அடங்கும்.

மாறிகள் மற்றும் அளவீடுகளை அடையாளம் காணுதல்:ஒப்பீட்டு பகுப்பாய்வின் அடுத்த படி, வழக்குகள் அல்லது பொருட்களை ஒப்பிடுவதற்குப் பயன்படுத்தப்படும் மாறிகள் மற்றும் அளவீடுகளை அடையாளம் காண்பதாகும். இது ஆராய்ச்சி கேள்வி அல்லது சிக்கலுக்கு பொருத்தமான வழக்குகள் அல்லது பொருட்களின் குறிப்பிட்ட பண்புக்கூறுகள், பண்புகள் அல்லது பரிமாணங்களைத் தேர்ந்தெடுப்பதையும், இந்த மாறிகளுக்கான தெளிவான மற்றும் நம்பகமான அளவீடுகளை உள்ளடக்குவதையும் உள்ளடக்கியிருக்கலாம்.

வழக்குகள் அல்லது பொருட்களை ஒப்பிடுதல்:மாறிகள் மற்றும் அளவீடுகள் அடையாளம் காணப்பட்டவுடன், வழக்குகள் அல்லது பொருட்களை ஒப்பிட்டு பகுப்பாய்வு செய்யலாம். தேர்ந்தெடுக்கப்பட்ட மாறிகள் மற்றும் அளவீடுகளின் அடிப்படையில் வழக்குகள் அல்லது பொருள்களுக்கு இடையிலான ஒற்றுமைகள் மற்றும் வேறுபாடுகள் ஆராய்வது, தயாரிப்பு ஒப்பீட்டிலிருந்து வெளிப்படும் வடிவங்கள், உறவுகள் மற்றும் அடிப்படை வழிமுறைகளை ஆராய்வது இதில் அடங்கும்.

முடிவுகளை பகுப்பாய்வு செய்தல்:ஒப்பீட்டு பகுப்பாய்வின் இறுதிப் படி, ஒப்பீட்டின் முடிவுகளை பகுப்பாய்வு செய்வதாகும், ஆராய்ச்சி கேள்வி அல்லது சிக்கலுக்கான கண்டுபிடிப்புகள் தாக்கங்களையும், தலைப்பில் பரந்த தத்துவார்த்த மற்றும் அனுபவ இலக்கியங்களையும் கருத்தில் கொள்ள வேண்டும். இது வழக்குகள் அல்லது பொருள்களுக்கு இடையிலான ஒற்றுமைகள் மற்றும் வேறுபாடுகளுக்குக் காரணமான காரணிகள் பற்றிய முடிவுகள் எடுப்பது, கருதுகோள்களைச் சோதித்தல், கோட்பாடுகளைச் செம்மைப்படுத்துதல் மற்றும் எதிர்கால ஆராய்ச்சிக்கான புதிய வழிகளைக் கண்டறிதல் ஆகியவற்றை உள்ளடக்கியிருக்கலாம்.

ஒப்பீட்டு பகுப்பாய்வின் நன்மைகள் மற்றும் வரம்புகள்:

ஒப்பீட்டு பகுப்பாய்வு ஒரு ஆராய்ச்சி முறையாக பல நன்மைகளை வழங்குகிறது. முதலாவதாக, இது சிக்கலான நிகழ்வுகளை குறிப்பிட்ட சூழல்களுக்குள் புரிந்துகொள்வதற்கு விளக்குவதற்கு ஒரு மதிப்புமிக்க கட்டமைப்பை வழங்குகிறது, ஏனெனில் இது ஆராய்ச்சியாளர்கள் பல வழக்குகள் அல்லது பொருட்களை ஆராயவும், பல்வேறு காரணிகள் மற்றும் நிலைமைகள் கவனிக்கப்பட்ட விளைவுகளுக்கு பங்களிக்கும் வழிகளை ஆராயவும். இது விசாரணையின் கீழ் உள்ள நிகழ்வுகளைப் பற்றிய மிகவும் நுணுக்கமான மற்றும் சூழல் சார்ந்த புரிதலுக்கும், காரண உறவுகள் மற்றும் அடிப்படை வழிமுறைகளை அடையாளம் காணவும் உதவுகிறது.

இரண்டாவதாக, ஒப்பீட்டு பகுப்பாய்வு என்பது அரசியல் ஸ்திரத்தன்மையை நிர்ணயிக்கும் காரணிகளை ஆராய்வது முதல் கலை பாணியை பாதிக்கும் காரணிகளை ஆராய்வது வரை பல்வேறு வகையான ஆராய்ச்சி கேள்விகள் மற்றும் சிக்கல்களுக்குப் பயன்படுத்தக்கூடிய ஒரு பல்துறை முறையாகும். இந்த பல்துறைத்திறன் பல்வேறு துறைகள் மற்றும் ஆராய்ச்சிப் பகுதிகளைச் சேர்ந்த ஆராய்ச்சியாளர்களுக்கு ஒரு மதிப்புமிக்க கருவியாக அமைகிறது.

இருப்பினும், ஒப்பீட்டு பகுப்பாய்விலும் சில வரம்புகள் உள்ளன. ஒப்பிடுவதற்கு பொருத்தமான வழக்குகள் அல்லது பொருள்களைத் தேர்ந்தெடுப்பதில் உள்ள சவால் ஒரு சாத்தியமான குறைபாடு ஆகும், ஏனெனில் வழக்குகள் அல்லது பொருள்களின் தேர்வு பகுப்பாய்வின் முடிவுகளில் குறிப்பிடத்தக்க தாக்கத்தை ஏற்படுத்தும். கூடுதலாக, ஒப்பீட்டிற்குக் கிடைக்கும் தரவின் தரம் மாறுபடலாம், இது பகுப்பாய்வில் சாத்தியமான சார்புகள் அல்லது வரம்புகளை அறிமுகப்படுத்தக்கூடும்.

மேலும், ஒப்பீட்டு பகுப்பாய்வு பெரும்பாலும் ஒப்பீட்டளவில் குறைந்த எண்ணிக்கையிலான வழக்குகள் அல்லது பொருள்களை கொண்டது, இது கண்டுபிடிப்புகளின் பொதுமைப்படுத்தலையும் மாறிகளுக்கு இடையிலான உறவுகள் பற்றிய வலுவான முடிச்சு எடுக்கும் திறனையும் கட்டுப்படுத்தலாம். இது ஆராய்ச்சியாளர்கள் அவர்களின் முடிவுகளை குறைப்பதில் எச்சரிக்கையாக இருப்பது, பகுப்பாய்வில் இருக்கக்கூடிய சாத்தியமான வரம்புகள் மற்றும் சார்புகளைக் கொண்டது கருத்தில் கொள்வதும் முக்கியம்.

குறியியல் பகுப்பாய்வு

குறியியல் என்பது குறிகள் மற்றும் குறியீடுகளைப் பற்றியும், பல்வேறு வகையான தகவல்தொடர்புகளில் அர்த்தத்தை வெளிப்படுத்துகிறது பயன்படுத்தப்படுகின்றன என்பதையும் பற்றிய ஆய்வு ஆகும். குறியியல் பகுப்பாய்வு என்பது ஒரு ஆராய்ச்சி முறையாகும், இது ஒரு குறிப்பிட்ட சூழலுக்குள் குறிகள், குறியீடுகள் மற்றும் குறியீடுகளை ஆய்வு செய்கிறது அவற்றின் அர்த்தங்களைப் புரிந்துகொள்வதையும் விளக்குவதையும் உள்ளடக்கியது. மொழி, கலாச்சாரம் மற்றும் சமூகத்திற்கு இடையிலான சிக்கலான உறவுகளைப் புரிந்துகொள்வதற்கும் ஒரு மதிப்புமிக்க கட்டமைப்பை வழங்குவதால், இந்த முறை மொழியியல், மானுடவியல், சமூகவியல் மற்றும் ஊடக ஆய்வுகள் ஆகிய துறைகளில் பரவலாகப் பயன்படுத்தப்படுகிறது.

குறியியல் பகுப்பாய்வின் கண்ணோட்டம்:

குறியியல் பகுப்பாய்வு என்பது குறியியல் கோட்பாடுகள் மற்றும் கருத்துக்களை கொண்டது, இது தொடர்பு வழிமுறையாக குறிகள் மற்றும் சின்னங்களைப் பற்றிய ஆய்வு ஆகும். சுவிஸ் மொழியியலாளர் ஃபெர்டினாண்ட் டி சாசூரின் கூற்றுப்படி, ஒரு அடையாளம் இரண்டு கூறுகளைக் கொண்டுள்ளது: குறிப்பான், இது அடையாளத்தின் இயற்பியல் வடிவம் (ஒரு சொல், படம் அல்லது ஒலி போன்றவை), மற்றும் குறிக்கப்பட்டது, இது அடையாளத்துடன் தொடர்புடைய கருத்து அல்லது பொருள். குறியியல் பகுப்பாய்வு என்பது ஒரு குறிப்பிட்ட சூழலுக்குள் தெரிவிக்கப்படும் அர்த்தங்களைப் புரிந்துகொள்வதற்கும் விளக்குவதற்கும் இந்த

குறிப்புகள் மற்றும் அவற்றுடன் தொடர்புடைய குறிப்பான்களை ஆராய்வதை உள்ளடக்கியது.

குறியியல் பகுப்பாய்வின் செயல்முறையைத் தெரிவிக்கும் குறியியல் துறையில் பல முக்கிய கருத்துக்கள் மற்றும் கட்டமைப்புகள் உள்ளன. மிக முக்கியமான சில கருத்துக்கள் பின்வருமாறு:

*குறிப்பு மற்றும் குறிப்பு:*குறியீடானது ஒரு குறியின் நேரடி அல்லது முதன்மை அர்த்தத்தை குறிக்கிறது, அதே சமயம் மறைபொருள் என்பது குறியின் கலாச்சாரம் மற்றும் சமூக சூழலில் இருந்து எழும் இரண்டாம் நிலை அல்லது தொடர்புடைய அர்த்தங்களைக் குறிக்கிறது. குறியியல் பகுப்பாய்வு என்பது குறிகள் மற்றும் சின்னங்களின் குறியீடான மற்றும் மறைபொருள் அர்த்தங்களை ஒரு குறிப்பிட்ட சூழலுக்குள் புரிந்துகொள்வது விளக்குவதை உள்ளடக்கியது.

*குறியீடுகள்:*குறியீடுகள் என்பது ஒரு குறிப்பிட்ட சூழலுக்குள் அர்த்தத்தை வெளிப்படுத்தும் குறிகள் மற்றும் குறியீடுகளின் அமைப்புகளாகும். குறியீடுகள் மொழியியல் (எழுதப்பட்ட அல்லது பேசும் மொழி போன்றவை) அல்லது மொழியியல் அல்லாத (படங்கள், ஒலிகள் அல்லது சைகைகள் போன்றவை) ஆக இருக்கலாம். குறியியல் பகுப்பாய்வு என்பது ஒரு குறிப்பிட்ட சூழலுக்குள் குறிகள் மற்றும் சின்னங்களின் பயன்பாட்டை நிர்வகிக்கும் குறியீடுகள் மற்றும் மரபுகளை ஆய்வு அவற்றின் அர்த்தங்களைப் புரிந்துகொண்டு விளக்குகிறது.

*பைனரி எதிர்ப்புகள்:*இரும எதிர்ப்புகள் என்பது ஒரு குறிப்பிட்ட சூழலுக்குள் அர்த்தத்தை கட்டமைக்கவும் முரண்பாடுகளை உருவாக்கவும் பயன்படுத்தப்படும் எதிரெதிர் கருத்துக்கள் அல்லது வகைகளின் ஜோடிகளாகும். இரும எதிர்ப்புகளின் எடுத்துக்காட்டுகளில் நல்லது/தீமை, ஆண்/பெண் மற்றும் இயற்கை/கலாச்சாரம் ஆகியவை அடங்கும். குறியியல் பகுப்பாய்வு என்பது இந்த இரும எதிர்ப்புகளையும், அவை அர்த்தத்தை கட்டமைத்து ஒரு குறிப்பிட்ட சூழலுக்குள் செய்திகளை வெளிப்படுத்தும் வழிகளையும் ஆராய்வதை உள்ளடக்கியது.

குறியியல் பகுப்பாய்வின் படிகள்:

குறியியல் பகுப்பாய்வில் பயன்படுத்தப்படும் குறிப்பிட்ட முறைகள் மற்றும் நுட்பங்கள் பயன்படுத்தப்படும் குறிப்பிட்ட அணுகுமுறையைப் பொறுத்து மாறுபடலாம் என்றாலும், பெரும்பாலான குறியியல் பகுப்பாய்விற்கு பொதுவான சில பொதுவான படிகள் உள்ளன. இந்தப் படிகளில் பின்வருவன அடங்கும்:

*ஆராய்ச்சி கேள்வியை வரையறுத்தல்:*குறியியல் பகுப்பாய்வின் முதல் படி, பகுப்பாய்வு தீர்க்க முயற்சிக்கும் ஆராய்ச்சி கேள்வி அல்லது சிக்கலை வரையறுப்பது. இதில், ஆய்வுக்கு உட்பட்ட அறிகுறிகள் மற்றும் சின்னங்களின் குறிப்பிட்ட அம்சங்களை ஆராய்வது அடங்கும், அதாவது அவை அர்த்தத்தை வெளிப்படுத்தும் வழிகள், முரண்பாடுகளை உருவாக்குதல் அல்லது ஒரு குறிப்பிட்ட சூழலுக்குள் செய்திகளை கட்டமைத்தல் போன்றவை.

*தரவுகளைச் சேகரித்தல்:*ஆராய்ச்சி கேள்வி வரையறுக்கப்பட்டவுடன், பகுப்பாய்விற்காக தரவு சேகரிக்கப்பட வேண்டும். இதில் உரைகள், படங்கள், ஒலிகள் அல்லது ஆய்வு செய்யப்படும் அறிகுறிகள் மற்றும் சின்னங்களைக் கொண்ட பிற தொடர்பு வடிவங்களைச் சேகரிப்பது அடங்கும்.

குறிப்பான்கள் மற்றும் குறிப்பீடுகளை அடையாளம் காணுதல்: குறியியல் பகுப்பாய்வின் அடுத்த படி, குறிப்பான்கள் (குறிப்புகளின் இயற்பியல் வடிவங்கள்) மற்றும் அவற்றுடன் தொடர்புடைய குறிப்பீடுகளை (குறிப்புகளுடன் தொடர்புடைய கருத்துக்கள் அல்லது அர்த்தங்கள்) அடையாளம் காண்பதாகும். இதில் குறிகள் மற்றும் சின்னங்களின் குறியீட்டு

மற்றும் குறிக்கும் அர்த்தங்கள், ஒரு குறிப்பிட்ட சூழலுக்குள் அவற்றின் பயன்பாடு நிர்வகிக்கும் குறியீடுகள் மற்றும் மரபுகள் ஆகியவற்றை ஆராய்வது அடங்கும்.

குறிப்பான்கள் மற்றும் குறிப்பீடுகளுக்கு இடையிலான உறவுகளை பகுப்பாய்வு செய்தல்:குறிப்பான்கள் மற்றும் குறிப்பீடுகள் அடையாளம் காணப்பட்டவுடன், அவற்றுக்கிடையேயான உறவுகளை பகுப்பாய்வு செய்யலாம். குறிகள் மற்றும் சின்னங்கள் அர்த்தத்தை வெளிப்படுத்தும், முரண்பாடுகளை உருவாக்கும் அல்லது குறிப்பிட்ட சூழலுக்குள் செய்திகளை கட்டமைக்கும் ஆராய்வது இதில் அடங்கும். அர்த்தங்கள் மற்றும் செய்திகள் தெரிவிக்கப்படுவதற்கு காரணமான இரும எதிர்ப்புகளையும், இந்த எதிர்ப்புகள் சூழலுக்குள் பேச்சுவார்த்தை நடத்தப்படும், சவால் செய்யப்படும் அல்லது வலுப்படுத்தப்படும் வழிகளையும் ஆராய்வது இதில் அடங்கும்.

முடிவு விளக்குதல்:குறியியல் பகுப்பாய்வின் இறுதிப் படி, ஆராய்ச்சி கேள்வி அல்லது சிக்கலுக்கான கண்டுபிடிப்புகளின் தாக்கங்களையும், தலைப்பில் பரந்த தத்துவார்த்த மற்றும் அனுபவ இலக்கியங்களையும் கருத்தில் கொண்டு பகுப்பாய்வின் முடிவு விளக்குவதாகும். இதில் குறிகள் மற்றும் சின்னங்கள் அர்த்தத்தை வெளிப்படுத்தும், முரண்பாடுகளை உருவாக்கும் அல்லது குறிப்பிட்ட சூழலுக்குள் செய்திகளை கட்டமைக்கும் வழிகள் பற்றிய முடிவுகளை எடுப்பது, இந்த அர்த்தங்கள் மற்றும் செய்திகளின் பரந்த கலாச்சாரம், சமூக மற்றும் அரசியல் தாக்கங்களைக் கருத்தில் கொள்வது அடங்கு.

குறியியல் பகுப்பாய்வின் நன்மைகள் மற்றும் வரம்புகள்:

ஒரு ஆராய்ச்சி முறையாக குறியியல் பகுப்பாய்வு பல நன்மைகளை வழங்குகிறது. முதலாவதாக, மொழி, கலாச்சாரம் மற்றும் சமூகம் ஆகியவற்றுக்கு இடையேயான சிக்கலான உறவுகளைப் புரிந்துகொள்வதற்கு இது ஒரு மதிப்புமிக்கது. கட்டமைப்பை வழங்குகிறது, ஏனெனில் இது ஆராய்ச்சியாளர்களின் குறிகளும் சின்னங்களும் அர்த்தத்தை வெளிப்படுத்தும் வழிகளை ஆராயவும் குறிப்பிட்டு சூழல்களுக்குள் முரண்பாடுகளை உருவாக்கவும். இது விசாரணையின் கீழ் உள்ள நிகழ்வுகளைப் பற்றிய மிகவும் நுணுக்கமான மற்றும் சூழல் சார்ந்த புரிதலுக்கும், அடிப்படை வடிவங்கள் மற்றும் அர்த்தங்கள் கட்டமைப்புகளை அடையாளம் காணவும் உதவுகிறது.

இரண்டாவதாக, குறியியல் பகுப்பாய்வு என்பது ஒரு பல்துறை முறையாகும், இது விளம்பரங்கள் மூலம் தெரிவிக்கப்படும் அர்த்தங்கள் மற்றும் செய்திகளை ஆராய்வது முதல் சமூக அடையாளங்களை உருவாக்கவும் பராமரிக்கவும் மொழி எவ்வாறு பயன்படுத்தப்படுகிறது என்பதை ஆராய்வது வரை பரந்த அளவிலான ஆராய்ச்சி கேள்விகள் மற்றும் சிக்கல்களுக்குப் பயன்படுத்தப்படலாம். இந்த பல்துறைத்திறன் பல்வேறு துறைகள் மற்றும் ஆராய்ச்சிப் பகுதிகளைச் சேர்ந்த ஆராய்ச்சியாளர்களுக்கு ஒரு மதிப்புமிக்க கருவியாக அமைகிறது.

இருப்பினும், குறியியல் பகுப்பாய்விற்கும் சில வரம்புகள் உள்ளன. ஒரு சாத்தியமான குறைபாடு என்னவென்றால், அது அகநிலை மற்றும் விளக்கத்திற்குத் திறந்திருக்கும், ஏனெனில் அறிகுறிகள் மற்றும் குறியீடுகள் தெரிவிக்கப்படும் அர்த்தங்களும் செய்திகளும் பெரும்பாலும் ஆராய்ச்சியாளர்கள் மற்றும் பார்வையாளர்கள் இருவரின் கலாச்சாரம், சமூகம் மற்றும் தனிப்பட்ட அனுபவங்களால் பாதிக்கப்படுகின்றன. இது ஆராய்ச்சியாளர்கள் தங்கள் சொந்த சார்புகளை அறிந்திருப்பதும், அவர்களின் பகுப்பாய்வில் பிரதிபலிப்பு மற்றும் வெளிப்படைத்தன்மைக்காக பாடுபடுவதும் முக்கியம்.

மேலும், குறியியல் பகுப்பாய்வு பெரும்பாலும் தனிப்பட்ட அறிகுறிகள் மற்றும் சின்னங்களின் பகுப்பாய்வில் கவனம் செலுத்துகிறது, இது மொழி, கலாச்சாரம் மற்றும் சமூகம் ஆகியவற்றுக்கு இடையேயான உறவுகள் குறித்து பரந்த முடிவு எடுப்பதை கடினமாக்கும். இந்த வரம்பை, சொற்பொழிவு பகுப்பாய்வு உள்ளடக்க பகுப்பாய்வு அல்லது பிற ஆராய்ச்சி முறைகளுடன் இணைந்து குறியியல் பகுப்பாய்வைப் பயன்படுத்துவதன்

மூலம், விசாரணையின் கீழ் உள்ள நிகழ்வுகளைப் பற்றிய விரிவான புரிதலை வழங்குவதன் மூலம் ஓரளவு நிவர்த்தி செய்யலாம்.

காட்சியின் சக்தி: திரைப்படம் மற்றும் காணொளியில் காட்சி விவரங்கள்

காட்சி விவரிப்புகள் என்பது எழுதப்பட்ட அல்லது பேசும் மொழி மூலம் சொல்லப்படுவதற்குப் பதிலாக, முதன்மையான படங்கள் மூலம் சொல்லப்படும் கதைகள். திரைப்படம் மற்றும் வீடியோ ஆகியவை காட்சி கதைசொல்லுக்கான மிகவும் சக்திவாய்ந்த இரண்டு ஊடகங்கள், ஏனெனில் அவை படைப்பாளிகள் நகரும் படங்கள், ஒலி மற்றும் பிற காட்சி கூறுகளின் கலவையின் மூலம் சிக்கலான கதைகள், கருத்துக்கள் மற்றும் உணர்ச்சிகளை வெளிப்படுத்த அனுமதிக்கின்றன. இந்தக் கட்டுரையில், திரைப்படம் மற்றும் வீடியோவில் காட்சி விவரிப்புகளின் சக்தியை ஆராய்வோம், அவை பார்வையாளர்களை எவ்வாறு ஈடுபடுத்துகின்றன, அர்த்தத்தைத் தொடர்புகொள்கின்றன மற்றும் ஆழமான அனுபவங்களை உருவாக்குகின்றன என்பதில் கவனம் செலுத்துவோம்.

பார்வையாளர்களை ஈர்க்கும்: திரைப்படம் மற்றும் காணொளியில் காட்சி விவரிப்புகளின் முக்கிய பலங்களில் ஒன்று, பார்வையாளர்களை ஈடுபடுத்தும் மற்றும் கவர்ந்திழுக்கும் திறன் ஆகும். படங்களைப் பயன்படுத்தி ஒரு கதையைச் சொல்வதன் மூலம், திரைப்படத் தயாரிப்பாளர்கள் பார்வையாளர்களுடன் ஒரு உள்ளுணர்வான மற்றும் உடனடி தொடர்பை உருவாக்க முடியும், எழுத்து அல்லது பேச்சு மொழியில் அடைய முடியாத வழிகளில் அவர்களின் உணர்ச்சிகளையும் புலன்களையும் தட்டிக் கேட்க முடியும். இது காட்சி விவரிப்புகளை பச்சாதாபம், சஸ்பென்ஸ் மற்றும் பிற சக்திவாய்ந்த உணர்ச்சி தூண்டுவதில் குறிப்பாக பயனுள்ளதாக மாற்றும், ஏனெனில் பார்வையாளர்கள் திரையில் வரும் கதாபாத்திரங்களின் கண்கள் வழியாக கதையை அனுபவிக்க முடியும்.

தொடர்பு பொருள்: திரைப்படம் மற்றும் காணொளியில் காட்சி விவரங்கள், நேரடி மற்றும் குறியீட்டு மட்டங்களில் அர்த்தத்தைத் தெரிவிப்பது மிகவும் பயனுள்ளதாக இருக்கும். படங்களை கவனமாக தேர்ந்தெடுத்து ஒழுங்கமைப்பதன் மூலம், திரைப்பட தயாரிப்பாளர்கள் மொழி மூலம் மட்டும் வெளிப்படுத்த கடினமாக இருக்கும் சிக்கலான கருத்துக்கள், கருப்பொருள்கள் மற்றும் செய்திகளை வெளிப்படுத்த முடியும். உதாரணமாக, காதல், மரணம் அல்லது சுதந்திரம் போன்ற சுருக்கக் கருத்துக்களை ஆராய ஒரு திரைப்படம் காட்சி உருவகங்கள் அல்லது குறியீட்டு உருவகங்களைப் பயன்படுத்த, பார்வையாளர்கள் பல நிலைகளில் விளக்கவும் ஈடுபடவும் கூடிய அர்த்த அடுக்குகளை உருவாக்கலாம்.

அதிவேக அனுபவங்களை உருவாக்குதல்: திரைப்படம் மற்றும் காணொளியில் காட்சி விவரிப்புகளின் சக்தியின் மற்றொரு முக்கிய அம்சம், பார்வையாளர்களுக்கு ஆழமான மற்றும் போக்குவரத்து அனுபவங்களை உருவாக்கும் திறன் ஆகும். ஒளிப்பதிவு, எடிட்டிங், ஒலி வடிவமைப்பு மற்றும் பிற திரைப்படத் தயாரிப்பு நுட்பங்களைப் பயன்படுத்துவதன் மூலம், திரைப்படத் தயாரிப்பாளர்கள் பார்வையாளர்களை ஈர்க்கும் மற்றும் கதையில் தங்களை இழக்க அனுமதிக்கும் வளமான மற்றும் துடிப்பான உலகங்களை உருவாக்க முடியும். இந்த மூழ்கும் ஆச்சரிய உணர்வு, சிக்கலான மற்றும் அறிமுகமில்லாத சூழல்களை ஆராய்வதிலும், ஆர்வம் மற்றும் பிரமிப்பு உணர்வைத் தூண்டுவதிலும் காட்சி விவரிப்புகளை குறிப்பாக பயனுள்ளதாக மாற்றும்.

கலாச்சாரங்களுக்கு இடையிலான ஈர்ப்பு: திரைப்படம் மற்றும் காணொளியில் காட்சி விவரிப்புகள் பெரும்பாலும் பரந்த கலாச்சார ஈர்ப்பைக் கொண்டிருக்கின்றன, ஏனெனில் படங்கள் மொழித் தடைகளைத் தாண்டி உலகளாவிய மனித அனுபவங்களைப் பேச முடியும். காட்சி கதைசொல்லலில் கவனம் செலுத்துவதன் மூலம், திரைப்பட தயாரிப்பாளர்கள் உலகெங்கிலும் உள்ள

பல்வேறு பார்வையாளர்களுடன் எதிரொலிக்கும் கதைகள் உருவாக்க முடியும், இது பல்வேறு கலாச்சாரங்கள், கண்ணோட்டங்கள் மற்றும் அனுபவங்களைப் பற்றிய அதிக புரிதலையும் பாராட்டையும் வளர்க்கிறது.

ஒலியின் பங்கு:திரைப்படம் மற்றும் காணொளியில் காட்சி விவரங்கள் முதன்மையாக படங்களைச் சார்ந்து ஒரு கதையைச் சொல்லும்போது, ஒட்டுமொத்த கதை அனுபவத்தை வடிவமைப்பில் ஒலியும் முக்கிய பங்கு வகிக்கிறது. இசை, ஒலி விளைவுகள் மற்றும் உரையாடல் அனைத்தும் ஒரு காட்சி விவரிப்பின் சூழல், மனநிலை மற்றும் அர்த்தத்திற்கு பங்களிக்கக்கூடும், பார்வையாளர்கள் உணர்ச்சிகளையும் கதையின் விளக்கங்களையும் வழிநடத்த உதவும். சில நேரங்களில், ஒலி அதன் சொந்த கதைப் பாத்திரத்தை எடுத்து, படங்களுடன் மிகவும் சிக்கலான மற்றும் பல அடுக்கு கதையை உருவாக்க முடியும்.

திருத்துதலின் சக்தி:திரைப்படம் மற்றும் காணொளியில் காட்சி விவரிப்புகளின் மற்றொரு அத்தியாவசிய அங்கமாக எடிட்டிங் உள்ளது, ஏனெனில் இது கதையை வடிவமைக்கவும் பார்வையாளர்களின் அனுபவங்களை வழிநடத்தவும் திரைப்பட தயாரிப்பாளர்கள் நேரம், இடம் மற்றும் முன்னோக்கை கையாளவும். குறுக்கு வெட்டு, இணையான எடிட்டிங் மற்றும் மாண்டேஜ் போன்ற எடிட்டிங் நுட்பங்களைப் பயன்படுத்துவதன் மூலம், திரைப்பட தயாரிப்பாளர்கள் வெவ்வேறு காட்சிகள், கதாபாத்திரங்கள் மற்றும் யோசனைகளுக்கு இடையே தொடர்புகளை உருவாக்க முடியும், தனிப்பட்ட படங்களில் உடனடியாகத் தெரியவில்லை வடிவங்கள் மற்றும் உறவுகளை வெளிப்படுத்தலாம்.

வழக்கு ஆய்வு: பல்வேறு அணுகுமுறைகளைப் பயன்படுத்தி ஒரு காட்சி விளம்பரத்தை பகுப்பாய்வு செய்தல்

விளம்பரங்கள் என்பது சக்திவாய்ந்த காட்சி தொடர்பு கருவிகளாகும், அவை தயாரிப்புகள், சேவைகள் அல்லது யோசனைகளைப் பற்றி நுகர்வோரை வற்புறுத்தித் தெரிவிப்பதை நோக்கமாகக் கொண்டுள்ளது. இந்த வழக்கு ஆய்வில், குறியியல் பகுப்பாய்வு, உள்ளடக்க பகுப்பாய்வு, சொற்பொழிவு பகுப்பாய்வு மற்றும் ஒப்பீட்டு பகுப்பாய்வு உள்ளிட்ட பல்வேறு அணுகுமுறைகளைப் பயன்படுத்தி ஒரு காட்சி விளம்பரத்தை பகுப்பாய்வு செய்வோம். இந்த முறைகளைப் பயன்படுத்துவதன் மூலம், விளம்பரத்தின் பொருள், செய்தி மற்றும் அதன் இலக்கு பார்வையாளர்கள் மீதான தாக்கம் பற்றிய ஆழமான புரிதலைப் பெறலாம்.

குறியியல் பகுப்பாய்வு:

குறியியல் பகுப்பாய்வு என்பது ஒரு உரை, படம் அல்லது பொருளில் உள்ள குறிகள், சின்னங்கள் மற்றும் அர்த்தங்களில் கவனம் செலுத்தும் ஒரு அணுகுமுறையாகும். குறிப்பான்கள் (காட்சி கூறுகள்) மற்றும் குறிக்கப்பட்டவை (அவை தெரிவிக்கும் அர்த்தங்கள்) ஆகியவற்றை ஆராய்வதன் மூலம், விளம்பரத்தின் செய்தி மற்றும் வற்புறுத்தும் நுட்பங்களைப் பற்றிய நுண்ணறிவைப் பெறலாம்.

அ. குறிப்பு மற்றும் பொருள்:இந்த விளம்பரத்தில், அழகிய சாலையில் ஒரு நேர்த்தியான கார் ஓட்டிச் செல்வது காட்டப்பட்டுள்ளது, அதில் பிராண்ட் லோகோ தெளிவாகக் காட்டப்பட்டுள்ளது. இதன் அர்த்தத்தை நேரடியாகக் குறிக்கிறது: விளம்பரம் இந்த பிராண்டிலிருந்து ஒரு காரை விளம்பரப்படுத்துகிறது. இருப்பினும், அர்த்தத்தை மையமாகக் கொண்ட பொருள் மிகவும் சிக்கலானது: அழகிய பின்னணி மற்றும் நேர்த்தியான வடிவமைப்பு ஆடம்பரம், சுதந்திரம் மற்றும் உயர்தர ஓட்டுநர் அனுபவத்தைக் குறிக்கிறது.

ஆ. விதிகள் மற்றும் மரபுகள்: கவர்ச்சிகரமான மாடல்களின் பயன்பாடு, மாறும் செயல் மற்றும் ஆர்வமுள்ள அமைப்புகள் போன்ற கார் விளம்பரங்களில் பொதுவாகக் காணப்படும் சில காட்சி குறியீடுகள் மற்றும் மரபுகளை இந்த விளம்பரம் பயன்படுத்துகிறது. இந்த குறியீடுகள் விரும்பத்தக்க தன்மை, உற்சாகம் மற்றும் சமூக அந்தஸ்து ஆகியவற்றின் உணர்வை உருவாக்க உதவுகின்றன, இது நுகர்வோரின் உணர்ச்சிகள் மற்றும் விருப்பங்களை ஈர்க்கிறது.

இ. பைனரி எதிர்ப்புகள்: இந்த விளம்பரம் வேறுபாட்டையும் அர்த்தத்தையும் உருவாக்க இரட்டை எதிர்ப்புகளையும் பயன்படுத்துகிறது. உதாரணமாக, நேர்த்தியான கார் இயற்கை நிலப்பரப்புக்கு எதிராக இணைக்கப்பட்டுள்ளது, இது தொழில்நுட்பம் மற்றும் இயற்கைக்கு இடையில் அல்லது நவீனத்துவம் மற்றும் பாரம்பரியத்திற்கு இடையில் ஒரு இணக்கமான சமநிலையை பரிந்துரைக்கிறது.

உள்ளடக்க பகுப்பாய்வு:

உள்ளடக்க பகுப்பாய்வு என்பது வடிவங்கள், கருப்பொருள்கள் அல்லது போக்குகளை அடையாளம் காண ஒரு உரை அல்லது படத்தின் கூறுகளை முறையாக ஆராய்வதை உள்ளடக்குகிறது. விளம்பரத்தின் உள்ளடக்கம் பகுப்பாய்வை நடத்துவதன் மூலம், அதன் ஒட்டுமொத்த செய்தி மற்றும் தாக்கத்திற்கு பங்களிக்கும் முக்கிய அம்சங்கள் மற்றும் கூறுகளை நாம் அடையாளம் காண முடியும்.

அ. காட்சி கூறுகள்: விளம்பரம் அதன் செய்தியை வெளிப்படுத்தும் காட்சிக் கூறுகளை பெரிதும் நம்பியுள்ளது. கார், மாதிரிகள் மற்றும் நிலப்பரப்பு அனைத்தும் கவனமாக தேர்ந்தெடுக்கப்பட்ட ஆடம்பரம், உற்சாகம் மற்றும் அபிலாஷை உணர்வை உருவாக்கும் வகையில் வடிவமைக்கப்பட்டுள்ளன. வண்ணத் தட்டு, விளக்குகள் மற்றும் கலவை ஆகியவை விளம்பரத்தின் ஒட்டுமொத்த அழகியல் மற்றும் உணர்ச்சி தாக்கத்திற்கும் பங்களிக்கின்றன.

பி. உரை கூறுகள்: விளம்பரத்தின் முதன்மை கவனம் காட்சித் தொடர்பிலேயே இருந்தாலும், தலைப்புச் செய்திகள், வாசகங்கள் அல்லது தயாரிப்பு விளக்கங்கள் போன்ற உரைகளும் செய்தியை வடிவமைப்பதிலும் நுகர்வோரை வற்புறுத்துவதில் முக்கிய பங்கு வகிக்கலாம். இந்த விஷயத்தில், விளம்பரத்தில் காரின் செயல்திறன், பாணி அல்லது புதுமையான அம்சங்களை வலியுறுத்தும் ஒரு கவர்ச்சியான வாசகம் இடம்பெறலாம், இது காட்சிச் செய்தியை வலுப்படுத்தி நுகர்வோருக்கு கூடுதல் தகவல்களை வழங்குகிறது.

சொற்பொழிவு பகுப்பாய்வு:

சொற்பொழிவு பகுப்பாய்வு, மொழி, படங்கள் மற்றும் பிற தொடர்பு வடிவங்கள் அர்த்தத்தை உருவாக்குதல், அடையாளங்களை உருவாக்குதல் மற்றும் சமூக உறவுகளை உருவாக்குதல் வடிவமைக்கப் பயன்படும் வழிகளை ஆராய்கிறது. விளம்பரத்தின் சொற்பொழிவை பகுப்பாய்வு செய்வதன் மூலம், அதன் செய்தி மற்றும் வற்புறுத்தும் உத்திகளைத் தெரிவிக்கும் அடிப்படை அனுமானங்கள், மதிப்புகள் மற்றும் சித்தாந்தங்களை நாம் ஆராயலாம்.

அ. சக்தி உறவுகள்: விளம்பரம் பாலினம், வர்க்கம் அல்லது இனம் தொடர்பான சில அதிகார உறவுகள் மற்றும் சமூக நிலைகளை மறைமுகமாக வலுப்படுத்தலாம். உதாரணமாக, கார் பெரும்பாலும் கவர்ச்சிகரமான, பணக்கார தோற்றமுடைய நபர்களால் ஓட்டப்படுவதாகக் காட்டப்பட்டால், அந்த கார் ஒரு குறிப்பிட்ட மக்கள்தொகை அல்லது சமூகம் வகுப்பிற்காக குறிப்பிடப்பட்டுள்ளது.

ஆ. சித்தாந்தங்கள் மற்றும் மதிப்புகள்: இந்த விளம்பரம் நுகர்வோர், தனித்துவம் அல்லது சுற்றுச்சூழல் போன்ற சில சித்தாந்தங்களையும் மதிப்புகளையும் வெளிப்படுத்தலாம்.

உதாரணமாக, ஆடம்பரம், அந்தஸ்து மற்றும் தனிப்பட்ட திருப்தி ஆகியவற்றின் மீதான முக்கியத்துவம் ஒரு நுகர்வோர் சித்தாந்தத்தை பிரதிபலிக்கக்கூடும், அதே நேரத்தில் காருக்கும் இயற்கைக்கும் இடையிலான இணக்கமான உறவு மிகவும் சுற்றுச்சூழல் உணர்வுள்ள செய்தியை வெளிப்படுத்தக்கூடும்.

ஒப்பீட்டு பகுப்பாய்வு:

ஒப்பீட்டு பகுப்பாய்வு என்பது ஒற்றுமைகள், வேறுபாடுகள் மற்றும் வடிவங்களை அடையாளம் காண இரண்டு அல்லது அதற்கு மேற்பட்ட உரைகள், படங்கள் அல்லது பொருட்களை ஆராய்வதை உள்ளடக்குகிறது. விளம்பரத்தை மற்ற கார் விளம்பரங்கள் அல்லது போட்டியிடும் பிராண்டுகளுடன் ஒப்பிடுவதன் மூலம், கேள்விக்குரிய விளம்பரத்தின் தனித்துவமான அம்சங்கள், ஊத்திகள் மற்றும் கவர்ச்சிகள் பற்றிய நுண்ணறிவைப் பெறலாம்.

அ. ஒற்றுமைகள்: மற்ற கார் விளம்பரங்களுடன் ஒப்பிடும் போது, காட்சி குறியீடுகள், மரபுகள் மற்றும் வற்புறுத்தும் நுட்பங்களைப் பயன்படுத்துவதில் ஒற்றுமைகளைக் காணலாம். எடுத்துக்காட்டாக, பல கார் விளம்பரங்கள் கவர்ச்சிகரமான மாதிரிகள், மாறும் செயல் மற்றும் விருப்பமான அமைப்புகளைக் கொண்டுள்ளன, அவை விரும்பத்தக்க தன்மை மற்றும் உற்சாகத்தை உருவாக்குகின்றன. இந்த ஒற்றுமைகள் கார் விளம்பரத்தின் பரந்த வகைக்குள் பொதுவான கருப்பொருள்கள், போக்குகள் மற்றும் உத்திகளை அடையாளம் காண உதவும்.

பி. வேறுபாடுகள்: விளம்பரத்திற்கும் பிற கார் விளம்பரங்களுக்கும் இடையிலான வேறுபாடுகளை ஆராய்வதன் மூலம், அதன் போட்டியாளர்களிடமிருந்து அதை வேறுபடுத்திக் காட்டுகிறது தனித்துவமான விற்பனை புள்ளிகள், அம்சங்கள் அல்லது முறையீடுகளை நாம் அடையாளம் காணலாம். உதாரணமாக, விளம்பரம் சுற்றுச்சூழல் பொறுப்பு, அதிநவீன தொழில்நுட்பம் அல்லது ஒரு குறிப்பிட்ட இலக்கு மக்கள்தொகைக்கு அதிக முக்கியத்துவம் கொடுக்கலாம், இது மற்ற விளம்பர கார்களில் இருந்து அதை வேறுபடுத்தி, தனித்துவமான நுகர்வோர் மதிப்புகள் மற்றும் விருப்பங்களை ஈர்க்கும்.

இ. வடிவங்கள் மற்றும் போக்குகள்: ஒப்பீட்டு பகுப்பாய்வு, கார் விளம்பரத் துறையில் உள்ள பரந்த வடிவங்கள் மற்றும் போக்குகளை அடையாளம் காணவும் நமக்கு உதவும். எடுத்துக்காட்டாக, நுகர்வோர் விருப்பத்தேர்வுகள், கலாச்சார மதிப்புகள் அல்லது சந்தை நிலைமைகளில் ஏற்படும் மாற்றங்களைப் பிரதிபலிக்கும் வகையில், காலப்போக்கில் கார் விளம்பரங்கள் உருவாகியுள்ளன. இந்த வடிவங்கள் மற்றும் போக்குகளை ஆராய்வதன் மூலம், விளம்பரத்தின் வரலாற்று, கலாச்சாரம் மற்றும் சமூக சூழலையும், அதன் இலக்கு பார்வையாளர்கள் மீதான அதன் சாத்தியமான தாக்கத்தையும் நாம் நன்கு புரிந்துகொள்ள முடியும்.

முடிவில், பல்வேறு அணுகுமுறைகளைப் பயன்படுத்தி ஒரு காட்சி விளம்பரத்தை பகுப்பாய்வு செய்வது, விளம்பரத்தின் பொருள், செய்தி மற்றும் வற்புறுத்தும் நுட்பங்கள் பற்றிய மதிப்புமிக்க நுண்ணறிவுகளை வழங்குகிறது. குறியியல் பகுப்பாய்வு, அறிகுறிகள், சின்னங்கள் மற்றும் அர்த்தங்களின் பயன்பாட்டைப் புரிந்துகொள்ள உதவுகிறது, அதே நேரத்தில் பகுப்பாய்வு முக்கிய காட்சி மற்றும் உரை கூறுகளை அடையாளம் காட்டுகிறது. சொற்பொழிவு பகுப்பாய்வு, விளம்பரத்தைத் தெரிவிக்கும் அடிப்படை அனுமானங்கள், மதிப்புகள் மற்றும் சித்தாந்தங்களை வெளிப்படுத்துகிறது, மேலும் ஒப்பீட்டு பகுப்பாய்வு, கார் விளம்பரத்தின் பரந்த சூழலில் ஒற்றுமைகள், வேறுபாடுகள் மற்றும் போக்குகளை எடுத்துக்காட்டுகிறது. இந்த முறைகளைப் பயன்படுத்துவதன் மூலம், விளம்பரம் அதன் இலக்கு பார்வையாளர்கள் மீது ஏற்படுத்தும் தாக்கம் மற்றும் காட்சித் தகவல்தொடர்புகளின் பரந்த நிலப்பரப்பில் அதன் இடம் பற்றிய விரிவான புரிதலை நாம் உருவாக்க முடியும்.
திரைப்படம் மற்றும் காணொளியில் காட்சி விவரங்கள்

காட்சி விவரிப்புகள் என்பது எழுதப்பட்ட அல்லது பேசும் மொழி மூலம் சொல்லப்படுவதற்குப் பதிலாக, முதன்மையான படங்கள் மூலம் சொல்லப்படும் கதைகள். திரைப்படம் மற்றும் வீடியோ ஆகியவை காட்சி கதைசொல்லுக்கான மிகவும் சக்திவாய்ந்த இரண்டு ஊடகங்கள், ஏனெனில் அவை படைப்பாளிகள் நகரும் படங்கள், ஒலி மற்றும் பிற காட்சி கூறுகளின் கலவையின் மூலம் சிக்கலான கதைகள், கருத்துக்கள் மற்றும் உணர்ச்சிகளை வெளிப்படுத்த அனுமதிக்கின்றன. இந்தக் கட்டுரையில், திரைப்படம் மற்றும் வீடியோவில் காட்சி விவரிப்புகளின் சக்தியை ஆராய்வோம், அவை பார்வையாளர்களை எவ்வாறு ஈடுபடுத்துகின்றன, அர்த்தத்தைத் தொடர்புகொள்கின்றன மற்றும் ஆழமான அனுபவங்களை உருவாக்குகின்றன என்பதில் கவனம் செலுத்துவோம்.

*பார்வையாளர்களை ஈர்க்கும்:*திரைப்படம் மற்றும் காணொளியில் காட்சி விவரிப்புகளின் முக்கிய பலங்களில் ஒன்று, பார்வையாளர்களை ஈடுபடுத்தும் மற்றும் கவர்ந்திழுக்கும் திறன் ஆகும். படங்களைப் பயன்படுத்தி ஒரு கதையைச் சொல்வதன் மூலம், திரைப்படத் தயாரிப்பாளர்கள் பார்வையாளர்களுடன் ஒரு உள்ளுணர்வான மற்றும் உடனடி தொடர்பை உருவாக்க முடியும், எழுத்து அல்லது பேச்சு மொழியில் அடைய முடியாத வழிகளில் அவர்களின் உணர்ச்சிகளையும் புலன்களையும் தட்டிக் கேட்க முடியும். இது காட்சி விவரிப்புகளை பச்சாதாபம், சஸ்பென்ஸ் மற்றும் பிற சக்திவாய்ந்த உணர்ச்சி தூண்டுவதில் குறிப்பாக பயனுள்ளதாக மாற்றும், ஏனெனில் பார்வையாளர்கள் திரையில் வரும் கதாபாத்திரங்களின் கண்கள் வழியாக கதையை அனுபவிக்க முடியும்.

*தொடர்பு பொருள்:*திரைப்படம் மற்றும் காணொளியில் காட்சி விவரங்கள், நேரடி மற்றும் குறியீட்டு மட்டங்களில் அர்த்தத்தைத் தெரிவிப்பது மிகவும் பயனுள்ளதாக இருக்கும். படங்களை கவனமாக தேர்ந்தெடுத்து ஒழுங்கமைப்பதன் மூலம், திரைப்பட தயாரிப்பாளர்கள் மொழி மூலம் மட்டும் வெளிப்படுத்த கடினமாக இருக்கும் சிக்கலான கருத்துக்கள், கருப்பொருள்கள் மற்றும் செய்திகளை வெளிப்படுத்த முடியும். உதாரணமாக, காதல், மரணம் அல்லது சுதந்திரம் போன்ற சுருக்கக் கருத்துக்களை ஆராய ஒரு திரைப்படம் காட்சி உருவகங்கள் அல்லது குறியீட்டு உருவகங்களைப் பயன்படுத்த, பார்வையாளர்கள் பல நிலைகளில் விளக்கவும் ஈடுபடவும் கூடிய அர்த்த அடுக்குகளை உருவாக்கலாம்.

*அதிவேக அனுபவங்களை உருவாக்குதல்:*திரைப்படம் மற்றும் காணொளியில் காட்சி விவரிப்புகளின் சக்தியின் மற்றொரு முக்கிய அம்சம், பார்வையாளர்களுக்கு ஆழமான மற்றும் போக்குவரத்து அனுபவங்களை உருவாக்கும் திறன் ஆகும். ஒளிப்பதிவு, எடிட்டிங், ஒலி வடிவமைப்பு மற்றும் பிற திரைப்படத் தயாரிப்பு நுட்பங்களைப் பயன்படுத்துவதன் மூலம், திரைப்படத் தயாரிப்பாளர்கள் பார்வையாளர்களை ஈர்க்கும் மற்றும் கதையில் தங்களை இழக்க அனுமதிக்கும் வளமான மற்றும் துடிப்பான உலகங்களை உருவாக்க முடியும். இந்த மூழ்கும் ஆச்சரிய உணர்வு, சிக்கலான மற்றும் அறிமுகமில்லாத சூழல்களை ஆராய்வதிலும், ஆர்வம் மற்றும் பிரமிப்பு உணர்வைத் தூண்டுவதிலும் காட்சி விவரிப்புகளை குறிப்பாக பயனுள்ளதாக மாற்றும்.

*கலாச்சாரங்களுக்கு இடையிலான ஈர்ப்பு:*திரைப்படம் மற்றும் காணொளியில் காட்சி விவரிப்புகள் பெரும்பாலும் பரந்த கலாச்சார ஈர்ப்பைக் கொண்டிருக்கின்றன, ஏனெனில் படங்கள் மொழித் தடைகளைத் தாண்டி உலகளாவிய மனித அனுபவங்களைப் பேச முடியும். காட்சி கதைசொல்லலில் கவனம் செலுத்துவதன் மூலம், திரைப்பட தயாரிப்பாளர்கள் உலகெங்கிலும் உள்ள பல்வேறு பார்வையாளர்களுடன் எதிரொலிக்கும் கதைகள் உருவாக்க முடியும், இது பல்வேறு கலாச்சாரங்கள், கண்ணோட்டங்கள் மற்றும் அனுபவங்களைப் பற்றிய அதிக புரிதலையும் பாராட்டையும் வளர்க்கிறது.

*ஒலியின் பங்கு:*திரைப்படம் மற்றும் காணொளியில் காட்சி விவரங்கள் முதன்மையாக படங்களைச் சார்ந்து ஒரு கதையைச் சொல்லும்போது, ஒட்டுமொத்த கதை அனுபவத்தை வடிவமைப்பில் ஒலியும் முக்கிய பங்கு வகிக்கிறது. இசை, ஒலி விளைவுகள் மற்றும் உரையாடல் அனைத்தும் ஒரு காட்சி விவரிப்பின் சூழல், மனநிலை மற்றும் அர்த்தத்திற்கு பங்களிக்கக்கூடும், பார்வையாளர்கள் உணர்ச்சிகளையும் கதையின் விளக்கங்களையும

வழிநடத்த உதவும். சில நேரங்களில், ஒலி அதன் சொந்த கதைப் பாத்திரத்தை எடுத்து, படங்களுடன் மிகவும் சிக்கலான மற்றும் பல அடுக்கு கதையை உருவாக்க முடியும்.

திருத்துதலின் சக்தி: திரைப்படம் மற்றும் காணொளியில் காட்சி விவரிப்புகளின் மற்றொரு அத்தியாவசிய அங்கமாக எடிட்டிங் உள்ளது, ஏனெனில் இது கதையை வடிவமைக்கவும் பார்வையாளர்களின் அனுபவங்களை வழிநடத்தவும் திரைப்பட தயாரிப்பாளர்கள் நேரம், இடம் மற்றும் முன்னோக்கை கையாளவும். குறுக்கு வெட்டு, இணையான எடிட்டிங் மற்றும் மாண்டேஜ் போன்ற எடிட்டிங் நுட்பங்களைப் பயன்படுத்துவதன் மூலம், திரைப்பட தயாரிப்பாளர்கள் வெவ்வேறு காட்சிகள், கதாபாத்திரங்கள் மற்றும் யோசனைகளுக்கு இடையே தொடர்புகளை உருவாக்க முடியும், தனிப்பட்ட படங்களில் உடனடியாகத் தெரியவில்லை வடிவங்கள் மற்றும் உறவுகளை வெளிப்படுத்தலாம்.

கதை சொல்லலாக புகைப்படம் எடுத்தல்

புகைப்படம் எடுத்தல் என்பது கதைசொல்லலுக்கான ஒரு சக்திவாய்ந்த ஊடகமாகும், இது கலைஞர்களின் தருணங்கள், உணர்ச்சிகள் மற்றும் கதைகளை ஒரே சட்டத்தில் படம்பிடிக்க அனைவரும். பாடல்கள், அமைப்பு மற்றும் ஒளியமைப்புகளை கவனமாக தேர்ந்தெடுப்பதன் மூலம், புகைப்பட கலைஞர்கள் பார்வையாளர்களை எதிரொலிக்கும் கவர்ச்சிகரமான காட்சி கதைகளை உருவாக்க முடியும் மற்றும் புதிய மற்றும் எதிர்பாராத வழிகளில் உலகில் ஈடுபட அவர்களை அழைக்க முடியும். இந்தக் கட்டுரையில், புகைப்படக் கதைகளின் நுட்பங்கள், கருப்பொருள்கள் மற்றும் தாக்கத்தை மையமாகக் கொண்டு, கதை சொல்லும் ஊடகமாக புகைப்படக் கலையின் பங்கை ஆராய்வோம்.

தருணங்களைப் படம்பிடித்தல்: கதை சொல்லும் ஊடகமாக புகைப்படக் கலையின் முக்கிய பலங்களில் ஒன்று, காலத்தின் தருணங்களைப் படம்பிடித்து பாதுகாக்கும் திறன் ஆகும். கேமராவின் லென்ஸ் மூலம், புகைப்படக் கலைஞர்கள் விரைவான உணர்ச்சிகள், வெளிப்பாடுகள் மற்றும் நிகழ்வுகளை உறைய வைக்க முடியும், பார்வையாளர்களை இந்த தருணங்களின் முக்கியத்துவத்தையும் அவர்கள் சொல்லும் கதைகளையும் சிந்திக்க அழைக்கிறது. இந்த நிலையற்ற தன்மையைப் படம்பிடிக்கும் திறன் புகைப்படக் கலையை ஒரு தனித்துவமான மற்றும் தூண்டுதல் கதை சொல்லும் வடிவமாக ஆக்குகிறது, இது கலைஞர்கள் மனித அனுபவத்தை அதன் அனைத்து செழுமையிலும் சிக்கலிலும் ஆவணப்படுத்தப்பட்டது.

உணர்ச்சிகளைத் தொடர்புகொள்வது: புகைப்படம் எடுத்தல் என்பது உணர்ச்சிகளை வெளிப்படுத்துவதற்கும், பார்வையாளர்களிடமிருந்து வலுவான பதில்களைத் தூண்டுவதற்கும் ஒரு சிறந்த ஊடகமாகும். பாடல்கள், அமைப்பு மற்றும் ஒளியூட்டத்தை கவனமாக தேர்ந்தெடுப்பதன் மூலம், புகைப்பட கலைஞர்களின் இதயத்தைத் தொடும் படங்களை உருவாக்கலாம் மற்றும் மகிழ்ச்சி, ஆச்சரியம் முதல் துக்கம் மற்றும் பச்சாதாபம் வரை பல்வேறு உணர்ச்சிகளைத் தூண்டலாம். இந்த உணர்ச்சிபூர்வமான தொடர்பு புகைப்படக் கதைசொல்லின் ஒரு முக்கிய அம்சமாகும், ஏனெனில் இது பார்வையாளர்களின் படங்களுடன் ஆழமான மட்டத்தில் உள்ளது ஈடுபடவும், சித்தரிக்க பாடங்களின் அனுபவங்கள் மற்றும் உணர்ச்சிகளைக் கருத்தில் கொள்ளவும் அழைக்கிறது.

கருப்பொருள்கள் மற்றும் யோசனைகளை ஆராய்தல்: புகைப்படக் கலை கருப்பொருள்கள் மற்றும் கருத்துக்களை ஆராய்வதற்கான ஒரு வாகனமாகவும் செயல்பட முடியும், இதனால் கலைஞர்கள் காட்சி வழிமுறைகள் மூலம் சிக்கலானது மற்றும் சுருக்கமான கருத்துக்களைத் தொடர்பு கொள்ள முடியும். குறியீடுகள், உருவகங்கள் மற்றும் காட்சிகளைப் பயன்படுத்துவதன் மூலம், புகைப்படக் கலைஞர்கள் அடுக்கு கதைகளை உருவாக்க முடியும், அவை பார்வையாளர்களை பல நிலைகளில் படங்களுடன் அழைக்கின்றன. புகைப்படக் கதைசொல்லலில் ஆராயப்படும் சில பொதுவான கருப்பொருள்களில் அடையாளம்,

நினைவகம், நேரம் மற்றும் மனிதர்களுக்கும் இயற்கை உலகிற்கும் இடையே உள்ளது உறவுகளும் அடங்கும்.

*ஆவணப்பட புகைப்படம் எடுத்தல் மற்றும் புகைப்பட இதழியல்:*புகைப்படம் எடுத்தல் என்பது நம்மைச் சுற்றியுள்ள உலகத்தைப் பாதுகாப்பதற்கும் சாட்சியமளிப்பதற்கும் ஒரு கருவியாக நீண்ட காலமாகப் பயன்படுத்தப்படுகிறது. ஆவணப்படம் மற்றும் புகைப்பட இதழியல் ஆகியவை நிஜ வாழ்க்கை நிகழ்வுகள், சூழ்நிலைகள் மற்றும் கதைகளை உண்மையாகவும் பாரபட்சமற்றதாகவும் படம்பிடிப்பதில் கவனம் செலுத்தும் இரண்டு வகைகளாகும். இந்த புகைப்பட விவரிப்புகள் பார்வையாளர்கள் மீது ஆழமான தாக்கத்தை ஏற்படுத்தும், சமூகப் பிரச்சினைகள், மனித உரிமை மீறல்கள் மற்றும் உலகளாவிய நிகழ்வுகள் குறித்த விழிப்புணர்வை ஏற்படுத்தும் மற்றும் சமூக மற்றும் அரசியல் மாற்றத்திற்கு பங்களிக்கும்.

*கருத்தியல் மற்றும் நுண்கலை புகைப்படம் எடுத்தல்:*ஆவணப்படம் மற்றும் புகைப்பட இதழியல் அணுகுமுறைகளுக்கு மேலதிகமாக, கருத்தியல் மற்றும் நுண்கலை கதைசொல்லுக்கான ஒரு ஊடகமாகவும் புகைப்படம் எடுத்தல் பயன்படுத்தலாம். இந்த வகைகள் பெரும்பாலும் மேடை அல்லது கட்டமைக்கப்பட்ட காட்சிகளை உருவாக்குவதை உள்ளடக்கியது, முட்டுகள், உடைகள் மற்றும் பிற கூறுகளைப் பயன்படுத்துகிறது ஒரு கதையைச் சொல்ல அல்லது ஒரு குறிப்பிட்ட கருத்தை வெளிப்படுத்துகின்றன. இந்த அணுகுமுறை புகைப்படக் கலைஞர்களின் கதையின் மீது அதிக படைப்பு சுதந்திரத்தையும் கட்டுப்படுத்துகிறது, இதனால் அவர்கள் மேலும் சுருக்கமாக உள்ளனர் அல்லது கற்பனையான கருப்பொருள்கள் மற்றும் கருத்துக்களை ஆராய முடிகிறது.

*உரையின் பங்கு:*புகைப்படம் எடுத்தல் முதன்மையாக ஒரு காட்சி ஊடகம் என்றாலும், புகைப்படக் கதைகளை வடிவமைப்பதிலும் மேம்படுத்துவதிலும் உரையின் பயன்பாடு முக்கிய பங்கு வகிக்கிறது முடியும். தலைப்புகள், தலைப்புகள் மற்றும் அதனுடன் கூடிய கட்டுரைகள் சூழல், பின்னணித் தகவல் அல்லது கூடுதல் அர்த்த அடுக்குகளை வழங்க முடியும், பார்வையாளர்கள் படங்களை நன்கு புரிந்துகொள்ளவும் அதில் ஈடுபடவும் உதவும்.

*தொழில்நுட்பத்தின் தாக்கம்:*புகைப்படத் தொழில்நுட்பத்தில் ஏற்பட்டுள்ள முன்னேற்றங்கள் புகைப்படக் கதைசொல்லுக்கான சாத்தியக்கூறுகளை விரிவுபடுத்தியுள்ளன, இதனால் கலைஞர்கள் புதிய நுட்பங்கள், வடிவங்கள் மற்றும் பாணிகளைப் பரிசோதிக்க முடிகிறது. உதாரணமாக, டிஜிட்டல் புகைப்படம் எடுத்தல் ஊடகத்தை ஜனநாயகப்படுத்தியுள்ளது மற்றும் பரந்த அளவிலான பயிற்சியாளர்களுக்கு அதை மேலும் அணுகக்கூடியதாக உள்ளது மாற்றியுள்ளது, அதே நேரத்தில் எடிட்டிங் மென்பொருள், அச்சிடுதல் மற்றும் ஆன்லைன் தளங்களில் புதுமைகள் புகைப்படக் கதைகளைப் பகிர்வதற்கு காட்சிப்படுத்துவதற்கும் புதிய வழிகளைத் திறந்துள்ளன.

*பார்வையாளர்களை ஈர்க்கும்:*கதை சொல்லும் ஊடகமாக புகைப்படம் எடுத்தல் பல்வேறு பார்வையாளர்களை ஈடுபடுத்தவும் ஊக்குவிக்கவும் ஆற்றலைக் கொண்டுள்ளது. பாரம்பரிய கேலரி கண்காட்சிகள் மற்றும் புகைப்பட புத்தகங்கள் முதல் ஆன்லைன் தளங்கள் மற்றும் சமூக ஊடகங்கள் வரை பல்வேறு சேனல்கள் மூலம் புகைப்படம் கதைகளைப் பகிரலாம். பரந்த அளவிலான பார்வையாளர்களுக்கு படைப்புகளை அணுகக்கூடியதாக மாற்றுவதன் மூலம், புகைப்படக் கலைஞர்கள் தங்கள் கண்ணோட்டங்கள், அனுபவங்கள் மற்றும் கலாச்சாரங்களைப் பற்றிய சிறந்த புரிதலையும் பாராட்டையும் வளர்க்க முடியும்.

*தொடரின் சக்தி:*ஒரு புகைப்படம் ஒரு சக்திவாய்ந்த கதையைச் சொல்ல முடியும் என்றாலும், புகைப்படக் கலைஞர்கள் பெரும்பாலும் தொடர்கள் அல்லது படங்களின் தொகுப்புகளை உருவாக்குகின்றனர் மிகவும் சிக்கலான கதைகளை வெளிப்படுத்துகிறார்கள். இந்தத் தொடர்கள் ஒரு குறிப்பிட்ட கருப்பொருள், பொருள் அல்லது கருத்தை ஆழமாக ஆராயலாம், இதனால் பார்வையாளர்கள் தனிப்பட்ட படங்களுக்கு இடையே தொடர்புகளை ஏற்படுத்திக் கொள்ளவும், சொல்லப்படும் கதையைப் பற்றிய நுணுக்கமான புரிதலைப் பெறவும் முடியும். பல கண்ணோட்டங்கள் அல்லது தருணங்களை காலப்போக்கில் வழங்குவதன் மூலம், புகைப்படக் கலைஞர்களின் படங்கள் மற்றும் அவற்றின் அடிப்படை கருப்பொருள்கள்

பார்வையாளர்களை இன்னும் ஆழமாக ஈடுபட அழைக்கும் வளமான மற்றும் அடுக்கு கதைகளை உருவாக்க முடியும்.

ஒத்துழைப்பு மற்றும் சமூகம்:ஒரு கதை சொல்லும் ஊடகமாக புகைப்படம் எடுத்தல், புகைப்பட கலைஞர்கள் மத்தியிலும், கலைஞர்கள் மற்றும் அவர்களின் பாடங்களுக்கிடையில் ஒத்துழைப்பையும் சமூகத்தையும் வளர்க்கும். கூட்டுத் திட்டங்கள் பல்வேறு கண்ணோட்டங்களையும் அணுகுமுறைகளையும் ஒன்றிணைத்து, மேலும் உள்ளடக்கிய மற்றும் பன்முகக் கதைகளை உருவாக்க முடியும். கூடுதலாக, புகைப்படங்களில் சித்திரிக்கப்பட்டுள்ள சமூகங்கள் மற்றும் தனிநபர்களுடன் ஈடுபடுவது அவர்களின் கதைகள் உண்மையாகவும் மரியாதையுடனும் சொல்லப்படுவதை உறுதிசெய்யும், அதே நேரத்தில் தொடர்புகளை உருவாக்கி உரையாடலை வளர்க்கும்.

நெறிமுறை பரிசீலனைகள்:புகைப்படக் கலைஞரை கதை சொல்லும் ஊடகமாகப் பயன்படுத்தும்போது, அதில் உள்ள நெறிமுறைக் கருத்துகளைப் பற்றி புகைப்படக் கலைஞர்கள் அறிந்திருப்பது அவசியம். பிரதிநிதித்துவம், ஒப்புதல் மற்றும் சுரண்டல் அல்லது தீங்கு விளைவிக்கும் சாத்தியக்கூறுகள் தொடர்பான சிக்கல்களைக் கவனத்தில் கொள்வது இதில் அடங்கும். தங்கள் பாடங்களை மரியாதையுடனும் உணர்திறனுடனும் அணுகுவதன் மூலம், புகைப்பட கலைஞர்கள் ஒரே மாதிரியான கருத்துக்களை நிலைநிறுத்துவதற்கு அல்லது தீங்கு விளைவிப்பதற்குப் பதிலாக, அவர்கள் சித்தரிப்பவர்களின் குரல்களை வலுப்படுத்தும் மற்றும் பெருக்கும் கதைகளை உருவாக்க முடியும்.

புகைப்படக் கலையின் நீடித்த சக்தி:டிஜிட்டல் ஊடகங்களின் பெருக்கம் மற்றும் நமது அன்றாட வாழ்வில் படங்களின் வெற்றி அதிகரித்து வரும் போதிலும், புகைப்படம் எடுத்தல் ஒரு கதை சொல்லும் ஊடகமாக ஒரு சக்தி தனித்துவமானதைத் தொடர்ந்து கொண்டுள்ளது. தருணங்கள், உணர்ச்சிகள் மற்றும் கதைகளை ஒரே சட்டத்தில் படம்பிடிக்கும் திறன், புகைப்படக் கலைஞர்கள் கால கலாச்சாரத்திலும் பார்வையாளர்கள் எதிரொலிக்கக்கூடிய கவர்ச்சிகரமான காட்சிக் கதைகளை உருவாக்கியது. ஸ்டில் பிம்பத்தின் சக்தியைப் பயன்படுத்துவதன் மூலம், புகைப்படக் கலைஞர்கள் நம்மை புதிய கண்களால் உலகைப் பார்க்கவும், நமது சொந்த அனுபவங்களையும் மற்றவர்களின் அனுபவங்களையும் பிரதிபலிக்கவும், மனித வாழ்க்கையின் சிக்கலான மற்றும் எப்போதும் உருவாகி வரும் திரைச்சீலைகளுடன் ஈடுபடவும் அழைக்க முடியும்.

காட்சி விவரிப்புகளை மேம்படுத்துவதில் ஒலியின் பங்கு

காட்சி விவரிப்புகளை மேம்படுத்துவதிலும், திரையில் நாம் காணும் படங்களுக்கு ஆழம், உணர்ச்சி மற்றும் சூழலைச் சேர்ப்பதிலும் ஒலி முக்கிய பங்கு வகிக்கிறது. திரைப்படம், தொலைக்காட்சி அல்லது ஊடாடும் ஊடகங்களில் எதுவாக இருந்தாலும், ஒலி வடிவமைப்பு, இசை மற்றும் உரையாடல் ஆகியவை பார்வையாளர்களை ஈடுபடுத்தும் மற்றும் கதைசொல்லலை வளப்படுத்தும் அதிவேக அனுபவங்களை உருவாக்க ஒன்றிணைகின்றன. இந்தக் கட்டுரையில், ஒலி காட்சி விவரிப்புகளை மேம்படுத்தும் பல்வேறு வழிகளை ஆராய்வோம், சூழ்நிலையை மேம்படுத்தும், உணர்ச்சியை வெளிப்படுத்துவதில் மற்றும் கதை அமைப்பை வடிவமைப்பதில் அதன் பங்கை மையமாகக் கொண்டு.

சூழ்நிலையை உருவாக்குதல்:காட்சி விவரிப்பின் சூழலையும் தோனியையும் நிலைநிறுத்துவதற்கு ஒலி வடிவமைப்பு அவசியம். நகரத்தின் ஓசை, காட்டில் இலைகளின் சலசலப்பு அல்லது கூட்டத்தின் முணுமுணுப்பு போன்ற சுற்றுப்புற ஒலிகள், திரையில் வரும் படங்கள் செழுமையான மற்றும் ஆழமான பின்னணியை வழங்கும். இந்த ஒலிகள் கதையை ஒரு குறிப்பிட்ட நேரம் மற்றும் இடத்தில் நிலைநிறுத்த உதவுகின்றன, பார்வையாளர்களின் கதை வெளிப்படும் உலகத்தைப் பற்றிய உணர்வை அளிக்கின்றன.

உணர்ச்சியை வெளிப்படுத்துதல்:காட்சி விவரிப்புகளில் உணர்ச்சிகளை வெளிப்படுத்துவதில் இசை மற்றும் ஒலி விளைவுகள் முக்கிய பங்கு வகிக்கின்றன. நன்கு தேர்ந்தெடுக்கப்பட்ட

ஒலிப்பதிவு ஒரு காட்சியின் உணர்ச்சித் தாக்கத்தை அதிகரிக்கலாம், மகிழ்ச்சி, சோகம், பதற்றம் அல்லது உற்சாக உணர்வுகளைத் தூண்டும். மேலும், ஒலி விளைவுகள் காட்சி கூறுகளுக்கு உணர்ச்சிபூர்வமான எடையைச் சேர்க்கலாம், எடுத்துக்காட்டாக ஒரு வாக்குவாதத்தில் கதவு சாத்தப்படும் சத்தம், ஒரு வசதியான அறையில் நெருப்பின் வெடிப்பு அல்லது நெருங்கி வரும் புயலைக் குறிக்கும் தொலைதூர இடி முழக்கம்.

*கதை அமைப்பை வடிவமைத்தல்:*ஒரு காட்சி விவரிப்பின் கட்டமைப்பு மற்றும் வேகத்தை வடிவமைப்பதில் ஒலி முக்கிய பங்கு வகிக்க முடியும். உதாரணமாக, இசையில் திடீர் மாற்றம் அல்லது அமைதியைப் பயன்படுத்தும் மனநிலையில் ஏற்படும் மாற்றத்தை அல்லது ஒரு புதிய கதை கூறுகள் அறிமுகப்படுத்துவதைக் குறிக்கலாம். இந்த வழியில், ஒலி பார்வையாளர்களுக்கு ஒரு வழிகாட்டியாகச் செயல்படும், மேலும் அவர்கள் விரிவடையும் கதையை எதிர்பார்க்கவும் விளக்கவும் உதவும்.

*சிறப்பியல்புகளை மேம்படுத்துதல்:*காட்சி விவரிப்புகளில் கதாபாத்திரங்களின் வளர்ச்சிக்கு உரையாடலும் ஒலியும் பங்களிக்கக்கூடும். பேச்சு, உச்சரிப்புகள் மற்றும் குரல் மாற்றங்கள் மூலம், பார்வையாளர்கள் கதாபாத்திரங்களின் ஆளுமைகள், உந்துதல்கள் மற்றும் உறவுகள் பற்றிய நுண்ணறிவைப் பெறுகிறார்கள். கூடுதலாக, ஒரு குறிப்பிட்ட கருப்பொருள் அல்லது லீட்மோட்டிஃப் போன்ற குறிப்பிட்ட கதாபாத்திரங்களுடன் தொடர்புடைய ஒலிகள் கதையில் அவர்களின் இருப்பையும் முக்கியத்துவத்தையும் வலுப்படுத்தும்.

*விண்வெளி உணர்வை உருவாக்குதல்:*காட்சி விவரிப்புகளில் இடம் மற்றும் ஆழமான உணர்வை உருவாக்க ஒலி வடிவமைப்பு உதவும், இது திரையில் உள்ள சூழலைப் பற்றிய பார்வையாளரின் உணர்வை மேம்படுத்துகிறது. ஒலிகளை கவனமாக நிலைநிறுத்தி, வரிசைப்படுத்துவதன் மூலம், வடிவமைப்பாளர்கள் கதையின் காட்சி கூறுகளுடன் பொருந்தக்கூடிய முப்பரிமாண ஒலிக்காட்சியை உருவாக்க முடியும். இந்த இடஞ்சார்ந்த விழிப்புணர்வு பார்வையாளரின் கதையில் மேலும் மூழ்கடித்து உணர வைக்கும் மற்றும் திரையில் உள்ள உலகின் யதார்த்தத்தை உயர்த்தும்.

*பதற்றத்தையும் சஸ்பென்சையும் உருவாக்குதல்:*காட்சி விவரிப்புகளில் பதற்றம் மற்றும் சஸ்பென்சை ஒலி குறிப்பாக பயனுள்ளதாக இருக்கும். இசையில் படிப்படியாக ஒரு உச்சம் அல்லது ஒத்திசைவற்ற ஒலி விளைவுகளைப் பயன்படுத்துவது வரவிருக்கும் ஆபத்தை சமிக்ஞை செய்யலாம் அல்லது அமைதியின்மையை உருவாக்கலாம், பார்வையாளர்களை தங்கள் இருக்கைகளின் விளிம்பில் வைத்திருக்கும். ஒலி மூலம் பார்வையாளர் உணர்ச்சிகளைக் கையாளும் இந்த திறன் காட்சி கதைசொல்லுக்கு மற்றொரு ஆழத்தை சேர்க்கிறது.

*முன்னறிவிப்பு மற்றும் நோக்கங்கள்:*காட்சி விவரிப்புகளில் நிகழ்வுகளை முன்னறிவிக்கவோ அல்லது தொடர்ச்சியான மையக்கருக்களை அறிமுகப்படுத்தவோ ஒலியைப் பயன்படுத்தலாம். ஒரு குறிப்பிட்ட ஒலி விளைவு அல்லது இசை கருப்பொருள் ஒரு குறிப்பிட்ட நிகழ்வு, கதாபாத்திரம் அல்லது யோசனையுடன் தொடர்புடையதாக இருக்கலாம், இது கதை முழுவதும் வரவிருக்கும் விஷயங்களை நுட்பமான நினைவூட்டலாகவோ அல்லது குறிப்பாகவோ தோன்றும். இது கதையில் தொடர்ச்சி மற்றும் ஒற்றுமை உணர்வை உருவாக்குவது, பார்வையாளர்களை ஆழமான மட்டத்தில் ஈடுபடுத்தும்.

*மௌனத்தின் சக்தி:*சில நேரங்களில், காட்சி விவரிப்புகளை மேம்படுத்துவதில் ஒலியின் இருப்பைப் போலவே, அதன் இல்லாமையும் சக்தி வாய்ந்ததாக இருக்கலாம். மௌனத்தின் மூலோபாய பயன்பாடு சுற்றியுள்ள ஒலிக்காட்சியுடன் ஒரு கூர்மையான வேறுபாட்டை உருவாக்கி, குறிப்பிட்ட தருணங்கள் அல்லது படங்களுக்கு கவனத்தை ஈர்க்கும் மற்றும் அவற்றின் உணர்ச்சி தாக்கத்தை அதிகரிக்கும். இந்த வழியில், மௌனம் ஒரு சக்திவாய்ந்த கதை சொல்லும் கருவியாகச் செயல்படும், காட்சி விவரிப்புகளுக்கு ஆழத்தையும் நுணுக்கத்தையும் சேர்க்கும்.

*ஒலி மற்றும் ஊடாடும் தன்மை:*வீடியோ கேம்கள் மற்றும் மெய்நிகர் ரியாலிட்டி அனுபவங்கள் போன்ற ஊடாடும் ஊடகங்களில், கதையை வடிவமைப்பதிலும் பார்வையாளர்களை ஈடுபடுத்துவதிலும் ஒலி குறிப்பாக முக்கிய பங்கு வகிக்கிறது. இந்த

சூழல்களில், ஒலி பயனர் உள்ளீட்டிற்கு பதிலளிக்கும், பிளேயரின் செயல்கள் மற்றும் தேர்வுகளுக்கு ஏற்ப மாற்றியமைக்கப்படும். ஒலியின் இந்த மாறும் மற்றும் ஊடாடும் பயன்பாடு கதைக்கு கூடுதல் ஈடுபாடு மற்றும் தனிப்பயனாக்கத்தை சேர்க்கிறது, இது பயனருக்கு மிகவும் ஈடுபாடு பதிலளிக்கக்கூடிய அனுபவத்தை உருவாக்குகிறது.

*ஒரு கதை சாதனமாக ஒலி:*ஒலி என்பது ஒரு கதை சொல்லும் சாதனமாகவும் செயல்பட முடியும், காட்சிகள் மூலம் மட்டும் வெளிப்படுத்த முடியாத தகவல்களையும் சூழலையும் வழங்குகிறது. உதாரணமாக, ஒரு குரல்வழி விவரிப்பு பார்வையாளர்களை ஒரு கதையின் வழியாக வழிநடத்தும், கதாபாத்திரங்களின் எண்ணங்கள், உணர்வுகள் மற்றும் உந்துதல்கள் பற்றிய நுண்ணறிவை வழங்குகிறது. மேலும், திரைக்கு வெளியே உள்ள ஒலிகள் காட்சி ரீதியாகக் காட்டப்படாத நிகழ்வுகள் அல்லது செயல்களை பரிந்துரைக்கும், பார்வையாளர்கள் தங்கள் கற்பனையைப் பயன்படுத்தவும், கதையில் ஆழமான மட்டத்தில் ஈடுபடவும் அழைக்கவும்.

*ஒலியின் கலாச்சார முக்கியத்துவம்:*காட்சி விவரிப்புகளில் ஒலி கலாச்சார முக்கியத்துவத்தையும், பகிரப்பட்ட தொடர்புகள் மற்றும் மரபுகளைப் பயன்படுத்தி அர்த்தத்தை வெளிப்படுத்தவும் உணர்ச்சியைத் தூண்டவும் முடியும். உதாரணமாக, பாரம்பரிய இசை அல்லது இசைக்கருவிகளைப் பயன்படுத்துவது ஒரு கதையை ஒரு குறிப்பிட்ட கலாச்சாரம் அல்லது காலகட்டத்துடன் இணைக்கலாம், கதைக்கு ஆழத்தையும் நம்பகத்தன்மையையும் சேர்க்கலாம். கூடுதலாக, ஒலி ஒரு கலாச்சார சுருக்கெழுத்தின் வடிவமாகச் செயல்படலாம், பழக்கமான ட்ரோப்கள் மற்றும் மையக்கருக்களைப் பயன்படுத்தி பார்வையாளர்களிடையே உடனடி அங்கீகாரத்தையும் புரிதலையும் உருவாக்கலாம்.

*கூட்டு முயற்சி செயல்முறை:*காட்சி விவரிப்புகளுக்கு பயனுள்ள ஒலி வடிவமைப்பை உருவாக்குவது பெரும்பாலும் மிகவும் கூட்டு முயற்சியாகும், இதில் இயக்குநர்கள், இசையமைப்பாளர்கள், ஒலி வடிவமைப்பாளர்கள் மற்றும் பிற படைப்பாற்றல் நிபுணர்களின் உள்ளீடுகள் அடங்கும். இந்த கூட்டு அணுகுமுறை, கதையின் காட்சி கூறுகளுடன் இசைவாக ஒலி செயல்படுவதை உறுதிசெய்கிறது, ஒட்டுமொத்த விவரிப்பையும் மேம்படுத்துகிறது பார்வையாளர்களுக்கு ஒருங்கிணைந்த மற்றும் ஈர்க்கக்கூடிய அனுபவத்தை உருவாக்குகிறது.

பார்வையாளர்களின் கருத்து மற்றும் நினைவாற்றலில் காட்சிகளின் தாக்கம்

பார்வையாளர்கள் தகவல், கதைகள் மற்றும் அனுபவங்களை எவ்வாறு உணர்கிறார்கள் மற்றும் நினைவில் கொள்கிறார்கள் என்பதை வடிவமைப்பதில் காட்சிகள் குறிப்பிடத்தக்க பங்கை வகிக்கின்றன. விளம்பரம் மற்றும் திரைப்படம் முதல் செய்தி ஊடகங்கள் மற்றும் சமூக தளங்கள் வரை, காட்சி உள்ளடக்கம் பார்வையாளர்களை ஈடுபடுத்துதல், உணர்ச்சிகளைத் தூண்டுதல் தூண்டவும், நீடித்த பதிவுகளை உருவாக்கவும் சக்தி வாய்ந்தது. இந்தக் கட்டுரையில், பார்வையாளர்களின் கருத்து மற்றும் நினைவகத்தில் காட்சிகளின் தாக்கத்தை ஆராய்வோம், காட்சி உள்ளடக்கத்தை மறக்கமுடியாததாக மாற்றும் காரணிகள், கருத்துகளை வடிவமைப்பதில் காட்சி கதைசொல்லலின் பங்கு மற்றும் தகவல் தொடர்பு மற்றும் ஊடக நுகர்வு மீதான இந்த தாக்கத்தின் தாக்கங்கள் ஆகியவற்றில் கவனம் செலுத்துகிறது செலுத்துவோம்.

*காட்சிகளின் சக்தி:*காட்சிகள் மனித தொடர்புகளின் இன்றியமையாத பகுதியாகும், இது சிக்கலான கருத்துக்களை விரைவாகவும் திறமையாகவும் செயலாக்கவும் புரிந்துகொள்ளவும் உட்பட. மனித மூளை காட்சித் தகவலை உரையை விட 60,000 மடங்கு வேகமாக செயலாக்குகிறது, இது கவனத்தை ஈர்ப்பதற்கும் தகவல்களை தெரிவிப்பதற்கும் பயனுள்ள காட்சிகள் கருவியாக அமைகிறது என்று ஆராய்ச்சி கூறுகிறது. இதன் விளைவாக, காட்சி பார்வையாளர்களின் கருத்து மற்றும் நினைவகத்தில் குறிப்பிடத்தக்க தாக்கத்தை ஏற்படுத்தும்,

மேலும் நாம் தகவல் மற்றும் அனுபவங்களை விளக்கும், நினைவுகூறும் மற்றும் ஈடுபடும் விதத்தை வடிவமைக்கும்.

*காட்சி உள்ளடக்கத்தை மறக்கமுடியாததாக மாற்றும் காரணிகள்:*புதுமை, உணர்ச்சித் தாக்கம் மற்றும் துடிப்பான படங்களின் பயன்பாடு உள்ளிட்ட காட்சி உள்ளடக்கத்தை மேலும் மறக்கமுடியாத மாற்ற பல காரணிகள் உள்ளன. தனித்துவமான, ஆச்சரியமான அல்லது உணர்ச்சிவசப்பட்ட காட்சிகள் பார்வையாளர்களின் கவனத்தை ஈர்க்கவும் நினைவில் கொள்ளவும் அதிக வாய்ப்புள்ளது. கூடுதலாக, கண்கவர் வண்ணங்கள், மாறும் கலவைகள் மற்றும் தனித்துவமான காட்சி கூறுகளின் பயன்பாடு உள்ளடக்கத்தை மேலும் மறக்கமுடியாததாக மாற்றும், ஏனெனில் இந்த அம்சங்கள் வலுவான காட்சி பதிவுகளை உருவாக்கி மூளையின் நினைவக மையங்களைத் தூண்டுகின்றன.

*காட்சி கதைசொல்லலின் பங்கு:*காட்சி கதைசொல்லல் என்பது பார்வையாளர்களின் கருத்து மற்றும் நினைவகத்தை வடிவமைப்பதற்கான ஒரு சக்திவாய்ந்த கருவியாகும், ஏனெனில் இது படைப்பாளிகள் சிக்கலான கருத்துக்கள், உணர்ச்சிகள் மற்றும் கதைகள் தொடர்ச்சியான படங்கள் அல்லது நகரும் படங்கள் மூலம் வெளிப்படுத்தப்படுகின்றன. கலவை, ஒளியமைப்பு மற்றும் வண்ணம் போன்ற காட்சி கூறுகளைப் பயன்படுத்துவதன் மூலம், காட்சி கதைசொல்லிகள் பார்வையாளர்களின் கவனத்தை வழிநடத்தலாம், உணர்ச்சிகளைத் தூண்டலாம் மற்றும் படங்கள் மற்றும் கருத்துகளுக்கு இடையில் அர்த்தமுள்ள தொடர்புகளை உருவாக்கலாம். பார்வையாளர்கள் உரையாக அல்லாமல் காட்சி ரீதியாக வழங்கப்படும் கதைகளை நினைவில் வைத்துக் கொள்ளவும், அதில் ஈடுபடவும் அதிக வாய்ப்புள்ளதால், இந்த செயல்முறை பார்வையாளர்களின் கருத்து மற்றும் நினைவகத்தில் ஆழமான தாக்கத்தை ஏற்படுத்தும்.

*காட்சிகளின் உணர்ச்சித் தாக்கம்:*நமது மூளை வலுவான உணர்ச்சிபூர்வமான பதில்களைத் தூண்டும் தகவல்களையும் அனுபவங்களையும் நினைவில் வைத்திருப்பதால், பார்வையாளர்களின் கருத்து மற்றும் நினைவாற்றலில் உணர்ச்சி குறிப்பிடத்தக்க பங்கை வகிக்கிறது. காட்சி, பொருள், பாணி மற்றும் சூழலைப் பொறுத்து, மகிழ்ச்சி, ஆச்சரியம் முதல் பயம் மற்றும் சோகம் வரை பல்வேறு உணர்ச்சிகளைத் தூண்டும். இந்த உணர்ச்சிகளைப் பயன்படுத்துவதன் மூலம், படைப்பாளிகள் தங்கள் உள்ளடக்கத்தின் மனப்பாடம் மற்றும் தாக்கத்தை மேம்படுத்தலாம், இதனால் பார்வையாளர்கள் அது நினைவுகூரப்பட்டு பகிர்ந்து கொள்ளப்படும் வாய்ப்பு அதிகம்.

*புலனுணர்வு வடிவமைப்பில் காட்சிகளின் பங்கு:*காட்சி உள்ளடக்கம், தகவல், நிகழ்வுகள் மற்றும் அனுபவங்களை குறிப்பிட்ட வழிகளில் வடிவமைப்பதன் மூலம் பார்வையாளர்களின் பார்வையை வடிவமைக்கவும் முடியும். எடுத்துக்காட்டாக, ஒரு செய்தி காட்சி ரீதியாக வழங்கப்படும் விதம், பார்வையாளர்களின் கருத்துக்கள், கையில் உள்ள பிரச்சினையைப் பற்றிய புரிதலையும் பாதிக்கும். இதேபோல், விளம்பரம் மற்றும் சந்தைப்படுத்தல் காட்சிகள் ஒரு பிராண்ட் அல்லது தயாரிப்பு பற்றிய நுகர்வோரின் பார்வையை வடிவமைக்கலாம், அவர்களின் வாங்கும் முடிவுகளையும் நிறுவனத்தின் ஒட்டுமொத்த தோற்றத்தையும் பாதிக்கலாம்.

*நினைவாற்றல் மற்றும் நினைவு கூர்தலில் காட்சிகளின் தாக்கம்:*காட்சி உள்ளடக்கம் பார்வையாளர்களின் நினைவாற்றல் மற்றும் நினைவுகூருதலில் நீடித்த தாக்கத்தை ஏற்படுத்தும், ஏனெனில் நமது மூளை காட்சி ரீதியாக வழங்கப்படும் தகவல்களை நினைவில் வைத்திருக்க அதிக வாய்ப்புள்ளது. உரைத் தகவல்களில் 10% மட்டுமே நினைவில் கொள்ளப்படும்போது, வழங்கப்பட்ட மூன்று நாட்களுக்குப் பிறகு மக்கள் 65% காட்சித் தகவல்களை நினைவுகூர முடியும் ஆராய்ச்சி காட்டுகிறது. பார்வையாளர்களின் நினைவாற்றல் மற்றும் நினைவுகூரலை வடிவமைப்பதில் காட்சிகள் குறிப்பிடத்தக்க பங்கை வகிக்க முடியும், இது தொடர்பாளர்கள் மற்றும் படைப்பாளர்களுக்கு ஒரு அத்தியாவசிய கருவியாக அமைகிறது என்பதை இது குறிக்கிறது.

*ஊடக நுகர்வில் காட்சிகளின் தாக்கம்:*பார்வையாளர்களின் கருத்து மற்றும் நினைவாற்றல் காட்சிகளின் தாக்கம் ஊடக நுகர்வில் குறிப்பிடத்தக்க தாக்கங்களை ஏற்படுத்தக்கூடும்,

ஏனெனில் பார்வையாளர்கள் பார்வைக்கு ஈர்க்கக்கூடிய மற்றும் உணர்ச்சி ரீதியாக எதிரொலிக்கும் உள்ளடக்கத்தில் ஈடுபடவும் நினைவில் கொள்ளவும் அதிக வாய்ப்புள்ளது. இது அதிக உரை உள்ளடக்கத்தை விட, வீடியோ, புகைப்படம் எடுத்தல் மற்றும் ஊடாடும் அனுபவங்கள் போன்ற பார்வை நிறைந்த ஊடக வடிவங்களை விரும்புவதற்கு ஏற்படுத்தியது. இதன் விளைவாக, தொடர்பாளர்கள் மற்றும் படைப்பாளிகள்

காட்சி ஊடகத்தின் முதன்மை: இதன் விளைவாக, தொடர்பாளர்களும் படைப்பாளிகளும் பார்வையாளர்களின் கவனத்தை ஈர்க்கவும், தங்கள் செய்திகளின் மனப்பாடத்தை அதிகரிக்கவும் காட்சி ஊடகங்களைப் பயன்படுத்துவதற்கு முன்னுரிமை அளிக்கலாம். கவனக் குவிப்பு குறைவாகவும், கண் பார்வைக்கான போட்டி கடுமையாகவும் இருக்கும் இன்றைய டிஜிட்டல் தகவல் தொடர்பு, காட்சிகள் வெற்றிகரமான உத்திகள் ஒரு முக்கிய அங்கமாக மாறியுள்ளன. Instagram, Snapchat மற்றும் TikTok போன்ற உள்ளடக்கத்தில் முதன்மையாக கவனம் செலுத்தும் சமூக ஊடக தளங்களின் எழுச்சி, பார்வையாளர்களின் கருத்து மற்றும் நினைவகத்தை வடிவமைப்பதில் காட்சிகள் வளர்ந்து வரும் முக்கியத்துவத்தை அடிக்கோடிட்டுக் காட்டுகிறது.

காட்சி எழுத்தறிவின் பங்கு: பார்வையாளர்களின் கருத்து மற்றும் நினைவாற்றலில் காட்சிகள் குறிப்பிடத்தக்க தாக்கத்தைக் கருத்தில் கொண்டு, காட்சி எழுத்தறிவு - காட்சி உள்ளடக்கத்தை விளக்குதல், பகுப்பாய்வு செய்தல் மற்றும் மதிப்பீடு செய்யும் திறன் - படைப்பாளிகள் மற்றும் ஊடக நுகர்வோர் இருவருக்கும் ஒரு அத்தியாவசிய திறமையாக மாறியுள்ளது. காட்சி எழுத்தறிவை வளர்ப்பது பார்வையாளர்கள் காட்சி உள்ளடக்கத்தை நன்கு புரிந்துகொண்டு அதில் ஈடுபடுங்கள், அதே நேரத்தில் படைப்பாளிகள் மிகவும் பயனுள்ள மற்றும் மறக்கமுடியாத செய்திகளை உருவாக்க உதவுகிறது. காட்சி ஊடகங்களின் முக்கியத்துவம் தொடர்ந்து வளர்ந்து வருவதால், இன்றைய ஊடக நிலப்பரப்பில் செல்லவும் பங்கேற்கவும் காட்சி எழுத்தறிவை வளர்ப்பது பெருகிய முறையில் முக்கியமானதாக மாறும்.

நெறிமுறை பரிசீலனைகள்: பார்வையாளர்களின் கருத்து மற்றும் நினைவாற்றலை வடிவமைக்கும் காட்சிகளின் சக்தி படைப்பாளர்களுக்கும் தொடர்பாளர்களுக்கும் முக்கியமான நெறிமுறைக் கருத்துக்கள் எழுப்புகிறது. தவறாக வழிநடத்தும் அல்லது கையாளும் காட்சி உள்ளடக்கம் யதார்த்தத்தை சிதைக்கலாம், ஒரே மாதிரியான கருத்துக்களை நிலைநிறுத்தலாம் அல்லது தனிப்பட்ட அல்லது வணிக லாபத்திற்காக பார்வையாளர்களின் உணர்ச்சிகளைப் பயன்படுத்தலாம். காட்சி ஊடகங்களில் பணிபுரிபவர்கள் தங்கள் படைப்பின் சாத்தியமான நெறிமுறை தாக்கங்களைப் பற்றி அறிந்திருப்பது, அவர்களின் காட்சி கதைசொல்லலில் துல்லியம், நியாயம் மற்றும் நம்பகத்தன்மைக்காக பாடுபடுவது அவசியம்.

காட்சி தொடர்பின் எதிர்காலம்: தொழில்நுட்பம் தொடர்ந்து வளர்ச்சியடையும் போது, இன்றும் ஆழமான மற்றும் ஈடுபாட்டை ஏற்படுத்தும் காட்சிகளுக்கான சாத்தியக்கூறுகள் தொடர்ந்து வளரும். மெய்நிகர் யதார்த்தம், ஆக்மென்டட் யதார்த்தம் மற்றும் செயற்கை நுண்ணறிவு ஆகியவற்றின் வளர்ச்சிகள் காட்சி கதைசொல்லல் மற்றும் தகவல்தொடர்பு புதியக்கூறுகளைத் திறந்து வருகின்றன, பார்வையாளர்களின் கருத்து மற்றும் நினைவகத்தை வடிவமைப்பதில் காட்சிகளின் முக்கியத்துவத்தை மேலும் வலியுறுத்துகின்றன. இந்த புதிய ஊடக வடிவங்கள் வெளிவரும்போது, பார்வையாளர்களின் கருத்து மற்றும் நினைவுக் காட்சிகளின் தாக்கம் இன்னும் குறிப்பிடத்தக்கதாக மாறும், இதனால் தொடர்பாளர்கள் மற்றும் படைப்பாளிகள் காட்சி ஊடகங்களின் சமீபத்திய போக்குகள் மற்றும் முன்னேற்றங்களைத் தெரிந்துகொள்வது அவசியம்.

திரைப்படம் மற்றும் காணொளியில் கதை அமைப்பு

கதை அமைப்பு என்பது திரைப்படத் தயாரிப்பு மற்றும் காணொளி தயாரிப்பின் ஒரு முக்கிய அங்கமாகும், இது ஒரு கதை வெளிப்படுவதற்கான கட்டமைப்பையும் அமைக்கும் வழங்குகிறது. ஒரு வலுவான கதை அமைப்பு பார்வையாளர்களை ஈடுபடுத்தவும்,

உணர்ச்சிபூர்வமான தொடர்புகளை உருவாக்கவும், கதையை முன்னோக்கி நகர்த்தவும் உதவுகிறது, இது பயனுள்ள காட்சி கதைசொல்லுக்கு அவசியமாக்குகிறது. இந்தக் கட்டுரையில், திரைப்படம் மற்றும் காணொளியில் கதை அமைப்பின் முக்கிய கூறுகளை ஆராய்வோம், மூன்று-செயல் அமைப்பு, கதாபாத்திர மேம்பாடு மற்றும் கதையை வடிவமைப்பில் மோதல் மற்றும் தீர்மானத்தின் பங்கு ஆகியவற்றில் கவனம் செலுத்துவோம்.

மூன்று-செயல் அமைப்பு: திரைப்படம் மற்றும் காணொளியில் மிகவும் பரவலாக பயன்படுத்தப்படும் கதை அமைப்புகளில் ஒன்று மூன்று-செயல் இது கதையை மூன்று தனித்துவமான அமைப்பு பகுதிகளாகப் பிரிக்கிறது: அமைப்பு, மோதல் மற்றும் தீர்மானம். இந்த அமைப்பு கதைக்கு தெளிவான மற்றும் அடையாளம் காணக்கூடிய கட்டமைப்பை வழங்குகிறது, பார்வையாளர்கள் கதையின் முன்னேற்றத்தைப் பின்பற்றுவது முக்கிய சதி புள்ளிகள் மற்றும் கதாபாத்திர வளர்ச்சிகளை அனைவரும் எதிர்பார்க்கிறார்கள்.

அ. அமைப்பு (சட்டம் I): இந்த அமைப்பு முக்கிய கதாபாத்திரங்களை அறிமுகப்படுத்துகிறது, கதையின் அமைப்பை நிறுவுகிறது, மேலும் கதையை இயக்கும் மைய மோதல் அல்லது சிக்கலை முன்வைக்கிறது. கதையின் அடித்தளத்தை நிறுவுவதற்கும், பார்வையாளரின் ஆர்வத்தை ஈர்ப்பதற்கும், வரவிருக்கும் நிகழ்வுகளுக்கு மேடை அமைப்பதற்கும் இந்த செயல் மிகவும் முக்கியமானது.

பி. மோதல் (சட்டம் II): மோதலில், கதையின் மைய மோதல் தீவிரமடைகிறது, மேலும் முக்கிய கதாபாத்திரங்கள் அதிகரித்து வரும் சவால்களையும் தடைகளையும் எதிர்கொள்கின்றன. இந்தச் செயல் பெரும்பாலும் ஒரு திருப்புமுனை அல்லது உச்சக்கட்டத்தை உள்ளடக்கியது, அங்கு பங்குகள் மிக உயர்ந்த நிலையில் இருக்கும் மற்றும் மோதலின் விளைவு நிச்சயமற்றது. என்பது கதையின் மிக நீண்ட மற்றும் மிகவும் சிக்கலான அம்சமாகும், ஏனெனில் இது கதாபாத்திரங்களை வளர்த்து மைய மோதலின் பல்வேறு அம்சங்கள் ஆராய்கிறது.

இ. தீர்மானம் (சட்டம் III): இந்தத் தீர்மானம் மைய மோதலைத் தீர்த்து கதையை முடிவுக்குக் கொண்டுவருகிறது, பெரும்பாலும் கதாநாயகனுக்கு எதிரிக்கும் இறுதி மோதலையும், கதாபாத்திரங்களுக்கும் பார்வையாளர்களுக்கும் ஒரு தளர்வான முடிவை வழங்கும் ஒரு முடிவையும் இது கொண்டுள்ளது. கதைக்கு திருப்திகரமான முடிவை வழங்குவதற்கும், பார்வையாளர்கள் கதையின் கருப்பொருள்கள் மற்றும் கதாபாத்திர வளைவுகளைப் பற்றி சிந்திக்க அனுமதிப்பதற்கும் இந்தத் தீர்மானம் அவசியம்.

குணநல மேம்பாடு: கதாபாத்திரங்கள் எந்தவொரு கதையின் இதயமும் ஆன்மாவும் ஆகும், மேலும் அவற்றின் வளர்ச்சி ஒரு படம் அல்லது வீடியோவின் கதை அமைப்பை உருவாக்கியது குறிப்பிடத்தக்க பங்கை வகிக்கிறது. வலுவான, நன்கு வளர்ந்த கதாபாத்திரங்கள் கதையை முன்னோக்கி நகர்த்தவும், பார்வையாளர்களுடன் உணர்ச்சிபூர்வமான தொடர்புகளை உருவாக்கவும் உதவுகின்றன, இதனால் அவர்களின் பயணங்கள் மற்றும் போராட்டங்கள் மிகவும் ஈடுபாட்டுடனும் தொடர்புபடுத்தக்கூடியதாகவும் இருக்கும். கதாபாத்திர வளர்ச்சி பொதுவாக பின்வரும் கூறுகளை உள்ளடக்கியது:

அ. எழுத்து வளைவுகள்: கதாபாத்திர வளைவுகள் என்பது கதை முழுவதும் கதாபாத்திரங்கள் மேற்கொள்ளும் மாற்றங்களாகும், பெரும்பாலும் அவர்கள் எதிர்கொள்ளும் சவால்கள் மற்றும் மோதல்கள் பதிலளிக்கும் விதமாக. இந்த வளைவுகள் நேர்மறை (வளர்ச்சி) அல்லது எதிர்மறை (சரிவு) ஆக இருக்கலாம், மேலும் அவை கதையின் கருப்பொருள்கள் மற்றும் செய்திகளை விளக்க உதவுகின்றன.

ஆ. கதாபாத்திர உந்துதல்கள்: ஒரு கதாபாத்திரத்தின் உந்துதல்களைப் புரிந்துகொள்வது, கதைக்குள் அவர்களின் செயல்கள் மற்றும் எதிர்வினைகளை விளக்க உதவுவதால், நம்பகமான மற்றும் ஈர்க்கக்கூடிய கதைகளை உருவாக்குவதற்கு மிக முக்கியமானது. ஒரு கதாபாத்திரத்தின் உந்துதல்களை தெளிவாக நிறுவுவதன் மூலம், திரைப்பட தயாரிப்பாளர்கள்

மற்றும் வீடியோ தயாரிப்பாளர்கள் தங்கள் கதாபாத்திரங்களின் முடிவுகளும் நடத்தைகளும் ஒட்டுமொத்த கதை அமைப்புடன் ஒத்துப்போவதை உறுதிசெய்ய முடியும்.

*மோதல் மற்றும் தீர்வு:*மோதல் என்பது எந்தவொரு கதையின் பின்னணியிலும் உந்து சக்தியாகும், இது கதாபாத்திரங்கள் தங்கள் இலக்குகளை அடைய கடக்க வேண்டிய சவால்கள் மற்றும் தடைகளை வழங்குகிறது. மோதல்கள் உள் (உணர்ச்சி அல்லது உளவியல் போராட்டங்கள்) மற்றும் வெளிப்புற (உடல் அல்லது சூழ்நிலை சவால்கள்) உட்பட பல வடிவங்களை எடுக்கலாம், மேலும் இது கதை முழுவதும் பதற்றத்தையும் சஸ்பென்சையும் உருவாக்க உதவுகிறது.

*அ. மோதல் வகைகள்:*திரைப்படம் மற்றும் காணொளி விவரிப்புகளில் பல்வேறு வகையான மோதல்களை ஆராயலாம், அதில் நபர் எதிராக நபர், நபர் vs. சமூகம், நபர் எதிராக இயற்கை, மற்றும் நபர் vs. சுயம் ஆகியவை அடங்கும். இந்த வகையான மோதல்கள் கதாபாத்திரங்களுக்கு பல்வேறு வகையான சவால்களை வழங்க முடியும் மற்றும் பார்வையாளர்களின் ஆர்வத்தையும் ஈடுபாட்டையும் பராமரிக்க உதவும்.

*பி. தீர்மானம்:*ஒரு மோதலின் தீர்வு கதை அமைப்பின் ஒரு முக்கிய அங்கமாகும், ஏனெனில் இது கதைக்கும் கதாபாத்திரங்களுக்கும் ஒரு முடிவை வழங்குகிறது. தீர்மானங்கள் நேர்மறையானதாகவோ (கதாநாயகன் எதிரியை வெல்கிறார் அல்லது அவர்களின் இலக்கை அடைகிறார்) அல்லது எதிர்மறையாகவோ (கதாநாயகன் எதிரியைத்) தோற்கடிக்கிறார் அல்லது அடிபணிகிறார்) இருக்கலாம், மேலும் அவை கதையின் கருப்பொருள்கள் மற்றும் செய்திகளை விளக்க உதவுகின்றன. ஒரு தீர்மானம் பார்வையாளரின் மீது நீடித்த தோற்றத்தை ஏற்படுத்தும், இது கதையை மிகவும் மறக்கமுடியாததாகவும் உணர்ச்சி ரீதியாகவும் உள்ளது எதிரொலிக்கும்.

*வேகம் மற்றும் நேரம்:*ஒரு கதையின் வேகமும் நேரமும், கட்டமைப்பையும் பார்வையாளர் அனுபவத்தையும் வடிவமைப்பதில் குறிப்பிடத்தக்க பங்கை வகிக்கிறது. கதை விரிவடையும் வேகத்தை வேகப்படுத்துவது குறிக்கிறது, அதே நேரத்தில் நேரமிடுதல் என்பது முக்கிய சதி புள்ளிகள் மற்றும் கதாபாத்திர வளர்ச்சிகளின் இடம் மற்றும் கால அளவை உள்ளடக்கியது. ஒரு நல்ல வேகமான கதை பார்வையாளர்களை கதையில் ஈடுபடுத்தவும் முதலீடு செய்யவும் வைக்கிறது, அதே நேரத்தில் பயனுள்ள நேரமிடுதல் முக்கியமானதாகும் தருணங்கள் விரும்பிய தாக்கத்தை ஏற்படுத்துவதை உறுதி செய்கிறது.

*துணைக்கதைகள் மற்றும் இணையான விவரங்கள்:*முக்கிய கதையுடன் கூடுதலாக, திரைப்படங்கள் மற்றும் காணொளிகள் பெரும்பாலும் துணைக்கதைகள் அல்லது இணையான கதைகளைக் கொண்டவை, அவை கதைகள் வளப்படுத்துவதோடு சிக்கலான தன்மை மற்றும் சூழ்ச்சியின் கூடுதல் அடுக்குகளையும் வழங்குகின்றன. இந்த இரண்டாம் நிலை கதைகள் முதன்மை கதையுடன் குறுக்கிட்டு தகவல் அளிக்கும், இதனால் பார்வையாளர்களின் கதாபாத்திரங்கள் மற்றும் கருப்பொருள்கள் பற்றிய புரிதல் ஆழப்படுத்துகிறது.

*தீம் மற்றும் செய்தி:*ஒரு திரைப்படம் அல்லது காணொளியின் கருப்பொருள் மற்றும் செய்தி கதை அமைப்பின் அத்தியாவசிய அம்சங்களாகும், அவை கதையை ஒன்றாக இணைக்கும் ஒரு ஒருங்கிணைந்த கருத்து அல்லது கருத்தை வழங்குகின்றன. கருப்பொருள்களை கதைக்களம், கதாபாத்திரம், அமைப்பு மற்றும் காட்சி கூறுகள் மூலம் வெளிப்படுத்தலாம், மேலும் அவை கதையின் அடிப்படை அர்த்தத்தையும் நோக்கத்தையும் வெளிப்படுத்த உதவுகின்றன. நன்கு வரையறுக்கப்பட்ட கருப்பொருள் ஒரு கதையை உயர்த்தி, பார்வையாளர்களுக்கு அதை மேலும் சிந்திக்கத் தூண்டும் மற்றும் மறக்கமுடியாததாக மாற்றும்.

*காட்சி கதை சொல்லும் நுட்பங்கள்:*கதை அமைப்புக்கு கூடுதலாக, திரைப்பட தயாரிப்பாளர்கள் வீடியோ தயாரிப்பாளர்களும் கதையை மேம்படுத்தவும் ஆதரிக்கவும் பல்வேறு காட்சி கதை சொல்லும் நுட்பங்களைப் பயன்படுத்துகின்றனர். இந்த நுட்பங்களில் கேமரா இயக்கம், ஷாட் கலவை, ஒளியமைப்பு மற்றும் வண்ணம் ஆகியவை அடங்கும், இவை கதைக்குள் மனநிலை, சூழல் மற்றும் முக்கியத்துவத்தை உருவாக்க ஒன்றிணைந்து செயல்படுகின்றன. இந்த காட்சி கூறுகளை திறமையாகப் பயன்படுத்துவதன் மூலம்,

படைப்பாளிகள் கதையை திறம்பட வெளிப்படுத்தலாம் மற்றும் பார்வையாளர்களை ஆழமான உணர்ச்சி மட்டத்தில் ஈடுபடுத்தலாம்.

காட்சி கதை சொல்லும் நுட்பங்கள்

காட்சி கதை சொல்லும் நுட்பங்கள் திரைப்படத் தயாரிப்பாளர்களுக்கும் வீடியோ தயாரிப்பாளர்களுக்கும் அவசியமான கருவிகளாகும், அவை கதையை வெளிப்படுத்தும் பார்வையாளர்களை ஆழமான உணர்ச்சி மட்டத்தில் ஈடுபடுத்தவும் உதவுகின்றன. இந்த நுட்பங்கள் காட்சி மொழியின் சக்தியைப் பயன்படுத்தி ஒரு கதைக்குள் மனநிலை, சூழல் மற்றும் அர்த்தத்தை உருவாக்குகின்றன. இந்தக் கட்டுரையில், திரைப்படம் மற்றும் வீடியோ தயாரிப்பில் பயன்படுத்தப்படும் முக்கிய காட்சி கதை சொல்லும் நுட்பங்களை ஆராய்வோம், ஷாட் கலவை, கேமரா இயக்கம், ஒளியமைப்பு மற்றும் வண்ணம் ஆகியவற்றில் கவனம் செலுத்துவோம்.

*ஷாட் கலவை:*ஷாட் கலவை என்பது ஒரு சட்டகத்திற்குள் கதாபாத்திரங்கள், பொருள்கள் மற்றும் பின்னணி உள்ளிட்ட காட்சி கூறுகளின் அமைப்பைக் குறிக்கிறது. பயனுள்ள ஷாட் கலவை பார்வையாளரின் கவனத்தை வழிநடத்துவதன் மூலமும், காட்சி ஆர்வத்தை உருவாக்குவதன் மூலமும், முக்கியமான கதை கூறுகளை வலியுறுத்துவதன் மூலம் மூலமும் கதையை மேம்படுத்தும். ஷாட் கலவையின் சில முக்கிய கொள்கைகள் பின்வருமாறு:

*அ. மூன்றில் ஒரு பங்கு விதி:*மூன்றில் ஒரு பங்கு விதி என்பது பிரேமிங் ஷாட்களுக்கான ஒரு வழிகாட்டுதலாகும், இது சட்டகத்தை ஒன்பது சம பாகங்களாக இரண்டு சம இடைவெளி கொண்ட கிடைமட்ட கோடுகள் மற்றும் இரண்டு சம இடைவெளி கொண்ட செங்குத்து கோடுகளால் பிரிக்கப்படுகிறது. இந்த கோடுகள் அல்லது அவற்றின் சந்திப்புகள் பொருள் அல்லது ஆர்வமுள்ள புள்ளிகளை வைப்பதன் மூலம், திரைப்பட தயாரிப்பாளர்களின் பார்வைக்கு மிகவும் மாறும் மற்றும் சமநிலையான இசையமைப்புகளை உருவாக்க முடியும்.

*ஆ. ஆழம்:*ஒரு ஷாட்டில் ஆழத்தை உருவாக்குவது, பார்வையாளர்களின் காட்சியை மேலும் ஈர்க்கக்கூடியதாகவும், மூழ்கடிக்கும் தன்மையுடனும் மாற்றும். திரைப்பட தயாரிப்பாளர்கள் முன்புறம், நடுப்பகுதி மற்றும் பின்னணி கூறுகளைப் பயன்படுத்துவதன் மூலமும், தேர்ந்தெடுக்கப்பட்ட கவனம் மற்றும் ஆழமான கவனம் போன்றவை நுட்பங்களைப் பயன்படுத்துவதன் மூலமும் ஆழத்தை அடைய முடியும்.

*இ. முன்னணி வரிகள்:*முன்னணி கோடுகள் என்பது பார்வையாளரின் பார்வையை ஒரு குறிப்பிட்ட ஆர்வமுள்ள புள்ளிக்கு வழிநடத்தும் சட்டத்தில் உள்ள கோடுகள் ஆகும். இந்த கோடுகள் சாலைகள், வேலிகள் அல்லது கட்டிடக்கலை அம்சங்கள் போன்ற கூறுகளால் உருவாக்கப்படலாம் மற்றும் காட்சியில் உள்ள முக்கியமான பாடல்கள் அல்லது பகுதிகளுக்கு கவனத்தை ஈர்க்க உதவும்.

*கேமரா இயக்கம்:*கேமரா இயக்கம் மற்றொரு முக்கியமான காட்சி கதை சொல்லும் நுட்பமாகும், ஏனெனில் இது கதையை வெளிப்படுத்தவும், ஆற்றல் அல்லது உணர்ச்சியை உருவாக்கவும், பார்வையாளரின் கவனத்தை வழிநடத்தவும் உதவும். திரைப்படம் மற்றும் வீடியோ தயாரிப்பில் பயன்படுத்தப்படும் சில பொதுவான கேமரா அசைவுகள் பின்வருமாறு:

*அ. பான்கள் மற்றும் சாய்வுகள்:*பேனிங் என்பது ஒரு கிடைமட்ட கேமரா இயக்கம், அதே சமயம் சாய்த்தல் என்பது ஒரு செங்குத்து இயக்கம். இந்த இயக்கங்கள் புதிய தகவல்களை வெளிப்படுத்த, ஒரு பொருளைப் பின்தொடர அல்லது ஒரு காட்சிக்குள் இடம் மற்றும் இருப்பிட உணர்வை நிறுவப் பயன்படும்.

*பி. ஷாட்கள் மற்றும் டோலி ஷாட்களைக் கண்காணித்தல்:*கண்காணிப்பு காட்சிகள் கேமராவை பொருளுக்கு இணையான பாதையில் நகர்த்துவதை உள்ளடக்குகின்றன, அதே நேரத்தில் டாலி காட்சிகள் கேமராவை பொருளை நோக்கி அல்லது விலகி நகர்த்துவதை உள்ளடக்குகின்றன. இந்த அசைவுகள் ஒரு காட்சிக்குள் இயக்கம் மற்றும் ஆற்றலின்

உணர்வை உருவாக்கலாம், அதே போல் நெருக்கம் அல்லது பதற்றம் போன்ற உணர்ச்சிகளையும் வெளிப்படுத்தலாம்.

இ. கிரேன் மற்றும் வான்வழி ஷாட்கள்:கிரேன் அல்லது ஜிப் பயன்படுத்தி கேமராவை செங்குத்தாக நகர்த்துவது அடங்கும், அதே நேரத்தில் வான்வழி ஷாட்களில் மேலிருந்து காட்சிகள் பிடிக்க ட்ரோன்கள் அல்லது ஹெலிகாப்டர்களைப் பயன்படுத்துகின்றன. இந்த ஷாட்கள் ஒரு தனித்துவமான பார்வையை வழங்குவதுடன், கதைக்குள் அளவு மற்றும் பிரமாண்டத்தின் உணர்வை நிறுவும்.

விளக்கம்:காட்சி கதைசொல்லலில் விளக்குகள் முக்கிய பங்கு வகிக்கின்றன, ஏனெனில் அது ஒரு காட்சிக்குள் மனநிலை, வளிமண்டலம் மற்றும் முக்கியத்துவத்தை உருவாக்குகிறது முடியும். திரைப்பட தயாரிப்பாளர்கள் மற்றும் வீடியோ தயாரிப்பாளர்கள் குறிப்பிட்ட விளைவுகளை அடைய பல்வேறு ஒளி நுட்பங்களையும் அமைப்புகளையும் பயன்படுத்துகின்றனர், அவர்கள்:

அ. உயர்-முக்கிய மற்றும் குறைந்த-முக்கிய விளக்குகள்:உயர்-விசை விளக்குகள் பிரகாசமான, சீரான வெளிச்சத்தைக் கொண்டிருக்கின்றன, குறைந்தபட்ச நிழல்கள் மற்றும் மாறுபாடுகளுடன், பெரும்பாலும் மகிழ்ச்சியானவை அல்லது உற்சாகமான மனநிலையை உருவாக்கப் பயன்படுத்தப்படுகிறது. இதற்கு நேர்மாறாக, குறைந்த-விசை விளக்குகள் வலுவான நிழல்கள் மற்றும் மாறுபாட்டைப் பயன்படுத்தி இருண்ட, மிகவும் வியத்தகு சூழ்நிலையை உருவாக்குகின்றன.

பி. திசை விளக்குகள்:ஒளியின் திசை ஒரு காட்சியின் தோற்றம் மற்றும் மனநிலையில் குறிப்பிடத்தக்க தாக்கத்தை ஏற்படுத்தும். முன்பக்க விளக்குகள் ஒரு தட்டையான, சீரான தோற்றத்தை உருவாக்குகின்றன, அதே நேரத்தில் பக்கவாட்டு விளக்குகள் மற்றும் பின்னொளிகள் வடிவம் அமைப்பை வலியுறுத்துகின்றன, இது மிகவும் வியத்தகு அல்லது மர்மமான விளைவை உருவாக்குகிறது.

இ. வண்ண வெப்பநிலை:ஒளியின் நிற வெப்பநிலை ஒரு காட்சியின் மனநிலை மற்றும் வளிமண்டலத்தையும் பாதிக்கலாம். சூடான ஒளி (மஞ்சள்-ஆரஞ்சு) ஆறுதல் மற்றும் அரவணைப்பு உணர்வுகளைத் தூண்டும், அதே நேரத்தில் குளிர்ந்த ஒளி (நீலம்) குளிர் அல்லது பதற்ற உணர்வை உருவாக்கும்.

நிறம்:வண்ணம் என்பது ஒரு சக்திவாய்ந்த காட்சி கதை சொல்லும் கருவியாகும், இது ஒரு கதைக்குள் மனநிலை, உணர்ச்சி மற்றும் அர்த்தத்தை வெளிப்படுத்த பயன்படுகிறது. திரைப்பட தயாரிப்பாளர்களும் வீடியோ தயாரிப்பாளர்களும் தங்கள் காட்சி கதைசொல்லலை மேம்படுத்த பல்வேறு வண்ண நுட்பங்களையும் உத்திகளையும் பயன்படுத்துகின்றனர், அவர்கள்:

அ. வண்ணத் தட்டு:ஒரு திரைப்படம் அல்லது காணொளியின் வண்ணத் தட்டு என்பது தயாரிப்பு முழுவதும் பயன்படுத்தப்படும் வண்ணங்களின் வரம்பாகும், இது ஒரு ஒருங்கிணைந்த மற்றும் பார்வைக்கு ஈர்க்கும் அழகியலை உருவாக்க உதவும். வண்ணங்களை கவனமாக தேர்ந்தெடுத்து ஒருங்கிணைப்பதன் மூலம், படைப்பாளிகள் குறிப்பிட்ட உணர்ச்சிகளைத் தூண்டலாம், ஒரு மனநிலையை நிறுவலாம் அல்லது கதைக்குள் கருப்பொருள் கூறுகளை வலுப்படுத்தலாம்.

பி. வண்ணக் குறியீடு:வண்ணங்கள் குறியீட்டு அர்த்தங்களைக் கொண்டுள்ளன, அவை கதையை மேம்படுத்தவும் அடிப்படை கருப்பொருள்கள் அல்லது உணர்ச்சிகளை வெளிப்படுத்தவும் பயன்படுத்தப்படலாம். உதாரணமாக, சிவப்பு பெரும்பாலும் ஆர்வம் அல்லது ஆபத்துடன் தொடர்புடையது, அதே நேரத்தில் பச்சை வளர்ச்சி அல்லது பொறாமையைக் குறிக்கலாம். குறியீட்டு முக்கியத்துவத்துடன் வண்ணங்களைச் சேர்ப்பதன்

மூலம், திரைப்படத் தயாரிப்பாளர்கள் தங்கள் காட்சி கதைசொல்லலுக்கு அர்த்தத்தின் அடுக்குகளைச் சேர்க்கலாம்.

C. வண்ண தரப்படுத்தல்:வண்ணத் தரப்படுத்தல் என்பது ஒரு படம் அல்லது வீடியோவின் தயாரிப்புக்குப் பிறகு பிந்தைய காலத்தில் வண்ணங்கள் மற்றும் டோன்களை சரிசெய்யும் செயல்முறையாகும். இந்த நுட்பத்தை குறிப்பிட்ட மனநிலைகள் அல்லது காட்சி பாணிகளை உருவாக்கவும், கதை சொல்லும் கூறுகளை மேம்படுத்தவும், பல்வேறு காட்சிகள் மற்றும் காட்சிகளில் நிலைத்தன்மையை உறுதிப்படுத்தவும் பயன்படுத்தலாம்.

காட்சி உருவகங்கள் மற்றும் குறியீடுகள்:காட்சி உருவகங்கள் மற்றும் குறியீட்டு முறைகள் என்பது ஒரு கதைக்குள் உள்ள சுருக்கமான கருத்துக்கள், உணர்ச்சிகள் அல்லது கருத்துக்களை பிரதிநிதித்துவப்படுத்துகிறது காட்சி கூறுகளைப் பயன்படுத்தும் நுட்பங்கள் ஆகும். இந்த நுட்பங்கள் கதைக்கு ஆழத்தையும் சிக்கலையும் சேர்க்கலாம், இதனால் பார்வையாளர்கள் பல நிலைகளில் தொடர்புகளை ஏற்படுத்தி கதையை விளக்க முடியும். காட்சி உருவகங்கள் மற்றும் குறியீட்டு முறைகளின் சில எடுத்துக்காட்டுகள் பின்வருமாறு:

அ. பொருள்கள்:பொருள்கள் குறியீட்டு அர்த்தத்தைக் கொண்டு ஒரு கதைக்குள் காட்சி உருவகங்களாகச் செயல்படலாம். உதாரணமாக, உடைந்த கண்ணாடி உடைந்த சுயபிம்பத்தையோ அல்லது உடைந்த மாயையையோ குறிக்கலாம்.

பி. அமைப்புகள் மற்றும் இருப்பிடங்கள்:சூழல்களும் இடங்களும் காட்சி உருவகங்களாகவும் செயல்படலாம், அவை கதாபாத்திரங்களின் உணர்ச்சி அல்லது உளவியல் நிலையை அல்லது கதையின் ஒட்டுமொத்த கருப்பொருளை பிரதிபலிக்கின்றன. உதாரணமாக, ஒரு இருண்ட, குழப்பமான அறை ஒரு கதாபாத்திரத்தின் உள் கொந்தளிப்பு அல்லது குழப்பத்தைக் குறிக்கலாம்.

இ. காட்சி நோக்கங்கள்:காட்சி மையக்கருக்கள் என்பது ஒரு கதைக்குள் குறியீட்டு முக்கியத்துவத்தைக் கொண்டிருக்கும் தொடர்ச்சியான படங்கள் அல்லது கூறுகள் ஆகும். இந்த மையக்கருக்கள் கருப்பொருள்களை வலுப்படுத்தவும், ஒற்றுமை உணர்வை உருவாக்கவும், பார்வையாளர் கதையை விளக்கவும் காட்சி குறிப்புகளை வழங்கவும் உதவும்.

சட்டகம் மற்றும் பார்வை:ஒரு காட்சியில் விதமும், அது வழங்கப்படும் கண்ணோட்டமும் கதையின் கதை மற்றும் பார்வையாளரின் கதை விளக்கத்தில் குறிப்பிடத்தக்க தாக்கத்தை ஏற்படுத்தும். வெவ்வேறு பிரேமிங் நுட்பங்கள் மற்றும் கண்ணோட்டங்களைப் பயன்படுத்துவதன் மூலம், திரைப்பட தயாரிப்பாளர்கள் பார்வையாளரின் உணர்ச்சிபூர்வமான எதிர்வினையை கையாள முடியும் மற்றும் மிகவும் ஆழமான மற்றும் ஈர்க்கக்கூடிய காட்சி அனுபவத்தை உருவாக்க முடியும்.

அ. நெருக்கமான காட்சிகள் மற்றும் தீவிர நெருக்கமான காட்சிகள்:நெருக்கமான காட்சிகள் ஒரு பொருளின் முகம் அல்லது ஒரு குறிப்பிட்ட விவரத்தை மையமாகக் கொண்டது, பெரும்பாலும் உணர்ச்சியை வெளிப்படுத்தவோ அல்லது ஒரு குறிப்பிட்ட தருணம் அல்லது அம்சத்தின் முக்கியத்துவத்தை வலியுறுத்தவோ பயன்படுத்தப்படுகிறது. மிக நெருக்கமான காட்சிகள் ஒரு காட்சிக்குள் நெருக்கம் அல்லது தீவிர உணர்வை உருவாக்கும்.

பி. வைடு ஷாட்கள் மற்றும் எஸ்டாபிளிஷிங் ஷாட்கள்:அகலமான காட்சிகளும், உறுதியான காட்சிகளும் காட்சி அல்லது சூழலின் பரந்த பார்வையை காட்டுகின்றன, சூழலையும் அளவையும் வழங்குகின்றன. இந்த காட்சிகள் கதைக்குள் இடம் மற்றும் இடத்தின் உணர்வை உருவாக்குவதுடன், காட்சி சூழல் மற்றும் சூழ்நிலையையும் வெளிப்படுத்தலாம்.

C. பாய்ண்ட் ஆஃப் வியூ (POV) ஷாட்ஸ்:POV ஷாட்கள் பார்வையாளரை ஒரு கதாபாத்திரத்தின் பார்வையில் வைக்கின்றன, இதனால் அந்தக் கதாபாத்திரம் அனுபவிக்கும் காட்சியை அவர்கள் அனுபவிக்க முடியும். இந்த நுட்பம் பச்சாதாபம் மற்றும் மூழ்கும் உணர்வை

உருவாக்க முடியும், பார்வையாளர்கள் கதாபாத்திரங்களையும் அவர்களின் உணர்ச்சிகளையும் நன்கு புரிந்துகொண்டு இணைக்க உதவுகிறது.

காட்சி விவரிப்புகளில் சின்னங்கள் மற்றும் உருவகங்களின் பயன்பாடு

காட்சி விவரிப்புகளில் சின்னங்களும் உருவகங்களும் சக்திவாய்ந்த கருவிகளாகும், அவை திரைப்படத் தயாரிப்பாளர்கள் மற்றும் கலைஞர்களின் சிக்கலான கருத்துக்கள், உணர்ச்சிகள் மற்றும் கருப்பொருள்களை காட்சி வழிமுறைகள் மூலம் தொடர்பு கொள்ள அனுமதிக்கின்றன. குறியீட்டு மற்றும் உருவக கூறுகளை தங்கள் படைப்புகளில் இணைப்பதன் மூலம், படைப்பாளிகள் தங்கள் பார்வையாளர்களை ஆழமான மட்டத்தில் ஈடுபடுத்தலாம் மற்றும் கதையைப் பற்றிய ஆழமான புரிதலை ஊக்குவிக்கலாம். இந்தக் கட்டுரையில், காட்சி விவரிப்புகளில் சின்னங்கள் மற்றும் உருவகங்களின் பயன்பாடு, அவற்றின் செயல்பாடுகள், வகைகள் மற்றும் அர்த்தத்தை வெளிப்படுத்துவதில் செயல்திறன் ஆகியவற்றில் கவனம் செலுத்துவோம்.

காட்சி விவரிப்புகளில் சின்னங்கள் மற்றும் உருவகங்களின் செயல்பாடுகள்

காட்சி விவரிப்புகளில் சின்ன உருவகங்களும் பல்வேறு செயல்பாடுகளைச் செய்கின்றன, அவற்றுள்:

அ. சுருக்கமான கருத்துக்களை வெளிப்படுத்துதல்:சின்னங்களும் உருவகங்களும் நேரடி காட்சி வழிமுறைகள் மூலம் வெளிப்படுத்த கடினமாக இருக்கும் சுருக்கமான கருத்துக்கள் அல்லது உணர்ச்சிகளைக் குறிக்கலாம். குறியீடுகள் அல்லது உருவகங்களைப் பயன்படுத்துவதன் மூலம், படைப்பாளிகள் இந்தக் கருத்துக்களை மிகவும் அணுகக்கூடிய மற்றும் பார்வைக்கு ஈர்க்கும் வகையில் தெரிவிக்க முடியும்.

பி. உணர்ச்சி தாக்கத்தை மேம்படுத்துதல்:சின்னங்களும் உருவகங்களும் பார்வையாளர்களிடமிருந்து வலுவான உணர்ச்சிபூர்வமான பதில்களைத் தூண்டி, ஒரு காட்சி அல்லது கதையின் உணர்ச்சித் தாக்கத்தை அதிகரிக்க உதவும்.

இ. ஆழமான விளக்கம்:குறியீடுகள் மற்றும் உருவகங்களைப் பயன்படுத்துவது ஒரு காட்சி விளக்கத்தில் அர்த்தத்தின் அடுக்குகளைச் சேர்க்கலாம், பார்வையாளர்களின் கதையின் ஆழமான விளக்கத்தில் ஈடுபட அழைக்கிறது.

ஈ. காட்சி ஒருங்கிணைப்பை உருவாக்குதல்:ஒரு கதை முழுவதும் குறியீடுகள் அல்லது உருவகங்கள் மீண்டும் மீண்டும் வருவது காட்சி ஒத்திசைவு மற்றும் ஒற்றுமையை உருவாக்க உதவும், வேறுபட்டது கூறுகளை ஒன்றாக இணைத்து கதையின் கருப்பொருள்களை வலுப்படுத்தும்.

காட்சி விவரிப்புகளில் சின்னங்கள் மற்றும் உருவகங்களின் வகைகள்

காட்சி விவரிப்புகளில் சின்னங்களும் உருவகங்களும் பல வடிவங்களை எடுக்கலாம், அவற்றுள்:

அ. பொருள்கள்:ஒரு காட்சி விவரிப்பில் பொருள்கள் சின்னங்களாகவோ அல்லது உருவகங்களாகவோ செயல்படலாம், கதைக்கு பொருத்தமான கருத்துக்கள் அல்லது உணர்ச்சிகளைக் குறிக்கலாம். உதாரணமாக, ஒரு டிக் டிக் கடிகாரம் காலத்தின் போக்கை அல்லது வரவிருக்கும் காலக்கெடுவின் அழுத்தத்தைக் குறிக்கலாம்.

பி. கதாபாத்திரங்கள்:கதாபாத்திரங்கள் சின்னங்களாகவோ அல்லது உருவகவோ செயல்படலாம், குறிப்பிட்ட பண்புகள், மதிப்புகள் அல்லது கருத்துக்களை உள்ளடக்கியவை. உதாரணமாக, வெள்ளை நிற உடையணிந்த ஒரு கதாபாத்திரம் தூய்மை அல்லது

அப்பாவித்தனத்தைக் குறிக்கலாம், அதே நேரத்தில் கருப்பு நிற உடையணிந்த ஒரு கதாபாத்திரம் தீமை அல்லது ஊழலைக் குறிக்கலாம்.

இ. அமைப்புகள் மற்றும் இருப்பிடங்கள்:காட்சி விவரிப்புகளில், அமைப்புகளும் இடங்களும் சின்னங்களாகவோ அல்லது உருவகங்களாகவோ செயல்படலாம். இருண்ட, கிளாஸ்ட்ரோபோபிக் இடம் ஒரு கதாபாத்திரத்தின் பொறி அல்லது விரக்தியின் உணர்வுகளைக் குறிக்கலாம், அதே நேரத்தில் பிரகாசமான, திறந்த நிலப்பரப்பு சுதந்திரம் அல்லது நம்பிக்கையைக் குறிக்கலாம்.

ஈ. காட்சி நோக்கங்கள்:காட்சி மையக்கருக்கள் என்பது ஒரு கதைக்குள் குறியீட்டு முக்கியத்துவத்தைக் கொண்ட தொடர்ச்சியான படங்கள் அல்லது கூறுகள் ஆகும். இந்த மையக்கருக்கள் கருப்பொருள்களை வலுப்படுத்தவும் கதை முழுவதும் ஒற்றுமை உணர்வை உருவாக்கவும் உதவும்.

இ. நிறங்கள்:வண்ணங்கள் குறியீட்டு அர்த்தத்தைக் மற்றும் காட்சி விவரிப்புகளில் உருவகங்களாகச் செயல்படலாம், ஏனெனில் அவை பெரும்பாலும் குறிப்பிடப்படுகின்ற உணர்ச்சிகள், கருத்துக்கள் அல்லது கலாச்சார விழுமியங்களுடன் தொடர்புடையவை. உதாரணமாக, சிவப்பு பொதுவாக ஆர்வம் அல்லது ஆபத்துடன் தொடர்புடையது, அதே நேரத்தில் நீலம் அமைதி அல்லது சோகத்தைக் குறிக்கலாம்.
காட்சி விவரிப்புகளில் சின்னங்கள் மற்றும் உருவகங்களின் செயல்திறன்

காட்சி விவரிப்புகளில் குறியீடுகள் மற்றும் உருவகங்களின் செயல்திறன் பல காரணிகளைப் பொறுத்தது, அவற்றுள்:

அ. தெளிவு:ஒரு சின்னம் அல்லது உருவம் பயனுள்ளதாக இருக்கும், அந்த பார்வையாளருக்கு தெளிவாகவும் அடையாளம் காணக்கூடியதாகவும் இருக்க வேண்டும். கூடுதல் விளக்கம் தேவையில்லாமல், பொருள் வெளிப்படையாகவோ அல்லது எளிதில் ஊகிக்கக்கூடியதாகவோ இருக்க வேண்டும்.

பி. பொருத்தம்:பயனுள்ள குறியீடுகளும் உருவகங்களும் கதைக்கும் அதன் கருப்பொருள்களுக்கும் பொருத்தமானவை, மேலும் அவை கதையைத் திசைதிருப்புவதற்குப் பதிலாக அதை மேம்படுத்தவும் ஆதரிக்கவும் உதவுகின்றன.

இ. உணர்ச்சி அதிர்வு:வெற்றிகரமான குறியீடுகளும் உருவகங்களும் பார்வையாளர்களை உணர்ச்சி மட்டத்தில் எதிரொலிக்கின்றன, உணர்ச்சிபூர்வமான பதிலை வெளிப்படுத்துகின்றன உதவுகின்றன மற்றும் கதையுடனான பார்வையாளரின் தொடர்பை ஆழப்படுத்துகின்றன.

ஈ. அசல் தன்மை:சில குறியீடுகளும் உருவகங்களும் உலகளாவியவை அல்லது பரவலாக அங்கீகரிக்கப்பட்டவை என்றாலும், படைப்பாளிகள் குறியீட்டைப் பயன்படுத்துவதில் அசல் தன்மையைக் கொண்டிருக்க வேண்டும், அர்த்தத்தை வெளிப்படுத்துவது தனித்துவமான அல்லது எதிர்பாராத காட்சி கூறுகளைப் பயன்படுத்த வேண்டும்.

காட்சி விவரிப்புகளில் சின்னங்கள் மற்றும் உருவகங்களின் எடுத்துக்காட்டுகள்

காட்சி விவரிப்புகளில் குறியீடுகள் மற்றும் உருவகங்களின் பயன்பாடு திரைப்படம், தொலைக்காட்சி, கிராஃபிக் நாவல்கள் மற்றும் புகைப்படம் எடுத்தல் போன்றவை பல்வேறு வகையான காட்சி கதைசொல்லல்களில் காணலாம். சில குறிப்பிடத்தக்க எடுத்துக்காட்டுகள் பின்வருமாறு:

அ. திரைப்படம்:கிறிஸ்டோபர் நோலனின் "இன்செப்சன்" இல், சுழலும் மேற்புறம் யதார்த்தத்தின் அடையாளமாகவும், கனவு உலகத்திற்கும் நிஜ உலகத்திற்கும் இடையிலான வேறுபாட்டைக் கண்டறிய கதாநாயகனின் போராட்டமாகவும் செயல்படுகிறது. இந்தப்

பொருள் படம் முழுவதும் தொடர்ச்சியாக மையக்கருவாக மாறி, கதையின் மையக் கருப்பொருளை வலுப்படுத்துகிறது.

ஆ. தொலைக்காட்சி:"பிரேக்கிங் பேட்" என்ற பாராட்டப்பட்ட தொலைக்காட்சி தொடரில், கதாபாத்திரங்களின் அலமாரிகளுக்கான வண்ணத் தேர்வுகள் பெரும்பாலும் அவர்களின் உணர்ச்சித் தேர்வுகள் நிலைகள் அல்லது தார்மீக சீரமைப்புகளைக் குறிக்கின்றன. உதாரணமாக, கதாநாயகன் வால்டர் வைட் ஒரு மென்மையான நடத்தை கொண்ட வேதியியல் ஆசிரியரிடமிருந்து ஒரு இரக்கமற்ற போதைப்பொருள் பிரபுவாக மாறுவது, அவரது அலமாரி இலகுவான, நடுநிலை நிறங்களில் இருந்து, மிகவும் மோசமான நிழல்களுக்கு மாறுவதன் மூலம் காட்சிப்படுத்தப்படுகிறது.

இ. கிராஃபிக் நாவல்கள்:ஆர்ட் ஸ்பீகல்மேனின் புலிட்சர் பரிசு பெற்ற கிராஃபிக் நாவலான "மாஸ்" இல், கதாபாத்திரங்கள் மானுடவியல் விலங்குகளாக சித்தரிக்கப்பட்டுள்ளன, யூதர்கள் எலிகளாகவும், நாஜிக்கள் பூனைகளாகவும் சித்தரிக்கப்படுகிறார்கள். இந்த காட்சி உருவகம் ஹோலோகாஸ்டின் போது அனுபவித்த சக்தி இயக்கவியல் மற்றும் துன்புறுத்தலை திறம்பட வெளிப்படுத்துகிறது, அதே நேரத்தில் கதையை வெளிப்படுத்துகிறது மனிதாபிமானமாக்கி வாசகர்களுக்கு இன்னும் அணுகக்கூடியதாக மாறுகிறது.

ஈ. புகைப்படம் எடுத்தல்:புகைப்படக் கலைஞர் டோரோதியா லாங்கேவின் படைப்புகள் பெரும்பாலும் பெரும் மந்தநிலையின் போது தனது குடிமக்களின் கஷ்டங்களையும் மீள்தன்மையையும் வெளிப்படுத்தும் சின்னங்கள் மற்றும் உருவகங்களைப் பயன்படுத்துகின்றன. அவரது மிகவும் பிரபலமான புகைப்படங்களில் ஒன்றான "புலம்பெயர்ந்த தாய்", ஒரு தாய் தனது குழந்தைகளை கையில் ஏந்தி, அவர்களின் முகங்களை கேமராவிலிருந்து திருப்பிக் இருப்பதைக் காட்டுகிறது. புலம்பெயர்ந்த தொழிலாளர்களின் அவலநிலை மற்றும் துன்பங்களுக்கு மத்தியில் தாய்மையின் வலிமைக்கு இந்தப் படம் ஒரு சக்திவாய்ந்த காட்சி உருவகமாக உள்ளது செயல்படுகிறது.

புகைப்படக் கலையின் வரலாறு மற்றும் பரிணாமம்

இன்று நாம் அறிந்திருக்கும் புகைப்படம் எடுத்தல், அதன் தொடக்கத்திலிருந்து நீண்ட தூரம் வந்துவிட்டது. புகைப்படக் கலையின் வரலாற்றை 19 ஆம் நூற்றாண்டின் முற்பகுதியில் காணலாம், அதன் பரிணாம வளர்ச்சியைக் குறிக்கும் பல குறிப்பிடத்தக்க முன்னேற்றங்கள், புதுமைகள் மற்றும் மைல்கற்கள் உள்ளன. இந்தக் கட்டுரை புகைப்படக் கலையின் வரலாறு மற்றும் பரிணாம வளர்ச்சியின் கண்ணோட்டத்தை வழங்குகிறது, இந்த ஊடகத்தை வடிவமைத்த முக்கிய தருணங்கள் மற்றும் தொழில்நுட்ப முன்னேற்றங்களை எடுத்துக்காட்டுகிறது.

ஆரம்பகால பரிசோதனைகள் மற்றும் கண்டுபிடிப்புகள் (1800-1830கள்)

ஒளியைப் படம்பிடித்து, வேதியியல் செயல்முறைகள் மூலம் படங்களை அசல் ஆரம்பகால பரிசோதனைகளுடன் புகைப்படக் கலையின் வரலாறு தொடங்குகிறது. ஆரம்பகால மைல்கற்களில் சில பின்வருமாறு:

அ. கேமரா அப்ஸ்குரா:நவீன கேமராவின் முன்னோடியான கேமரா அப்ஸ்க்யூரா, பழங்காலத்திலிருந்தே அறியப்படுகிறது. இது ஒரு எளிய சாதனமாகும், இது ஒரு சிறிய துளை அல்லது லென்ஸ் மூலம் சுற்றுப்புறங்களின் படத்தை ஒரு மேற்பரப்பில் பிரதிபலிக்கிறது. இது ஒரு நிரந்தர படத்தை உருவாக்கவில்லை என்றாலும், புகைப்பட தொழில்நுட்பத்தின் வளர்ச்சியில் கேமரா அப்ஸ்க்யூரா ஒரு முக்கிய பங்கைக் கொண்டிருந்தது.

ஃ. தாமஸ் வெட்ஜ்வுட் (1800):பிரிட்டிஷ் கண்டுபிடிப்பாளர் தாமஸ் வெட்ஜ்வுட், ஒளி உணர்திறன் பொருட்களைப் பயன்படுத்தி நிரந்தர படங்களை உருவாக்கும் முதல் அறியப்பட்ட முயற்சிக்கு பெருமை சேர்த்துள்ளார். அவர் காகிதம் மற்றும் தோலில் வெள்ளி

நைட்ரேட்டைப் பரிசோதித்தார், ஆனால் ஒளிக்கு வெளிப்படும் போது விரைவாக மங்கிப்போன படங்களை சரிசெய்யவும் முடியவில்லை.

இ. *நிசெஃப்போர் நீப்ஸ்*(1826-1827): பிரெஞ்சு கண்டுபிடிப்பாளர் நிசெஃப்போர் நீப்ஸ் "ஹீலியோகிராஃப்" என்று அழைக்கப்படும் முதல் நிரந்தர புகைப்படத்தை உருவாக்கினார். அவர் ஒரு கேமரா அப்ஸ்குரா மற்றும் பிற்றுமின் பூசப்பட்ட ஒரு பியூட்டர் பிளேட்டைப் பயன்படுத்தினார், இது வெளிச்சத்திற்கு வெளிப்படும் போது கடினப்படுத்தப்பட்டது. "லு கிராஸில் உள்ள சாளரத்திலிருந்து காட்சி" என்று பெயரிடப்பட்ட படம் வெளிப்படுவதற்கு பல மணிநேரம் ஆனது மற்றும் நிரந்தரமாக மாற மேலும் மேம்பாடு தேவைப்பட்டது.

நவீன புகைப்படக் கலையின் பிறப்பு (1830கள்-1840கள்)

புகைப்படக் கலையின் நவீன சகாப்தம் முதல் நடைமுறை புகைப்பட செயல்முறையின் கண்டுபிடிப்பு தொடங்கியது:

அ. *டாகுரோடைப் (1839):*பிரெஞ்சு கலைஞரும் கண்டுபிடிப்பாளருமான லூயிஸ் டாகுரே, வெள்ளி பூசப்பட்ட செப்புத் தாளில் மிகவும் விரிவான, தனித்துவமான படத்தை உருவாக்கும் டாகுரோடைப் செயல்முறையை உருவாக்கினார். இந்த செயல்முறையில் தகட்டை அயோடின் நீராவியால் சிகிச்சையளித்து, அதை வெளிச்சத்திற்கு வெளிப்படுத்தி, பின்னர் பாதரச நீராவியால் உருவாக்குவது அடங்கும். டாகுரோடைப் 1839 இல் பகிரங்கமாக அறிவிக்கப்பட்டது, மேலும் இது உருவப்படம் வரைவதற்கும் நகரக் காட்சிகளைப் படம்பிடிப்பதற்கும் பிரபலமானது.

ஆ. *காலோடைப் (1841):*பிரிட்டிஷ் கண்டுபிடிப்பாளர் வில்லியம் ஹென்றி ஃபாக்ஸ் டால்போட் காலோடைப் (அல்லது "டால்போடைப்") செயல்முறையைக் கண்டுபிடித்தார், இது பல நேர்மறை அச்சங்களை உருவாக்கப் பயன்படுத்தக்கூடிய ஒரு காகித எதிர்மறையை உருவாக்கியது. இந்த செயல்முறை நவீன புகைப்படக் கலைக்கு அடித்தளம் அமைத்தது, ஏனெனில் இது படங்களை மீண்டும் உருவாக்க அனுமதித்தது மற்றும் எதிர்மறைகள் மற்றும் நேர்மறைகள் என்ற கருத்தை அறிமுகப்படுத்தியது.

முன்னேற்றங்கள் மற்றும் பிரபலப்படுத்துதல் (1850கள்-1900)

19 ஆம் நூற்றாண்டின் பிற்பகுதியில் புகைப்படத் தொழில்நுட்பத்தில் ஏராளமான முன்னேற்றங்கள் ஏற்பட்டன, மேலும் புகைப்படக் கலை ஒரு கலை வடிவமாகவும் ஆவணப்படுத்தலுக்கான வழிமுறையாகவும் பிரபலமடைந்தது:

அ. *ஈரமான கொலோடியன் செயல்முறை (1851):*ஆங்கிலேய கண்டுபிடிப்பாளர் ஃபிரடெரிக் ஸ்காட் ஆர்ச்சர், ஒரு கண்ணாடித் தகட்டில் கொலோடியன் மற்றும் ஒளி உணர்திறன் கொண்ட இரசாயனங்கள் கலவையைப் பூசுவதை உள்ளடக்கிய ஈரமான கொலோடியன் செயல்முறையை அறிமுகப்படுத்தினார். இந்த செயல்முறை டாகுரோடைப் மற்றும் கலோடைப் செயல்முறைகளுடன் ஒப்பிடும்போது உயர்தர எதிர்மறையை உருவாக்கியது மற்றும் வெளிப்பாடு நேரத்தை வெகுவாகக் குறைத்தது.

பி. *உலர்தட்டு செயல்முறை (1871):*பிரிட்டிஷ் புகைப்படக் கலைஞர் ரிச்சர்ட் லீச் மடோக்ஸ் உலர் தட்டு செயல்முறையைக் கண்டுபிடித்தார், இது கொலோடியனுக்குப் பதிலாக ஜெலட்டினைப் பயன்படுத்தியது மற்றும் வெளிப்பாட்டிற்குப் பிறகு உடனடியாக படத்தை உருவாக்க வேண்டிய தேவையை நீக்கியது. இந்த வளர்ச்சி புகைப்படக் கலையை மிகவும் நடைமுறைக்குரியதாகவும் அணுகக்கூடியதாகவும் மாற்றியது.

இ. *கோடக் கேமரா (1888):*அமெரிக்க கண்டுபிடிப்பாளர் ஜார்ஜ் ஈஸ்ட்மேன் கோடக் கேமராவை அறிமுகப்படுத்தினார், இது கண்ணாடித் தகடுகளுக்குப் பதிலாக நெகிழ்வான பிலிம் ரோலைப் பயன்படுத்தியது. கேமரா எடுத்துச் செல்லக்கூடியதாகவும், பயன்படுத்த

எளிதானது என்றும், மலிவு விலையிலும் இருந்தது, இதனால் புகைப்படம் எடுப்பது பொதுமக்களுக்கு அணுகக்கூடியதாக உள்ளது இருந்தது.

20 ஆம் நூற்றாண்டு: தொழில்நுட்ப முன்னேற்றங்கள் மற்றும் புகைப்படக் கலையின் விரிவாக்கம் (1900கள்-2000கள்)

20 ஆம் நூற்றாண்டு புகைப்பட தொழில்நுட்பத்தில் விரைவான முன்னேற்றம் கண்டது, அதே போல் புதிய வகைகள் மற்றும் பாணிகளின் தோற்றத்தையும் கண்டது. சில முக்கிய முன்னேற்றங்கள் பின்வருமாறு:

*அ. வண்ண புகைப்படம் எடுத்தல் (1907):*லூமியர் சகோதரர்களான அகஸ்டே மற்றும் லூயிஸ், ஆட்டோக்ரோம் செயல்முறையை அறிமுகப்படுத்தினர், இது வணிக ரீதியாக சாத்தியமான முதல் புகைப்படம் முறையாகவும். இது சிவப்பு, பச்சை மற்றும் நீலம் சாயம் பூசப்பட்ட உருளைக்கிழங்கு ஸ்டார்ச்சின் நுண்ணிய தானியங்களால் பூசப்பட்ட கண்ணாடித் தகடுகளைப் பயன்படுத்தியது, அவை வெளிச்சத்திற்கு வெளிப்படும் போது வண்ண வடிகட்டிகளாகச் செயல்பட்டன.

*ஆ. 35மிமீ பிலிம் (1920கள்):*35மிமீ பிலிம் அறிமுகம் புகைப்படம் எடுப்பதை மேலும் எடுத்துச் செல்லக்கூடியதாகவும் அணுகக்கூடியதாகவும் மாற்றுவதன் மூலம் புரட்சியை ஏற்படுத்தியது. சிறிய பிலிம் வடிவம் லைகா போன்ற சிறிய கேமராக்களின் வளர்ச்சிக்கு அனுமதித்தது, இது புகைப்பட பத்திரிகையாளர்கள் மற்றும் அமெச்சூர் புகைப்படம் கலைஞர்களிடையே பிரபலமடைந்தது.

*இ. போலராய்டு உடனடி புகைப்படம் எடுத்தல் (1948):*அமெரிக்க கண்டுபிடிப்பாளர் எட்வின் லேண்ட், புகைப்படம் எடுத்த சில நிமிடங்களிலேயே உடனடி அச்சங்களை உருவாக்கும் போலராய்டு கேமராவை உருவாக்கினார். இந்த கண்டுபிடிப்பு புகைப்படக் கலைஞர்கள் இருந்த அறை அல்லது வெளிப்புற செயலாக்கம் இல்லாமல் உடனடியாக தங்கள் படங்களைப் பார்க்க அனுமதித்தது.

*ஈ. டிஜிட்டல் புகைப்படம் எடுத்தல் (1970கள்-1990கள்):*1975 ஆம் ஆண்டு ஈஸ்ட்மேன் கோடக்கில் ஸ்டீவன் சாசன் முதல் டிஜிட்டல் கேமராவைக் கண்டுபிடித்ததன் மூலம், 20 ஆம் நூற்றாண்டின் பிற்பகுதியில் டிஜிட்டல் புகைப்படம் எடுத்தல் தோன்றியது. அடுத்த பத்தாண்டுகளில், டிஜிட்டல் கேமராக்கள் தரத்திலும் மலிவு விலையிலும் தொடர்ந்து மேம்பட்டன, இறுதியில் பிரபலத்தில் பிலிம் கேமராக்களை விஞ்சியது.

*இ. மொபைல் புகைப்படக் கலையின் எழுச்சி (2000கள்-தற்போது வரை):*கேமரா போன்களின் அறிமுகமும், ஸ்மார்ட்போன்களின் பரவலான பயன்பாடும் புகைப்படக் கலையை இன்னும் அணுகக்கூடியதாகவும், எங்கும் நிறைந்ததாகவும் உள்ளது மாற்றியுள்ளனர். இன்று, உலகெங்கிலும் உள்ள பில்லியன் கணக்கான மக்கள் தங்கள் மொபைல் சாதனங்களைப் பயன்படுத்தி படங்களைப் பிடிக்கவும் பகிர்ந்து கொள்ளவும், நம் வாழ்க்கையை ஆவணப்படுத்தும் மற்றும் அனுபவிக்கும் விதத்தை வடிவமைக்கின்றனர்.

சமூகம் மற்றும் கலாச்சாரத்தில் புகைப்படக் கலையின் தாக்கம்

அதன் வரலாறு முழுவதும், புகைப்படம் எடுத்தல் சமூகம் மற்றும் கலாச்சாரத்தில் ஆழமான தாக்கத்தை ஏற்படுத்தியது, உலகத்தையும் நம்மையும் நாம் உணரும் விதத்தில் தாக்கத்தை செய்தது. புகைப்படம் எடுத்தல் நம் வாழ்க்கையை வடிவமைத்த சில முக்கிய வழிகள் பின்வருமாறு:

*அ. ஆவணப்படுத்தல் மற்றும் இதழியல்:*வரலாற்று நிகழ்வுகளை உருவாக்குவதிலும், காலத்தின் தருணங்களைப் படம் பிடிப்பதிலும், ஆவணங்களை உயிர்ப்பிப்பதிலும் புகைப்படம் எடுத்தல் முக்கிய பங்கு உள்ளது. போர் புகைப்படம் எடுத்தல் முதல் சமூக

ஆவணப்படம் வரை, புகைப்படம் படத்தின் சக்தி உலகத்தைப் பற்றிய நமது புரிதலை வடிவமைத்து, பொதுமக்களின் கருத்தை பாதித்துள்ளது.

பி. கலை மற்றும் படைப்பு வெளிப்பாடு: புகைப்படக் கலைஞர்கள் பல்வேறு பாணிகள், நுட்பங்கள் மற்றும் கருப்பொருள்களை ஆராய்வதால், புகைப்படம் எடுத்தல் ஒரு மரியாதைக்குரிய கலை வடிவமாக பரிணமித்துள்ளது. நுண்கலை புகைப்படம் எடுத்தல் முதல் தெரு புகைப்படம் வரை, கலைஞர்கள் தங்கள் தனித்துவமான கண்ணோட்டங்களையும் பார்வைகளையும் படம்பிடித்து வெளிப்படுத்த இந்த ஊடகம் அனுமதித்துள்ளது.

இ. தனிப்பட்ட நினைவுகள் மற்றும் அடையாளம்: புகைப்படம் எடுத்தல் நமது தனிப்பட்ட வாழ்க்கையின் ஒரு ஒருங்கிணைந்த பகுதியாக மாறியுள்ளது, இது நினைவுகளைப் பற்றியும், மைல்கற்களைக் கொண்டாடவும், நமது தனித்துவத்தை வெளிப்படுத்தவும். குடும்ப ஆல்பங்கள் முதல் சமூக ஊடகங்கள் வரை, புகைப்பட படம் நமது தனிப்பட்ட அடையாளத்தை உருவாக்குவதற்கும் வெளிப்படுத்துவதற்கும் மையமாக உள்ளது மாறியுள்ளது.

ஆவணப்பட புகைப்படம் எடுத்தல் மற்றும் புகைப்பட இதழியல்:

ஆவணப்பட புகைப்படம் எடுத்தல் மற்றும் புகைப்பட இதழியல் ஆகியவை நம்மைச் சுற்றியுள்ள உலகின் யதார்த்தங்களையும் கதைகளையும் படம்பிடித்துத் தெரிவிக்கின்றன முயலும் புகைப்படத்தின் இரண்டு தொடர்புடைய ஆனால் தனித்துவமான வகைகளாகும். இரண்டு வகைகளும் வரலாறு, சமூகம் மற்றும் கலாச்சாரம் பற்றிய நமது புரிதலை வடிவமைப்பதில் குறிப்பிடத்தக்க பங்கைக் கொண்டுள்ளது, சக்திவாய்ந்த படங்கள் மற்றும் கவர்ச்சிகரமான கதைகளின் வளமான பாரம்பரியத்துடன். இந்த கட்டுரை ஆவணப்பட புகைப்படம் எடுத்தல மற்றும் புகைப்பட இதழியலின் தோற்றம், கொள்கைகள் மற்றும் தாக்கத்தை ஆராய்கிறது, காட்சி கதைசொல்லலுக்கான அவற்றின் தனித்துவமான அம்சங்கள் மற்றும் பங்களிப்புகளை எடுத்துக்காட்டுகிறது.

தோற்றம் மற்றும் வளர்ச்சி

அ. ஆவணப்பட புகைப்படம்: 19 ஆம் நூற்றாண்டின் நடுப்பகுதியில், அந்தக் காலத்தின் சமூகம் மற்றும் அரசியல் யதார்த்தங்களைப் பதிவுசெய்து தொடர்புகொள்வதற்கான ஒரு வழியாக ஆவணப்படம் புகைப்படம் எடுத்தல் உருவானது. ஜெக்கப் ரைஸ், லூயிஸ் ஹைன் மற்றும் டோரோதியா லாங்கே போன்ற ஆரம்பகால ஆவணப்பட புகைப்படக் கலைஞர்கள், சமூக நீதிகளை அம்பலப்படுத்தவும், ஓரங்கட்டப்பட்ட சமூகங்களின் வாழ்க்கையை ஆவணப்படுத்தவும், சமூக மாற்றத்திற்காக வாதிடவும் தங்கள் கேமராக்களைப் பயன்படுத்துகின்றனர். அவர்களின் பணி, உண்மை, பச்சாதாபம் மற்றும் மனித அனுபவத்தில் இந்த வகையின் கவனம் செலுத்துவதற்கு அடித்தளத்தை அமைத்தது.

ஆ. புகைப்பட இதழியல்: 20 ஆம் நூற்றாண்டின் முற்பகுதியில் செய்தித்தாள்கள் மற்றும் பத்திரிகைகள் எழுதப்பட்ட கட்டுரைகளுடன் புகைப்படங்களையும் சேர்க்கத் தொடங்கியதால் புகைப்படம் இதழியல் வளர்ச்சியடைந்தது. 35 மிமீ கேமரா மற்றும் வேகமான படத்தின் கண்டுபிடிப்பு புகைப்படக் கலைஞர்கள் வேகமாக நகரும் நிகழ்வுகளையும் விரைவான தருணங்களையும் படம்பிடிக்க முடிந்தது, இதன் மூலம் இறுதியில் காட்சி கதைசொல்லலின் மிகவும் துடிப்பான மற்றும் உடனடி வடிவம் கிடைத்தது. ஹென்றி கார்டியர்-பிரேசன், ராபர்ட் கபா மற்றும் மார்கரெட் போர்க்-வைட் போன்ற முன்னோடி புகைப்பட இதழாளர்கள், "தீர்க்கமான தருணத்தை" படம்பிடித்து ஒரு கதையின் சாரத்தை ஒரே படத்தின் மூலம் வெளிப்படுத்தும் திறனுக்காக அறியப்பட்டது.

கொள்கைகள் மற்றும் நுட்பங்கள்

அ. புறநிலை மற்றும் உண்மை:ஆவணப்பட புகைப்படம் எடுத்தல் மற்றும் புகைப்பட இதழியல் இரண்டும் உண்மை மற்றும் புறநிலைத்தன்மைக்கான அர்ப்பணிப்பால் வழிநடத்தப்படுகின்றன. புகைப்படக் கலைஞர்கள் தங்கள் பாடங்களின் யதார்த்தத்தை கையாளுதல் அல்லது சார்பு இல்லாமல் படம்பிடிக்க பாடுபடுகிறார்கள், நிகழ்வுகள் மற்றும் அனுபவங்களின் நேர்மையான மற்றும் துல்லியமான பிரதிநிதித்துவத்தை வழங்குகிறார்கள்.

பி. கதை சொல்லல்:கதைசொல்லல் என்பது இரண்டு வகைகளிலும் ஒரு முக்கிய அங்கமாகும், புகைப்படக் கலைஞர்கள் தங்கள் படங்களைப் பயன்படுத்தி கதைகளை வெளிப்படுத்தவும், உணர்ச்சிகளைத் தூண்டவும், கருத்துக்களைத் தெரிவிக்கவும் பயன்படுத்துகிறார்கள். ஆவணப்பட புகைப்படக் கலைஞர்கள் பெரும்பாலும் ஒரு குறிப்பிட்ட கருப்பொருள் அல்லது சிக்கலை ஆழமாக ஆராயும் நீண்ட கால திட்டங்களில் கவனம் செலுத்துகிறார்கள், அதே நேரத்தில் புகைப்பட பத்திரிகையாளர்கள் முக்கிய செய்திகள் அல்லது தற்போதைய நிகழ்வுகளை உள்ளடக்கிய குறுகிய பணிகளில் பணியாற்றுகிறார்கள்.

இ. கலவை மற்றும் அழகியல்:ஆவணப்பட புகைப்படம் எடுத்தல் மற்றும் புகைப்பட இதழியல் இரண்டிலும், ஒரு படத்தின் காட்சி தாக்கம் ஒரு வகையான தகவல்தொடர்பு செயல்திறனுக்கு அவசியம். கலைஞர்கள், பார்வையாளர்களுடன் புகைப்படங்கள் எதிரொலிக்கும் சக்திவாய்ந்த மற்றும் தூண்டக்கூடிய படங்களை உருவாக்குதல், பிரேமிங், முன்னோக்கு மற்றும் ஒளி மற்றும் நிழலைப் பயன்படுத்துதல் போன்ற பல்வேறு தொகுப்பு நுட்பங்களைப் பயன்படுத்துகின்றனர்.

ஈ. நெறிமுறைகள் மற்றும் பொறுப்பு:ஆவணப்பட புகைப்படக் கலைஞர்கள் மற்றும் புகைப்பட பத்திரிகையாளர்கள் கடுமையான நெறிமுறைகளின் கீழ் செயல்படுகிறார்கள், இது துல்லியம், நியாயம் மற்றும் தங்கள் பாடங்களின் கண்ணியம் மற்றும் தனியுரிமைக்கான மரியாதை ஆகியவற்றின் முக்கியத்துவத்தை வலியுறுத்துகிறது. புகைப்படக் கலைஞர்கள் சிக்கலான நெறிமுறை சிக்கல்களைத் தாண்டிச் செல்ல வேண்டும், உண்மையைச் சொல்லும் தங்கள் பொறுப்புள்ள நபர்கள் மற்றும் சமூகங்கள் மீது தங்கள் படங்களின் சாத்தியமான விளைவுகளுடன் சமநிலைப்படுத்தப்பட வேண்டும்.

தாக்கம் மற்றும் மரபு

அ. சமூக மற்றும் அரசியல் மாற்றம்:வரலாறு சமூகம் மற்றும் அரசியல் மாற்றத்தை ஊக்குவிப்பதில் புகைப்படம் எடுத்தல் மற்றும் புகைப்பட ஆவண இதழியல் குறிப்பிடத்தக்க பங்கைக் உள்ளது. சுற்றுச்சூழல் அழிவு மற்றும் மனித துன்பங்களின் படங்கள் விழிப்புணர்வை ஏற்படுத்திய உலகளாவிய நடவடிக்கையைத் தூண்டிய செபாஸ்டியோ சல்காடோ போன்ற புகைப்படக் கலைஞர்களின் படைப்புகளில் காணப்படுவது போல, படங்கள் பொதுமக்களின் கருத்தைத் தெரிவிக்கவும், ஊக்குவிக்கவும், திரட்டவும் சக்தி வாய்ந்தவை.

ஆ. வரலாற்று ஆவணங்கள்:இரண்டு வகைகளும் வரலாற்று நிகழ்வுகள் மற்றும் அன்றாட வாழ்க்கையின் மதிப்புமிக்க பதிவுகள் வழங்கப்பட்டுள்ளன, எதிர்கால சந்ததியினருக்கு நேரத்தில் தருணங்களைப் பாதுகாக்கின்றன. ஜோ ரோசென்டலின் "ரைசிங் தி ஃபிளாக் ஆன் இவோ ஜிமா" அல்லது நிக்ஸின் "தி டெரர் ஆஃப் வார்" போன்ற சின்னச் சின்ன படங்கள், அந்தந்த சகாப்தங்களின் நீடித்த அடையாளங்களாக மாறி, நமது கூட்டு நினைவையும் கடந்த காலத்தைப் பற்றிய புரிதலையும் வடிவமைக்கின்றன.

இ. கலை செல்வாக்கு:ஆவணப்படம் புகைப்படம் எடுத்தல் மற்றும் புகைப்பட இதழியல் ஆகியவை கலை உலகில் ஆழமான தாக்கத்தை ஏற்படுத்தியுள்ளன, பல புகைப்படக் கலைஞர்கள் படம், நுண்கலை மற்றும் கருத்தியல் புகைப்படம் எடுத்தல் ஆகியவற்றுக்கு இடையேயான கோடுகளை மங்கலாக்குகின்றனர். டயான் அர்பஸ், கேரி வினோகிராண்ட் மற்றும் மேரி எலன் மார்க் போன்ற கலைஞர்களின் ஆவணப்படம் புகைப்படம் எடுத்தல் மற்றும் புகைப்பட இதழியலின் நுட்பங்கள் மற்றும் கருப்பொருள்களிலிருந்து உத்வேகம்

பெற்று, ஊடகத்தின் எல்லைகளை சவால் செய்யும் தூண்டுதல் மற்றும் சிந்தனையைத் தூண்டும் படங்கள் உருவாக்கியுள்ளனர்.

ஈ. டிஜிட்டல் புரட்சி:டிஜிட்டல் புகைப்படம் எடுத்தல் மற்றும் இணையத்தின் வருகை ஆவணப்படம் புகைப்படம் எடுத்தல் மற்றும் புகைப்பட இதழியல் ஆகியவற்றின் நிலப்பரப்பை மாறியுள்ளது, இதனால் புகைப்படக் கலைஞர்கள் தங்கள் படைப்புகளைப் பகிர்ந்து கொள்வதையும் உலகளாவிய பார்வையாளர்களைச் சென்றடைவதையும் எளிதாக்குகிறது. குடிமக்கள் இதழியல் மற்றும் புகைப்படத்தின் ஜனநாயகமயமாக்கல் ஆகியவை காட்சி கதைசொல்லலுக்கான சாத்தியக்கூறுகளை மேலும் விரிவுபடுத்தியுள்ளன, சமூக ஊடகத் தளங்கள் மற்றும் ஆன்லைன் வெளியீடுகள் புகைப்படக் கலைஞர்கள் தங்கள் கதைகளை ஆவணப்படுத்தவும் பகிர்ந்து கொள்ளவும் புதிய வழிகளை வழங்குகின்றன.

சவால்கள் மற்றும் எதிர்கால திசைகள்

அ. மாறிவரும் ஊடக நிலப்பரப்பு:அச்சு இதழியலின் வீழ்ச்சியும் டிஜிட்டல் ஊடகங்களின் எழுச்சியும் பாரம்பரிய இதழியலுக்கு சவால்களை ஏற்படுத்தியுள்ளன, புகைப்படம் கலைஞர்கள் நீண்டகால திட்டங்களில் பணியாற்றுவதற்கும் நிலையான வேலைவாய்ப்பைப் பெறுவதற்கும் குறைவான வாய்ப்புகள் உள்ளன. இதன் விளைவாக, பலப்பட புகைப்படக் கலைஞர்கள் மற்றும் புகைப்பட பத்திரிகையாளர்கள் தங்கள் திறன்களை மல்டி ஆவணமீடியா கதைசொல்லல் மற்றும் வீடியோ இதழியல் போன்ற புதிய ஊடக வடிவங்களுக்கு ஏற்ப மாற்றியமைத்து வருகின்றனர்.

ஆ. நெறிமுறை கவலைகள் மற்றும் கையாளுதல்:டிஜிட்டல் கையாளுதலின் எளிமை, ஆவணப்பட புகைப்படம் எடுத்தல் மற்றும் புகைப்பட இதழின் நம்பகத்தன்மை மற்றும் ஒருமைப்பாடு குறித்த நெறிமுறை கவலைகளை எழுப்பியுள்ளது. புகைப்படக் கலைஞர்கள் நெறிமுறை தரங்களைப் பின்பற்றுவதிலும், உண்மையைத் திரிபுபடுத்தும் வகையிலும் படங்களை கையாளும் சோதனையை எதிர்ப்பதிலும் விழிப்பு இருக்க வேண்டும்.

இ. தொழில்நுட்பத்தின் பங்கு:ட்ரோன் புகைப்படம் எடுத்தல் மற்றும் மெய்நிகர் ரியாலிட்டி போன்ற புகைப்பட தொழில்நுட்பத்தில் ஏற்பட்டுள்ள முன்னேற்றங்கள், ஆவணப்பட புகைப்படம் எடுத்தல் மற்றும் புகைப்பட பத்திரிகைக்கு அற்புதமான புதிய சாத்தியங்களை வழங்குகின்றன, இதனால் புகைப்பட கலைஞர்கள் முன்பு அணுக முடியவில்லை கண்ணோட்டங்களிலிருந்து படங்களைப் பிடிக்கவும், பார்வையாளர்களுக்கு ஆழமான, ஊடாடும் அனுபவங்களை உருவாக்கவும் முடிகிறது.

பொதுக் கருத்தை வடிவமைப்பதில் புகைப்படத்தின் பங்கு: ஒரு சக்திவாய்ந்த காட்சி மொழி.

புகைப்படம் எடுத்தல் என்பது பொதுமக்களின் கருத்தை பாதிக்கக்கூடிய ஒரு சக்திவாய்ந்த ஊடகமாக நீண்ட காலமாக அங்கீகரிக்கப்பட்டுள்ளது. ஒரு காட்சி மொழியாக, புகைப்படம் எடுத்தல் சிக்கலான கருத்துக்களையும் உணர்ச்சிகளையும் வெளிப்படுத்தும், கவனத்தை ஈர்க்கும் மற்றும் மாற்றத்தை ஊக்குவிக்கும் திறன் கொண்டுள்ளது. இந்த கட்டுரை, வரலாறு முழுவதும் புகைப்படக் கலை பொதுமக்களின் கருத்தை எவ்வாறு பாதித்துள்ளது என்பதை ஆராய்கிறது, ஆவணப்பட புகைப்படம் எடுத்தல், புகைப்படம் இதழியல் மற்றும் சின்னமான படங்களின் பங்கை மையமாகக் கொண்டு, உலகத்தைப் பற்றிய நமது புரிதலை வடிவமைப்பதிலும் சமூக மற்றும் அரசியல் மாற்றத்தையும் இயக்கத்திலும் கவனம் செலுத்துகிறது.

ஆவணப்பட புகைப்படம்: சமூகப் பிரச்சினைகளை வெளிப்படுத்துதல்

சமூகப் பிரச்சினைகள் விழிப்புணர்வை ஏற்படுத்துவதிலும், பொதுமக்களின் கருத்தைப் பாதிப்பதிலும் ஆவணப்படம் முக்கிய பங்கு வகிக்கிறது. ஒதுக்கப்பட்ட மற்றும் பின்தங்கிய சமூகங்கள் எதிர்கொள்ளும் கடுமையான யதார்த்தங்களைப் படம்பிடிப்பதன் மூலம்,

ஆவணப்பட புகைப்பட கலைஞர்கள் பொது மக்களிடையே பச்சாதாபத்தையும் புரிதலையும் ஊக்குவிக்க முடிந்தது.

ஒரு குறிப்பிடத்தக்க உதாரணம் ஜேக்கப் ரைஸின் படைப்பு, அவரது "ஹவ் தி அதர் ஹாஃப் லைவ்ஸ்" (1890) என்ற புதுமையான புத்தகம் நியூயார்க் நகரத்தின் குடியிருப்புவாசிகள் மோசமான வாழ்க்கை நிலைமைகளை அம்பலப்படுத்தியது. ரைஸின் சக்திவாய்ந்த படங்கள் பொதுமக்களை அதிர்ச்சிக்குள்ளாக்கியது மற்றும் புதிய வீட்டுவசதி சட்டங்கள் மற்றும் பொது சுகாதாரம் மற்றும் சுகாதாரம் முன்னேற்றங்கள் உள்ளிட்ட குறிப்பிடத்தக்க சமூக சீர்திருத்தங்களுக்கு வழிவகுத்தது.

இதேபோல், டோரோதியா லாங்கேவின் "புலம்பெயர்ந்த தாய்" (1936) என்ற சின்னமான புகைப்படம், பெரும் மந்தநிலையின் போது அமெரிக்க விவசாயிகளின் அவல நிலையை கவனத்தில் கொண்டது. இந்தப் படம் மீள்தன்மை மற்றும் மனித துன்பத்தின் அடையாளமாக மாறியது, போராடும் குடும்பங்களுக்கு நிவாரணம் மற்றும் உதவிகளை வழங்க அமெரிக்க அரசாங்கத்தைத் தூண்டியது.

புகைப்பட இதழியல்: வரலாறு மற்றும் தற்போதைய நிகழ்வுகளைப் படம்பிடித்தல்

வரலாற்று நிகழ்வுகள் மற்றும் நடப்பு நிகழ்வுகளின் காட்சி ஆதாரங்களை வழங்குவதன் மூலம் புகைப்பட இதழியல் பொதுமக்களின் கருத்தில் ஆழமான தாக்கம் செய்தது. புகைப்பட இதழாளர்களால் பிடிக்கப்பட்ட படங்கள், உலகத்தைப் பற்றிய நமது கருத்துக்களைத் தெரிவிக்கவும், கற்பிக்கவும், சவால் செய்யவும், சிக்கலான பிரச்சினைகள் நமது புரிதலை வடிவமைக்கவும், நமது அணுகுமுறைகள் மற்றும் நம்பிக்கைகளைப் பாதிக்கவும் சக்தி வாய்ந்தவை.

உதாரணமாக, வியட்நாம் போர் என்பது புகைப்பட பத்திரிகையாளர்களால் விரிவாக ஆவணப்படுத்தப்பட்ட முதல் முறையாகும், அவர்களின் படங்கள் போருக்கு எதிராக பொதுமக்களின் கருத்தைத் திருப்புவதில் குறிப்பிடத்தக்க பங்கைக் கொண்டிருந்தன. நிக் உட் எடுத்த புலிட்சர் பரிசு பெற்ற புகைப்படம் "தி டெரர் ஆஃப் வார்" (1972) ஒரு இளம் பெண் நேபாம் தாக்குதலிலிருந்து தப்பி ஓடுவதை சித்தரித்தது, அப்பாவி பொதுமக்கள் அனுபவிக்கும் திகில் மற்றும் துன்பங்களைப் படம்பிடித்தது. மோதலின் பிற கிராஃபிக் புகைப்படங்களுடன் சேர்ந்து, இந்தப் படம் எதிர்ப்பு உணர்வை வளர்ப்பதற்கு பங்களித்தது மற்றும் இறுதியில் அமெரிக்க வெளியுறவுத்துறை கொள்கையை பாதித்தது.

சமீப காலங்களில், காலநிலை மாற்றம், இடம்பெயர்வு மற்றும் சமூக நீதி போன்ற பிரச்சினைகளில் பொதுமக்களின் கருத்தை வடிவமைப்பதில் புகைப்பட இதழியல் தொடர்ந்து முக்கிய பங்கு வகிக்கிறது. இயற்கை பேரழிவுகள், அகதிகள் நெருக்கடிகள் மற்றும் உள்நாட்டு அமைதியின்மை போன்ற படங்கள் மனிதாபிமான முயற்சிகளுக்கு பொதுமக்களின் ஆதரவைத் திரட்டவும் அரசியல் நடவடிக்கைகளுக்கு ஊக்கமளிக்கவும் சக்தி வாய்ந்தவை.

சின்னச் சின்னப் படங்கள்: சமூக மற்றும் அரசியல் இயக்கங்களின் சின்னங்கள்

சின்னச் சின்ன புகைப்படங்கள் குறிப்பிட்ட பாடங்களைக் கடந்து சமூக மற்றும் அரசியல் இயக்கங்களின் நீடித்த அடையாளங்களாக மாறும் திறன் உள்ளது. இந்தப் படங்கள் ஒரு தருணம் அல்லது யோசனையின் சாரத்தைப் படம்பிடித்து, பார்வையாளர்களிடையே எதிரொலித்து, பொதுமக்களின் கருத்தை ஆழமான வழிகளில் பாதிக்கின்றன.

மிகவும் பிரபலமான உதாரணங்களில் ஒன்று ஜோ ரோசென்டலின் "ரைசிங் தி ஃபிளாக் ஆன் இவோ ஜிமா" (1945), இது இரண்டாம் உலகப் போரின் போது அமெரிக்க கடற்படையினர் அமெரிக்கக் கொடியை ஏற்றுவதை சித்தரிக்கிறது. வெற்றி மற்றும் தியாகத்தின் அடையாளமாக வந்த இந்தப் படம், உள்நாட்டுப் போர்முனையில் மன உறுதியை அதிகரித்தது மற்றும் போர் முயற்சிகளுக்கான ஆதரவு உறுதிப்படுத்தியது.

இதேபோல், தியானன்மென் சதுக்க போராட்டங்களின் போது டாங்கிகள் நெடுவரிசையின் முன் நிற்கும் அடையாளம் தெரியாத மனிதரான டேங்க் மேன் (1989)

புகைப்படம், எதிர்ப்பு மற்றும் தைரியத்தின் நீடித்த அடையாளமாக மாறியுள்ளது. இந்த சக்திவாய்ந்த படம் சர்வதேச சமூகத்தின் கவனத்தை ஈர்த்து மற்றும் சீனாவில் ஜனநாயக ஆதரவு இயக்கத்திற்கு பரவலான அனுதாபத்தை உருவாக்கியது.

புகைப்படக் கலையின் நெறிமுறைப் பொறுப்பு

பொதுக் கருத்தை வடிவமைக்கும் திறன் கொண்ட ஒரு, புகைப்படம் எடுத்தல் ஒரு குறிப்பிடத்தக்க நெறிமுறைப் பொறுப்பை கொண்டுள்ளது. புகைப்படக் கலைஞர்கள் தங்கள் படங்களின் சாத்தியமான விளைவுகளைப் பற்றி அறிந்திருக்க வேண்டும், மேலும் தங்கள் பாடல்களை துல்லியமாகவும், நியாயமாகவும், கண்ணியமாகவும் முன்வைக்க பாடுபட வேண்டும். படங்களை கையாளுதல் அல்லது தவறாக சித்தரித்தல் பொதுமக்களின் நம்பிக்கையை சிதைத்து, பொதுக் கருத்தை தெரிவிப்பதற்கும் செல்வாக்கு செலுத்துவதற்கும் ஒரு கருவி புகைப்படக் கலையின் சக்தியைக் குறைமதிப்பிற்கு உட்படுத்தும்.

அதே நேரத்தில், புகைப்படக் கலைஞர்கள் உண்மையைச் சொல்லும் தங்கள் கடமைக்கும், தங்கள் பாடங்களின் தனியுரிமை மற்றும் உரிமைகளை மதிக்க வேண்டியதன் மூலம் அவசியத்திற்கும் இடையிலான நுட்பமான சமநிலையை வழிநடத்த வேண்டும். டிஜிட்டல் புகைப்படம் எடுத்தல் மற்றும் சமூக ஊடகங்களின் யுகத்தில் இது மிகவும் பொருத்தமானது, அங்கு படங்களை எளிதாகப் பகிரலாம் மற்றும் பரப்பலாம், இதனால் தனிநபர்களுக்கும் சமூகங்களுக்கும் தீங்கு விளைவிக்கும்.

டிஜிட்டல் யுகத்தில் புகைப்படக் கலையின் சக்தி

டிஜிட்டல் புரட்சி புகைப்படக் கலையின் அணுகலையும் செல்வாக்கையும் கணிசமாக விரிவுபடுத்தியுள்ளது, இதனால் படங்களை உடனடியாகப் பகிரவும், உலகளாவிய பார்வையாளர்களால் அணுகவும் முடிகிறது. ஸ்மார்ட்போன்கள் மற்றும் சமூக ஊடக தளங்களின் பரவலான தன்மை மூலம் புகைப்படக் கலையின் ஜனநாயகமயமாக்கல், சாதாரண குடிமக்களுக்கு தங்கள் அனுபவங்களை ஆவணப்படுத்தவும் பகிர்ந்து கொள்ளவும் அதிகாரம் அளித்துள்ளது, இது மிகவும் மாறுபட்ட மற்றும் உள்ளடக்கிய காட்சி நிலப்பரப்புக்கு பங்களிக்கிறது.

இந்த புதிய ஊடக சூழலில், பொதுக் கருத்தை வடிவமைப்பதில் புகைப்படக் கலையின் பங்கு முன்னெப்போதையும் விட முக்கியமானது. படங்கள் வைரலாகும் கொண்டவை, சில நிமிடங்களில் மில்லியன் கணக்கான மக்களைச் சென்றடைகின்றன, மேலும் குறிப்பிடத்தக்க பொது ஆர்வத்தையும் விவாதத்தையும் உருவாக்குகின்றன. இதன் விளைவாக, புகைப்படக் கலைஞர்கள் தங்கள் பணியின் சாத்தியமான தாக்கத்தையும் அதனுடன் வரும் நெறிமுறைப் பொறுப்புகளையும் அதிகளவில் கவனத்தில் கொள்ள வேண்டும் வேண்டும்.

வரலாறு முழுவதும் பொதுக் கருத்தை வடிவமைப்பதில் புகைப்படம் எடுத்தல் முக்கிய பங்கு வகிக்கிறது, சமூகப் பிரச்சினைகள், வரலாற்று நிகழ்வுகள் மற்றும் அரசியல் இயக்கங்கள் பற்றிய நமது புரிதலைப் பாதித்துள்ளது. ஆவணப்பட புகைப்படம் எடுத்தல், புகைப்பட இதழியல் மற்றும் சின்னமான படங்கள் மூலம், புகைப்படக் கலைஞர்கள் மாற்றத்தைத் தெரிவிக்கவும், கற்பிக்கவும், ஊக்குவிக்கவும் அதிகாரம் பெற்றுள்ளனர், மனித அனுபவத்தை அதன் அனைத்து சிக்கலான தன்மையிலும் அழகிலும் படம்பிடித்து வருகின்றனர்.

டிஜிட்டல் யுகத்திற்குள் நாம் மேலும் நகரும்போது, புகைப்படக் கலையின் பொதுக் கருத்தை வடிவமைக்கும் சக்தி தொடர்ந்து வளர்ச்சியடைந்து விரிவடையும், புதியது தொழில்நுட்பங்கள் மற்றும் தளங்கள் காட்சி கதைசொல்லுக்கான அற்புதமான சாத்தியங்களை வழங்குகின்றன. இந்த சக்தியுடன் வரும் நெறிமுறை பொறுப்புகளை நினைவில் கொள்வதன் மூலம், புகைப்படக் கலைஞர்கள் நம்மைச் சுற்றியுள்ள உலகத்தைப் பார்க்கிறார்கள் புரிந்துகொள்ளும் விதத்தில் தகவல் அளிப்பதிலும் செல்வாக்கு செலுத்துவதிலும் தொடர்ந்து முக்கிய பங்கு வகிக்க முடியும்.

காட்சி ஊடகங்களில் ஒலியின் பங்கு: கதைசொல்லல் மற்றும் உள்ளடக்கத்தை மேம்படுத்துதல்

காட்சி ஊடகங்களில் ஒலி முக்கிய பங்கு வகிக்கிறது, படங்களுடன் இணைந்து நடித்த பார்வையாளர்களுக்கு ஈடுபாட்டையும், ஆழமான அனுபவங்களையும் உருவாக்குகிறது. திரைப்படம் மற்றும் தொலைக்காட்சி முதல் வீடியோ கேம்கள் மற்றும் மெய்நிகர் யதார்த்தம் வரை, ஒலி கதைசொல்லல், உணர்ச்சிபூர்வமான தாக்கம் மற்றும் உலகத்தை உருவாக்குவதற்கு பங்களிக்கிறது, காட்சி விவரிப்புகளுக்கு அர்த்தத்தையும் ஆழத்தையும் வழங்குகிறது. இந்தக் கட்டுரை காட்சி ஊடகங்களில் ஒலி செயல்படும் பல்வேறு வழிகளை ஆராய்கிறது, கதைகள், கதாபாத்திரங்கள் மற்றும் சூழல்களைப் பற்றிய நமது புரிதலையும் அனுபவத்தையும் மேம்படுத்துவதில் அதன் முக்கியத்துவத்தை எடுத்துக்காட்டுகிறது.

காட்சி ஊடகங்களில் ஒலியின் கூறுகள்

ஒருங்கிணைந்த மற்றும் ஆழமான கேட்கும் அனுபவத்தை உருவாக்க ஒன்றிணைந்து செயல்படும் பல்வேறு ஒலி கூறுகளை காட்சி ஊடகங்கள் உள்ளடக்கியுள்ளன. இந்த கூறுகளில் பின்வருவன அடங்கும்:

அ. உரையாடல்:காட்சி ஊடகங்களில் கதாபாத்திரங்களின் பேச்சு மொழியே உரையாடல் ஆகும், இது கதைக்களம், உறவுகள் மற்றும் கதாபாத்திரங்களின் உணர்ச்சி நிலைகள் பற்றியது அத்தியாவசிய தகவல்களை வெளிப்படுத்துகிறது. நன்கு எழுதப்பட்ட மற்றும் நிகழ்த்தப்பட்ட உரையாடல் கதாபாத்திரங்களுக்கு உயிர் கொடுத்து பார்வையாளர்களை உணர்ச்சி மட்டத்தில் ஈடுபடுத்தும்.

ஆ. இசை:காட்சி ஊடகத்தின் உணர்ச்சி முதுகெலும்பாக இசை செயல்படுகிறது, காட்சிகளின் மனநிலையையும் சூழலையும் உயர்த்துகிறது மற்றும் ஒரு கதையின் ஒட்டுமொத்த தோனி வேகத்தையும் வடிவமைக்க உதவுகிறது. பரந்த அளவிலான ஆர்கெஸ்ட்ரா இசையிலிருந்து குறைந்தபட்ச மின்னணு இசையமைப்புகள் வரை, இசை பரந்த அளவிலான உணர்ச்சிகளைத் தூண்டும் மற்றும் காட்சி கதைசொல்லலின் தாக்கத்தை அதிகரிக்கும்.

இ. ஒலி விளைவுகள்:ஒலி விளைவுகள் என்பது திரையில் நடக்கும் செயல்களுடன் வரும் அன்றாட ஒலிகள், அதாவது காலடிச் சத்தங்கள், கதவுகளின் சத்தங்கள் அல்லது இலைகள் சலசலப்பு போன்றவை. இந்த ஒலிகள் காட்சி ஊடகங்களை யதார்த்தத்தில் நிலைநிறுத்த உதவுகின்றன, இதனால் உலகத்தை மேலும் உறுதியானதாகவும் நம்பக்கூடியதாகவும் உணர வைக்கின்றன.

ஈ. சூழல் மற்றும் வளிமண்டலம்:சுற்றுப்புற ஒலிகள் என்பது ஒரு நகரத்தின் ஓசை அல்லது காட்டில் பறவைகளின் கீச்சோலி போன்ற ஒரு காட்சியின் ஒட்டுமொத்த வளிமண்டலம் மனநிலைக்கு பங்களிக்கும் நுட்பமான, பெரும்பாலும் கவனிக்கப்படாத பின்னணி இரைச்சல்கள் ஆகும். இந்த ஒலிகள் ஒரு இட உணர்வை உருவாக்கவும், பார்வையாளர்களை காட்சிப்படுத்தவும் ஊடக உலகில் மூழ்கடிக்கவும் உதவுங்கள்.

கதைசொல்லலில் ஒலி மற்றும் உணர்ச்சித் தாக்கம்

கதை சொல்லும் செயல்பாட்டில் ஒலி ஒரு முக்கிய பங்கு வகிக்கிறது, காட்சி கூறுகளுடன் இணைந்து கதை சொல்லும் தகவல்களை வெளிப்படுத்துகிறது பார்வையாளர்களிடமிருந்து உணர்ச்சிபூர்வமான பதில்களைத் தூண்டவும். கதை சொல்லல் மற்றும் உணர்ச்சித் தாக்கத்திற்கு ஒலி பங்களிக்கும் சில முக்கிய வழிகள் பின்வருமாறு:

அ. மனநிலையையும் தோனியையும் நிலைநிறுத்துதல்:ஒரு காட்சி அல்லது காட்சியின் மனநிலையையும் தொனியையும் நிலைநிறுத்த ஒலி உதவுகிறது, காட்சிகளால்

வெளிப்படுத்தப்படும் உணர்ச்சிகள் மற்றும் கருப்பொருள்களை வலுப்படுத்துகிறது. உதாரணமாக, ஒரு சஸ்பென்ஸ் நிறைந்த இசை ஒரு த்ரில்லரில் பதற்றத்தை அதிகரிக்கக்கூடும், அதே நேரத்தில் ஒரு விளையாட்டுத்தனமான, உற்சாகமான ஒலிப்பதிவு காட்சியின் நகைச்சுவைக் கூறுகளை அடிக்கோடிட்டுக் காட்டக்கூடும்.

*பி. முன்னறிவிப்பு மற்றும் அடையாள இடுகை:*நிகழ்வுகளை முன்னறிவிக்க அல்லது முக்கியமான கதை தருணங்களை சமிக்ஞை செய்ய ஒலியைப் பயன்படுத்தவும், பார்வையாளர்களின் எதிர்பார்ப்புகளை வழிநடத்தவும் கதையுடன் அவர்களின் ஈடுபாட்டை அதிகரிக்கலாம். உதாரணமாக, இசையில் திடீர் மாற்றம் அல்லது ஒரு தனித்துவமான ஒலியைப் பயன்படுத்துவது பார்வையாளர்களை வரவிருக்கும் கதைத் திருப்பம் அல்லது ஒரு குறிப்பிடத்தக்க கதாபாத்திர வெளிப்பாடு குறித்து எச்சரிக்கலாம்.

*இ. உணர்ச்சி அதிர்வு:*ஒலி பார்வையாளர்களிடமிருந்து சக்திவாய்ந்த உணர்ச்சிபூர்வமான பதில்களைத் தூண்டும், காட்சி கதைசொல்லலின் தாக்கத்தை அதிகரிக்கும். நன்கு தேர்ந்தெடுக்கப்பட்ட இசைத் துண்டு அல்லது ஒரு உணர்ச்சிகரமான உரையாடல் வரி மகிழ்ச்சி, சோகம், பயம் அல்லது பிரமிப்பு போன்ற உணர்வுகளைத் தூண்டும், கதை மற்றும் அந்த கதாபாத்திரங்களுடனான பார்வையாளர்களின் தொடர்பை ஆழப்படுத்தும்.

உலகக் கட்டுமானத்திலும் மூழ்குதலிலும் ஒலி

கதைசொல்லல் மற்றும் உணர்ச்சிபூர்வமான தாக்கத்தில் அதன் பங்கிற்கு கூடுதலாக, காட்சி ஊடகங்களில் ஆழமான மற்றும் நம்பகமான உலகங்களை உருவாக்குவதற்கு ஒலி அவசியம். உலகத்தை உருவாக்குவதற்கும் மூழ்கடிப்பதற்கும் ஒலி பங்களிக்கும் சில வழிகள் பின்வருமாறு:

*அ. இடஞ்சார்ந்த விழிப்புணர்வு:*ஒலி முக்கியமான இடஞ்சார்ந்த தகவல்களை வழங்க முடியும், பார்வையாளர்கள் ஒரு காட்சியின் அமைப்பையும் பரிமாணங்களையும் புரிந்துகொள்ள உதவுகிறது. ஸ்டிரியோ அல்லது சரவுண்ட் சவுண்டின் பயன்பாடு ஆழம் மற்றும் இட உணர்வை உருவாக்கும், பார்வையாளர்கள் சுற்றுச்சூழலுக்குள் ஒலி மூலங்களைக் கண்டறிய மற்றும் அவர்களின் மூழ்கும் உணர்வை மேம்படுத்துகிறது.

*ஆ. பண்புக்கூறு மற்றும் கலாச்சார சூழல்:*கதாபாத்திரங்கள் மற்றும் அவர்களின் கலாச்சார சூழல் பற்றிய மதிப்புமிக்க நுண்ணறிவுகளை ஒலி வழங்க முடியும், அவர்களின் பின்னணி, ஆளுமை மற்றும் உந்துதல்கள் பற்றிய துப்புகளை வழங்க முடியும். உதாரணமாக, ஒரு கதாபாத்திரத்தின் உச்சரிப்பு, பேச்சு முறைகள் அல்லது இசையின் தேர்வு அவர்களின் அடையாளம் மற்றும் வரலாற்றின் முக்கிய அம்சங்கள் வெளிப்படுத்தலாம், பார்வையாளர்களின் புரிதலையும் கதையைப் பற்றிய பாராட்டையும் வளப்படுத்தலாம்.

*இ. யதார்த்தம் மற்றும் நம்பகத்தன்மை:*ஒலி விளைவுகள் மற்றும் சுற்றுப்புற ஒலிகளை கவனமாகப் பயன்படுத்தும் காட்சி ஊடகங்களுக்கு யதார்த்தத்தையும் நம்பகத்தன்மையையும் அளிக்கும், நம்பகமான உலகில் கதையை நிலைநிறுத்தும். நிஜ உலக சூழல்கள் மற்றும் பொருட்களின் ஒலிகளைப் பிரதிபலிப்பதன் மூலம், ஒலி வடிவமைப்பாளர்கள் திரையில் காட்சிகளை நிறைவுசெய்து மேம்படுத்துதல் ஆழமான செவிப்புலன் நிலப்பரப்பை உருவாக்க முடியும்.

*ஈ. ஊடாடும் ஒலிக்காட்சிகள்:*வீடியோ கேம்கள் மற்றும் மெய்நிகர் ரியாலிட்டி அனுபவங்கள் போன்ற ஊடாடும் காட்சி ஊடகங்களில், பதிலளிக்கக்கூடிய மற்றும் ஈர்க்கக்கூடிய சூழல் பரிமாற்ற ஒலி முக்கிய பங்கு வகிக்கிறது. வீரரின் செயல்கள் மற்றும் தேர்வுகளுக்கு ஏற்ப மாறும் ஒலிக்காட்சிகள் மூழ்குதல் மற்றும் முக உணர்வை உயர்த்தி, மெய்நிகர் உலகத்தை மேலும் உயிருடன் மற்றும் பதிலளிக்கக்கூடியதாக உணர வைக்கும்.

ஒலி வடிவமைப்பின் கலை மற்றும் கைவினைத்திறன்

காட்சி ஊடகங்களில் ஒலியை திறம்பட பயன்படுத்துவது என்பது ஒலி வடிவமைப்பாளர்கள், இசையமைப்பாளர்கள் மற்றும் பிற ஆடியோ நிபுணர்களின் ஒத்துழைப்பை உள்ளடக்கிய ஒரு சிக்கலான படைப்பு செயல்முறையின் விளைவாகும். இந்தக் கலைஞர்கள் இயக்குநர்கள், தயாரிப்பாளர்கள் மற்றும் தயாரிப்புக் குழுவின் பிற உறுப்பினர்களுடன் நெருக்கமாகப் பணியாற்றி, காட்சி விவரத்தை ஆதரிக்கும் மற்றும் மேம்படுத்தும் ஒரு ஒருங்கிணைந்த மற்றும் ஈர்க்கக்கூடிய கேட்கும் அனுபவத்தை உருவாக்குகிறார்கள்.

காட்சி ஊடகங்களில் ஒலியின் பல்வேறு கூறுகளை ஆதாரமாகக் கொண்டு வருதல், உருவாக்குதல் மற்றும் கையாளுதல் ஆகியவற்றிற்கு ஒலி வடிவமைப்பாளர்கள் பொறுப்பாளர்கள், உரையாடல் மற்றும் இசை முதல் ஒலி விளைவுகள் மற்றும் சுற்றுப்புற இரைச்சல் வரை. இது பெரும்பாலும் களப் பதிவுகள், ஸ்டுடியோ வேலை மற்றும் டிஜிட்டல் செயலாக்கம் ஆகியவற்றின் கலவையை உள்ளடக்கியது, பார்வையாளர்கள் மீது ஒலியின் உளவியல் மற்றும் உணர்ச்சி தாக்கத்தைப் பற்றிய ஆழமான புரிதலையும் உள்ளடக்கியது.

மறுபுறம், இசையமைப்பாளர்கள் காட்சி ஊடகங்களுக்கான அசல் இசையை பிரபலப்படுத்துகிறார்கள், கதைக்கு ஆதரவளிக்கும் கருப்பொருள்கள், மையக்கருக்கள் மற்றும் குறிப்புகளை உருவாக்கவும், பார்வையாளர்களிடமிருந்து விரும்பிய உணர்ச்சிபூர்வமான பதில்களைத் தூண்டவும் பணியாற்றுகிறார்கள். இசை மற்றும் பிற ஒலி கூறுகள் தடையின்றி ஒன்றிணைந்து ஒருங்கிணைந்த மற்றும் ஆழமான கேட்கும் அனுபவத்தை உருவாக்குவதை உறுதி செய்வதற்கு இசையமைப்பாளர்கள் மற்றும் ஒலி வடிவமைப்பாளர்களுக்கு ஒத்துழைப்பு மிக முக்கியமானது.

காட்சி ஊடகத்தின் ஒருங்கிணைந்த அங்கமாக ஒலி உள்ளது, படங்களுடன் இணைந்து திரைப்பட பார்வையாளர்களுக்கு ஈடுபாட்டையும், ஆழமான அனுபவங்களையும் உருவாக்குகிறது. அதன் பல்வேறு கூறுகள் மூலம், ஒலி கதைசொல்லல், உணர்ச்சித் தாக்கம் மற்றும் உலகக் கட்டுமானத்தை மேம்படுத்துகிறது, காட்சி விவரிப்புகளுக்கு அர்த்தத்தையும் ஆழத்தையும் வழங்குகிறது. ஒலி வடிவமைப்பு மற்றும் இசையமைப்பின் கலை மற்றும் கைவினை, காட்சி ஊடகங்களில் ஒலியை திறம்பட பயன்படுத்துவதில் முக்கிய பங்கு வகிக்கிறது, இதற்கு திறமையான ஆடியோ நிபுணர்களின் ஒத்துழைப்பு, பார்வையாளர்களுக்குத் தகவல், பொழுதுபோக்கு மற்றும் மூழ்கடிக்கும் ஒலியின் சக்தியைப் பற்றிய ஆழமான புரிதல் தேவைப்படுகிறது. தொழில்நுட்பம் தொடர்ந்து முன்னேறி, காட்சி ஊடகங்கள் உருவாகும்போது, கதைகள், கதாபாத்திரங்கள் மற்றும் சூழல்களைப் பற்றிய நமது புரிதலையும் அனுபவத்தையும் மேம்படுத்துவதில் ஒலியின் பங்கு தொடர்ந்து முக்கியத்துவம் பெறும்.

திரைப்படம் மற்றும் காணொளியில் ஒலி வடிவமைப்பு: கதை சொல்லல் மற்றும் மூழ்குதலின் ஒரு முக்கிய அங்கம்.

திரைப்படத் தயாரிப்பு மற்றும் காணொளி தயாரிப்பின் இன்றியமையாத அங்கமாக ஒலி வடிவில் உள்ளது, பார்வையாளர்களுக்கு ஒரு வளமான மற்றும் ஆழமான அனுபவத்தை உருவாக்க காட்சிகளுடன் இணைந்து செயல்படுகிறது. இந்த கட்டுரை திரைப்படம் மற்றும் காணொளியில் ஒலி வடிவமைப்பின் பல்வேறு அம்சங்கள் ஆராய்கிறது, இதில் ஒலி வடிவமைப்பாளர்களின் பங்கு, ஒலிக்காட்சிகளை உருவாக்கும் செயல்முறை மற்றும் கதைசொல்லல் மற்றும் உணர்ச்சி தாக்கத்தை மேம்படுத்த பயன்படுத்தப்படும் நுட்பங்கள் ஆகியவை அடங்கும்.

ஒலி வடிவமைப்பாளர்களின் பங்கு

ஒரு திரைப்படம் அல்லது காணொளியில் உரையாடல், இசை, ஒலி விளைவுகள் மற்றும் சுற்றுப்புற இரைச்சல் உள்ளிட்ட அனைத்து செவிப்புலன்களும் கூறுகளையும் உருவாக்குவதற்கும் கையாளுவதற்கும் ஒலி வடிவமைப்பாளர்கள் பொறுப்பு. ஒலி வடிவமைப்பு காட்சி விளக்கத்தை ஆதரிக்கிறது மற்றும் மேம்படுத்துகிறது என்பதை

உறுதிசெய்ய, இயக்குநர்கள், தயாரிப்பாளர்கள், ஆசிரியர்கள் மற்றும் தயாரிப்புகள் குழுவின் பிற உறுப்பினர்களுடன் அவர்கள் நெருக்கமாக ஒத்துழைக்கிறார்கள், பார்வையாளர்களுக்கு ஒரு ஒருங்கிணைந்த மற்றும் ஈர்க்கக்கூடிய அனுபவத்தை உருவாக்குகிறார்கள்.

திரைப்படம் மற்றும் வீடியோவிற்கான ஒலிக்காட்சிகளை உருவாக்குதல்

திரைப்படம் மற்றும் வீடியோவில் ஒலி வடிவமைப்பு என்பது ஒரு குறிப்பிட்ட மனநிலை, வளிமண்டலம் அல்லது இட உணர்வைத் தூண்டும் செவிப்புலன் சூழல்களான ஒலிக்காட்சிகளை உருவாக்குவதை உள்ளடக்கியது. ஒலிக்காட்சிகள் யதார்த்தமானதாக இருக்கலாம், நிஜ உலக சூழல்களின் ஒலிகளைப் பிரதிபலிக்கலாம் அல்லது தனித்துவமான, பகட்டான அனுபவங்களை உருவாக்க வழக்கத்திற்கு மாறான ஒலிகள் மற்றும் அமைப்புகளைப் பயன்படுத்தி சுருக்கமாக இருக்கலாம்.

ஒரு ஒலிக்காட்சியை உருவாக்க, ஒலி வடிவமைப்பாளர்கள் ஸ்கிரிப்ட் மற்றும் காட்சிகளை பகுப்பாய்வு செய்வதன் மூலம் தொடங்குகிறார்கள், கதை மற்றும் கதாபாத்திரங்களை ஆதரிக்கத் தேவையான முக்கிய செவிப்புலன் கூறுகளை அடையாளம் காண்கிறார்கள். பின்னர் அவர்கள் விரும்பிய விளைவை அடைய களப் பதிவுகள், ஸ்டுடியோ வேலை மற்றும் டிஜிட்டல் செயலாக்கம் ஆகியவற்றின் கலவையைப் இந்த ஒலிகளை உருவாக்குகிறார்கள் அல்லது உருவாக்குகிறார்கள்.

ஒலி வடிவமைப்பில் பயன்படுத்தப்படும் நுட்பங்கள்

திரைப்படம் மற்றும் காணொளியில் ஒலி வடிவமைப்பு, ஆழமான கேட்கும் அனுபவங்களை உருவாக்கவும், கதைசொல்லலை மேம்படுத்தவும் பல்வேறு நுட்பங்களைப் பயன்படுத்தவும் பயன்படுத்துகிறது. மிகவும் பொதுவான நுட்பங்களில் சில:

*அ. அடுக்குப்படுத்தல்:*ஒலி வடிவமைப்பாளர்கள் பெரும்பாலும் பல ஒலிகளை ஒன்றாக அடுக்கி, ஒரு குறிப்பிட்ட மனநிலையையோ அல்லது சூழ்நிலையையோ தூண்டும் சிக்கலான, அமைப்பு ரீதியான ஒலிக்காட்சிகளை உருவாக்குகிறார்கள். உதாரணமாக, ஒரு பரபரப்பான நகரக் காட்சி, போக்குவரத்து சத்தங்கள், காலடிச் சத்தங்கள், உரையாடல்கள் மற்றும் தொலைதூர சைரன்களை இணைத்து நகர்ப்புற குழப்பம் மற்றும் ஆற்றலை உருவாக்கக்கூடும்.

*பி. இடஞ்சார்ந்தமயமாக்கல்:*ஸ்டீரியோ அல்லது சரவுண்ட் சவுண்டைப் பயன்படுத்துவது ஒரு படம் அல்லது வீடியோவில் ஆழம் மற்றும் இட உணர்வை உருவாக்கும், இதனால் பார்வையாளர்கள் சுற்றுச்சூழலுக்குள் ஒலி மூலங்களைக் கண்டறியவும், அவற்றின் மூழ்கும் உணர்வை மேம்படுத்தவும் முடியும். ஒலி வடிவமைப்பாளர்கள் விரும்பிய இடஞ்சார்ந்த தாக்க ஒலிகளின் இடம், அளவு மற்றும் அதிர்வெண் ஆகியவற்றைக் கையாளலாம்.

*C. படத்துடன் ஒலியை ஒத்திசைத்தல்:*ஒலி வடிவமைப்பாளர்கள் திரையில் உள்ள காட்சிகளுடன் ஒலி கூறுகளை கவனமாக ஒத்திசைக்க வேண்டும், உரையாடல், ஒலி விளைவுகள் மற்றும் இசை குறிப்புகள் தொடர்புடைய திரை-செயல்பாட்டுடன் ஒத்துப்போவதை உறுதி செய்ய வேண்டும். ஒலி எடிட்டிங் அல்லது ஒலி ஒத்திசைவு என்று அழைக்கப்படும் இந்த செயல்முறை, தொடர்ச்சியைப் பராமரிப்பதற்கு பார்வையாளர்களுக்கு ஒரு தடையற்ற அனுபவத்தை உருவாக்குவதற்கு மிகவும் முக்கியமானது.

*ஈ. ஒலி கையாளுதல்:*ஒலி வடிவமைப்பாளர்கள் பெரும்பாலும் டிஜிட்டல் செயலாக்க நுட்பங்களைப் பயன்படுத்தி ஒலிகளைக் கையாளுகின்றனர், அதாவது பிட்ச் ஷிஃப்டிங், டைம் ஸ்ட்ரெச்சிங் மற்றும் ஃபில்டரிங் போன்றவை, தனித்துவமான மற்றும் தூண்டும்

விளைவுகளை உருவாக்குகின்றன. இது ஒரு காட்சியின் மனநிலை அல்லது சூழலை மேம்படுத்த அல்லது யதார்த்தத்தின் மரபுகளை மீறும் சுருக்கமான, பகட்டான ஒலிக்காட்சிகளை உருவாக்க உதவும்.

ஒலி வடிவமைப்பு மூலம் கதைசொல்லலை மேம்படுத்துதல்

திரைப்படம் மற்றும் காணொளியில் கதைசொல்லல் மற்றும் உணர்ச்சி ரீதியான தாக்கத்தை மேம்படுத்துவதில் ஒலி வடிவமைப்பு முக்கிய பங்கு வகிக்கிறது. கதைசொல்லலுக்கு ஒலி வடிவமைப்பு பங்களிக்கும் சில வழிகள் பின்வருமாறு:

அ. மனநிலையையும் தோனியையும் நிலைநிறுத்துதல்:ஒரு படம் அல்லது வீடியோவின் மனநிலையையும் தொனியையும் நிலைநிறுத்த ஒலி வடிவமைக்க உதவும், காட்சிகளால் வெளிப்படுத்தப்படும் உணர்ச்சிகள் மற்றும் கருப்பொருள்களை வலுப்படுத்தும். உதாரணமாக, ஒரு பதட்டமான த்ரில்லர் திரைப்படம், சஸ்பென்ஸ் நிறைந்த இசை மற்றும் அமைதியற்ற ஒலி விளைவுகளைப் பயன்படுத்தி, சூழலை உயர்த்தி, பார்வையாளர்களை தங்கள் இருக்கைகளின் நுனியில் வைத்திருக்கலாம்.

பி. முன்னறிவிப்பு மற்றும் அடையாள இடுகை:நிகழ்வுகளை முன்னறிவிக்க அல்லது முக்கியமான கதை தருணங்களை சமிக்ஞை செய்ய ஒலி வடிவமைப்பைப் பயன்படுத்தலாம், பார்வையாளர்களின் எதிர்பார்ப்புகள் வழிநடத்தலாம் மற்றும் கதையுடன் அவர்களின் ஈடுபாட்டை அதிகரிக்கலாம். உதாரணமாக, ஒரு தனித்துவமான ஒலி விளைவு அல்லது இசை மையக்கருவைப் பயன்படுத்துவது பார்வையாளர்களை வரவிருக்கும் சதித் திருப்பம் அல்லது கதாபாத்திரம் வெளிப்பாட்டைப் பற்றி எச்சரிக்கக்கூடும்.

இ. குணாதிசயம்:ஒலி வடிவமைப்பு கதாபாத்திரங்கள் மற்றும் அவர்களின் பின்னணிகள் பற்றிய மதிப்புமிக்க நுண்ணறிவுகளை வழங்க முடியும், அவர்களின் ஆளுமை, உந்துதல்கள் வரலாறு பற்றிய துப்புகளை வழங்க முடியும். உதாரணமாக, ஒரு கதாபாத்திரத்தின் இசை தேர்வு அல்லது அவர்களின் செயல்களுடன் தொடர்புடைய குறிப்பிட்ட ஒலி விளைவுகள் அவற்றின் அடையாளத்தின் முக்கியத்துவமாகும் அம்சங்களை வெளிப்படுத்தலாம் மற்றும் கதையைப் பற்றிய பார்வையாளர்களின் புரிதலை ஆழப்படுத்தலாம்.

ஈ. உலகைக் கட்டியெழுப்புதல்:ஒலி வடிவமைப்பு திரைப்படம் மற்றும் காணொளியில் ஆழமான மற்றும் நம்பகமான உலகங்களை உருவாக்குவதற்கு பங்களிக்கிறது, கதையை ஒரு உறுதியான யதார்த்தத்தில் நிலைநிறுத்துகிறது. நிஜ உலக சூழல்கள் மற்றும் பொருட்களின் ஒலிகளை இணைப்பதன் மூலம் அல்லது அற்புதமான அமைப்புகளுக்கு தனித்துவமான ஒலிக்காட்சிகளை உருவாக்குவதன் மூலம், ஒலி வடிவமைப்பாளர்கள் ஒரு இட உணர்வை நிறுவவும் பார்வையாளர்களை கதையின் உலகில் மூழ்கடிக்கவும் உதவுகிறார்கள்.

பல்வேறு வகைகள் மற்றும் பாணிகளில் ஒலி வடிவமைப்பு

ஒரு படம் அல்லது வீடியோவின் வகை பாணியைப் பொறுத்து ஒலி வடிவமைப்பிற்கான அணுகுமுறை மற்றும் பெரிதும் மாறுபடும். உதாரணமாக:

அ. அதிரடித் திரைப்படங்களில், ஒலி வடிவமைப்பு பெரும்பாலும் திரையில் நடக்கும் செயலின் தீவிரத்தையும் உற்சாகத்தையும் வலியுறுத்தும் உயர்-தாக்க, மாறும் ஒலிக்காட்சிகளை கவனம் செலுத்துகிறது. இதில் வெடிப்புகள், துப்பாக்கிச் சூடு மற்றும் கார் துரத்தல் போன்ற சக்திவாய்ந்த ஒலி விளைவுகள் பயன்படுத்தப்படலாம், அட்ரினலின் மற்றும் அவசர உணர்வை அதிகரிக்கும் ஒரு உந்துதல் இசையும் அடங்கும். பி. திகில் படங்களில் சஸ்பென்ஸ் மற்றும் பயத்தை ஒலி வடிவில் வெளியிடுவது, அமைதியற்ற ஒலி விளைவுகள், அமானுஷ்ய இசை மற்றும் பார்வையாளர்களை விளிம்பில் வைத்திருக்கும் அமைதியின் மூலோபாய பயன்பாட்டைப் பயன்படுத்துகிறது. திகில் படங்களில் ஒலி வடிவமைப்பு பெரும்பாலும்

எதிர்பார்ப்புகளைத் தகர்த்து, பார்வையாளர்களின் உணர்ச்சிகளைக் கையாள்வதன் மூலம் அமைதியின்மை மற்றும் அச்ச உணர்வை உருவாக்குகிறது.

c. அறிவியல் புனைகதை மற்றும் கற்பனைத் திரைப்படங்கள், ஒலி வடிவமைப்பு பெரும்பாலும் தனித்துவமானது, வேறொரு உலக ஒலிக்காட்சிகளை உருவாக்குவது உள்ளடக்கியது, இது பார்வையாளர்களை கற்பனை உலகங்கள் மற்றும் அமைப்புகளுக்கு அழைத்துச் செல்கிறது. இது வழக்கத்திற்கு மாறான ஒலிகள் மற்றும் அமைப்புகளைப் பயன்படுத்துவதோடு, புதுமையான ஒலி செயலாக்க நுட்பங்களையும் உள்ளடக்கியது, இது ஆச்சரியத்தையும் அறிமுகமில்லாத உணர்வையும் தூண்டுகிறது.

ஈ. ஆவணப்படங்களில், ஒலி வடிவமைப்பு பொதுவாக யதார்த்தம் மற்றும் நம்பகத்தன்மையின் உணர்வை கவனம் செலுத்துகிறது, இயற்கையான ஒலி விளைவுகள் மற்றும் சுற்றுப்புற இரைச்சலைப் பயன்படுத்தி கதையை நிஜ உலகில் நிலைநிறுத்துகிறது. ஆவணப்படங்களில் இசை மற்றும் ஒலி வடிவமைப்பு படத்தின் உணர்ச்சி கருப்பொருள்கள் மற்றும் கதை வளைவுகளை அடிக்கோடிட்டுக் காட்டவும், பார்வையாளர்களின் புரிதலையும் உள்ளடக்கத்தில் ஈடுபாட்டையும் வழிநடத்தவும் பயன்படுத்தப்படலாம்.

திரைப்படத் தயாரிப்பு மற்றும் வீடியோ தயாரிப்பில் ஒலி வடிவமைப்பு ஒரு முக்கிய அம்சமாகும், பார்வையாளர்களுக்கு ஈடுபாட்டையும் ஆழமான அனுபவங்களையும் உருவாக்கவும் காட்சிகளுடன் இணைந்து செயல்படுகிறது. மனநிலை மற்றும் தோனியை நிறுவுவது முதல் கதைசொல்லல் மற்றும் உணர்ச்சித் தாக்கத்தை மேம்படுத்துவது வரை, திரைப்படம் மற்றும் வீடியோவைப் பற்றிய நமது புரிதலையும் இன்பத்தையும் வடிவமைப்பில் ஒலி வடிவமைப்பு முக்கிய பங்கு வகிக்கிறது. தொழில்நுட்பம் தொடர்ந்து முன்னேறி, காட்சி ஊடகங்களின் எல்லைகள் விரிவடையும் போது, ஒலி வடிவமைப்பின் கலை மற்றும் கைவினை, ஒலியின் சக்தி மூலம் பார்வையாளர்களை கவர்ந்து செல்வதில் ஒரு முக்கிய அங்கமாக இருக்கும்.

பார்வையாளர் உணர்வில் ஒலியின் உளவியல் தாக்கம்: கதை சொல்லல் மற்றும் உணர்ச்சிக்கான ஒரு சக்திவாய்ந்த கருவி.

திரைப்படம் மற்றும் வீடியோவில் பார்வையாளர்களின் கருத்தை வடிவமைப்பதில் ஒலி முக்கிய பங்கு வகிக்கிறது, பார்வையாளர்கள் எவ்வாறு விளக்குகிறார்கள் மற்றும் ஈடுபடுகிறார்கள் என்பதை ஆழமாக பாதிக்கிறது.காட்சி விவரிப்பு. இந்தக் கட்டுரை, ஒலி வடிவமைப்பு மற்றும் இசை உணர்ச்சிகளைத் தூண்டும், கவனத்தை வழிநடத்தும் மற்றும் கதைசொல்லலை மேம்படுத்தும் வழிகள் உட்பட, பார்வையாளர் பார்வையில் ஒலியின் உளவியல் தாக்கத்தை ஆராய்கிறது.

ஒலியின் உணர்ச்சித் தாக்கம்

திரைப்படம் மற்றும் காணொளியில் ஒலியின் முதன்மையான செயல்பாடுகளில் ஒன்று, பார்வையாளர்களிடமிருந்து உணர்ச்சிபூர்வமான பதில்களைத் தூண்டுவதாகும். ஒலியின் உணர்ச்சித் தாக்கத்தை பல வழிகளில் அடையலாம், அவர்கள்:

அ. இசை:இசை நம் உணர்ச்சிகளில் சக்திவாய்ந்த தாக்கத்தை ஏற்படுத்துகிறது, பெரும்பாலும் ஒரு காட்சியின் உணர்ச்சி தாக்கத்தை மேம்படுத்தக்கூடிய வலுவான உணர்வுகளையும் தொடர்புகளையும் தூண்டுகிறது. கவனமாக தேர்ந்தெடுக்கப்பட்ட இசை ஒரு படம் அல்லது வீடியோவின் மனநிலையையும் கருப்பொருள்களையும் அடிக்கோடிட்டுக் காட்டும்,

காட்சிகள் வெளிப்படுத்தப்படும் உணர்ச்சிகளை வலுப்படுத்தும் மற்றும் பார்வையாளரின் உணர்ச்சிப் பயணத்தை வழிநடத்த உதவும்.

பி. ஒலி விளைவுகள்:ஒலி விளைவுகள் நம் உணர்ச்சிகளிலும் குறிப்பிடத்தக்க தாக்கத்தை ஏற்படுத்தக்கூடும், சில ஒலிகள் உள்ஞணர்வு எதிர்வினைகளையும் தொடர்புகளையும் தூண்டுகின்றன. உதாரணமாக, ஒரு குழந்தை அழும் சத்தம் பச்சாதாபம் அல்லது துயர உணர்வுகளைத் தூண்டக்கூடும், அதே நேரத்தில் இடிமுழக்கத்தின் சத்தம் ஒருவித அபசகுனம் அமைதியின்மையைத் தூண்டக்கூடும்.

இ. குரல் மற்றும் உரையாடல்:மனிதக் குரல் உணர்ச்சியை வெளிப்படுத்துவதில் முக்கிய பங்கு வகிக்கிறது, தோனி, சுருதி மற்றும் ஒலியமைப்பு போன்ற காரணிகள் அனைத்தும் ஒரு பேச்சாளரின் உணர்வுகள் மற்றும் நோக்கங்களை நாம் எவ்வாறு விளக்குகிறோம் என்பதை பாதிக்கிறது. திரைப்படம் மற்றும் காணொளியில், உரையாடல் மற்றும் குரல்வழி விவரிப்பு ஆகியவை பார்வையாளரின் கதை மற்றும் கதாபாத்திரங்களுடனான உணர்ச்சிபூர்வமான ஈடுபாட்டை பாதிக்கும்.

வழிகாட்டும் கவனம் மற்றும் கவனம்

ஒரு காட்சியில் பார்வையாளரின் கவனத்தையும் கவனத்தையும் செலுத்தவும், அவர்களின் பார்வையை இயக்கவும், கதையைப் பற்றிய அவர்களின் புரிதலை மேம்படுத்தவும் ஒலியைப் பயன்படுத்தலாம். இது போன்ற நுட்பங்கள் மூலம் அடையலாம்:

அ. ஒலி மூல உள்ஞர்மயமாக்கல்:ஸ்டீரியோ அல்லது சரவுண்ட் சவுண்டைப் பயன்படுத்துவதன் மூலம், ஒலி வடிவமைப்பாளர்கள் ஒரு படம் அல்லது வீடியோவில் ஆழம் மற்றும் இட உணர்வை உருவாக்க முடியும், இது பார்வையாளர்களை சுற்றுச்சூழலுக்குள் ஒலி மூலங்களைக் கண்டறியவும். இது பார்வையாளரின் கவனத்தை ஒரு காட்சியில் உள்ள குறிப்பிட்ட கூறுகள் அல்லது செயல்களுக்கு செலுத்த உதவும், இது அவர்களின் ஈடுபாட்டையும் கதையின் புரிதலையும் மேம்படுத்துகிறது.

பி. டைஜெடிக் மற்றும் டைஜெடிக் அல்லாத ஒலி:டைஜெடிக் ஒலி என்பது திரைப்படம் அல்லது வீடியோவின் உலகத்திலிருந்து உருவாகும் உரையாடல், ஒலி விளைவுகள் மற்றும் சுற்றுப்புற இரைச்சல் போன்றவை ஒலிகளைக் குறிக்கிறது. மறுபுறம், டைஜெடிக் அல்லாத ஒலி என்பது இசை மதிப்பெண்கள் மற்றும் குரல்வழி விவரிப்பு போன்ற கதைக்கு வெளிப்புறமான ஒலிகளைக் குறிக்கிறது. ஒலி வடிவமைப்பாளர்கள் பார்வையாளரின் கவனத்தை வழிநடத்தவும் கதையின் புரிதலை மேம்படுத்தவும் டைஜெடிக் மற்றும் டைஜெடிக் அல்லாத ஒலிக்கு இடையே சமநிலையைக் கையாள முடியும்.

இ. ஒலி குறிப்புகள் மற்றும் மையக்கருத்துகள்:ஒலி குறிப்புகள் மற்றும் மையக்கருக்கள் முக்கியமான கதை தருணங்களைக் குறிக்கப் பயன்படுத்தப்படலாம், பார்வையாளரின் எதிர்பார்ப்புகளை வழிநடத்துகின்றன மற்றும் கதையுடன் அவர்களின் ஈடுபாட்டை அதிகரிக்கின்றன. உதாரணமாக, ஒரு தனித்துவமான ஒலி விளைவு அல்லது இசை மையக்கரு, வரவிருக்கும் சதித் திருப்பம் அல்லது கதாபாத்திர வெளிப்பாட்டைப் பற்றிய பார்வையாளர்களை எச்சரிக்கலாம், இது எதிர்பார்ப்பையும் சஸ்பென்சையும் உருவாக்க உதவுகிறது.

கதை சொல்லல் மற்றும் கதைசொல்லலை மேம்படுத்துதல்

திரைப்படம் மற்றும் காணொளியில் கதைசொல்லல் மற்றும் கதையை மேம்படுத்துவதில் ஒலி முக்கிய பங்கு வகிக்கிறது, காட்சி கூறுகளுக்கு அர்த்தத்தையும் ஆழத்தையும் வழங்குகிறது. கதைசொல்லலுக்கு ஒலி பங்களிக்கும் சில வழிகள் பின்வருமாறு:

அ. மனநிலையையும் தோனியையும் நிலைநிறுத்துதல்:முன்னர் குறிப்பிட்டது போல, ஒலி வடிவில் ஒரு படம் அல்லது வீடியோவின் மனநிலையையும் தோனியையும் நிலைநிறுத்த

உதவும், காட்சிகள் வெளிப்படுத்தப்படும் உணர்ச்சிகள் மற்றும் கருப்பொருள்களை வலுப்படுத்தும். ஒரு காட்சிக்கான தோனியை அமைப்பதில் இது மிகவும் முக்கியமானதாக இருக்கலாம், அது சஸ்பென்ஸ் நிறைந்ததாக இருந்தாலும் சரி, நாடகத்தனமாக இருந்தாலும் சரி, அல்லது நகைச்சுவையாக இருந்தாலும் சரி.

பி. *குணாதிசயம்:*ஒலி வடிவமைப்பு கதாபாத்திரங்கள் மற்றும் அவர்களின் பின்னணிகள் பற்றிய மதிப்புமிக்க நுண்ணறிவுகளை வழங்க முடியும், அவர்களின் ஆளுமை, உந்துதல்கள் வரலாறு பற்றிய துப்புகளை வழங்க முடியும். உதாரணமாக, ஒரு கதாபாத்திரத்தின் இசை, பேச்சுவழக்கு அல்லது அவர்களின் செயல்களுடன் தொடர்புடைய குறிப்பிட்ட ஒலி விளைவுகள் அடையாளத்தின் முக்கிய அம்சங்களை வெளிப்படுத்தலாம், பார்வையாளர்களின் புரிதலையும் கதையைப் பற்றிய பாராட்டையும் வளப்படுத்தலாம்.

இ. *உலகைக் கட்டியெழுப்புதல்:*ஒலி வடிவமைப்பு திரைப்படம் மற்றும் காணொளியில் ஆழமான மற்றும் நம்பகமான உலகங்களை உருவாக்குவதற்கு பங்களிக்கிறது, கதையை ஒரு உறுதியான யதார்த்தத்தில் நிலைநிறுத்துகிறது. நிஜ உலக சூழல்கள் மற்றும் பொருட்களின் ஒலிகளை இணைப்பதன் மூலம் அல்லது அற்புதமான அமைப்புகளுக்கு தனித்துவமான ஒலிக்காட்சிகளை உருவாக்குவதன் மூலம், ஒலி வடிவமைப்பாளர்கள் ஒரு இட உணர்வை நிறுவவும் பார்வையாளர்களை கதையின் உலகில் மூழ்கடிக்கவும் உதவுகிறார்கள்.

ஈ. *வேகம் மற்றும் தாளம்:*ஒலி வடிவமைப்பு ஒரு படம் அல்லது வீடியோவின் வேகம் மற்றும் தாளத்தையும் பாதிக்கலாம், இது பார்வையாளரின் நேரத்தைப் பற்றிய உணர்வையும் கதையின் கதை ஓட்டத்தையும் பாதிக்கும். எடுத்துக்காட்டாக, விரைவான, ஸ்டாக்காடோ ஒலி விளைவுகள் மற்றும் இசை அவசரத்தையும் பதற்றத்தையும் உருவாக்கக்கூடும், அதே நேரத்தில் மெதுவான, அதிக சுற்றுப்புற ஒலிகள் அமைதி மற்றும் சிந்தனை உணர்வைத் தூண்டும்.

ஒலிக்கான உளவியல் எதிர்வினைகள்

பார்வையாளர் பார்வையில் ஒலியின் உளவியல் தாக்கம் பல காரணிகளால் ஏற்படக்கூடும், அவற்றுள்:

அ. *அறிவாற்றல் சங்கங்கள்:*நமது மூளை கலாச்சாரம் பெரும்பாலும் நமது தனிப்பட்ட நினைவுகள் மற்றும் பின்னணியின் அடிப்படையில் சில ஒலிகளுக்கும் குறிப்பிட்ட உணர்ச்சிகள் அல்லது அனுபவங்களுக்கும் இடையே தொடர்புகளை உருவாக்குகிறது. உதாரணமாக, ஒரு கடிகாரத்தின் டிக் சத்தம் பதற்றம் அல்லது பதட்ட உணர்வுகளுடன் தொடர்புடையதாக இருக்கலாம், அதே நேரத்தில் பறவைகளின் பாடலின் சத்தம் அமைதி மற்றும் அமைதியின் உணர்வைத் தூண்டக்கூடும்.

ஆ. *உடலியல் எதிர்வினைகள்:*சில ஒலிகள் நம் உடலுக்குள் உடலியல் எதிர்வினைகளைத் தூண்டக்கூடும், அதாவது அதிகரித்த இதயத் துடிப்பு அல்லது அதிகரித்த விழிப்புணர்வு போன்றவை, இது நம் உணர்ச்சி நிலையைப் பாதிக்கலாம். உதாரணமாக, ஒரு திகில் படத்தில் வரும் ஒரு ஜம்ப் ஸ்கேர் போன்ற சத்தமான, திடீர் ஒலிகள், உடனடி உடல் ரீதியான எதிர்வினை ஏற்படுத்தியது, நமது பயம் மற்றும் பதட்ட உணர்வை அதிகரிக்கும்.

இ. *எதிர்பார்ப்புகள் மற்றும் நிபந்தனைகள்:*ஒலிக்கான நமது உணர்ச்சிபூர்வமான எதிர்வினைகள், நமது எதிர்பார்ப்புகள் மற்றும் கற்றறிந்த தொடர்புகளால் வடிவமைக்கப்படலாம். உதாரணமாக, திகில் படங்கள் அடிக்கடி பயன்படுத்தப்படுவதால், கதவு சத்தம் வரவிருக்கும் ஆபத்து உணர்வுடன் தொடர்புபடுத்தலாம், அந்த ஒலி இயல்பாகவே பயமுறுத்துவதாகும், இல்லாவிட்டாலும் கூட.

பார்வையாளர் பார்வையில் ஒலியின் உளவியல் தாக்கம் திரைப்படத் தயாரிப்பாளர்களுக்கும் வீடியோ படைப்பாளர்களுக்கும் ஒரு சக்திவாய்ந்த கருவியாகும், இது உணர்ச்சிகளைத்

தூண்டவும், கவனத்தை வழிநடத்தவும், கதைசொல்லலை மேம்படுத்தவும் திறனை வழங்குகிறது. ஒலி பார்வையாளர் பார்வையை பாதிக்கும் பல்வேறு வழிகளைப் புரிந்துகொள்வதன் மூலம், ஒலி வடிவமைப்பாளர்கள் பார்வையாளர்களை வசீகரிக்கும் மற்றும் நீடித்து தோற்றத்தை ஏற்படுத்தும் ஆழமான மற்றும் உணர்ச்சி ரீதியாக எதிரொலிக்கும் அனுபவங்களை உருவாக்க முடியும். காட்சி ஊடகங்களின் நிலப்பரப்பு தொடர்ந்து உருவாகி வருவதால், ஒலி வடிவமைப்பின் கலை மற்றும் அறிவியல் பயனுள்ள கதைசொல்லல் மற்றும் பார்வையாளர்கள் ஈடுபாட்டின் ஒரு முக்கிய அங்கமாக இருக்கும்.

காட்சியின் செமியாலாஜி: காட்சி அடையாள அமைப்புகளைப் புரிந்துகொள்வது

குறியியல், குறியியல் என்றும், இது குறிகள் மற்றும் சின்னங்கள், அதன் அர்த்தங்கள் மற்றும் அவை தொடர்பு கொள்ளப்படும் பயன்படுத்தப்படும் வழிகள் பற்றிய ஆய்வு ஆகும். காட்சித் தொடர்பின் சூழலில், குறியியல் காட்சி ஊடகங்களுக்குள் செயல்படும் பல்வேறு குறி அமைப்புகளை புரிந்துகொள்வதிலும், அவை அர்த்தத்தின் கட்டுமானம் மற்றும் விளக்கத்திற்கு எவ்வாறு பங்களிக்கின்றன என்பதிலும் கவனம் செலுத்துகிறது. இந்தக் கட்டுரை காட்சி குறியியல் பற்றிய முக்கிய கருத்துக்கள் மற்றும் கொள்கைகளை ஆராய்கிறது, காட்சி குறியியல் அமைப்புகள் எவ்வாறு செயல்படுகின்றன மற்றும் உலகத்தைப் பற்றிய நமது புரிதலை வடிவமைக்கின்றன.

அறிகுறிகள் மற்றும் அவற்றின் கூறுகள்

குறியியல் கோட்பாட்டின் மையத்தில் அடையாளத்தின் கருத்து உள்ளது, இது இரண்டு பகுதிகளைக் கொண்டது:

அ. குறிப்பான்: குறிப்பான் என்பது ஒரு படம், ஒலி அல்லது சொல் போன்ற அடையாளத்தின் இயற்பியல் அல்லது புலனுணர்வு வடிவமாகும். காட்சித் தொடர்பு, குறிப்பான் என்பது ஒரு புகைப்படம், ஓவியம் அல்லது ஒரு குறிப்பிட்ட காட்சி உறுப்பாக இருக்கலாம்.

பி. குறிக்கப்பட்டது: குறிப்பிடப்பட்டவை என்பது குறிப்பானுடன் தொடர்புடைய கருத்து அல்லது பொருள். இது குறிப்பானை நாம் சந்திக்கும் போது ஏற்படும் மன உருவம் அல்லது கருத்தை குறிக்கிறது. குறிப்பானும் குறிக்கப்பட்டவையும் சேர்ந்து ஒரு குறியை உருவாக்குகின்றன, இது ஒரு குறிப்பிட்ட சூழலுக்குள் அர்த்தத்தின் அலகாக செயல்படுகிறது.

அடையாளங்களின் வகைகள்

ஒரு முக்கிய குறியியல் நிபுணரான சார்லஸ் சாண்டர்ஸ் பியர்ஸின் கூற்றுப்படி, மூன்று முக்கிய வகையான குறிகள் உள்ளன:

அ. ஐகான்: ஒரு சின்னம் என்பது அதன் குறிக்கப்பட்ட பொருளை ஒத்த அல்லது பின்பற்றும் ஒரு அடையாளம் ஆகும். காட்சித் தொடர்பில், சின்னங்கள் பெரும்பாலும் ஒரு நபரின் புகைப்படம் அல்லது ஒரு மரத்தின் வரைபடம் போன்றவற்றைக் குறிக்கும் பொருள்கள் அல்லது கருத்துக்களைக் காட்சி ரீதியாகக் குறிக்கும் படங்கள் அல்லது சின்னங்களின் வடிவத்தை எடுக்கும்.

b. குறியீடு: ஒரு குறியீடு என்பது அதன் குறிக்கப்பட்டவற்றுடன் நேரடி, காரண உறவைக் கொண்ட ஒரு குறியீடாகும். காட்சித் தொடர்பில், குறியீடுகள் பெரும்பாலும் இடஞ்சார்ந்த, காலத்தால் மாறாத அல்லது கருத்தியல் உறவுகளைக் குறிக்கப் பயன்படுத்தப்படுகின்றன, எடுத்துக்காட்டாக ஒரு குறிப்பிட்ட இடத்தைச் சுட்டிக்காட்டும் அம்புக்குறி அல்லது காலத்தின் போக்கைக் குறிக்கும் கடிகாரம்.

இ. சின்னம்: ஒரு சின்னம் என்பது அதன் குறிக்கப்பட்ட பொருளுடன் தன்னிச்சையான அல்லது வழக்கமான உறவைக் கொண்ட ஒரு குறியாகும். காட்சித் தொடர்பில், சின்னங்கள்

பெரும்பாலும் தேசியக் கொடிகள் அல்லது பிராண்ட் சின்னங்கள் போன்ற கலாச்சார ரீதியாக குறிப்பிட்ட அடையாளங்கள் அல்லது லோகோக்களின் வடிவத்தை எடுக்கின்றன, அவை அர்த்தத்தை வெளிப்படுத்தும் பகிரப்பட்ட புரிதல் மற்றும் ஒப்பந்தத்தை நம்பியுள்ளன.

குறியீடுகள் மற்றும் மரபுகள்

காட்சி அமைப்பு குறியீடுகள் மற்றும் மரபுகளால் நிர்வகிக்கப்படுகின்றன, அவை ஒரு குறிப்பிட்ட சூழலுக்குள் அறிகுறிகள் எவ்வாறு பயன்படுத்தப்படுகின்றன மற்றும் விளக்கப்படுகின்றன என்பதை ஆணையிடும் விதிகள் அல்லது எதிர்பார்ப்புகளின் தொகுப்பாகும். காட்சி தகவல்தொடர்புகளில் சில பொதுவான குறியீடுகள் மற்றும் மரபுகள் பின்வருமாறு:

*அ. சின்னக் குறியீடுகள்:*காட்சி ஊடகங்களுக்குள் உள்ள பொருள்கள், மக்கள் மற்றும் நிகழ்வுகளின் பிரதிநிதித்துவம் மற்றும் விளக்கத்துடன் தொடர்புடைய ஐகானோகிராஃபிக் குறியீடுகள். இந்த குறியீடுகள் குறிப்பிட்ட பாடங்களை எவ்வாறு சித்தரிக்க வேண்டும் மற்றும் புரிந்து கொள்ள வேண்டும் என்பதை ஆணையிடுகின்றன, பெரும்பாலும் கலாச்சாரம், வரலாற்று அல்லது கலை மரபுகளை உருவாக்கியவை.

*பி. வண்ண குறியீடுகள்:*வண்ணக் குறியீடுகள் பல்வேறு வண்ணங்களுடன் இணைக்கப்பட்ட குறியீட்டு அர்த்தங்கள் மற்றும் தொடர்புகளுடன் தொடர்புடையவை. காட்சித் தொடர்பில், கலாச்சார சூழல் மற்றும் நோக்கம் கொண்ட பார்வையாளர்களைப் பொறுத்து, வண்ணக் குறியீடுகள் குறிப்பிட்ட உணர்ச்சிகள், மனநிலைகள் அல்லது கருத்துக்களை வெளிப்படுத்த முடியும்.

*இ. கலவை மற்றும் சட்டகம்:*காட்சித் தொடர்பிலும், பார்வையாளரின் கவனத்தை வழிநடத்துவதிலும், படத்தின் விளக்கத்தை வடிவமைப்பதிலும், கலவை மற்றும் சட்டகம் ஆகியவை முக்கிய கூறுகளாகும். கலவை மற்றும் சட்டகம் தொடர்பான குறியீடுகள் மற்றும் மரபுகளில் மூன்றில் ஒரு பங்கு விதி, முன்னணி கோடுகளின் பயன்பாடு மற்றும் சட்டகத்திற்குள் பொருட்களை வைப்பது ஆகியவை அடங்கும்.

உரைநடை மற்றும் காட்சி அடையாள அமைப்புகள்

உரைநடை இடைநிலை என்பது ஒரு காட்சி உரையில் உள்ள குறிகளும் பிற உரைகளும் வரைந்து அல்லது குறிப்பிடும் விதத்தை குறிக்கிறது, இதனால் பொருள் மற்றும் தொடர்புகளின் அடுக்குகள் உருவாக்கப்படுகின்றன. காட்சித் தொடர்பில், உரைநடை இடைநிலை பின்வருமாறு செயல்படலாம்:

*அ. காட்சி மேற்கோள்:*ஒரு படம் அல்லது காட்சி உறுப்பு ஒரு ஓவியத்தின் பாணியைப் பிரதிபலிக்கும் திரைப்படம் சுவரொட்டி போன்ற மற்றொரு உரையை நேரடியாகக் குறிப்பிடும்போது அல்லது கடன் வாங்கும்போது காட்சி மேற்கோள் ஏற்படுகிறது.

*பி. பகடி மற்றும் பேஸ்டிச்:*பகடி மற்றும் பேஸ்டிச் ஆகியவை நகைச்சுவை அல்லது விமர்சன விளைவுகளுக்கான காட்சி அடையாள அமைப்புகளைப் பின்பற்றுதல் அல்லது கையகப்படுத்துதல் உள்ளடக்கியது, பெரும்பாலும் அடையாளங்களின் அசல் அர்த்தத்தை தலைகீழாக மாற்றுவதன் மூலம் அல்லது மறு-சூழல்மயமாக்குவதன் மூலம். எடுத்துக்காட்டாக, ஒரு பிரபலமான விளம்பரத்தின் பகடி அதே காட்சிகளைப் பயன்படுத்தவும், ஆனால் அசல் விளம்பரத்தின் நோக்கங்களை விமர்சிக்கவும் மாற்றலாம்.

*இ. வகை மரபுகள்:*வகை மரபுகள் என்பது திரைப்படம், புகைப்படம் எடுத்தல் அல்லது கிராஃபிக் வடிவமைப்பு போன்ற குறிப்பிட்ட வகை காட்சி ஊடகங்களை நிர்வகிக்கும் குறியீடுகள் மற்றும் எதிர்பார்ப்புகளின் தொகுப்பாகும். வகை மரபுகளைப் பின்பற்றுவதன்

மூலம் அல்லது அவற்றைத் தகர்த்தெறிவதன் மூலம், காட்சி உரைகள் அதே வகைக்குள் உள்ள பிற நூல்களுடன் தொடர்புடையவை தொடர்புகளையும் எதிர்பார்ப்புகளையும் தூண்டலாம்.

காட்சி அறிகுறிகளைப் புரிந்துகொள்வது: வரவேற்பு மற்றும் விளக்கம்

காட்சி அறிகுறிகளை டிகோட் செய்யும் செயல்முறை, ஒரு காட்சி உரையில் செயல்படும் அடையாள அமைப்புகளைப் பார்வையாளரின் விளக்கம் மற்றும் புரிதல் உள்ளடக்கியது. இந்த செயல்முறை பல்வேறு காரணிகளால் பாதிக்கப்படுகிறது, அவற்றுள்:

அ. கலாச்சார பின்னணி: பார்வையாளரின் கலாச்சாரம், காட்சி அடையாளங்களைப் பற்றிய அவர்களின் புரிதலை வடிவமைப்பதில் குறிப்பிடத்தக்க பங்கை வகிக்கிறது, ஏனெனில் பல்வேறு கலாச்சாரங்கள் குறிப்பிட்ட அடையாளங்கள் மற்றும் சின்னங்களுடன் பல்வேறு அர்த்தங்களையும் தொடர்பு கொள்ளவும்.

பி. தனிப்பட்ட அனுபவம்: பார்வையாளரின் தனிப்பட்ட அனுபவங்களும் நினைவுகளும் காட்சி அறிகுறிகளின் விளக்கத்தையும் பாதிக்கலாம், ஏனெனில் சில படங்கள் அல்லது சின்னங்கள் பார்வையாளரின் தனிப்பட்ட வரலாற்றின் அடிப்படையில் தனித்துவமான உணர்ச்சிகள் அல்லது தொடர்புகளைத் தூண்டக்கூடும்.

இ. சூழல்: ஒரு காட்சி உரை எதிர்கொள்ளப்படும் சூழல், அதில் இடம்பெறும் அடையாள அமைப்புகளைப் பற்றிய பார்வையாளரின் விளக்கத்தில் குறிப்பிடத்தக்க தாக்கம் ஏற்படுத்தும். ஊடகம், அமைப்பு மற்றும் நோக்கம் கொண்ட பார்வையாளர்கள் போன்ற காரணிகள் அனைத்தும் காட்சி அடையாளங்கள் எவ்வாறு டிகோட் செய்யப்பட்டன கொள்ளப்படுகின்றன என்பதை வடிவமைக்க முடியும்.

காட்சிச் சொற்பிறப்பியல், காட்சித் தொடர்பை நிர்வகிக்கும் சிக்கலான அடையாள அமைப்புகளைப் பற்றிய மதிப்புமிக்க நுண்ணறிவுகளை வழங்குகிறது, காட்சி ஊடகங்களுக்குள் பொருள் எவ்வாறு கட்டமைக்கப்படுகிறது மற்றும் விளக்கப்படுகிறது என்பதை புரிந்துகொள்வதற்கான கட்டமைப்பை வழங்குகிறது. காட்சி நூல்களுக்குள் செயல்படும் குறிப்பான்கள், குறிப்பீடுகள், குறியீடுகள் மற்றும் மரபுகளை ஆராய்வதன் மூலம், நம்மைச் சுற்றியுள்ள உலகத்தை பற்றி பற்றிய நமது உணர்வுகள், உணர்ச்சிகள் மற்றும் புரிதலை வடிவமைப்பதில் காட்சி அடையாள அமைப்புகளின் சக்தியை நாம் ஆழமாகப் பாராட்டலாம். காட்சித் தொடர்பு தொடர்ந்து வளர்ச்சியடைந்து விரிவடைந்து வருவதால், நமது காட்சி கலாச்சாரத்தை உருவாக்கும் காட்சி அறிகுறிகளின் வளமான திரைச்சீலைகளை டிகோட் செய்து பகுப்பாய்வு செய்வதற்கு காட்சிச் சொற்பிறப்பியல் ஆய்வு ஒரு அத்தியாவசிய கருவியாக உள்ளது.

காட்சியின் செமியாலாஜி: காட்சி ஊடகங்களில் குறியீடுகள் மற்றும் மரபுகளைப் புரிந்துகொள்வது

குறியியல் அல்லது குறியியல் என்பது குறிகள் மற்றும் சின்னங்கள், அவற்றின் அர்த்தங்கள் மற்றும் அவை தொடர்ந்து பயன்படுத்தப்படும் வழிகள் பற்றிய ஆய்வு ஆகும். காட்சி ஊடகத் துறையில், குறியியல் என்பது அர்த்தத்தின் கட்டுமானம் மற்றும் விளக்கத்தை நிர்வகிக்கும் குறியீடுகள் மற்றும் மரபுகளில் கவனம் செலுத்துகிறது. இந்தக் கட்டுரை காட்சி ஊடகங்களில் உள்ள குறியீடுகள் மற்றும் மரபுகளின் முக்கிய கொள்கைகள் மற்றும் கருத்துக்களை ஆராய்கிறது, இந்த விதி அமைக்கும் காட்சி தொடர்பு பற்றிய நமது புரிதலை எவ்வாறு வடிவமைக்கின்றன என்பதை விளக்குகிறது.

குறியீடுகள் மற்றும் மரபுகளை வரையறுத்தல்

குறியீடுகள் மற்றும் மரபுகள் என்பது ஒரு குறிப்பிட்ட சூழலில் குறிகள் மற்றும் குறியீடுகள் எவ்வாறு பயன்படுத்தப்படுகின்றன மற்றும் விளக்கப்படுகின்றன என்பதை ஆணையிடும் விதிகள் அல்லது எதிர்பார்ப்புகளின் தொகுப்பாகும். காட்சி ஊடகங்களில், இந்த விதி அமைப்புகள் குறிப்பான்கள் (குறியீட்டின் இயற்பியல் அல்லது புலனுணர்வு வடிவம்) மற்றும் குறிப்பான்கள் (குறிப்பானுடன்) தொடர்புடைய கருத்து அல்லது பொருள்) ஆகியவற்றுக்கு இடையேயான உறவுகளைப் புரிந்துகொள்வதற்கான ஒரு கட்டமைப்பை வழங்குகின்றன. குறியீடுகள் மற்றும் மரபுகளைப் பின்பற்றுவதன் மூலம் அல்லது தலைகீழாக மாற்றுவதன் மூலம், காட்சி நூல்கள் அர்த்தத்தை உருவாக்கலாம், உணர்ச்சிகளைத் தூண்டலாம் மற்றும் அவற்றின் பார்வையாளர்களுக்கு செய்திகளை தெரிவிக்கலாம்.

குறியீடுகள் மற்றும் மரபுகளின் வகைகள்

காட்சி ஊடகங்களுக்குள் செயல்படும் பல வகையான குறியீடுகள் மற்றும் மரபுகள் உள்ளன, அவற்றுள்:

அ. சின்னக் குறியீடுகள்: காட்சி ஊடகங்களுக்குள் உள்ள பொருள்கள், மக்கள் மற்றும் நிகழ்வுகளின் பிரதிநிதித்துவம் மற்றும் விளக்கத்துடன் தொடர்புடைய ஐகானோகிராஃபிக் குறியீடுகள். இந்த குறியீடுகள் குறிப்பிட்ட பாடங்களை எவ்வாறு சித்தரிக்க வேண்டும் மற்றும் புரிந்து கொள்ள வேண்டும் என்பதை தீர்மானிக்கின்றன, பெரும்பாலும் கலாச்சாரம், வரலாற்று அல்லது கலை மரபுகளை உருவாக்கியவை.

பி. வண்ண குறியீடுகள்: வண்ணக் குறியீடுகள் பல்வேறு வண்ணங்களுடன் இணைக்கப்பட்ட குறியீட்டு அர்த்தங்கள் மற்றும் தொடர்புகளுடன் தொடர்புடையவை. காட்சி ஊடகங்களில், வண்ணக் குறியீடுகள் கலாச்சார சூழல் மற்றும் நோக்கம் கொண்ட பார்வையாளர்களைப் பொறுத்து குறிப்பிட்ட உணர்ச்சிகள், மனநிலைகள் அல்லது கருத்துக்களை வெளிப்படுத்த முடியும்.

இ. கலவை மற்றும் சட்டகம்: காட்சி ஊடகங்களில் இசையமைப்பு மற்றும் சட்டகம் ஆகியவை முக்கியமான கூறுகளாகும், அவை பார்வையாளரின் கவனத்தை வழிநடத்தி, படத்தின் விளக்கத்தை வடிவமைக்கின்றன. கலவை மற்றும் சட்டகத்துடன் தொடர்புடைய குறியீடுகள் மற்றும் மரபுகளில் மூன்றில் ஒரு பங்கு விதி, முன்னணி கோடுகளின் பயன்பாடு மற்றும் சட்டகத்திற்குள் பொருட்களை வைப்பது ஆகியவை அடங்கும்.

ஈ. அச்சுக்கலை குறியீடுகள்: அச்சுக்கலை குறியீடுகள் காட்சி ஊடகங்களுக்குள் உரையின் பயன்பாடு மற்றும் ஏற்பாட்டுடன் தொடர்புடையவை. இந்த குறியீடுகள் எழுத்துரு தேர்வு, அளவு, நிறம் மற்றும் தளவமைப்பு போன்ற அம்சங்களை நிர்வகிக்கின்றன, இவை அனைத்தும் ஒரு காட்சி உரையின் ஒட்டுமொத்த அர்த்தத்திற்கும் தாக்கத்திற்கும் பங்களிக்கக்கூடும்.

வகை மரபுகள்

வகை மரபுகள் என்பது திரைப்படம், புகைப்படம் எடுத்தல் அல்லது கிராஃபிக் வடிவமைப்பு போன்ற குறிப்பிட்ட வகை காட்சி ஊடகங்களை நிர்வகிக்கும் குறியீடுகள் மற்றும் எதிர்பார்ப்புகளின் தொகுப்பாகும். வகை மரபுகளைப் பின்பற்றுவதன் மூலம் அல்லது அவற்றைத் தகர்ப்பதன் மூலம், காட்சி உரைகள் அதே வகைக்குள் உள்ள பிற நூல்களுடன் தொடர்புடையவை தொடர்புகளையும் எதிர்பார்ப்புகளையும் தூண்டலாம், இதனால் பார்வையாளரின் படைப்பைப் புரிந்துகொள்வதையும் பாராட்டுவதையும் மேம்படுத்துகிறது. காட்சி ஊடகங்களில் வகை மரபுகளின் சில எடுத்துக்காட்டுகள் பின்வருமாறு:

அ. திரைப்படம்: திரைப்பட வகை மரபுகள் கதை அமைப்பு, கதாபாத்திர முன்மாதிரிகள், காட்சி பாணி மற்றும் கருப்பொருள் உள்ளடக்கம் போன்ற அம்சங்களை உள்ளடக்கியது.

உதாரணமாக, ஒரு காதல் நகைச்சுவையின் மரபுகளில் லேசான தோனி, கணிக்கக்கூடிய கதைக்கள அமைப்பு மற்றும் பழக்கமான கதாபாத்திர வகைகளின் பயன்பாடு ஆகியவை அடங்கு.

*பி. புகைப்படம் எடுத்தல்:*புகைப்பட வகை மரபுகள் பொருள், பாணி மற்றும் நுட்பத்துடன் தொடர்புடையதாக இருக்கலாம். உதாரணமாக, இயற்கை புகைப்படத்தின் மரபுகள் பரந்த கோண லென்ஸ்கள், நீண்ட வெளிப்பாடுகள் மற்றும் இயற்கை ஒளியைப் பயன்படுத்தி இயற்கை உலகின் அழகையும் மகத்துவத்தையும் படம்பிடிக்க முடியும்.

*இ. கிராஃபிக் வடிவமைப்பு:*கிராஃபிக் வடிவமைப்பு வகை மரபுகளில் குறிப்பிட்ட பார்வையாளர்கள் அல்லது நோக்கங்களைப் பூர்த்தி செய்யும் குறிப்பிட்ட காட்சி கூறுகள், தளவமைப்புகள் மற்றும் பாணிகளின் பயன்பாடுகள் அடங்கும். எடுத்துக்காட்டாக, நிறுவன வடிவமைப்பின் மரபுகள் ஒரு சுத்தமான, குறைந்தபட்ச அழகியலையும், தொழில்முறை மற்றும் நிலைத்தன்மையை வெளிப்படுத்துகிறது வரையறுக்கப்பட்ட வண்ணத் தட்டுகளின் பயன்பாடும் உள்ளடக்கியிருக்கலாம்.

உரைநடைக்கு இடைநிலை மற்றும் குறியீடுகள் மற்றும் மரபுகள்

காட்சி நூல்கள் பிற நூல்களைப் பயன்படுத்தி அல்லது மேற்கோள் காட்டும் விதத்தையே உரைநடை இடைநிலைத்தன்மையைக் குறிக்கிறது, இது அர்த்த அடுக்குகளையும் தொடர்புகளையும் உருவாக்குகிறது. காட்சி ஊடகங்களில், நிறுவப்பட்ட குறியீடுகள் மற்றும் மரபுகளைப் பின்பற்றுதல் அல்லது சிதைத்தல், அதே போல் நேரடி காட்சி மேற்கோள், பகடி அல்லது பேஸ்டிச் மூலம் உரைநடை இடைநிலைத்தன்மை செயல்பட முடியும். பிற நூல்கள் மற்றும் அவற்றுடன் தொடர்புடைய குறியீடுகள் மற்றும் மரபுகளுடன் ஈடுபடுவதன் மூலம், காட்சி நூல்கள் சிக்கலான அர்த்தங்களை உருவாக்கலாம், உணர்ச்சிகளைத் தூண்டலாம் மற்றும் பரந்த கலாச்சார சூழலுடன் பார்வையாளர்களை உரையாடலில் ஈடுபடுத்தலாம்.

பார்வையாளர்களின் பங்கு மற்றும் சூழல்

காட்சி ஊடகங்களில் குறியீடுகள் மற்றும் மரபுகளின் விளக்கம் மற்றும் புரிதல் பல்வேறு காரணிகளால் பாதிக்கப்படுகிறது, அவற்றில் பார்வையாளர்கள் மற்றும் காட்சிகள் உரை எதிர்கொள்ளும் சூழல் ஆகியவை அடங்கும். கருத்தில் கொள்ள வேண்டிய காரணிகள் பின்வருமாறு:

*அ. கலாச்சார பின்னணி:*வெவ்வேறு கலாச்சாரங்கள் குறிப்பிட்ட அடையாளங்கள் மற்றும் சின்னங்களுக்கு பல்வேறு அர்த்தங்களையும் தொடர்புகளையும் இணைக்கக்கூடும் என்பதால், பார்வையாளரின் கலாச்சார பின்னணி குறியீடுகள் மற்றும் மரபுகள் பற்றிய அவர்களின் புரிதலை வடிவமைப்பதில் குறிப்பிடத்தக்க பங்கை வகிக்கிறது.

*பி. தனிப்பட்ட அனுபவம்:*பார்வையாளரின் தனிப்பட்ட அனுபவங்களும் நினைவுகளும் குறியீடுகள் மற்றும் மரபுகளின் விளக்கத்தையும் பாதிக்கலாம், ஏனெனில் சில காட்சிகள் கூறுகின்றன பார்வையாளரின் தனிப்பட்ட வரலாற்றின் அடிப்படையில் தனித்துவமான உணர்ச்சிகளையோ அல்லது தொடர்புகளையோ தூண்டக்கூடும்.

*இ. சூழல்:*ஒரு காட்சி உரை எதிர்கொள்ளப்படும் சூழல், குறியீடுகள் மற்றும் மரபுகளைப் பற்றிய பார்வையாளரின் விளக்கத்தில் குறிப்பிடத்தக்க தாக்கத்தை ஏற்படுத்தும். ஊடகம், அமைப்பு மற்றும் நோக்கம் கொண்ட பார்வையாளர்கள் போன்ற காரணிகள் அனைத்தும் குறியீடுகள் மற்றும் மரபுகள் எவ்வாறு டிகோட் செய்யப்பட்டுள்ளன கொள்ளப்படுகின்றன என்பதை வடிவமைக்க முடியும்.

குறியீடுகள் மற்றும் மரபுகளின் இயக்கவியல் தன்மை

காட்சி ஊடகங்களில் உள்ள நெறிமுறைகளும் மரபுகளும் நிலையானவை அல்ல; அவை காலப்போக்கில் கலாச்சார விதிமுறைகள், தொழில்நுட்பங்கள் மற்றும் கலைப் போக்குகள் மாறும்போது உருவாகின்றன. இதன் விளைவாக, குறியீடுகள் மற்றும் மரபுகளைப் பற்றிய ஆய்வு, காட்சி ஊடகங்களின் மாறிவரும் நிலப்பரப்புடன் தொடர்ச்சியான ஈடுபாட்டையும், பரந்த கலாச்சார முன்னேற்றங்களுக்கு ஏற்ப இந்த விதி அமைப்புகள் எவ்வாறு தகவமைத்துக் கொள்கின்றன மற்றும் உருமாற்றம் அடைகின்றன என்பது பற்றிய புரிதலையும் கோருகிறது.

காட்சியின் செமியாலாஜி: காட்சி அறிகுறிகளைப் புரிந்துகொள்வது மற்றும் பொருள் உருவாக்குதல்

குறியியல் அல்லது குறியியல் என்பது குறிகள் மற்றும் குறியீடுகள், அவற்றின் அர்த்தங்கள் மற்றும் அவை தொடர்ந்து பயன்படுத்தப்படும் வழிகள் பற்றிய ஆய்வு ஆகும். காட்சி ஊடகத் துறையில், குறியியல் காட்சி அடையாளங்கள் மூலம் அர்த்தத்தை உருவாக்குதல் மற்றும் விளக்குவதில் கவனம் செலுத்துகிறது. இந்தக் கட்டுரை காட்சி ஊடகங்களில் காட்சி அடையாளங்களை டிகோட் செய்தல் மற்றும் அர்த்தத்தை உருவாக்குதல் ஆகியவற்றின் முக்கிய கொள்கைகள் மற்றும் கருத்துக்களை ஆராய்கிறது, பார்வையாளர்கள் காட்சி நூல்களில் எவ்வாறு ஈடுபடுகிறார்கள் மற்றும் விளக்குகிறார்கள் என்பதை விளக்குகிறது.

காட்சி அடையாளங்கள் மற்றும் அடையாள அமைப்புகள்

காட்சி குறிகள் என்பது காட்சி ஊடகத்திற்குள் அர்த்தத்தின் அடிப்படை அலகுகள் ஆகும், அவை குறிப்பான்கள் (குறியின் இயற்பியல் அல்லது புலனுணர்வு வடிவம்) மற்றும் குறிப்பான்கள் (குறிப்பானுடன் தொடர்புடைய கருத்து அல்லது பொருள்) ஆகியவற்றைக் கொண்டுள்ளது. காட்சி அமைப்புகள் குறி என்பது குறிப்பான்கள் மற்றும் குறிப்பான்களுக்கு இடையிலான உறவுகளை நிர்வகிக்கும் கட்டமைப்புகள் ஆகும், குறிப்பிட்ட கலாச்சாரம் மற்றும் சூழல் அமைப்புகளுக்குள் உள்ள பொருள் எவ்வாறு கட்டமைக்கப்படுகிறது மற்றும் விளக்கப்படுகிறது என்பதை ஆணையிடுகிறது.

காட்சி அறிகுறிகளைப் புரிந்துகொள்ளும் செயல்முறை

காட்சி அறிகுறிகளை டிகோட் செய்யும் செயல்முறை பல படிகளை உள்ளடக்கியது, அவற்றுள்:

அ. கருத்து: பார்வையாளர், பார்வை அல்லது தொடுதல் போன்ற தங்கள் புலன்கள் மூலம் குறிப்பானை உணர்கிறார்.

பி. அங்கீகாரம்: பார்வையாளர் தங்கள் கலாச்சாரம் மற்றும் அனுபவ சூழலில் குறிப்பானை ஒரு அர்த்தமுள்ள அலகாக அங்கீகரிக்கிறார்.

இ. விளக்கம்: பார்வையாளர் குறிப்பானை குறிப்பானுடன் இணைப்பதன் மூலம் விளக்குகிறார், குறி அமைப்பைப் பற்றிய அவர்களின் புரிதலின் அடிப்படையில் அர்த்தம் உருவாக்குகிறார்.

காட்சி அறிகுறிகளின் டிகோடிங்கை பாதிக்கும் காரணிகள்

காட்சி அறிகுறிகளின் டிகோடிங் பல்வேறு காரணிகளால் பாதிக்கப்படுகிறது, அவற்றுள்:

அ. கலாச்சார பின்னணி: பார்வையாளரின் கலாச்சாரம், காட்சி அடையாளங்களைப் பற்றிய அவர்களின் புரிதலை வடிவமைப்பதில் குறிப்பிடத்தக்க பங்கை வகிக்கிறது, ஏனெனில் பல்வேறு கலாச்சாரங்கள் குறிப்பிட்ட அடையாளங்கள் மற்றும் சின்னங்களுடன் பல்வேறு அர்த்தங்களையும் தொடர்பு கொள்ளவும்.

பி. தனிப்பட்ட அனுபவம்:பார்வையாளரின் தனிப்பட்ட அனுபவங்களும் நினைவுகளும் காட்சி அறிகுறிகளின் விளக்கத்தையும் பாதிக்கலாம், ஏனெனில் சில படங்கள் அல்லது சின்னங்கள் பார்வையாளரின் தனிப்பட்ட வரலாற்றின் அடிப்படையில் தனித்துவமான உணர்ச்சிகள் அல்லது தொடர்புகளைத் தூண்டக்கூடும்.

இ. சூழல்:ஒரு காட்சி உரை எதிர்கொள்ளப்படும் சூழல், அதில் இடம்பெறும் அடையாள அமைப்புகளைப் பற்றிய பார்வையாளரின் விளக்கத்தில் குறிப்பிடத்தக்க தாக்கம் ஏற்படுத்தும். ஊடகம், அமைப்பு மற்றும் நோக்கம் கொண்ட பார்வையாளர்கள் போன்ற காரணிகள் அனைத்தும் காட்சி அடையாளங்கள் எவ்வாறு டிகோட் செய்யப்பட்டன கொள்ளப்படுகின்றன என்பதை வடிவமைக்க முடியும்.

காட்சி அடையாள அமைப்புகளின் வகைகள்

காட்சி ஊடகங்களுக்குள் செயல்படும் பல வகையான காட்சி அடையாள அமைப்புகள் உள்ளன, அவற்றுள்:

அ. சின்னச் சின்னங்கள்:சின்னச் சின்னங்கள் என்பவை ஏதோ ஒரு வகையில் அவற்றின் அடையாளங்களை ஒத்த காட்சி அடையாளங்கள் ஆகும். உதாரணமாக, ஒரு நபரின் புகைப்படம் ஒரு சின்னச் சின்னமாகும், ஏனெனில் அது காட்சி ரீதியாக சித்தரிக்கப்படும் நபரைக் குறிக்கிறது.

பி. குறியீட்டு அறிகுறிகள்:குறியீட்டு அறிகுறிகள் என்பவை அவற்றின் குறிக்கப்பட்டவற்றுடன் தன்னிச்சையான உறவைக் கொண்ட காட்சி அறிகுறிகளாகும், அதாவது குறிப்பானுக்கும் குறிக்கப்பட்டவற்றுக்கும் இடையிலான தொடர்பு கலாச்சார மரபுகள் மற்றும் கற்றறிந்த சங்கங்களை கொண்டது. உதாரணமாக, சிவப்பு எண்கோணம் என்பது பல கலாச்சாரங்களில் "நிறுத்து" என்பதைக் குறிக்கும் ஒரு குறியீட்டு அடையாளமாகும், ஆனால் இந்த உறவு குறிப்பானுக்கும் குறிக்கப்பட்டவற்றுக்கும் இடையே எந்தவொரு உள்ளார்ந்த ஒற்றுமையையும் கொண்டிருக்கவில்லை.

இ. குறியீட்டு அறிகுறிகள்:குறியீட்டு அறிகுறிகள் என்பவை அவற்றின் குறிகளுடன் நேரடி, காரண உறவைக் கொண்ட காட்சி அறிகுறிகளாகும். எடுத்துக்காட்டாக, புகை என்பது நெருப்பின் ஒரு குறியீட்டு அறிகுறியாகும், ஏனெனில் அது நெருப்பின் இருப்பால் நேரடியாக ஏற்படுகிறது.

காட்சி ஊடகங்களில் அர்த்தத்தை உருவாக்குதல்

காட்சி ஊடகங்களில் அர்த்தத்தை உருவாக்குவது என்பது பார்வையாளரின் காட்சி அறிகுறிகளை டிகோட் செய்வதிலும், அதில் உள்ள அடையாள அமைப்புகளைப் பற்றியும் பற்றிய புரிதலின் அடிப்படையில் அர்த்தத்தை உருவாக்குவதிலும் தீவிரமாக ஈடுபடுவதை உள்ளடக்கியது. இந்த செயல்முறை பார்வையாளரின் கலாச்சார பின்னணி, தனிப்பட்ட அனுபவங்கள் மற்றும் காட்சி உரை எதிர்கொள்ளும் சூழல் போன்ற காரணிகளால் வடிவமைக்கப்படுகிறது. காட்சி அறிகுறிகளை டிகோட் செய்வதன் மூலம், பார்வையாளர்கள் விளக்கம் மற்றும் அர்த்தத்தை உருவாக்கும் சிக்கலான செயல்பாட்டில் ஈடுபடுகிறார்கள், அவர்கள் சந்திக்கும் காட்சி நூல்களைப் பற்றிய அவர்களின் சொந்த தனித்துவமான புரிதல்களை உருவாக்குகிறார்கள்.

விதிகள் மற்றும் மரபுகளின் பங்கு

முன்னர் விவாதித்தபடி, காட்சி ஊடகங்களுக்குள் அர்த்தத்தின் கட்டுமானம் மற்றும் விளக்கத்தை வடிவமைப்பதில் குறியீடுகளும் மரபுகளும் முக்கிய பங்கு வகிக்கின்றன. நிறுவப்பட்ட குறியீடுகள் மற்றும் மரபுகளைப் பின்பற்றுவதன் மூலம் அல்லது அவற்றைத் தகர்ப்பதன் மூலம், காட்சி நூல்கள் அர்த்தத்தை உருவாக்கலாம், உணர்ச்சிகளைத் தூண்டலாம்

மற்றும் அவர்களின் பார்வையாளர்களுக்கு செய்திகளை தெரிவிக்கலாம். காட்சி ஊடகங்களில் குறியீடுகள் மற்றும் மரபுகளின் சில எடுத்துக்காட்டுகளில் ஐகானோகிராக் குறியீடுகள், வண்ணக் குறியீடுகள் மற்றும் அச்சுக்கலை குறியீடுகள் அடங்கும். இந்த விதி அமைப்புகள் குறிப்பான்கள் மற்றும் குறிப்பான்களுக்கு இடையிலான உறவுகளைப் புரிந்துகொள்வதற்கான ஒரு கட்டமைப்பை வழங்குகின்றன, பார்வையாளர்கள் காட்சி அறிகுறிகளை டிகோட் செய்து அர்த்தத்தை ஊக்குவிக்க உதவுகின்றன.

உரைநடைக்கு இடைநிலை மற்றும் பொருள் உருவாக்கம்

காட்சி நூல்கள் பிற நூல்களைப் பயன்படுத்தி அல்லது மேற்கோள் காட்டும் விதத்தையே உரைநடை இடைநிலைத்தன்மையைக் குறிக்கிறது, இது அர்த்த அடுக்குகளையும் தொடர்புகளையும் உருவாக்குகிறது. காட்சி ஊடகங்களில், நிறுவப்பட்ட குறியீடுகள் மற்றும் மரபுகளைப் பின்பற்றுதல் அல்லது சிதைத்தல், அதே போல் நேரடி காட்சி மேற்கோள், பகடி அல்லது பேஸ்டிச் மூலம் உரைநடை இடைநிலைத்தன்மை செயல்பட முடியும். பிற நூல்கள் மற்றும் அவற்றுடன் தொடர்புடைய குறியீடுகள் மற்றும் மரபுகளுடன் ஈடுபடுவதன் மூலம், காட்சி நூல்கள் சிக்கலான அர்த்தங்களை உருவாக்கலாம், உணர்ச்சிகளைத் தூண்டலாம் மற்றும் பரந்த கலாச்சார சூழலுடன் பார்வையாளர்களை உரையாடலில் ஈடுபடுத்தலாம்.

காட்சி அடையாள அமைப்புகளின் மாறும் தன்மை

காட்சி அடையாள அமைப்பு நிலையானவை அல்ல; அவை காலப்போக்கில் கலாச்சார விதிமுறைகள், தொழில்நுட்பங்கள் மற்றும் கலைப் போக்குகள் மாறும்போது உருவாகின்றன. இதன் விளைவாக, காட்சி ஊடகங்களில் குறியியல் ஆய்வுக்கு, காட்சித் தொடர்பின் எப்போதும் மாறிவரும் நிலப்பரப்புடன் தொடர்ச்சியான ஈடுபாடு, பரந்த கலாச்சாரம் முன்னேற்றங்களுக்கு ஏற்ப அடையாள அமைப்புகள் எவ்வாறு தகவமைத்துக் கொள்கின்றன மற்றும் உருமாற்றம் அடைகின்றன என்பது பற்றிய புரிதல் தேவைப்படுகிறது.

காட்சி எழுத்தறிவின் முக்கியத்துவம்

காட்சி எழுத்தறிவு என்பது காட்சி அறிகுறிகளை டிகோட் செய்து விளக்குவதற்கும், காட்சிகளுக்குள் அர்த்தத்தை மாற்றுவதற்கும் ஆகும். இன்றைய பார்வை நிறைந்த உலகில் காட்சி எழுத்தறிவு திறன்களை வளர்ப்பது மிகவும் முக்கியமானது, ஏனெனில் இது தனிநபர்களின் சிக்கலான காட்சி நிலப்பரப்புகளில் செல்லவும், காட்சி நூல்களை விமர்சன ரீதியாக பகுப்பாய்வு செய்யவும், அர்த்தத்தை உருவாக்குவதிலும் விளக்குவதிலும் தீவிரமாக ஈடுபடவும் உதவுகிறது.

செயல்திறன் பகுப்பாய்வு: விக்டர் டர்னர் மற்றும் செயல்திறன் குறித்த அவரது கோட்பாடுகள்

விக்டர் டர்னர் (1920-1983) ஒரு பிரிட்டிஷ் கலாச்சார மானுடவியலாளர் ஆவார், அவர் சடங்குகள், சின்னங்கள் மற்றும் செயல்திறன் பற்றி ஆய்வுக்கு குறிப்பிடத்தக்க பங்களிப்புகளைச் செய்தார். அவரது பணி மானுடவியல், சமூகவியல் மற்றும் செயல்திறன் ஆய்வுகள் போன்ற துறைகளில் செல்வாக்கு செலுத்தப்பட்டுள்ளது. இந்த கட்டுரை டர்னரின் செயல்திறன் குறித்த கோட்பாடுகளின் கண்ணோட்டத்தை வழங்குகிறது, வரம்பு, சமூகம் மற்றும் சமூக நாடகம் போன்ற முக்கிய கருத்துக்கள் கவனம் செலுத்துகிறது.

வரம்பு

செயல்திறன் ஆய்வு டர்னரின் மிக முக்கியமான பங்களிப்புகளில் ஒன்று அவரது வரம்பு பற்றிய கருத்தாகும். வரம்பு என்பது ஒரு சடங்கு அல்லது உருமாற்ற செயல்முறையின் போது

தனிநபர்கள் அல்லது குழுக்கள் அனுபவிக்கும் இடைநிலை நிலை அல்லது கட்டத்தைக் குறிக்கிறது. இந்த வரம்பு நிலையில், தனிநபர்கள் தங்கள் சாதாரண சமூகப் பாத்திரங்கள் மற்றும் கட்டமைப்புகளிலிருந்து தற்காலிகமாக அகற்றப்படுகிறார்கள், இது மாற்றம், வளர்ச்சி மற்றும் புதிய அடையாளங்கள் அல்லது சமூக நிலைகளின் மறு ஒருங்கிணைப்புக்கான சாத்தியம் உள்ளது.

டர்னர், சடங்குகள் மற்றும் நிகழ்ச்சிகளின் ஒரு முக்கிய அங்கமாக வரம்புக்குட்பட்ட நிலையைக் கருதினார், வரம்புக்குட்பட்ட நிலை சமூகப் பாத்திரங்கள் மற்றும் கட்டமைப்புகளின் எல்லைகள் தற்காலிகமாக இடைநிறுத்தப்பட்ட அல்லது கலைக்கப்பட்ட ஒரு இடத்தை உருவாக்குகிறது என்று வாதிட்டார். இது, புதிய சாத்தியக்கூறுகள் மற்றும் மாற்றம் மற்றும் வளர்ச்சிக்கான ஆற்றலை வெளிப்படுத்துகிறது.

சமூகங்கள்

வரம்பு என்ற கருத்துடன் தொடர்புடையது டர்னரின் கம்யூனிடாஸ் என்ற கருத்து, இது சடங்குகள் அல்லது நிகழ்ச்சிகளின் வரம்பு கட்டங்களின் போது தனிநபர்கள் அல்லது குழுக்களிடையே வெளிப்படும் ஒற்றுமை, தோழமை மற்றும் பகிரப்பட்ட அனுபவத்தின் உணர்வைக் குறிக்கிறது. இந்த கம்யூனிடாஸ் நிலையில், பங்கேற்பாளர்கள் சமூக நிலைகள், விதிமுறைகள் மற்றும் பிரிவுகளை தற்காலிகமாக நிறுத்தி, சமத்துவம் மற்றும் பகிரப்பட்டது மனிதநேய உணர்வை வளர்க்கிறார்கள்.

சமூக பிணைப்புகளை வலுப்படுத்தவும், கூட்டு அடையாள உணர்வை ஊக்குவிக்கவும், லிமினல் கட்டத்தைத் தொடர்ந்து தனிநபர்கள் சமூகங்களில் மீண்டும் ஒருங்கிணைக்கவும் உதவுவதால், சடங்குகள் மற்றும் நிகழ்ச்சிகளின் இன்றியமையாத அம்சம் கம்யூனிடாஸ் என்று டர்னர் வாதிட்டார். பங்கேற்பாளர்கள் மாற்று சமூக கட்டமைப்புகள் மற்றும் உறவுகளை கற்பனை செய்து செயல்படுத்த அனுமதிப்பதால், செயல்திறனின் உருமாறும் திறனில் கம்யூனிடாஸ் ஒரு முக்கிய அங்கமாகும்.

சமூக நாடகம்

சமூக நாடகம் பற்றிய டர்னரின் கருத்து, அவரது செயல்திறன் கோட்பாடுகளின் மற்றொரு முக்கிய அம்சமாகும். சமூக நாடகங்கள் என்பது சமூக பதட்டங்கள், மோதல்கள் அல்லது நெருக்கடிகளின் பொது, குறியீட்டுச் செயல்களாகும், அவை தொடர்ச்சியான நிலைகளில் வெளிப்படுகின்றன. டர்னரின் கூற்றுப்படி, சமூக நாடகங்கள் பொதுவாக நான்கு நிலைகளைக் கடந்து செல்கின்றன:

அ. மீறல்:சமூக விதிமுறைகள் அல்லது எதிர்பார்ப்புகளுக்கு இடையூறு அல்லது மீறல் ஏற்படுகிறது, இது ஒரு சமூகத்திற்குள் பதற்றம் அல்லது மோதலுக்கு அவசியம்.

பி. நெருக்கடி:பதற்றம் அல்லது மோதல், பெரும்பாலும் பகிரங்கமாகி சமூகத்தின் பல்வேறு உறுப்பினர்களை உள்ளடக்கியது.

இ. குறை தீர்க்கும் நடவடிக்கை:மத்தியஸ்தம் அல்லது சடங்குகள் அல்லது நிகழ்ச்சிகளை இயற்றுவது உள்ளிட்ட பேச்சுவார்த்தை நெருக்கடி அல்லது மோதலைத் தீர்க்க முயற்சிகள் மேற்கொள்ளப்படுகின்றன.

ஈ. மறு ஒருங்கிணைப்பு அல்லது பிளவு:நெருக்கடி தீர்ந்ததைத் தொடர்ந்து சமூகம் மீண்டும் ஒருங்கிணைக்கப்படுகிறது, அல்லது ஒரு பிளவு ஏற்படுகிறது, இது சமூகத்திற்குள் பிரிவுகளை நிரந்தரமாகப் பிரிக்கிறது அதிகமான

டர்னர் சமூக நாடகங்களை சமூக பதட்டங்கள் மற்றும் மோதல்களின் செயல்திறன் வெளிப்பாடுகளாகக் கருதினார், அவை அடிப்படை சமூக கட்டமைப்புகள் மற்றும் உறவுகளை வெளிப்படுத்தவும் மாற்றவும் செயல்படுகின்றன.

செயல்திறனில் சின்னங்களின் பங்கு

சடங்குகள் மற்றும் நிகழ்ச்சிகளில் சின்னங்களின் முக்கியத்துவத்தை டர்னர் வலியுறுத்தினார், அவை சாதாரண மொழியை மீறும் தொடர்பு மற்றும் வெளிப்பாட்டின் வழிமுறையாக செயல்படுகின்றன என்று வாதிட்டார். நிகழ்ச்சிகளில் உள்ள சின்னங்கள் பன்முகத்தன்மை கொண்டவை, பல அடுக்கு அர்த்தங்களை உள்ளடக்கியவை மற்றும் சிக்கலான சமூக, கலாச்சாரம் மற்றும் உளவியல் கருத்துக்களை வெளிப்படுத்த செயல்படுகின்றன.

டர்னரைப் பொறுத்தவரை, செயல்திறனில் உள்ள சின்னங்கள் பிரதிநிதித்துவம் மட்டுமல்ல, மாற்றத்தையும் ஏற்படுத்துகின்றன, ஏனெனில் அவை உணர்ச்சிபூர்வமான பதில்களைத் தூண்டும் திறன், வரம்பு மற்றும் சமூக அனுபவத்தை எளிதாக்குதல் மற்றும் பங்கேற்பாளர்கள் சமூகப் பாத்திரங்கள் மற்றும் உறவுகளின் அர்த்தத்தை உருவாக்குதல் மற்றும் பேச்சுவார்த்தைகளில் ஈடுபடுதல் ஆகியவற்றைக் கொண்டுள்ளது.

செயல்திறன் ஆய்வுகளில் டர்னரின் செல்வாக்கு

செயல்திறன் குறித்த டர்னரின் கோட்பாடுகள் செயல்திறன் ஆய்வுகள் துறையிலும், மானுடவியல் மற்றும் சமூகவியல் போன்ற பிற துறைகளிலும் நீடித்தது தாக்கத்தை ஏற்படுத்தன. வரம்பு, சமூகம் மற்றும் சமூக நாடகம் பற்றிய அவரது கருத்துக்கள் பாரம்பரிய சடங்குகள் முதல் சமகால நிகழ்ச்சிகள், கலை நடைமுறைகள் மற்றும் அரசியல் எதிர்ப்புகள் வரை பல்வேறு கலாச்சார நிகழ்வுகளைப் படிக்கும் அறிஞர்களால் பரவலாக ஏற்றுக்கொள்ளப்பட்டு மாற்றியமைக்கப்பட்டுள்ளன.

செயல்திறனின் உருமாற்ற ஆற்றலைப் பற்றிய நுணுக்கமான புரிதலின் வளர்ச்சிக்கும் டர்னரின் பணி பங்களித்துள்ளது. செயல்திறனில் வரம்பு, சமூகத்தன்மை மற்றும் குறியீட்டு வெளிப்பாடு ஆகியவற்றின் பங்கை வலியுறுத்துவதன் மூலம், டர்னரின் கோட்பாடுகள், எதிர்ப்பு, பேச்சுவார்த்தை மற்றும் சமூக மாற்றத்தின் தளங்களாக நிகழ்ச்சிகள் செயல்படக்கூடிய வழிகளை எடுத்துக்காட்டுகின்றன.

டர்னரின் கோட்பாடுகளின் விமர்சனங்கள் மற்றும் வரம்புகள்

அவற்றின் செல்வாக்கு மற்றும் நீடித்த தாக்கம் இருந்தபோதிலும், செயல்திறன் குறித்த டர்னரின் கோட்பாடுகள் விமர்சனம் மற்றும் விவாதத்திற்கும் உட்பட்டுள்ளன. சில அறிஞர்கள் வரம்பு மற்றும் சமூகத்தன்மை மீதான அவரது முக்கியத்துவம் மிகுந்த இலட்சியவாதமாக இருக்கலாம், செயல்திறன் சூழலுக்குள்ளும் அப்பாலும் அதிகார இயக்கவியல் மற்றும் சமூக ஏற்றத்தாழ்வுகளின் நிலைத்தன்மையைக் குறைத்து மதிப்பிடலாம் என்று வாதிடுகின்றனர். மற்றவர்கள் டர்னரின் கருத்துகளின் உலகளாவிய தன்மையைக் கேள்விக்குள்ளாக்கியுள்ளனர், அவை அனைத்து கலாச்சார சூழல்களுக்கும் அல்லது செயல்திறன் வடிவங்களுக்கும் பொருந்தாது என்று வாதிடுகின்றனர்.

மேலும், சில விமர்சகர்கள், டர்னரின் செயல்திறனின் குறியீட்டு அம்சங்களில் கவனம் செலுத்துவது, நிகழ்ச்சிகள் நடைபெறும் பொருள் நிலைமைகள் மற்றும் வரலாற்று சூழல்கள் மீதான கவனத்தைத் திசைதிருப்பக்கூடும் என்று வாதிடுகின்றனர். இந்த விமர்சனங்கள் செயல்திறன் ஆய்வுகளுக்கான மாற்று அணுகுமுறைகளின் வளர்ச்சிக்கு வழிவகுத்தன, அவை விமர்சனக் கோட்பாடு, பிந்தைய காலனித்துவ ஆய்வுகள் மற்றும் பெண்ணியக் கோட்பாடு போன்ற துறைகளில் இருந்து நுண்ணறிவுகளை இணைப்பதன் மூலம் இந்த வரம்புகளை நிவர்த்தி செய்ய முயல்கின்றன.

சடங்குகள், நிகழ்ச்சிகள் மற்றும் குறியீட்டு வெளிப்பாடுகளின் சமூக மற்றும் கலாச்சார பரிமாணங்களைப் பற்றிய நமது புரிதலுக்கு விக்டர் டர்னரின் செயல்திறன் கோட்பாடுகள் குறிப்பிடத்தக்க பங்களிப்பைச் செய்துள்ளன. வரம்பு, சமூகம் மற்றும் சமூக நாடகம் பற்றிய அவரது கருத்துக்கள், செயல்திறனின் உருமாறும் திறனையும் சமூக பதட்டங்கள் மற்றும் மோதல்களைப் பற்றிய பேச்சுவார்த்தை நடத்துவதில் அதன் பங்கையும் பகுப்பாய்வு மதிப்புமிக்க கட்டமைப்பை வழங்குகின்றன.

டர்னரின் கோட்பாடுகள் விமர்சனங்களையும் வரம்புகளையும் எதிர்கொண்டாலும், அவை செயல்திறன் ஆய்வுகள் துறையில் செல்வாக்கு மிக்கதாகவே உள்ளன, மேலும் செயல்திறன், கலாச்சாரம் மற்றும் சமூகம் ஆகியவற்றுக்கு இடையேயான சிக்கலான உறவு குறித்த புதிய ஆராய்ச்சி மற்றும் விவாதங்களைத் தொடர்ந்து ஊக்குவிக்கின்றன. அறிஞர்கள் டர்னரின் படைப்புகளில் தொடர்ந்து ஈடுபட்டு அதன் அடிப்படையில் கட்டமைக்கும்போது, செயல்திறன் குறித்த அவரது கோட்பாடுகள் சந்தேகத்திற்கு இடமின்றி பல்வேறு கலாச்சார சூழல்களில் செயல்திறன் வெளிப்பாட்டின் சக்தி மற்றும் ஆற்றலைப் பற்றிய நமது புரிதலை வடிவமைக்கிறது.

செயல்திறன் பகுப்பாய்வு: ரிச்சர்ட் ஷெக்னர் மற்றும் செயல்திறன் ஆய்வுகள்

ரிச்சர்ட் ஷெக்னர்(பி. 1934) ஒரு அமெரிக்க நாடக இயக்குனர், நாடக ஆசிரியர் மற்றும் கல்வியாளர் ஆவார், அவர் ஆராய்ச்சித் துறையில் செயல்திறன் ஆய்வுகளின் வளர்ச்சிக்கு குறிப்பிடத்தக்க பங்களிப்பை வழங்கியுள்ளார். மானுடவியல், நாடகம், சடங்கு ஆய்வுகள் மற்றும் சமூகவியல் உள்ளிட்ட பல்வேறு துறைகளில் இருந்து பெறப்பட்ட ஷெக்னரின் படைப்புகள், சமூகத்தில் செயல்திறனின் தன்மை, செயல்பாடுகள் மற்றும் ஆற்றல் பற்றிய நமது புரிதலை மேம்படுத்தியுள்ளது. இந்த கட்டுரை ஷெக்னரின் முக்கிய கோட்பாடுகள் மற்றும் செயல்திறன் ஆய்வுகள் தொடர்பான கருத்துகளின் கண்ணோட்டத்தை வழங்குகிறது.

ஒரு துறைக்கு இடைநிலைத் துறையாக செயல்திறன் ஆய்வுகள்

செயல்திறன் ஆய்வுக்கு ஷெக்னரின் முக்கிய பங்களிப்புகளில் ஒன்று, செயல்திறன் ஆய்வுகளை ஒரு இடைநிலை ஆராய்ச்சித் துறையாக நிறுவுவதாகும். "TDR: The Drama Review" இதழின் நிறுவனர் மற்றும் ஆசிரியராகவும், நியூயார்க் பல்கலைக்கழகத்தின் டிஷ் ஸ்கூல் ஆஃப் தி ஆர்ட்ஸில் பேராசிரியராகவும், செயல்திறன் ஆய்வில் ஆர்வமுள்ள பல்வேறு துறைகளைச் சேர்ந்த அறிஞர்களிடையே உரையாடல் மற்றும் ஒத்துழைப்பை வளர்ப்பதில் ஷெக்னர் முக்கிய பங்கு வகித்துள்ளார்.

செயல்திறன் ஆய்வுகளுக்கான ஷெக்னரின் துறைகளுக்கு இடையேயான அணுகுமுறை, நாடகம், நடனம், சடங்கு மற்றும் அன்றாட வாழ்க்கை உள்ளிட்ட பல்வேறு செயல்திறன்களுக்கும், சமூக, கலாச்சார மற்றும் அரசியல் செயல்முறைகளுக்கும் இடையிலான தொடர்புகளை ஆராய்வதன் அவசியத்தை வலியுறுத்துகிறது.

செயல்திறன் செயல்முறை

செயல்திறன் செயல்முறை குறித்த ஷெக்னரின் பணி, செயல்திறன் உருவாக்கப்பட்டு, செயல்படுத்தப்பட்டு, அனுபவிக்கப்படும் பல்வேறு நிலைகள் ஆராய்கிறது. செயல்திறன் செயல்முறையின் பல முக்கிய கூறுகளை அவர் அடையாளம் காண்கிறார், அவர்கள்:

*அ. பயிற்சி:*கலைஞர்களின் தயாரிப்பு மற்றும் சீரமைப்பு, இதில் உடல், உணர்ச்சி மற்றும் அறிவாற்றல் திறன்களின் வளர்ச்சி அடங்கும்.

*b. ஒத்தகை:*ஒரு நிகழ்ச்சியைச் செம்மைப்படுத்திப் பயிற்சி செய்யும் செயல்முறை, இதன் போது கலைஞர்களும் இயக்குநர்களும் பல்வேறு அணுகுமுறைகள் மற்றும் நுட்பங்களைப் பரிசோதித்துப் பார்க்கிறார்கள்.

*இ. செயல்திறன்:*ஒரு நிகழ்ச்சியின் பொது விளக்கக்காட்சி, இதன் போது கலைஞர்களும் பார்வையாளர்களும் ஒரு மாறும், பரஸ்பர உறவில் ஈடுபடுகிறார்கள்.

*ஈ. பின்விளைவு:*ஒரு நிகழ்ச்சியைத் தொடர்ந்து வரும் காலம், பங்கேற்பாளர்களும் பார்வையாளர்களும் தங்கள் அனுபவங்களையும் தாக்கத்தையும் பிரதிபலிக்கும் காலம்.

செயல்திறன் செயல்முறை குறித்த ஷெக்னரின் பகுப்பாய்வு, செயல்திறனின் சிக்கலானது, பன்முகத் தன்மையை எடுத்துக்காட்டுகிறது, மேலும் செயல்திறன் அனுபவத்தின் பல்வேறு நிலைகள் மற்றும் பரிமாணங்களை ஆராய்வதன் முக்கியத்துவத்தை அடிக்கோடிட்டுக் காட்டுகிறது.

மீட்டெடுக்கப்பட்ட நடத்தை

ஷெக்னரின் செயல்திறன் கோட்பாட்டில் ஒரு மையக் கருத்து "மீட்டெடுக்கப்பட்ட நடத்தை" அல்லது "இரண்டு முறை நடந்துகொள்ளப்பட்ட நடத்தை" கருத்தாகும். எடுக்கப்பட்ட நடத்தை என்பது ஒரு நபரால் அல்லது மற்றவர்களால் முன்னர் நிகழ்த்தப்பட்ட நடத்தைகள், சைகைகள் அல்லது செயல்களை மீண்டும் நிகழ்த்தும் அல்லது மீண்டும் செய்யும் செயல்முறையைக் குறிக்கிறது. சடங்குகள், சடங்குகள் மற்றும் அன்றாட தொடர்புகள் உட்பட சமூக வாழ்க்கையின் பல்வேறு அம்சங்களின் செயல்திறன் தன்மையையும், நிறுவப்பட்டது நடத்தைகளை மீண்டும் மீண்டும் செய்தல் மற்றும் மறுஉருவாக்கம் செய்வதன் மூலம் நிகழ்ச்சிகள் கட்டமைக்கப்பட்டு மறுகட்டமைக்கப்படும் வழிகளையும் இந்தக் கருத்து வலியுறுத்துகிறது.

செயல்திறன் ஸ்பெக்ட்ரம்

"செயல்திறன் நிறமாலை" என்ற கருத்தையும் ஷெக்னர் உருவாக்கினார், இது நிகழ்ச்சிகளின் செயல்திறன் அளவு (அதாவது, ஒரு குறிப்பிட்ட இலக்கை) அல்லது விளைவை அடையும் திறன்) மற்றும் பொழுதுபோக்கு (அதாவது, இன்பம் அல்லது கேளிக்கையை வழங்கும் திறன்) இவற்றின் அடிப்படையில் ஒரு தொடர்ச்சியாக நிலைநிறுத்த முடியும் என்று கூறுகிறது. ஷெக்னரின் கூற்றுப்படி, பல்வேறு வகையான நிகழ்ச்சிகள் அதன் செயல்பாடுகள், சூழல்கள் மற்றும் நோக்கம் கொண்ட விளைவுகள் இதைப் பொறுத்து நிறமாலையில் பல்வேறு புள்ளிகளில் அமைந்திருக்கலாம்.

உதாரணமாக, சடங்கு நிகழ்ச்சிகள் செயல்திறனில் அதிக கவனம் செலுத்தி, குறிப்பிட்ட சமூக, உளவியல் அல்லது ஆன்மீக இலக்குகளை அடைய முயற்சிக்கும், அதே நேரத்தில் நாடக நிகழ்ச்சிகள் பொழுதுபோக்கை நோக்கியே அதிக கவனம் செலுத்தி, பார்வையாளர்களை ஈடுபடுத்துவதற்கும் மகிழ்விப்பதற்கும் முக்கியத்துவம் அளிக்கலாம். இந்த நிகழ்ச்சி நிறமாலை பல்வேறு கலாச்சார மற்றும் சமூக சூழல்களில் பல்வேறு வகையான நிகழ்ச்சிகளை பகுப்பாய்வு செய்வதற்கும் ஒப்பிடுவதற்கும் ஒரு பயனுள்ள கட்டமைப்பை வழங்குகிறது.

செயல்திறன் மற்றும் சமூக மாற்றம்

சமூக மாற்றத்தை செயல்படுத்தும் செயல்திறனின் ஆற்றலையும் ஷெக்னரின் படைப்புகள் எடுத்துரைக்கின்றன. செயல்திறன் எதிர்ப்பு, போட்டி மற்றும் மாற்றத்தின் தளங்களாக செயல்பட முடியும் என்றும், தனிநபர்கள் மற்றும் சமூகங்கள் ஆதிக்க சமூக விதிமுறைகள், மதிப்புகள் மற்றும் அதிகார கட்டமைப்புகளை சவால் செய்யவும் மறுபரிசீலனை செய்யவும் உதவும் என்றும் அவர் வாதிடுகிறார். இது சம்பந்தமாக, விக்டர் டர்னரின் வரம்பு பற்றிய கருத்தை ஒத்த "லிமினாய்டு" இடைவெளிகளை உருவாக்க செயல்திறனின் ஆற்றலை ஷெக்னர் வலியுறுத்துகிறார். இந்த லிமினாய்டு இடைவெளிகள் தெளிவின்மை மற்றும் சாத்தியக்கூறு மண்டலங்களாக, இதில் நிறுவப்பட்ட சமூக பாத்திரங்கள், படிநிலைகள் மற்றும் படிநிலைகள் விதிமுறைகள் தற்காலிகமாக இடைநிறுத்தப்படலாம் அல்லது மறுகற்பனை செய்யப்படலாம்.

செயல்திறனின் உருமாற்ற ஆற்றலின் மீதான ஷெக்னரின் கவனம், தனிப்பட்ட மற்றும் கூட்டு மட்டங்களில் சமூக மாற்றத்திற்கான நிகழ்ச்சிகள் எவ்வாறு பங்களிக்க முடியும் என்பதை ஆராய்வதன் முக்கியத்துவத்தை எடுத்துக்காட்டுகிறது. செயல்திறனுக்கான

கருவிகளாக நிகழ்ச்சிகளைப் பயன்படுத்தக்கூடிய வழிகளைக் கருத்தில் கொண்டு அறிஞர்களையும் பயிற்சியாளர்களையும் அவர் ஊக்குவிக்கிறார்.

செயல்திறன் மற்றும் சூழலியல்

ஷெக்னரின் பணியின் மற்றொரு குறிப்பிடத்தக்க அம்சம், செயல்திறன் மற்றும் சூழலியல் ஆகியவற்றுக்கு இடையேயான உறவில் அவர் கொண்டிருந்த ஆர்வம் ஆகும். சுற்றுச்சூழல் பிரச்சினைகளில் நிகழ்ச்சிகள் எவ்வாறு ஈடுபடலாம், சுற்றுச்சூழல் விழிப்புணர்வை ஊக்குவிக்கலாம் மற்றும் மனிதர்களுக்கும் இயற்கை உலகிற்கும் தொடர்பை எவ்வாறு வளர்க்கலாம் என்பதை அவர் ஆராய்ந்துள்ளார். இந்த பகுதியில் ஷெக்னரின் பணி, செயல்திறன், சூழலியல் மற்றும் சுற்றுச்சூழல் செயல்பாட்டின் குறுக்குவெட்டுகளை ஆராயும் "சூழல்-செயல்திறன்" துறையை நிறுவ உதவியுள்ளது.

ஷெக்னரின் செல்வாக்கு மற்றும் மரபு

செயல்திறன் ஆய்வுகளில் ரிச்சர்ட் ஷெக்னரின் பங்களிப்புகள் இந்தத் துறையில் நீடித்த தாக்கத்தை ஏற்படுத்தியது, பல்வேறு கலாச்சார மற்றும் சமூகம் சூழல்களில் செயல்திறனின் தன்மை, செயல்பாடுகள் மற்றும் ஆற்றல் குறித்த புதிய ஆராய்ச்சி மற்றும் விவாதங்களுக்கு ஊக்கமளித்துள்ளன. செயல்திறன் ஆய்வுகளுக்கான அவரது துறைசார் அணுகுமுறை புதிய வழிமுறைகள் மற்றும் முன்னோக்குகளின் வளர்ச்சியை வளர்த்துள்ளது, இது செயல்திறன், சமூகம் மற்றும் கலாச்சாரம் ஆகியவற்றுக்கு இடையேயான சிக்கலான உறவுகளைப் பற்றிய நமது புரிதலை விரிவுபடுத்தியுள்ளது.

எடுக்கப்பட்ட நடத்தை, செயல்திறன் நிறமாலை மற்றும் செயல்திறன் செயல்முறை மீட்டெடுக்கப்பட்ட ஷெக்னரின் கோட்பாடுகள் மற்றும் கருத்துகள், மானுடவியல், நாடகம், நடனம் மற்றும் சமூகவியல் உள்ளிட்ட பல்வேறு துறைகளில் பணிபுரியும் அறிஞர்கள் மற்றும் பயிற்சியாளர்களால் பரவலாக ஏற்றுக்கொள்ளப்பட்டு மாற்றியமைக்கப்பட்டுள்ளன. செயல்திறன் ஆய்வுகள் துறையை வடிவமைப்பதிலும், செயல்திறனின் சமூக, கலாச்சார மற்றும் அரசியல் பரிமாணங்களைப் பற்றிய நமது புரிதலை மேம்படுத்துவதிலும் ரிச்சர்ட் ஷெக்னரின் பணி முக்கிய பங்கு வகிக்கிறது. அவரது துறைகளுக்கு இடையேயான அணுகுமுறை மற்றும் புதுமையான கருத்துகள் பல்வேறு சூழல்களில் செயல்திறனின் பல்வேறு வடிவங்கள் மற்றும் செயல்பாடுகளை பகுப்பாய்வு செய்வதற்கான மதிப்புமிக்க கட்டமைப்புகளை வழங்கியுள்ளன. அறிஞர்கள் மற்றும் பயிற்சியாளர்கள் ஷெக்னரின் பணிகளில் தொடர்ந்து ஈடுபட்டு அதன் அடிப்படையில் கட்டமைக்கும்போது, செயல்திறன் குறித்த அவரது கோட்பாடுகள் சந்தேகத்திற்கு இடமின்றி செயல்திறன் ஆய்வுகள் துறையில் புதிய ஆராய்ச்சி மற்றும் நடைமுறைகளைத் தொடர்ந்து தெரிவிக்கும் மற்றும் ஊக்குவிக்கும்.

காட்சி விவரிப்புகள் மற்றும் இனவரைவியலில் செயல்திறனின் பங்கு

காட்சி விவரிப்புகள் மற்றும் இனவரைவியல் ஆகியவை ஒன்றோடொன்று இணைக்கப்பட்ட இரண்டு துறைகளாகும், அவை பல்வேறு வகையான வெளிப்பாடுகள் மூலம் மக்கள் அர்த்தத்தை உருவாக்குதல், தொடர்பு கொள்ளுதல் மற்றும் விளக்குதல் ஆகியவற்றின் வழிகளைப் பற்றிய நுண்ணறிவுகளை வழங்குகின்றன. தொடர்பு மற்றும் பிரதிநிதித்துவத்தின் ஒரு முறையாக செயல்திறன், காட்சி விவரிப்புகள் மற்றும் இனவரைவியல் ஆராய்ச்சி இரண்டிலும் ஒரு முக்கிய பங்கை வகிக்கிறது. இந்தக் கட்டுரை காட்சி விவரங்கள் மற்றும் இனவரைவியலில் செயல்திறனின் பங்கு, அதன் செயல்பாடுகள், முக்கியத்துவம் மற்றும் புதிய அறிவு மற்றும் புரிதலை உருவாக்குவதற்கான சாத்தியக்கூறுகளை ஆராய்கிறது.

காட்சி விவரிப்புகளில் செயல்திறன்

திரைப்படங்கள், புகைப்படங்கள், ஓவியங்கள் மற்றும் கிராஃபிக் நாவல்கள் போன்ற காட்சி விவரங்கள், அர்த்தத்தை வெளிப்படுத்தவும், உணர்ச்சிகளைத் தூண்டவும், பார்வையாளர்களை ஈடுபடுத்தவும் பெரும்பாலும் செயல்திறனின் கூறுகளை உள்ளடக்குகின்றன. காட்சி விவரிப்புகளுக்குள் நிகழ்ச்சிகள் பல்வேறு வடிவங்களை எடுக்கலாம், அவை:

அ. நடிப்பு: திரைப்படங்கள், தொலைக்காட்சி நிகழ்ச்சிகள் மற்றும் நாடக தயாரிப்புகள், நடிகர்கள் தங்கள் உடல்கள், குரல்கள் மற்றும் முகபாவனைகளைப் பயன்படுத்துகின்றனர் உணர்ச்சிகள், கருத்துக்கள் மற்றும் கதைகளைத் தொடர்புகொள்வதன் மூலம் ஸ்கிரிப்ட் செய்யப்பட்ட அல்லது மேம்படுத்தப்பட்ட பாத்திரங்களைச் செய்கிறார்கள்.

ஆ. நடனம்: நடன நிகழ்ச்சிகள் காட்சி கதைசொல்லலின் சக்திவாய்ந்த வடிவமாகச் செயல்படும், இயக்கம், தாளம் மற்றும் சைகைகளைப் பயன்படுத்தி கருப்பொருள்கள், உணர்ச்சிகள் மற்றும் கதைகளை வெளிப்படுத்துகின்றன.

இ. நிகழ்த்து கலை: கலைக்கும் வாழ்க்கைக்கும் இடையே வழக்கமான எல்லைகளை சவால் செய்யும் ஆழமான, ஊடாடும் அனுபவங்களை உருவாக்க, காட்சி கலைஞர்கள் தங்கள் படைப்புகளில் சேர்க்கலாம்.

ஈ. சடங்குகள் மற்றும் விழாக்கள்: காட்சி விவரிப்புகள் சடங்கு மற்றும் சடங்கு நிகழ்ச்சிகளின் கூறுகளை சித்தரிக்கலாம் அல்லது இணைக்கலாம், அவை பெரும்பாலும் சமூக மதிப்புகள், நம்பிக்கைகள் மற்றும் அடையாளங்களை மீண்டும் உறுதிப்படுத்த உதவுகின்றன.

காட்சி விவரிப்புகள், உணர்ச்சிகள், உறவுகள், சக்தி இயக்கவியல் மற்றும் கலாச்சார நடைமுறைகள் உள்ளிட்ட மனித அனுபவத்தின் பல்வேறு அம்சங்கள் ஆராய்ந்து வெளிப்படுத்தும் ஒரு வழிமுறையாக நிகழ்ச்சிகள் செயல்பட முடியும்.

இனவரைவியலில் செயல்திறன்

இனவரைவியல் என்பது மாணுடவியல் மற்றும் பிற சமூக அறிவியல்களில் மனித கலாச்சாரங்கள், சமூகங்கள் மற்றும் நடத்தைகளைப் படிப்பது விவரிப்பது பயன்படுத்தப்படும் ஒரு ஆராய்ச்சி முறையாகும். செயல்திறன் இனவரைவியல் ஆராய்ச்சியில் பங்கு வகிக்கிறது, ஏனெனில் இது ஆராய்ச்சியாளர்களுக்கு உதவுகிறது:

அ. கலாச்சார நடைமுறைகளைக் கவனித்து ஆவணப்படுத்தவும்: சடங்குகள், விழாக்கள் மற்றும் கலை நிகழ்வுகள் போன்ற நிகழ்ச்சிகளில் கலந்துகொள்வதன் மூலமும் பங்கேற்பதன் மூலமும், இனவியலாளர்கள் தாங்கள் படிக்கும் சமூகங்களின் மதிப்புகள், நம்பிக்கைகள் மற்றும் சமூக இயக்கவியல் பற்றிய நுண்ணறிவுகளைப் பெற முடியும்.

பி. கலாச்சாரத்தின் உள்ளடக்கிய பரிமாணங்களைப் புரிந்து கொள்ளுங்கள்: கலாச்சார வெளிப்பாடு மற்றும் அர்த்தத்தை உருவாக்கும் தளமாக உடலின் முக்கியத்துவத்தை செயல்திறன் காட்டுகிறது. செயல்திறன் பற்றிய ஆய்வின் மூலம், இனவியலாளர்கள் கலாச்சாரம் எவ்வாறு செயல்படுத்தப்படுகிறது, அனுபவிக்கப்படுகிறது மற்றும் உடல் நடைமுறைகள் மற்றும் சைகைகள் மூலம் பரவுகிறது என்பதை ஆராயலாம்.

இ. குறியீட்டு அமைப்புகளை பகுப்பாய்வு செய்யுங்கள்: செயல்திறன் பெரும்பாலும் அர்த்தத்தைத் தொடர்புகொள்வதற்கு சின்னங்கள், உருவகங்கள் மற்றும் பிற குறியியல் வளங்களைப் பயன்படுத்துகிறது. செயல்திறனின் குறியீட்டு பரிமாணங்களை ஆராய்வதன் மூலம், இனவியலாளர்கள் மனித நடத்தை மற்றும் சமூக வாழ்க்கையை வடிவமைக்கும் கலாச்சார அமைப்புகள் மற்றும் கட்டமைப்புகள் பற்றிய புரிதலை ஆழப்படுத்த முடியும்.

ஈ. அனிச்சையுடன் ஈடுபடுங்கள்: செயல்திறன் என்பது இனவரைவியலாளர்கள் தங்கள் சொந்த நிலைப்பாடு, சார்புகள் மற்றும் அனுமானங்கள், அவற்றின் ஆராய்ச்சி நடைமுறைகளின் சக்தி இயக்கவியல் மற்றும் நெறிமுறை தாக்கங்கள் ஆகியவற்றைப் பற்றி சிந்திக்க ஒரு மதிப்புமிக்க கருவியாகச் செயல்படும்.

செயல்திறன் இனவரைவியல்

செயல்திறன் இனவரைவியல் என்பது கலாச்சாரம் மற்றும் சமூகத்தின் செயல்திறன் பரிமாணங்களை வலியுறுத்தும் ஆராய்ச்சி அணுகுமுறையாகும். இந்த அணுகுமுறை பின்வருவனவற்றை உள்ளடக்கியது:

அ. இனவரைவியல் களப்பணி:செயல்திறன் இனவியலாளர்கள் தாங்கள் படிக்கும் சமூகங்களின் கலாச்சார நடைமுறைகள், மதிப்புகள் மற்றும் சமூக இயக்கவியல் பற்றிய தரவுகள் நுண்ணறிவுகளையும் சேகரிக்க களப்பணி, அவதானிப்பு மற்றும் நிகழ்ச்சிகளில் பங்கேற்பதில் ஈடுபடுகின்றனர்.

ஆ. நிகழ்ச்சிகளை பகுப்பாய்வு செய்தல்:செயல்திறன் இனவியலாளர்கள் தாங்கள் சேகரிக்கும் தரவை பகுப்பாய்வு செய்கிறார்கள், இயக்கம், சைகை, குரல் மற்றும் உடை போன்ற செயல்திறனின் பல்வேறு கூறுகளை ஆராய்ந்து, குறிப்பிட்ட கலாச்சார சூழல்களுக்குள் அதன் அர்த்தங்கள் மற்றும் செயல்பாடுகளைப் புரிந்துகொள்கிறார்கள்.

இ. செயல்திறன் மூலம் கண்டுபிடிப்புகளை பிரதிநிதித்துவப்படுத்துதல்:செயல்திறன் இனவியலாளர்கள் தங்கள் ஆராய்ச்சி கண்டுபிடிப்புகள் மற்றும் நுண்ணறிவுகளைத் தெரிவிக்க, நாடகங்கள், நடனங்கள் அல்லது செயல்திறன் கலைத் துண்டுகள் போன்ற நிகழ்ச்சிகளை உருவாக்கி, பிரதிநிதித்துவப்படுத்துவதற்கான ஒரு முறையாகப் பயன்படுத்தலாம்.

மனித அனுபவம், கலாச்சாரம் மற்றும் சமூகத்தின் பல்வேறு அம்சங்களை ஆராய்ந்து வெளிப்படுத்துவதற்கான ஒரு வழிமுறையை வழங்குவதால், காட்சி விவரிப்புகள் மற்றும் இனவியல் இரண்டிலும் செயல்திறன் முக்கிய பங்கு வகிக்கிறது. இந்தத் துறைகளில் செயல்திறனின் பங்கை ஆராய்வதன் மூலம், ஆராய்ச்சியாளர்கள் மற்றும் பயிற்சியாளர்கள்

காட்சி இனவரைவியல்: வரையறை, முக்கிய கருத்துக்கள், நுட்பங்கள் மற்றும் நெறிமுறைக் கருத்தாய்வுகள்

காட்சி இனவரைவியல் என்பது இனவரைவியல் கொள்கைகள் மற்றும் காட்சி ஊடகங்களை இணைத்து மனித கலாச்சாரங்கள், நடத்தைகள் மற்றும் அனுபவங்களைப் படித்து பிரதிநிதித்துவப்படுத்தும் ஒரு துறைசார் ஆராய்ச்சி முறையாகும். இந்த அணுகுமுறை கலாச்சார அர்த்தத்தின் கட்டுமானம் மற்றும் தகவல்தொடர்புகளில் காட்சிப்படுத்தலின் முக்கியத்துவத்தை வலியுறுத்துகிறது, மேலும் மக்கள் தங்கள் சமூகம் மற்றும் பொருள் சூழல்களுடன் எவ்வாறு தொடர்பு கொள்கிறார்கள் மற்றும் அவற்றை எவ்வாறு புரிந்துகொள்கிறார்கள் என்பது பற்றிய நுணுக்கமான புரிதலை வளர்க்கிறது முயல்கிறது. இந்த கட்டுரை காட்சி இனவரைவியலின் கண்ணோட்டத்தை வழங்குகிறது, அதன் முக்கிய கருத்துக்கள், நுட்பங்கள் மற்றும் நெறிமுறை பரிசீலனைகள் அடங்கு.
வரையறை மற்றும் முக்கிய கருத்துக்கள்

வரையறை:காட்சி இனவரைவியல் என்பது மனித கலாச்சாரங்கள், சமூகங்கள் மற்றும் நடத்தைகளைப் படித்து விவரிக்க, புகைப்படங்கள், திரைப்படங்கள், வரைபடங்கள் மற்றும் பிற காட்சி ஊடகங்கள் போன்ற காட்சித் தரவுகளின் முறையான சேகரிப்பு, பகுப்பாய்வு மற்றும் பிரதிநிதித்துவத்தை உள்ளடக்கிய ஒரு ஆராய்ச்சி முறையாகும்.

காட்சித்தன்மை:காட்சி இனவரைவியல் என்பது கலாச்சார அர்த்தத்தை உருவாக்குவதிலும் தொடர்புகொள்வதிலும் காட்சித்தன்மை ஒரு முக்கிய பங்கு வகிக்கிறது கொண்டது. இந்த அணுகுமுறை, மக்கள் தகவல், உணர்ச்சிகள் மற்றும் சமூக உறவுகளை வெளிப்படுத்தவும் சைகைகள், முகபாவனைகள், சின்னங்கள் மற்றும் பொருள் பொருட்கள் போன்ற காட்சிகளை நம்பியிருப்பதை அங்கீகரிக்கிறது.

*பன்முகத்தன்மை:*காட்சி ஊடகங்கள் பெரும்பாலும் மொழி, ஒலி மற்றும் தொடுதல் போன்ற பிற தொடர்பு முறைகளுடன் பின்னிப் பிணைந்துள்ளன ஒப்புக்கொள்கிறது. இந்த அணுகுமுறை கலாச்சார அர்த்தத்தின் உற்பத்தி மற்றும் வரவேற்பில் பல்வேறு குறியியல் வளங்களின் சிக்கலான இடைவினையை ஆராய முயல்கிறது.

*பிரதிபலிப்பு:*காட்சி இனவரைவியல், பிரதிபலிப்புத்தன்மையின் முக்கியத்துவத்தை வலியுறுத்துகிறது, அதாவது ஒருவரின் சொந்த நிலைப்பாடு, சார்புகள் மற்றும் அனுமானங்களை வலியுறுத்துகிறது விமர்சன ரீதியாக ஆராய்ந்து பிரதிபலிக்கும் செயல்முறை, அண்மைய ஆராய்ச்சி செயல்முறையின் சக்தி இயக்கவியல் மற்றும் நெறிமுறை தாக்கங்கள் ஆகியவற்றை வலியுறுத்துகிறது.

காட்சி இனவரைவியல் நடத்துவதற்கான நுட்பங்கள்

*பங்கேற்பாளர் கவனிப்பு:*காட்சி இனவியலாளர்கள் பங்கேற்பாளர்கள் கண்காணிப்பில் ஈடுபடுகிறார்கள், அவர்கள் படிக்கும் சமூகங்களில் தங்களை மூழ்கடித்து, சடங்குகள், விழாக்கள் மற்றும் அன்றாட தொடர்புகள் போன்ற பல்வேறு கலாச்சார நடவடிக்கைகளில் பங்கேற்கிறார்கள். இந்த ஈடுபாடு ஆராய்ச்சியாளர்கள் காட்சி நடைமுறைகள், நடத்தைகள் மற்றும் வெளிப்பாடுகளை நேரடியாகக் கவனித்து ஆவணப்படுத்தப்படுகிறது.

புகைப்படம் எடுத்தல் மற்றும் வீடியோகிராபி: காட்சி இனவியலாளர்கள் பெரும்பாலும் புகைப்படம் எடுத்தல் மற்றும் வீடியோகிராஃபியை தரவு சேகரிப்பின் முதன்மை முறைகளாகப் பயன்படுத்துகின்றனர், கலாச்சாரம் நடைமுறைகள், நிகழ்வுகள் மற்றும் தொடர்புகளின் படங்கள் மற்றும் காட்சிகளைப் பிடிக்கின்றன. ஆய்வின் கீழ் உள்ள சமூகங்களின் மதிப்புகள், நம்பிக்கைகள் மற்றும் சமூக இயக்கவியல் பற்றிய நுண்ணறிவுகளைப் பெற இந்த காட்சி பதிவுகளை பகுப்பாய்வு செய்யவும் செய்து விளக்கலாம்.

*காட்சித் தேர்வு:*காட்சி தூண்டுதல் என்பது ஆராய்ச்சியாளர்கள் புகைப்படங்கள், திரைப்படங்கள் அல்லது வரைபடங்கள் போன்ற காட்சிப் பொருட்களைப் பயன்படுத்தி, ஆராய்ச்சி பங்கேற்பாளர்களுடன் கலந்துரையாடல்கள் மற்றும் பிரதிபலிப்புகளைத் தூண்டும் ஒரு நுட்பமாகும். இந்த முறை பங்கேற்பாளர்களின் அனுபவங்கள், உணர்வுகள் மற்றும் அவர்களின் சமூக மற்றும் கலாச்சார சூழல்களின் விளக்கங்கள் பற்றிய வளமான, நுணுக்கமான தகவல்களைப் பெற உதவும்.

*காட்சி பகுப்பாய்வு:*காட்சி இனவியலாளர்கள் தாங்கள் சேகரிக்கும் காட்சித் தரவை பகுப்பாய்வு செய்கிறார்கள், குறிப்பிட்ட கலாச்சார சூழல்களுக்குள் அவற்றின் அர்த்தங்கள் மற்றும் செயல்பாடுகளைப் புரிந்துகொள்ள, கலவை, சட்டகம், நிறம் மற்றும் குறியீட்டுவாதம் போன்ற காட்சி ஊடகத்தின் பல்வேறு கூறுகளை ஆய்வு செய்கிறார்கள்.

*கூட்டு அணுகுமுறைகள்:*காட்சி இனவரைவியல் பெரும்பாலும் ஆராய்ச்சிக்கான கூட்டு அணுகுமுறைகளை உள்ளடக்கியது, இதில் ஆராய்ச்சியாளர்கள் சமூக உறுப்பினர்களுடன் நெருக்கமாக உள்ளது பணியாற்றிய புகைப்படக் கட்டுரைகள், ஆவணப்படங்கள் அல்லது கலை நிறுவல்கள் போன்ற காட்சிப் பொருட்கள் மற்றும் பிரதிநிதித்துவங்களுடன் இணைந்து உருவாக்குகிறார்கள். இந்த கூட்டு செயல்முறை ஆராய்ச்சி கண்டுபிடிப்புகள் உள்ளூர் அறிவு, கண்ணோட்டங்கள் மற்றும் அனுபவங்களில் அடித்தளமாக இருப்பதை உறுதி செய்ய உதவவும்.

காட்சி ஆராய்ச்சியில் நெறிமுறை பரிசீலனைகள்

தகவலறிந்த ஒப்புதல்: காட்சி இனவியலாளர்கள் காட்சித் தரவைச் சேகரிப்பது, பயன்படுத்துவது அல்லது பரப்புவதற்கு முன்பு ஆராய்ச்சி பங்கேற்பாளர்களிடமிருந்து தகவலறிந்த ஒப்புதலைப் பெற வேண்டும். இந்த செயல்முறை, ஆராய்ச்சி திட்டம், அதன் குறிக்கோள்கள், முறைகள் மற்றும் சாத்தியமான அபாயங்கள் பற்றிய தெளிவான,

அணுகக்கூடிய தகவல்கள் பங்கேற்பாளர்களுக்கு வழங்குவதையும், பங்கேற்க அவர்களின் தன்னார்வ, தகவலறிந்த ஒப்பந்தத்தைப் பெறுவதையும் உள்ளடக்கியது.

தனியுரிமை மற்றும் பெயர் தெரியாத தன்மை:காட்சித் தரவைச் சேகரித்தல், பயன்படுத்துதல் மற்றும் பரப்புதல் ஆகியவற்றுடன் தொடர்புடைய சாத்தியமான தனியுரிமை மற்றும் பெயர் தெரியாத அபாயங்களைக் காட்சி ஆராய்ச்சியாளர்கள் கருத்தில் கொள்ள வேண்டும். ஆராய்ச்சி பங்கேற்பாளர்களை அடையாளம் காண்பது, முக்கியமான தகவல்களை வெளியிடுவது அல்லது காட்சிப் பொருட்களின் அங்கீகரிக்கப்படாத பயன்பாடு ஆகியவை இந்த அபாயங்களில் அடங்கும். முகங்களை மங்கலாக்குதல், அடையாளம் காணும் அம்சங்களை மாற்றுதல் அல்லது குறிப்பிட்ட சூழல்களில் பொருட்களைப் பயன்படுத்த அனுமதி பெறுதல் போன்ற பங்கேற்பாளர்களின் தனியுரிமை மற்றும் பெயர் தெரியாத தன்மையைப் பாதுகாக்க ஆராய்ச்சியாளர்கள் நடவடிக்கை எடுக்க வேண்டும்.

கலாச்சார உணர்வுகளுக்கு மரியாதை:காட்சி இனவியலாளர்கள் தாங்கள் படிக்கும் சமூகங்களின் கலாச்சார விதிமுறைகள், மதிப்புகள் மற்றும் நடைமுறைகளுக்கு உணர்திறன் உடையவர்களாக இருக்க வேண்டும் வேண்டும், மேலும் புண்படுத்தும், பொருத்தமற்ற அல்லது தீங்கு விளைவிக்கும் காட்சிப் பொருட்களை சேகரிப்பது, பயன்படுத்துவது அல்லது பரப்புவதைத் தவிர்க்க வேண்டும். இது சமூக உறுப்பினர்களிடமிருந்து வழிகாட்டுதலைப் பெறுவது, உள்ளூர் பழக்கவழக்கங்கள் மற்றும் நெறிமுறைகளைப் பின்பற்றுவது மற்றும் சாத்தியமான அதிகாரம் இயக்கவியல் மற்றும் சார்புகளை கவனத்தில் கொள்வது ஆகியவற்றை உள்ளடக்கியிருக்கலாம்.

உரிமை மற்றும் பதிப்புரிமை:காட்சி ஆராய்ச்சியாளர்கள் தாங்கள் சேகரிக்கும், பயன்படுத்தும் அல்லது உருவாக்கும் காட்சிப் பொருட்கள் தொடர்பான உரிமை மற்றும் பதிப்புரிமை சிக்கல்களைத் தீர்க்க வேண்டும். இதில் காட்சிப் பொருட்களின் படைப்பாளர்கள் அல்லது உரிமையாளர்களிடமிருந்து அனுமதி பெறுதல், ஆதாரங்களை வழங்குதல் மற்றும் ஆராய்ச்சி பங்கேற்பாளர்கள் மற்றும் கூட்டுப்பணியாளர்களுடன் பயன்பாட்டு விதிமுறைகள் மற்றும் பரப்புதல் குறித்து பேச்சுவார்த்தை நடத்துதல் ஆகியவை அடங்கும்.

பிரதிபலிப்பு மற்றும் பொறுப்புணர்வு:காட்சி இனவியலாளர்கள் ஆராய்ச்சி செயல்முறை முழுவதும் தொடர்ச்சியான பிரதிபலிப்பு மற்றும் சுயவிமர்சன பிரதிபலிப்பில் ஈடுபட வேண்டும், அவர்களின் சொந்த நிலைப்பாடு, சார்புகள் மற்றும் அனுமானங்கள் காட்சித் தரவைச் சேகரித்தல், பகுப்பாய்வு செய்தல் மற்றும் பிரதிநிதித்துவப்படுத்துவதை வடிவமைக்கும் வழிகளைக் கருத்தில் கொள்ள வேண்டும். அவர்கள் தங்கள் ஆராய்ச்சி நடைமுறைகளில் வெளிப்படையாகவும் பொறுப்புணர்வுடனும் இருக்க வேண்டும், அவர்களின் பணியின் வரம்புகள், நிச்சயமற்ற தன்மைகள் மற்றும் நெறிமுறை சிக்கல்களை ஒப்புக் கொள்ள வேண்டும்.

சிந்திக்க வேண்டிய கேள்விகள்

2 மதிப்பெண் வினாக்கள்

1. *காட்சி இனவரைவியலை வரையறுக்கவும் (நினைவில்)*
2. *பிரதிபலிப்பு என்ற கருத்தை விவரிக்கவும்.காட்சி இனவியலில். (புரிந்துகொள்ளுதல்)*
3. *காட்சி இனவரைவியலின் மூன்று முக்கிய கருத்துக்களை பட்டியலிடுங்கள். (நினைவில் கொள்ளுங்கள்)*
4. *காட்சி இனவரைவியலில் பன்முகத்தன்மையின் முக்கியத்துவத்தை விளக்குங்கள். (புரிந்துகொள்ளுதல்)*
5. *காட்சி விவரிப்புகளில் செயல்திறனின் பங்கைப் பற்றி விவாதிக்கவும். (புரிந்துகொள்ளுதல்)*

6. காட்சி இனவரைவியலை நடத்துவதற்கான இரண்டு நுட்பங்களை அடையாளம் காணவும். (நினைவில் கொள்ளுங்கள்)

7. காட்சி இனவியலில் பங்கேற்பாளர் கண்காணிப்பின் நோக்கத்தை விவரிக்கவும். (புரிந்துகொள்ளுதல்)

8. காட்சி தூண்டுதலின் கருத்தையும் அதன் நன்மைகளையும் விளக்குங்கள். (புரிந்துகொள்ளுதல்)

9. ஆவணப்பட புகைப்படம் எடுத்தல் மற்றும் புகைப்பட இதழியல் ஆகியவற்றை வேறுபடுத்துங்கள். (பகுப்பாய்வு)

10. பார்வையாளர்களின் கருத்து மற்றும் நினைவாற்றலில் காட்சிகளின் தாக்கத்தைப் பற்றி விவாதிக்கவும். (புரிந்துகொள்ளுதல்)

11. திரைப்படம் மற்றும் வீடியோவில் ஒலி வடிவமைப்பின் பங்கை விளக்குங்கள். (புரிந்துகொள்ளுதல்)

12. காட்சி ஊடகங்களில் குறியியல் பகுப்பாய்வின் செயல்முறையை விவரிக்கவும். (புரிந்துகொள்ளுதல்)

13. குறியியல் துறையில் காட்சி அடையாள அமைப்புகளின் கருத்தைப் பற்றி விவாதிக்கவும். (புரிந்துகொள்ளுதல்)

14. பொதுக் கருத்தை வடிவமைப்பதில் புகைப்படத்தின் பங்கை விளக்குங்கள். (புரிந்துகொள்ளுதல்)

15. காட்சி ஆராய்ச்சியில் நெறிமுறைகளின் முக்கியத்துவத்தை பகுப்பாய்வு செய்யுங்கள். (பகுப்பாய்வு செய்தல்)

16. காட்சி இனவியலில் தகவலறிந்த சம்மதத்தின் கருத்தைப் பற்றி விவாதிக்கவும். (புரிந்துகொள்ளுதல்)

17. காட்சி ஆராய்ச்சியில் தனியுரிமை மற்றும் பெயர் தெரியாத தன்மையை எவ்வாறு பாதுகாப்பது என்பதை விளக்குங்கள். (புரிந்துகொள்ளுதல்)

18. காட்சி இனவரைவியலில் கூட்டு அணுகுமுறைகளின் பங்கை விவரிக்கவும். (புரிந்துகொள்ளுதல்)

19. செயல்திறன் மற்றும் காட்சி விவரிப்புகளுக்கு இடையிலான உறவை பகுப்பாய்வு செய்யுங்கள். (பகுப்பாய்வு)

20. காட்சி விவரிப்புகளில் குறியீடுகள் மற்றும் உருவகங்களின் பயன்பாடு பற்றி விவாதிக்கவும். (புரிந்துகொள்ளுதல்)

21. காட்சி விவரிப்புகளில் சடங்குகள் மற்றும் சடங்குகளின் பங்கை விளக்குங்கள். (புரிந்துகொள்ளுதல்)

22. காட்சி ஆராய்ச்சியில் மூன்று நெறிமுறை பரிசீலனைகளை அடையாளம் காணவும். (நினைவில்)

23. பிரதிபலிப்பு என்ற கருத்தைப் பயன்படுத்துங்கள்.ஒரு காட்சி இனவரைவியல் திட்டத்திற்கு (பயன்படுத்துதல்)

24. காட்சி விவரிப்புகளை மேம்படுத்துவதில் ஒலியின் பங்கை மதிப்பிடுங்கள். (மதிப்பீடு செய்தல்)

25. காட்சி ஆராய்ச்சியில் கலாச்சார உணர்வுகளை மதிப்பதன் முக்கியத்துவத்தை விவரிக்கவும். (புரிந்துகொள்ளுதல்)

5 மதிப்பெண் வினாக்கள்

1. காட்சி இனவரைவியல் என்ற கருத்தை விளக்கி, மனித கலாச்சாரங்கள், நடத்தைகள் மற்றும் அனுபவங்களைப் புரிந்துகொள்வதில் அதன் முக்கியத்துவத்தைப் பற்றி விவாதிக்கவும். (புரிந்துகொள்ளுதல்)

2. பிரதிபலிப்பு என்ற கருத்தை விவாதிக்கவும்.காட்சி இனவரைவியலில் ஆராய்ச்சியாளர்கள் எவ்வாறு ஆராய்ச்சி செயல்முறை முழுவதும் பிரதிபலிப்புத்

தன்மையில் ஈடுபட முடியும் என்பதற்கான எடுத்துக்காட்டுகளை வழங்குகிறார்கள். (புரிந்துகொள்ளுதல்)

3. பல்வேறு கலாச்சார சூழல்களின் எடுத்துக்காட்டுகளை வழங்குவதன் மூலம், கலாச்சார அர்த்தத்தின் கட்டுமானம் மற்றும் தொடர்பில் காட்சிப்படுத்தலின் பங்கை பகுப்பாய்வு செய்யுங்கள். (பகுப்பாய்வு செய்தல்)

4. காட்சி இனவரைவியலில் பன்முகத்தன்மையின் முக்கியத்துவத்தை மதிப்பிடுங்கள் மற்றும் பல்வேறு குறியியல் வளங்கள் கலாச்சார அர்த்தத்தின் உற்பத்தி மற்றும் வரவேற்புக்கு எவ்வாறு பங்களிக்கின்றன என்பதை விவாதிக்கவும். (மதிப்பீடு செய்தல்)

5. செயல்திறன் பற்றிய விக்டர் டர்னர் மற்றும் ரிச்சர்ட் ஷெக்னரின் கோட்பாடுகள், காட்சி விவரிப்புகள் மற்றும் இனவியல் தொடர்பான பொருட்கள் பொருத்தத்தையும் ஒப்பிட்டு வேறுபடுத்துங்கள். (பகுப்பாய்வு)

6. காட்சி இனவரைவியலை நடத்துவதில் பயன்படுத்தப்படும் நுட்பங்களை விவரிக்கவும், அதாவது பங்கேற்பாளர் கவனிப்பு மற்றும் காட்சி தூண்டுதல் போன்றவற்றை விவரிக்கவும், அவற்றின் நன்மைகள் மற்றும் வரம்புகளைப் பற்றி விவாதிக்கவும். (புரிந்துகொள்ளுதல்)

7. பரிணாமம், புகைப்படம் எடுத்தல் மற்றும் புகைப்பட இதழியல் ஆகியவற்றில் கவனம் செலுத்தி, மனித அனுபவங்களை ஆவணப்படுத்துவதிலும் பிரதிநிதித்துவப்படுத்துவதிலும் புகைப்படக் கலையின் பங்கை பகுப்பாய்வு செய்யுங்கள். (பகுப்பாய்வு)

8. பார்வையாளர்களின் கருத்து மற்றும் நினைவாற்றலில் காட்சிகளின் தாக்கத்தைப் பற்றி விவாதிக்கவும், உங்கள் வாதத்தை காட்சி ஊடகங்களிலிருந்து ஆதரிக்கவும் எடுத்துக்காட்டுகளை வழங்கவும். (புரிந்துகொள்ளுதல்)

9. திரைப்படம் மற்றும் காணொளியில் ஒலி வடிவமைப்பின் பங்கை விளக்கி, பார்வையாளர்களின் கருத்து மற்றும் ஒட்டுமொத்த விவரத்தில் அதன் தாக்கத்தை விவாதிக்கவும். (புரிந்துகொள்ளுதல்)

10. ஒரு காட்சி விளம்பரத்தின் குறியியல் பகுப்பாய்வை நடத்தி, அறிகுறிகளின் பயன்பாடு பற்றி விவாதிக்கவும், விளம்பரத்தின் சூழலில், குறியீடுகள் மற்றும் அர்த்தத்தை உருவாக்குதல். (பயன்படுத்துதல்)

11. தகவலறிந்த ஒப்புதல், தனியுரிமை மற்றும் பெயர் தெரியாத தன்மை மற்றும் கலாச்சார உணர்திறன் ஆகியவற்றில் கவனம் செலுத்தும் காட்சி ஆராய்ச்சியில் நெறிமுறை பரிசீலனைகளின் முக்கியத்துவத்தைப் பற்றி விவாதிக்கவும். (புரிந்துகொள்ளுதல்)

12. காட்சி இனவரைவியலில் கூட்டு அணுகுமுறைகளின் பங்கை பகுப்பாய்வு செய்து, வெற்றிகரமான கூட்டு ஆராய்ச்சி திட்டங்களின் எடுத்துக்காட்டுகள் வழங்கவும். (பகுப்பாய்வு)

13. காட்சி விவரிப்புகளில் குறியீடுகள் மற்றும் உருவகங்களின் பயன்பாடுகள் மதிப்பிடப்படுகின்றன, கதைசொல்லல் மற்றும் பார்வையாளர்களின் விளக்கத்தில் அவை தாக்கத்தைப் பற்றி விவாதிக்கவும். (மதிப்பீடு செய்தல்)

14. காட்சி விவரிப்புகளில் சடங்குகள், சடங்குகள் மற்றும் அன்றாட தொடர்புகளின் பங்கு மற்றும் கலாச்சார நடைமுறைகளைப் புரிந்துகொள்வதில் அவை உள்ள முக்கியத்துவத்தை விளக்குங்கள். (புரிந்துகொள்ளுதல்)

15. குறியியல் துறையில் காட்சி அடையாள அமைப்புகளின் கருத்தைப் பற்றி விவாதித்து, இந்த அமைப்புகள் பல்வேறு காட்சி ஊடகங்களில் எவ்வாறு செயல்படுகின்றன என்பதற்கான எடுத்துக்காட்டுகளை வழங்கவும். (புரிந்துகொள்ளுதல்)

16. செயல்திறன் மற்றும் காட்சி விவரிப்புகளுக்கு இடையிலான உறவை பகுப்பாய்வு செய்து, காட்சி இனவியலில் செயல்திறன் ஆய்வுகளின் சாத்தியமான பயன்பாடுகளைப் பற்றி விவாதிக்கவும். (பகுப்பாய்வு)

17. காட்சி விவரிப்புகளை மேம்படுத்துவதில் ஒலியின் பங்கை மதிப்பிடுங்கள் மற்றும் காட்சி விவரிப்பின் ஒட்டுமொத்த தாக்கத்திற்கு ஒலி வடிவமைப்பு எவ்வாறு பங்களிக்கிறது என்பதற்கான எடுத்துக்காட்டுகளை வழங்குங்கள். (மதிப்பீடு செய்தல்)

18. காட்சி இனவரைவியலில் தகவலறிந்த சம்மதத்தின் நெறிமுறை பரிசீலனைகளைப் பற்றி விவாதிக்கவும், சம்மதத்தைப் பெறுவதற்கான சவால்கள் மற்றும் சாத்தியமான சாத்தியமான சவால்கள் தீர்வுகள் உட்பட (புரிந்துகொள்ளுதல்)

19. காட்சி ஆராய்ச்சியில் தனியுரிமை மற்றும் பெயர் தெரியாத தன்மையைப் பாதுகாப்பதன் முக்கியத்துவத்தை பகுப்பாய்வு செய்யுங்கள், சாத்தியமான அபாயங்கள் மற்றும் இந்த அபாயங்களைக் குறைப்பதற்கான உத்திகளைப் பற்றி விவாதிக்கவும். (பகுப்பாய்வு)

20. காட்சி ஆராய்ச்சியில் கலாச்சார உணர்திறன்களை மதிக்கும் கருத்தை விளக்கி, ஆராய்ச்சியாளர்கள் இந்த உணர்திறன்களை எவ்வாறு நெறிமுறையாக வழிநடத்துகிறார்கள் முடியும் என்பதற்கான எடுத்துக்காட்டுகளை வழங்கவும். (புரிந்துகொள்ளுதல்)

21. காட்சி இனவரைவியலில் பங்கேற்பாளர் கண்காணிப்பின் பங்கைப் பற்றி விவாதித்து, ஆராய்ச்சியாளர்கள் இந்த நுட்பத்தை எவ்வாறு திறம்பட பயன்படுத்தலாம் என்பதற்கான எடுத்துக்காட்டுகளை வழங்கவும். (புரிந்துகொள்ளுதல்)

22. காட்சி இனவரைவியலில் காட்சி தூண்டுதலின் பயன்பாட்டை பகுப்பாய்வு செய்து, வளமான, நுணுக்கமான தகவல்களை வெளியிடுவதில் அதன் நன்மைகள் மற்றும் வரம்புகளைப் பற்றி விவாதிக்கவும். (பகுப்பாய்வு)

23. பொதுக் கருத்தை வடிவமைப்பதில் புகைப்படக் கலையின் பங்கை மதிப்பிடுங்கள், காட்சிப் படங்கள் எவ்வாறு உருவாக்கப்படுகின்றன என்பதைப் பற்றி விவாதிக்கவும்.நிகழ்வுகள், பிரச்சினைகள் அல்லது சமூகங்கள் பற்றிய கருத்துக்களை பாதிக்கலாம். (மதிப்பீடு செய்தல்)

24. காட்சி ஆராய்ச்சியின் உரிமை மற்றும் பதிப்பின் முக்கியத்துவத்தை விளக்கி ஆராய்ச்சியாளர்கள் இந்தப் பிரச்சினைகளை எவ்வாறு நெறிமுறையாகக் கொண்டுள்ளனர் கையாள முடியும் என்பதற்கான எடுத்துக்காட்டுகளை வழங்கவும். (புரிந்துகொள்ளுதல்)

25. அனிச்சைத்தன்மையின் பங்கைப் பற்றி விவாதிக்கவும் மற்றும் காட்சி ஆராய்ச்சியில் பொறுப்புணர்வை மேம்படுத்துதல், மேலும் ஆராய்ச்சியாளர்கள் எவ்வாறு பிரதிபலிப்பு, பொறுப்புணர்வு மற்றும் கூட்டு ஆராய்ச்சி நடைமுறையில் ஈடுபட முடியும் என்பதற்கான எடுத்துக்காட்டுகளை வழங்குதல். (புரிந்துகொள்ளுதல்)

10 மதிப்பெண் வினாக்கள்

1. மனித கலாச்சாரங்கள், நடத்தைகள் மற்றும் அனுபவங்களைப் புரிந்துகொள்வதில் காட்சி இனவியலின் முக்கியத்துவத்தை பகுப்பாய்வு செய்து, அதன் முக்கிய கருத்துக்கள், நுட்பங்கள் மற்றும் நெறிமுறைக் கருத்தாய்வுகளைப் பற்றி விவாதிக்கவும். (பகுப்பாய்வு)

2. அனிச்சைத்தன்மையின் பங்கை மதிப்பிடுங்கள்.காட்சி இனவரைவியலில், ஆராய்ச்சியாளர்கள் ஆராய்ச்சி செயல்முறை முழுவதும் எவ்வாறு அனிச்சைத்தன்மையில் ஈடுபடலாம் என்பதற்கான எடுத்துக்காட்டுகளை வழங்குதல் மற்றும் அனிச்சைத்தன்மையின் நன்மைகள் மற்றும் சவால்களைப் பற்றி விவாதித்தல். (மதிப்பீடு செய்தல்)

3. செயல்திறன் குறித்த விக்டர் டர்னர் மற்றும் ரிச்சர்ட் ஷெக்னரின் கோட்பாடுகளை ஒருங்கிணைத்து, காட்சி விவரிப்புகள் மற்றும் இனவியல் தொடர்பான அதன்

பொருத்தத்தைப் பற்றி விவாதிக்கவும், பல்வேறு கலாச்சார சூழல்களில் எடுத்துக்காட்டுகளை வழங்கவும். (உருவாக்குதல்)

4. காட்சி பகுப்பாய்விற்கான பல்வேறு அணுகுமுறைகளான குறியியல் பகுப்பாய்வு, உள்ளடக்க பகுப்பாய்வு, சொற்பொழிவு பகுப்பாய்வு மற்றும் ஒப்பீட்டு பகுப்பாய்வு ஆகியவற்றை ஒப்பிட்டு வேறுபடுத்தி, அவற்றின் நன்மைகள் மற்றும் வரம்புகளைப் பற்றி விவாதிக்கவும். (பகுப்பாய்வு)

5. காட்சி ஊடகங்களில் ஒலியின் பங்கு, திரைப்படம் மற்றும் வீடியோவில் ஒலி வடிவமைப்பில் கவனம் செலுத்துதல், பார்வையாளர் பார்வையில் ஒலியின் உளவியல் தாக்கம் மற்றும் காட்சி விவரிப்புகளை மேம்படுத்துவதில் ஒலியின் பங்கு பற்றி விவாதிக்கவும். (புரிந்துகொள்ளுதல்)

6. மனித அனுபவங்களைப்படுத்துவதிலும் பிரதிநிதித்துவப்படுத்துவதிலும் புகைப்படக் கலையின் பங்கை மதிப்பிடுங்கள், புகைப்படம் எடுத்தல், ஆவணப்படம் எடுத்தல், புகைப்பட இதழியல் வரலாறு மற்றும் பரிணாம வளர்ச்சியைப் பற்றி விவாதிக்கவும், பொதுக் கருத்தை வடிவமைப்பதில் புகைப்படக் கலையின் பங்கை மதிப்பிடுங்கள். (மதிப்பீடு செய்தல்)

7. செமியாலாஜியில் காட்சி அடையாள அமைப்புகளின் கருத்தை பகுப்பாய்வு செய்தல், காட்சி ஊடகங்களில் குறியீடுகள் மற்றும் மரபுகளைப் பற்றி விவாதித்தல் மற்றும் காட்சி அடையாளங்களை டிகோட் செய்யும் செயல்முறை, மற்றும் அர்த்தத்தை உருவாக்குதல். (பகுப்பாய்வு)

8. ரோலண்ட் பார்த்தஸின் கோட்பாடுகளை ஒருங்கிணைக்கவும், குறியியல் மற்றும் சமூக குறியியல் துறையில் உம்பர்ட்டோ ஈகோ, குந்தர் கிரெஸ் மற்றும் தியோ வான் லீவென் ஆகியோர் காட்சி பகுப்பாய்விற்கான காட்சி அவற்றின் பொருத்தத்தைப் பற்றி விவாதித்து பல்வேறு காட்சி ஊடகங்களிலிருந்து எடுத்துக்காட்டுகளை வழங்குகிறார்கள். (உருவாக்குதல்)

9. பார்வையாளர்களின் கருத்து மற்றும் நினைவாற்றலில் காட்சிகளின் தாக்கத்தை மதிப்பிடுதல், திரைப்படத்தின் காட்சி விவரிப்புகளின் பங்கைப் பற்றி விவாதித்தல், காணொளி, புகைப்படம் எடுத்தல், சின்னங்கள், உருவகங்கள் மற்றும் காட்சி கதைசொல்லலில் செயல்திறன் ஆகியவற்றின் பயன்பாடு. (மதிப்பீடு செய்தல்)

10. தகவலறிந்த ஒப்புதல், தனியுரிமை மற்றும் பெயர் தெரியாத தன்மை, கலாச்சார உணர்திறன், உரிமை மற்றும் பதிப்புரிமை மற்றும் பிரதிபலிப்பு ஆகியவற்றில் கவனம் செலுத்தும் காட்சி ஆராய்ச்சியில் நெறிமுறைக் கருத்தாய்வுகளைப் பற்றி விவாதிக்கவும், மற்றும் பொறுப்புக்கூறல், மற்றும் ஆராய்ச்சியாளர்கள் இந்தப் பிரச்சினைகளை எவ்வாறு நிவர்த்தி செய்யலாம் என்பதற்கான எடுத்துக்காட்டுகளை வழங்குதல். (புரிந்துகொள்ளுதல்)

11. செயல்திறன் மற்றும் காட்சி விவரிப்புகளுக்கு இடையிலான உறவை பகுப்பாய்வு செய்தல், சடங்குகள், சடங்குகள் மற்றும் காட்சி கதைசொல்லலில் அன்றாடம் தொடர்புகளின் பங்கைப் பற்றி விவாதித்தல் மற்றும் காட்சி இனவியலில் செயல்திறன் ஆய்வுகளின் சாத்தியமான பயன்பாடுகளை மதிப்பீடு செய்தல். (பகுப்பாய்வு செய்தல்)

12. காட்சி இனவியலில் பங்கேற்பாளர் கவனிப்பு மற்றும் காட்சி தூண்டுதலின் கருத்துக்களை ஒருங்கிணைத்தல், ஒவ்வொரு நுட்பத்தின் நன்மைகள் மற்றும் வரம்புகளைப் பற்றி விவாதித்தல் மற்றும் காட்சி ஆராய்ச்சியில் அவற்றின் பயனுள்ள பல எடுத்துக்காட்டுகளை வழங்குதல். (உருவாக்குதல்)

13. காட்சி ஆராய்ச்சியில் கலாச்சார உணர்திறன்களை மதிப்பதன் முக்கியத்துவத்தை மதிப்பிடுதல், இந்த உணர்திறன்களை வழிநடத்துவதற்கான சவால்கள் மற்றும் சாத்தியமான தீர்வுகளைப் பற்றி விவாதித்தல் மற்றும் நெறிமுறை காட்சி ஆராய்ச்சி நடைமுறைகளின் எடுத்துக்காட்டுகளை வழங்குதல். (மதிப்பீடு செய்தல்)

14. காட்சி இனவரைவியலில் கூட்டு அணுகுமுறைகளின் பங்கை பகுப்பாய்வு செய்தல், ஒத்துழைப்பின் நன்மைகள் மற்றும் சவால்களைப் பற்றி விவாதித்தல் மற்றும் காட்சி இனவரைவியலில் வெற்றிகரமான கூட்டு ஆராய்ச்சி திட்டங்களின் எடுத்துக்காட்டுகளை வழங்குதல். (பகுப்பாய்வு செய்தல்)

15. முக்கிய கருத்துக்கள், நுட்பங்கள் மற்றும் நெறிமுறை பரிசீலனைகளை உள்ளடக்கிய ஒரு காட்சி இனவரைவியல் ஆராய்ச்சி திட்டத்தை வடிவமைத்து, ஒரு குறிப்பிட்ட கலாச்சார நிகழ்வு அல்லது நடைமுறையைப் பற்றிய ஆழமான புரிதலுக்கு இந்த திட்டம் எவ்வாறு பங்களிக்கும் என்பதை விவாதித்தல். (உருவாக்குதல்)

பரிந்துரைக்கப்பட்ட ஆய்வுகள்

அசோலே, ஏ. (2012) குடிமை கற்பனை: புகைப்படக் கலையின் அரசியல் ஆண்டாலஜி. வெர்சோ புக்ஸ்.

பாங்க்ஸ், எம். (2007). தரமான ஆராய்ச்சியில் காட்சித் தரவைப் பயன்படுத்துதல்.. சேஜ் பப்ளிகேஷன்ஸ்.

பார்ட்ஸ், ஆர். (1977) படம், இசை, உரை. ஹில் மற்றும் வாங்.

பெர்கர், ஜெ. (1972) பார்க்கும் வழிகள். பெங்குயின்.

சியோன், எம். (1994) ஆடியோ-விஷன்: திரையில் ஒலி. கொலம்பியா பல்கலைக்கழக அச்சகம்.

எக்கோ, யு. (1976) குறியியல் பற்றிய ஒரு கோட்பாடு. இந்தியானா பல்கலைக்கழக அச்சகம்.

ஹீத், சி., & வோம் லென், டி. (2004). கண்காட்சிகள் மற்றும் பார்வையாளர்களை உள்ளமைத்தல்: சமூகவியல் பற்றிய குறிப்புகள்.மக்களுக்கும் பொருட்களுக்கும் தொடர்பு. பி. லத்தூர் & பி. வெய்பெல் (பதிப்பாளர்கள்) இல், விஷயங்களைப் பகிரங்கப்படுத்துதல்: ஜனநாயகத்தின் வளிமண்டலங்கள் (பக். 990-1003). எம்ஜிடி பிரஸ்.

கிரெஸ், ஜி., & வான் லீவென், டி. (2001). மல்டிமாடல் சொற்பொழிவு: சமகால தகவல்தொடர்பு முறைகள் மற்றும் ஊடகங்கள். ஆக்ஸ்போர்டு பல்கலைக்கழக அச்சகம்.

நிக்கோல்ஸ், பி. (1991) யதார்த்தத்தை பிரதிநிதித்துவப்படுத்துதல்: ஆவணப்படத்தில் சிக்கல்கள் மற்றும் கருத்துக்கள். இந்தியானா பல்கலைக்கழக அச்சகம்.

பிங்க், எஸ். (2013) காட்சி இனவியல் செய்தல். சேஜ் பப்ளிகேஷன்ஸ்.

ரோஸ், ஜி. (2016) காட்சி முறைகள்: காட்சிப் பொருட்களைக் கொண்டு ஆராய்ச்சிக்கான அறிமுகம். சேஜ் பப்ளிகேஷன்ஸ்.

ஸ்கென்னர், ஆர். (2013) செயல்திறன் ஆய்வுகள்: ஒரு அறிமுகம். ரூட்லெட்ஜ்.

சோண்டாக், எஸ். (1977) புகைப்படம் எடுத்தல் பற்றி. பெங்குயின் புத்தகங்கள்.

ஸ்டர்கன், எம்., & கார்ட்ரைட், எல். (2009) தோற்றப் பயிற்சிகள்: காட்சி கலாச்சாரத்திற்கு ஒரு அறிமுகம். ஆக்ஸ்போர்டு பல்கலைக்கழக அச்சகம்.

டர்னர், வி. (1982). சடங்கிலிருந்து நாடகம் வரை: நாடகத்தின் மனித தீவிரம். PAJ வெளியீடுகள்.

மூன்று

பிரபலமான காட்சி கலாச்சாரம்

பிரபலமான காட்சி கலாச்சாரம் அறிமுகம்: பிரபலமான காட்சி கலாச்சாரத்தை வரையறுத்தல்

காட்சி கலாச்சாரம்படங்களின் பரந்த உலகத்தை உள்ளடக்கியது, சின்னங்கள் மற்றும் நம்மைச் சுற்றியுள்ள உலகத்தைப் பற்றிய நமது புரிதலை வடிவமைக்கும் காட்சி தொடர்பு முறைகள். இந்த பன்முகத்தன்மை கொண்ட துறையில் திரைப்படங்கள் அடங்கும்., தொலைக்காட்சி, விளம்பரங்கள், புகைப்படம் எடுத்தல், சமூக ஊடகங்கள், மற்றும் பொது காட்சி கலாச்சாரத்தின் பல்வேறு வடிவங்கள். "பிரபலமான காட்சி கலாச்சாரம்" என்ற சொல் குறிப்பாக அந்த காட்சி கலைப்பொருட்களைக் குறிக்கிறதும்மற்றும் பிரதான சமூகத்தில் ஊடுருவி, கூட்டு மதிப்புகள், நம்பிக்கைகள் மற்றும் விதிமுறைகளை பிரதிபலிக்கும் மற்றும் வடிவமைக்கும் வெளிப்பாடுகள். சாராம்சத்தில், பிரபலமான காட்சி கலாச்சாரம் என்பது மக்களின் காட்சி மொழியாகும்.

பிரபலமான காட்சி கலாச்சாரத்தைப் புரிந்துகொள்வது

பிரபலமான காட்சி கலாச்சாரம்,காட்சி கலாச்சாரத்தின் துணைக்குழுவாக, சமகால மற்றும் வரலாற்று சூழல்களின் விளைவாகும். இந்த மாறும் துறையானது ஒரு குறிப்பிட்ட சமூகத்தின் சமூக, அரசியல் மற்றும் பொருளாதார நிலைமைகளை பிரதிபலிக்கிறது மற்றும் எதிர்வினையாற்றுகிறது. இதன் விளைவாக, பிரபலமான காட்சி கலாச்சாரம் நடைமுறையில் உள்ள சித்தாந்தங்கள் மற்றும் மதிப்புகளை உள்ளடக்கியது, பின்னர் அவை பல்வேறு ஊடகங்கள் மூலம் பரப்பப்பட்டு வலுப்படுத்தப்படுகின்றன. பிரபலமான காட்சி கலாச்சாரத்தின் சக்தி, பெரிய பார்வையாளர்களை கவர்ந்திழுக்கும் திறனில் உள்ளது, அவர்களின் யதார்த்தத்தைப் பற்றிய கருத்துக்களை பாதிக்கிறது அவர்களின் உலகக் கண்ணோட்டங்களை வடிவமைக்கிறது.

பிரபலமான காட்சி கலாச்சாரத்தைப் படிப்பதன் முக்கியத்துவம்

பிரபலமான காட்சி கலாச்சாரத்தைப் படிப்பது பல காரணங்களுக்காக மிகவும் முக்கியமானது. முதலாவதாக, பல்வேறு வகையான ஊடகங்களில் பயன்படுத்தப்படும் காட்சி மொழியை அடையாளம் காணவும், அவை தெரிவிக்கும் செய்திகளைப் புரிந்துகொள்ளவும் நமக்கு உதவுகிறது. இந்த செய்திகளை மறுகட்டமைத்து பகுப்பாய்வு செய்வதன் மூலம், பிரபலமான காட்சி கலாச்சாரம் நமது எண்ணங்கள், உணர்ச்சிகள் மற்றும் நடத்தைகள் எவ்வாறு பாதிக்கப்படுகிறது என்பது பற்றிய சிறந்த புரிதலைப் பெறலாம். மேலும், பிரபலமான கலாச்சாரத்தைப் படிப்பது நமது சமூகத்தை வடிவமைக்கும் கலாச்சார மற்றும் சமூக விதிமுறைகளைப் பற்றிய நுண்ணறிவை வழங்குகிறது, இது பெரும்பாலும் கவனிக்கப்படாமல் போகும் சக்தி இயக்கவியல் மற்றும் மேலாதிக்க கட்டமைப்புகளை வெளிப்படுத்துகிறது.

இரண்டாவதாக, பிரபலமான காட்சி கலாச்சாரம் ஒரு லென்சாக செயல்படுகிறது, இதன் மூலம் சமூக கட்டுமானம், பேச்சுவார்த்தை மற்றும் போட்டி செயல்முறைகளை நாம் அவதானிக்க முடியும். படங்கள் மற்றும் காட்சி கலைப்பொருட்கள்நடுநிலையானவை அல்ல; அவை உட்பொதிக்கப்பட்ட அர்த்தங்களையும் சித்தாந்தங்களையும் உள்ளன. இனம், பாலினம், வர்க்கம் அல்லது பாலியல் நோக்குநிலை ஆகியவற்றால் வரையறுக்கப்பட்டவை போன்ற பல்வேறு சமூகக் குழுக்கள் பிரபலமான காட்சி கலாச்சாரம் பிரதிநிதித்துவப்படுத்தும் வழிகளை ஆராய்வதன் மூலம், உள்ளடக்கம் மற்றும் விலக்கலின் வடிவங்களை நாம் அடையாளம் காண முடியும், அது இருக்கும் ஸ்டீரியோடைப்கள் மற்றும் தப்பெண்ணங்களை சவால் செய்யலாம்.

இறுதியாக, பிரபலமான கலாச்சார காட்சியின் வழிமுறைகள் மற்றும் விளைவுகளை புரிந்துகொள்வதன் மூலம்,ஊடகங்கள் மற்றும் காட்சி உள்ளடக்கத்தின் மிகவும் முக்கியமான நுகர்வோராக நாம் மாறலாம். இன்றைய ஊடகங்களால் நிறைந்த உலகில் இந்த விமர்சன விழிப்புணர்வு அவசியம், அங்குள்ள படங்கள்மேலும் காட்சி விவரிப்புகள் நமது உணர்ச்சிகளையும் உணர்வுகளையும் எளிதில் கையாளும்.

காட்சி கலாச்சாரத்தின் பல்வேறு ஊடகங்கள்

காட்சி கலாச்சாரம்நம்மைச் சுற்றியுள்ள உலகத்தைப் பற்றிய நமது புரிதலை வடிவமைக்கும் பல்வேறு வகையான ஊடகங்களை உள்ளடக்கியது. இந்த ஊடகங்களில் திரைப்படங்கள் அடங்கும்., தொலைக்காட்சி, விளம்பரங்கள், சமூக ஊடகங்கள், மற்றும் பொது காட்சி கலாச்சாரங்கள், ஒவ்வொன்றும் நமது கருத்துக்கள் நம்பிக்கைகள் மற்றும் நடத்தைகளை வடிவமைப்பதில் தனித்துவமான பங்கை வகிக்கின்றன. இந்தப் பிரிவு ஒவ்வொரு ஊடகத்தின் ஆழமான ஆய்வையும் பிரபலமான காட்சி கலாச்சாரத்தில் அதன் தாக்கத்தையும் வழங்குகிறது.

திரைப்படங்கள்

திரைப்படங்கள் பிரபலமான கலாச்சார காட்சியின் ஒரு அத்தியாவசிய ஊடகமாகும்,கலாச்சார விழுமியங்களை வடிவமைக்கும், ஒரே மாதிரியான கருத்துக்களை நிலைநிறுத்தும் மற்றும் சமூக விதிமுறைகளை சவால் செய்யும் சக்தியுடன். ஒரு சக்திவாய்ந்த கதை சொல்லும் ஊடகமாக, திரைப்படங்கள்பார்வையாளர்களைக் கவர்ந்திழுக்கும் மற்றும் பெரும்பாலும் பார்வையாளர்களுடன் எதிரொலிக்கும் சமூகத்தின் அம்சங்களை சித்தரிக்கும், பகிரப்பட்ட புரிதல் மற்றும் பொதுவானது உணர்வை உருவாக்குகிறது. இருப்பினும், திரைப்படத் துறையின் வணிக இயல்பு சில நேரங்களில் துல்லியமான பிரதிநிதித்துவத்தை விட லாபத்திற்கு முன்னுரிமை அளிக்கலாம், இது தீங்கு விளைவிக்கும் விளைவிக்கும் ஸ்டீரியோடைப்கள் மற்றும் கிளிஷேக்களை நிலைநிறுத்த முயற்சி. திரைப்படங்களின் உலகளாவிய அணுகல்எல்லைகளைக் கடந்து கலாச்சாரக் கருத்துக்கள் மற்றும் மதிப்புகளைப் பரப்புவதற்கு பங்களிக்கிறது, கண்ணோட்டங்களைப் பரிமாறிக் கொள்ளவும் கலாச்சார புரிதலை வளர்க்கவும் உதவுகிறது. திரைப்பட விழாக்கள்,

சுயாதின சினிமா மற்றும் வெளிநாட்டுத் திரைப்படங்கள் மாற்றுக் கண்ணோட்டங்களையும் கதைகளையும் வழங்குகின்றன, அவை முக்கியமானவை கதைகளுக்கு சவால் விடுகின்றன, மனித அனுபவங்களின் பன்முகத்தன்மை மற்றும் சிக்கலான தன்மையை எடுத்துக்காட்டுகின்றன. கூடுதலாக, ஸ்ட்ரீமிங் தளங்களின் எழுச்சி திரைப்படங்களுக்கான அணுகலை ஜனநாயகப்படுத்தியுள்ளது, டிஜிட்டல் யுகத்தில் காட்சி கலாச்சாரத்தின் நோக்கத்தை மேலும் விரிவுபடுத்தியுள்ளது.

தொலைக்காட்சி

நாடகங்கள் மற்றும் நகைச்சுவைகள் முதல் ரியாலிட்டி நிகழ்ச்சிகள் மற்றும் செய்தி ஒளிபரப்புகள் வரையிலான தொலைக்காட்சி நிகழ்ச்சிகள் பிரபலமானவை காட்சி கலாச்சாரத்தின் பரவலான வடிவமாகும். அவை சமூக வர்ணனைக்கான ஒரு தளத்தை வழங்குவதுடன், சமூக மதிப்புகள் மற்றும் விதிமுறைகளை வடிவமைத்து பிரதிபலிக்கின்றன. தொலைக்காட்சியின் பரந்த அணுகல் மற்றும் அணுகல், பொதுக் கருத்தை உருவாக்குவதிலும் மேலாதிக்கத்தை வலுப்படுத்துவதிலும் அதை ஒரு சக்திவாய்ந்த சக்தியாக ஆக்குகிறது.

பல ஆண்டுகளாக தொலைக்காட்சி திறன் வளர்ச்சியடைந்துள்ளது, கேபிள் மற்றும் ஸ்ட்ரீமிங் சேவைகளின் தோற்றம் பல்வேறு உள்ளடக்கம் மற்றும் சிறப்பு நிகழ்ச்சிகளின் பெருக்கத்திற்கு வழிவகுத்தது. இந்த மாற்றங்கள் பல்வேறு சமூகக் குழுக்கள் மற்றும் கதைகளின் பிரதிநிதித்துவத்தை விரிவுபடுத்தி, பிரதான தொலைக்காட்சிக்கு மாற்று கண்ணோட்டங்களையும் எதிர்-கதைகளையும் வழங்குகின்றன.கூடுதலாக, தொடர்களைப் பார்த்துக்கொண்டே இருப்பது, கதைசொல்லுவதும் அதிகரித்து வருவது, தொலைக்காட்சி உள்ளடக்கத்தில் பார்வையாளர்கள் ஈடுபடும் விதத்தை மாறுதல், பார்வையாளர்களுக்கும் கதாபாத்திரங்களுக்கும் இடையே ஆழமான மற்றும் நீண்டகால தொடர்புகளை உருவாக்கியுள்ளது.

விளம்பரங்கள்

நுகர்வோர் பண்பை ஊக்குவிக்கவும், நுகர்வோர் நடத்தையை வடிவமைக்கவும், பிராண்ட் விசுவாசத்தை உருவாக்கவும் விளம்பரங்கள் வடிவமைக்கப்பட்டுள்ளன. அவை குறிப்பிட்ட உணர்ச்சிகள், ஆசைகள் மற்றும் தொடர்புகளைத் தூண்டுவதற்கு வற்புறுத்தும் காட்சி நுட்பங்கள் மற்றும் உத்திகளைப் பயன்படுத்துகின்றன, பெரும்பாலும் கலாச்சார ஸ்டீரியோடைப்கள் மற்றும் இலட்சியங்களை நம்பி பரிசோதனை மற்றும் அபிலாஷ உணர்வை உருவாக்குகின்றன. அவ்வாறு செய்வதன் மூலம், விளம்பரங்கள்சமூக விதிமுறைகள் மற்றும் இலட்சியங்களை உருவாக்குவதற்கு குறிப்பிடத்தக்க பங்களிப்பை வழங்குகின்றன.

விளம்பரங்கள் காலப்போக்கில் பரிணமித்துள்ளன, டிஜிட்டல் மீடியாவின் வருகை ஆன்லைன் பேனர் விளம்பரங்கள், ஸ்பான்சர் செய்யப்பட்ட உள்ளடக்கம் மற்றும் செல்வாக்கு மிக்க சந்தைப்படுத்தல் போன்ற புதிய வடிவங்களுக்கு வழிவகுத்தது. இந்த மாற்றங்கள் விளம்பரத்தின் அணுகலையும் தாக்கத்தையும் விரிவுபடுத்தியுள்ளன, உள்ளடக்கத்திற்கும் விளம்பரத்திற்கும் இடையிலான கோடுகளை மங்கலாக்குகின்றன. விளம்பரங்களைப் படிப்பதுகாட்சி கலாச்சாரத்தின் ஒரு வடிவமாக, காட்சி தொடர்புகளின் வற்புறுத்தும் சக்தியையும், நுகர்வோர், அடையாளம் மற்றும் சமூகத்திற்கு இடையிலான சிக்கலானது உறவையும் புரிந்துகொள்ள உதவுகிறது.

சமூக ஊடகம்

இன்ஸ்டாகிராம், பேஸ்புக் மற்றும் ட்விட்டர் போன்ற சமூக ஊடக தளங்கள் பிரபலமான காட்சி கலாச்சாரத்தின் ஆதிக்க வடிவங்களாக அதிகரித்து வருகின்றன,காட்சி உள்ளடக்கத்தை உருவாக்குதல், பகிர்தல் மற்றும் நுகர்வை பெரிய அளவில் எளிதாக்குதல். சமூக ஊடகங்கள்

சமூக விதிமுறைகளை வலுப்படுத்தவோ அல்லது சவால் செய்யவோ முடியும், பொதுக் கருத்தை பாதிக்கலாம், மேலும் சமூக இயக்கங்களை இயக்கவும் முடியும். சமூக ஊடகங்களின் பங்கேற்பு தன்மைமாறுபட்ட கண்ணோட்டங்கள் மற்றும் குரல்கள், ஆனால் அது எதிரொலி அறைகளையும் தவறான தகவல்களையும் நிலைநிறுத்தக்கூடும்.

சமூக ஊடகங்களின் எழுச்சிதனிநபர்கள் தங்களை முன்வைக்கும் விதத்தையும் மற்றவர்களுடன் ஈடுபடும் விதத்தையும் மாற்றியுள்ளது, பெரும்பாலும் சுய உருவங்களை உருவாக்கும் முயற்சி.மற்றும் "விருப்பங்கள்" மற்றும் "பின்தொடர்தல்கள்" மூலம் சரிபார்ப்பைத் தொடர்ந்து பின்தொடர்வது. இந்த நிகழ்வு சுயமரியாதை, மன ஆரோக்கியம் மற்றும் சமூக உறவுகளில் குறிப்பிடத்தக்க தாக்கங்களைக் கொண்டுள்ளது. கூடுதலாக, சமூக ஊடகங்களின் எங்கும் பரவல் மற்றும் காட்சி உள்ளடக்கத்தின் விரைவான பரவல் ஆகியவை தனியுரிமை, கண்காணிப்பு மற்றும் தனிப்பட்ட தரவைப் பண்டமாக்குவது பற்றிய கவலைகளை எழுப்பியுள்ளன.

பொது காட்சி கலாச்சாரங்கள்

பொது காட்சி கலாச்சாரங்கள் அரசியல் சுவரொட்டிகள், கிராஃபிட்டி, தெரு ஓவியங்கள், பொது நினைவுச் சின்னங்கள் மற்றும் விளம்பரங்கள் உள்ளிட்ட பொது இடங்களில் காணப்படும் பரந்த அளவிலான காட்சிகளை உள்ளடக்கியது.விளம்பரப் பலகைகள் மற்றும் பொதுப் போக்குவரத்தில். இந்த காட்சி கலைப்பொருட்கள்பொதுமக்களுடன் அன்றாட அளவில் ஈடுபடுதல், நகர்ப்புற நிலப்பரப்புகளின் அழகியலை வடிவமைத்தல் மற்றும் பொது உரையாடலைப் பாதித்தல். பொது கலாச்சாரங்கள் ஓரங்கட்டப்பட்ட குரல்களைக் கேட்கவும், சமூகப் பிரச்சினைகளை பொது நானவின் முன்னணிக்குக் கொண்டுவரவும் தனித்துவமானது வாய்ப்புகளை வழங்குகின்றன. இருப்பினும், அவை வணிக நலன்களால் இணைந்து தேர்ந்தெடுக்கப்படலாம் அல்லது அரசியல் நிகழ்ச்சி நிரல்களை மேலும் மேம்படுத்தவும் பயன்படுத்தப்படலாம்.

குறிப்பாக தெருக் கலை மற்றும் கிராஃபிட்டி, கலை வெளிப்பாடு மற்றும் சமூக வர்ணனைக்கு மாற்று இடத்தை வழங்குகின்றன, அவை பெரும்பாலும் நிறுவனமயமாக்கப்பட்டன கலை மற்றும் கலாச்சார நிறுவனங்களின் எல்லைகளுக்கு வெளியே செயல்படுகின்றன.பொதுக் காட்சிப் பண்பாடு ஆதிக்கம் செலுத்தும் கதைகளுக்கு சவால் விடும், பொது இடங்களை மீட்டெடுக்கும், குரலற்றவர்களுக்குக் குரல் கொடுக்கும். பொதுக் காட்சிப் பண்பாடுகள் நினைவு மற்றும் நினைவுக் கலைகளையும் உள்ளடக்கியது, அவை கூட்டு நினைவகத்தை வடிவமைக்கும் மற்றும் தேசிய மற்றும் கலாச்சார அடையாளத்தை உருவாக்குவதற்கு பங்களிக்கும்.

பிரபலமான காட்சி கலாச்சாரத்தைப் படிப்பதன் முக்கியத்துவம்

பிரபலமான காட்சி கலாச்சாரம்,திரைப்படங்கள் போன்ற பரந்த அளவிலான காட்சி ஊடகங்களை உள்ளடக்கியது, தொலைக்காட்சி, விளம்பரங்கள், சமூக ஊடகங்கள், மற்றும் பொது காட்சிகள், சமகால சமூகத்தின் ஒருங்கிணைந்த கலாச்சார பகுதியாகும். இது நமது கருத்துக்கள், நம்பிக்கைகள் மற்றும் நடத்தைகளை வடிவமைக்கும் சக்தியைக் கொண்டுள்ளது, இது ஒரு முக்கியமான ஆய்வுப் பொருளாக அமைகிறது. பின்வரும் பிரிவுகள் பிரபலமான காட்சி கலாச்சாரத்தை இன்னும் விரிவாகப் படிப்பதன் முக்கியத்துவத்தை கோடிட்டுக் காட்டுகின்றன.

செய்திகள் மற்றும் அர்த்தங்களை டி கோடிங் செய்தல்

பிரபலமான காட்சி கலாச்சாரம் என்பது நமது எண்ணங்களையும் உணர்ச்சிகளையும் நுட்பமாக பாதிக்கக்கூடிய செய்திகள் மற்றும் அர்த்தங்களால் நிறைந்துள்ளது. பிரபலமான காட்சி கலாச்சாரத்தைப் படிப்பதன் மூலம்,இந்தச் செய்திகளை மறுகட்டமைக்கவும்

பகுப்பாய்வு செய்ய கற்றுக்கொள்கிறோம், இதனால் அவற்றை இயக்கும் அடிப்படை சித்தாந்தங்கள் மற்றும் மதிப்புகள் அடையாளம் காண முடிகிறது. இந்த விமர்சன விழிப்புணர்வு, பல்வேறு வகையான காட்சி ஊடகங்கள் குறிப்பிட்ட உணர்ச்சிகள், ஆசைகள் மற்றும் தொடர்புகளை எவ்வாறு வெளிப்படுத்துகின்றன வடிவமைக்கப்பட்டுள்ளன என்பதை நன்கு புரிந்துகொள்ள உதவுகிறது, பெரும்பாலும் கலாச்சார ஸ்டீரியோடைகள் மற்றும் இலட்சியங்களை நம்பியிருக்கிறது. இந்தச் செயல்முறையின் மூலம், நாம் நுகரும் ஊடகங்களின் நோக்கங்களையும் அறியும் திறன் கொண்ட, காட்சி உள்ளடக்கத்தின் அதிக தகவலறிந்த மற்றும் நனவான நுகர்வோராக மாறுகிறோம்.

சமூக விதிமுறைகளின் கட்டுமானம் மற்றும் வலுவூட்டலைப் புரிந்துகொள்வது

சமூக விதிமுறைகள், இலட்சியங்கள் மற்றும் மதிப்புகளை வலுப்படுத்துவதில் பிரபலமான காட்சி கலாச்சாரம் குறிப்பிடத்தக்க பங்கை வகிக்கிறது. சமூகத்திற்குள் ஏற்றுக்கொள்ளத்தக்கது, விரும்பத்தக்கது அல்லது தடைசெய்யப்பட்டதாகக் கருதப்படுவதை ஊடகங்கள் பெரும்பாலும் ஆணையிடுகின்றன, நாம் நம்மையும் மற்றவர்களையும் உணரும் விதத்தை வடிவமைக்கின்றன. பிரபலமான காட்சி கலாச்சாரத்தைப் படிப்பதன் மூலம், பாலினம், இனம், வர்க்கம் மற்றும் பாலியல் தொடர்பான சமூக விதிமுறைகளை உருவாக்குவதற்கும் பராமரிப்பதற்கும் பல்வேறு வகையான ஊடகங்கள் எவ்வாறு பங்களிக்கின்றன என்பதை நாம் ஆராயலாம். இந்த புரிதல் சமூக ஏற்றத்தாழ்வுகளை நிலைநிறுத்தும் மற்றும் சில குழுக்களை ஓரங்கட்டும் மேலாதிக்க கட்டமைப்புகளை அடையாளம் கண்டு சவால் செய்ய உட்பட.

பிரதிநிதித்துவங்கள் மற்றும் ஸ்டீரியோடைகளை பகுப்பாய்வு செய்தல்

பிரபலமான காட்சி கலாச்சாரம் பெரும்பாலும் செய்திகளையும் கருத்துக்களையும் தெரிவிக்கும் பிரதிநிதித்துவங்கள் மற்றும் ஸ்டீரியோடைகளை நம்பியுள்ளது. இந்த பிரதிநிதித்துவங்கள் தீங்கு விளைவிக்கும் ஸ்டீரியோடைகளை நிலைநிறுத்தலாம் அல்லது பன்முகத்தன்மை மற்றும் உள்ளடக்கத்தை ஊக்குவிக்கும் எதிர் கதைகளை வழங்குவதன் மூலம் அவற்றை சவால் செய்யலாம். பிரபலமான காட்சி கலாச்சாரத்தைப் படிப்பது, இந்த பிரதிநிதித்துவங்களை விமர்சன ரீதியாக பகுப்பாய்வு செய்வது, உள்ளடக்கம் மற்றும் விலக்கலின் வடிவங்களை அடையாளம் காணவும், அவற்றின் அடிப்படையிலான சக்தி இயக்கவியலை ஆராயவும் உதவுகிறது. இந்த அறிவு காட்சி ஊடகங்களில் மிகவும் துல்லியமான, பன்முகத்தன்மை கொண்ட மற்றும் சமமான பிரதிநிதித்துவங்களை ஆதரிக்கவும், அதிக சமூக புரிதல் மற்றும் பச்சாதாபத்தை வளர்க்கவும் நமக்கு அதிகாரம் அளிக்கிறது.

காட்சி கலாச்சாரம் மற்றும் அடையாளத்தின் குறுக்குவெட்டை ஆராய்தல்

நம்மைச் சுற்றியுள்ள கலாச்சார காட்சியால், நமது அடையாளங்கள் ஓரளவு வடிவமைக்கப்படுகின்றன. படங்கள்,பிரபலமான காட்சி கலாச்சாரத்தில் நாம் சந்திக்கும் சின்னங்கள் மற்றும் கதைகள், நம்மைப் பற்றியும் சமூகத்தைப் பற்றியும் நமது இடத்தைப் பற்றியும் நமது புரிதலைத் தெரிவிக்கிறது. பிரபலமான காட்சி கலாச்சாரத்தைப் படிப்பதன் மூலம்,தனிப்பட்ட மற்றும் கூட்டு அடையாளங்களை உருவாக்குவதற்கும் பேச்சுவார்த்தை நடத்துவதற்கும் காட்சி ஊடகங்கள் எவ்வாறு பங்களிக்கின்றன என்பதாகும் ஆராயலாம். இந்த புரிதல் மனித அனுபவங்களின் பன்முகத்தன்மை மற்றும் மற்றவர்களைப் பற்றியும் நமது கருத்துக்களை விரும்புவதில் காட்சி கலாச்சாரம் வகிக்கிறது பங்கை அதிக அளவில் பாராட்டினார்.

சமூக மாற்றத்தில் கலாச்சார காட்சியின் பங்கை ஆராய்தல்

பிரபலமான காட்சி கலாச்சாரம் சமூக மாற்றத்திற்கு ஒரு வினையூக்கியாகவும் தடையாகவும் செயல்பட முடியும். காட்சி ஊடகங்கள் அழுத்தமான சமூகப் பிரச்சினைகளுக்கு கவனத்தை ஈர்க்கலாம், பொது விவாதத்தைத் தூண்டலாம், மேலும் சமூக இயக்கங்களையும் இயக்கலாம். மாறாக, இது தீங்கு விளைவிக்கும் சித்தாந்தங்களை நிலைநிறுத்தலாம் மற்றும் இருக்கும் அதிகார கட்டமைப்புகளை வலுப்படுத்தலாம். பிரபலமான காட்சி கலாச்சாரத்தைப் படிப்பது காட்சி ஊடகத்திற்கும் சமூக மாற்றத்திற்கும் இடையிலான சிக்கலான நுண்ணறிவை வழங்குகிறது, இது செயல்பாடு மற்றும் ஆதரவிற்கான வாய்ப்புகளை அடையாளம் காணவும். இந்த அறிவைக் கொண்டு, நேர்மறையான சமூக மாற்றத்தை ஊக்குவிக்கும் காட்சி கலாச்சார சக்தியைப் பயன்படுத்தலாம்.

வளர்ந்து வரும் ஊடக நிலப்பரப்பில் வழிசெலுத்தல்

தொழில்நுட்பத்தின் விரைவான பரிணாம வளர்ச்சியும் டிஜிட்டல் மீடியாவின் பெருக்கமும், பிரபலமான காட்சியை நாம் உருவாக்கும், நுகரும் மற்றும் அதனுடன் ஈடுபடும் வழிகளை மாற்றியுள்ளனர். பிரபலமான காட்சி கலாச்சாரத்தைப் படிப்பது, சமூகம் மற்றும் தனிநபர்கள் மீதான இந்த மாற்றங்களின் தாக்கத்தை நன்கு புரிந்துகொள்ள உதவுகிறது, இதில் புதிய வடிவிலான காட்சி வெளிப்பாட்டின் தோற்றம், ஊடக உற்பத்தியின் ஜனநாயகமயமாக்கல் மற்றும் எதிரொலி அறைகள் மற்றும் தவறான தகவல்களுக்கான சாத்தியக்கூறுகள் ஆகியவை அடங்கு. சிக்கலான மற்றும் எப்போதும் மாறிவரும் ஊடக நிலப்பரப்பில் பயணிப்பதற்கு, காட்சி கலாச்சாரத்துடன் பொறுப்பான மற்றும் தகவலறிந்த முறையில் திறம்பட ஈடுபடுவதை உறுதி செய்வதற்கும் இந்தப் புரிதல் முக்கியமானது.

ஊடக எழுத்தறிவு மற்றும் விமர்சன சிந்தனை திறன்களை வளர்ப்பது

இன்றைய ஊடகங்கள் நிறைந்த உலகில், வலுவான ஊடக எழுத்தறிவு மற்றும் விமர்சன சிந்தனை திறன்களை வளர்ப்பது பெருகிய முறையில் முக்கியமானது. பிரபலமான காட்சி கலாச்சாரத்தைப் படிப்பது இந்த திறன்களை வளர்க்க உதவுகிறது, இதனால் நாம் தினமும் சந்திக்கும் காட்சியை பகுப்பாய்வு செய்து மதிப்பீடு செய்ய முடிகிறது. காட்சி ஊடகங்களின் நோக்கங்கள், செய்திகள் மற்றும் தாக்கங்களை கேள்வி கேட்கக் கற்றுக்கொள்வதன் மூலம், நாம் மிகவும் விவேகமான நுகர்வோராகவும், அர்த்தத்தை பங்குச் செயலில் பங்கேற்பாளர்களாகவும் மாறுகிறோம். தகவலறிந்த முடிவுகள் எடுப்பதற்கும், கையாளுதலை எதிர்ப்பதற்கும், மிகவும் சமமான மற்றும் உள்ளடக்கிய சமூகத்தை வளர்ப்பதற்கு இந்த விமர்சனம் அவசியம.

காட்சி கலாச்சாரத்தின் அழகியல் மற்றும் கலை மதிப்பைப் பாராட்டுதல்

பிரபலமான காட்சி கலாச்சாரம் திரைப்படங்கள் முதல் பரந்த அளவிலான கலை மற்றும் அழகியல் வெளிப்பாடுகளை உள்ளடக்கியது.மற்றும் தொலைக்காட்சிதெருக் கலை மற்றும் புகைப்படம் எடுத்தல் வரை. பிரபலமான காட்சி கலாச்சாரத்தைப் படிப்பது, இந்த பல்வேறு வகையான காட்சி வெளிப்பாட்டின் படைப்பு மற்றும் கலை மதிப்பை ஆழமாகப் புரிந்துகொள்ள உதவுகிறது. இந்தப் புரிதல் நமது தனிப்பட்ட மற்றும் கூட்டு அனுபவங்களை வளப்படுத்த முடியும், மேலும் காட்சி கலாச்சாரத்தின் பன்முகத்தன்மை கொண்ட மற்றும் துடிப்பான உலகத்துடன் அதிக தொடர்பை வளர்க்கும்.

பொதுக் கருத்தை வடிவமைப்பதில் பிரபலமான காட்சி கலாச்சாரத்தின் பங்கைப் புரிந்துகொள்வது

காட்சி ஊடகங்கள் பொதுக் கருத்தில் சக்திவாய்ந்த செல்வாக்கைக் கொண்டுள்ளன, சமூகப் பிரச்சினைகள், அரசியல் நிகழ்வுகள் மற்றும் கலாச்சாரப் போக்குகள் குறித்த நமது கருத்துக்களை வடிவமைக்கின்றன. பிரபலமான காட்சி கலாச்சாரத்தைப் படிப்பதன் மூலம்,பல்வேறு வகையான ஊடகங்கள் பொதுக் கருத்தை உருவாக்குவதற்கும் மேலாதிக்க சித்தாந்தங்களை வலுப்படுத்துவதற்கும் எவ்வாறு பங்களிக்கின்றன ஆராயலாம். இந்தப் புரிதல், முக்கிய கதைகளுக்குக் கீழே உள்ள சார்புகள் மற்றும் அனுமானங்களை அடையாளம் கண்டு சவால் செய்ய உதவுகிறது, நம்மைச் சுற்றியுள்ளவை உலகத்துடன் மிகவும் தகவலறிந்த மற்றும் நுணுக்கமான ஈடுபாட்டை ஊக்குவிக்கிறது.

துறைகளுக்கு இடையேயான விசாரணை மற்றும் ஒத்துழைப்பை ஊக்குவித்தல்

பிரபலமான காட்சி கலாச்சாரம் என்பது சமூகவியல் உட்பட பல்வேறு துறைகளுடன் குறுக்கிடும் மிகவும் இடைநிலைத் துறையாகும்., உளவியல், வரலாறு, கலை மற்றும் ஊடக ஆய்வுகள். பிரபலமான காட்சி கலாச்சாரத்தைப் படிப்பது, துறைகளுக்கு இடையேயான விசாரணை மற்றும் ஒத்துழைப்பை ஊக்குவிக்கிறது, காட்சி ஊடகம், சமூகம் மற்றும் தனிநபர்களுக்கு விரிவான உறவுகளைப் பற்றிய முழுமையான மற்றும் நுணுக்கமான புரிதலை வளர்க்கிறது. பல கண்ணோட்டங்களிலிருந்து பிரபலமான காட்சி கலாச்சாரத்துடன் ஈடுபடுவதன் மூலம், அழுத்தும் சமூகப் பிரச்சினைகளுக்கு புதுமையான மற்றும் துறைகள் இடையேயான தீர்வுகளை நாம் உருவாக்கி, மிகவும் உள்ளடக்கிய மற்றும் சமமான உலகத்திற்கு பங்களிக்க முடியும்.

காட்சி கலாச்சாரத்திற்கும் சமூகத்திற்கும் தொடர்பு

காட்சி கலாச்சாரம்சமூகத்துடன் ஆழமாக ஒய்நூரோடை என்று இணைக்கப்பட்டுள்ளது, அதை வடிவமைத்து வடிவமைக்கப்படுகிறது. காட்சி கலாச்சாரத்திற்கும் சமூகத்திற்கும் இடையிலான உறவு பன்முகத்தன்மை கொண்டது, ஏனெனில் காட்சி கலாச்சாரம் சமூக மதிப்புகள், விதிமுறைகள் மற்றும் சித்தாந்தங்களை பிரதிபலிக்கிறது, அதே நேரத்தில் சமூகத்தின் இந்த அம்சங்கள் மற்றும் செல்வாக்கு செலுத்துவதில் செயலில் பங்கு வகிக்கிறது. இந்த பிரிவில், கலாச்சாரத்திற்கும் சமூகத்திற்கும் இடையிலான சிக்கலான உறவை இன்னும் விரிவாக ஆராய்வோம்.

சமூகத்தின் கண்ணாடியாக காட்சி கலாச்சாரம்

பிரபலமான காட்சி கலாச்சாரம் சமூகத்தின் பிரதிபலிப்பாக செயல்படுகிறது, ஒரு குறிப்பிட்ட காலம் மற்றும் இடத்தின் கூட்டு நம்பிக்கைகள், அபிலாஷைகள் மற்றும் கவலைகளைப் பிடிக்கிறது. திரைப்படங்கள், தொலைக்காட்சிநிகழ்ச்சிகள், விளம்பரங்கள், சமூக ஊடகங்கள், மற்றும் பொது காட்சிகள் கலாச்சாரங்கள் அனைத்தும் சமூக, அரசியல் மற்றும் கலாச்சார நிலப்பரப்பை பிரதிபலிக்கும் ஒரு காட்சி விவரத்தை உருவாக்குகிறது பங்களிக்கின்றன. காட்சி கலாச்சாரத்தைப் படிப்பதன் மூலம்,சமூகத்தை ஆதரிக்கும் மதிப்புகள், விதிமுறைகள் மற்றும் சித்தாந்தங்கள் பற்றிய நுண்ணறிவைப் பெற முடியும், இந்தக் காட்சி வெளிப்பாடுகள் உருவாக்கப்பட்டு நுகரப்படும். சமூக சூழலை நன்கு புரிந்துகொள்ளவும்.

சமூகத்தை வடிவமைக்கும் ஒரு கருவியாக காட்சி கலாச்சாரம்

காட்சி கலாச்சாரம் சமூகத்தைப் பிரதிபலிக்கும் அதே நேரத்தில், அதை வடிவமைப்பதிலும் அது ஒரு தீவிரமான பங்கை வகிக்கிறது. காட்சி ஊடகங்கள் பொதுக் கருத்தைப் பாதிக்கும், சமூக விதிமுறைகளை வலுப்படுத்தும் அல்லது சவால் செய்யும் மற்றும் பகிரப்பட்ட அடையாளம் மற்றும் அனுபவ உணர்வை உருவாக்கும் சக்தியைக் கொண்டுள்ளது.

குறிப்பிட்ட படங்களுக்கு தனிநபர்களை வெளிப்படுத்துவதன் மூலம்., விவரிப்புகள் மற்றும் பிரதிநிதித்துவங்கள், காட்சி கலாச்சாரம் மக்கள் தங்களை மற்றும் மற்றவர்களை உணரும் மற்றும் புரிந்துகொள்ளும் விதத்தை நுட்பமாக பாதிக்கலாம். இந்த செயல்முறை ஏற்கனவே உள்ள சமூக ஏற்றத்தாழ்வுகளை நிலைநிறுத்தலாம் அல்லது தீங்கு விளைவிக்கும் ஸ்டீரியோடைப்கள் மற்றும் தப்பெண்ணைகளை அகற்றுவதற்கு பங்களிக்கலாம்.

காட்சி கலாச்சாரம் மற்றும் சமூக விதிமுறைகளின் கட்டுமானம்

சமூகத்துடன் கலாச்சார காட்சி தொடர்பு கொள்ளும் மிக முக்கியமான வழிகளில் ஒன்று, சமூக விதிமுறைகளை உருவாக்குதல் மற்றும் வலுப்படுத்துதல் ஆகும். சமூகத்திற்குள் விரும்பத்தக்கது, ஏற்றுக்கொள்ளத்தக்கது அல்லது தடைசெய்யப்பட்டது என்று கருதப்படுவதைக் காட்சி ஊடகங்கள் பெரும்பாலும் ஆணையிடுகின்றன, மக்கள் பல்வேறு சமூக நிகழ்வுகளை உணர்ந்து ஈடுபடும் விதத்தை வடிவமைக்கின்றன. காட்சி கலாச்சாரத்தைப் படிப்பதன் மூலம்,பாலினம், இனம், வர்க்கம் மற்றும் பாலியல் தொடர்பான சமூக விதிமுறைகளை உருவாக்குவதற்கும் பராமரிப்பதற்கும் பல்வேறு வகையான ஊடகங்கள் எவ்வாறு பங்களிக்கின்றன என்பதை நாம் ஆராயலாம். இந்த புரிதல் சமூக ஏற்றத்தாழ்வுகளை நிலைநிறுத்தும் மற்றும் சில குழுக்களை ஓரங்கட்டும் மேலாதிக்க கட்டமைப்புகளை அடையாளம் கண்டு சவால் செய்ய நமக்கு உதவுகிறது.

காட்சி கலாச்சாரம் மற்றும் அடையாள உருவாக்கம்

படங்கள், பிரபலமான கலாச்சார காட்சியில் நாம் சந்திக்கும் சின்னங்கள் மற்றும் கதைகள் நம்மைப் பற்றியும் சமூகத்தில் நமது இடத்தைப் பற்றியும் நமது புரிதலைத் தெரிவிக்கிறது. காட்சி கலாச்சாரம்தனிப்பட்ட மற்றும் கூட்டு அடையாளங்களை உருவாக்குவதற்கும் பேச்சுவார்த்தை நடத்துவதற்கும் பங்களிக்கிறது, நமது சமூகப் பாத்திரங்கள் மற்றும் உறவுகளை நாம் உணரும் மற்றும் புரிந்துகொள்ளும் விதத்தை வடிவமைக்கிறது. காட்சி கலாச்சாரத்தைப் படிப்பதன் மூலம்,தனிநபர் மற்றும் குழு அடையாளங்களைக் காட்சி ஊடகங்கள் எவ்வாறு செல்வாக்கு செலுத்துகின்றன என்பதை நாம் ஆராயலாம், மனித அனுபவங்களின் பன்முகத்தன்மை மற்றும் நமது சுய உணர்வை வடிவமைப்பதில் காட்சி கலாச்சாரம் வகிக்கும் பங்கிற்கு அதிக பாராட்டுக்களை வளர்க்கிறது.

காட்சி கலாச்சாரம் மற்றும் சித்தாந்தங்களின் பரவல்

காட்சி கலாச்சாரம்சித்தாந்தங்களை வெளிப்படையாகவும் மறைமுகமாகவும் பரப்புவதற்கு இது ஒரு சக்திவாய்ந்த கருவியாகும். திரைப்படங்கள், தொலைக்காட்சிநிகழ்ச்சிகள், விளம்பரங்கள், மற்றும் பிற காட்சி ஊடக வடிவங்கள் பெரும்பாலும் அவற்றின் கதைகள் மற்றும் பிரதிநிதித்துவங்களுக்குள் கருத்தியல் செய்திகளை உட்பொதித்து, சில மதிப்புகள், நம்பிக்கைகள் மற்றும் உலகக் கண்ணோட்டங்களை நுட்பமாக ஊக்குவிக்கின்றன. காட்சி கலாச்சாரத்துடன் விமர்சன ரீதியாக ஈடுபடுவதன் மூலம்,இந்த சித்தாந்த அடித்தளங்களை நாம் கண்டுபிடித்து சவால் செய்ய முடியும், நம்மைச் சுற்றியுள்ள உலகத்துடன் மிகவும் நுணுக்கமான மற்றும் விமர்சன ரீதியாக ஈடுபாட்டை ஊக்குவிக்க முடியும்.

காட்சி கலாச்சாரம் மற்றும் பொதுக் கோளம்

காட்சி கலாச்சாரம்பொதுவெளியில் முக்கிய பங்கு வகிக்கிறது, பொது விவாதத்தை வடிவமைத்து குடிமை ஈடுபாட்டை வளர்க்கிறது. காட்சி ஊடகங்கள் அழுத்தமான சமூகப் பிரச்சினைகளுக்கு கவனத்தை ஈர்க்கலாம், பொது விவாதத்தைத் தூண்டலாம், மேலும் சமூக இயக்கங்களை இயக்கலாம். மாறாக, கலாச்சார காட்சி வணிக நலன்கள் இணைந்து கொள்ளப்படலாம் அல்லது அரசியல் நிகழ்ச்சி நிரல்களை மேலும் மேம்படுத்தவும்,

ஏற்கனவே உள்ள அதிகாரம் கட்டமைப்புகளை வலுப்படுத்தவும், தீங்கு விளைவிக்கும் சித்தாந்தங்களை நிலைநிறுத்தவும் பயன்படுத்தப்படலாம். காட்சி கலாச்சாரத்தைப் படிப்பதன் மூலம்,பொதுத் துறையில் அதன் பங்கை நாம் நன்கு புரிந்து கொள்ள முடியும், மேலும் செயல்பாடு மற்றும் வாதிடுவதற்கான வாய்ப்புகளை அடையாளம் காண முடியும்.

காட்சி கலாச்சாரம் மற்றும் உலகளாவிய கருத்துப் பரிமாற்றம்

காட்சி கலாச்சாரத்தின் உலகளாவிய அணுகல், கலாச்சார மற்றும் தேசிய எல்லைகளைக் கடந்து செல்லும் கருத்துக்கள், மதிப்புகள் மற்றும் கதைகளை பரிமாறிக் கொள்ள உதவுகிறது. இந்தப் பரிமாற்றம் பல்வேறு கண்ணோட்டங்களைப் பற்றிய சிறந்த புரிதலுக்கும் பாராட்டுக்கும் உதவும், கலாச்சார உரையாடலை வளர்க்கும் மற்றும் இன மைய உலகக் கண்ணோட்டங்களை சவால் செய்யும். இருப்பினும், கலாச்சார காட்சியின் உலகளாவிய சுழற்சி கலாச்சாரங்களின் ஒருமைப்பாட்டிற்கும் மேலாதிக்க சித்தாந்தங்களின் பரவலுக்கும் பங்களிக்கும், உள்ளூர் குரல்கள் மற்றும் முன்னோக்குகளை ஓரங்கட்டக்கூடும். காட்சி கலாச்சாரத்தின் உலகளாவிய பரிமாணங்களை ஆராய்வதன் மூலம்,கலாச்சார பரிமாற்றம், பன்முகத்தன்மை மற்றும் உலகமயமாக்கல் ஆகியவற்றில் அதன் தாக்கத்தை நாம் நன்கு புரிந்து கொள்ள முடியும்..

காட்சி கலாச்சாரம் மற்றும் தொழில்நுட்ப முன்னேற்றங்கள்

தொழில்நுட்ப முன்னேற்றங்கள் கலாச்சார காட்சியின் நிலப்பரப்பை மாற்றியுள்ளன,காட்சி ஊடகங்கள் உற்பத்தி செய்யப்படும், விநியோகிக்கப்படும் மற்றும் நுகரப்படும் வழிகளை மறுவடிவமைத்தல். டிஜிட்டல் ஊடகம் மற்றும் இணையத்தின் எழுச்சி காட்சி உள்ளடக்கத்திற்கான அணுகலை ஜனநாயகப்படுத்தியுள்ளது, இதனால் தனிநபர்கள் புதிய மற்றும் மாறும் வழிகளில் கலாச்சார காட்சியுடன் ஈடுபட முடிகிறது. இந்த மாற்றம் சமூகத்திற்கு நேர்மறை மற்றும் எதிர்மறை தாக்கங்களை ஏற்படுத்துகிறது, ஏனெனில் இது அதிக பன்முகத்தன்மை மற்றும் உள்ளடக்கத்தை கொண்டுள்ளது, அதே நேரத்தில் தனியுரிமை, கண்காணிப்பு மற்றும் தனிப்பட்ட தரவின் பண்டமாக்கல் பற்றிய கவலைகளையும் எழுப்புகிறது. காட்சி கலாச்சாரம் மற்றும் தொழில்நுட்பத்திற்கான உறவைப் படிப்பதன் மூலம், இந்த உறவின் வளர்ந்து வரும் தன்மை மற்றும் சமூகத்திற்கான அதன் தாக்கங்கள் பற்றிய நுண்ணறிவைப் பெறலாம்.

காட்சி கலாச்சாரம் மற்றும் சமூக மாற்றம்

காட்சி கலாச்சாரம்ஆதிக்கக் கதைகளை சவால் செய்வதன் மூலமும், சமூக நீதிகளை அம்பலப்படுத்துவதன் மூலமும், ஓரங்கட்டப்பட்ட குரல்களுக்காக வாதிடுவதன் மூலமும் சமூக மாற்றமும் இயக்கும் ஆற்றலைக் கொண்டுள்ளது. திரைப்படங்கள், தொலைக்காட்சிநிகழ்ச்சிகள், விளம்பரங்கள், மற்றும் பொது காட்சி கலாச்சாரங்கள் அனைத்தும் மாற்றுக் கண்ணோட்டங்களை ஊக்குவிப்பதன் மூலமும், பச்சாதாபம் மற்றும் புரிதலை வளர்ப்பதன் மூலமும் மிகவும் சமமானவை மற்றும் உள்ளடக்கிய சமூகத்தை உருவாக்க பங்களிக்க முடியும். சமூக மாற்றத்திற்காக கலாச்சார காட்சியை எவ்வாறு பயன்படுத்தலாம் என்பதை ஆராய்வதன் மூலம், செயல்பாடு, வாதிடுதல் மற்றும் சமூக சமத்துவத்தை மேம்படுத்த வாய்ப்புகளை நாம் அடையாளம் காணலாம்.

காட்சி கலாச்சாரம் மற்றும் சமூகத்தின் எதிர்காலம்

டிஜிட்டல் யுகத்திற்குள் நாம் மேலும் நகரும்போது, சமூகத்தில் காட்சி கலாச்சாரத்தின் பங்கு வளரும் என்று எதிர்பார்க்கப்படுகிறது, இதனால் காட்சி ஊடகங்களுடன் விமர்சன ரீதியாக ஈடுபடுவதும் நமது சமூக உலகில் அதன் தாக்கத்தைப் புரிந்துகொள்வதும் பெருகிய முறையில் முக்கியமானதாகிறது. காட்சி கலாச்சாரத்தைப் படிப்பதன் மூலம்,எதிர்கால சவால்கள் மற்றும்

வாய்ப்புகளுக்கு நாம் நம்மைத் தயார்படுத்திக் கொள்ளலாம், அர்த்தத்தை உருவாக்குவதிலும் சமூக நீதியை மேம்படுத்துவதிலும் நாம் தகவலறிந்தவர்களாகவும், பொறுப்புள்ளவர்களாகவும், செயலில் பங்கேற்பாளர்களாகவும் இருப்பதை உறுதிசெய்யலாம்.

இந்தியாவின் காட்சி கலாச்சாரம்

வளமான கலாச்சார பாரம்பரியம் மற்றும் பன்முகத்தன்மை கொண்ட நாடான இந்தியா, அதன் வரலாற்று, சமூக மற்றும் மத நிலப்பரப்பை பிரதிபலிக்கும் ஒரு துடிப்பான மற்றும் பன்முகத்தன்மை கொண்ட காட்சி கலாச்சாரத்தைக் கொண்டுள்ளது. பல ஆண்டுகளாக பல்வேறு கலை வடிவங்களை உள்ளடக்கிய இந்தியாவின் காட்சி கலாச்சாரம், அதன் முக்கிய கூறுகளைத் தக்க வைத்துக் கொள்ளுங்கள் காலப்போக்கில் தகவமைத்து வளர்ச்சியடையும் திறனால் குறிக்கப்படுகிறது. இந்தப் பிரிவில், இந்திய காட்சி கலாச்சாரத்தின் பல்வேறு அம்சங்கள் ஆராய்வோம்,அதன் வரலாற்று வேர்கள், மத தாக்கங்கள், பாரம்பரிய கலை வடிவங்கள், சமகால காட்சி கலாச்சாரம் மற்றும் நவீன இந்திய சமூகத்தில் காட்சி கலாச்சாரத்தின் பங்கு ஆகியவை அடங்கும்.

வரலாற்று வேர்கள்

இந்தியாவின் காட்சிப் பண்பாட்டை சிந்து சமவெளி நாகரிகம் (சுமார் கிமு 2600-1900) வரை காணலாம், அங்கு கலை மற்றும் கைவினைத்திறனின் ஆரம்பகால எடுத்துக்காட்டுகள் கண்டுபிடிக்கப்பட்டன. பல நூற்றாண்டுகளாக, பல்வேறு வம்சங்களும் பேரரசுகளும் இந்திய காட்சிப் பண்பாட்டில் தங்கள் முத்திரையைப் பதித்துள்ளன.குறிப்பாக மௌரிய, குப்த மற்றும் முகலாயப் பேரரசுகள், கலை மற்றும் கட்டிடக்கலைக்கு ஆதரவளிப்பதன் மூலம் இந்தியாவின் காட்சி கலாச்சாரத்தை வடிவமைப்பதில் குறிப்பிடத்தக்க பங்கைக் கொண்டிருந்தன.

மத தாக்கங்கள்

இந்திய காட்சி கலாச்சாரத்தின் வளர்ச்சிக்கு மதம் ஒரு குறிப்பிடத்தக்க உந்து சக்தியாக இருந்து வருகிறது. இந்து மதம், பௌத்தம், சமண மதம், பின்னர் இஸ்லாம் ஆகிய அனைத்தும் இந்திய கலை மற்றும் காட்சி வெளிப்பாட்டின் வளமான திரைச்சீலைக்கு பங்களித்துள்ளன. கோயில்கள், கோவில்கள் மற்றும் மத நினைவுச்சின்னங்கள் சிக்கலான சிற்பங்கள், சிற்பங்கள் மற்றும் ஓவியங்களைக் காண்பிக்கும் மதக் கலையின் களஞ்சியங்களாகச் செயல்படுகின்றன.அவை தெய்வங்கள், புராணக் கதைகள் மற்றும் ஆன்மீக கருப்பொருள்களை சித்தரிக்கின்றன.

பாரம்பரிய கலை வடிவங்கள்

இந்தியாவின் பல்வேறு பிராந்திய மற்றும் இனக்குழூக்கள் ஓவியம், சிற்பம் மற்றும் ஜவுளி கலைகள் உள்ளிட்ட பல்வேறு பாரம்பரிய கலை வடிவங்களுக்கு வழிவகுத்துள்ளன. சில நன்கு அறியப்பட்ட பாரம்பரிய இந்திய ஓவிய பாணிகளில் முகலாய மினியேச்சர் ஓவியங்களும் அடங்கும்., ராஜஸ்தானி மற்றும் பஹாரி மினியேச்சர் ஓவியங்கள், மதுபனி ஓவியங்கள், வார்லி ஓவியங்கள் மற்றும் தஞ்சை ஓவியங்கள். இந்திய சிற்பம், பெரும்பாலும் கோயில் கட்டிடக்கலையுடன் தொடர்புடையது, கஜுராஹோ, கோனார்க் மற்றும் ஹம்பி போன்ற புகழ்பெற்ற கோயில்களில் காணப்படுவது போல், குறிப்பிடத்தக்க அளவிலான நுணுக்கம் மற்றும் கைவினைத்திறனைக் காட்டுகிறது.

நாட்டுப்புற மற்றும் பழங்குடி கலை

இந்திய காட்சி கலாச்சாரத்தில் நாட்டுப்புற மற்றும் பழங்குடி கலை வடிவங்கள் ஒரு சிறப்பு இடத்தைப் பிடித்துள்ளன,ஏனெனில் அவை உள்ளூர் சமூகங்கள் மற்றும் பழங்குடி மக்களின் கலை வெளிப்பாடுகளை பிரதிநிதித்துவப்படுத்துகின்றன. இந்த கலை வடிவங்கள் பெரும்பாலும் ஆன்மீக, சமூக அல்லது கலாச்சார முக்கியத்துவத்தைக் கொண்டுள்ளன மற்றும் தனித்துவமான நுட்பங்கள், பொருட்கள் மற்றும் பாணிகளைக் காட்டுகின்றன. இந்திய நாட்டுப்புற மற்றும் பழங்குடி கலைகளின் எடுத்துக்காட்டுகளில் கோண்ட் ஓவியங்கள் அடங்கும்., பட்டுவா சுருள் ஓவியங்கள், டெரகோட்டா சிற்பங்கள் மற்றும் பழங்குடி சுவர் சுவரோவியங்கள்.

சமகால காட்சி கலாச்சாரம்

சமகால இந்திய காட்சி கலாச்சாரம் திரைப்படங்கள் உட்பட பல்வேறு ஊடகங்களை உள்ளடக்கியது., தொலைக்காட்சி, விளம்பரங்கள், ஃபேஷன் மற்றும் கிராஃபிக் வடிவமைப்பு. பாலிவுட் என்று பிரபலமாக அழைக்கப்படும் இந்திய திரைப்படத் துறை, பிரபலமான காட்சி கலாச்சாரத்தை வடிவமைப்பதில் ஒரு முக்கிய சக்தியாகும்,ஏனெனில் அது சமூக மதிப்புகள், விதிமுறைகள் மற்றும் அபிலாஷைகளை பிரதிபலிக்கிறது மற்றும் பாதிக்கிறது. இந்திய தொலைக்காட்சியும், குறிப்பாக சோப் ஓபராக்கள் மற்றும் ரியாலிட்டி ஷோக்கள் மூலம் பொதுக் கருத்தை வடிவமைப்பதிலும் கலாச்சார ஸ்டிரியோடைப்களை வலுப்படுத்துவதிலும் குறிப்பிடத்தக்க பங்கை வகிக்கிறது.

பொது காட்சி கலாச்சாரங்கள்

இந்தியாவில் பொது காட்சி கலாச்சாரங்களில் அரசியல் சுவரொட்டிகள், கிராஃபிட்டி, தெரு ஓவியம் மற்றும் விளம்பரப் பலகைகள் ஆகியவை அடங்கும். இந்தக் காட்சி வெளிப்பாடுகள் பொதுமக்களுடன் பல்வேறு வழிகளில் தொடர்பு கொள்கின்றன, நகர்ப்புற அழகியலை வடிவமைக்கின்றன, குடிமை ஈடுபாட்டை வளர்க்கின்றன, சமூக மற்றும் அரசியல் செய்திகளை ஊக்குவிக்கின்றன. இந்திய வீதிகள் பெரும்பாலும் துடிப்பான மற்றும் வண்ணமயமான சுவர் சுவரோவியங்கள், சுவரொட்டிகள் மற்றும் விளம்பரங்களைக் கொண்டுள்ளன., இந்திய காட்சி கலாச்சாரத்தின் மாறும் மற்றும் பன்முகத்தன்மை கொண்ட தன்மையை பிரதிபலிக்கிறது.

காட்சி கலாச்சாரம் மற்றும் நவீன இந்திய சமூகம்

நவீன இந்திய சமூகத்தில், சமூக விதிமுறைகள், மதிப்புகள் மற்றும் அடையாளங்களை வடிவமைப்பதில் காட்சி கலாச்சாரம் தொடர்ந்து முக்கிய பங்கு வகிக்கிறது. டிஜிட்டல் ஊடகம் மற்றும் இணையத்தின் விரைவான வளர்ச்சி காட்சி கலாச்சாரத்தின் வரம்பை விரிவுபடுத்தியுள்ளது,கலை வெளிப்பாடு மற்றும் சமூக ஈடுபாட்டிற்கான புதிய தளங்களை வழங்குதல். இருப்பினும், கலாச்சாரத்தின் பண்டமாக்கல், காட்சி வெளிப்பாடுகளின் ஒருமைப்பாடு மற்றும் ஒரே மாதிரியான கருத்துக்களை வலுப்படுத்துதல் பற்றிய கவலைகள் நீடிக்கின்றன.

இந்தியா தொடர்ந்து பரிணாம வளர்ச்சியடைந்து நவீனமயமாக்கப்படுவதால், அந்தக் காட்சி கலாச்சாரம் சந்தேகத்திற்கு இடமின்றி புதிய சமூக யதார்த்தங்கள் மற்றும் தொழில்நுட்ப முன்னேற்றங்களுக்கு ஏற்ப மாற்றமடைந்து மாறும். இந்தியாவில் உள்ள பல்வேறு வகையான காட்சி கலாச்சாரங்களுடன் ஈடுபடுவதன் மூலமும், அவற்றைப் பாராட்டுவதன் மூலமும், நாட்டின் வளமான பாரம்பரியம் மற்றும் கலாச்சார அடையாளத்தைப் பற்றிய ஆழமான புரிதலைப் பெற முடியும், அதே நேரத்தில் சமகால இந்திய சமூகத்தை வடிவமைப்பதில் காட்சி கலாச்சாரம் பங்கையும் அங்கீகரிக்க முடியும்.

இந்தியாவின் வளமான கலாச்சாரத்தைப் பாதுகாக்கவும் ஊக்குவிக்கவும், பாரம்பரிய கலை வடிவங்களை ஆதரிப்பது, சமகால கலை மற்றும் ஊடகங்களின் வளர்ச்சி ஊக்குவித்தல் மற்றும் கலை வெளிப்பாடு மற்றும் கலாச்சார பரிமாற்றம் செழிக்கக்கூடிய சூழலை வளர்ப்பது அவசியம். கலைகள், கல்வி மற்றும் விழிப்புணர்வு நிகழ்ச்சிகள் மற்றும் இந்தியாவின் எண்ணற்ற காட்சிகளைக் கொண்டாடும் மற்றும் வெளிப்படுத்தும் கலாச்சாரம் நிறுவனங்கள் மற்றும் கலை இடங்களை நிறுவுவதன் மூலம் இதை அடைய முடியும்.

இறுதியில், இந்தியாவின் கலாச்சாரக் காட்சி நாட்டின் மீள்தன்மை, படைப்பாற்றல் மற்றும் பன்முகத்தன்மைக்கு ஒரு சான்றாக செயல்படுகிறது, அதன் கடந்த காலம், நிகழ்காலம் மற்றும் எதிர்காலம் பற்றிய மதிப்புமிக்க நுண்ணறிவுகளை வழங்குகிறது. இந்திய காட்சி கலாச்சாரத்தின் பல்வேறு அம்சங்களில் ஈடுபட்டு புரிந்துகொள்வதன் மூலம், உலகளாவிய கலாச்சார நிலப்பரப்புக்கு இந்திய கலையின் தனித்துவமான பங்களிப்புகளை நாம் பாராட்டலாம் மற்றும் இந்தியாவின் கலை பாரம்பரியத்தின் பன்முகத் தன்மையைக் கொண்டுள்ளது கொண்டாடலாம்.

பிரபலமான காட்சி கலாச்சாரத்தில் வன்முறையை இயல்பாக்குதல்

வன்முறையை இயல்பாக்குதல் என்பது வன்முறைச் செயல்கள், படங்கள்,, மற்றும் நடத்தைகள் பிரபலமான காட்சி கலாச்சாரத்தின் வழக்கமான மற்றும் குறிப்பிடத்தக்க அம்சமாக ஏற்றுக்கொள்ளப்படுகின்றன, எதிர்பார்க்கப்படுகின்றன. வன்முறைக்கு ஆளாவது மிகவும் பரவலாக இருக்கும்போது இந்த நிகழ்வு ஏற்படுகிறது, அது இனி வலுவான எதிர்வினைகளை ஏற்படுத்தாது, படிப்படியாக பார்வையாளர்களை உணர்ச்சியற்றதாக்குகிறது மற்றும் ஏற்றுக்கொள்ளக்கூடிய நடத்தை என்பது அவர்களின் கருத்துக்களை வடிவமைக்கிறது. வன்முறையை இயல்பாக்குவது நீண்டகால விளைவுகளை ஏற்படுத்தும், சமூக அணுகுமுறைகளை பாதிக்கும், தீங்கு விளைவிக்கும் ஸ்டீரியோடைகளை நிலைநிறுத்துகிறது மற்றும் அதிகரித்த ஆக்கிரமிப்பு மற்றும் நிஜ உலக வன்முறைக்கு பங்களிக்கும்.

வன்முறையின் ஊடக சித்தரிப்பு

வன்முறை என்பது பல்வேறு வகையான காட்சி ஊடகங்களில், குறிப்பாக அதிரடி திரைப்படங்கள், தொலைக்காட்சி நிகழ்ச்சிகள், செய்தி ஒளிபரப்புகள் மற்றும் சமூக ஊடகங்களில் ஒரு பொதுவான கருப்பொருளாகும், உள்ளடக்கம். வன்முறையின் சில சித்தரிப்புகள் சமூகப் பிரச்சினைகள் குறித்த விழிப்புணர்வை ஏற்படுத்தவோ அல்லது வன்முறை எதிர்ப்புச் செய்தியை வெளிப்படுத்தவோ நோக்கமாகக் கூடாது, ஆனால் இந்த பல வன்முறை நடத்தையை கவர்ச்சிகரமானதாக, காதல் ரீதியாக அல்லது அற்பமானதாக ஆக்குகின்றன. இந்த சித்தரிப்புகளின் அதிர்வெண், தீவிரம் மற்றும் சூழல் போன்ற காரணிகள் வன்முறையை இயல்பாக்குவதற்கு பங்களிக்கக்கூடும், வன்முறைச் செயல்கள் மனித அனுபவத்தின் இயல்பான மற்றும் தவிர்க்க முடியாதது என்ற கருத்தை வலுப்படுத்துகின்றன.

அ. அதிரடி திரைப்படங்கள் மற்றும் தொலைக்காட்சி நிகழ்ச்சிகள்

அதிரடித் திரைப்படங்கள் மற்றும் தொலைக்காட்சி நிகழ்ச்சிகள் பெரும்பாலும் வன்முறையின் மிகவும் ஸ்டைலான மற்றும் நடனக் காட்சிகளைக் கொண்டுள்ளன, அவை பொழுதுபோக்கு மற்றும் உற்சாகத்திற்கான ஆதாரமாகக் காட்டப்படுகின்றன. இந்தச் சித்தரிப்புகள் வன்முறையை கவர்ச்சிகரமானதாக மாற்றலாம், இது சிலிர்ப்பூட்டும், வீரம் மிக்க அல்லது அதிகாரமளிக்கும் தோற்றத்தை அளிக்கலாம். சில நேரங்களில், மெதுவான இயக்கம், நாடக இசை மற்றும் காட்சி விளைவுகளின் பயன்பாடு வன்முறைச் செயல்களின் ஈர்ப்பை மேலும் அதிகரிக்கச் செய்யலாம், பார்வையாளர்களை நிஜ உலக விளைவுகளுக்கு உணர்வற்றவர்களாக மாற்றலாம்.

ஆ. செய்தி ஒளிபரப்புகள்

வன்முறை குறித்த பொதுமக்களின் கருத்துக்களை வடிவமைப்பதில் செய்திகள் குறிப்பிடத்தக்க பங்கை வகிக்கின்றன. வன்முறை நிகழ்வுகளின் பரபரப்பான செய்திகள், இது பெரும்பாலும் கிராஃபிக் படங்களை வலியுறுத்துகிறது.மற்றும் அதிர்ச்சியூட்டும் விவரங்கள், சமூகத்தில் வன்முறையின் பரவல் மற்றும் தன்மை பற்றிய சிதைந்த புரிதலுக்கு பங்களிக்கக்கூடும். இது அதிகரித்த பயம் மற்றும் பதட்டத்திற்கு வழிவகுக்கும், அதே போல் அதிகப்படியான வெளிப்பாட்டின் விளைவாக வன்முறைக்கு உணர்திறன் குறைவதற்கும் தூண்டுகிறது.

இ. சமூக ஊடக உள்ளடக்கம்

சமூக ஊடக தளங்கள் வன்முறை உள்ளடக்கம், கிராஃபிக் படங்கள் ஆகியவற்றைப் பரப்புவதற்கான ஒரு இனப்பெருக்கக் களமாக மாறிவிட்டன.மற்றும் வீடியோக்களை பயனர்கள் எளிதாகப் பகிர்ந்து கொள்ளவும், நுகரவும் முடிகிறது. சமூக ஊடகங்களின் உடனடித் தன்மை மற்றும் ஊடாடும் தன்மைவன்முறையின் தாக்கத்தை தீவிரப்படுத்தக்கூடும், இதனால் தனிநபர்கள் சந்திக்கும் படங்கள் மற்றும் கதைகளிலிருந்து விடுபடுவது மிகவும் கடினமாக உள்ளது. சில சந்தர்ப்பங்களில், சமூக ஊடகங்களில் வன்முறை உள்ளடக்கத்தைப் பகிர்வது வன்முறைச் செயல்களை இயல்பாக்குவதற்கும் மகிமைப்படுத்துவதற்கும் உதவும், இது நகலெடுக்கும் நடத்தையை ஊக்குவிக்கும் அல்லது ஆன்லைன் ஆக்கிரமிப்பு கலாச்சாரத்தை வளர்க்கும்.

சமூகம் மற்றும் தனிநபர்கள் மீது காட்சி கலாச்சாரத்தில் வன்முறையின் விளைவுகள்

பிரபலமான காட்சி கலாச்சாரத்தில் வன்முறையை இயல்பாக்குவது சமூகம் மற்றும் தனிநபர்கள் இருவரின் மீது பலவிதமான தீங்கு விளைவிக்கும் விளைவுகள் ஏற்படுத்தக்கூடும். இந்த விளைவுகளில் பின்வருவன அடங்கும்:

அ. வன்முறைக்கு உணர்ச்சியற்ற தன்மை
காட்சி ஊடகங்களில் வன்முறையை மீண்டும் மீண்டும் வெளிப்படுத்துவது உணர்ச்சியற்ற தன்மைக்கு தூண்டியது, வன்முறை படங்களின் உணர்ச்சி தாக்கத்தைக் குறைக்கும்.மேலும் சில சிறிய அதிர்ச்சியூட்டும் அல்லது தொந்தரவாகத் தோன்றும். இந்த உணர்திறன் நீக்கம், தனிநபர்கள் வன்முறை நடத்தையை ஏற்றுக்கொள்வதை, பொறுத்துக்கொள்வதை அல்லது அதில் ஈடுபடுவதை எளிதாக்கும்.

ஆ. தீங்கு விளைவிக்கும் ஸ்டீரியோடைகளை நிலைநிறுத்துதல்
காட்சி ஊடகங்களில் வன்முறை சித்தரிப்புகள் பெரும்பாலும் சில குழுக்களைப் பற்றிய தீங்கு விளைவிக்கும் ஸ்டீரியோடைகளை நிலைநிறுத்துகின்றன, உதாரணமாக ஆண்கள் இயல்பிலேயே ஆக்ரோஷமானவர்கள் அல்லது சில இனங்கள் அல்லது இனங்கள் வன்முறைக்கு ஆளாகின்றன என்ற கருத்து. இந்த ஸ்டீரியோடைப்கள் ஏற்கனவே உள்ள தப்பெண்ணங்களை வலுப்படுத்தி, இலக்கு வைக்கப்பட்ட குழுக்களை ஓரங்கட்டுவதற்கும் களங்கப்படுத்துவதற்கும் பங்களிக்கக்கூடும்.

இ. அதிகரித்த ஆக்கிரமிப்பு மற்றும் நிஜ உலக வன்முறை
காட்சி ஊடகங்களில் வன்முறைக்கு ஆளாவது சில நபர்களிடையே, குறிப்பாக குழந்தைகள் மற்றும் இளம் பருவத்தினரிடையே அதிகரித்த வன்முறை மற்றும் வன்முறை நடத்தையுடன் தொடர்புடையது. ஊடக வன்முறைக்கும் நிஜ உலக வன்முறைக்கும் இடையிலான உறவு மற்றும் பன்முகத்தன்மை கொண்டது என்றாலும், பிரபலமான காட்சி கலாச்சாரத்தில் வன்முறையை இயல்பாக்குவது ஆக்கிரமிப்புக்கு பங்களிக்கும் என்பதற்கான சான்றுகள் உள்ளன.

ஈ. மன ஆரோக்கியத்தில் ஏற்படும் தாக்கம்

காட்சி ஊடகங்களில் வன்முறை உள்ளடக்கத்தை வெளிப்படுத்துவது மன ஆரோக்கியத்தில் எதிர்மறையான விளைவுகளை ஏற்படுத்தக்கூடும், குறிப்பாக குழந்தைகள் மற்றும் ஏற்கனவே மனநல நிலைமைகள் உள்ளவர்கள் போன்ற பாதிக்கப்படக்கூடிய நபர்களிடையே. வன்முறை படங்களுக்கு ஆளாகும்போது சில சந்தர்ப்பங்களில் அதிகரித்த பதட்டம், பயம் மற்றும் பிந்தைய மனஉளை சீர்கேடு (PTSD) அறிகுறிகளுடன் தொடர்புடையது. குறிப்பாக வன்முறை உள்ளடக்கம் பரபரப்பான அல்லது சூழல் நீக்கப்பட்ட முறையில் வழங்கப்படும், இது உதவியற்ற தன்மை மற்றும் விரக்தி உணர்வுகளுக்கும் பங்களிக்கக்கூடும்.

இ. பச்சாதாபம் மற்றும் இரக்கம் அரிப்பு

பிரபலமான காட்சி கலாச்சாரத்தில் வன்முறையை இயல்பாக்குவது, தனிநபர்கள் மற்றவர்களின் துன்பங்களுக்கு உணர்திறன் குறைவதால், பச்சாத்தாபம் மற்றும் இரக்கம் அரிப்புக்கு பங்களிக்கும். இது தார்மீக பகுத்தறிவு திறன் குறைவதற்கும், வன்முறையால் பாதிக்கப்பட்டவர்களுக்கு உதவுதல் அல்லது ஆதரித்தல் போன்ற சமூக நடத்தைகளில் ஈடுபடுவதற்கான விருப்பம் குறைவதற்கும் தூண்டுகிறது.

வன்முறை எவ்வாறு கவர்ச்சிகரமானதாகவும் காதல்மயமாகவும் மாற்றப்படுகிறது

காட்சி ஊடகங்கள் வன்முறையை உற்சாகமாகவும், சக்திவாய்ந்ததாகவும், கவர்ச்சிகரமானதாகவும் காட்டுவதன் மூலம் அதை பெரும்பாலும் கவர்ச்சிகரமானதாகவும், காதல் ரீதியாகவும் சித்தரிக்கின்றன. இது பல்வேறு வழிகளில் அடையலாம், அவை:

அ. வீர சித்தரிப்புகள்: வன்முறைக் கதாபாத்திரங்கள் பெரும்பாலும் ஹீரோக்களாகவோ அல்லது எதிர் ஹீரோக்களாகவோ சித்தரிக்கப்படுகின்றன, இது பார்வையாளர்களின் செயல்களைப் பற்றியது பாராட்டவும் அடையாளம் காணவும்.

ஆ. அழகியல்: வன்முறையைப் பார்வைக்கு ஈர்க்கும் அல்லது பகட்டான முறையில் வழங்கலாம், மெதுவான இயக்கம், நாடக ஒளியமைப்பு மற்றும் சிறப்பு விளைவுகள் போன்றவை நுட்பங்களைப் பயன்படுத்தி அதை மேலும் கவர்ச்சிகரமானதாகக் காட்டலாம்.

இ. காதல் மற்றும் ஆர்வத்துடன் கலப்பு: சில நேரங்களில், வன்முறை காதல், காமம் அல்லது பாலியல் ஆசையுடன் இணைக்கப்படலாம், குறிப்பாக உடைமை உணர்வு, பொறாமை அல்லது பழிவாங்கும் கருப்பொருள்களை உள்ளடக்கிய காதல் கதைகள்.

ஈ. நகைச்சுவை மற்றும் சிறுமைப்படுத்தல்: வன்முறையைச் சித்தரிப்பதில் நகைச்சுவை, நகைச்சுவை அல்லது நையாண்டியைப் பயன்படுத்துவது அதை அற்பமாக்கவோ அல்லது இயல்பாக்கவோ உதவும், இது உண்மையில் இருப்பதை விட குறைவான தீவிரமானதாகவோ அல்லது தீங்கு விளைவிப்பதாகவோ தோன்றும்.

தணிக்கையின் பங்கும் மற்றும் அமைப்புகள் மதிப்பீட்டு

தணிக்கை மற்றும் அமைப்புகள் மதிப்பீட்டு காட்சி ஊடகங்களில் வன்முறை சித்தரிப்பை ஒழுங்குபடுத்துவதிலும், பாதிக்கப்படக்கூடிய பார்வையாளர்களுக்கு தீங்கு விளைவிக்கும் உள்ளடக்கத்திலிருந்து பாதுகாப்பிலும் முக்கிய பங்கு வகிக்கின்றன. இந்த அமைப்புகள் வன்முறையை இயல்பாக்குவதைத் தணிக்க உதவும்:

அ. உள்ளடக்க வழிகாட்டுதல்களை நிறுவுதல்: தணிக்கை மற்றும் அமைப்பு மதிப்பீட்டு காட்சி ஊடகங்களில் வன்முறையை ஏற்றுக்கொள்ளக்கூடிய சித்தரிப்புக்கான வழிகாட்டுதல்களை நிறுவ, அதிகமாக கிராஃபிக், தேவையற்ற அல்லது தீங்கு விளைவிக்கும் உள்ளடக்கத்தைத் தடை செய்கின்றன அல்லது கட்டுப்படுத்தப்படுகின்றன.

*பி. வயதுக்கு ஏற்ற மதிப்பீடுகளை வழங்குதல்:*அமைப்புகள் மதிப்பீட்டு படங்களுக்கு வயதுக்கு ஏற்ற வகைப்பாடுகளை ஒதுக்குகின்றன., தொலைக்காட்சிநிகழ்ச்சிகள் மற்றும் வீடியோ கேம்கள், பெற்றோர்கள் மற்றும் பாதுகாவலர்கள் தங்கள் குழந்தைகள் உட்கொள்ளும் உள்ளடக்கம் குறித்து தகவலறிந்த முடிவுகள் எடுக்க உதவுகின்றன.

*இ. பொறுப்பான ஊடக நுகர்வை ஊக்குவித்தல்:*வன்முறை உள்ளடக்கத்திற்கு ஆளாகும்போது ஏற்படும் அபாயங்கள் குறித்த விழிப்புணர்வை மூலம், தணிக்கை மற்றும் மதிப்பீட்டு அமைப்புகள் பார்வையாளர்களை ஊடகங்களில் மிகவும் பொறுப்புடன் நுகரவும், படங்களுடன் விமர்சன ரீதியாக ஈடுபடவும் ஊக்குவிக்கும்.மற்றும் அவர்கள் சந்திக்கும் கதைகள்.

முடிவில், பிரபலமான கலாச்சார காட்சியில் வன்முறையை இயல்பாக்குவது என்பது சமூகம் மற்றும் தனிநபர்களுக்கு குறிப்பிடத்தக்க தாக்கங்களைக் கொண்ட ஒரு சிக்கலானது மற்றும் பன்முகத்தன்மை கொண்ட பிரச்சினையாகும். வன்முறை சித்தரிக்கப்படும், கவர்ச்சிகரமானதாக மாற்றப்படும் மற்றும் காதல்மயமாக்கப்படும் வழிகளைப் புரிந்துகொள்வதன் மூலம், அதன் சாத்தியமான விளைவுகள் நாம் சிறப்பாக அடையாளம் கண்டு, காட்சி ஊடகங்களுடன் மிகவும் பொறுப்பான மற்றும் பச்சாதாபமான ஈடுபாட்டை ஊக்குவிக்கும் பாடுபட முடியும். மேலும், வன்முறையின் சித்தரிப்பை ஒழுங்குபடுத்துவதற்கும், பாதிக்கப்படக்கூடிய பார்வையாளர்களை தீங்கு விளைவிக்கும் உள்ளடக்கத்திலிருந்து பாதுகாப்பதற்கும் தணிக்கை மற்றும் மதிப்பீட்டு அமைப்புகளின் பங்கு அவசியம்.

வன்முறையை இயல்பாக்குவதை எதிர்ப்பதற்கான உத்திகள்

பிரபலமான காட்சி கலாச்சாரத்தில் வன்முறை இயல்பாக்கப்படுவதை எதிர்க்க,தனிநபர்கள், சமூகங்கள் மற்றும் நிறுவனங்கள் பல்வேறு உத்திகளைப் பயன்படுத்தலாம். இந்த உத்திகளில் பின்வருவன அடங்கும்:

*அ. ஊடக எழுத்தறிவு கல்வி:*ஊடக எழுத்தறிவு கல்வி தனிநபர்கள் விமர்சன சிந்தனை திறன்களை வளர்க்கவும், வன்முறை உள்ளடக்கம் சாத்தியமான தீங்கு விளைவிக்கும் விளைவுகள் அடையாளம் காணவும் உதவும். தனிநபர்கள் செய்திகள் மற்றும் படங்களை பகுப்பாய்வு செய்ய, மதிப்பீடு செய்ய மற்றும் கேள்வி கேட்க கற்றுக்கொடுப்பதன் மூலம்,காட்சி ஊடகங்களில் அவர்கள் எதிர்கொள்ளும் விஷயங்களைப் பொறுத்தவரை, ஊடக எழுத்தறிவு கல்வி அவர்கள் உட்கொள்ளும் உள்ளடக்கம் குறித்து மேலும் தகவலறிந்த தேர்வுகளைச் செய்ய அவர்களுக்கு அதிகாரம் அளிக்கும்.

ஆ. மாற்றுக் கதைகளை ஊக்குவித்தல்: மாற்று விவரிப்புகளையும் வன்முறையற்ற மோதல் தீர்வு வடிவங்களையும் முன்வைக்கும் காட்சி ஊடகங்களை ஆதரிப்பதும் ஊக்குவிப்பதும் பிரபலமான கலாச்சாரத்தில் வன்முறையின் பரவலை எதிர்நிலைப்படுத்த உதவும்.. மனித அனுபவங்களின் மாறுபட்ட மற்றும் நுணுக்கமான பிரதிநிதித்துவங்களை பார்வையாளர்களுக்கு வழங்குவதன் மூலம், இந்த மாற்று விவரிப்புகள் வன்முறை மட்டுமே பிரச்சினைகளுக்கு ஒரே அல்லது மிகவும் பயனுள்ள தீர்வு என்ற கருத்தை சவால் செய்ய முடியும்.

*இ. சமூக ஈடுபாடு மற்றும் செயல்பாடு:*வன்முறை தொடர்பான விழிப்புணர்வை ஏற்படுத்துவது, வன்முறை சித்தரிக்கப்படும் விதத்தில் மாற்றங்களைக் கோருவது, சமூக செயல்பாடுகள் மற்றும் ஆதரவில் ஈடுபடலாம். வன்முறையை இயல்பாக்குவதையும், வன்முறையற்ற மாற்று வழிகளை ஊக்குவிப்பதையும் நோக்கமாகக் கொண்ட நிகழ்வுகள், பிரச்சாரங்கள் அல்லது விவாதங்களை ஏற்பாடு செய்வது இதில் அடங்கும்.

*ஈ. பொறுப்பான உற்பத்தி மற்றும் நுகர்வு:*உள்ளடக்கத்தை உருவாக்குபவர்கள், தயாரிப்பாளர்கள் மற்றும் விநியோகஸ்தர்கள் தாங்கள் தயாரித்து பரப்பும் உள்ளடக்கத்தின் சாத்தியமான தாக்கங்களை கருத்தில் கொள்ளுங்கள் வேண்டிய பொறுப்பைக்

கொண்டுள்ளனர். நெறிமுறை மற்றும் பொறுப்பான உற்பத்தி நடைமுறைகளுக்கு முன்னுரிமை அளிப்பதன் மூலம், இந்த பங்குதாரர்கள் பிரபலமான காட்சி கலாச்சாரத்தில் வன்முறை படங்கள் மற்றும் கதைகளின் பரவலைக் குறைக்க உதவலாம். இதேபோல், நுகர்வோர் தாங்கள் ஈடுபடும் உள்ளடக்கம் குறித்து அதிக நனவான தேர்வுகளைச் செய்யலாம், அவர்களின் மதிப்புகளுடன் ஒத்துப்போகும் மற்றும் அகிம்சையை ஊக்குவிக்கும் ஊடகங்களை ஆதரிக்கலாம்.

இ. கொள்கை மற்றும் ஒழுங்குமுறை நடவடிக்கைகள்:காட்சி ஊடகங்களில் வன்முறை சித்தரிப்பை ஒழுங்குபடுத்தும் கொள்கைகளை செயல்படுத்துவதன் மூலம் பிரபலமான காட்சி கலாச்சாரத்தில் வன்முறையை இயல்பாக்குவதில் அரசாங்கங்களும் ஒழுங்குமுறை அமைப்புகளும் முக்கிய பங்கு வகிக்க முடியும். இதில் தணிக்கை மற்றும் மதிப்பீட்டு முறைகளை வலுப்படுத்துதல், பொறுப்பான விளம்பர நடைமுறைகளை ஊக்குவித்தல் மற்றும் ஊடக கல்வியறிவு மற்றும் காட்சி ஊடகங்களுடன் விமர்சன ஈடுபாட்டை வளர்க்கும் முயற்சிகளை ஆதரித்தல் ஆகியவை அடங்கும்.

கல்வி மற்றும் ஆராய்ச்சியின் பங்கு

பிரபலமான காட்சி கலாச்சாரத்தில் வன்முறையை இயல்பாக்குவதைப் புரிந்துகொள்வதிலும், இந்த நிகழ்வை எதிர்ப்பதற்குப் பயன்படுத்தப்படும் உத்திகளைத் தெரிவிப்பதிலும் கல்வித்துறை மற்றும் ஆராய்ச்சி நிறுவனங்கள் முக்கிய பங்கு வகிக்கின்றன. அவற்றின் பங்களிப்புகளில் பின்வருவன அடங்கும்:

அ. ஆராய்ச்சி நடத்துதல்:காட்சி ஊடகங்களில் வன்முறையின் பரவல், தன்மை மற்றும் தாக்கங்கள் குறித்து அனுபவ ரீதியான ஆராய்ச்சியை மேற்கொள்வதன் மூலம், கல்வியாளர்கள் இந்த பிரச்சினையில் கொள்கை, நடைமுறை மற்றும் பொது விவாதத்தைத் தெரிவிக்க தேவையான ஆதார ஆதாரங்களுக்கு பங்களிக்க முடியும். வன்முறையை இயல்பாக்குவதற்கு பங்களிக்கும் உளவியல், சமூக மற்றும் கலாச்சார காரணிகளைப் புரிந்துகொள்வதிலும், மாற்றத்திற்கான சாத்தியமான தலையீடுகள் மற்றும் உத்திகளை ஆராய்வதிலும் ஆராய்ச்சி கவனம் செலுத்தக்கூடும்.

பி. கோட்பாடுகள் மற்றும் கட்டமைப்புகளை உருவாக்குதல்:பிரபலமான காட்சி கலாச்சாரத்தில் வன்முறை இயல்பாக்கப்படும் செயல்முறைகள் மற்றும் வழிமுறைகளை விளக்க உதவும் கோட்பாடுகள் மற்றும் கட்டமைப்புகள் வளர்ச்சிக்கு கல்வியாளர்கள் பங்களிக்க முடியும். இந்த தத்துவார்த்த நுண்ணறிவுகள் மேலும் ஆராய்ச்சிக்கு ஒரு அடித்தளத்தை வழங்குவதுடன், வன்முறை இயல்பாக்கத்தை எதிர்கொள்வதை நோக்கமாகக் கொண்டு தலையீடுகளின் வடிவமைப்பு மற்றும் செயல்படுத்தலையும் தெரிவிக்கும்.

இ. துறைகளுக்கு இடையேயான ஒத்துழைப்பு:பிரபலமான காட்சி கலாச்சாரத்தில் வன்முறையை இயல்பாக்குவது என்பது ஒரு சிக்கலான பிரச்சினையாகும், இது உளவியல், சமூகவியல் உள்ளிட்ட பல்வேறு துறைகளைச் சேர்ந்த ஆராய்ச்சியாளர்களிடையே இடைநிலை ஒத்துழைப்பைக் கோருகிறது., தகவல் தொடர்பு ஆய்வுகள் மற்றும் கலாச்சார ஆய்வுகள். ஒன்றிணைந்து செயல்படுவதன் மூலமும் அறிவைப் பகிர்ந்து கொள்வதன் மூலமும், பல்வேறு பின்னணிகளைச் சேர்ந்த கல்வியாளர்கள் இந்தப் பிரச்சினையைப் பற்றி பற்றிய விரிவான புரிதலை வளர்த்துக் கொள்ளலாம் மற்றும் புதுமையான தீர்வுகளை அடையாளம் காணலாம்.

ஈ. கண்டுபிடிப்புகளைப் பரப்புதல்:கல்வியாளர்கள் மற்றும் ஆராய்ச்சியாளர்கள் தங்கள் கண்டுபிடிப்புகளை கொள்கை வகுப்பாளர்கள், கல்வியாளர்கள், உள்ளடக்க உருவாக்குநர்கள் மற்றும் பொதுமக்கள் உள்ளிட்ட தொடர்புடைய பங்குதாரர்களுடன் பகிர்ந்து கொள்ளும் பொறுப்பைக் கொண்டுள்ளனர். இதில் ஆராய்ச்சி கட்டுரைகளை வெளியிடுதல், மாநாடுகளில் சமர்ப்பித்தல், பொது விவாதங்களில் பங்கேற்பது அல்லது ஊடகங்களுடன் ஈடுபடுவது ஆகியவை அடங்கும் அடங்கும். தங்கள் கண்டுபிடிப்புகளைப் பரப்புவதன் மூலம், கல்வியாளர்கள் காட்சி ஊடகங்களில் வன்முறை பிரச்சினை குறித்து விழிப்புணர்வை

ஏற்படுத்தியது, மேலும் தகவலறிந்த மற்றும் ஆதார அடிப்படையிலான விவாதங்கள் மற்றும் முடிவெடுப்பதில் பங்களிக்கவும் உதவலாம்.

பிரபலமான காட்சி கலாச்சாரத்தில் வன்முறையை இயல்பாக்குவது என்பது ஒரு சிக்கலான மற்றும் பன்முகத்தன்மை கொண்ட பிரச்சினையாகும், இது தனிநபர்களுக்கும் சமூகத்திற்கும் குறிப்பிடத்தக்க தாக்கங்களைக் கொண்டுள்ளது. இந்த நிகழ்வுக்கு பங்களிக்கும் காரணிகளைப் புரிந்துகொள்வதன் மூலமும், அதை எதிர்ப்பதற்கான பல்வேறு உத்திகளைச் செயல்படுத்துவதன் மூலமும், நாம் மிகவும் பொறுப்பான, பச்சாதாபம் மற்றும் வன்முறையற்ற காட்சி கலாச்சாரத்தை நோக்கிச் செயல்பட முடியும்.

இந்த முயற்சியில் கல்வித்துறை மற்றும் ஆராய்ச்சி நிறுவனங்கள் முக்கிய பங்கு வகிக்கின்றன, காட்சி ஊடகங்களில் வன்முறை பிரச்சினை குறித்த கொள்கை, நடைமுறை மற்றும் பொது விவாதத்தைத் தெரிவிக்கத் தேவையான சான்றுகள் மற்றும் தத்துவார்த்த நுண்ணறிவுகளை வழங்குகின்றன. துறைகளுக்கு இடையேயான ஒத்துழைப்பு, கடுமையான ஆராய்ச்சி மற்றும் கண்டுபிடிப்புகளை தீவிரமாகப் பரப்புவதன் மூலம், கல்வியாளர்கள் வன்முறையை இயல்பாக்குவதை சவால் செய்ய, மிகவும் நியாயமான மற்றும் இரக்கமுள்ள காட்சி கலாச்சாரத்தை ஊக்குவிக்கவும் உதவ முடியும்.

உரையாடல் மற்றும் கலாச்சார பரிமாற்றத்தின் முக்கியத்துவம்

பிரபலமான காட்சி கலாச்சாரத்தில் வன்முறையை இயல்பாக்குவதை நிவர்த்தி செய்வதில் உரையாடல் மற்றும் பரிமாற்றம் அத்தியாவசிய கூறுகளாகும். பல்வேறு கலாச்சார சூழல்களில் வன்முறை சித்தரிக்கப்படும் மற்றும் நுகரப்படும் வழிகள் பற்றிய திறந்த மற்றும் நேர்மையான உரையாடல்களை வளர்ப்பதன் மூலம், பல்வேறு சமூகங்களில் அதிக புரிதல், பச்சாதாபம் மற்றும் ஒத்துழைப்பை ஊக்குவிக்க முடியும். இந்த உரையாட ல்கள் பின்வருவனவற்றை உள்ளடக்கியிருக்கலாம்:

*அ. கலாச்சாரங்களுக்கு இடையிலான ஒப்பீடுகள்:*பல்வேறு கலாச்சார சூழல்களில் வன்முறை எவ்வாறு சித்தரிக்கப்படுகிறது மற்றும் இயல்பாக்கப்படுகிறது என்பதை வெளிப்படுத்துவதுடன், மாற்று அணுகுமுறைகள் மற்றும் கண்ணோட்டங்களையும் முன்னிலைப்படுத்தலாம். பல்வேறு வகையான காட்சி ஊடகங்களில் வன்முறையின் பிரதிநிதித்துவத்தில் உள்ள ஒற்றுமைகள் மற்றும் வேறுபாடுகளை ஆராய்வதன் மூலம், பிரச்சினையைப் பற்றிய நுணுக்கமான புரிதலைப் பெறலாம் மற்றும் மாற்றத்திற்கான சாத்தியமான வழிகளை அடையாளம் காணலாம்.

*பி. சர்வதேச ஒத்துழைப்புகள்:*உள்ளடக்க உருவாக்குநர்கள், வகுப்பாளர்கள், கல்வியாளர்கள் மற்றும் ஆராய்ச்சியாளர்கள் இடையேயான சர்வதேச ஒத்துழைப்புகள், பிரபலமான காட்சிகள் கலாச்சாரத்தில் வன்முறையை இயல்பாக்குவதை நிவர்த்தி செய்வதற்கான அறிவு, நிபுணத்துவம் மற்றும் சிறந்த நடைமுறைகளைப் பகிர்ந்து கொள்வதை எளிதாக்கும். ஒன்றிணைந்து செயல்படுவதன் மூலம், வெவ்வேறு கலாச்சார பின்னணிகளைச் சேர்ந்த பங்குதாரர்கள் மிகவும் பொறுப்பான மற்றும் வன்முறையற்ற காட்சி கலாச்சாரத்தை மேம்படுத்துவதற்கான புதுமையான தீர்வுகள் மற்றும் உத்திகளை உருவாக்க முடியும்.

*இ. கலாச்சார பன்முகத்தன்மையை ஊக்குவித்தல்:*காட்சி ஊடகங்களில் கலாச்சார பன்முகத்தன்மையை ஊக்குவிப்பது கொண்டாடுவது வன்முறையை இயல்பாக்குவதற்கு பங்களிக்கும் ஒரே மாதிரியான கருத்துக்கள் அனுமானங்களை சவால் செய்ய உதவும். பல்வேறு குரல்கள் மற்றும் கண்ணோட்டங்களுக்கு ஒரு தளத்தை வழங்குவதன் மூலம், மனித அனுபவங்களின் வளமான திரைச்சிலைகளை பிரதிபலிக்கும் ஒரு உள்ளடக்கம் மற்றும் பச்சாதாபமான காட்சி கலாச்சாரத்தை நாம் உருவாக்க முடியும்.

எதிர்கால திசைகள் மற்றும் வாய்ப்புகள்

சமூகம் தொடர்ந்து பரிணமித்து, புதிய வடிவிலான காட்சிகள் வெளிவருவதால், பிரபலமான காட்சி கலாச்சாரத்தில் வன்முறையை இயல்பாக்குவதை நிவர்த்தி செய்வதில் நாம் விழிப்புடன் இருப்பது மிகவும் முக்கியம். ஆராய்ச்சி, கொள்கை மற்றும் நடைமுறைக்கான சில எதிர்கால திசைகள் மற்றும் வாய்ப்புகள் பின்வருமாறு:

அ. வளர்ந்து வரும் தொழில்நுட்பங்கள்: மெய்நிகர் யதார்த்தம் மற்றும் செயற்கை நுண்ணறிவு போன்ற புதிய தொழில்நுட்பங்களின் விரைவான வளர்ச்சி, காட்சி ஊடகங்களில் வன்முறை இயல்பாக்குவதை நிவர்த்தி செய்வதற்கான சவால்கள் மற்றும் வாய்ப்புகள் இரண்டையும் முன்வைக்கிறது. பச்சாதாபம், விமர்சன ஈடுபாடு மற்றும் மாற்று விவரிப்புகளை ஊக்குவிக்க இந்த தொழில்நுட்பங்களின் திறனை ஆராய்வதன் மூலம், நாம் மிகவும் பொறுப்பான மற்றும் வன்முறையற்ற கலாச்சார காட்சியை நோக்கிச் செயல்பட முடியும்.

ஆ. வளர்ந்து வரும் சமூக விதிமுறைகள்: சமூக விதிமுறைகள் மற்றும் மதிப்புகள் மாறும்போது, காட்சி ஊடகங்களில் வன்முறை சித்தரிக்கப்படும் மற்றும் நுகரப்படும் வழிகளை தொடர்ந்து மறுபரிசீலனை செய்வது சவால் செய்வது முக்கியம். மாறிவரும் கலாச்சார அணுகுமுறைகள் மற்றும் வளர்ந்து வரும் சமூகப் பிரச்சினைகளுக்கு ஏற்ப, வன்முறையை இயல்பாக்குவதை நிவர்த்தி செய்வது முயற்சிகள் பொருத்தமானதாகவும் பயனுள்ளதாகவும் இருப்பதை உறுதிசெய்ய முடியும்.

இ. நீளமான ஆராய்ச்சி: வன்முறையின் இயல்பான தன்மையின் நீண்டகால விளைவுகள் குறித்த மதிப்புமிக்க நுண்ணறிவுகளை காட்சி ஊடகங்களில் தனிநபர்கள் மற்றும் சமூகத்தின் மீது காலப்போக்கில் ஏற்படும் தாக்கங்களைக் கண்காணிக்கும் நீண்டகால ஆராய்ச்சி வழங்க முடியும். வன்முறை உள்ளடக்கத்திற்கு ஆளாவது வாழ்க்கையின் பல்வேறு கட்டங்களில் மனப்பான்மைகள், நடத்தைகள் மற்றும் மன ஆரோக்கியத்தை எவ்வாறு பாதிக்கலாம் ஆராய்வதன் மூலம், இந்தப் பிரச்சினையின் சிக்கலான மற்றும் ஆற்றல்மிக்க தன்மையை நாம் நன்கு புரிந்து கொள்ள முடியும்.

ஊடகங்களில் வன்முறை சித்தரிப்பு (எ.கா., அதிரடி திரைப்படங்கள், தொலைக்காட்சி நிகழ்ச்சிகள், செய்திகள், சமூக ஊடகங்கள்))
ஊடகங்கள் நீண்ட காலமாக பொதுக் கருத்து, நடத்தை மற்றும் சமூக விதிமுறைகளை வடிவமைப்பதில் ஒரு சக்திவாய்ந்த சக்தியாக இருந்து வருகின்றன. ஊடகங்களின் மிகவும் பரவலான மற்றும் செல்வாக்குமிக்க அம்சங்களில் ஒன்று, அதிரடி திரைப்படங்கள், தொலைக்காட்சி நிகழ்ச்சிகள், செய்திகள் மற்றும் சமூக ஊடகங்கள் போன்ற பல்வேறு தளங்களில் வன்முறையை சித்தரிக்கிறது. இந்தச் சித்தரிப்பு சமூகம் மற்றும் தனிநபர்கள் இருவரின் மீதும் நீண்டகால விளைவுகள் ஏற்படக்கூடும், வன்முறை பற்றிய நமது கருத்துக்கள், நிஜ வாழ்க்கை ஆக்கிரமிப்புச் செயல்களுக்கான நமது எதிர்வினைகள் மற்றும் நமது ஒட்டுமொத்த நல்வாழ்வைப் பாதிக்கும்.

வன்முறையின் ஊடக சித்தரிப்பு

அ. அதிரடித் திரைப்படங்கள் மற்றும் தொலைக்காட்சி நிகழ்ச்சிகள்: அதிரடித் திரைப்படங்கள் மற்றும் தொலைக்காட்சி நிகழ்ச்சிகள் நீண்ட காலமாக பிரபலமான வகையாக இருந்து வருகின்றன, அவர்களின் உயர்-ஆக்டேன் காட்சிகள், நாடகக் கதைக்களங்கள் மற்றும் கவர்ச்சிகரமான ஹீரோக்கள். இருப்பினும், இந்த பொழுதுபோக்கு வடிவங்கள் பெரும்பாலும் வன்முறையை கவர்ச்சிகரமான, பரபரப்பான மற்றும் வன்முறைச் செயல்களின் நிஜ உலகம் விளைவுகளிலிருந்து பிரிக்கப்பட்ட முறையில் சித்தரிக்கின்றன. கதாபாத்திரங்கள் குறிப்பிடத்தக்க விளைவுகளை அனுபவிக்காமல் ஆக்ரோஷமான

நடத்தைகளில் ஈடுபடுகின்றன, மேலும் வன்முறை பெரும்பாலும் கதாநாயகர்கள் எதிர்கொள்ளும் மோதல்களுக்கு மிகவும் பயனுள்ள அல்லது ஒரே தீர்வாக வழங்கப்படுகிறது.

பி. செய்திகள்: வன்முறை பற்றிய தகவல்களை பொதுமக்களுக்கு வழங்குவதில் செய்தி ஊடகங்கள் மற்றொரு முக்கிய ஆதாரமாகும். செய்திகள் குற்றம், போர் மற்றும் பயங்கரவாத செயல்களில் கவனம் செலுத்தக்கூடும், இது வன்முறை நிகழ்வுகள் மீது அதிக முக்கியத்துவம் கொடுக்கப்பட்டது "பயத்தின் கலாச்சாரத்தை" நிலைநிறுத்த தூண்டுகிறது. வன்முறையை இயல்பாக்குவதற்கு பங்களிக்கும் கிராஃபிக் படங்கள் மற்றும் மொழியுடன் செய்திக் கதைகள் பரபரப்பாக்கப்படலாம். மேலும், வன்முறையின் மூல காரணங்கள் பற்றிய சூழல் மற்றும் பின்னணி தகவல்கள் செய்தி ஊடகங்களில் பெரும்பாலும் இல்லை, இது சிக்கலான பிரச்சினைகளாகும் எளிமைப்படுத்தப்பட்ட மற்றும் மேலோட்டமான புரிதலுக்கு வழிவகுக்கும்.

இ. சமூக ஊடகங்கள்: வன்முறை குறித்த பொது விவாதம் மற்றும் கருத்துக்களை வடிவமைப்பதில் சமூக ஊடக தளங்கள் பெருகிய முறையில் முக்கியத்துவம் பெறுகின்றன. பல்வேறு வன்முறைச் செயல்கள் குறித்த தங்கள் கண்ணோட்டங்கள், அனுபவங்கள் மற்றும் கருத்துக்களைப் பகிர்ந்து கொள்ள பயனர்களுக்கு அவை வாய்ப்பளிக்கின்றன. இருப்பினும், சமூக ஊடகங்கள் கிராஃபிக் உள்ளடக்கத்தைப் பகிர்தல், தீவிரவாத சித்தாந்தங்களை ஊக்குவித்தல் மற்றும் ஆக்கிரமிப்பு அல்லது வன்முறை நடத்தைகளைப் பெருக்குதல் இயல்பாக்குவதற்கும் பங்களிக்கக்கூடும். கூடுதலாக, சமூக ஊடக தளங்களால் வழங்கப்படும் பெயர் தெரியாதது சைபர்புல்லிங் மற்றும் துன்புறுத்தலின் நிகழ்வுகளை அதிகரிக்க வழிவகுக்கிறது, இது இலக்கு வைக்கப்பட்டவர்களுக்கு பேரழிவு விளைவுகளை ஏற்படுத்தும்.

சமூகம் மற்றும் தனிநபர்கள் மீது காட்சி கலாச்சாரத்தில் வன்முறையின் விளைவுகள்

அ. வன்முறைக்கு உணர்ச்சியற்ற தன்மை: வன்முறையை ஊடகங்கள் சித்தரிப்பதன் மிக முக்கியமான விளைவுகளில் ஒன்று உணர்ச்சியற்ற தன்மை ஆகும், இதில் வன்முறை படங்கள் மற்றும் கதைகள் மீண்டும் மீண்டும் வெளிப்படுத்துவது தனிநபர்கள் ஆக்கிரமிப்பு செயல்களால் குறைவாக பாதிக்கப்படுவதற்கும், அவற்றை அதிகமாக ஏற்றுக்கொள்வதற்கும் தடை விதிக்கப்பட்டுள்ளது. உணர்ச்சியற்ற தன்மை மற்றவர்களின் துன்பங்களுக்கு உணர்திறன் குறைவதற்கும், பச்சாதாபம் குறைவதற்கும், வன்முறை நடத்தைகளில் ஈடுபடுவதற்கான அதிக வாய்ப்புக்கும்.

ஆ. ஸ்டீரியோடைகள் மற்றும் சமத்துவமின்மை நிலைத்திருப்பது: ஊடகங்கள் வன்முறையை சித்தரிப்பது பெரும்பாலும் தீங்கு விளைவிக்கும் ஸ்டீரியோடைகளை நிலைநிறுத்துகிறது மற்றும் சில குழுக்களை இயல்பாகவே செய்கிறது வன்முறையாளர்கள் அல்லது ஆக்கிரமிப்புக்கு ஆளாகக்கூடியவர்கள் என்று சித்தரிப்பதன் மூலம் சமத்துவமின்மையை நிலைநிறுத்துகிறது. இது பாகுபாடு, பாரபட்சம் மற்றும் சமூகப் பிரிவினைக்கு பங்களிக்கும், இயற்கையாக இருக்கும் அதிகார கட்டமைப்புகள் மற்றும் படிநிலைகளை வலுப்படுத்தும்.

இ. பயம் மற்றும் பதட்டம்: வன்முறை உள்ளடக்கத்தை தொடர்ந்து வெளிப்படுத்துவது சமூகத்தில் பயம் மற்றும் பதட்டத்தின் அளவை அதிகரிக்க உதவுகிறது. இது பல்வேறு வழிகளில் வெளிப்படும், அதாவது தனிப்பட்ட பாதுகாப்பு குறித்த அதிகரித்த கவலைகள், வன்முறையின் பரவல் பற்றிய மிகைப்படுத்தப்பட்ட கருத்து மற்றும் உணரப்படும் அச்சுறுத்தல்களுக்கு பதிலளிக்கும் விதமாக ஆக்கிரமிப்பு அல்லது தண்டனைக் கொள்கைகளை ஆதரிப்பதற்கான அதிக வாய்ப்பு.

ஈ. போலித்தனம் மற்றும் நகல் நடத்தை: ஊடகங்களில் வன்முறையை சித்தரிப்பது, குறிப்பாக வன்முறை படங்கள் மற்றும் கதைகளின் செல்வாக்கிற்கு எளிதில் பாதிக்கப்படக்கூடியவர்கள் நபர்களிடையே, போலி மற்றும் நகல் நடத்தைக்கு பங்களிக்கக்கூடும். தனிநபர்கள் ஊடகங்களில் பார்த்த நடத்தைகளைப் பின்பற்றுவதால், இது நிஜ உலக ஆக்கிரமிப்புச் செயல்களில் அதிகரிப்புக்கு வழிவகுக்கிறது.

இ. மன ஆரோக்கியத்தில் ஏற்படும் பாதிப்பு:ஊடகங்களில் வன்முறை உள்ளடக்கத்தை வெளிப்படுத்துவது மன ஆரோக்கியத்தில் எதிர்மறையான விளைவுகளை ஏற்படுத்தக்கூடும், குறிப்பாக குழந்தைகள் மற்றும் ஏற்கனவே மனநல நிலைமைகள் உள்ளவர்கள் போன்ற பாதிக்கப்படக்கூடிய நபர்களிடையே. வன்முறை படங்களுக்கு ஆளாவது சில சந்தர்ப்பங்களில் அதிகரித்த பதட்டம், பயம் மற்றும் பிந்தைய மனஉளைவு சீர்குலைவு (PTSD) அறிகுறிகளுடன் தொடர்புடையது. மேலும், வன்முறை உள்ளடக்கத்தை அதிகமாக உட்கொள்வது தனிமை, மனச்சோர்வு மற்றும் மன அழுத்தம் போன்ற உணர்வுகளை அதிகரிக்கச் செய்கிறது, ஒரு நபரின் மன நலனை மேலும் பாதிக்கும்.

f. பொதுக் கொள்கை மற்றும் சமூக மனப்பான்மை தாக்கம்:வன்முறையை ஊடகங்கள் சித்தரிப்பது, வன்முறைச் செயல்களின் பரவல் மற்றும் தன்மை பற்றிய கருத்துக்களைப் பாதிப்பதன் மூலம் பொதுக் கொள்கை மற்றும் சமூகம் மனப்பான்மைகளை வடிவமைக்கக்கூடும். உதாரணமாக, செய்திகளில் வன்முறை குற்றங்கள் மீது தொடர்ந்து கவனம் செலுத்துவது, ஆபத்தை அதிகரித்த உணர்விற்கு வழிவகுக்கும், இதன் விளைவாக கடுமையானது தண்டனைகள் அல்லது அதிகரித்த கண்காணிப்புக்கான அழைப்புகள் எழக்கூடும். இதேபோல், திரைப்படங்கள் மற்றும் தொலைக்காட்சி நிகழ்ச்சிகளில் வன்முறையை கவர்ச்சிகரமாக்குவது, ஆக்கிரமிப்பு நடத்தைகளை பொறுத்துக்கொள்ளும் அல்லது கொண்டாடும் ஒரு கலாச்சாரத்திற்கு பங்களிக்கும், வன்முறையற்ற மாற்று வழிகள் மற்றும் மோதல் தீர்வை ஊக்குவிப்பதற்கான முயற்சிகளை குறைமதிப்பிற்கு உட்படுத்தும்.

அதிரடி திரைப்படங்கள் மற்றும் தொலைக்காட்சி நிகழ்ச்சிகளில் வன்முறையை கவர்ச்சிகரமாக்குதல்

அதிரடி திரைப்படங்களும் தொலைக்காட்சி நிகழ்ச்சிகளும் தொடர்ந்து பிரபலமான காட்சி கலாச்சாரத்தின் முக்கிய அம்சமாக இருந்து வருகின்றன,அட்ரினலின் நிறைந்த காட்சிகள், சிக்கலான கதைக்களங்கள் மற்றும் பெரிய ஹீரோக்கள் மூலம் பரந்த அளவிலான பார்வையாளர்களை ஈர்க்கிறது. இந்த வகையான பொழுதுபோக்கு பெரும்பாலும் அதிகாரம், கட்டுப்பாடு மற்றும் மோதல் ஆகிய கருப்பொருள்களை மையமாகக் கொண்டது, சர்ச்சைகளைத் தீர்ப்பதற்கும் கதை முன்னேற்றத்திற்கு வன்முறையை முதன்மை வழிமுறையாகப் பயன்படுத்துகிறது. இருப்பினும், அதிரடித் திரைப்படங்கள் மற்றும் தொலைக்காட்சி நிகழ்ச்சிகளில் வன்முறை சித்தரிக்கப்படும் விதம் சமூகத்தில் குறிப்பிடத்தக்க தாக்கங்களை ஏற்படுத்தும், ஏனெனில் அது பெரும்பாலும் நிஜ உலக ஆக்கிரமிப்புச் செயல்களை கவர்ச்சிகரமானதாக்குகிறது, பரபரப்பாக்குகிறது மற்றும் அற்பமாக்குகிறது.

(1) வன்முறையின் கவர்ச்சி: அதிரடி திரைப்படங்கள் மற்றும் தொலைக்காட்சி நிகழ்ச்சிகள் பெரும்பாலும் வன்முறையை உற்சாகமானவை, சிலிர்ப்பூட்டும் மற்றும் வீரதீரச் செயலாகக் காட்டி கவர்ச்சிகரமானதாக ஆக்குகின்றன. கதாநாயகர்கள் அழிக்க முடியாத மற்றும் சக்திவாய்ந்த நபர்களாக சித்தரிக்கப்படுகிறார்கள், அவர்கள் முழுமையான வலிமை மற்றும் உறுதியின் மூலம் துன்பங்களைச் செய்கிறார்கள் சமாளிக்க முடியும். வன்முறைச் செயல்கள் பெரும்பாலும் தீவிர இசை, ஈர்க்கக்கூடிய சிறப்பு விளைவுகள் மற்றும் ஸ்டைலான நடன அமைப்புடன் சேர்ந்து, ஆக்கிரமிப்பின் கவர்ச்சியை மேலும் மேம்படுத்துகின்றன. வன்முறையின் இந்த கவர்ச்சியானது ஆக்கிரமிப்பு நடத்தையை இயல்பாக்குவதற்கு பங்களிக்கும், ஏனெனில் பார்வையாளர்கள் வன்முறையை வலிமை, தைரியம் மற்றும் மீள்தன்மை போன்ற நேர்மறையான குணங்களுடன் தொடர்புபடுத்தத் தொடங்கலாம்.

(2) வன்முறையின் பரபரப்பூட்டல்:அதிரடித் திரைப்படங்கள் மற்றும் தொலைக்காட்சி நிகழ்ச்சிகளில் வன்முறை சித்தரிப்பு பெரும்பாலும் பரபரப்பானதாக மாற்றப்படுகிறது, பார்வையாளர்கள் அதிர்ச்சிக்குள்ளாக்கும் மற்றும் கவர்ந்திழுக்கும் நோக்கில் ஆக்கிரமிப்பின் கிராஃபிக் மற்றும் மிகைப்படுத்தப்பட்ட சித்தரிப்புகள் உள்ளன. தீவிர வன்முறைச் செயல்கள் அடிக்கடி மெதுவான இயக்கங்கள், நெருக்கமான காட்சிகள் அல்லது காட்சியின் மிருகத்தனம்

மற்றும் தீவிர கவனத்தை ஈர்க்கும் பிற சினிமா நுட்பங்களில் காட்டப்படுகின்றன. வன்முறையின் இந்த பரபரப்பான தன்மை பார்வையாளர்களை நிஜ உலக ஆக்கிரமிப்புச் செயல்களுக்கு உணர்வற்றதாக்கும், ஏனெனில் அவர்கள் பிரபலமான காட்சி கலாச்சாரத்தில் வன்முறையின் மிகைப்படுத்தப்பட்ட சித்தரிப்புகளுக்குப் பழக்கப்படுகிறார்கள்.

(3) நிஜ உலக விளைவுகளிலிருந்து விலகல்:அதிரடித் திரைப்படங்கள் மற்றும் தொலைக்காட்சி நிகழ்ச்சிகள் பெரும்பாலும் வன்முறையைப் பற்றிய ஒரு தூய்மையான மற்றும் தனிமைப்படுத்தப்பட்ட பார்வையை முன்வைக்கின்றன, கதாபாத்திரங்கள் குறிப்பிடத்தக்க விளைவுகளை அனுபவிக்காமல் ஆக்ரோஷமான நடத்தைகளில் ஈடுபடுகின்றன. வன்முறையின் உடல், உணர்ச்சி மற்றும் சமூக விளைவுகள் அரிதாகவே ஆழமாக ஆராயப்படுகின்றன, இது திரையில் சித்தரிக்கப்படும் வன்முறைச் செயல்களுக்கும் அத்தகைய நடத்தையின் நிஜ உலக தாக்கங்களுக்கும் இடையே ஒரு தொடர்பை ஏற்படுத்துகிறது. யதார்த்தத்திலிருந்து இந்தப் பச்சாதாபம் வன்முறையால் ஏற்படும் தீங்கு குறித்த விழிப்புணர்வைக் குறைக்கும் ஆக்கிரமிப்பால் பாதிக்கப்பட்டவர்களிடம் பச்சாதாபம் கொள்ளும் திறனைக் குறைப்பதற்கு வழிவகுக்கும்.

(4) வன்முறை தீர்வுகளின் நிலைத்தன்மை:ஆக்ஷன் திரைப்படங்கள் மற்றும் தொலைக்காட்சி நிகழ்ச்சிகளில் கதாநாயகர்கள் எதிர்கொள்ளும் மோதல்களுக்கு வன்முறை பெரும்பாலும் மிகவும் பயனுள்ள அல்லது ஒரே தீர்வாகக் காட்டப்படுகிறது. வன்முறைத் தீர்வுகள் குறித்த இந்தக் கதை, சர்ச்சைகளைத் தீர்ப்பதற்கு தனிப்பட்ட அல்லது சமூக இலக்குகளை அடைவதற்கு ஒரு வழிமுறையாக ஆக்கிரமிப்பு ஊக்குவிக்கும் ஒரு கலாச்சாரத்திற்கு பங்களிக்கும். வன்முறைத் தீர்வுகளை மகிமைப்படுத்துவது, வன்முறையற்ற மாற்று வழிகளையும் மோதல் தீர்வுத் திறன்களையும் ஊக்குவிக்கும் முயற்சிகளைக் குறைமதிப்பிற்கு உட்படுத்தும், இதனால் ஆக்கிரமிப்புச் செயல்கள் அதிகமாகும் மற்றும் உணர்ச்சியற்ற ஒரு சமூகத்திற்கு ஏற்றது.

செய்திகளில் வன்முறையின் கவர்ச்சி

உள்ளூர், தேசிய மற்றும் சர்வதேச அளவில் நிகழும் நிகழ்வுகள் மற்றும் பிரச்சினைகள் குறித்து பொதுமக்களுக்குத் தெரிவிப்பதில் செய்தி ஊடகங்களின் முக்கிய பங்கு கிடைக்கிறது. இருப்பினும், செய்திகளில் வன்முறை சித்தரிக்கப்படும் விதம் சமூகத்திற்கு குறிப்பிடத்தக்க விளைவுகளை ஏற்படுத்தும், ஏனெனில் இது பெரும்பாலும் குற்றம், போர் மற்றும் பயங்கரவாதச் செயல்களில் கவனம் செலுத்துகிறது, இது வன்முறை நிகழ்வுகள் மீது அதிக முக்கியத்துவம் கொடுக்கப்படுவதற்கும் "பயத்தின் கலாச்சாரத்தை" நிலைநிறுத்துவதற்கு முயற்சி.

(1) வன்முறை நிகழ்வுகளில் கவனம் செலுத்துதல்: குற்றங்கள், பயங்கரவாதச் செயல்கள் அல்லது இராணுவ மோதல்கள் போன்ற வன்முறை நிகழ்வுகள் செய்தித் தகுதி மற்றும் பார்வையாளர்களையோ அல்லது வாசகர்களையோ ஈர்க்கும் திறன் காரணமாக, செய்தி நிறுவனங்கள் பெரும்பாலும் அவற்றைப் பற்றிய செய்திகளுக்கு அளிக்கின்றன. வன்முறையின் மீதான இந்த கவனம் யதார்த்தத்தின் சாய்வான பிரதிநிதித்துவத்திற்கு வழிவகுக்கிறது, ஏனெனில் வன்முறையற்ற நிகழ்வுகள் மற்றும் நேர்மறையானவை முன்னேற்றங்கள் பெரும்பாலும் ஆக்கிரமிப்பு பற்றிய பரபரப்பான கணக்குகளால் மறைக்கப்படுகின்றன. செய்திகளில் வன்முறை உள்ளடக்கம் தொடர்ந்து வெளிப்படுவது வன்முறையை இயல்பாக்குவதற்கு பங்களிக்கும், ஏனெனில் பார்வையாளர்கள் ஆக்கிரமிப்பு செயல்களுக்கு மிகவும் பழக்கமாகி, அவற்றை ஏற்றுக்கொள்கிறார்கள்.

(2) செய்தி அறிக்கையில் வன்முறையை பரபரப்பாக்குதல்:வன்முறை நிகழ்வுகள் பற்றிய செய்திகள் பெரும்பாலும் பரபரப்பானவை, கிராஃபிக் படங்கள், நாடகத் தலைப்புச் செய்திகள் மற்றும் உணர்ச்சிபூர்வமான மொழி ஆகியவை பார்வையாளர்கள் மீது வன்முறையின் தாக்கத்தை அதிகரிக்கக்கூடும். இந்த பரபரப்பானது வன்முறையை இயல்பாக்குவதற்கு பங்களிக்கும், ஏனெனில் இது பார்வையாளர்களை நிஜ உலக ஆக்கிரமிப்புச் செயல்களுக்கு உணர்திறன் குறைக்கிறது மற்றும் வன்முறையை அதிகமாக

ஏற்றுக்கொள்ளும் ஒரு கலாச்சாரத்தை வளர்க்கிறது. கூடுதலாக, பரபரப்பான செய்தியிடல் சமூகத்திற்குள் பயத்தையும் பதட்டத்தையும் அதிகரிக்கக்கூடும், ஏனெனில் தனிநபர்கள் படங்களால் தாக்கப்படுகிறார்கள். மற்றும் வன்முறை கதைகள், ஆபத்து மற்றும் ஆபத்து பற்றிய மிகைப்படுத்தப்பட்ட கருத்துக்கு இட்டுச் செல்கின்றன.

(3) சூழல் மற்றும் மூல காரணங்களின் பற்றாக்குறை: செய்தி ஊடகங்கள் பெரும்பாலும் வன்முறை நிகழ்வுகளின் உடனடி மற்றும் மிகவும் வியத்தகு அம்சங்களில் கவனம் செலுத்துகின்றன, அதே நேரத்தில் சூழல் வழங்கவோ அல்லது வன்முறைக்கான மூல காரணங்களை ஆராயவோ புறக்கணிக்கின்றன. இது சிக்கலான பிரச்சினைகளைப் பற்றிய எளிமைப்படுத்தப்பட்ட மற்றும் மேலோட்டமான புரிதலுக்கு வழிவகுக்கும், வன்முறையின் தன்மை மற்றும் அதன் நிகழ்வுக்கு பங்களிக்கும் காரணிகள் பற்றிய ஒரே மாதிரியான கருத்துக்கள் மற்றும் தவறான கருத்துக்களை நிலைநிறுத்தக்கூடும். வன்முறைக்கான அடிப்படைக் காரணங்களைக் கையாளத் தவறுவதன் மூலம், செய்தி ஊடகங்கள் கவனக்குறைவாக சமூகத்திற்குள் ஆக்கிரமிப்பு நடத்தை மற்றும் அணுகுமுறைகளை நிலைநிறுத்த பங்களிக்கக்கூடும்.

(4) பொதுக் கருத்து மற்றும் கொள்கை மீதான தாக்கம்: செய்திகளில் வன்முறை சித்தரிப்பு பொதுமக்களின் கருத்தை வடிவமைக்கலாம் மற்றும் வன்முறைச் செயல்களின் பரவல் மற்றும் தன்மை பற்றிய கருத்துக்களை வலுப்படுத்துவதன் மூலம் கொள்கையை பாதிக்கலாம். எடுத்துக்காட்டாக, வன்முறை குற்றங்களில் தொடர்ந்து கவனம் செலுத்துவது தனிப்பட்ட பாதுகாப்பு குறித்த கவலைகளை அதிகரிக்கவும், கடுமையான தண்டனைகள் அல்லது அதிகரித்த கண்காணிப்பு நடவடிக்கைகளுக்கான தேவையை அதிகரிக்கவும் தூண்டுகிறது. இதேபோல், பயங்கரவாதச் செயல்கள் மற்றும் இராணுவ மோதல்கள் மீதான முக்கியத்துவம் பயம் மற்றும் பதட்டத்தின் சூழலுக்கு பங்களிக்கக்கூடும், இது ஆக்கிரமிப்பு வெளியுறவுக் கொள்கைகளுக்கான பொது ஆதரவைப் பாதிக்கலாம் அல்லது பாதுகாப்பு என்ற பெயரில் சிவில் உரிமைகள் அறியப்படலாம்.

சமூக ஊடகங்களில் வன்முறையை கவர்ச்சிகரமாக்குதல்

சமூக ஊடக தளங்கள் தொடர்பு, தகவல் பகிர்வு மற்றும் சுய வெளிப்பாட்டிற்கான சக்திவாய்ந்த கருவிகளாக உருவெடுத்துள்ளன, தனிநபர்கள் காட்சி கலாச்சாரத்துடன் ஒருவருக்கொருவர் ஈடுபடும் விதத்தையும் மாற்றியமைக்கின்றன. இருப்பினும், சமூக ஊடகங்கள் கிராஃபிக் உள்ளடக்கத்தைப் பகிர்தல், தீவிரவாத சித்தாந்தங்களை ஊக்குவித்தல் மற்றும் ஆக்கிரமிப்பு அல்லது வன்முறை நடத்தைகளைப் பெருக்குதல் ஆகியவற்றின் மூலம் வன்முறையை இயல்பாக்குவதற்கும் பங்களிக்க முடியும்.

(1) கிராஃபிக் உள்ளடக்கத்தைப் பகிர்தல்
சமூக ஊடக தளங்கள் பயனர்கள் கிராஃபிக் படங்களைப் பகிர உதவுகின்றன வன்முறை வீடியோக்களை எளிதாகப் பகிர்தல், இது பரந்த அளவிலான பார்வையாளர்களை வன்முறை உள்ளடக்கத்திற்கு ஆளாக்கும். இந்த உள்ளடக்கத்தில் சில செய்தி அறிக்கையிடல் அல்லது குறிப்பிட்ட பிரச்சினைகள் குறித்த விழிப்புணர்வை ஏற்படுத்துதல் போன்ற சூழலில் பகிரப்படலாம் என்றாலும், வன்முறைப் படங்கள் பரவுவது பார்வையாளர்களின் உணர்வை மங்கச் செய்வதற்கும் சமூகத்திற்குள் வன்முறையை இயல்பாக்குவதற்கும் பங்களிக்கும்.

(2) தீவிரவாத சித்தாந்தங்களை ஊக்குவித்தல்
சமூக ஊடகத் தளங்கள் தீவிரவாதக் குழுக்கள் மற்றும் தனிநபர்கள் தங்கள் சித்தங்களைப் பரப்புவதற்குப் பின்தொடர்பவர்களைச் சேர்ப்பதற்கு ஒரு தளத்தை வழங்குதல் முடியும். இந்த தீவிரவாத சித்தாந்தங்கள் பெரும்பாலும் வன்முறையை தங்கள் இலக்குகளை அடைவதற்கான ஒரு வழிமுறையாக ஊக்குவிக்கின்றன மற்றும் சமூகத்திற்குள் ஆக்கிரமிப்பை இயல்பாக்குவதற்கு பங்களிக்கக்கூடும். மேலும், சமூக ஊடகங்களால் உருவாக்கப்பட்ட எதிரொலி-செம்பர் விளைவுவழிமுறைகள் தீவிரவாத உள்ளடக்கத்தின் வரம்பை அதிகரிக்கச் செய்கின்றன, அதிகமான தனிநபர்களை வன்முறைச் சொல்லாட்சி மற்றும் கருத்துக்களுக்கு ஆளாக்குகின்றன.

(3) ஆக்கிரமிப்பு அல்லது வன்முறை நடத்தைகளின் பெருக்கம்

சமூக ஊடகங்கள், பயனர்கள் ஆக்கிரமிப்புச் செயல்களைக் காட்ட, சைபர்புல்லிங்கில் ஈடுபட அல்லது மற்றவர்களைத் துன்புறுத்துவதன் மூலம் ஒரு தளத்தை வழங்குவதன் மூலம் ஆக்கிரமிப்பு அல்லது வன்முறை நடத்தைகளை அதிகரிக்கலாம். சில சமூக ஊடகங்களால் வழங்கப்படும் பெயர் தெரியாத தன்மை.தளங்கள் தனிநபர்களின் பின்விளைவுகளுக்கு அஞ்சாமல் ஆக்ரோஷமான நடத்தையில் ஈடுபடத் துணிச்சலை ஏற்படுத்தலாம், வன்முறைச் செயல்களை அதிகமாகச் செய்யலாம். ஏற்றுக்கொள்ளும் மற்றும் உணர்ச்சியற்ற ஒரு கலாச்சாரத்திற்கு பங்களிக்கலாம்.

(4) மன ஆரோக்கியம் மற்றும் நல்வாழ்வின் மீதான தாக்கம்

சமூக ஊடகங்களில் வன்முறை உள்ளடக்கத்தை தொடர்ந்து வெளிப்பாடுமனநலம் மற்றும் நல்வாழ்வில் எதிர்மறையான விளைவுகளை ஏற்படுத்தலாம், குறிப்பாக குழந்தைகள் மற்றும் ஏற்கனவே மனநலப் பிரச்சினைகள் உள்ளவர்கள் போன்ற பாதிக்கப்படக்கூடிய நபர்களிடையே. வன்முறை படங்களை பார்ப்பது சில நேரங்களில் பதட்டம், பயம் மற்றும் பிந்தைய மனஉளைச்சல் சீர்குலைவு (PTSD) அறிகுறிகளை அதிகரிக்க தூண்டுகிறது. மேலும், சமூக ஊடக தளங்களில் சைபர்புல்லிங் மற்றும் துன்புறுத்தலின் பரவல், இலக்கு வைக்கப்பட்டவர்களின் மன ஆரோக்கியத்தில் பேரழிவு தரும் விளைவுகள் இதன் விளைவாக தனிமை, மனச்சோர்வு மற்றும் தீவிர நிகழ்வுகளில் தற்கொலை எண்ணம் கூட ஏற்படக்கூடும்.

சுருக்கமாக, அதிரடி திரைப்படங்கள், தொலைக்காட்சி நிகழ்ச்சிகள், செய்திகள் மற்றும் சமூக ஊடகங்களில் வன்முறை சித்தரிப்பு.சமூகத்திற்கும் தனிநபர்களுக்கும் குறிப்பிடத்தக்க விளைவுகள் ஏற்படக்கூடும். அதிரடி திரைப்படங்கள் மற்றும் தொலைக்காட்சி நிகழ்ச்சிகளில் கவர்ச்சி, பரபரப்பாக்குதல் மற்றும் நிஜ உலக விளைவுகளிலிருந்து விலகி இருத்தல் ஆகியவை ஆக்கிரமிப்புச் செயல்களை அதிகமாக ஏற்றுக்கொள்ளும் மற்றும் உணர்ச்சியற்ற ஒரு கலாச்சாரத்திற்கு பங்களிக்கக்கூடும். வன்முறை நிகழ்வுகள், பரபரப்பாக்கப்படும் அறிக்கை மற்றும் சூழல் இல்லாமை ஆகியவற்றில் செய்தி ஊடகங்கள் கவனம் செலுத்துவது சமூகத்திற்குள் பயம் மற்றும் பதட்டத்தை அதிகரிக்கச் செய்யும், அதே நேரத்தில் வன்முறையின் தன்மை பற்றிய ஒரே மாதிரியான கருத்துக்கள் மற்றும் தவறான கருத்துகளை நிலைநிறுத்துகிறது. சமூக ஊடக தளங்கள் கிராஃபிக் உள்ளடக்கத்தைப் பகிர்தல், தீவிரவாத சித்தாந்தங்களை ஊக்குவித்தல் மற்றும் ஆக்கிரமிப்பு அல்லது வன்முறை நடத்தைகளைப் பெருக்குவதன் மூலம் மூலம் வன்முறையை இயல்பாக்குவதற்கு பங்களிக்க முடியும்.

பிரபலமான காட்சி கலாச்சாரத்தில் வன்முறை சித்தரிப்பின் எதிர்மறை விளைவுகளைத் தணிக்க,விமர்சன ரீதியான ஊடக கல்வியறிவு, பொறுப்பான உள்ளடக்க உருவாக்கம் மற்றும் தனிநபர்கள் மற்றும் சமூகத்தின் நல்வாழ்வை முன்னுரிமைப்படுத்தும் கொள்கைகள் மேம்படுத்துவது அவசியம். வன்முறை உள்ளடக்கத்தின் தாக்கங்கள் பற்றிய திறந்த உரையாடலை ஊக்குவித்தல், பச்சாதாபம் மற்றும் புரிதலை வளர்ப்பது, வன்முறையற்ற மாற்று வழிகள் மோதல் தீர்வு திறன்களை ஊக்குவிப்பது ஆகியவை காட்சி கலாச்சாரத்தில் வன்முறை இயல்பாக்கப்படுவதை எதிர்க்கவும், மிகவும் இரக்கமுள்ள மற்றும் அமைதியான சமூகத்தை உருவாக்கவும் உதவும்.

இந்திய சூழல்

இந்தியாவில், பிரபலமான கலாச்சார காட்சியில் வன்முறை சித்தரிப்பின் விளைவுகள் குறிப்பாக நாட்டின் மாறுபட்ட கலாச்சார நிலப்பரப்பு மற்றும் சாதி, வர்க்கம் மற்றும் பாலினம் தொடர்பான பிரச்சினைகள் உட்பட சிக்கலான சமூக இயக்கவியல் காரணமாக உச்சரிக்கப்படுகிறது. இந்திய காட்சி கலாச்சாரத்தில் வன்முறையை இயல்பாக்குதல்,திரைப்படங்கள் உட்பட, தொலைக்காட்சி நிகழ்ச்சிகள், செய்திகள் மற்றும் சமூக ஊடகங்கள், இந்திய சமூகத்திற்கு நீண்டகால விளைவுகள் ஏற்படக்கூடும்.

இந்திய திரைப்படங்கள் மற்றும் தொலைக்காட்சி நிகழ்ச்சிகள்

இந்தியத் திரைப்படத் துறையான பாலிவுட், உலகளவில் மிகப்பெரிய மற்றும் மிகவும் செல்வாக்கு மிகுந்த திரைப்படத் தொழில்களில் ஒன்றாகும், இது இந்திய சமூகத்தின் அணுகுமுறைகள் மற்றும் மதிப்புகளை பிரதிபலிக்கும் மற்றும் வடிவமைக்கும் ஏராளமான திரைப்படங்களைத் தயாரிக்கிறது. இந்திய தொலைக்காட்சி நிகழ்ச்சிகளும் பொதுக் கருத்தை வடிவமைப்பதில் குறிப்பிடத்தக்க தாக்கத்தை ஏற்படுத்துகின்றன. இந்தியத் திரைப்படங்களில் வன்முறை சித்தரிப்புமற்றும் தொலைக்காட்சி நிகழ்ச்சிகள் பெரும்பாலும் நாட்டின் சமூக, கலாச்சார மற்றும் அரசியல் யதார்த்தங்களை பிரதிபலிக்கின்றன. இருப்பினும், இந்திய திரைப்படங்கள் மற்றும் தொலைக்காட்சி நிகழ்ச்சிகளில் வன்முறையை கவர்ச்சிகரமாக்குதல், பரபரப்பாக்குதல் மற்றும் அற்பமாக்குதல் ஆகியவை அடங்கும். ஆக்கிரமிப்பு நடத்தையை இயல்பாக்குவதற்கு பங்களிக்கும், சாதி, வர்க்கம் மற்றும் பாலினம் தொடர்பான தீங்கு விளைவிக்கும் ஸ்டீரியோடைகளை நிலைநிறுத்துகின்றன.

(அ) *சாதி வன்முறை அடிப்படையிலானது:*இந்தியத் திரைப்படங்கள்மற்றும் தொலைக்காட்சி நிகழ்ச்சிகள் பெரும்பாலும் சாதி அடிப்படையிலான வன்முறையை சித்தரிக்கின்றன, ஆழமாக வேரூன்றிய சாதி அமைப்பு வலுப்படுத்துகின்றன மற்றும் பல்வேறு சாதிகளைச் சேர்ந்த நபர்களின் பாத்திரங்கள் மற்றும் நடத்தைகள் பற்றிய ஒரே மாதிரியான கருத்துக்கள் நிலைநிறுத்துகின்றன. இந்த சித்தரிப்பு ஓரங்கட்டப்பட்ட சாதிகளுக்கு எதிரான பாகுபாடு மற்றும் வன்முறையை இயல்பாக்குவதற்கு பங்களிக்கும், சமூக நீதி மற்றும் சமத்துவத்தை மேம்படுத்துவதற்கான முயற்சிகளை குறைமதிப்பிற்கு உட்படுத்தும்.

(ஆ) *பாலின அடிப்படையிலான வன்முறை:*குடும்ப வன்முறை, பாலியல் வன்கொடுமை மற்றும் துன்புறுத்தல் உள்ளிட்ட பெண்களுக்கு எதிரான வன்முறையின் சித்தரிப்பு இந்திய திரைப்படங்களில் மீண்டும் மீண்டும் வரும் ஒரு கருப்பொருளாகும்.மற்றும் தொலைக்காட்சி நிகழ்ச்சிகள். இத்தகைய வன்முறையை கவர்ச்சிகரமாக்குவதும், அற்பமாக்குவதும் தீங்கு விளைவிக்கும் பாலின விதிமுறைகளை நிலைநிறுத்துவது, பெண்களுக்கு எதிரான வன்முறை பொறுத்துக்கொள்ளும் அல்லது மன்னிக்கும் ஒரு கலாச்சாரத்திற்கு பங்களிக்கும்.

(இ) *வர்க்க அடிப்படையிலான வன்முறை:*இந்தியத் திரைப்படங்களில் வன்முறை சித்தரிப்புமற்றும் தொலைக்காட்சி நிகழ்ச்சிகள் பெரும்பாலும் நாட்டின் சமூக-பொருளாதார ஏற்றத்தாழ்வுகளை பிரதிபலிக்கின்றன, பல்வேறு சமூக வகுப்புகளுக்கு தொடர்பான அதிகார இயக்கவியலை வலியுறுத்தும் கதைகளுடன். இந்த சித்தரிப்பு குறைந்த சமூக-பொருளாதார பின்னணியைச் சேர்ந்த தனிநபர்களுக்கு எதிரான வன்முறையை இயல்பாக்குவதற்கும் வர்க்க அடிப்படையிலானது ஸ்டீரியோடைகளை நிலைநிறுத்துவதற்கும் பங்களிக்கும்.

இந்திய செய்தி ஊடகம்

இந்திய செய்தி ஊடகங்கள் பொதுக் கருத்தை வடிவமைப்பதிலும் கொள்கை முடிவுகளில் செல்வாக்கு செலுத்துவதிலும் முக்கிய பங்கு வகிக்கின்றன. இருப்பினும், இந்திய செய்திகளில் வன்முறை சித்தரிப்பு ஆக்கிரமிப்பை இயல்பாக்குவதற்கு சாதி, வர்க்கம் மற்றும் பாலின அடிப்படையிலான சமூகப் பிளவுகள் அதிகரிப்பதற்கும் பங்களிக்கும்.

(அ) *வகுப்புவாத வன்முறை:*இந்திய செய்தி ஊடகங்கள் பெரும்பாலும் வகுப்புவாத வன்முறை சம்பவங்களில் கவனம் செலுத்துகின்றன, இது பல்வேறு மத மற்றும் இனக்குழுக்களுக்கு இடையே பதட்டங்களைத் தூண்டும். இந்த நிகழ்வுகளை சமூகத்திற்குள் பரப்புவது பயத்தையும் பதட்டத்தையும் அதிகரிக்கும், ஒரே மாதிரியான கருத்துக்களை நிலைநிறுத்துவதுடன் பிளவுகளை வலுப்படுத்தும்.

(ஆ) *சாதிவன்முறை அடிப்படையிலானது:*இந்திய செய்தி ஊடகங்களில் சாதி அடிப்படையிலான வன்முறை பற்றிய செய்திகள், இந்தப் பிரச்சினை குறித்த விழிப்புணர்வை ஏற்படுத்துவது, அது இயல்பாக்குவதற்கும் பங்களிக்கும். பரபரப்பான மற்றும் கிராஃபிக்

விவரங்களுக்கு முக்கியத்துவம் கொடுப்பது பார்வையாளர்களை உணர்ச்சியற்றவர்களாக மாற்றும், அதே நேரத்தில் சூழல் இல்லாதது மற்றும் சாதி அடிப்படையிலான வன்முறைக்கான மூல காரணங்களை ஆராய்வது தீங்கு விளைவிக்கும் ஸ்டீரியோடைகளை நிலைநிறுத்தக்கூடும்.

*(இ) பாலின அடிப்படையிலான வன்முறை:*இந்திய செய்தி ஊடகங்களில் பாலின அடிப்படையிலான வன்முறை சித்தரிப்பு, பெண்களுக்கு எதிரான வன்முறையை பொறுத்துக்கொள்ளும் அல்லது மன்னிக்கும் ஒரு கலாச்சாரத்திற்கு பங்களிக்கும். பரபரப்பான செய்தி வெளியிடுதல் பார்வையாளர்களை உணர்ச்சியற்றவர்களாக மாற்றும், அதே நேரத்தில் சூழல் இல்லாமை மற்றும் பாதிக்கப்பட்டவர்களைக் குறைத்தல் கூறும் கதைகள் தீங்கு விளைவிக்கும் பாலின விதிமுறைகளை நிலைநிறுத்தக்கூடும்.

இந்தியாவில் சமூக ஊடகங்கள்

இந்தியாவில் சமூக ஊடகங்களின் எண்ணிக்கை வேகமாக வளர்ந்து வருகிறது.பயனர்களின் எண்ணிக்கை அதிகரித்து வருகிறது, பேஸ்புக், வாட்ஸ்அப் மற்றும் ட்விட்டர் போன்ற தளங்கள் பொதுக் கருத்தை வடிவமைப்பதில் தகவல்தொடர்புகளை எளிதாக்குவதிலும் குறிப்பிடத்தக்க பங்கை கொண்டுள்ளது. இருப்பினும், இந்திய சமூகத்தில் வன்முறையை இயல்பாக்குவதற்கு சமூக ஊடகங்கள் பங்களிக்க முடியும்.

*(அ) ஆன்லைன் துன்புறுத்தல் மற்றும் சைபர்புல்லிங்:*சமூக ஊடக தளங்கள், சாதி, வர்க்கம், பாலினம் அல்லது பிற அடையாளங்களின் அடிப்படையில் தனிநபர்களை குறிவைத்து துன்புறுத்துதல் மற்றும் சைபர்புல்லிங் நிகழக்கூடிய சூழலை வழங்குகின்றன. இது தீங்கு விளைவிக்கும் ஸ்டீரியோடைகளை நிலைநிறுத்தி, வன்முறையை பொறுத்துக்கொள்ளும் அல்லது மன்னிக்கும் ஒரு கலாச்சாரத்திற்கு பங்களிக்கும்.

*(ஆ) தவறான தகவல் மற்றும் வெறுப்புப் பேச்சு பரவுதல்:*இந்தியாவில் சமூக ஊடக தளங்கள் பெரும்பாலும் தவறான தகவல்களையும் வெறுப்புப் பேச்சையும் பரப்புவதற்குப் பயன்படுத்தப்படுகின்றன, இது ஒரங்கட்டப்பட்டு சமூகங்களுக்கு எதிரான வன்முறையை இயல்பாக்குவதற்கு பங்களிக்கிறது. இது வெவ்வேறு மத, இன மற்றும் சமூகக் குழுக்களிடையே பதட்டங்களை அதிகரிக்கச் செய்து, வகுப்புவாத மற்றும் சாதி அடிப்படையிலான வன்முறையைத் தூண்டும்.

*(இ) கும்பல் வன்முறை மற்றும் விழிப்புணர்வு:*சமூக ஊடகங்களில் பரவலாகக் காட்டப்படும் கிராஃபிக் உள்ளடக்கம் மற்றும் வதந்திகள்சில நேரங்களில், இந்தியாவில் கும்பல் வன்முறை மற்றும் விழிப்புணர்வு சம்பவங்களுக்கு தளங்கள் வழிவகுத்துள்ளன. இந்த ஆக்கிரமிப்புச் செயல்கள் பெரும்பாலும் ஒரங்கட்டப்பட்ட சமூகங்களைச் சேர்ந்த நபர்களையோ அல்லது மீறல்களில் ஈடுபட்டதாகக் குற்றம். சட்டப்பட்டவர்களையோ குறிவைத்து, சமூகத்திற்குள் வன்முறையை மேலும் இயல்பாக்குகின்றன.

இந்திய காட்சி கலாச்சாரத்தில் வன்முறை இயல்பாக்கப்படுவதை எதிர்க்க,விமர்சன ரீதியான ஊடக கல்வியறிவு, பொறுப்பான உள்ளடக்க உருவாக்கம் மற்றும் தனிநபர்கள் மற்றும் சமூகத்தின் நல்வாழ்வை முன்னுரிமைப்படுத்தும் கொள்கைகள் மேம்படுத்துவது மிகவும் முக்கியமானது. சாதி, வர்க்கம் மற்றும் பாலின சூழலில் வன்முறை உள்ளடக்கத்தின் தாக்கங்கள் குறித்த திறந்த உரையாடலை ஊக்குவிப்பது பிரபலமான காட்சி கலாச்சாரத்தில் வன்முறை சித்தரிப்பால் நிலைநிறுத்தப்படும் சமூகப் பிரச்சினைகள் குறித்த விழிப்புணர்வை ஏற்படுத்த உதவும். கூடுதலாக, பச்சாதாபம் மற்றும் புரிதலை வளர்ப்பது, வன்முறையற்ற மாற்றுகளை ஊக்குவித்தல் மற்றும் மோதல் தீர்வு திறன்களை வலியுறுத்துவது ஆகியவை மிகவும் அதிகம். இரக்கமுள்ள மற்றும் உள்ளடக்கிய இந்திய சமூகத்திற்கு பங்களிக்கும்.

இந்தியாவின் பன்முக கலாச்சார நிலப்பரப்பு மற்றும் சிக்கலான சமூக இயக்கவியல், பிரபலமான காட்சி கலாச்சாரத்தில் வன்முறையை சித்தரிப்பது நாட்டின் சமூகம் கட்டமைப்பை எவ்வாறு பாதிக்கிறது என்பதை புரிந்துகொள்வதையும் நிவர்த்தி

செய்வதையும் கட்டாயமாக்குகிறது. வன்முறையை இயல்பாக்குவதை அங்கீகரித்து சவால் செய்வதன் மூலம், தீங்கு விளைவிக்கும் ஸ்டீரியோடைகளை அகற்றி, மிகவும் சமமான மற்றும் அமைதியான சமூகத்தை மேம்படுத்துவதற்கு இந்தியா பாடுபட முடியும்.

வன்முறை எவ்வாறு கவர்ச்சிகரமானதாகவும் காதல்மயமாகவும் மாற்றப்படுகிறது

பிரபலமான காட்சி கலாச்சாரத்தில் வன்முறையை கவர்ச்சிகரமாக்குவதும் காதல்மயமாக்குவதும் சமூக மனப்பான்மைகள் மற்றும் நடத்தைகளை வடிவமைப்பதில் குறிப்பிடத்தக்கது பங்கை வகிக்கிறது. இந்த நிகழ்வு திரைப்படங்கள் போன்ற பல்வேறு வகையான காட்சி ஊடகங்களில் தெளிவாகத் தெரிகிறது., தொலைக்காட்சி நிகழ்ச்சிகள், வீடியோ கேம்கள், விளம்பரங்கள், மற்றும் சமூக ஊடகங்கள் கூடவன்முறையை கவர்ச்சிகரமானதாகவோ, உற்சாகமாகவோ அல்லது விரும்பத்தக்கதாகவோ தோன்றச் செய்வதன் மூலம், காட்சி கலாச்சாரம் ஆக்கிரமிப்பு நடத்தை மற்றும் மனப்பான்மைகளை இயல்பாக்குவதற்கு பங்களிக்கும்.

அழகியல் வன்முறை

காட்சி ஊடகங்களில் வன்முறை சித்தரிக்கப்படும் விதம் பெரும்பாலும் ஆக்கிரமிப்பின் காட்சி மற்றும் ஸ்டைலிஸ்டிக் அம்சங்களை வலியுறுத்துகிறது. மெதுவான இயக்கம், நாடக ஒலிப்பதிவுகள் மற்றும் சிக்கலான நடன அமைப்பு ஆகியவற்றின் மூலம், வன்முறை பார்வையாளர்களின் கவனத்தை ஈர்க்கும் ஒரு கலை வடிவமாக மாற்றப்படுகிறது. இந்த அழகியல் வன்முறையை அழகாகவோ அல்லது மயக்குவதாகவோ தோன்றச் செய்து, பார்வையாளர்களை ஈர்க்கும் மற்றும் ஆக்கிரமிப்பு நடத்தையுடன் தொடர்புடையது நிஜ உலக விளைவுகள் மற்றும் துன்பங்களை அவர்கள் கவனிக்காமல் போகும்படி செய்யும்.

வீர முன்மாதிரி

வன்முறையை கவர்ச்சியாகவும் காதல் ரீதியாகவும் சித்தரிக்கும் முதன்மையான வழிகளில் ஒன்று, தங்கள் இலக்குகளை அடைய அல்லது அப்பாவிகளைப் பாதுகாக்க ஆக்கிரமிப்பைப் பயன்படுத்தும் வீரக் கதாபாத்திரங்களின் சித்தரிப்பு ஆகும். பெரும்பாலும் வலிமையானவர்கள், அச்சமற்றவர்கள் மற்றும் ஒழுக்க ரீதியாக நீதிமான்களாக சித்தரிக்கப்படும் இந்தக் கதாபாத்திரங்கள், பார்வையாளர்களுக்கு முன்மாதிரிகளாகச் செயல்படுகின்றன, வன்முறை ஒரு முடிவுக்கு அவசியமான மற்றும் நியாயமான வழிமுறையாக இருக்க முடியும் என்ற கருத்தை வலுப்படுத்துகின்றன. வீரக் கதையின் முன்மாதிரி, குழந்தைகள் மற்றும் இளம் பருவத்தினர் போன்ற எளிதில் ஈர்க்கக்கூடிய பார்வையாளர்கள் மீது குறிப்பாக செல்வாக்கு செலுத்தக்கூடும், அவர்களின் பிரச்சினைகளைத் தீர்க்க அல்லது ஆதிக்கத்தை நிலைநாட்ட வன்முறை ஒரு ஏற்றுக்கொள்ளத்தக்க வழி என்ற கருத்தை உள்வாங்கலாம்.

வன்முறையின் காம உணர்வு

காட்சி ஊடகங்களில் வன்முறை சித்தரிப்பு பெரும்பாலும் காதல், ஆர்வம் அல்லது பாலியல் ஆசை ஆகிய கருப்பொருள்களுடன் ஆக்கிரமிப்பைப் பின்னிப் பிணைக்கிறது. பாலியல் வன்முறை அல்லது கதாபாத்திரங்களுக்கு இடையிலான அதிகார இயக்கவியலை சித்தரிக்கும் காட்சிகளில் வன்முறையின் இந்த காமவெறி குறிப்பாகத் தெளிவாகத் தெரிகிறது தெரிகிறது. வன்முறையை காமவெறியுடன் இணைப்பதன் மூலம், காட்சி கலாச்சாரம் ஆக்கிரமிப்பு காதல் அல்லது பாலியல் உறவுகளின் ஒரு உற்சாகமான அல்லது மகிழ்ச்சிகரமான அம்சமாக இருக்கலாம் என்ற ஆபத்தான செய்தியை அனுப்புகிறது, இது வீட்டு துஷ்பிரயோகம் மற்றும் பாலியல் தாக்குதல் போன்ற தீங்கு விளைவிக்கும் நடத்தைகள் இயல்பாக்குவதற்கு பங்களிக்கிறது.

பிரபலங்களின் வழிபாட்டு முறை

பிரபலமான காட்சி கலாச்சாரம் பெரும்பாலும் வன்முறையுடன் தொடர்புடைய பிரபலங்களை அவர்களின் திரை ஆளுமைகள் அல்லது அவர்களின் நிஜ வாழ்க்கை செயல்கள் மூலம் மகிமைப்படுத்துகிறது. இந்த பிரபல வழிபாட்டு முறை, வெற்றி, புகழ் அல்லது அந்தஸ்தின் அடையாளமாக ஆக்ரோஷமான நடத்தையை முன்வைப்பதன் மூலம் வன்முறையை கவர்ச்சிகரமாகவும் காதல் ரீதியாகவும் மாற்றுவதற்கு பங்களிக்கும். உயர் பதவியில் உள்ள நபர்கள் தங்கள் வன்முறைச் செயல்களைப் பொருட்படுத்தாமல் கொண்டாடும்போது, சில சூழ்நிலைகளில் ஆக்கிரமிப்பை மன்னிக்கலாம் அல்லது பாராட்டலாம் என்ற செய்தியை அது அனுப்புகிறது, இது வன்முறையற்ற மதிப்புகள் மற்றும் நடத்தைகளை மேம்படுத்துவதற்கான முயற்சிகளை குறைக்கிறது உட்படுத்துகிறது.

காட்சியின் சிலிர்ப்பு

காட்சி ஊடகங்களில் வன்முறை பெரும்பாலும் பார்வையாளர்களுக்கு உற்சாகம் அல்லது அட்ரினலின் உணர்வை வழங்கும் ஒரு சிலிர்ப்பூட்டும் காட்சி காட்டப்படுகிறது. ஆக்கிரமிப்பின் பொழுதுபோக்கு மதிப்பின் மீதான இந்த முக்கியத்துவம், பார்வையாளர்கள் வன்முறையை கவர்ச்சியாகவும் காதல் ரீதியாகவும் மாற்றுவதற்கு பங்களிக்கும், ஏனெனில் பார்வையாளர்கள் அத்தகைய நடத்தையுடன் தொடர்புடைய நிஜ உலக விளைவுகள் மற்றும் துன்பங்களுக்கு உணர்வற்றவர்களாக மாறுகிறார்கள். வன்முறையை உற்சாகமாகவும் சுவாரஸ்யமாகவும் தோன்றச் செய்வதன் மூலம், காட்சி ஆக்கிரமிப்பு மீதான ஈர்ப்பை ஊக்குவிக்கும், இது தனிநபர்களை வன்முறைச் செயல்களைத் தேட அல்லது ஈடுபட ஊக்குவிக்கும்.

ஸ்டீரியோடைகளின் வலுவூட்டல்

காட்சி கலாச்சாரத்தில் வன்முறையை கவர்ச்சிகரமாக்குவதும் காதல்மயமாக்குவதும் பெரும்பாலும் பாலினம், இனம் மற்றும் சமூக-பொருளாதார நிலை தொடர்பான தீங்கு விளைவிக்கும் ஸ்டீரியோடைகளை வலுப்படுத்துவதைச் சார்ந்துள்ளது. உதாரணமாக, ஆண்களை ஆதிக்கம் செலுத்தும் மற்றும் ஆக்ரோஷமானவர்களாகவோ அல்லது பெண்களை செயலற்றவர்களாகவோ அல்லது அடிபணிந்தவர்களாகவோ சித்தரிப்பது நச்சு ஆண்மையை நிலைநிறுத்தலாம் மற்றும் பாலின அடிப்படையிலான வன்முறையை இயல்பாக்குவதற்கு பங்களிக்கும். இதேபோல், இன அல்லது சமூக-பொருளாதார படங்களின் பின்னணியில் வன்முறையை சித்தரிப்பது ஸ்டீரியோடைகளை வலுப்படுத்தி சமூகத்தை மேலும் பிளவுபடுத்தும், இதனால் புரிதல், பச்சாதாபம் மற்றும் வன்முறையற்ற மோதல் தீர்வை மேம்படுத்துவது மிகவும் கடினமாக உள்ளது.

பிரபலமான காட்சி கலாச்சாரத்தில் வன்முறையின் கவர்ச்சி மற்றும் காதல்மயமாக்கலை எதிர்க்க, விமர்சன ரீதியான ஊடக எழுத்தறிவு மற்றும் பொறுப்பான உள்ளடக்க உருவாக்கத்தை ஊக்குவிப்பது அவசியம். வன்முறை உள்ளடக்கத்தின் தாக்கங்கள் பற்றிய திறந்த உரையாடலை ஊக்குவிப்பது, பச்சாதாபம் மற்றும் புரிதலை வளர்ப்பது, ஆக்கிரமிப்பின் நிஜ உலக விளைவுகள் மற்றும் வன்முறையற்ற மாற்றுகளின் முக்கியத்துவம் பற்றிய விழிப்புணர்வை ஏற்படுத்த உதவும். காட்சி ஊடகங்களில் வன்முறையின் கவர்ச்சியை சவால் செய்வதன் மூலமும், இரக்கம், ஒத்துழைப்பு மற்றும் மோதல் தீர்வு ஆகியவற்றின் மதிப்பை வலியுறுத்துவதன் மூலமும், ஆக்கிரமிப்பு நடத்தையை இயல்பாக்குவதற்கு பங்களிக்கும் தீங்கு விளைவிக்கும் செய்திகளை அகற்றுவதில் சமூகம் செயல்பட முடியும்.

விமர்சன சிந்தனை மற்றும் ஊடக கல்வியறிவை ஊக்குவிக்கும் கல்வி முயற்சிகள், தனிநபர்கள் காட்சி கலாச்சாரத்தில் எதிர்கொள்ளும் செய்திகளைக் கேள்வி கேட்கவும், அவர்கள் உட்கொள்ளும் உள்ளடக்கம் குறித்து அதிக தகவலறிந்த முடிவுகளை எடுக்கவும் அதிகாரம் அளிக்கவும். வன்முறையை கவர்ச்சியாகவும் காதல் ரீதியாகவும் பயன்படுத்தப்படும் நுட்பங்களைப் பற்றிய சிறந்த புரிதலை வளர்ப்பதன் மூலம்,

பார்வையாளர்கள் இந்த தீங்கு விளைவிக்கும் சித்தரிப்புகளின் செல்வாக்கிற்கு அதிக எதிர்ப்பு தெரிவிக்க முடியும்.

வன்முறையின் கவர்ச்சி மற்றும் காதல்மயமாக்கலை எதிர்ப்பதில் பொறுப்பான உள்ளடக்க உருவாக்கமும் அவசியம். திரைப்பட தயாரிப்பாளர்கள், தொலைக்காட்சி தயாரிப்பாளர்கள், விளம்பரதாரர்கள் மற்றும் பிற காட்சி ஊடக படைப்பாளிகள் வன்முறையற்ற மோதல் தீர்வை வலியுறுத்துகின்றனர் கதைகளுக்கு முன்னுரிமை அளிக்க வேண்டும் மற்றும் ஆக்கிரமிப்பு நடத்தையின் யதார்த்தமான விளைவுகள் சித்தரிக்கப்பட வேண்டும். ஊக்குவிக்கும் கதைகளில் கவனம் செலுத்துவதன் மூலம்பச்சாதாபம், இரக்கம் மற்றும் புரிதல் ஆகியவற்றுடன், காட்சி ஊடகங்கள் ஆக்கிரமிப்பு மற்றும் ஆதிக்கத்தை விட அமைதி மற்றும் ஒத்துழைப்பை மதிக்கும் ஒரு கலாச்சாரத்தை உருவாக்க உதவும்.

கூடுதலாக, காட்சி ஊடகங்களில் வன்முறை சித்தரிப்பைக் கையாளும் கொள்கைகள் மற்றும் ஒழுங்குமுறைகள், ஆக்கிரமிப்பின் கவர்ச்சி மற்றும் காதல்மயமாக்கலை குறைப்பதில் பங்கு வகிக்கலாம். திரைப்படங்களில் வன்முறையைச் சித்தரிப்பதற்கான கடுமையான வழிகாட்டுதல்களை செயல்படுத்துதல்., தொலைக்காட்சி நிகழ்ச்சிகள் மற்றும் விளம்பரங்கள்ஆக்ரோஷமான நடத்தை ஒரு கவர்ச்சிகரமான அல்லது விரும்பத்தக்க விருப்பமாக வழங்கப்படாமல் இருப்பதை உறுதிசெய்ய உதவும். மேலும், வயதுக்கு ஏற்ற மதிப்பீடுகள் மற்றும் உள்ளடக்க எச்சரிக்கைகளை அமல்படுத்துவது, வன்முறையின் தீங்கு விளைவிக்கும் சித்தரிப்புகளுக்கு ஆளாகாமல் இளைய மற்றும் எளிதில் ஈர்க்கக்கூடிய பார்வையாளர்களைப் பாதுகாக்க உதவும்.

தணிக்கையின் பங்குமற்றும் மதிப்பீட்டு முறை

தணிக்கைமற்றும் மதிப்பீட்டு அமைப்புகள் பிரபலமான காட்சி கலாச்சாரத்தில் வன்முறை மற்றும் பிற தீங்கு விளைவிக்கும் உள்ளடக்கத்தின் சித்தரிப்பை ஒழுங்குபடுத்துவதில் முக்கிய பங்கு வகிக்கின்றன. படைப்பாளிகள் மற்றும் விநியோகஸ்தர்களுக்கான வழிகாட்டுதல்களையும், நுகர்வோருக்கான தகவல்களையும் வழங்குவதன் மூலம், இந்த அமைப்புகள், குறிப்பாக இளைய அல்லது அதிக ஈர்க்கக்கூடிய பார்வையாளர்களுக்கு, பொருத்தமற்ற அல்லது தீங்கு விளைவிக்கும் உள்ளடக்கத்திலிருந்து பார்வையாளர்களைப் பாதுகாப்பதை நோக்கமாகக் கொண்டது உள்ளது. இருப்பினும், தணிக்கை மற்றும் மதிப்பீட்டு அமைப்புகளின் செயல்திறன் விவாதத்திற்கு உட்பட்டது, ஏனெனில் அவை சில நேரங்களில் படைப்பு சுதந்திரம் மற்றும் தனிப்பட்ட தேர்வை மீறுவதாகக் கருதப்படலாம்.

தணிக்கையின் நோக்கம்மற்றும் அமைப்புகள் மதிப்பீட்டு

தணிக்கைமற்றும் அமைப்புகள் மதிப்பீட்டு பல செயல்பாடுகளைச் செய்யும் நோக்கம் கொண்டவை, அவற்றுள்:

*(அ) சிறார்களைப் பாதுகாத்தல்:*தணிக்கை மற்றும் மதிப்பீட்டு முறைகளின் முதன்மையான குறிக்கோள்களில் ஒன்று, குழந்தைகள் மற்றும் இளம் பருவத்தினரின் வயது அல்லது வளர்ச்சி நிலைக்கு பொருந்தாத உள்ளடக்கத்திலிருந்து அவர்களைப் பாதுகாப்பதாகும். வன்முறை அல்லது வெளிப்படையான உள்ளடக்கத்திற்கான அணுகலைக் கொண்டு, இந்த அமைப்பு அத்தகைய உள்ளடக்கத்தை வெளிப்படுத்துகிறது இளம் பார்வையாளர்களுக்கு ஏற்படுத்தக்கூடிய எதிர்மறை விளைவுகளைத் தடுக்கும் நோக்கத்தைக் கொண்டுள்ளது.

*(ஆ) நுகர்வோருக்குத் தெரிவித்தல்:*தணிக்கைமற்றும் மதிப்பீட்டு பார்வையாளர்கள் தாங்கள் உட்கொள்ளும் உள்ளடக்கம் குறித்து தகவலறிந்த முடிவுகளை எடுக்க உதவும் மதிப்புமிக்கது தகவல்களை வழங்குகின்றன. மதிப்பீடுகள், உள்ளடக்க எச்சரிக்கைகள் மற்றும் வயது கட்டுப்பாடுகள் ஒரு குறிப்பிட்ட திரைப்படம்,தொலைக்காட்சி நிகழ்ச்சி அல்லது வீடியோ கேம் தங்களுக்கு அல்லது தங்கள் குடும்பத்தினருக்குப் பொருத்தமானது.

*(இ) சமூக விதிமுறைகள் மற்றும் மதிப்புகளைப் பேணுதல்:*தணிக்கைமற்றும் மதிப்பீட்டு முறைகளை சமூக தரங்களைப் பராமரிப்பதற்கும் பகிரப்பட்ட மதிப்புகளை

ஊக்குவிப்பதற்கும் ஒரு வழிமுறையாகவும் காணலாம். வன்முறை, வெளிப்படையான உள்ளடக்கம் அல்லது சர்ச்சைக்குரிய கருப்பொருள்களின் சித்தரிப்பை ஒழுங்குபடுத்துவதன் மூலம், இந்த அமைப்புகள் கொடுக்கப்பட்டுள்ளன சமூகத்தின் தார்மீக மற்றும் நெறிமுறை விதிமுறைகளை வலுப்படுத்தவும் நோக்கமாகவும் உள்ளது.

(ஈ) பொறுப்பான உள்ளடக்க உருவாக்கத்தை ஆதாரித்தல்:தணிக்கைமற்றும் அமைப்பு மதிப்பீட்டு திரைப்பட தயாரிப்பாளர்கள், தொலைக்காட்சி தயாரிப்பாளர்கள், விளம்பரதாரர்கள் மற்றும் பிற உள்ளடக்க படைப்பாளர்களை பார்வையாளர்கள் மற்றும் சமூகத்தில் தங்கள் படைப்புகளின் சாத்தியமான தாக்கத்தைக் கருத்தில் கொள்ள ஊக்குவிக்கும். வழிகாட்டுதல்கள் மற்றும் கட்டுப்பாடுகளை வழங்குவதன் மூலம், இந்த அமைப்புகள் படைப்பு சுதந்திரத்தை சமூகப் பொறுப்புடன் சமநிலைப்படுத்தும் பொறுப்பாகும் கதைசொல்லலை ஊக்குவிக்க முடியும்.

தணிக்கையின் சவால்கள்மற்றும் அமைப்புகள் மதிப்பீட்டு

அவற்றின் நோக்கம் கொண்ட நன்மைகள் இருந்தபோதிலும், தணிக்கை மற்றும் மதிப்பீட்டு அமைப்புகள் பல சவால்களையும் விமர்சனங்களையும் எதிர்கொள்கின்றன, அவற்றுள்:

(அ) மிகைப்படுத்தலுக்கான சாத்தியக்கூறு:தணிக்கை மற்றும் மதிப்பீட்டு முறைகளைச் சுற்றியுள்ள கவலைகளில் ஒன்று, இந்த வழிமுறைகள் கலை சுதந்திரம் மற்றும் தனிப்பட்ட தேர்வை மீறும் சாத்தியக்கூறு ஆகும். அதிகமான கட்டுப்பாடுகள் கொண்ட வழிகாட்டுதல்கள் பிரபலமான காட்சி கலாச்சாரத்தில் குறிப்பிடப்படும் கதைகள் மற்றும் முன்னோக்குகளின் வரம்பைக் கட்டுப்படுத்தலாம் என்று விமர்சகர்கள் வாதிடுகின்றனர்,படைப்பாற்றலை நசுக்குதல் மற்றும் கருத்துக்களின் சுதந்திரமான பரிமாற்றத்தைத் தடுப்பது.

(ஆ) கலாச்சார சார்புகள் மற்றும் முரண்பாடுகள்:தணிக்கைமற்றும் மதிப்பீட்டு முறைகள் பெரும்பாலும் அகநிலை சார்ந்தவையாகவும், கலாச்சார சார்புகளால் பாதிக்கப்படுவதாகவும் விமர்சிக்கப்படுகின்றன. எந்த உள்ளடக்கம் ஏற்றுக்கொள்ளத்தக்கது அல்லது ஏற்றுக்கொள்ள முடியாதது என்பது குறித்த முடிவுகள், கேள்விக்குரிய சமூகத்தின் மதிப்புகள் மற்றும் விதிமுறைகளைப் பொறுத்து மாறுபடலாம், இதனால் பல்வேறு பிராந்தியங்கள் மற்றும் தளங்களில் உள்ளடக்கம் ஒழுங்குபடுத்தப்படும் விதத்தில் முரண்பாடுகள் ஏற்படுகின்றன.

(இ) மதிப்பீடுகள் மற்றும் எச்சரிக்கைகளின் செயல்திறன்:தீங்கு விளைவிக்கும் உள்ளடக்கத்திற்கு வெளிப்படுவதைத் தடுப்பதில் மதிப்பீடுகள் மற்றும் உள்ளடக்க எச்சரிக்கைகளின் அமைப்பு சில விமர்சகர்கள் கேள்வி எழுப்புகின்றனர். பல பார்வையாளர்கள், குறிப்பாக இளைய பார்வையாளர்கள், உள்ளடக்க எச்சரிக்கைகளை முழுமையாகப் புரிந்து கொள்ளாமல் இருக்கலாம் அல்லது கவனம் செலுத்தாமல் இருக்கலாம் இருக்கலாம் என்றும், வயது வரம்புக்குட்பட்ட உள்ளடக்கத்தை அணுகுவது ஆன்லைன் தளங்கள் அல்லது பிற வழிகள் மூலம் ஒப்பீட்டளவில் எளிதாக இருக்கும் ஆராய்ச்சி காட்டுகிறது.

(ஈ) பெற்றோரின் பொறுப்பின் பங்கு:தணிக்கை மற்றும் மதிப்பீட்டு முறைகள் குழந்தைகளின் நுகர்வைக் கண்காணிக்கும் பொறுப்பை பெற்றோர்கள் மற்றும் பராமரிப்பாளர்களிடமிருந்து மாற்றலாம் விமர்சகர்கள் வாதிடுகின்றனர். வெளிப்புற அமைப்புகளை மட்டுமே நம்புவதற்கு பதிலாக, தீங்கு விளைவிக்கும் உள்ளடக்கத்திற்கு தங்கள் குழந்தைகள் வெளிப்படுவதைக் கண்காணித்து ஒழுங்குபடுத்துவது இறுதியில் பெற்றோரின் பொறுப்பு என்று அவர்கள் வாதிடுகின்றனர்.

படைப்பு சுதந்திரத்தையும் சமூகப் பொறுப்பையும் சமநிலைப்படுத்துதல்

தணிக்கை மற்றும் மதிப்பீட்டு முறைகளின் சவால்கள் மற்றும் விமர்சனங்களை எதிர்கொள்ள, படைப்பு சுதந்திரத்திற்கும் சமூகப் பொறுப்புக்கும் இடையில் சமநிலையை ஏற்படுத்துவது முக்கியம். இதை அடைய முடியும்:

*(அ) ஒத்துழைப்பு மற்றும் உரையாடல்:*உள்ளடக்க படைப்பாளர்கள், ஒழுங்குமுறை அதிகாரிகள் மற்றும் பொதுமக்களிடையே திறந்த உரையாடலை ஊக்குவிப்பது, தணிக்கை மற்றும் மதிப்பீட்டு முறைகள் நியாயமானவை, வெளிப்படையானவை மற்றும் சமூக மதிப்புகளைப் பிரதிபலிப்பவை என்பதை உறுதிப்படுத்த உதவும். முடிவெடுக்கும் செயல்பாட்டில் பங்குதாரர்களை ஈடுபடுத்துவதன் மூலம், இந்த அமைப்புகள் மாறிவரும் விதிமுறைகளுக்கு மிகவும் பதிலளிக்கக்கூடியதாக இருக்கும்.

பிரதிநிதித்துவம்:சாதியைச் சேர்ந்தவர், வகுப்பு மற்றும் பாலினம்

திரைப்படங்களில் சாதி, வர்க்கம் மற்றும் பாலினத்தின் பிரதிநிதித்துவம், தொலைக்காட்சி நிகழ்ச்சிகள் மற்றும் விளம்பரங்கள்சமூகக் கருத்துக்களை வடிவமைப்பதிலும், ஒரே மாதிரியான கருத்துக்களை வலுப்படுத்துவதிலும் குறிப்பிடத்தக்க பங்கை வகிக்கிறது. இந்த சித்தரிப்புகளை ஆராய்வதன் மூலம், காட்சி கலாச்சாரம் சமூக ஏற்றத்தாழ்வுகள் மற்றும் தப்பெண்ணங்களை எவ்வாறு பாதிக்கிறது மற்றும் நிலைநிறுத்தப்படுகிறது என்பதை நாம் நன்கு புரிந்து கொள்ள முடியும்.

சாதிபிரதிநிதித்துவம்காட்சி ஊடகங்களில்

சாதிஉலகின் பல பகுதிகளில், குறிப்பாக இந்தியா போன்ற நாடுகளில், ஆழமாக வேரூன்றிய சமூகப் படிநிலையாகவே உள்ளது. காட்சி ஊடகங்கள் பெரும்பாலும் சாதிய ஸ்டீரியோடைகளை பின்வரும் வழிமுறைகள் மூலம் நிலைநிறுத்துகின்றன:

*(அ) தட்டச்சு செய்தல்:*திரைப்படங்கள் மற்றும் தொலைக்காட்சி நிகழ்ச்சிகள், கீழ் சாதியைச் சேர்ந்த கதாபாத்திரங்கள், உடலுழைப்புத் தொழிலாளர்கள், வேலைக்காரர்கள் அல்லது குற்றவாளிகள் போன்ற ஒரே மாதிரியான வேதங்களில் சித்திரிக்கலாம். இந்த வகைப்பாடு, சில சாதிகள் இயல்பாகவே தாழ்ந்தவை அல்லது வாய்ப்புகள் மற்றும் சமூக இயக்கத்திற்குத் தகுதியற்றவை என்ற கருத்தை வலுப்படுத்துகிறது.

(ஆ) அழிப்பு மற்றும் கண்ணுக்குத் தெரியாத தன்மை: காட்சி ஊடகங்கள் பெரும்பாலும் விளிம்புநிலை சாதிகளைச் சேர்ந்த தனிநபர்களின் அனுபவங்களையும் கண்ணோட்டங்களையும் கவனிக்காமல் விடுகின்றன. இந்த அழிப்பு இந்த சமூகங்களை மேலும் ஓரங்கட்டவும், சாதி படிநிலையை நிலைநிறுத்தவும் உதவுகிறது.

*(இ) சாதியை காதல்மயமாக்குதல்:*சில படங்கள்மற்றும் தொலைக்காட்சி நிகழ்ச்சிகள் சாதி அமைப்பை காதல்மயமாக்கி, பாகுபாடு மற்றும் ஒடுக்குமுறைக்கான ஆதாரமாக இல்லாமல் ஒரு கலாச்சார பாரம்பரியமாக முன்வைக்கப்படலாம். இது சாதி அடிப்படையிலான தப்பெண்ணத்தின் நிஜ வாழ்க்கை விளைவுகளை குறைக்கும் மற்றும் சாதி ஏற்றத்தாழ்வுகள் பற்றிய விமர்சன விவாதத்தை ஊக்கப்படுத்தாது.

வகுப்பு பிரதிநிதித்துவம்காட்சி ஊடகங்களில்

வர்க்க வேறுபாடுகள் பெரும்பாலும் காட்சி ஊடகங்கள் மூலம் பின்வரும் வழிகளில் நிலைநிறுத்தப்பட்டு வலுப்படுத்தப்படுகின்றன:

(அ) *செல்வத்தைப் புகழ்தல்:*திரைப்படங்கள், தொலைக்காட்சி நிகழ்ச்சிகள் மற்றும் விளம்பரங்கள்பெரும்பாலும் செல்வத்தையும் பொருள்முதல்வாதத்தையும் மகிமைப்படுத்துகிறார்கள், பணக்கார வாழ்க்கை முறைகளை அனைவரும் விரும்பத்தக்கதாகவும் அடையக்கூடியதாகவும் இருக்கிறது முன்வைக்கிறார்கள். இது தகுதியின் கட்டுக்கதையை நிலைநிறுத்தக்கூடும் மற்றும் பல தனிநபர்களின் சமூக இயக்கத்தைத் தடுக்கும் கட்டமைப்புத் தடைகளை கவனிக்காமல் போகலாம்.

(ஆ) *வறுமையின் ஸ்டீரியோடைப்:*குறைந்த வருமானம் கொண்ட தனிநபர்கள் மற்றும் சமூகங்கள் சோம்பேறிகள், படிக்காதவர்கள் அல்லது ஒழுக்க ரீதியாக குறைபாடுள்ளவர்களாக சித்தரிக்கப்படலாம், எதிர்மறையான ஸ்டீரியோடைப்களை வலுப்படுத்தி வர்க்க அடிப்படையிலான ஏற்றத்தாழ்வுகளை நியாயப்படுத்தலாம்.

(இ) *வர்க்கப் போராட்டங்களை அற்பமாக்குதல்:*சுகாதாரம், கல்வி அல்லது வேலை வாய்ப்புகள் கிடைக்காது போன்ற குறைந்த வருமானம் கொண்ட தனிநபர்கள் எதிர்கொள்ளும் போராட்டங்களை காட்சி ஊடகங்கள் குறைக்கின்றன மதிப்பிடலாம் அல்லது புறக்கணிக்கலாம். வர்க்க வேறுபாடுகளை முக்கியமற்றதாகவோ அல்லது இயற்கையானதாகவோ முன்வைப்பதன் மூலம், காட்சி கலாச்சாரம் விமர்சன விவாதத்தையும் சமூக மாற்றத்தையும் ஊக்கப்படுத்துவதில்லை.

பாலின பிரதிநிதித்துவம்காட்சி ஊடகங்களில்

பாலின ஸ்டீரியோடைப்கள் மற்றும் சார்புகள் காட்சி ஊடகங்களில் பரவலாக உள்ளன, ஆண்கள் மற்றும் பெண்களுக்கு தீங்கு விளைவிக்கும் விதிமுறைகள் மற்றும் எதிர்பார்ப்புகளை நிலைநிறுத்துகின்றன:

(அ) *பெண்களை புறநிலைப்படுத்துதல்:*படங்களில் பெண்கள் பெரும்பாலும் பாலியல் பொருட்களாக சித்தரிக்கப்படுகிறார்கள்., தொலைக்காட்சி நிகழ்ச்சிகள் மற்றும் விளம்பரங்கள், அவர்களின் உடல் தோற்றத்தை குறைத்து, ஒரு பெண்ணின் மதிப்பு அவளது கவர்ச்சியில் உள்ளது என்ற கருத்தை வலுப்படுத்துகிறது. இந்த புறநிலைப்படுத்தல் உடல் பிம்பத்திற்கு பங்களிக்கும்.பிரச்சினைகள், சுய-புறநிலைப்படுத்தல் மற்றும் பாலியல் துன்புறுத்தல் மற்றும் தாக்குதலை இயல்பாக்குதல்.

(ஆ) *பாரம்பரிய பாலின பாத்திரங்களை வலுப்படுத்துதல்:*காட்சி ஊடகங்கள் பெரும்பாலும் பாரம்பரிய பாலின பாத்திரங்களை ஊக்குவிக்கின்றன, ஆண்களை வலிமையானவர்கள், ஆதிக்கம் செலுத்துபவர்கள் மற்றும் உணர்ச்சி ரீதியாக முட்டாள்களாக சித்தரிக்கின்றனர், அதே நேரத்தில் பெண்களை செயலற்றவர்கள், வளர்ப்பவர்கள் மற்றும் அடிபணிந்தவர்களாக சித்தரிக்கின்றனர். இந்த சித்தரிப்புகள் தனிநபர்களின் திறனைக் கட்டுப்படுத்தலாம் மற்றும் பாலின சமத்துவமின்மைக்கு பங்களிக்கும் தீங்கு விளைவிக்கும் ஸ்டீரியோடைகளை நிலைநிறுத்தக்கூடும்.

(இ) *பெண்களின் குறைவான பிரதிநிதித்துவம்:*காட்சி ஊடகங்களில், குறிப்பாக அதிகாரப் பதவிகள் அல்லது அதிகாரப் பதவிகளில் பெண்கள் பெரும்பாலும் குறைவாகவே பிரதிநிதித்துவப்படுத்தப்படுகிறார்கள். பிரதிநிதித்துவம் இல்லாதது, பெண்கள் தலைமைப் பாத்திரங்களுக்குத் தகுதியற்றவர்கள் அல்லது தகுதியற்றவர்கள் என்ற கருத்தை வலுப்படுத்தக்கூடும், இது பணியிடத்திலும் சமூகத்திலும் பாலின அடிப்படையிலான பாகுபாட்டை நிலைநிறுத்துகிறது.

காட்சி ஊடகங்களில் சவாலான ஸ்டீரியோடைகள் மற்றும் உள்ளடக்கத்தை ஊக்குவித்தல்

காட்சி ஊடகங்களில் சாதி, வர்க்கம் மற்றும் பாலின பிரதிநிதித்துவத்தின் தீங்கு விளைவிக்கும் தாக்கத்தை எதிர்கொள்ள, மிகவும் மாறுபட்ட மற்றும் துல்லியமான சித்தரிப்புகள் ஊக்குவிப்பது மிகவும் முக்கியம்:

(அ) பிரதிநிதித்துவம்விஷயங்கள்:காட்சி ஊடகங்களில் விளிம்புநிலை சமூகங்களின் தெரிவுநிலை மற்றும் பிரதிநிதித்துவத்தை அதிகரிப்பது, ஒரே மாதிரியான கருத்துக்களை சவால் செய்வதற்கு, பச்சாதாபம் மற்றும் புரிதலை ஊக்குவிப்பதற்கும் அவசியம். இதில் பல்வேறு பின்னணிகளைச் சேர்ந்த நடிகர்கள், எழுத்தாளர்கள் மற்றும் இயக்குநர்கள் தங்கள் கதைகளைச் சொல்லவும் பிரபலமான கதைகளை வடிவமைக்கவும் அதிக வாய்ப்புகளை உருவாக்குவதும் அடங்கும்.

(ஆ) ஸ்டீரியோடைகளை உடைத்தல்:பாரம்பரிய சாதி, வர்க்கம் மற்றும் பாலின ஸ்டீரியோடைகளை சவால் செய்ய, அவற்றைத் தகர்த்தெறியவும் உள்ளடங்கிய படைப்பாளிகள் பாடுபட வேண்டும். எதிர்பார்ப்புகளை மீறும் மற்றும் சமூக விதிமுறைகளை சவால் செய்யும் பல்வேறு பாத்திரங்கள் மற்றும் சூழ்நிலைகளில் கதாபாத்திரங்களை சித்திரிக்க வேண்டும். பாரம்பரிய பாத்திரங்கள் மற்றும் ஸ்டீரியோடைப்களில் இருந்து விடுபடும் கதாபாத்திரங்களைக் காண்பிப்பதன் மூலம், காட்சி ஊடகங்கள் "சாதாரண" அல்லது "ஏற்றுக்கொள்ளத்தக்க" என்று கருதப்படுவதை மறுவரையறை செய்ய உதவுவதுடன், மேலும் உள்ளடக்கிய மற்றும் சமத்துவமான சமூகத்தை ஊக்குவிக்கும்.

(இ) விமர்சன ஊடக நுகர்வை ஊக்குவித்தல்:காட்சி ஊடகங்களில் சாதி, வர்க்கம் மற்றும் பாலினத்தை சித்தரிப்பது குறித்த கல்வி மற்றும் பொது விவாதம் விமர்சன சிந்தனை மற்றும் ஊடக கல்வியறிவை ஊக்குவிக்கிறது வேண்டும். காட்சி ஊடகங்கள் தீங்கு விளைவிக்கும் ஸ்டீரியோடைகளை எவ்வாறு நிலைநிறுத்துகின்றன என்பதைப் புரிந்துகொள்வதன் மூலம், பார்வையாளர்கள் இந்த பிரதிநிதித்துவங்களை சவால் செய்ய, அவர்கள் உட்கொள்ளும் உள்ளடக்கம் குறித்து மேலும் தகவலறிந்த முடிவுகளை எடுக்கவும் அதிகாரம் அளிக்க முடியும்.

(ஈ) சுயாதீன மற்றும் மாற்று ஊடகங்களை ஆதரித்தல்:சுயாதீன மற்றும் மாற்று ஊடகங்களின் உற்பத்தி மற்றும் நுகர்வை ஊக்குவிப்பது காட்சி கலாச்சாரத்தில் குறிப்பிடப்படும் கண்ணோட்டங்கள் மற்றும் அனுபவங்களின் வரம்பை பன்முகப்படுத்த உதவும். உள்ளடக்கம் மற்றும் துல்லியமான பிரதிநிதித்துவத்திற்கு முன்னுரிமை அளிக்கப்படும் திரைப்பட தயாரிப்பாளர்கள், தொலைக்காட்சி தயாரிப்பாளர்கள் மற்றும் உள்ளடக்கம் படைப்பாளர்களை ஆதரிப்பதன் மூலம், பார்வையாளர்கள் உலகத்தைப் பற்றிய புரிதலை விரிவுபடுத்தி, அதிக பச்சாதாபத்தையும் இரக்கத்தையும் வளர்க்க முடியும்.

(உ) வக்காலத்துமற்றும் கொள்கை மாற்றம்:காட்சி ஊடகங்களில் சாதி, வர்க்கம் மற்றும் பாலினத்தின் பிரதிநிதித்துவத்தை நிவர்த்தி செய்யும் கொள்கை மாற்றத்திற்கான ஆதரவு, மிகவும் உள்ளடக்கிய மற்றும் சமமான காட்சி கலாச்சாரத்தை ஊக்குவிப்பதில் பங்கு வகிக்கும். ஊடக தயாரிப்பில் பன்முகத்தன்மை மற்றும் பிரதிநிதித்துவத்திற்கான வழிகாட்டுதல்களை செயல்படுத்துவது, ஒரங்கட்டப்பட்ட படைப்பாளிகளுக்கு நிதி மற்றும் வளங்களை வழங்கும் முன்முயற்சிகளை ஆதாரிப்பதும் இதில் அடங்கும்.

காட்சி ஊடகங்களில் ஸ்டீரியோடைப்கள் மற்றும் பாரபட்சங்கள்

காட்சி ஊடகங்களில் உள்ள ஒரே மாதிரியான கருத்துக்களும், தப்பெண்ணங்களும், தீங்கு விளைவிக்கும் நம்பிக்கைகள் மற்றும் மனப்பான்மைகளை நிலைநிறுத்தி, சமூகப் பிளவுகளுக்கு பங்களித்து, அதிகார இயக்கவியலை வலுப்படுத்தும். காட்சி ஊடகங்கள் ஒரே மாதிரியான கருத்துக்களையும் தப்பெண்ணைகளையும் நிலைநிறுத்தும் வழிகளை ஆராய்வதன் மூலம், தனிநபர்கள் மற்றும் சமூகத்தின் மீது அதன் தாக்கத்தை நாம் நன்கு புரிந்துகொண்டு, மிகவும் உள்ளடக்கிய மற்றும் சமமான காட்சி கலாச்சாரத்தை உருவாக்குவதற்கு பாடுபட முடியும்.

இன மற்றும் இன ஸ்டீரியோடைப்கள்

காட்சி ஊடகங்கள் பெரும்பாலும் இன மற்றும் இன சிறுபான்மையினரை தீங்கு விளைவிக்கும் ஸ்டீரியோடைகளின் லென்ஸ் மூலம் சித்தரிக்கின்றன, இது பாகுபாட்டை நிலைநிறுத்தவும் சமூக நிலைகளை வலுப்படுத்தவும் முடியும்:

(அ) வெளியகப்படுத்தல்:மேற்கத்திய கலாச்சாரம் அல்லாதவர்களை அயல்நாட்டு, மர்மமான அல்லது பழமையானவர்களாக காட்டலாம், அவர்கள் "மற்றவர்கள்" என்ற கருத்தை நிலைநிறுத்தி, மேற்கத்திய கலாச்சாரத்தின் மேன்மையை வலுப்படுத்துகிறார்கள்.

(ஆ) டோக்கனிசம்:திரைப்படங்களில் இன மற்றும் இன சிறுபான்மையினர் பெரும்பாலும் அடையாள கதாபாத்திரங்களாக சேர்க்கப்படுகிறார்கள்., தொலைக்காட்சி நிகழ்ச்சிகள் மற்றும் விளம்பரங்கள், சிக்கலான, முழுமையாக வளர்ந்த தனிநபர்களாக இல்லாமல், அவர்களின் முழு சமூகத்தின் பிரதிநிதிகளாக சேவை செய்கிறார்கள்.

(இ) ஒரே மாதிரியான பாத்திரங்கள்:சிறுபான்மை பின்னணியைச் சேர்ந்த கதாபாத்திரங்கள், "மாதிரி சிறுபான்மை" அல்லது "ஆபத்தான வெளிநபர்" போன்ற இன அல்லது ரீதியான ஸ்டீரியோடைப்களை பிரதிபலிக்கும் குறிப்பிட்ட பாத்திரங்களுக்குள் மட்டுப்படுத்தப்படலாம்.

வயது சார்ந்த ஸ்டீரியோடைப்கள்

காட்சி ஊடகங்கள் பெரும்பாலும் வயது அடிப்படையிலான ஸ்டீரியோடைப்களை நிலைநிறுத்துகின்றன, வாழ்க்கையின் வெவ்வேறு கட்டங்களில் தனிநபர்களின் திறன்கள் மற்றும் பாத்திரங்கள் பற்றிய வரையறுக்கப்பட்ட நம்பிக்கைகளை வலுப்படுத்துகின்றன:

(அ) முதியவர்களை குழந்தையாக்குதல்:வயதானவர்கள் பலவீனமானவர்களாக, சார்ந்திருப்பவர்களாக அல்லது குழந்தைத்தனமானவர்களாக சித்தரிக்கப்படலாம், அவர்கள் சமூகத்திற்கு ஒரு சுமை என்ற கருத்து நிலைநிறுத்துகிறார்கள் மற்றும் அவர்களின் கண்ணியத்தையும் சுயாதீனத்தையும் குறைமதிப்பிற்கு உட்படுத்துகிறார்கள்.

(ஆ) இளைஞர்களின் இலட்சியமயமாக்கல்:இளமை என்பது பெரும்பாலும் வாழ்க்கையின் சிறந்த கட்டமாகக் காட்டப்படுகிறது, காட்சி ஊடகங்கள் இளமை மற்றும் அழகைப் போற்றுகின்றன. இது வயதான நபர்களை ஓரங்கட்டுவதற்கும், இளைய பார்வையாளர்களின் தோற்றத்திற்கான நம்பத்தகாத தரங்களை நிலைநிறுத்துவதற்கும் பங்களிக்கும்.

LGBTQ+ ஸ்டீரியோடைப்கள்

காட்சி ஊடகங்கள் வரலாற்று ரீதியாக LGBTQ+ நபர்களைப் பற்றிய தீங்கு விளைவிக்கும் ஸ்டீரியோடைகளை நிலைநிறுத்தியுள்ளன, அவை பாகுபாடு மற்றும் ஓரங்கட்டப்படுதலுக்கு பங்களிக்கக்கூடும்:

(அ) ஒரே மாதிரியான சித்தரிப்புகள்:LGBTQ+ கதாபாத்திரங்கள், ஆடம்பரமான ஓரினச்சேர்க்கையாளர், பட்ச் லெஸ்பியன் அல்லது "சோகமான வினோதமான" ட்ரோப் போன்ற குறுகிய ஸ்டீரியோடைகளுக்கு இணங்கும் விதங்களில் சித்தரிக்கப்படலாம்.

(b) கண்ணுக்குத் தெரியாதது மற்றும் அழித்தல்:LGBTQ+ தனிநபர்களின் அனுபவங்களும் கண்ணோட்டங்களும் பெரும்பாலும் ஊடகங்களில் குறைவாகவே பிரதிநிதித்துவப்படுத்தப்படுகின்றன அல்லது விலக்கப்படுகின்றன, இது பன்முக நெறிமுறை அனுமானங்களை வலுப்படுத்துகிறது மற்றும் இந்த சமூகங்களின் கண்ணுக்குத் தெரியாத தன்மையை நிலைநிறுத்துகிறது.

திறன் சார்ந்த ஸ்டீரியோடைப்கள்

காட்சி ஊடகங்கள் பெரும்பாலும் மாற்றுத்திறனாளிகள் பற்றிய ஒரே மாதிரியான கருத்துக்களை நிலைநிறுத்துகின்றன, இது அவர்களை சமூகத்திலிருந்து ஒதுக்கி வைப்பதற்கு ஒதுக்குவதற்கு பங்களிக்கிறது:

(அ) பரிதாபம் மற்றும் உத்வேகம்:குறைபாடுகள் உள்ளவர்களை, சிக்கலான, முழுமையாக உணர்ந்த நபர்களாகக் காட்டுவதற்குப் பதிலாக, பரிதாபத்திற்குரியவர்களாகவோ அல்லது தங்கள் குறைபாடுகளை "கடந்து" வந்த" உத்வேகம் தரும் நபர்களாகவோ சித்தரிக்கப்படலாம்.

(ஆ) திறன்வாதம்:காட்சி ஊடகங்கள் பெரும்பாலும் குறைபாடுகள் உள்ளவர்களின் மாறுபட்ட அனுபவங்கள் மற்றும் கண்ணோட்டத்தைத் தழுவுவதற்குப் பதிலாக, சரிசெய்யப்பட வேண்டும் செய்ய வேண்டிய அல்லது குணப்படுத்த வேண்டிய ஒன்றாக இயலாமையை முன்வைப்பதன் மூலம் திறன்சார் அனுமானங்களை வலுப்படுத்துகின்றன.

காட்சி ஊடகங்களில் சவாலான ஸ்டீரியோடைகள் மற்றும் தப்பெண்ணங்கள்

காட்சி ஊடகங்களில் நிலவும் ஒரே மாதிரியான கருத்துக்கள் மற்றும் தப்பெண்ணங்களின் தீங்கு விளைவிக்கும் தாக்கத்தை எதிர்கொள்ள, பல உத்திகளைப் பயன்படுத்தலாம்:

(அ) பல்வேறு பிரதிநிதித்துவம்:காட்சி ஊடகங்களில் பல்வேறு கதாபாத்திரங்கள் மற்றும் அனுபவங்களின் தெரிவுநிலை மற்றும் பிரதிநிதித்துவத்தை அதிகரிப்பது, ஒரே மாதிரியான கருத்துக்களை சவால் செய்வதற்கும், பச்சாதாபம் மற்றும் புரிதலை ஊக்குவிப்பதற்கும் மிகவும் முக்கியமானது. பிரதிநிதித்துவம் இல்லாத பின்னணியில் இருந்து வரும் நடிகர்கள், எழுத்தாளர்கள் மற்றும் இயக்குநர்கள் பிரபலமான கதைகளை வடிவமைக்க அதிக வாய்ப்புகளை உருவாக்குவது இதில் அடங்கும்.

(ஆ) சிக்கலான தன்மை:உள்ளடக்க படைப்பாளிகள் ஒரே மாதிரியான கருத்துக்களை மீறும் கதாபாத்திரங்களை உருவாக்கவும், தனிப்பட்ட அனுபவங்களின் சிக்கலான தன்மை மற்றும் நுணுக்கத்தை உருவாக்கவும் வெளிப்படுத்தவும் பாடுபட வேண்டும். சமூக எதிர்பார்ப்புகளுக்கு இணங்காத கதாபாத்திரங்களை முன்வைப்பதன் மூலம், "சாதாரணமானது" அல்லது "ஏற்றுக்கொள்ளத்தக்கது" என்று கருதப்படுவதை மறுவரையறை செய்ய காட்சி ஊடகங்கள் உதவும்.

(இ) கல்வி மற்றும் ஊடக எழுத்தறிவு:விமர்சன சிந்தனை மற்றும் ஊடக எழுத்தறிவை ஊக்கப்படுத்துவது, பார்வையாளர்கள் காட்சி ஊடகங்களில் சந்திக்கும் ஒரே மாதிரியான கருத்துக்கள் மற்றும் தப்பெண்ணங்களை கேள்வி கேட்க அதிகாரம் அளிக்கும். காட்சி கலாச்சாரம் தீங்கு விளைவிக்கும் நம்பிக்கைகள் மற்றும் அணுகுமுறைகளை எவ்வாறு நிலைநிறுத்துகிறது என்பதைப் புரிந்துகொள்வதன் மூலம், தனிநபர்கள் இந்த பிரதிநிதித்துவங்களை சவால் செய்யலாம் மற்றும் அவர்கள் உட்கொள்ளும் உள்ளடக்கம் குறித்து அதிக தகவலறிந்த முடிவுகளை எடுக்கலாம்.

(ஈ) சுயாதீன மற்றும் மாற்று ஊடகங்களை ஆதரித்தல்:சுயாதீன மற்றும் மாற்று ஊடகங்களின் உற்பத்தி மற்றும் நுகர்வை ஊக்குவிப்பது காட்சி கலாச்சாரத்தில் குறிப்பிடப்படும் கண்ணோட்டங்கள் மற்றும் அனுபவங்களின் வரம்பை பன்முகப்படுத்த உதவும். உள்ளடக்கம் மற்றும் துல்லியமான பிரதிநிதித்துவத்திற்கு முன்னுரிமை அளிக்கப்படும் திரைப்பட தயாரிப்பாளர்கள், தொலைக்காட்சி தயாரிப்பாளர்கள் மற்றும் உள்ளடக்கம் படைப்பாளர்களை ஆதரிப்பதன் மூலம், பார்வையாளர்கள் உலகத்தைப் பற்றிய புரிதலை விரிவுபடுத்தி, அதிக பச்சாதாபத்தையும் இரக்கத்தையும் வளர்க்க முடியும்.

(உ) வக்காலத்து மற்றும் கொள்கை மாற்றம்:காட்சி ஊடகங்களில் பல்வேறு குழுக்களின் பிரதிநிதித்துவத்தை நிவர்த்தி செய்யும் கொள்கை மாற்றத்திற்கான ஆதரவு, மிகவும் உள்ளடக்கிய மற்றும் சமமான காட்சி கலாச்சாரத்தை ஊக்குவிப்பதில் முக்கிய பங்கு

வகிக்கும். ஊடக தயாரிப்பில் பன்முகத்தன்மை மற்றும் பிரதிநிதித்துவத்திற்கான வழிகாட்டுதல்களை செயல்படுத்துவது, ஓரங்கட்டப்பட்ட படைப்பாளிகளுக்கு நிதி மற்றும் வளங்களை வழங்கும் முன்முயற்சிகளை ஆதரிப்பதும் இதில் அடங்கும்.

சமூக ஏற்றத்தாழ்வுகளை நிலைநிறுத்துவதில் காட்சி ஊடகங்களின் பங்கு

சமூக ஏற்றத்தாழ்வுகளை நிலைநிறுத்துவதில் காட்சி ஊடகங்களின் பங்கு பன்முகத்தன்மை கொண்டது மற்றும் பரவலானது. பல்வேறு சமூகக் குழுக்களின் பிரதிநிதித்துவம், ஒரே மாதிரியான கருத்துக்களை வலுப்படுத்துதல் மற்றும் தீங்கு விளைவிக்கும் பொருட்களை ஊக்குவித்தல் மூலம், காட்சி ஊடகங்கள் சமூகப் பிளவுகளையும் அதிகார ஏற்றத்தாழ்வுகளையும் பராமரிக்கவும் அதிகரிக்கவும் பங்களிக்க முடியும். காட்சி ஊடகங்கள் சமூக ஏற்றத்தாழ்வுகளை நிலைநிறுத்தும் பல்வேறு வழிகளை ஆராய்வதன் மூலம், மிகவும் உள்ளடக்கிய மற்றும் சமமான காட்சி கலாச்சாரத்தை உருவாக்குவதற்கு நாம் பணியாற்ற முடியும்.

பிரதிநிதித்துவம் மற்றும் விலக்கு

சமூகக் கருத்துக்கள் மற்றும் எதிர்பார்ப்புகளை வடிவமைப்பதில் காட்சிகள் ஊடகங்களில் குறிப்பிடத்தக்க பங்கை வகிக்கின்றன. இருப்பினும், சில சமூகக் குழுக்களின் பிரதிநிதித்துவம் அல்லது விலக்கு சமூக ஏற்றத்தாழ்வுகளை நிலைநிறுத்தக்கூடும், இதன் மூலம்:

(அ) ஓரங்கட்டுதலை வலுப்படுத்துதல்:காட்சி ஊடகங்களில் விளிம்புநிலைக் குழுக்களின் கண்ணுக்குத் தெரியாத தன்மை, அவர்களின் பிரதிநிதித்துவத்தை மறுத்து, அவர்களின் குரல்களை அடக்குவதன் மூலம் மேலும் அவர்கள் ஓரங்கட்டப்படுவதற்கு பங்களிக்கும்.

(ஆ) சிதைந்த சித்தரிப்புகள்:காட்சி ஊடகங்கள் ஓரங்கட்டப்பட்ட குழுக்களை உள்ளடக்கும்போது, அவை பெரும்பாலும் ஒரே மாதிரியான கருத்துக்கள் மற்றும் சார்புகளின் கண்ணாடி மூலம் அவர்களை முன்வைக்கின்றன. இந்த சிதைந்த சித்தரிப்புகள் இந்த சமூகங்கள் பற்றிய தீங்கு விளைவிக்கும், நம்பிக்கைகளை நிலைநிறுத்தி இருக்கும் அதிகார இயக்கவியலை வலுப்படுத்தும்.

ஸ்டீரியோடைகள் மற்றும் தப்பெண்ணங்களை வலுப்படுத்துதல்

இனம், பாலினம், பாலியல், திறன், சாதி மற்றும் வர்க்கம் தொடர்பான ஒரே மாதிரியான கருத்துக்களையும் தப்பெண்ணங்களையும் காட்சி ஊடகங்கள் பெரும்பாலும் நிலைநிறுத்துகின்றன. இந்த சித்தரிப்புகள் சமூக ஏற்றத்தாழ்வுகளுக்கு பங்களிக்கக்கூடும்:

(அ) பாகுபாட்டை நியாயப்படுத்துதல்:சில குழுக்கள் இயல்பிலேயே தாழ்ந்தவர்களாக, ஆபத்தானவர்களாக அல்லது அவர்களின் ஓரங்கட்டப்பட்ட அந்தஸ்துக்கு தகுதியானவர்களாகக் காட்டுவதன் மூலம், காட்சி ஊடகங்கள் பாகுபாட்டை நியாயப்படுத்தி சமூக படிநிலைகளை நிலைநிறுத்த முடியும்.

(ஆ) சமத்துவமின்மையை இயல்பாக்குதல்:காட்சி ஊடகங்கள் பெரும்பாலும் சமூக ஏற்றத்தாழ்வுகளை இயற்கையானவை அல்லது தவிர்க்க முடியாதவை என்று முன்வைக்கின்றன, விமர்சன விவாதம் ஊக்கப்படுத்துவதில்லை மற்றும் தற்போதைய நிலையை வலுப்படுத்துகின்றன.

தீங்கு விளைவிக்கும் விதிமுறைகள் மற்றும் எதிர்பார்ப்புகளை ஊக்குவித்தல்

தோற்றம், நடத்தை மற்றும் சமூகப் பாத்திரங்கள் தீங்கு விளைவிக்கும் விதிமுறைகள் மற்றும் எதிர்பார்ப்புகளை ஊக்குவிப்பதன் மூலம் காட்சி ஊடகங்கள் சமூக ஏற்றத்தாழ்வுகளுக்கு பங்களிக்கக்கூடும்:

(அ) அழகு தரநிலைகள்:சில அழகு தரநிலைகள் மற்றும் உடல் வகைகளை மகிமைப்படுத்துவதன் மூலம், காட்சி ஊடகங்கள் உடல் அதிருப்தி, சுய-புறநிலைப்படுத்தல் மற்றும் இலட்சியங்களுக்கு இணங்காதவர்களை ஒரங்கட்டுவதற்கு பங்களிக்கக்கூடும்.

(ஆ) பாலினப் பாத்திரங்கள்:காட்சி ஊடகங்கள் பெரும்பாலும் பாரம்பரிய பாலின பாத்திரங்கள் மற்றும் எதிர்பார்ப்புகளை ஊக்குவிக்கின்றன, ஆண்களும் பெண்களும் தங்கள் பாலினத்தை தயாரிக்கின்றனர் குறிப்பிட்ட நடத்தைகள் மற்றும் பாத்திரங்களை கடைபிடிக்க வேண்டும் என்ற கருத்தை வலுப்படுத்துகின்றன. இது தனிப்பட்ட திறனைக் கட்டுப்படுத்தி பாலின சமத்துவமின்மையை நிலைநிறுத்தக்கூடும்.

(இ) நுகர்வுவாதம் மற்றும் பொருள்முதல்வாதம்:காட்சி ஊடகங்கள் பெரும்பாலும் நுகர்வு மற்றும் பொருள்முதல்வாதத்தை ஊக்குவிக்கின்றன, செல்வத்தையும் பொருள் வெற்றியையும் மதிப்பு மற்றும் அந்தஸ்தின் குறிகாட்டிகளாகக் காட்டுகின்றன. இது வர்க்கப் பிரிவினைகளை நிலைநிறுத்தி, அதே வளங்களை அணுக முடியாதவர்களை ஒரங்கட்டுவதற்கு பங்களிக்கும்.

வாயில் பராமரிப்பு மற்றும் அதிகாரக் குவிப்பு

காட்சி ஊடகங்களின் உற்பத்தி மற்றும் விநியோகம் பெரும்பாலும் சக்திவாய்ந்த தனிநபர்கள் மற்றும் நிறுவனங்களின் ஒரு சிறிய குழுவால் கட்டுப்படுத்தப்படுகிறது, இது சமூக ஏற்றத்தாழ்வுகளுக்கு பங்களிக்கும்:

(அ) பன்முகத்தன்மையைக் கட்டுப்படுத்துதல்:ஒரு சிலரின் கைகளில் அதிகாரக் குவிப்பு, காட்சி ஊடகங்களில் பிரதிநிதித்துவப்படுத்தப்படும் குரல்கள் மற்றும் கண்ணோட்டங்களின் பன்முகத்தன்மையைக் கட்டுப்படுத்துகிறது, மேலாதிக்கக் கதைகளை வலுப்படுத்தி, மாற்றுக் கண்ணோட்டங்களை ஒரங்கட்டக்கூடும்.

(ஆ) பொருளாதார ஏற்றத்தாழ்வுகள்:காட்சி ஊடகங்களின் உற்பத்தி மற்றும் விநியோகத்துடன் தொடர்புடைய நிதி வெகுமதிகள் பெரும்பாலும் விகிதாசாரமற்ற முறையில் விநியோகிக்கப்படுகின்றன, இது ஏற்றத்தாழ்வுகளை அதிகரித்த மற்றும் பொருளாதார அதிகார இயக்கவியலை வலுப்படுத்துகிறது.

காட்சி ஊடகங்களில் சமூக ஏற்றத்தாழ்வுகளை சவால் செய்தல்

சமூக ஏற்றத்தாழ்வுகளை நிலைநிறுத்துவதில் காட்சி ஊடகங்களின் பங்கை எதிர்கொள்ள, பல உத்திகளைப் பயன்படுத்தலாம்:

(அ) பல்வேறு பிரதிநிதித்துவம்:காட்சி ஊடகங்களில் பல்வேறு கதாபாத்திரங்கள் மற்றும் அனுபவங்களின் தெரிவுநிலை மற்றும் பிரதிநிதித்துவத்தை அதிகரிப்பது, ஒரே மாதிரியான கருத்துக்களை சவால் செய்வதற்கும், பச்சாதாபம் மற்றும் புரிதலை ஊக்குவிப்பதற்கும் மிகவும் முக்கியமானது.

(ஆ) ஊடக எழுத்தறிவு மற்றும் விமர்சன நுகர்வு:விமர்சன சிந்தனை மற்றும் ஊடக எழுத்தறிவை ஊக்கப்படுத்துவது, பார்வையாளர்கள் காட்சி ஊடகங்களில் சந்திக்கும் ஏற்றத்தாழ்வுகளை கேள்வி கேட்கவும், அவர்கள் உட்கொள்ளும் உள்ளடக்கம் குறித்து அதிக தகவலறிந்த உள்ளடக்கத்தை எடுக்கவும் அதிகாரம் அளிக்கவும்.

(இ) சுயாதீன மற்றும் மாற்று ஊடகங்களை ஆதரித்தல்:சுயாதீன மற்றும் மாற்று ஊடகங்களின் உற்பத்தி மற்றும் நுகர்வை ஊக்குவிப்பது, காட்சி கலாச்சாரத்தில் குறிப்பிடப்படும்

கண்ணோட்டங்கள் மற்றும் அனுபவங்களின் வரம்பைப் பன்முகப்படுத்தவும், ஆதிக்க சக்தி கட்டமைப்புகளை சவால் செய்யவும் உதவும்.

(ஈ) வக்காலத்து மற்றும் கொள்கை மாற்றம்:காட்சி ஊடகங்களில் பல்வேறு குழுக்களின் பிரதிநிதித்துவத்தை நிவர்த்தி செய்யும் மற்றும் தொழில்துறையில் அதிகாரக் குவிப்பை நிவர்த்தி செய்யும் கொள்கை மாற்றங்களுக்கான ஆதரவு, மிகவும் உள்ளடக்கிய மற்றும் சமமான காட்சி கலாச்சாரத்தை ஊக்குவிப்பதில் முக்கிய பங்கு வகிக்கிறது. ஊடக தயாரிப்பில் பன்முகத்தன்மை மற்றும் பிரதிநிதித்துவத்திற்கான வழிகாட்டுதல்களை செயல்படுத்துவது, ஓரங்கட்டப்பட்ட படைப்பாளிகளுக்கு நிதி மற்றும் வளங்களை வழங்கும் முன்முயற்சிகளை ஆதாரிப்பதும் இதில் அடங்கும்.

(இ) கல்வி மற்றும் பயிற்சி:பிரதிநிதித்துவம் குறைந்த பின்னணியயைச் சேர்ந்த தனிநபர்கள் ஊடகத் துறையில் நுழைவதற்கு கல்வி மற்றும் பயிற்சி வாய்ப்புகளை வழங்குவது, பிரபலமான கதைகள் வடிவமைக்கும் கண்ணோட்டங்களையும் குரல்களையும் பன்முகப்படுத்த உதவும். கூடுதலாக, துல்லியமான மற்றும் மாறுபட்ட பிரதிநிதித்துவத்தைப் பற்றிய உள்ளடக்க படைப்பாளர்களுக்கு கற்பிப்பது, அவர்களின் திட்டங்கள் உருவாக்கும்போது அதிக தகவலறிந்த முடிவுகளை எடுக்க உதவும்.

காட்சி ஊடக சித்தரிப்புகளில் சமூக விதிமுறைகளின் தாக்கம்

ஒரு குழு அல்லது சமூகத்திற்குள் தனிநபர்களின் நடத்தையை நிர்வகிக்கும் பகிரப்பட்ட எதிர்பார்ப்புகள் மற்றும் விதிகள் என வரையறுக்கப்படும் சமூக விதிமுறைகள், காட்சி ஊடக சித்தரிப்புகளை வடிவமைப்பதில் குறிப்பிடத்தக்க பங்கை வகிக்கின்றன. காட்சி ஊடகங்கள், இந்த விதிமுறைகளை வலுப்படுத்தவும் நிலைநிறுத்தவும் முடியும், சமூக ஏற்றத்தாழ்வுகள் மற்றும் பிளவுகளை நிலைநிறுத்தி பெருக்கும் பின்னூட்ட வளையத்தை உருவாக்குகின்றன. காட்சி ஊடக சித்தரிப்புகளில் சமூக விதிமுறைகளின் செல்வாக்கை பல வழிகளில் காணலாம்:

கலாச்சார விழுமியங்களுடன் இணக்கம்:காட்சி ஊடகங்கள் பெரும்பாலும் ஒரு சமூகத்தின் ஆதிக்க கலாச்சார விழுமியங்கள் மற்றும் நம்பிக்கைகளைப் பிரதிபலிக்கின்றன, இந்த விதிமுறைகளுக்கு இணங்கும் உள்ளடக்கத்தை பரந்த பார்வையாளர்களைக் கவரும் வகையில் வழங்குகின்றன. இந்த இணக்கம் பாரம்பரிய பாலின பாத்திரங்கள், இன ஸ்டீரியோடைப்கள் மற்றும் பிற தீங்கு விளைவிக்கும் நம்பிக்கைகள் மற்றும் அணுகுமுறைகளை நிலைநிறுத்த ஏற்படுத்தியது.

வணிக ரீதியான கட்டாயங்கள்:காட்சி ஊடக தயாரிப்பு வருவாயை ஈட்டுவதற்கான தேவையால் இயக்கப்படுகிறது, இது பார்வையாளர்களை ஈர்க்கும் வகையில் பிரபலமான ஸ்டீரியோடைப்கள் மற்றும் விதிமுறைகளை வலுப்படுத்தும் உள்ளடக்கத்திற்கு வழிவகுக்கும். லாபத்தின் மீதான இந்த கவனம் தீங்கு விளைவிக்கும் சித்தரிப்புகளை நிலைநிறுத்த தூண்டுகிறது, ஏனெனில் படைப்பாளிகள் தங்கள் பார்வையாளர்களை உணர்கின்றனர் ரசனைகள் மற்றும் எதிர்பார்ப்புகளைப் பூர்த்தி செய்கிறார்கள்.

வாயில் காவலர்களின் பங்கு:காட்சி ஊடகங்களின் உற்பத்தி மற்றும் விநியோகத்திற்குப் பொறுப்பான தனிநபர்கள் நிறுவனங்களும் பெரும்பாலும் வாயில்காப்பாளர்களாகச் செயல்படுகின்றன, தங்கள் மதிப்புகள் மற்றும் நம்பிக்கைகளுடன் ஒத்துப்போகும் வகையில் உள்ளடக்கத்தை வடிவமைக்கின்றனர். இது ஆதிக்க சமூக விதிமுறைகளை வலுப்படுத்துவதற்கும் மாற்றுக் கண்ணோட்டங்களை ஓரங்கட்டுவதற்கும் வழிவகுக்கும்.

பார்வையாளர்கள் எதிர்பார்ப்புகள்:பார்வையாளர்கள் பெரும்பாலும் தங்களுக்கு முன்பே இருக்கும் நம்பிக்கைகள் மற்றும் எதிர்பார்ப்புகளை உறுதிப்படுத்தும், சமூக விதிமுறைகளை வலுப்படுத்தும் மற்றும் இது விதிமுறைகளுடன் ஒத்துப்போகும் உள்ளடக்கத்தை உருவாக்க பங்களிக்கும் காட்சி ஊடகங்களைத் தேடுகிறார்கள்.

எதிர் கதைகளும் பன்முக பிரதிநிதித்துவத்தின் முக்கியத்துவமும்:

பிரதான காட்சி ஊடகங்களால் நிலைநிறுத்தப்படும் ஆதிக்கக் கதைகள் மற்றும் நம்பிக்கைகளுக்கு சவால் விடும் எதிர்-கதைப்படுத்தல்கள், பன்முகப்படுத்தப்பட்ட பிரதிநிதித்துவத்தை ஊக்குவிப்பதிலும், மிகவும் உள்ளடக்கிய மற்றும் சமமான காட்சி கலாச்சாரத்தை வளர்ப்பதிலும் முக்கிய பங்கு வகிக்கிறது. எதிர்-கதைப்படுத்தல்கள் மற்றும் பன்முகப்படுத்தப்பட்ட பிரதிநிதித்துவத்தின் முக்கியத்துவத்தை பல முக்கிய புள்ளிகள் மூலம் புரிந்து கொள்ளலாம்:

*சவாலான ஸ்டீரியோடைப்கள் மற்றும் தப்பெண்ணங்கள்:*எதிர்கதை கதைகள் ஒரே மாதிரியான கருத்துக்கள் மற்றும் தப்பெண்ணைகளை மீறும் மாற்று சித்தரிப்புகளை வழங்குகின்றன, பார்வையாளர்களை அவர்களின் முன்கூட்டிய நம்பிக்கைகளை கேள்விக்குள்ளாக்கவும் புதிய கண்ணோட்டங்களைக் கருத்தில் கொள்ளவும் ஊக்குவிக்கின்றன. இது பல்வேறு சமூகக் குழுக்களைப் பற்றிய நுணுக்கமான புரிதலுக்கு வழிவகுக்கும் மற்றும் பச்சாதாபம் மற்றும் புரிதலை ஊக்குவிக்கும்.

*ஓரங்கட்டப்பட்ட குரல்களைப் பெருக்குதல்:*பிரதிநிதித்துவப்படுத்தப்படாத கண்ணோட்டங்கள் மற்றும் அனுபவங்களுக்கு ஒரு தளத்தை வழங்குவதன் மூலம், எதிர்-கதைப்படுத்தல்கள் ஓரங்கட்டப்பட்ட குரல்களைப் பெருக்கவும், சமூக ஏற்றத்தாழ்வுகளை நிலைநிறுத்தும் ஆதிக்கக் கதைகளை சவால் செய்யவும் உதவுகின்றன.

*விமர்சன ஊடக நுகர்வை ஊக்குவித்தல்:*எதிர்-கதைப்படுத்தல்கள் விமர்சன சிந்தனையைத் தூண்டும் மற்றும் பிரதான காட்சி ஊடகங்களால் ஊக்குவிக்கப்படும் செய்திகள் மற்றும் மதிப்புகளைக் கேள்விகள் கேட்கின்ற பார்வையாளர்களை ஊக்குவிக்கும். இது தீங்கு விளைவிக்கும் ஸ்டீரியோடைப்கள் மற்றும் விதிமுறைகளின் செல்வாக்கிற்கு குறைவாக எளிதில் பாதிக்கப்படக்கூடிய, அதிக தகவலறிந்த மற்றும் விவேகமான பார்வையாளர்களுக்கு உதவுகிறது.

*சமூக மாற்றத்தை ஊக்குவித்தல்:*எதிர்கதை கதைகள், அழுத்தமான சமூகப் பிரச்சினைகள் குறித்த விழிப்புணர்வை ஏற்படுத்துவதன் மூலமும், தற்போதைய நிலையை சவால் செய்வதன் மூலமும் சமூகம் மாற்றத்தை ஊக்குவிக்கும். சமூகத்தின் மாற்றுக் கண்ணோட்டங்களை முன்வைப்பதன் மூலமும், மேலும் உள்ளடக்கிய மதிப்புகளை ஊக்குவிப்பதன் மூலமும், எதிர்-கதை கதைகள் மிகவும் சமமான நீதியான சமூகத்தை உருவாக்க பங்களிக்க முடியும்.

*படைப்பாற்றல் மற்றும் புதுமைகளை வளர்ப்பது:*காட்சி ஊடகங்களில் பன்முகத்தன்மை கொண்ட பிரதிநிதித்துவம், உள்ளடக்க படைப்பாளர்களை புதிய கருப்பொருள்கள், கதைகள் மற்றும் கண்ணோட்டங்களை ஆராய ஊக்குவிப்பதன் மூலம் படைப்பாற்றல் மற்றும் புதுமைகளை வளர்க்கும். இது மனித அனுபவங்கள் மற்றும் கதைகளின் முழு அளவையும் பிரதிபலிக்கும் ஒரு வளமான மற்றும் மிகவும் ஆற்றல்மிக்க காட்சி கலாச்சாரத்தை ஏற்படுத்தும்.

எதிர் கதைகளும் பன்முக பிரதிநிதித்துவத்தின் முக்கியத்துவமும்:

காட்சி ஊடகங்களின் சூழலில், பிரதான காட்சி ஊடகங்களால் நிலைநிறுத்தப்படும் ஆதிக்கக் கதைகள் மற்றும் நம்பிக்கைகளை சவால் செய்யும் எதிர்-கதைப்படுத்தல்கள் அவசியம். இந்த எதிர்-கதைப்படுத்தல்கள் மாற்று சித்தரிப்புகள் மற்றும் கண்ணோட்டங்களை முன்வைக்கின்றன, அவை மேலும் உள்ளடக்கிய மற்றும் சமமான காட்சி கலாச்சாரத்திற்கு வழிவகுக்கும். எதிர்-கதைப்படுத்தல்கள் மற்றும் மாறுபட்ட பிரதிநிதித்துவத்தின் முக்கியத்துவத்தை பல முக்கிய புள்ளிகள் மூலம் புரிந்து கொள்ளலாம்:

சவால் விடும் ஸ்டீரியோடைப்கள் மற்றும் தப்பெண்ணங்கள்: எதிர் கதைகளின் மிக முக்கியமான பாத்திரங்களில் ஒன்று, பிரதான காட்சி ஊடகங்களில் பெரும்பாலும்

நிலைநிறுத்தப்படும் ஸ்டீரியோடைகள் மற்றும் தப்பெண்ணங்களை சவால் செய்யும் திறன் ஆகும். இந்த ஸ்டீரியோடைப்களை மீறும் மாற்று சித்தரிப்புகளை வழங்குவதன் மூலம், எதிர் கதைகள் பார்வையாளர்களை பல்வேறு சமூகக் குழுக்கள் அவர்களின் முன்கூட்டிய நம்பிக்கைகள் மற்றும் அனுமானங்களை கேள்வி கேட்க ஊக்குவிக்கின்றன. இது பல்வேறு கலாச்சாரங்கள், இனங்கள், பாலினங்கள் மற்றும் பிற அடையாளங்களைப் பற்றிய நுணுக்கமான புரிதலுக்கு வழிவகுக்கும், இறுதியில் பல்வேறு மக்களிடையே பச்சாதாபம் மற்றும் புரிதலை ஊக்குவிக்கும்.

ஓரங்கட்டப்பட்ட குரல்களைப் பெருக்குதல்:வரலாற்று ரீதியாக பிரதான காட்சி ஊடகங்களில் குறைவாக பிரதிநிதித்துவப்படுத்தப்பட்ட ஓரங்கட்டப்பட்ட சமூகங்களின் குரல்களைப் பெருக்குவதில் எதிர்-கதைப்படுத்தல்கள் முக்கிய பங்கு வகிக்கின்றன. இந்தக் கதைகள் மற்றும் அனுபவங்களுக்கு ஒரு தளத்தை வழங்குவதன் மூலம், எதிர்-கதைப்படுத்தல்கள் சமூக ஏற்றத்தாழ்வுகள் மற்றும் விலக்குகளை நிலைநிறுத்தும் ஆதிக்கக் கதைகளை சவால் செய்ய உதவுகின்றன. இந்த அதிகரித்த தெரிவுநிலை, ஓரங்கட்டப்பட்ட சமூகங்களின் அனுபவங்களை சரிபார்த்து, பரந்த கலாச்சார உரையாடலுக்கு பங்களிக்க உதவுவதன் மூலம் அவர்களுக்கு அதிகாரம் அளிக்கும்.

விமர்சன ஊடக நுகர்வை ஊக்குவித்தல்:மாற்றுக் கண்ணோட்டங்கள் மற்றும் கதைகளை மைய நீரோட்ட சித்தரிப்புகளுக்கு சவால் விடுப்பதன் மூலம், எதிர்-கதையாக்கங்கள் சிந்தனையைத் தூண்டி, பிரதான காட்சி ஊடகங்களால் ஊக்குவிக்கப்படும் செய்திகள் மற்றும் மதிப்புகளை பார்வையாளர்கள் கேள்வி கேட்க ஊக்குவிக்கின்றனர். இது தீங்கு விளைவிக்கும் ஸ்டீரியோடைப்கள் மற்றும் விதிமுறைகளின் செல்வாக்கிற்கு குறைவாகவே பாதிக்கப்படக்கூடிய, அதிக தகவலறிந்த மற்றும் விவேகமான பார்வையாளர்களை உருவாக்க உதவுகிறது. இதையொட்டி, இந்த அதிகரித்த ஊடக எழுத்தறிவு, பார்வையாளர்கள் தாங்கள் உட்கொள்ளும் காட்சி கலாச்சாரத்தை வடிவமைப்பதில் மிகவும் சுறுசுறுப்பானது பங்கேற்பாளர்களாக மாற உதவும், மேலும் பன்முகத்தன்மை கொண்ட மற்றும் உள்ளடக்கிய உள்ளடக்கத்தைக் கோருகிறது.

சமூக மாற்றத்தை ஊக்குவித்தல்:எதிர்கதை கதைகள், அழுத்தமான சமூகப் பிரச்சினைகள் குறித்த விழிப்புணர்வை ஏற்படுத்துவதன் மூலமும், தற்போதைய நிலையை சவால் செய்வதன் மூலமும் சமூகம் மாற்றத்தை ஊக்குவிக்கும் ஆற்றலைக் கொண்டுள்ளது. சமூகத்தின் மாற்றுக் கண்ணோட்டங்களை முன்வைப்பதன் மூலமும், மேலும் உள்ளடக்கிய மதிப்புகளை ஊக்குவிப்பதன் மூலமும், எதிர்-கதை கதைகள் மிகவும் சமமான நீதியான சமூகத்தை உருவாக்க பங்களிக்க முடியும். கூடுதலாக, இந்த கதைகள் பார்வையாளர்களின் நடவடிக்கை எடுக்கவும், மாற்றத்திற்காக வாதிடவும், சமூக நீதி மற்றும் சமத்துவத்தை ஊக்குவிக்கும் முன்முயற்சிகளை ஆதரிக்கவும் ஊக்குவிக்கும்.

படைப்பாற்றல் மற்றும் புதுமைகளை வளர்ப்பது:காட்சி ஊடகங்களில் பன்முகத்தன்மை கொண்ட பிரதிநிதித்துவம், உள்ளடக்க படைப்பாளர்களை புதிய கருப்பொருள்கள், கதைகள் மற்றும் கண்ணோட்டங்களை ஆராய ஊக்குவிப்பதன் மூலம் படைப்பாற்றல் மற்றும் புதுமைகளை வளர்க்கும். பரந்த அளவிலான அனுபவங்கள் மற்றும் கதைகளில் ஈடுபடுவதன் மூலம், படைப்பாளிகள் பரந்த பார்வையாளர்களை ஈர்க்கும் வகையில் மிகவும் ஆற்றல்மிக்க மற்றும் அசல் உள்ளடக்கத்தை உருவாக்க முடியும். இது மனித அனுபவங்கள் மற்றும் கண்ணோட்டங்களின் முழு வீச்சையும் பிரதிபலிக்கும் ஒரு வளமான காட்சி கலாச்சாரத்தை ஏற்படுத்தும், இறுதியில் பார்வையாளரின் அனுபவத்தை வளப்படுத்தும்.

அதிகரித்து வரும் பன்முகத்தன்மை கொண்ட உலகின் யதார்த்தத்தை பிரதிபலித்தல்:சமூகங்கள் மிகவும் பன்முகத்தன்மை கொண்டதாக மாறும்போது, காட்சி ஊடகங்கள் இந்த யதார்த்தத்தை துல்லியமாக பிரதிபலிப்பது அவசியம். எதிர்-கதைகளும் பன்முகத்தன்மை கொண்ட பிரதிநிதித்துவங்களும் காட்சி ஊடகங்களும் நமது உலகத்தை உருவாக்கும் மாறுபட்ட அனுபவங்களையும் கண்ணோட்டங்களையும் துல்லியமாக பிரதிபலிப்பதை உறுதி செய்கிறது. இது பல்வேறு கலாச்சாரங்கள் மற்றும் அடையாளங்களைப் பற்றிய சிறந்த புரிதலையும் ஏற்றுக்கொள்ளலையும் ஊக்குவிப்பது

மட்டுமல்லாமல், தங்கள் அனுபவங்களை திரையில் பிரதிபலிப்பதைப் பார்ப்பவர்களுக்கு சொந்தமானது மற்றும் சரிபார்ப்பு உணர்வையும் வளர்க்கிறது.

ஜனநாயகத்தை வலுப்படுத்துதல்: பலதரப்பட்ட பிரதிநிதித்துவங்களும் எதிர் கதைகளும், பல கண்ணோட்டங்கள் பரிசீலிக்கப்பட்டு விவாதிக்கப்படுவதை உறுதி செய்வதன் மூலம், மிகவும் வலுவான மற்றும் உள்ளடக்கிய ஜனநாயகத்திற்கு பங்களிக்கின்றன. பிரதிநிதித்துவப்படுத்தப்படாத குரல்கள் மற்றும் அனுபவங்களுக்கு ஒரு தளத்தை வழங்குவதன் மூலம், காட்சி ஊடகங்கள் ஜனநாயக செயல்முறைகளில் சிறப்பாக பங்கேற்கின்றன தயாராக இருக்கும், மேலும் தகவலறிந்த மற்றும் ஈடுபாடு கொண்ட குடிமக்களை உருவாக்க உதவும்.

எதிர்கால தலைமுறையினருக்கு அதிகாரம் அளித்தல்: காட்சி ஊடகங்களில் பல்வேறு பிரதிநிதித்துவங்கள் மற்றும் எதிர் கதைப்படுத்தல்கள் எதிர்கால சந்ததியினருக்கு நீடித்த தாக்கத்தை ஏற்படுத்துகின்றன. குழந்தைகள் மற்றும் இளைஞர்களை பரந்த அளவிலான அனுபவங்கள், கலாச்சாரங்கள் மற்றும் கண்ணோட்டங்களை வெளிப்படுத்துவதன் மூலம், சிறு வயதிலிருந்தே உள்ளடக்கிய மனநிலையையும் பன்முகத்தன்மைக்கு அதிக பாராட்டுகளையும் வளர்க்க முடியும். இது அதிகரித்து வரும் ஒன்றோடொன்று இணைக்கப்பட்ட சவால்களைச் சமாளிக்கத் தயாராக இருக்கும், திறந்த மனதுடைய மற்றும் ஏற்றுக்கொள்ளும் சமூகத்தை உருவாக்க உதவுகிறது.

கலாச்சாரங்களுக்கு இடையேயான புரிதலை மேம்படுத்துதல்: காட்சி ஊடகங்களில் எதிர் கதைகளும் மாறுபட்ட பிரதிநிதித்துவமும் பல்வேறு கலாச்சாரங்களும் மற்றும் சமூகங்களின் உண்மையான சித்தரிப்புகளை வழங்குவதன் மூலம் கலாச்சாரங்களுக்கு இடையேயான புரிதலை மேம்படுத்தலாம். பல்வேறு அனுபவங்களின் செழுமையையும் சிக்கலான தன்மையையும் வெளிப்படுத்துவதன் மூலம், காட்சி ஊடகங்களின் கலாச்சார தடைகளை உடைக்க உதவுவது, பல்வேறு மரபுகள், நம்பிக்கைகள் மற்றும் நடைமுறைகளுக்கு அதிக பாராட்டு மற்றும் மரியாதையை வளர்க்க உதவும்.

பொருளாதார நன்மைகள்: காட்சி ஊடகங்களில் பன்முகத்தன்மை கொண்ட பிரதிநிதித்துவம் பொருளாதார நன்மைகளையும் கொண்டுள்ளது. பரந்த பார்வையாளர்களை ஈர்ப்பதன் மூலம், உள்ளடக்க படைப்பாளர்கள் புதிய சந்தைகளில் நுழைந்து தங்கள் வரம்பை விரிவுபடுத்தலாம். கூடுதலாக, பன்முகத்தன்மை கொண்ட மற்றும் உள்ளடக்கிய பரந்த அளவிலான திறமையாளர்களை தொழில்துறைக்கு ஈர்க்கும், இது அதிக படைப்பாற்றல் மற்றும் புதுமையான வெளியீட்டிற்கு ஏற்பாடு.

காட்சி ஊடக சித்தரிப்புகளில் சமூக விதிமுறைகளின் தாக்கம்:

சமூக விதிமுறைகள் என்பது ஒரு குழு அல்லது சமூகத்திற்குள் தனிநபர்களின் நடத்தையை நிர்வகிக்கும் பகிரப்பட்ட எதிர்பார்ப்புகள் மற்றும் விதிகள் ஆகும். உள்ளடக்க படைப்பாளர்கள் பெரும்பாலும் தங்கள் இலக்கு பார்வையாளர்களின் மதிப்புகள் மற்றும் நம்பிக்கைகளுடன் தங்கள் வேலையை சீரமைக்க முற்படுவதால், இந்த விதிமுறைகள் காட்சி ஊடக சித்தரிப்புகளை வடிவமைப்பதில் குறிப்பிடத்தக்க பங்கை வகிக்கின்றன. இதையொட்டி, காட்சி ஊடகங்கள் இந்த விதிமுறைகளை வலுப்படுத்தவும் நிலைநிறுத்தவும் முடியும், இது சமூக ஏற்றத்தாழ்வுகள் மற்றும் பிளவுகளை நிலைநிறுத்தி பெருக்கும் ஒரு பின்னூட்ட வளையத்தை உருவாக்குகிறது. காட்சி ஊடக சித்தரிப்புகளில் சமூக விதிமுறைகளின் செல்வாக்கை பல வழிகளில் காணலாம்:

கலாச்சார விழுமியங்களுடன் இணக்கம்:

காட்சி ஊடகங்கள் பெரும்பாலும் ஒரு சமூகத்தின் ஆதிக்க கலாச்சாரம் மற்றும் நம்பிக்கைகளைப் பிரதிபலிக்கின்றன, பரந்த பார்வையாளர்களைக் கவரும் வகையில் இந்த விதிமுறைகளுக்கு இணையும் உள்ளடக்கத்தை வழங்குகின்றன. இந்த இணக்கம் பாரம்பரிய

பாலின பாத்திரங்கள், இன ஸ்டீரியோடைப்கள் மற்றும் சமூகப் பிளவுகள் மற்றும் ஏற்றத்தாழ்வுகளுக்கு பங்களிக்கும் பிற தீங்கு விளைவிக்கும் நம்பிக்கைகள் மற்றும் அணுகுமுறைகளை நிலைநிறுத்த தூண்டுகிறது.

வணிக ரீதியான கட்டாயங்கள்:

காட்சி ஊடக தயாரிப்பு வருவாயை ஈட்டுவதற்கான தேவையால் இயக்கப்படுகிறது, இது பார்வையாளர்களை ஈர்க்கும் வகையில் பிரபலமான ஸ்டீரியோடைப்கள் மற்றும் விதிமுறைகளை வலுப்படுத்தும் உள்ளடக்கத்திற்கு வழிவகுக்கும். லாபத்தின் மீதான இந்த கவனம் தீங்கு விளைவிக்கும் சித்திரிப்புகள் நிலைத்திருக்க வாய்ப்புள்ளது, ஏனெனில் படைப்பாளிகள் தங்கள் பார்வையாளர்களால் உணரப்பட்டுள்ளனர் ரசனைகள் மற்றும் எதிர்பார்ப்புகளை பூர்த்தி செய்கிறார்கள், இந்த சித்திரிப்புகள் சமூக ஏற்றத்தாழ்வுகளை நிலைநிறுத்தினாலும் கூட.

வாயில் காவலர்களின் பங்கு:

காட்சி ஊடகங்களின் உற்பத்தி மற்றும் விநியோகத்திற்குப் பொறுப்பான தனிநபர்கள் நிறுவனங்களும் பெரும்பாலும் வாயில்காப்பாளர்களாகச் செயல்படுகின்றன, தங்கள் மதிப்புகள் மற்றும் நம்பிக்கைகளுடன் ஒத்துப்போகும் வகையில் உள்ளடக்கத்தை வடிவமைக்கின்றனர். இந்த வாயில்காப்பாளர்கள், ஏற்கனவே உள்ள சமூகப் படிநிலைகளை வலுப்படுத்தும் உள்ளடக்கத்தைத் தேர்ந்தெடுத்து ஊக்குவிப்பதன் மூலமும், தற்போதைய நிலையை சவால் செய்யும் மாற்றுக் கண்ணோட்டங்களை ஓரங்கட்டுவதன் மூலமும் ஆதிக்க சமூக விதிமுறைகளை நிலைநிறுத்த முடியும்.

பார்வையாளர்கள்பார்வையாளர்கள்: பார்வையாளர்கள் பெரும்பாலும் தங்களுக்கு முன்பே இருக்கும் நம்பிக்கைகள் மற்றும் எதிர்பார்ப்புகளை உறுதிப்படுத்தும் காட்சிகளை ஊடகங்களில் தேடுகிறார்கள், சமூகம் விதிமுறைகளை வலுப்படுத்துகிறார்கள் மற்றும் இந்த விதிமுறைகளுடன் ஒத்துப்போகும் உள்ளடக்கத்தை உருவாக்க பங்களிக்கிறார்கள். இது காட்சி ஊடக சித்திரிப்புகள் சமூக விதிமுறைகளை வலுப்படுத்தி நிலைநிறுத்துவதை தொடர்ந்து செய்யும் ஒரு பின்னூட்ட வளையத்திற்கு தூண்டுகிறது, இது பார்வையாளர்களின் எதிர்பார்ப்புகளையும் விருப்பங்களையும் வடிவமைக்கிறது.

சுய தணிக்கை மற்றும் படைப்பு வரம்புகள்:சர்ச்சைகளைத் தவிர்க்கவும், நடைமுறையில் உள்ள சமூக விதிமுறைகளைப் பின்பற்றவும், உள்ளடக்க படைப்பாளர்கள் உணர்வுபூர்வமாகவோ அல்லது அறியாமலோ சுய தணிக்கையில் ஈடுபடலாம். இது படைப்பு வரம்புகளுக்கும், தீங்கு விளைவிக்கும் ஸ்டீரியோடைப்கள் மற்றும் சித்திரிப்புகளின் நிலைத்தன்மைக்கும் வழிவகுக்கும், ஏனெனில் படைப்பாளிகள் முக்கிய நம்பிக்கைகளை சவால் செய்யத் தயங்குகிறார்கள் மற்றும் அவர்களின் பார்வையாளர்களை அந்நியப்படுத்தும் அபாயம் உள்ளது.

காட்சி ஊடகத்தின் சக்தி:காட்சி ஊடகங்கள் பொதுக் கருத்தை வடிவமைக்கும் மற்றும் சமூக விதிமுறைகளை பாதிக்கும் சக்தியைக் கொண்டுள்ளது, ஏனெனில் அவை பலருக்குத் தகவல் மற்றும் பொழுதுபோக்கின் முதன்மை ஆதாரமாக உள்ளது. சில சித்திரிப்புகள் மற்றும் கதைகள் இயல்பானவை அல்லது ஏற்றுக்கொள்ளத்தக்கவை என்று முன்வைப்பதன் மூலம், தீங்கு விளைவிக்கும் நடத்தைகள், அணுகுமுறைகள் மற்றும் நம்பிக்கைகளை இயல்பாக்குவதற்கு காட்சி ஊடகங்கள் பங்களிக்க முடியும்.

சமூக ஊடகங்களின் பங்கு:சமூக ஊடகங்களின் எழுச்சிசமூக விதிமுறைகளுக்கும் காட்சி ஊடக சித்திரிப்புகளுக்கும் இடையிலான உறவை மேலும் சிக்கலாக்கியுள்ளது. சமூக ஊடக தளங்கள் தீங்கு விளைவிக்கும் சித்திரிப்புகளை பெருக்கி நிலைநிறுத்த முடியும், அதே

நேரத்தில் மாற்றுக் குரல்கள் மற்றும் பிரதான நீரோட்டம் விதிமுறைகளை சவால் செய்யும் கண்ணோட்டங்களுக்கான தளத்தையும் வழங்குகின்றன. இந்த இயக்கவியல் பகிரப்படும் உள்ளடக்கம் மற்றும் பார்வையாளர்களின் ஈடுபாட்டைப் பொறுத்து சமூக விதிமுறைகளை வலுப்படுத்துதல் மற்றும் சீர்குலைத்தல் ஆகியன இரண்டிற்கும் கிடைக்கிறது.

காட்சி உலகம், சமூக நெறிகள் மற்றும் சமூகக் கட்டுமானம்:

சமூக கட்டுமானவாதம்:யதார்த்தத்தைப் பற்றிய நமது புரிதலை வடிவமைப்பதில் சமூக செயல்முறைகள், தொடர்புகள் மற்றும் கலாச்சார நடைமுறைகளின் பங்கை வலியுறுத்தும் ஒரு தத்துவார்த்தம் முன்னோக்கு ஆகும். இந்தக் கண்ணோட்டத்தின்படி, நமது அறிவு, நம்பிக்கைகள் மற்றும் அனுபவங்கள் சாதாரண புறநிலை யதார்த்தத்தின் பிரதிபலிப்பு மட்டுமல்ல, மாறாக சமூக தொடர்புகள் மற்றும் கலாச்சார நடைமுறைகள் மூலம் தீவிரமாக கட்டமைக்கப்படுகின்றன. காட்சி ஊடகங்களின் சூழலில், சமூக கட்டுமானவாதம் படங்கள் எவ்வாறுமற்றும் பிரதிநிதித்துவங்கள் உலகத்தைப் பற்றிய நமது கருத்துக்களை பிரதிபலிக்கின்றன மற்றும் வடிவமைக்கின்றன, சமூக விதிமுறைகள் மற்றும் ஏற்றத்தாழ்வுகள் உருவாக்குவதற்கும் பராமரிப்பதற்கும் பங்களிக்கின்றன.

காட்சி ஊடகத்தின் கட்டமைக்கப்பட்ட தன்மை: திரைப்படங்கள் உட்பட காட்சி ஊடகங்கள், தொலைக்காட்சிநிகழ்ச்சிகள், விளம்பரங்கள், மற்றும் சமூக ஊடகங்கள்உள்ளடக்கம், சாதாரண புறநிலை யதார்த்தத்தை பிரதிபலிப்பதில்லை, மாறாக உலகின் கவனமாக கட்டமைக்கப்பட்ட பிரதிநிதித்துவமாகும். உள்ளடக்க படைப்பாளர்கள் எதைச் சேர்க்க வேண்டும், விலக்க வேண்டும், வலியுறுத்த வேண்டும் என்பது குறித்து நனவாகவும் மயக்கமாகவும் தேர்வுகளைச் செய்ய வேண்டும் செய்கிறார்கள், இது பார்வையாளரின் யதார்த்த உணர்வை வடிவமைக்கிறது. இந்தத் தேர்வுகள் கலாச்சார விதிமுறைகள், நம்பிக்கைகள் மற்றும் மதிப்புகள், படைப்பாளியின் சொந்த அனுபவங்கள் மற்றும் சார்புகளால் பாதிக்கப்படுகின்றன.

*யதார்த்தத்தை வழங்கும் காட்சி ஊடகங்களின் பங்கு:*உலகத்தையும் அதில் மக்களையும் பற்றிய நமது புரிதலை உள்ள காட்சி ஊடகங்கள் குறிப்பிடத்தக்க பங்கை வகிக்கின்றன. குறிப்பிட்ட படங்களை மீண்டும் வெளிப்படுத்துவதன் மூலம்மற்றும் கதைகள், பார்வையாளர்கள் இந்த சித்தரிப்புகளை யதார்த்தத்தின் துல்லியமான பிரதிநிதித்துவங்களாக ஏற்றுக்கொள்ளத் தொடங்குகிறார்கள், அவை சிதைக்கப்பட்டாலும் அல்லது சார்புடையதாக இருந்தாலும் கூட. இந்த செயல்முறை சமூக விதிமுறைகளை உருவாக்குவதற்கும் வலுப்படுத்துவதற்கும் பங்களிக்கிறது, ஏனெனில் மக்கள் காட்சி ஊடகங்களில் சித்தரிக்கப்படும் மதிப்புகள் மற்றும் நம்பிக்கைகளை உள்வாங்கி அதற்கேற்ப தங்கள் நடத்தையை சரிசெய்கிறார்கள்.

*சமூக சமத்துவமின்மைகளின் மறுஉருவாக்கம்:*காட்சி ஊடகங்கள் பல்வேறு சமூகக் குழுக்களின் சார்புடைய பிரதிநிதித்துவங்களை முன்வைப்பதன் மூலமும், ஒரே மாதிரியான கருத்துக்களை வலுப்படுத்துவதன் மூலமும், பாகுபாடு காட்டும் நடைமுறைகளை இயல்பாக்குவதன் மூலமும் சமூக ஏற்றத்தாழ்வுகளை நிலைநிறுத்த முடியும். உதாரணமாக, காட்சி ஊடகங்கள் பெரும்பாலும் பெண்கள், இன மற்றும் இன சிறுபான்மையினர் மற்றும் LGBTQ+ நபர்களுக்கு தீங்கு விளைவிக்கும் ஸ்டீரியோடைகளை நிலைநிறுத்தி, அவர்களின் ஓரங்கட்டல் மற்றும் பாகுபாட்டிற்கு பங்களிக்கின்றன. இந்த சித்தரிப்புகளை துல்லியமாகவும் இயல்பாகவும் முன்வைப்பதன் மூலம், காட்சி ஊடகங்கள் ஏற்கனவே உள்ள சமூக படிநிலைகள் மற்றும் ஏற்றத்தாழ்வுகளை பராமரிக்க உதவுகின்றன.

*படங்களின் சக்தி:*படங்கள் உணர்வுகளையும் நம்பிக்கைகளையும் வடிவமைக்கும் நமது தனித்துவமான சக்தியைக் கொண்டுள்ளது, ஏனெனில் அவை வலுவான உணர்ச்சிபூர்வமானவை பதில்களைத் தூண்டி, நீடித்த பதிவுகளை விட்டுச் செல்லக்கூடும். காட்சி ஊடகங்கள் படங்களை பயன்படுத்தி இந்த சக்தியைப் பயன்படுத்திக்

கொள்ளலாம்.நமது உணர்ச்சிகளைக் கையாளவும், குறிப்பிட்ட பிரச்சினைகள் அல்லது சமூகக் குழுக்கள் மீதான நமது அணுகுமுறைகளைப் பாதிக்கிறது. பார்வையாளர்கள் இந்தப் படங்களை யதார்த்தத்தின் துல்லியமான பிரதிநிதித்துவங்களாக ஏற்றுக்கொள்ளத் தொடங்குவதால், இது தீங்கு விளைவிக்கும் நம்பிக்கைகள் மற்றும் நடைமுறைகளை இயல்பாக்குவதற்கு.

*சமூக நிறுவனங்களின் பங்கு:*ஊடகங்கள், கல்வி மற்றும் குடும்பம் உள்ளிட்ட சமூக நிறுவனங்கள், உலகத்தைப் பற்றிய நமது புரிதலையும், நமது நடத்தையையும் நிர்வகிக்கும் சமூக விதிமுறைகளையும் வடிவமைப்பதில் முக்கிய பங்கு வகிக்கின்றன. இந்த நிறுவனங்கள் யதார்த்தத்தைப் பற்றிய பகிரப்பட்ட புரிதலை உருவாக்கவும் பராமரிக்கவும் ஒன்றிணைந்து செயல்படுகின்றன, சமூக விதிமுறைகள் மற்றும் ஏற்றத்தாழ்வுகளை வலுப்படுத்தி நிலைநிறுத்துகின்றன. காட்சி ஊடகங்கள் இந்த செயல்முறையின் ஒரு முக்கிய அங்கமாகும், ஏனெனில் இது கலாச்சார நம்பிக்கைகள் மற்றும் மதிப்புகளைப் பரப்புவதற்கான ஒரு சக்திவாய்ந்த தளத்தை வழங்குகிறது.

*சவாலான சமூகக் கட்டுமானங்கள்:*சமூக கட்டுமானவாதம்மாற்றத்திற்கான சாத்தியக்கூறுகளையும், ஆதிக்கக் கதைகள் மற்றும் பிரதிநிதித்துவங்களை சவால் செய்வதன் முக்கியத்துவத்தையும் வலியுறுத்துகிறது. காட்சி ஊடக சித்தரிப்புகளின் துல்லியம் மற்றும் நியாயத்தை கேள்விக்குட்படுத்துவதன் மூலம், இந்த பிரதிநிதித்துவங்களுக்கு காரணமான சார்புகள் ஏற்றத்தாழ்வுகளை நாம் அம்பலப்படுத்தலாம் மற்றும் மிகவும் உள்ளடக்கிய மற்றும் சமமான காட்சி கலாச்சாரத்தை உருவாக்குவதற்கு பாடுபடலாம். இந்த செயல்முறைக்கு முக்கியமான ஊடக எழுத்தறிவு திறன்கள் தேவை, அயிட்டம் மாறுபட்ட பிரதிநிதித்துவம் மற்றும் மாற்றுக் கண்ணோட்டங்களை ஊக்குவிப்பதற்கான அர்ப்பணிப்பும் தேவை.

*சமூக மாற்றத்திற்கான சாத்தியக்கூறுகள்:*காட்சி ஊடகங்கள், ஆதிக்கம் செலுத்தும் சமூக விதிமுறைகள் மற்றும் மதிப்புகளை சவால் செய்யும் மாற்று விவரங்கள் மற்றும் பிரதிநிதித்துவங்களை வழங்குவதன் மூலம் மூலம் சமூக மாற்றத்தை ஊக்குவிக்கும் ஆற்றலைக் கொண்டுள்ளது. பார்வையாளர்களை பல்வேறு கண்ணோட்டங்கள் மற்றும் அனுபவங்களுக்கு வெளிப்படுத்துவதன் மூலம், காட்சி ஊடகங்கள் பச்சாதாபம், புரிதல் மற்றும் மிகவும் உள்ளடக்கிய உலகக் கண்ணோட்டத்தை வளர்க்க முடியும். இந்த செயல்முறை சமூகத் தடைகளை உடைப்பதற்கும், மிகவும் சமமான மற்றும் நீதியான சமூகத்தை உருவாக்குவதற்கும் பங்களிக்கும். மனித அனுபவங்களின் முழு பன்முகத்தன்மையையும் பிரதிபலிக்கும் சமமான காட்சி கலாச்சாரம்.

*ஊடக எழுத்தறிவு மற்றும் விமர்சன சிந்தனை:*காட்சி ஊடகங்களால் நிலைநிறுத்தப்படும் சமூகக் கட்டுமானங்களை அங்கீகரித்து சவால் செய்வதற்கு ஊடக எழுத்தறிவு மற்றும் விமர்சன சிந்தனை திறன்களை வளர்ப்பது அவசியம். படைப்பாளரின் நோக்கம், இலக்கு பார்வையாளர்கள் மற்றும் உள்ளடக்கம் உருவாக்கப்பட்ட கலாச்சார சூழல் போன்ற காரணிகளைக் கருத்தில் கொண்டு, காட்சி ஊடகங்களில் வழங்கப்படும் செய்திகள் மற்றும் பிரதிநிதித்துவங்களை பகுப்பாய்வு செய்து மதிப்பீடு செய்ய கற்றுக்கொள்வது இதில் அடங்கும். ஊடக எழுத்தறிவு மற்றும் விமர்சன சிந்தனையை வளர்ப்பதன் மூலம், காட்சி ஊடகங்கள் யதார்த்தத்தைப் பற்றிய தங்கள் கருத்துக்களை வடிவமைக்கும் வழிகளைப் பற்றி தனிநபர்கள் மேலும் அறிந்துகொள்ள முடியும், மேலும் ஆதிக்கம் செலுத்தும் கதைகள் மற்றும் பிரதிநிதித்துவங்களை கேள்விக்குட்படுத்துவதிலும் சவால் செய்வதிலும் தீவிரமாக உள்ளது ஈடுபட முடியும்.

வக்காலத்துமற்றும் செயல்பாடு: தனிநபர்கள் குழுக்கள் காட்சி ஊடகங்களால் நிலைநிறுத்தப்படும் சமூகக் கட்டுமானங்களை சவால் செய்ய, மேலும் மாறுபட்ட மற்றும் சமமான பிரதிநிதித்துவ செயல்பாடுகளை ஊக்குவிக்கவும் வக்காலத்து மற்றும் பயன்படுத்தவும். இதில் பொது விவாதங்கள் மற்றும் விவாதங்களில் ஈடுபடுவது, ஊடக பன்முகத்தன்மையை ஊக்குவிக்கும் நிறுவனங்கள் மற்றும் முன்முயற்சிகளை ஆதரிப்பது மற்றும் சமூகம் ஊடகங்களைப் பயன்படுத்துவது ஆகியவை அடங்கும்.மற்றும் தீங்கு விளைவிக்கும் ஸ்டீரியோடைப்கள் மற்றும் சார்புகள் பற்றிய விழிப்புணர்வை ஏற்படுத்திய

பிற தளங்கள், வக்காலத்து மற்றும் செயல்பாட்டில் ஈடுபடுவதன் மூலம், தனிநபர்கள் மிகவும் உள்ளடக்கிய மற்றும் நியாயமான காட்சி கலாச்சாரத்தை உருவாக்க பங்களிக்க முடியும்.

கொள்கை மற்றும் ஒழுங்குமுறையின் பங்கு:காட்சி ஊடக உள்ளடக்கத்தை வடிவமைப்பதிலும், மேலும் பன்முகத்தன்மை கொண்ட மற்றும் சமமான பிரதிநிதித்துவங்களை ஊக்குவிப்பதிலும் கொள்கை மற்றும் ஒழுங்குமுறை முக்கிய பங்கு வகிக்க முடியும். ஊடக உரிமையில் பன்முகத்தன்மையை ஊக்குவிக்கும் கொள்கைகளை செயல்படுத்துதல், மாறுபட்ட உள்ளடக்க படைப்பாளர்களை ஆதரிக்கும் முன்முயற்சிகளுக்கு நிதியளித்தல் மற்றும் பல்வேறு சமூகக் குழுக்களின் நியாயமான மற்றும் துல்லியமான சித்தரிப்புகளை ஊக்குவிக்கும் விதிமுறைகள் மற்றும் வழிகாட்டுதல்களை நிறுவுதல் ஆகியவை இதில் அடங்கும். அத்தகைய கொள்கைகள் மற்றும் ஒழுங்குமுறைகளை உருவாக்குவதன் மூலம், தீங்கு விளைவிக்கும் சமூக கட்டுமானங்களை சவால் செய்கிறது சீர்குலைக்கும் மிகவும் உள்ளடக்கிய மற்றும் சமமான காட்சி ஊடக நிலப்பரப்பை உருவாக்க கொள்கை வகுப்பாளர்கள் உதவ முடியும்.

காட்சி ஊடகங்கள் சமூக விதிமுறைகளை எவ்வாறு வடிவமைக்கின்றன மற்றும் பிரதிபலிக்கின்றன:திரைப்படங்களை உள்ளடக்கிய காட்சி ஊடகங்கள், தொலைக்காட்சி, விளம்பரங்கள், மற்றும் முக்கிய டிஜிட்டல் தளங்கள், சமூக விதிமுறைகளை வடிவமைப்பதிலும் பிரதிபலிப்பதிலும் பங்கு வகிக்கின்றன. குறிப்பிட்ட படங்களை வழங்குவதன் மூலம், விவரிப்புகள் மற்றும் பிரதிநிதித்துவங்கள் மூலம், காட்சி ஊடகங்கள் சமூகத்தை நிர்வகிக்கும் மதிப்புகள், நம்பிக்கைகள் மற்றும் எதிர்பார்ப்புகளை பாதிக்கவும் பிரதிபலிக்கவும் முடியும். காட்சி ஊடகங்களுக்கும் சமூகங்களுக்கும் இடையிலான உறவின் பல முக்கிய அம்சங்கள் மூலம் ஆராயலாம்:

யதார்த்தத்தை வழங்கும் காட்சி ஊடகங்களின் பங்கு:காட்சி ஊடகங்கள் சாதாரண யதார்த்தத்தின் புறநிலை சித்தரிப்பை வழங்குவதில்லை; மாறாக, உள்ளடக்க படைப்பாளர்களால் செய்யப்படும் நனவான மற்றும் மயக்கமற்ற தேர்வுகளின் அடிப்படையில் உலகின் பிரதிநிதித்துவங்களை உருவாக்குகின்றன. இந்தத் தேர்வுகள் சமூக விதிமுறைகள் மற்றும் கலாச்சாரங்களால் பாதிக்கப்படுகின்றன, காட்சி ஊடகங்கள் இந்த விதிமுறைகளை கொண்டவை மதிப்புகள் மற்றும் நம்பிக்கைகளைப் பிரதிபலிக்கின்றன மற்றும் நிலைநிறுத்துகின்றன.

சமூக விதிமுறைகளைப் பிரதிபலிக்கிறது:சமூகத்தின் ஆதிக்க மதிப்புகள் மற்றும் எதிர்பார்ப்புகளுடன் ஒத்துப்போகும் உள்ளடக்கத்தை வழங்குவதன் மூலம் காட்சி ஊடகங்கள் பெரும்பாலும் நடைமுறையில் உள்ள சமூகம் விதிமுறைகளை பிரதிபலிக்கின்றன. பல்வேறு சமூகக் குழுக்கள், பிரச்சினைகள் மற்றும் கருப்பொருள்கள் சித்தரிக்கப்படும் விதத்தில் இதைக் காணலாம், சித்தரிப்புகள் பெரும்பாலும் ஒரே மாதிரியானவை முன்முடிவுகளுக்கு இணைகின்றன. இந்த விதிமுறைகளைப் பிரதிபலிப்பதன் மூலம், காட்சி ஊடகங்கள் தற்போதைய நிலையை வலுப்படுத்துகின்றன மற்றும் ஏற்கனவே உள்ள நம்பிக்கைகள் மற்றும் அணுகுமுறைகளை உறுதிப்படுத்துகின்றன.

சமூக விதிமுறைகளை வடிவமைத்தல்:சமூக விதிமுறைகளைப் பிரதிபலிப்பதோடு மட்டுமல்லாமல், புதிய கருத்துக்கள், கண்ணோட்டங்கள் மற்றும் நடத்தைகளை முன்வைப்பதன் மூலம் காட்சி ஊடகங்கள் அவற்றை தீவிரமாக வடிவமைக்க முடியும். மாறுபட்ட மற்றும் புதுமையான சித்தரிப்புகளை வெளிப்படுத்துவதன் மூலம், பார்வையாளர்கள் ஏற்கனவே உள்ள சமூக விதிமுறைகளை சவால் செய்து புதியதாக மாற்றுகிறார்கள் நம்பிக்கைகள் மற்றும் அணுகுமுறைகளை ஏற்றுக்கொள்ள முடியும். ஆதிக்கக் கதைகள் மற்றும் ஸ்டீரியோடைகளை சீர்குலைக்கும் மாற்று பிரதிநிதித்துவங்களை காட்சி ஊடகங்கள் முன்வைக்கும்போது இந்த செயல்முறை குறிப்பாக சக்தி வாய்ந்தது.

திரும்பத் திரும்பச் சொல்வதன் சக்தி:குறிப்பிட்ட படங்களை மீண்டும் மீண்டும் செய்தல்மற்றும் காட்சி ஊடகங்களில் வரும் கதைகள் சில நம்பிக்கைகள் மற்றும் நடத்தைகளை இயல்பாக்குவதற்கு பங்களிக்கின்றன. காலப்போக்கில், இந்த சித்தரிப்புகளை மீண்டும் மீண்டும் வெளிப்படுத்துவது பார்வையாளர்களை அவற்றை யதார்த்தத்தின் துல்லியமானது மற்றும் இயல்பானது பிரதிநிதித்துவங்களாக உள்வாங்கி

ஏற்றுக்கொள்ளப்படும். இந்த செயல்முறை தீங்கு விளைவிக்கும் ஸ்டீரியோடைகளை நிலைநிறுத்துவதற்கும் சமூக ஏற்றத்தாழ்வுகளை வலுப்படுத்துவதற்கும் வழிவகுக்கும்.

*காட்சி ஊடகங்களின் உணர்ச்சித் தாக்கம்:*காட்சி ஊடகங்கள் வலுவான உணர்ச்சிபூர்வமான பதில்களைத் தூண்டக்கூடும், இது குறிப்பிட்ட பிரச்சினைகள் அல்லது சமூகக் குழுக்கள் மீதான மக்களின் நம்பிக்கைகள் மற்றும் அணுகுமுறைகளைப் பாதிக்கலாம். உணர்ச்சிகளைக் கையாளுவதன் மூலம், காட்சி ஊடகங்கள் பொதுக் கருத்தைத் திசைதிருப்பவும், சமூக விதிமுறைகளை வடிவமைக்கவும் முடியும், சில நடத்தைகள் மற்றும் மதிப்புகளை விரும்பத்தக்கதாகவோ அல்லது ஏற்றுக்கொள்ளத்தக்கதாகவோ முன்வைக்க முடியும். இந்த உணர்ச்சி சக்தி தீங்கு விளைவிக்கும் விதிமுறைகள் மற்றும் நடைமுறைகளை இயல்பாக்குவதற்கு பங்களிக்கும்.

பார்வையாளர்களின் செல்வாக்குவிருப்பத்தேர்வுகள்: படைப்பாளிகள் தங்கள் இலக்கு மக்கள்தொகையின் உணரப்பட்ட ரசனைகள் மற்றும் எதிர்பார்ப்புகளைப் பூர்த்தி செய்வதால், காட்சி ஊடகங்கள் உள்ளடக்கத்தை வடிவமைப்பதில் பார்வையாளர்கள் குறிப்பிடத்தக்க பங்கை வகிக்கின்றனர். இது காட்சி ஊடகங்கள் தொடர்ந்து சமூக விதிமுறைகளைப் பிரதிபலிக்கும் மற்றும் வலுப்படுத்தும் ஒரு பின்னூட்ட வளையத்திற்கு வழிவகுக்கும், இது பார்வையாளர்களின் விருப்பங்களையும் எதிர்பார்ப்புகளையும் வடிவமைக்கிறது.

*ஸ்டீரியோடைகள் மற்றும் தப்பெண்ணங்கள்:*காட்சி ஊடகங்கள் பெரும்பாலும் தகவல்களை விரைவாகவும் திறமையாகவும் தெரிவிக்க ஒரே மாதிரியான கருத்துக்கள் மற்றும் தப்பெண்ணங்களை நம்பியுள்ளன. இருப்பினும், இந்த சார்பு தீங்கு விளைவிக்கும் மற்றும் பாரபட்சமான நம்பிக்கைகளை நிலைநிறுத்தக்கூடும், ஏனெனில் மக்கள் குறிப்பிட்ட சமூகக் குழுக்கள் குறிப்பிட்ட பண்புகள் மற்றும் நடத்தைகளை இணைக்கத் தொடங்குகிறார்கள். இந்த ஒரே மாதிரியான கருத்துக்களை சவால் செய்வதன் மூலமும், மிகவும் நுணுக்கமான சித்தரிப்புகளை வழங்குவதன் மூலமும், காட்சி ஊடகங்களின் சமூக விதிமுறைகளின் மாற்றத்திற்கு பங்களிக்க முடியும்.

பொது காட்சி கலாச்சாரங்கள்

பொது காட்சி கலாச்சாரங்களை வரையறுத்தல்:

பொது காட்சி கலாச்சாரங்கள் பரந்த அளவிலான காட்சி வெளிப்பாடுகள் மற்றும் கலைப்பொருட்களை உள்ளடக்கியது.அவை பொது இடங்களில் காட்சிப்படுத்தப்பட்டு நுகரப்படுகின்றன, ஒரு சமூகத்தின் மதிப்புகள், நம்பிக்கைகள் மற்றும் அடையாளத்தை பிரதிபலிக்கின்றன வடிவமைக்கின்றன. இந்த காட்சி கூறுகளில் சுவரொட்டிகள், நெகிழ்வு பலகைகள், எழுதப்பட்ட சொற்கள், படங்கள் ஆகியவை அடங்கும்., மற்றும் அன்றாட வாழ்வில் எதிர்கொள்ளும் பிற காட்சி தொடர்பு வடிவங்கள். பொது காட்சி கலாச்சாரங்கள் சமூக விதிமுறைகளை உருவாக்குவதிலும் பரப்புவதிலும், பகிரப்பட்ட அடையாள உணர்வை ஊக்குவிப்பதிலும், பொதுக் கருத்தைப் பாதிப்பதிலும் குறிப்பிடத்தக்க பங்கை வகிக்கின்றன.

சுவரொட்டிகள்: சுவரொட்டிகள் பொது காட்சி கலாச்சாரத்தின் ஒரு முக்கிய வடிவமாகும்,விளம்பரம், பொது அறிவிப்புகள், அரசியல் பிரச்சாரம் மற்றும் சமூக செயல்பாடு போன்ற பல்வேறு நோக்கங்களுக்காகப் பயன்படுத்தப்படுகின்றன. அவை வழிப்போக்கர்களின் கவனத்தை ஈர்க்கவும், தகவல் அல்லது செய்திகளை சுருக்கமாகவும் பார்வைக்கு ஈர்க்கும் வகையிலும் தெரிவிக்க வடிவமைக்கப்பட்டுள்ளன. சுவரொட்டிகள் சமூக மதிப்புகள் மற்றும் விதிமுறைகளை பிரதிபலிக்கவும் வடிவமைக்கவும், பொதுக் கருத்தை பாதிக்கவும், பகிரப்பட்ட அடையாள உணர்வை ஊக்குவிக்கவும் முடியும்.

ஃப்ளெக்ஸ் போர்டுகள்: ஃப்ளெக்ஸ் போர்டுகள் என்பது பெரிய வடிவிலான, அச்சிடப்பட்ட காட்சிப் பெட்டிகள் ஆகும், இவை பொதுவாக விளம்பரம், பொது அறிவிப்புகள் அல்லது நிகழ்வுகள் விளம்பரங்களுக்குப் பயன்படுத்தப்படுகின்றன. அவை பொதுவாக நெகிழ்வான PVC பொருட்களால் ஆனவை, மேலும் பொது இடங்களில் எளிதாக ஏற்றலாம் அல்லது நிறுவலாம். ஃப்ளெக்ஸ் போர்டுகள் செய்திகளைத் தொடர்புகொள்வது, தயாரிப்புகள் அல்லது சேவைகளை விளம்பரப்படுத்துவது, கலாச்சாரம், அரசியல் அல்லது சமூகம் இணைப்புகளை வலியுறுத்துவதற்கு மிகவும் புலப்படும் தளமாகச் செயல்படுகின்றன. சுவரொட்டிகளைப் போலவே, ஃப்ளெக்ஸ் போர்டுகளும் சமூக விதிமுறைகளையும் பொதுக் கருத்தையும் பிரதிபலிக்கவும் செல்வாக்கு செலுத்தவும் முடியும்.

எழுதப்பட்ட வார்த்தைகள்: பொது இடங்களில் எழுதப்பட்ட சொற்கள், கிராஃபிட்டி, தெரு ஓவியம் மற்றும் பொது கல்வெட்டுகள் போன்றவை, பொது காட்சி கலாச்சாரத்தின் மற்றொரு குறிப்பிடத்தக்க அம்சமாகும். இந்த எழுதப்பட்ட வெளிப்பாடுகள் எளிய கோஷங்கள் அல்லது செய்திகள் முதல் விரிவான கலைப்படைப்புகள் அல்லது சுவரோவியங்கள் வரை இருக்கலாம், அவை பெரும்பாலும் சமூக, அரசியல் அல்லது கலாச்சார வர்ணனைகளை வெளிப்படுத்துகின்றன. பொது இடங்களில் எழுதப்பட்ட சொற்கள் தனிநபர்கள் மற்றும் சமூகங்கள் தங்கள் கருத்துக்களை வெளிப்படுத்தவும், ஆதிக்கம் செலுத்தும் கதைகளை சவால் செய்யவும், பொதுவெளியில் தங்கள் அடையாளத்தை உறுதிப்படுத்தவும் ஒரு வாய்ப்பை வழங்குகின்றன.

படங்கள்: புகைப்படங்கள் போன்ற படங்கள், விளக்கப்படங்கள் அல்லது டிஜிட்டல் காட்சிகள், பொது காட்சி கலாச்சாரத்தின் ஒரு முக்கிய அங்கமாகும். விளம்பரப் பலகைகள், பொதுப் போக்குவரத்து, கடை முகப்புகள் மற்றும் கட்டிடங்களின் சுவர்களில் கூட அவற்றைக் காணலாம். படங்கள் உணர்வுகளை வடிவமைக்கும், உணர்ச்சிகளைத் தூண்டும் மற்றும் சிக்கலான கருத்துக்களை வெளிப்படுத்தும் சக்தியைக் கொண்டுள்ளது, பெரும்பாலும் மொழி தடைகளைத் தாண்டிச் செல்கின்றன. அவை ஒரு சமூகத்தின் பகிரப்பட்ட மதிப்புகள், நம்பிக்கைகள் மற்றும் அபிலாஷைகளை பிரதிநிதித்துவப்படுத்தலாம், மற்ற ஆதிக்க விதிமுறைகள் மற்றும் கதைகளை சவால் செய்யலாம் அல்லது தகர்க்கலாம்.

சமூகத்தில் பொதுக் காட்சிகளின் பங்கு:

பொதுக் கலாச்சார காட்சிகள் சமூகத்திற்குள் பல செயல்பாடுகளைச் செய்கின்றன. அவை தகவல் தொடர்பு வடிவமாகச் செயல்படலாம், பரந்த பார்வையாளர்களுக்குத் தகவல் அல்லது செய்திகளை வெளிப்படுத்தலாம். அவை வெளிப்பாட்டிற்கான ஒரு தளமாகவும் செயல்படலாம், தனிநபர்கள் மற்றும் சமூகங்கள் தங்கள் அடையாளத்தை உறுதிப்படுத்தவும், தங்கள் கருத்துக்களைக் கூறவும், ஆதிக்கம் செலுத்தும் கதைகளை சவால் செய்ய அனுமதிக்கின்றன. கூடுதலாக, பொதுக் காட்சி கலாச்சாரங்கள் ஒரு சமூகத்தை வடிவமைக்கும் மதிப்புகள், நம்பிக்கைகள் மற்றும் விதிமுறைகளை பிரதிபலிக்கும் மற்றும் பரப்புவதால், பகிரப்பட்ட அடையாளம் மற்றும் சொந்தமானது என்ற உணர்வை வளர்க்கலாம்.

பொது காட்சி கலாச்சாரங்கள் மற்றும் சமூக விதிமுறைகள் தொடர்பு: பொது காட்சி கலாச்சாரங்கள் சமூக விதிமுறைகளை பிரதிபலிக்கின்றன மற்றும் வடிவமைக்கின்றன, ஏனெனில் அவை இரண்டும் ஒரு சமூகத்தின் மதிப்புகள், நம்பிக்கைகள் மற்றும் எதிர்பார்ப்புகளால் பாதிக்கப்படுகின்றன மற்றும் பாதிக்கப்படுகின்றன. குறிப்பிட்ட படங்களை வழங்குவதன் மூலம்., விவரிப்புகள் மற்றும் செய்திகள் மூலம், பொது காட்சி கலாச்சாரங்கள் ஆதிக்க விதிமுறைகள் மற்றும் நம்பிக்கைகளை வலுப்படுத்தலாம், அவற்றை சமூகத்திற்குள் சரிபார்த்து நிலைநிறுத்தலாம். மாறாக, பொது கலாச்சார காட்சிகள் ஏற்கனவே உள்ள விதிமுறைகளை சவால் செய்து சீர்குலைக்கலாம், சமூக மாற்றத்திற்கு பங்களிக்கலாம் கண்ணோட்டங்கள் மற்றும் மதிப்புகளை முன்வைக்கலாம்.

பொது காட்சி கலாச்சாரங்கள் மற்றும் சக்தி இயக்கவியல்:பொது காட்சி கலாச்சாரங்களின் உருவாக்கமும் காட்சிப்படுத்தலும் பெரும்பாலும் சமூகத்திற்குள் உள்ள அதிகார இயக்கவியலால் வடிவமைக்கப்படுகின்றன. பொது இடங்களுக்கான அணுகலைக் கட்டுப்படுத்துபவர்கள் அல்லது காட்சி உள்ளடக்கத்தை உருவாக்கி பரப்புவதற்கான வளங்களைக் கொண்டவர்கள், வழங்கப்படும் கதைகள் மற்றும் பிரதிநிதித்துவங்களில் குறிப்பிடத்தக்க செல்வாக்கைக் கொண்டுள்ளனர். இது சில கண்ணோட்டங்களை ஓரங்கட்டுதல் அல்லது விலக்குதல், ஆதிக்க விதிமுறைகளை வலுப்படுத்துதல் மற்றும் சமூக ஏற்றத்தாழ்வுகளை நிலைநிறுத்துதல் ஆகியவற்றில் விளைவிக்கலாம். இந்த அதிகார இயக்கவியலை ஒப்புக்கொண்டு நிவர்த்தி செய்வதன் மூலம், தீங்கு விளைவிக்கும் விதிமுறைகளை சவால் செய்யும் மற்றும் சமூக மாற்றத்தை வளர்க்கிறது மிகவும் மாறுபட்ட மற்றும் உள்ளடக்கிய பொது காட்சி கலாச்சாரத்தை ஊக்குவிக்க முடியும்.

சமூகத்தை வடிவமைப்பதில் பொது காட்சி கலாச்சாரங்களின் பங்கு:

பொது காட்சி கலாச்சாரங்கள், நெகிழ்வு பலகை சுவரொட்டிகள், அரசியல் பிரச்சாரங்கள், விளம்பரங்கள் உட்பட., கிராஃபிட்டி மற்றும் பொது கலை, சமூகத்தின் மதிப்புகள், நம்பிக்கைகள் மற்றும் அடையாளத்தை பிரதிபலிக்கும் மூலமும் செல்வாக்கின் மூலமும் வடிவமைப்பதில் முக்கிய பங்கு வகிக்கின்றன. இந்த காட்சி கூறுகள் தகவல்களைத் தொடர்புகொள்வதிலிருந்து பகிரப்பட்ட அடையாளம் மற்றும் சொந்தமான உணர்வை வளர்ப்பது வரை பல செயல்பாடுகளைச் செய்கிறது செய்கின்றன, மேலும் ஆதிக்கம் செலுத்தும் சமூக விதிமுறைகளை வலுப்படுத்தவும் சவால் செய்யவும் முடியும். சமூகத்தை வடிவமைப்பதில் பொது காட்சி கலாச்சாரங்களின் பங்கை பல முக்கிய அம்சங்கள் மூலம் ஆராயலாம்:

தொடர்பு மற்றும் தகவல் பரப்புதல்: பொது காட்சி கலாச்சாரங்களின் முதன்மை செயல்பாடுகளில் ஒன்று, பரந்த பார்வையாளர்களுக்கு தகவல்களை தெரிவிப்பதாகும். ஃப்ளெக்ஸ் போர்டு சுவரொட்டிகள், விளம்பரங்கள், மற்றும் அரசியல் பிரச்சாரங்கள் எளிதில் ஜீரணிக்கக்கூடிய மற்றும் பார்வைக்குக்கூடிய வகையில் செய்திகள் மற்றும் தகவல்களைத் தெரிவிப்பதற்காக வடிவமைக்கப்பட்டுள்ளன. இந்த காட்சி கூறுகள் தயாரிப்புகள், சேவைகள், நிகழ்வுகள் அல்லது அரசியல் நிகழ்ச்சி நிரல், பொதுக் கருத்தை வடிவமைத்தல் மற்றும் முடிவெடுக்கும் செயல்முறைகளை பாதிக்கும் வகையில் பொதுமக்களுக்குத் தெரிவிக்க முடியும்.

வெளிப்பாடு மற்றும் அடையாள உருவாக்கம்:பொதுக் கலாச்சார காட்சிகள் தனிநபர்கள் மற்றும் சமூகங்கள் தங்கள் கருத்துக்கள், நம்பிக்கைகள் மற்றும் அடையாளங்களை வெளிப்படுத்த ஒரு தளத்தை வழங்குகின்றன. கிராஃபிட்டி, தெருக் கலை மற்றும் பொதுக் கலை ஆகியவை தனிநபர்கள் தங்கள் கண்ணோட்டங்களைக் குரல் கொடுக்கவும், தங்கள் அடையாளத்தை உறுதிப்படுத்தவும், பொதுக் கோளத்திற்குள் ஆதிக்கம் செலுத்தும் கதைகளை சவால் செய்ய ஒரு வழிமுறையாகச் செயல்படும். இந்தக் காட்சி வெளிப்பாடுகள் கூட்டு அடையாளத்தை உருவாக்குவதற்கும், பகிரப்பட்ட சொந்தம் என்ற உணர்வை வளர்ப்பதற்கும், கலாச்சார பன்முகத்தன்மையை ஊக்குவிப்பதற்கும் பங்களிக்கின்றன.

சமூக நெறிகள் மற்றும் மதிப்புகள்:பொது காட்சி கலாச்சாரங்கள் ஒரு சமூகத்தின் சமூக விதிமுறைகள் மற்றும் மதிப்புகளை பிரதிபலிக்கின்றன மற்றும் வடிவமைக்கின்றன. குறிப்பிட்ட படங்களை வழங்குவதன் மூலம், விவரங்கள் மற்றும் செய்திகள், அவை ஆதிக்க விதிமுறைகள் மற்றும் நம்பிக்கைகளை வலுப்படுத்த முடியும், அவற்றை சமூகத்திற்குள் சரிபார்த்து நிலைநிறுத்த முடியும். மாறாக, பொது கலாச்சார காட்சிகள் ஏற்கனவே உள்ள விதிமுறைகளை சவால் செய்து சீர்குலைத்து, சமூக மாற்றத்திற்கு பங்களிக்கக்கூடிய மாற்றுக் கண்ணோட்டங்கள் மற்றும் மதிப்புகளை முன்வைக்கின்றன. காட்சி கலாச்சாரம் மற்றும் சமூக விதிமுறைகளுக்கு இடையே மாறும் தொடர்பு சமூகத்தின் தார்மீக மற்றும் நெறிமுறை கட்டமைப்பை வடிவமைப்பதில் குறிப்பிடத்தக்க பங்கை வகிக்கிறது.

உணர்ச்சி மற்றும் உளவியல் தாக்கம்:பொது காட்சி கலாச்சாரங்கள் பார்வையாளர்களிடமிருந்து வலுவான உணர்ச்சி மற்றும் உளவியல் பதில்களைத் தூண்டி, அவர்களின் அணுகுமுறைகள், நம்பிக்கைகள் மற்றும் நடத்தைகளைப் பாதிக்கலாம். படங்கள் போன்ற காட்சி கூறுகளின் உணர்ச்சித் தாக்கம்அல்லது பொதுக் கலை, முக்கியமான சமூகப் பிரச்சினைகளில் பொதுமக்களின் கருத்தை திசைதிருப்பலாம் அல்லது ஒரே மாதிரியான கருத்துக்கள் மற்றும் தப்பெண்ணைகளை உடைக்க உதவும். உணர்ச்சியின் சக்தியைப் பயன்படுத்துவதன் மூலம், பொதுக் காட்சிகள் மிகவும் பச்சாதாபம் கொண்ட மற்றும் உள்ளடக்கிய சமூகத்தை உருவாக்க பங்களிக்கின்றன முடியும்.

பொருளாதார மற்றும் அரசியல் செல்வாக்கு: பொது கலாச்சார காட்சிகள், குறிப்பாக விளம்பரங்கள்மற்றும் அரசியல் பிரச்சாரங்கள், சமூகத்திற்குள் பொருளாதாரம் மற்றும் அரசியல் இயக்கவியலை வடிவமைப்பதில் குறிப்பிடத்தக்க பங்கை வகிக்கின்றன. விளம்பரங்கள் நுகர்வோர் நடத்தையை இயக்கலாம், வாங்கும் விளைவுகளை பாதிக்கலாம் மற்றும் பொருளாதார வளர்ச்சிக்கு பங்களிக்கலாம். அரசியல் பிரச்சாரங்கள் பொதுக் கருத்தையும் வாக்களிக்கும் முறைகளையும் வடிவமைக்கலாம், இது ஒரு சமூகத்திற்குள் அதிகார சமநிலையை பாதிக்கும். பொது காட்சி கலாச்சாரங்களின் பொருளாதார மற்றும் அரசியல் தாக்கங்களை ஒப்புக்கொண்டு புரிந்துகொள்வதன் மூலம், சமூக கட்டமைப்புகள் மற்றும் இயக்கவியலை வடிவமைப்பதில் அதன் பங்கை நாம் சிறப்பாகப் பாராட்டலாம்.

சக்தி இயக்கவியல் மற்றும் சமூக சமத்துவமின்மை: பொது காட்சி கலாச்சாரங்களின் உருவாக்கம், காட்சிப்படுத்தல் மற்றும் நுகர்வு பெரும்பாலும் சமூகத்திற்குள் உள்ளது சக்தி இயக்கவியலால் பாதிக்கப்படுகிறது. பொது இடங்களுக்கான அணுகலைக் கட்டுப்படுத்துபவர்கள் அல்லது காட்சி உள்ளடக்கத்தை உருவாக்கி பரப்புவதற்கான வளங்களைக் கொண்டவர்கள், வழங்கப்படும் கதைகள் மற்றும் பிரதிநிதித்துவங்களில் குறிப்பிடத்தக்க செல்வாக்கைக் கொண்டுள்ளனர். இது சில கண்ணோட்டங்களை ஓரங்கட்டுதல் அல்லது விலக்குதல், ஆதிக்க விதிமுறைகளை வலுப்படுத்துதல் மற்றும் சமூக ஏற்றத்தாழ்வுகளை நிலைநிறுத்துதல் ஆகியவற்றில் விளைவிக்கலாம். இந்த சக்தி இயக்கவியலை நிவர்த்தி செய்வதன் மூலமும், பொது கலாச்சாரத்திற்குள் பன்முகத்தன்மை மற்றும் உள்ளடக்கத்தை ஊக்குவிப்பதன் மூலமும்,தீங்கு விளைவிக்கும் விதிமுறைகளை சவால் செய்து சமூக மாற்றத்தை வளர்ப்பது சாத்தியமாகும்.

*பொது இடம் மற்றும் நகர்ப்புற வடிவமைப்பு:*பொது காட்சி கலாச்சாரங்கள் நகர்ப்புற இடங்களின் அழகியல் மற்றும் செயல்பாட்டு வடிவமைப்பிற்கு பங்களிக்கின்றன, மக்கள் தங்கள் சூழலுடன் தொடர்பு கொள்கிறார்கள் கொள்ளும் மற்றும் அனுபவிக்கும் விதத்தை வடிவமைக்கின்றன. பொது கலை, கிராஃபிட்டி மற்றும் பிற காட்சி கூறுகள் பொது இடங்களை துடிப்பான, ஈடுபாட்டுடன் கூடிய மற்றும் உள்ளடக்கிய சூழல்களாக மாற்றும், அவை சமூகம் தொடர்பு மற்றும் சமூக உணர்வை வளர்க்கும். நகர்ப்புற வடிவமைப்பு மற்றும் திட்டமிடலில் பொது காட்சி கலாச்சாரங்களின் பங்கைக் கருத்தில் கொண்டு, நாம் மிகவும் வாழக்கூடிய மற்றும் சமமான நகரங்களை உருவாக்க முடியும்.

*கலாச்சாரப் பாதுகாப்பு மற்றும் வெளிப்பாடு:*ஒரு சமூக கலாச்சாரத்தின் பாரம்பரியத்தைப் பாதுகாப்பதிலும் வெளிப்படுத்துவதிலும் பொதுக் காட்சி கலாச்சாரங்கள் முக்கிய பங்கு வகிக்கின்றன. சுவரோவியங்கள், சிற்பங்கள் மற்றும் நாட்டுப்புறக் கலை போன்ற பாரம்பரிய கலை வடிவங்கள், ஒரு சமூகத்தின் வரலாறு, மரபுகள் மற்றும் மதிப்புகளை வெளிப்படுத்துதல் முடியும், பகிரப்பட்ட அடையாளம் மற்றும் கலாச்சார பெருமையின் உணர்வுக்கு பங்களிக்கின்றன. இந்த கலாச்சார வெளிப்பாடுகளை ஊக்குவிப்பதன் மூலமும் பாதுகாப்பதன் மூலமும், பொதுக் காட்சி கலாச்சாரங்கள் கடந்த காலத்துடன் ஒரு தொடர்பைப் பராமரிக்கவும், தலைமுறைகளுக்கு இடையேயான புரிதல் மற்றும் பாராட்டுகளை வளர்க்கவும் உதவுகின்றன.

*கல்வி மற்றும் விழிப்புணர்வு:*பல்வேறு சமூக, சுற்றுச்சூழல் அல்லது அரசியல் பிரச்சினைகள் குறித்து கல்வி கற்பதற்கும் விழிப்புணர்வை ஏற்படுத்துவதற்கும் பொது காட்சி கலாச்சாரங்கள் ஒரு அத்தியாவசிய கருவியாகச் செயல்பட முடியும். சுவரொட்டிகள், விளம்பரப் பலகைகள்

அல்லது பொது கலை நிறுவல்கள் போன்ற காட்சி கூறுகள் சிக்கலான கருத்துக்களை பார்வைக்கு ஈர்க்கக்கூடியவை அணுகக்கூடிய முறையில் முன்வைக்கலாம், அவை பரந்த பார்வையாளர்களுக்கு மேலும் புரிந்துகொள்ளக்கூடியதாக இருக்கும். பொது காட்சி கலாச்சாரங்கள் மூலம் கல்வி மற்றும் விழிப்புணர்வை ஊக்குவிப்பதன் மூலம், பொது ஈடுபாட்டை ஊக்குவிக்கவும், மேலும் தகவலறிந்த மற்றும் சுறுசுறுப்பான குடிமக்களை வளர்க்கவும் முடியும்.

சமூக மாற்றத்தை வளர்ப்பது: இறுதியாக, பொதுக் காட்சிகள் ஆதிக்கம் செலுத்தும் கதைகளை சவால் செய்வதன் மூலமும், மாற்றுக் கண்ணோட்டங்களையும் ஊக்குவிப்பதன் மூலமும், பொது நடவடிக்கையை ஊக்குவிப்பதன் மூலமும் சமூக மாற்றத்தை வளர்ப்பதில் முக்கிய பங்கு வகிக்க முடியும். சமூக ஈடுபாடுள்ள பொதுக் கலைத் திட்டங்கள், ஆர்வலர் சுவரொட்டிகள் மற்றும் சிந்தனையைத் தூண்டும் கிராஃபிட்டி ஆகியவை பொது விவாதத்தைத் தூண்டலாம், சமூகங்களைத் திரட்டலாம், மேலும் தனிநபர்கள் தற்போதைய நிலையை கேள்விக்குட்படுத்தவும் சவால் செய்யவும் ஊக்குவிக்கலாம். பொதுக் கலாச்சார காட்சிகளின் சக்தியைப் பயன்படுத்துவதன் மூலம், உள்ளடக்கிய, சமமான மற்றும் நீதியான சமூகத்தை உருவாக்குவதற்கு நாம் பங்களிக்க முடியும்.

தனிப்பட்ட மற்றும் கூட்டு அடையாளத்தை வடிவமைத்தல்: பொதுக் கலாச்சார காட்சிகள் தனிப்பட்ட மற்றும் கூட்டு அடையாளத்தை வடிவமைப்பதில் முக்கிய பங்கு வகிக்கின்றன. நமது அன்றாட வாழ்வில் நாம் சந்திக்கும் காட்சிகள் நமது சுய உணர்வையும், நாம் சேர்ந்த சமூகங்கள் மற்றும் கலாச்சாரங்களைப் பற்றிய நமது புரிதலையும் பாதிக்கலாம். பொதுக் கலை, விளம்பரங்கள், மற்றும் பிற காட்சி வெளிப்பாடுகள் பகிரப்பட்ட மதிப்புகள், நம்பிக்கைகள் மற்றும் அபிலாஷைகளை பிரதிநிதித்துவப்படுத்தும் மற்றும் தொடர்புபடுத்தும் சக்திவாய்ந்த சின்னங்களாக செயல்பட முடியும். மாறுபட்ட மற்றும் உள்ளடக்கிய பொது காட்சி கலாச்சாரங்களுடன் ஈடுபடுவதன் மூலம், தனிநபர்கள் தங்களைப் பற்றியும் மற்றவர்களைப் பற்றியும் நுணுக்கமான மற்றும் பச்சாதாபமான புரிதலை வளர்த்துக் கொள்ள முடியும்.

சமூக ஒற்றுமையை வலுப்படுத்துதல்: பொதுக் கலாச்சார காட்சிகள், சமூகத்திற்குள் பல்வேறு குழுக்களிடையே பகிரப்பட்ட அடையாளம் மற்றும் சொந்தம் என்ற உணர்வை வளர்ப்பதன் மூலம் சமூகம் ஒற்றுமையை வலுப்படுத்த முடியும். பல்வேறு கண்ணோட்டங்கள், அனுபவங்கள் மற்றும் கலாச்சார வெளிப்பாடுகளை முன்வைத்து கொண்டாடுவதன் மூலம், பொதுக் காட்சி கலாச்சாரங்கள் மூலம் வேறுபடுகின்றன சமூகங்களில் பரஸ்பர புரிதல், மரியாதை மற்றும் பாராட்டு ஆகியவற்றை ஊக்குவிக்கும். இது, மிகவும் உள்ளடக்கிய, இணக்கமான மற்றும் ஆதரவான சமூக சூழலை உருவாக்குவதற்கு பங்களிக்கும்.

படைப்பு வெளிப்பாட்டை ஊக்குவித்தல்: பொது காட்சி கலாச்சாரங்கள் படைப்பாற்றல் மற்றும் கலை வெளிப்பாட்டைத் தூண்டி, தனிநபர்கள் தங்கள் திறமைகளையும் திறன்களையும் ஆராய்ந்து வளர்க்க ஊக்குவிக்கும். பொது இடங்களில் மாறுபட்ட மற்றும் ஈடுபாட்டுடன் கூடிய காட்சிகள் இருப்பது, ஓவியம் மற்றும் புகைப்படம் எடுத்தல் முதல் டிஜிட்டல் கலை மற்றும் வடிவமைப்பு வரை பல்வேறு வகையான படைப்பு வெளிப்பாட்டைப் பரிசோதிக்க மக்களை ஊக்குவிக்கும். இது, ஒரு சமூகத்தின் கலாச்சார நிலப்பரப்பை வளப்படுத்தவும், துடிப்பான மற்றும் துடிப்பான படைப்பு சமூகத்தின் வளர்ச்சிக்கு பங்களிக்கவும் உதவும்.

உரையாடல் மற்றும் பரிமாற்றத்தை ஊக்குவித்தல்: பொதுக் கலாச்சார காட்சிகள் சமூகத்திற்குள் உள்ள பல்வேறு குழுக்களிடையே உரையாடல் மற்றும் பரிமாற்றத்தை எளிதாக்கும், பரஸ்பர புரிதல் மற்றும் ஒத்துழைப்பை வளர்க்கும். பல்வேறு கண்ணோட்டங்கள் மற்றும் அனுபவங்களை வழங்குவதன் மூலம் பொதுக் காட்சி கலாச்சாரங்கள், தனிநபர்களை மற்றவர்களின் அனுபவங்கள் மற்றும் கண்ணோட்டங்களுடன் ஈடுபடவும் சிந்திக்கவும் ஊக்குவிக்கும், பச்சாதாபம் மற்றும் புரிதலை வளர்க்கும். இது தடைகளை உடைக்கவும், தப்பெண்ணத்தைக் குறைக்கவும், மேலும் உள்ளடக்கிய மற்றும் திறந்த மனதுடைய சமூகத்தை மேம்படுத்தவும் உதவும்.

ஊக்கமளிக்கும் செயல்பாடு மற்றும் குடிமை ஈடுபாடு:பொதுக் கலாச்சார காட்சிகள், முக்கியமான சமூக, சுற்றுச்சூழல் அல்லது அரசியல் பிரச்சினைகள் குறித்த விழிப்புணர்வை ஏற்படுத்துவதன் மூலமும், தனிநபர்கள் தங்கள் கருத்துகளையும் கவலைகளையும் வெளிப்படுத்த ஒரு தளத்தை வழங்குவதன் மூலமும், செயல்பாடுகளையும் குடிமை ஈடுபாட்டையும் ஊக்குவிக்க முடியும். பொதுக் கலைத் திட்டங்கள், ஆர்வலர் சுவரொட்டிகள் மற்றும் பிற வகையான காட்சி வெளிப்பாடுகள் பொது விவாதத்தை ஊக்குவிக்கும், சமூகங்களைத் திரட்டும், மேலும் தனிநபர்கள் நடவடிக்கை எடுத்து நேர்மறையான சமூக மாற்றத்திற்கு பங்களிக்க ஊக்குவிக்கும்.

அழகியல் அனுபவத்தை மேம்படுத்துதல்:பொது கலாச்சாரங்கள் நகர்ப்புற மற்றும் கிராமப்புற இடங்களின் ஒட்டுமொத்த அழகியல் அனுபவத்திற்கு பங்களிக்கின்றன, அவற்றைப் பார்க்கவும் கவர்ச்சிகரமானதாகவும், ஈடுபாட்டுடனும், துடிப்பானதாகவும் ஆக்குகின்றன. பொது கலை நிறுவல்கள், சுவரோவியங்கள், கிராஃபிட்டி மற்றும் பிற வகையான காட்சி வெளிப்பாடுகள் சாதாரண இடங்களை படைப்பாற்றல், ஆர்வம் மற்றும் ஆச்சரியத்தை ஊக்குவிக்கும் வசீகரிக்கும் சூழல்களாக மாறும். பொது காட்சி கலாச்சாரங்களை நமது இடங்களின் வடிவமைப்பு மற்றும் திட்டமிடலில் ஒருங்கிணைப்பதன் மூலம், மக்கள் வாழ, வேலை செய்ய மற்றும் விளையாட மிகவும் அழகான, தூண்டுதல் மற்றும் வரவேற்கத்தக்க சூழல்களை உருவாக்க முடியும்.

பொருளாதார வளர்ச்சியை உந்துதல்:பொது காட்சி கலாச்சாரங்கள் சுற்றுலாவை ஈர்ப்பதன் மூலமும், படைப்பாற்றல் மிக்க தொழில்களை வளர்ப்பதன் மூலமும், உள்ளூர் வணிகங்களைத் தூண்டுவதன் மூலமும் மூலமும் பொருளாதார வளர்ச்சிக்கு பங்களிக்க முடியும். ஒரு நகரம் அல்லது நகரத்தில் ஈடுபாட்டுடன் கூடிய மற்றும் துடிப்பான காட்சிகள் இருப்பது சுற்றுலா பயணிகளை ஈர்க்கும், உள்ளூர் பொருட்கள் மற்றும் சேவைகளுக்கான தேவையை அதிகரிக்கும் மற்றும் உள்ளூர் பொருளாதாரத்தை அதிகரிக்கும். கூடுதலாக, பொது கலாச்சார காட்சிகள் படைப்புத் திறமை மற்றும் தொழில்முனைவோரை வளர்க்கும், இது கலை, வடிவமைப்பு, திரைப்படம் போன்ற படைப்புத் தொழில்களின் வளர்ச்சிக்கு உதவுகிறது.மற்றும் பொருளாதார வளர்ச்சியை மேலும் தூண்டக்கூடிய விளம்பரம்.

கலாச்சார ராஜதந்திரத்தை வளர்ப்பது:பொதுக் கலாச்சார காட்சிகள், பல்வேறு நாடுகள் மற்றும் கலாச்சாரங்களுக்கிடையே புரிதல், மரியாதை மற்றும் ஒத்துழைப்பை வளர்க்க உதவும், கலாச்சாரம் ராஜதந்திரத்திற்கான ஒரு மதிப்புமிக்க கருவியாகச் செயல்படும். சர்வதேச கலை கண்காட்சிகள், கலாச்சார பரிமாற்றங்கள் மற்றும் கூட்டு பொதுக் கலைத் திட்டங்கள், உலகளாவிய அளவில் பல்வேறு குழுக்களிடையே உரையாடலை ஊக்குவிக்கவும், தொடர்புகளை உருவாக்கவும் உறவுகளை வலுப்படுத்தவும் உதவும். உலகின் பல்வேறு பகுதிகளிலிருந்தும் பொதுக் காட்சி கலாச்சாரங்களுடன் ஈடுபட்டு ஊக்குவிப்பதன் மூலம், மிகவும் ஒன்றோடொன்று இணைக்கப்பட்ட, சகிப்புத்தன்மை மற்றும் கூட்டுறவு கொண்ட உலகளாவிய சமூகத்தின் வளர்ச்சிக்கு நாம் பங்களிக்க முடியும்.

உள்ளூர் கலாச்சாரம் மற்றும் பாரம்பரியத்தைக் கொண்டாடுதல்:உள்ளூர் கலாச்சாரம் மற்றும் பாரம்பரியத்தை கொண்டாடுவதிலும் பாதுகாப்பிலும் பொது காட்சி கலாச்சாரங்கள் முக்கிய பங்கு வகிக்க முடியும். ஒரு சமூகத்தின் தனித்துவமான வரலாறு, மரபுகள் மற்றும் மதிப்புகளை பிரதிபலிக்கும் காட்சி வெளிப்பாடுகளை உருவாக்குவதன் மூலம், பொது காட்சி கலாச்சாரங்கள் ஒருவரின் பெருமை, சொந்தம் மற்றும் கலாச்சார வேர்களுக்கான பாராட்டு உணர்வை வளர்க்கும். இது, உள்ளூர் கலாச்சார அடையாளம் மற்றும் பாரம்பரியத்தை பராமரிக்கவும் வலுப்படுத்தவும் உதவும், மேலும் அது எதிர்கால சந்ததியினரால் கடத்தப்படுவதையும் கொண்டாடப்படுவதையும் உறுதி செய்யும்.

சுற்றுச்சூழல் மேற்பார்வையை ஊக்குவித்தல்:பொது காட்சி கலாச்சாரங்கள் சுற்றுச்சூழல் பிரச்சினைகள் குறித்த விழிப்புணர்வு ஏற்படுத்தவும், நிலையான நடைமுறைகளை ஊக்குவிக்கவும் உதவும். பொது கலை நிறுவல்கள், சுவரோவியங்கள் மற்றும் சுற்றுச்சூழல் சவால்களை எடுத்துக்காட்டுகள் அல்லது இயற்கை உலகைக் கொண்டாடும் பிற காட்சிகள்

வெளிப்பாடுகள் மூலம், பொது காட்சி கலாச்சாரங்கள் தனிநபர்களையும் சமூகங்களையும் சுற்றுச்சூழலைப் பாதுகாக்கவும், மேலும் நிலையான வாழ்க்கை முறைகள் ஏற்றுக்கொள்ளவும் நடவடிக்கை எடுக்க ஊக்குவிக்கும்.

பொது காட்சி கலாச்சாரங்களில் செய்திகளை ஆராய்தல்

பொது கலாச்சாரங்கள் தெரு ஓவியங்கள் மற்றும் சுவரோவியங்கள் முதல் சுவரொட்டிகள், விளம்பரங்கள் வரை பரந்த அளவிலான காட்சி வெளிப்பாடுகள் உள்ளடக்கியது., மற்றும் பொது கலை நிறுவல்கள். இந்த காட்சி கூறுகள் சமூக மதிப்புகள், நம்பிக்கைகள் மற்றும் விதிமுறைகளை பிரதிபலிக்கும் மற்றும் வடிவமைக்கும் சக்திவாய்ந்த செய்திகளை வெளிப்படுத்த முடியும். பொது காட்சி கலாச்சாரங்களில் உள்ள செய்திகளை ஆராய்வதன் மூலம், ஒரு குறிப்பிட்ட சமூகம் அல்லது சமூகத்திற்கு பொருத்தமான மற்றும் செல்வாக்கு செலுத்தும் பிரச்சினைகள், யோசனைகள் மற்றும் முன்னோக்குகள் பற்றிய நுண்ணறிவைப் பெறலாம்.

சமூக வர்ணனை: பொது காட்சி கலாச்சாரங்கள் பெரும்பாலும் சமூக வர்ணனைக்கான ஒரு தளமாக செயல்படுகின்றன, கலைஞர்களும் படைப்பாளிகளும் சமூகத்தின் பல்வேறு அம்சங்களை விமர்சிக்க, கேள்வி கேட்க அல்லது சவால் செய்ய காட்சி ஊடகங்களைப் பயன்படுத்துகின்றனர். உதாரணமாக, தெரு ஓவியங்கள் மற்றும் சுவரோவியங்கள் சமூக சமத்துவமின்மை, அரசியல் ஊழல் அல்லது சுற்றுச்சூழல் சீரழிவு போன்ற கருப்பொருள்கள் உரையாற்ற முடியும், பார்வையாளர்களை இந்தப் பிரச்சினைகளைப் பற்றி சிந்திக்கவும் சாத்தியமான தீர்வுகளைக் கருத்தில் கொள்ளவும். சமூக வர்ணனை மூலம், பொது காட்சி கலாச்சாரங்கள் பொது விவாதத்தைத் தூண்டலாம், விழிப்புணர்வை ஏற்படுத்தலாம் மற்றும் மாற்றத்தை ஊக்குவிக்கலாம்.

பிரதிநிதித்துவம்மற்றும் அடையாளம்: பொது காட்சி கலாச்சாரங்களில் உள்ள செய்திகள் பிரதிநிதித்துவம் மற்றும் அடையாளத்துடன் தொடர்புடையதாக இருக்கலாம், குறிப்பிட்ட கலாச்சாரம், இன அல்லது சமூகக் குழுக்களின் அனுபவங்கள், மதிப்புகள் மற்றும் முன்னோக்குகளை எடுத்துக்காட்டுகின்றன. இதில் ஒரங்கட்டப்பட்ட சமூகங்களின் சாதனைகள் மற்றும் பங்களிப்புகளைக் கொண்டாடும், ஒரே மாதிரியான கருத்துக்கள் மற்றும் தப்பெண்ணங்களை சவால் செய்யும் அல்லது பன்முகத்தன்மை மற்றும் உள்ளடக்கத்தை ஊக்குவிக்கும் காட்சி கூறுகள் அடங்கும். பிரதிநிதித்துவத்தை வளர்ப்பதன் மூலமும், மாறுபட்ட அடையாளங்களைக் கொண்டாடுவதன் மூலமும், பொது காட்சி கலாச்சாரங்கள் மிகவும் சமமானவை சமூகத்திற்கு பங்களிக்க முடியும்.

*அரசியல் செய்திகள்:*பொதுக் கலாச்சார காட்சிகள் அரசியல் செய்திகளுக்கான தளமாகச் செயல்பட முடியும், கலைஞர்களும் படைப்பாளிகளும் பல்வேறு அரசியல் பிரச்சினைகள், கட்சிகள் அல்லது தலைவர்கள் பற்றிய தங்கள் கருத்துகளையும் நம்பிக்கைகளையும் தெரிவிக்கும் காட்சிகளைப் பயன்படுத்துகின்றனர். இதில் குறிப்பிட்ட கொள்கைகளை ஆதரிக்கும் அல்லது விமர்சிக்கும், சமூக மாற்றத்திற்காக வாதிடும் அல்லது அரசியல் நிறுவனங்களின் நியாயத்தன்மை மற்றும் அதிகாரத்தை கேள்விக்குள்ளாக்கும் காட்சி கூறுகள் அடங்கும். பொதுக் கலாச்சார காட்சிகளில் அரசியல் செய்திகளுடன் ஈடுபடுவதன் மூலம், பார்வையாளர்கள் அரசியல் நிலப்பரப்பை வடிவமைக்கிறார்கள் கண்ணோட்டங்கள் மற்றும் கருத்துக்களைப் பற்றிய நுண்ணறிவைப் பெறலாம்.

*கலாச்சார பாரம்பரியம்:*பல பொது கலாச்சார காட்சிகள் கலாச்சார பாரம்பரியத்தை கொண்டாடுகின்றன, ஒரு குறிப்பிட்ட சமூகம் அல்லது சமூகத்தின் தனித்துவமான வரலாறு, மரபுகள் மற்றும் மதிப்புகளைக் காட்டுகின்றன. வரலாற்று நிகழ்வுகளை சித்தரிக்கும், கலாச்சார சின்னங்களை மதிக்கும் அல்லது பாரம்பரிய கலை வடிவங்கள் மற்றும் நுட்பங்களை ஆராயும் காட்சி வெளிப்பாடுகள் இதில் அடங்கும். கலாச்சார பாரம்பரியம் தொடர்பான செய்திகளுடன் ஈடுபடுவதன் மூலம், பார்வையாளர்கள் ஒரு குறிப்பிட்ட சமூகம்

அல்லது சமூகத்தை வரையறுக்கும் வளமான கலாச்சாரம் நாடாவைப் பற்றிய ஆழமான புரிதலையும் பாராட்டவும் வளர்த்துக் கொள்ளலாம்.

நுகர்வுவாதம் மற்றும் பொருள்முதல்வாதம்:பொது காட்சி கலாச்சாரங்கள், குறிப்பாக விளம்பரங்கள்மற்றும் வணிகக் காட்சிகள், பெரும்பாலும் நுகர்வோர் மற்றும் பொருள்முதல்வாதத்தை ஊக்குவிக்கின்றன, தனிநபர்கள் சில வாழ்க்கை முறைகள், தயாரிப்புகள் அனுபவங்களை விரும்புவதை ஊக்குவிக்கின்றன. இந்தச் செய்திகள், பொருள் செல்வம், அந்தஸ்து மற்றும் நுகர்வு ஆகியவற்றில் முக்கியத்துவம் அளித்து, சமூக மதிப்புகள் மற்றும் அவற்றை வடிவமைக்க முடியும். நுகர்வோர் மற்றும் பொருள்முதல்வாதம் தொடர்பான செய்திகளை ஆராய்வதன் மூலம், ஆதிக்கம் செலுத்தும் கலாச்சார விவரிப்புகள் மற்றும் மதிப்புகளை வலுப்படுத்துவதில் அல்லது சவால் செய்வதில் பொது காட்சி கலாச்சாரங்களின் பங்கை நாம் நன்கு புரிந்து கொள்ள முடியும்.

சுற்றுச்சூழல் விழிப்புணர்வு:பொது காட்சி கலாச்சாரங்களில் உள்ள செய்திகள் சுற்றுச்சூழல் விழிப்புணர்வில் கவனம் செலுத்தலாம், நிலைத்தன்மை, பாதுகாப்பு மற்றும் சுற்றுச்சூழல் பொறுப்பின் முக்கியத்துவம் குறித்த பொது விழிப்புணர்வை ஏற்படுத்தலாம். இயற்கை உலகின் அழகு மற்றும் பலவீனத்தை சித்தரிக்கும் காட்சிகள், சுற்றுச்சூழலில் மனித செயல்பாடுகளின் தாக்கங்களை எடுத்துக்காட்டுதல் அல்லது நிலையான நடைமுறைகள் மற்றும் தீர்வுகளை ஊக்குவித்தல் ஆகியவை இதில் அடங்கும். சுற்றுச்சூழல் செய்திகளில் ஈடுபடுவதன் மூலம், பார்வையாளர்கள் நடவடிக்கை எடுக்கவும், கிரகத்தின் பாதுகாப்பு மற்றும் பாதுகாப்பிற்கு பங்களிக்கவும் ஊக்குவிக்கப்படலாம்.

பாலினம் மற்றும் பாலியல்:பொது கலாச்சாரங்கள் பாலினம் மற்றும் பாலியல் தொடர்பான செய்திகளை வெளிப்படுத்தலாம், பாலின பாத்திரங்கள், பிரதிநிதித்துவம் மற்றும் சமத்துவம் போன்றவை கருப்பொருள்களை ஆராயலாம். பாரம்பரிய பாலின விதிமுறைகளை சவால் செய்யும், பல்வேறு பாலின அடையாளங்கள் மற்றும் பாலியல் நோக்குநிலைகளைக் கொண்டாடும் அல்லது பாலின சமத்துவம் மற்றும் LGBTQ+ உரிமைகளை ஆதரிக்கும் காட்சி வெளிப்பாடுகள் இதில் அடங்கும். பாலினம் மற்றும் பாலியல் தொடர்பான செய்திகளை பாலிராய்வதன் மூலம், ஒரு குறிப்பிட்ட சமூகம் அல்லது சமூகத்திற்குள் பாலினம் மற்றும் பாலியல் அடையாளத்தின் மூலம் சிக்கலான மற்றும் வளர்ந்து வரும் இயக்கவியல் பற்றிய நுண்ணறிவைப் பெறலாம்.

சமூகம் மற்றும் சமூக ஒற்றுமை:பல பொது கலாச்சார காட்சிகள் சமூகம் மற்றும் சமூக ஒற்றுமையை ஊக்குவிக்கின்றன, ஒற்றுமை, ஒத்துழைப்பு மற்றும் பரஸ்பர ஆதரவின் முக்கியத்துவத்தை வலியுறுத்துகின்றன. இதில் சமூக நிகழ்வுகளைக் கொண்டாடும், உள்ளூர் திறமைகளை வெளிப்படுத்தும் அல்லது குடிமை ஈடுபாடு மற்றும் பங்கேற்பை ஊக்குவிக்கும் காட்சி கூறுகள் அடங்கும். சமூகம் மற்றும் சமூக ஒற்றுமை தொடர்பான செய்திகளுடன் ஈடுபடுவதன் மூலம், பார்வையாளர்கள் தங்கள் உள்ளூர் சூழலுக்குள் ஒரு வலுவான சொந்தம் மற்றும் இணைப்பை உணர்வை வளர்த்துக் கொள்ளலாம்.

அழகியல்மற்றும் அழகு: பொது காட்சி கலாச்சாரங்கள் பெரும்பாலும் அழகியல் மற்றும் அழகு பற்றிய செய்திகளை வெளிப்படுத்துகின்றன, தோற்றம், வடிவம் மற்றும் பாணி சமூக தரநிலைகள் மற்றும் இலட்சியங்களை பிரதிபலிக்கின்றன. இதில் குறிப்பிட்ட கலை பாணிகள், நுட்பங்கள் அல்லது போக்குகளை வெளிப்படுத்தும் காட்சி கூறுகள், மேலும் குறிப்பிட்ட அழகு தரநிலைகள் அல்லது இலட்சியங்களை ஊக்குவிக்கும் கூறுகளும் அடங்கும். அழகியல் மற்றும் அழகு தொடர்பான செய்திகளை ஆராய்வதன் மூலம், பொது காட்சி கலாச்சாரங்களுக்கும் அழகு விதிமுறைகள் மற்றும் தரநிலைகளின் கட்டுமானத்திற்கும் போன்ற சிக்கலான தொடர்பை நாம் நன்கு புரிந்து கொள்ள முடியும்.

அதிகாரமளித்தல் மற்றும் உத்வேகம்:பொது காட்சி கலாச்சாரங்களில் உள்ள செய்திகள் தனிநபர்களையும் சமூகங்களையும் மேம்படுத்தவும் ஊக்குவிக்கவும் உதவும், மீள்தன்மை, படைப்பாற்றல் மற்றும் நல்ல மாற்றத்திற்கான ஆற்றலைக் கொண்டாடும். உள்ளூர் ஹீரோக்களின் சாதனைகளை மதிக்கும், கூட்டு நடவடிக்கையின் சக்தியை வெளிப்படுத்தும் அல்லது கலை மற்றும் படைப்பாற்றலின் மாற்றும் திறன் விளக்கும் காட்சி வெளிப்பாடுகள்

இதில் அடங்கும். அதிகாரமளித்தல் மற்றும் உத்வேகம் பற்றிய செய்திகளுடன் ஈடுபடுவதன் மூலம், பார்வையாளர்கள் தங்கள் சொந்த பலங்கள், திறமைகள் மற்றும் ஆர்வங்களைப் பயன்படுத்திக் கொள்ளவும், அவர்களின் சமூகங்கள் மற்றும் சமூகத்தின் மேம்பாட்டிற்கு பங்களிக்கவும் ஊக்குவிக்கப்படலாம்.

நமது அன்றாட வாழ்வில் பொது காட்சி கலாச்சாரங்களின் தாக்கம்

பொது காட்சி கலாச்சாரங்கள் நமது அன்றாட வாழ்க்கையை வடிவமைப்பதில் குறிப்பிடத்தக்க பங்கை வகிக்கின்றன, நமது கருத்துக்கள், மதிப்புகள், நடத்தைகள் மற்றும் தொடர்புகளை பல்வேறு வழிகளில் பாதிக்கின்றன. தெரு ஓவியங்கள் மற்றும் சுவரோவியங்கள் முதல் விளம்பரங்கள் வரை.மற்றும் பொது கலை நிறுவல்கள், இந்த காட்சிகள் நமது சுற்றுப்புறங்களை ஊடுருவி, நமது அனுபவங்கள் மற்றும் உலகத்தைப் பற்றிய புரிதலில் நுட்பமான மற்றும் ஆழமான தாக்கங்களை ஏற்படுத்தும். இந்த பகுப்பாய்வில், பொது காட்சி கலாச்சாரங்கள் நமது அன்றாட வாழ்க்கையை எவ்வாறு பாதிக்கின்றன என்பதை ஆராய்வோம்.

கருத்துக்களையும் மனப்பான்மைகளையும் வடிவமைத்தல்: பொதுக் காட்சி கலாச்சாரங்கள் அரசியல், கலாச்சாரம் உள்ளிட்ட சமூகத்தின் பல்வேறு அம்சங்களைப் பற்றியது நமது கருத்துகளையும் மனப்பான்மையையும் வடிவமைக்க முடியும்.மற்றும் சமூகப் பிரச்சினைகள். குறிப்பிட்ட செய்திகள், விவரிப்புகள் அல்லது கண்ணோட்டங்களை வழங்குவதன் மூலம், இந்த காட்சி கூறுகள் உலகத்தைப் பற்றிய நமது புரிதலைத் தெரிவிக்கலாம், நமது கருத்துக்களை பாதிக்கலாம், மேலும் நமது நம்பிக்கைகளை கூட மாற்றலாம். உதாரணமாக, ஒரு அரசியல் சுவரோவியம் அல்லது சுவரொட்டி ஒரு குறிப்பிட்ட வேட்பாளர் அல்லது கொள்கை குறித்த நமது கருத்தை திசைதிருப்பக்கூடும், அதே நேரத்தில் ஒரு விளம்பரம் ஒரு தயாரிப்பு அல்லது சேவை குறித்த நமது கருத்தை மாற்றக்கூடும்.

அழகியலில் செல்வாக்கு செலுத்துதல்மற்றும் வடிவமைப்பு: நகர்ப்புற மற்றும் கிராமப்புற சூழல்களின் அழகியல் மற்றும் வடிவமைப்பு உணர்வுகளை வரையறுப்பதில் பொது காட்சி கலாச்சாரங்கள் குறிப்பிடத்தக்க பங்கை வகிக்கின்றன. பொது கலை, சுவரோவியங்கள், கிராஃபிட்டி மற்றும் பிற வகையான காட்சிகளின் வெளிப்பாடுகள் நமது சுற்றுப்புறங்களின் ஒட்டுமொத்த காட்சி முறையீட்டிற்கு பங்களிக்கிறது, நாம் வசிக்கும் இடங்களின் தோற்றத்திற்கான நமது விருப்பங்களையும் எதிர்பார்ப்புகளையும் வடிவமைக்கிறது. இது, நமது வீடுகள், பணியிடங்கள் மற்றும் பொது இடங்களின் வடிவமைப்பு, பல்வேறு கலை பாணிகள் மற்றும் நுட்பங்களுக்கான நமது பாராட்டையும் பாதிக்கலாம்.

சமூக தொடர்புகளை ஊக்குவித்தல்:பொது காட்சி கலாச்சாரங்கள் ஒரு சமூகத்திற்குள் பகிரப்பட்ட அனுபவங்களையும் ஆர்வமுள்ள புள்ளிகளையும் உருவாக்குவதன் மூலம் சமூக தொடர்பு மற்றும் ஈடுபாட்டை வளர்க்க முடியும். எடுத்துக்காட்டாக, ஒரு பொது கலை நிறுவல் அல்லது சிந்தனையைத் தூண்டும் சுவரோவியம் ஒரு உரையாடலைத் தொடங்குபவராகச் செயல்படும், தனிநபர்கள் கருத்துக்கள், கருத்துகள் மற்றும் முன்னோக்குகளைப் பரிமாறிக் கொள்ளத் தூண்டும். இந்த வழியில், பொது காட்சி கலாச்சாரங்கள் உரையாடலை எளிதாக்கும், சமூக உணர்வை வளர்க்கும் மற்றும் சமூக வலைப்பின்னல்கள் மற்றும் உறவுகளின் வளர்ச்சிக்கு பங்களிக்கும்.

ஊக்கமளிக்கும் படைப்பாற்றல் மற்றும் வெளிப்பாடு:பல்வேறு வகையான கலை வெளிப்பாடு மற்றும் படைப்பாற்றலை வெளிப்படுத்துவதன் மூலம், பொது காட்சி கலாச்சாரங்கள் தனிநபர்கள் தங்கள் சொந்த படைப்பு திறமைகள் மற்றும் ஆர்வங்களை ஆராய்ந்து வளர்த்துக் கொள்ள ஊக்குவிக்கும். பொதுக் கலையைப் பார்ப்பது அல்லது பிற வகையான காட்சி வெளிப்படுவதில் ஈடுபடுவது ஆர்வம், கற்பனை மற்றும் சுய வெளிப்பாட்டிற்கான விருப்பத்தைத் தூண்டும், தனிநபர்கள் தங்கள் சொந்த படைப்பு

முயற்சிகளைத் தொடர அல்லது மற்றவர்களின் படைப்புகளை இன்னும் ஆழமாகப் பாராட்டலாம்.

*சமூக விதிமுறைகளை வலுப்படுத்துதல் அல்லது சவால் செய்தல்:*பொது காட்சி கலாச்சாரங்கள் சமூக விதிமுறைகளை வலுப்படுத்துவதிலும் அல்லது சவால் செய்வதிலும் பங்கு வகிக்கலாம், சமூகத்தில் ஏற்றுக்கொள்ளத்தக்கதாகவோ அல்லது விரும்பத்தக்கதாகவோ கருதப்படுவதைப் பற்றிய நமது புரிதலை வடிவமைப்பதிலும் பங்கு வகிக்கலாம். உதாரணமாக, பாரம்பரிய பாலின பாத்திரங்களை சித்தரிக்கும் காட்சிகள் ஒரே மாதிரியான கருத்துகளை நிலைநிறுத்த பங்களிக்கக்கூடும், அதே நேரத்தில் இந்த விதிமுறைகளை சவால் செய்பவர்கள் அதிக பாலின சமத்துவத்தையும் பன்முகத்தன்மையையும் ஊக்குவிக்க முடியும். இதேபோல், பொது காட்சி கலாச்சாரங்கள் இனம், இனம், வர்க்கம் மற்றும் அடையாளத்தின் பிற அம்சங்களுடன் தொடர்புடைய கலாச்சார விதிமுறைகளை வலுப்படுத்தவோ அல்லது சவால் செய்யவோ முடியும்.

*நுகர்வோர் நடத்தையை பாதிக்கும்:*விளம்பரங்களும் வணிக ரீதியான காட்சி வெளிப்பாட்டின் பிற வடிவங்களும் நமது நுகர்வோர் நடத்தையில் குறிப்பிடத்தக்க தாக்கத்தை ஏற்படுத்தக்கூடும், நமது விருப்பங்கள், விருப்பங்கள் மற்றும் வாங்கும் பாதிப்பை பாதிக்கலாம். சில தயாரிப்புகள், சேவைகள் அல்லது வாழ்க்கை முறைகளை விரும்பத்தக்கதாகவோ அல்லது அபிலாஷைக்குரியதாகவோ முன்வைப்பதன் மூலம், பொது காட்சி கலாச்சாரங்கள் நமது மதிப்புகள் மற்றும் முன்னுரிமைகளை வடிவமைக்கலாம், நுகர்வோர் தேவையை இயக்கி சந்தை போக்குகளை வடிவமைக்கலாம்.

*இடம் மற்றும் அடையாள உணர்வை வளர்ப்பது:*பொது காட்சி கலாச்சாரங்கள் ஒரு சமூகத்திற்குள் இடம் மற்றும் அடையாள உணர்வை வளர்ப்பதற்கு பங்களிக்கின்றன, ஒரு குறிப்பிட்ட இடத்தின் தனித்துவமானது பண்புகள், மதிப்புகள் மற்றும் வரலாற்றை பிரதிபலிக்கின்றன மற்றும் வலுப்படுத்துகின்றன. உதாரணமாக, ஒரு சுற்றுப்புறத்தின் கலாச்சார பாரம்பரியத்தை கொண்டாடும் ஒரு சுவரோவியம் குடியிருப்பாளர்களிடையே பெருமை மற்றும் சொந்த உணர்வு வளர்க்கும், அதே நேரத்தில் உள்ளூர் சுற்றுச்சூழல் கவலைகளை பிரதிபலிக்கும் ஒரு பொது கலை நிறுவல் இயற்கை உலகத்திற்கான பகிரப்பட்ட பொறுப்புணர்வு உணர்வை உருவாக்கும்.

*பிரதிபலிப்பு மற்றும் விழிப்புணர்வை ஊக்குவித்தல்:*பொது காட்சி கலாச்சாரங்கள் நமது வாழ்க்கையின் பல்வேறு அம்சங்கள் மற்றும் நம்மைச் சுற்றியுள்ள உலகம் பற்றிய பிரதிபலிப்பு மற்றும் விழிப்புணர்வைத் தூண்டும். உதாரணமாக, காலநிலை மாற்றத்தைக் குறிக்கும் ஒரு சக்திவாய்ந்த தெருக் கலைப் படைப்பு பார்வையாளர்களை அவர்களின் சொந்த சுற்றுச்சூழல் தாக்கத்தைக் கருத்தில் கொள்ளுங்கள் ஒரு விளம்பரம் தனிநபர்களின் சொந்த மதிப்புகள் மற்றும் முன்னுரிமைகளைப் பற்றி, அதே நேரத்தில் சிந்தனையைத் தூண்டும் சிந்திக்க உதவுகிறது. இந்த வழியில், பொது காட்சி கலாச்சாரங்கள் தனிப்பட்ட வளர்ச்சி, சுய விழிப்புணர்வு மற்றும் விமர்சன சிந்தனைக்கு வினையூக்கிகளாகச் செயல்படும்.

*கல்வி கற்பித்தல் மற்றும் தகவல் அளித்தல்:*பொது காட்சி கலாச்சாரங்கள் கல்வி மற்றும் தகவல் தரும் செயல்பாட்டிற்கும் உதவக்கூடும், முக்கியமான செய்திகள், உண்மைகள் அல்லது யோசனைகளை வெளிப்படுத்தலாம் காட்சி கூறுகளைப் பயன்படுத்தலாம். எடுத்துக்காட்டாக, பொது சுகாதார பிரச்சாரங்கள் புகைபிடிப்பதன் ஆபத்துகள் அல்லது தடுப்பூசியின் முக்கியத்துவம் குறித்து விழிப்புணர்வை ஏற்படுத்துகிறது சுவரொட்டிகள் அல்லது விளம்பர பலகைகளைப் பயன்படுத்தலாம், அதே நேரத்தில் பொது சேவை அறிவிப்புகள் பாதுகாப்பு குறிப்புகள் அல்லது அவசரகால தயார்நிலை தகவல்களை தெரிவிக்க காட்சி ஊடகங்களைப் பயன்படுத்தலாம். பார்வைக்கு ஈர்க்கக்கூடிய மற்றும் அணுகக்கூடிய வடிவத்தில் தகவல்களை வழங்குவதன் மூலம், பொது காட்சி கலாச்சாரங்கள் பொது மக்களுக்கு கல்வி கற்பிக்கவும் தெரிவிக்கவும் உதவும்.

*மன ஆரோக்கியம் மற்றும் நல்வாழ்வைப் பாதிக்கும்:*இறுதியாக, பொது கலாச்சாரங்கள் நமது மன ஆரோக்கியம் மற்றும் நல்வாழ்வில் நேரடி தாக்கத்தை ஏற்படுத்தும். கலை மற்றும் அழகியல் ரீதியாக மகிழ்ச்சியான சூழல்களை அனுபவிப்பது மனநிலை, மன அழுத்த அளவுகள் மற்றும் ஒட்டுமொத்த உளவியல் நல்வாழ்வில் விளைவை ஏற்படுத்தும் என்று

ஆராய்ச்சி காட்டுகிறது. இந்த வழியில், பொது காட்சி கலாச்சாரங்கள் அதிக ஆதரவான மற்றும் வளர்க்கும் சூழல்களை உருவாக்குவதற்கு, நமது அன்றாட அனுபவங்களை மேம்படுத்துவதற்கு, அதிக மகிழ்ச்சி மற்றும் நல்வாழ்வை ஊக்குவிப்பதற்கும் பங்களிக்க முடியும்.

பொது காட்சி கலாச்சாரங்களின் பரிணாம வளர்ச்சியில் தொழில்நுட்பம் மற்றும் இணையத்தின் பங்கு

தொழில்நுட்பத்தின் விரைவான வளர்ச்சியும் இணையத்தின் பரவலான ஏற்றுக்கொள்ளலும் பொது காட்சி கலாச்சாரங்களின் பரிணாம வளர்ச்சியில் ஆழமான தாக்கத்தை ஏற்படுத்தியது ஏற்படுத்தன. இந்த முன்னேற்றங்கள் நாம் காட்சி உள்ளடக்கத்தை உருவாக்கும், நுகரும் மற்றும் பகிர்ந்து கொள்ளும் வழிகளை மாற்றியமைத்ததோடு மட்டுமல்லாமல், பொது காட்சி வெளிப்பாட்டின் இயல்பையே மறுவடிவமைத்து, படைப்பாற்றல், ஒத்துழைப்பு மற்றும் தகவல்தொடர்பு ஆகியவற்றின் மூலம் புதிய வடிவங்களை வளர்த்துள்ளனர். இந்தப் பகுப்பாய்வில், தொழில்நுட்பமும் இணையமும் பொதுக் காட்சி கலாச்சாரங்களின் பரிணாம வளர்ச்சியை எவ்வாறு பாதித்துள்ளன என்பதை ஆராய்வோம்.

ஜனநாயகமயமாக்கல்காட்சி உற்பத்தி: பொது காட்சி கலாச்சாரங்களில் தொழில்நுட்பத்தின் மிக முக்கியமான தாக்கங்களில் ஒன்று காட்சி உற்பத்தியின் ஜனநாயகமயமாக்கல் ஆகும். மலிவு மற்றும் அணுகக்கூடிய டிஜிட்டல் கேமராக்கள், ஸ்மார்ட்போன்கள் மற்றும் எடிட்டிங் மென்பொருளின் வருகையுடன், தனிநபர்கள் இப்போது ஒப்பீட்டளவில் எளிதாக உயர்தர காட்சி உள்ளடக்கத்தை உருவாக்கி பகிர்ந்து கொள்ள முடிகிறது. இது பயனர் உருவாக்கிய உள்ளடக்கத்தின் வெடிப்புக்கு வழிவகுத்தது, இது பொது கலாச்சாரங்களுக்குள் மிகவும் மாறுபட்ட குரல்கள் மற்றும் முன்னோக்குகள் பிரதிநிதித்துவப்படுத்த உதவுகிறது.

*காட்சி கலாச்சாரத்தின் உலகமயமாக்கல்:*இணையம் காட்சி உள்ளடக்கத்தை விரைவாகவும் பரவலாகவும் பரப்புவதற்கும், புவியியல் மற்றும் கலாச்சார தடைகளை உடைப்பதற்கும், உலகமயமாக்கலை வளர்ப்பதற்கும் உதவியுள்ளது.காட்சி கலாச்சாரம். மக்கள் இப்போது உலகெங்கிலும் உள்ள காட்சி ஊடகங்களை எளிதாக அணுகவும் ஈடுபடவும் முடிகிறது, இது கருத்துக்கள், பாணிகள் மற்றும் நுட்பங்களின் குறுக்கு மகரந்தச் சேர்க்கைக்கு. இதன் விளைவாக, கலாச்சார தாக்கங்கள் மற்றும் படைப்பு வெளிப்பாடுகளின் வளமான திரைச்சீலைகளால் வகைப்படுத்தப்படும் மிகவும் மாறுபட்ட மற்றும் துடிப்பான உலகளாவிய காட்சி நிலப்பரப்பு உருவாகியுள்ளது.

*காட்சி வெளிப்பாட்டின் புதிய வடிவங்களின் தோற்றம்:*தொழில்நுட்பமும் இணையமும் டிஜிட்டல் கலை, மெய்நிகர் யதார்த்தம் மற்றும் ஆக்மென்ட் யதார்த்தம் போன்ற புதிய வடிவிலான காட்சி வெளிப்பாட்டிற்கு வழிவகுத்துள்ளன.. இந்த வளர்ந்து வரும் ஊடகங்கள் காட்சி உள்ளடக்கத்தில் ஈடுபடுவதற்கான புதிய வழிகளை வழங்குகின்றன, கலைஞர்களும் படைப்பாளிகளும் பொது காட்சி கலாச்சாரத்தின் எல்லைக்குள் சாத்தியமானவற்றின் எல்லைகளைத் தள்ள அனுமதிக்கின்றன. காட்சி வெளிப்பாட்டின் இந்தப் புதிய வடிவங்கள் கலைஞர்களுக்கான படைப்புகளின் சாத்தியங்களை விரிவுபடுத்தி, புதுமை மற்றும் பரிசோதனைக்கான புதிய வாய்ப்புகள் வழங்குகின்றன.

*பொது/தனியார் பிரிவில் மாற்றங்கள்:*இணையம் பொது மற்றும் தனியார் காட்சி கலாச்சாரங்களுக்கு இடையிலான கோடுகளை மங்கலப்படுத்தியுள்ளது, சமூக ஊடகங்கள்தனிநபர்கள் தனிப்பட்ட காட்சி உள்ளடக்கத்தை பரந்த பார்வையாளர்களுடன் பகிர்ந்து கொள்ள அனுமதிக்கும் தளங்கள். இதன் விளைவாக பொது மற்றும் தனியார் துறைகளுக்கு இடையே ஒரு நுண்ணிய எல்லை உள்ளது, ஒரு காலத்தில் தனிப்பட்ட துறைக்குள் மட்டுமே இருந்தது காட்சி இப்போது பொது காட்சி கலாச்சாரத்தில் மிகவும் முக்கிய இடத்தை பிடித்துள்ளது. இந்த மாற்றம் டிஜிட்டல் யுகத்தில் தனியுரிமை, ஒப்புதல்

மற்றும் காட்சி பிரதிநிதித்துவத்தின் நெறிமுறைகள் பற்றிய முக்கியமான கேள்விகளை எழுப்பியுள்ளது.

வைரலிட்டி மற்றும் மீம்ஸ்கள். இணையம் வைரலாகி வரும் நிகழ்வை அறிமுகப்படுத்தியுள்ளது, அங்கு காட்சி உள்ளடக்கம் சமூக ஊடகங்களில் பகிர்தல் மற்றும் ஈடுபாடு மூலம் பரவலான பிரபலத்தையும் தெரிவுநிலையையும் விரைவாகப் பெற முடியும்.தளங்கள். இது மீம்ஸ் என்ற கருத்துக்கு வழிவகுத்துள்ளது, அவை காட்சி படங்கள்.அல்லது நகைச்சுவை அல்லது நையாண்டி நோக்கத்துடன் பரவலாக பகிரப்பட்டு பரப்பப்படும் துண்டுகள். மீம்ஸ்கள் பொது காட்சி கலாச்சாரத்தின் ஒருங்கிணைந்த பகுதியாக மாறிவிட்டன,நமது ஆன்லைன் உரையாடல்களை வடிவமைத்து, நமது கூட்டு உணர்வைப் பிரதிபலிக்கிறது.

*ரீமிக்ஸ் கலாச்சாரம் மற்றும் ஒதுக்கீடு:*தொழில்நுட்பமும் இணையமும் ரீமிக்ஸ் கலாச்சாரத்தின் பெருக்கத்திற்கு வழிவகுத்துள்ளன,புதிய காட்சி வெளிப்பாடுகளை உருவாக்க ஏற்கனவே உள்ள காட்சி உள்ளடக்கம் மறுவேலை செய்யப்படுகிறது, மாற்றியமைக்கப்படுகிறது அல்லது இணைக்கப்படுகிறது. இது நிலையான மாற்றம் மற்றும் மறு கண்டுபிடிப்பு ஆகியவற்றால் வகைப்படுத்தப்படும் மிகவும் திரவமான மற்றும் ஆற்றல்மிக்க காட்சி நிலப்பரப்புக்கு வழிவகுத்தது. இருப்பினும், ரீமிக்ஸ் கலாச்சாரம் ஒதுக்கீடு, அறிவுசார் சொத்து மற்றும் அசல் படைப்பாளரின் ஒப்புதல் அல்லது ஒப்புதல் இல்லாமல் காட்சி உள்ளடக்கத்தை கடன் வாங்குவது அல்லது மறுபயன்பாடு செய்வது பற்றிய நெறிமுறைகள் பற்றிய கவலைகளையும் எழுப்பியுள்ளது.

*பங்கேற்பு கலாச்சாரம் மற்றும் ஒத்துழைப்பு:*இணையம் பொது கலாச்சார காட்சிக்கு அதிக பங்கேற்பு மற்றும் கூட்டு அணுகுமுறையை வளர்த்துள்ளது,தனிநபர்கள் காட்சி நிலப்பரப்பில் தீவிரமாக ஈடுபடவும், பங்களிக்கவும், வடிவமைக்கவும். ஆன்லைன் தளங்கள் மற்றும் சமூகங்கள் மூலம், தனிநபர்கள் படைப்புத் திட்டங்களில் ஒத்துழைக்கலாம், கருத்துகளையும் விமர்சனங்களையும் வழங்கலாம் மற்றும் காட்சி கலாச்சாரத்தின் தொடர்ச்சியான பரிணாம வளர்ச்சியில் பங்கேற்கலாம். அதிக பங்கேற்பு கலாச்சாரத்தை நோக்கிய இந்த மாற்றம், செயலற்ற நுகர்வோரை விட, பொது காட்சி கலாச்சாரத்தை உருவாக்குவதிலும் நுகர்வதிலும் செயலில் உள்ளது முகவர்களாக மாற தனிநபர்களை அதிகாரம் அளித்துள்ளது.

*செயல்பாடு மற்றும் சமூக மாற்றம்:*தொழில்நுட்பமும் இணையமும் பொது காட்சி கலாச்சாரத்தின் செயல்பாடு மற்றும் சமூக மாற்றத்திற்காக பயன்படுத்துவதில் முக்கிய பங்கு வகிக்கிறது. சமூக ஊடக தளங்கள் பல்வேறு சமூக மற்றும் அரசியல் பிரச்சினைகள் தொடர்பான காட்சிகளை விரைவாகப் பரப்புவதற்கு உதவியுள்ளன, தனிநபர்கள் மற்றும் குழுக்கள் விழிப்புணர்வை ஏற்படுத்தவும், ஆதரவைத் திரட்டவும், மாற்றத்திற்காக வாதிடவும் அதிகாரம் அளிக்கின்றன. வைரல் படங்களின் பயன்பாட்டிலிருந்துகாவல்துறையின் மிருகத்தனம் மற்றும் மனித உரிமை மீறல்களை வீடியோக்கள், சமூக நீதி மற்றும் சுற்றுச்சூழல் காரணங்களை ஊக்குவிக்கும் டிஜிட்டல் கலை மற்றும் கிராபிக்ஸ் உருவாக்கம் வரை, பொது காட்சி கலாச்சாரங்கள் டிஜிட்டல் யுகத்தில் செயல்பாட்டிற்கான சக்திவாய்ந்த கருவிகளாக மாறியுள்ளன.

கண்காணிப்பு மற்றும் தனியுரிமை: டிஜிட்டல் தொழில்நுட்பம் மற்றும் இணையத்தின் பெருக்கம் பொது காட்சி கலாச்சாரத்தின் எல்லைக்குள் கண்காணிப்பு மற்றும் தனியுரிமை பற்றிய கவலைகள் எழுப்பியுள்ளது. தனிநபர்கள் தங்கள் வாழ்க்கையை காட்சி உள்ளடக்கம் மூலம் ஆவணப்படுத்தி பகிர்ந்து கொள்வதால், இந்தத் தரவு அரசாங்கங்கள், நிறுவனங்கள் அல்லது தீங்கிழைக்கும் நபர்களால் தவறாகப் பயன்படுத்தப்படுவதற்கோ அல்லது சுரண்டப்படுவதற்கோ அதிகரித்து வரும் சாத்தியக்கூறுகள் உள்ளன. இது கண்காணிப்பின் நெறிமுறைகள் மற்றும் பொது காட்சி கலாச்சாரத்தின் சூழலில் தனிப்பட்ட தனியுரிமையைப் பாதுகாக்க வேண்டியதன் அவசியம் பற்றிய முக்கியமானவை விவாதங்களைத் தூண்டியுள்ளது.

*நிறுவனங்கள் மற்றும் வாயில் காவலர்களின் வளர்ந்து வரும் பங்கு:*இறுதியாக, தொழில்நுட்பம் மற்றும் இணையத்தின் எழுச்சி, பொது காட்சி கலாச்சாரத்திற்குள் பாரம்பரிய சக்தி இயக்கவியல் மற்றும் படிநிலைகள் சீர்குலைத்துள்ளது,காட்சி உள்ளடக்கத்தின் உற்பத்தி,

விநியோகம் மற்றும் நுகர்வை வரலாற்று ரீதியாக கட்டுப்படுத்தப்பட்ட நிறுவனங்கள் மற்றும் வாயில் காப்பாளர்களின் பங்கு சவால் செய்தல். காட்சி உள்ளடக்கத்தை உருவாக்கவும் பகிர்ந்து கொள்ளவும் தேவையான கருவிகள் மற்றும் தளங்களுக்கு தனிநபர்கள் அதிக அணுகலைப் பெறுவதால், அருங்காட்சியகங்கள், காட்சியகங்கள் மற்றும் ஊடக நிறுவனங்கள் போன்ற நிறுவனங்கள் இந்த மாற்றங்களுக்கு ஏற்ப மாற்றியமைக்க வேண்டிய தேவை அதிகரித்து வருகிறது. இதில் டிஜிட்டல் ஈடுபாட்டின் புதிய வடிவங்களைத் தழுவுதல், மாறுபட்ட மற்றும் குறைவான பிரதிநிதித்துவக் குரல்களை ஆதரித்தல் அல்லது காட்சி கலாச்சாரம் எவ்வாறு மதிப்பிடப்படுகிறது, பாதுகாக்கப்படுகிறது மற்றும் சூழல்மயமாக்கப்படுகிறது மறுபரிசீலனை செய்வது ஆகியவை அடங்கும்.

சிந்திக்க வேண்டிய கேள்விகள்

2 மதிப்பெண் வினாக்கள்

1. பிரபலமான காட்சி கலாச்சாரத்தை உங்கள் சொந்த வார்த்தைகளில் வரையறுக்கவும்.

2. உங்கள் அன்றாட வாழ்வில் நீங்கள் சந்திக்கும் காட்சி கலாச்சாரத்தின் மூன்று உதாரணங்களை பட்டியலிடுங்கள்.

3. திரைப்படங்களின் தாக்கத்தை ஒப்பிட்டு வேறுபடுத்துங்கள். மற்றும் சமூகம் பற்றிய தொலைக்காட்சி நிகழ்ச்சிகள்.

4. சமூக ஊடகங்களின் பங்கை மதிப்பிடுங்கள். காட்சி கலாச்சாரத்தை வடிவமைப்பதில்.

5. உயர் கலாச்சாரத்திற்கும் பிரபலமான கலாச்சாரத்திற்கும் உள்ள வேறுபாட்டை விளக்குங்கள்.

6. காட்சி ஊடகங்களை பல்வேறு வகைகளாக வகைப்படுத்துக.

7. பிரபலமான காட்சி கலாச்சாரத்தில் வன்முறை சித்தரிப்பை பகுப்பாய்வு செய்யுங்கள்.

8. காட்சி ஊடகங்களில் வன்முறை நபர்கள் மற்றும் சமூகத்தின் மீது ஏற்படும் விளைவுகளை மதிப்பிடுங்கள்.

9. அதிரடி திரைப்படங்கள் மற்றும் செய்தி ஊடகங்களில் வன்முறை சித்தரிக்கப்படும் விதங்களை வேறுபடுத்திப் பாருங்கள்.

10. காட்சி ஊடகங்களில் வன்முறை உள்ளடக்கத்தை ஒழுங்குபடுத்துவதில் தணிக்கையின் பங்கை மதிப்பிடுங்கள்.

11. ஸ்டீரியோடைப் என்ற கருத்தை வரையறுத்து, காட்சி ஊடகங்களிலிருந்து ஒரு உதாரணத்தை வழங்கவும்.

12. சமூக ஏற்றத்தாழ்வுகளை நிலைநிறுத்துவதில் காட்சி ஊடகங்களின் பங்கை பகுப்பாய்வு செய்யுங்கள்.

13. காட்சி ஊடகங்களில் பன்முக பிரதிநிதித்துவத்தின் தாக்கத்தை மதிப்பிடுங்கள்.

14. சமூக விதிமுறைகள் காட்சி ஊடக சித்தரிப்புகளை எவ்வாறு பாதிக்கின்றன என்பதை அடையாளம் காணவும்.

15. சமூக விதிமுறைகளை வலுப்படுத்துவதில் அல்லது சவால் செய்வதில் காட்சி ஊடகங்களின் பங்கை மதிப்பிடுங்கள்.

16. நமது அன்றாட வாழ்வில் பொது காட்சி கலாச்சாரங்களின் தாக்கத்தை பகுப்பாய்வு செய்யுங்கள்.

17. காட்சி ஊடகங்களைப் பயன்படுத்தும் பொது சுகாதார பிரச்சாரங்களின் மதிப்பை மதிப்பிடுங்கள்.

18. பொது மற்றும் தனியார் கலாச்சார காட்சிகளை வேறுபடுத்துங்கள்.

19. பொது காட்சி கலாச்சாரத்தில் மீம்ஸ்களின் தாக்கத்தை மதிப்பிடுங்கள்.

171

20. அனுமதியின்றி காட்சி உள்ளடக்கத்தை கடன் வாங்குவது அல்லது மறுபயன்பாடு செய்வது குறித்த நெறிமுறைகளை பகுப்பாய்வு செய்யுங்கள்.

21. சமூக ஊடகங்களின் பங்கை மதிப்பிடுங்கள், செயல்பாடு மற்றும் சமூக மாற்றத்தை ஊக்குவிப்பதில்.

22. பொது காட்சி கலாச்சாரத்தின் எல்லைக்குள் கண்காணிப்பின் சாத்தியமான ஆபத்துகளை அடையாளம் காணவும்.

23. பொது காட்சி கலாச்சாரத்தை வடிவமைப்பதில் நிறுவனங்களின் வளர்ந்து வரும் பங்கை மதிப்பிடுங்கள்.

24. பொது காட்சி கலாச்சாரத்தில் நேர்மறையான மாற்றத்திற்கான தொழில்நுட்பம் மற்றும் இணையத்தின் ஆற்றலை பகுப்பாய்வு செய்யுங்கள்.

25. டிஜிட்டல் யுகத்தில் பொது காட்சி கலாச்சாரங்களுடன் விமர்சன ரீதியான ஈடுபாட்டின் முக்கியத்துவத்தை மதிப்பிடுங்கள்.

5 மதிப்பெண் வினாக்கள்

1. தனிநபர்கள் மற்றும் பரந்த கலாச்சார போக்குகள் மீதான அதன் செல்வாக்கைக் கருத்தில் கொண்டு, பிரபலமான காட்சி கலாச்சாரத்தின் சமூகத்தின் மீதான தாக்கத்தை பகுப்பாய்வு செய்யுங்கள்.

2. பிரபலமான காட்சி கலாச்சாரத்தைப் படிப்பதன் முக்கியத்துவத்தை மதிப்பிடுங்கள், பொது மனப்பான்மைகள் மற்றும் நம்பிக்கைகளை வடிவமைப்பதில் அதன் பங்கைக் கருத்தில் கொள்வது.

3. காட்சி கலாச்சாரத்தின் பல்வேறு ஊடகங்களின் விரிவான கண்ணோட்டத்தை ஒருங்கிணைக்கவும், காட்சி நிலப்பரப்புக்கு அவற்றின் தனித்துவமான பண்புகள் மற்றும் பங்களிப்புகளை அடையாளம் காணுதல்.

4. பிரபலமான காட்சி கலாச்சாரத்தில் வன்முறை சித்தரிப்பை மதிப்பிடுங்கள், தொலைக்காட்சி ஊடகங்களில் அது எவ்வாறு இயல்பாக்கப்பட்டு கவர்ச்சிகரமானதாக மாற்றப்படுகிறது என்பதை ஆராய்தல்.

5. காட்சி ஊடகங்களில் வன்முறையின் விளைவுகள் சமூகத்தில் ஏற்படும் விளைவுகளை பகுப்பாய்வு செய்யுங்கள், அந்த நபர்களை உணர்ச்சியற்றவர்களாகவும், தீங்கு விளைவிக்கும் மனப்பான்மைகள் மற்றும் நடத்தைகளை நிலைநிறுத்தும் திறனையும் கருத்தில் கொள்ளுங்கள்.

6. காட்சி ஊடகங்களில் வன்முறை உள்ளடக்கத்தை ஒழுங்குபடுத்துவதில் தணிக்கை மற்றும் மதிப்பீட்டு முறைகளின் பங்கை விமர்சிக்கவும், தனிநபர்களைத் தடுக்கவும் பாதுகாப்பில் பொருட்களைக் கருத்தில் கொள்ளவும்.

7. பல்வேறு வகையான காட்சி ஊடகங்களில் சாதி, வர்க்கம் மற்றும் பாலினம் சித்திரிக்கப்படுவதை ஒப்பிட்டு வேறுபடுத்தி, சமூக விதிமுறைகளை வலுப்படுத்தும் அல்லது சவால் செய்யும் திறனை பகுப்பாய்வு செய்யுங்கள்.

8. தவறான அல்லது தீங்கு விளைவிக்கும் பிரதிநிதித்துவங்களால் ஏற்படக்கூடிய சாத்தியமான தீங்கைக் கருத்தில் கொண்டு, நிலைத்திருக்கும் ஸ்டீரியோடைப்கள் மற்றும் தப்பெண்ணங்களில் காட்சி ஊடகங்களின் தாக்கத்தை மதிப்பிடுங்கள்.

9. காட்சி ஊடக சித்தரிப்புகளில் சமூக விதிமுறைகளின் தாக்கம் குறித்த விரிவான கண்ணோட்டத்தை ஒருங்கிணைத்து, கலாச்சாரத்தின் பங்கைக் கருத்தில் கொண்டு, வரலாறு, மற்றும் இந்த பிரதிநிதித்துவங்களை வடிவமைப்பதில் சக்தி இயக்கவியல்.

10. சமூக விதிமுறைகளை வலுப்படுத்துவதில் அல்லது சவால் செய்வதில் ஊடகங்களின் பங்கை விமர்சிக்கவும், சமூக மாற்றத்தை ஊக்குவிக்கும் காட்சி கலாச்சாரத்தின் திறனை பகுப்பாய்வு செய்யவும்.

11. பொதுக் காட்சி வெளிப்பாட்டின் பல்வேறு வடிவங்களின் தனித்துவமான பண்புகள் மற்றும் பங்களிப்புகளைக் கருத்தில் கொண்டு, பொது மனப்பான்மைகள்

மற்றும் நம்பிக்கைகளை வடிவமைப்பதில் பொதுக் காட்சி கலாச்சாரங்களின் பங்கை பகுப்பாய்வு செய்யுங்கள்.

12. காட்சி ஊடகங்களைப் பயன்படுத்தும் பொது சுகாதார பிரச்சாரங்களை மதிப்பிடுங்கள், அவை பொதுமக்களின் நடத்தை மற்றும் மனப்பான்மைகளை மாற்றும் திறனைக் கருத்தில் கொள்ளுங்கள்.

13. பொது மற்றும் தனியார் கலாச்சாரங்களை ஒப்பிட்டு வேறுபடுத்தி, இந்த இரண்டு பகுதிகளுக்கும் இடையிலான எல்லைகள் டிஜிட்டல் யுகத்தில் பெருகியது முறையில் நுண்ணியதாக மாறி வரும் வழிகளை பகுப்பாய்வு செய்யுங்கள்.

14. பொது சொற்பொழிவை வடிவமைப்பதில் மீம்ஸின் பங்கை விமர்சிக்கவும், நகைச்சுவை, நையாண்டி மற்றும் சமூக வர்ணனையை ஊக்குவிக்கும் திறன் பகுப்பாய்வு செய்யவும், தீங்கு விளைவிக்கும் ஸ்டீரியோடைப்கள் மற்றும் தப்பெண்ணங்களை நிலைநிறுத்துவதற்கான அவற்றின் பகுப்பாய்வு திறன் செய்யணும்.

15. அனுமதியின்றி காட்சி உள்ளடக்கத்தை கடன் வாங்குவது அல்லது மறுபயன்பாடு செய்வது தொடர்பான நெறிமுறைகளை பகுப்பாய்வு செய்யுங்கள், கையகப்படுத்துதலால் ஏற்படக்கூடிய சாத்தியமான தீங்கு மற்றும் அசல் படைப்பாளர்களுக்கு பெருமை வழங்குவதன் முக்கியத்துவத்தைக் கருத்தில் கொள்ளுங்கள்.

16. பொது காட்சி கலாச்சாரத்தின் உண்மையான மாற்றத்திற்கான தொழில்நுட்பம் மற்றும் இணையத்தின் ஆற்றலை மதிப்பிடுங்கள், காட்சி நிலப்பரப்பை ஜனநாயகப்படுத்துவதற்கும், அதிக பன்முகத்தன்மை மற்றும் உள்ளடக்கத்தை ஊக்குவிப்பதற்கும் அதன் திறனைக் கருத்தில் கொள்ள வேண்டும்.

17. சமூக ஊடகங்களின் பங்கை பகுப்பாய்வு செய்யுங்கள். பொது ஆதரவைத் திரட்டுவதற்கு முக்கியமான பிரச்சினைகள் குறித்த விழிப்புணர்வை ஏற்படுத்துவதற்கும் அதன் திறனைக் கருத்தில் கொண்டு, செயல்பாடு மற்றும் சமூகம் மாற்றத்தை ஊக்குவிப்பதில்.

18. பொது காட்சி கலாச்சாரத்தின் எல்லைக்குள் கண்காணிப்பின் சாத்தியமான ஆபத்துகளை மதிப்பிடுங்கள், தனிப்பட்ட தனியுரிமை மற்றும் சுயாட்சியைப் பாதுகாப்பதன் முக்கியத்துவத்தைக் கருத்தில் கொள்ளுங்கள்.

19. பொது காட்சி கலாச்சாரத்தை வடிவமைப்பதில் நிறுவனங்களில் வளர்ந்து வரும் பங்கை விமர்சிக்கவும், காட்சி ஊடகங்களின் மாறிவரும் நிலப்பரப்புக்கு ஏற்ப இந்த நிறுவனங்கள் தகவமைத்துக் கொண்டு பரிணமிப்பதற்கான சாத்தியக்கூறுகளை பகுப்பாய்வு செய்தல்.

20. கலாச்சார மற்றும் சமூகப் பிளவுகளில் அதிக புரிதல் மற்றும் பச்சாதாபத்தை ஊக்குவிப்பதில் அதன் முக்கியத்துவத்தைக் கருத்தில் கொண்டு, காட்சி ஊடகங்களில் பன்முக பிரதிநிதித்துவத்தின் திறனை பகுப்பாய்வு செய்யுங்கள்.

21. உலகமயமாக்கலின் தாக்கத்தை மதிப்பிடுங்கள், காட்சி கலாச்சாரம் குறித்து, கலாச்சாரங்களுக்கு இடையிலான பரிமாற்றத்திற்கான சாத்தியக்கூறுகள் மற்றும் கலாச்சார ஒதுக்கீடு மற்றும் ஒருமைப்பாட்டிற்கான சவால்களைக் கருத்தில் கொள்ளுங்கள்.

22. ஓரங்கட்டப்பட்ட குழுக்களை நோக்கிய பொது அணுகுமுறைகளை வடிவமைப்பதில் காட்சி ஊடகங்களின் பங்கை விமர்சிக்கவும், இந்த பிரதிநிதித்துவங்கள் ஒரே மாதிரியான கருத்துக்களை நிலைநிறுத்துவதற்கும் ஏற்றத்தாழ்வுகளை வலுப்படுத்துவதற்கும் உள்ள திறனை பகுப்பாய்வு செய்யவும்.

23. காட்சி கலாச்சாரம் பரந்த கலாச்சாரம் மற்றும் நம்பிக்கைகளை பிரதிபலிக்கும் மற்றும் வடிவமைக்கும் வழிகளைக் கருத்தில் கொண்டு, சமூக கட்டுமானவாதத்தின் காட்சி ஊடகத்தின் தாக்கம் பற்றிய விரிவான கண்ணோட்டத்தை ஒருங்கிணைக்கவும்.

24. ஊடக எழுத்தறிவு மற்றும் பொது காட்சி கலாச்சாரங்களுடன் விமர்சன ஈடுபாட்டின் முக்கியத்துவத்தைக் கருத்தில் கொண்டு, விமர்சன சிந்தனை மற்றும்

குடிமை ஈடுபாட்டை மேம்படுத்துவதற்கான காட்சி ஊடகத்தின் திறனை பகுப்பாய்வு செய்யுங்கள்.

25. பொது காட்சி வெளிப்பாட்டின் பல்வேறு வடிவங்களின் தனித்துவமான பங்களிப்புகளைக் கருத்தில் கொண்டு, சமூக நீதி மற்றும் சுற்றுச்சூழல் நிலைத்தன்மையை மேம்படுத்துவதற்கான பொது காட்சி கலாச்சாரங்களின் திறனை மதிப்பிடுங்கள்.

10-மதிப்பெண் வினாக்கள்

1. இந்த மாறும் மற்றும் பன்முகத்தன்மை கொண்ட நிகழ்வை வடிவமைப்பதில் வரலாற்று, கலாச்சாரம் மற்றும் தொழில்நுட்ப காரணிகளின் பங்கைக் கருத்தில் கொண்டு, இந்தியாவில் பிரபலமான காட்சி கலாச்சாரத்தின் பரிணாம வளர்ச்சியின் விரிவான கண்ணோட்டத்தை ஒருங்கிணைக்கவும்.

2. வன்முறை உள்ளடக்கம் தனிநபர்களை உணர்ச்சியற்றவர்களாக மாற்றுவதற்கும், தீங்கு விளைவிக்கும் மனப்பான்மைகளை நிலைநிறுத்துவதற்கும், முறையான ஏற்றத்தாழ்வுகளை வலுப்படுத்துவதற்கு உள்ள சாத்தியக்கூறுகளைக் கருத்தில் கொண்டு, காட்சி ஊடகங்களில் வன்முறையின் தாக்கத்தை சமூகத்தில் பகுப்பாய்வு செய்யுங்கள் செய்யுங்கள்.

3. காட்சி ஊடக சித்தரிப்புகளை வடிவமைப்பதில் சமூக விதிமுறைகளின் பங்கை விமர்சிக்கவும், காட்சி கலாச்சாரம் மற்றும் பரந்த கலாச்சார போக்குகள், மதிப்புகள் நம்பிக்கைகளுக்கு இடையிலான சிக்கலான தொடர்புகளைக் கருத்தில் கொள்ளவும்.

4. காட்சி நிலப்பர குறைவானதில் பிரதிநிதித்துவம் பெற்ற மற்றும் ஓரங்கட்டப்பட்ட குழுக்களின் தனித்துவமான பங்களிப்புகளைக் கருத்தில் கொண்டு, சமூக மாற்றத்தை ஊக்குவிப்பதற்கும் ஆதிக்க சக்தி கட்டமைப்புகளை சவால் செய்வதற்கும் காட்சி ஊடகங்களில் எதிர்க்கதை மற்றும் மாறுபட்ட பிரதிநிதித்துவத்தின் திறனை மதிப்பிடுங்கள்.

5. பொது மற்றும் தனியார் கலாச்சாரங்களை ஒப்பிட்டு வேறுபடுத்துங்கள், டிஜிட்டல் யுகத்தில் அவை எவ்வாறு ஒன்றையொன்று குறுக்கிட்டு செல்வாக்கு செலுத்துகின்றன என்பதை பகுப்பாய்வு செய்யுங்கள்.

6. பொது காட்சி கலாச்சாரத்தை வடிவமைப்பதில் நிறுவனங்கள் மற்றும் வாயில்காப்பாளர்களின் பங்கை விமர்சிக்கவும், இந்த நிறுவனங்கள் ஆதிக்க கட்டமைப்புகளை நிலைநிறுத்த சக்தி அல்லது சவால் செய்ய மற்றும் பன்முகத்தன்மை மற்றும் உள்ளடக்கத்தை ஊக்குவிக்கும் திறன் பகுப்பாய்வு செய்தல்.

7. பொது கலாச்சாரங்களில் தொழில்நுட்பம் மற்றும் இணையத்தின் தாக்கம் குறித்த விரிவான கண்ணோட்டத்தை ஒருங்கிணைத்து, இந்த முன்னேற்றங்கள் காட்சி உள்ளடக்கத்தின் உற்பத்தி மற்றும் பரவலை ஜனநாயகப்படுத்திய வழிகளையும், கண்காணிப்பு, ஒதுக்கீடு மற்றும் சுரண்டலுக்கான சாத்தியக்கூறுகளையும் கருத்தில் கொள்ளுங்கள் கொள்ளுங்கள்.

8. பொதுக் வெளிப்பாட்டின் பல்வேறு வடிவங்களின் தனித்துவமான பங்களிப்புகளையும், பொது மனப்பான்மைகள் மற்றும் நடத்தைகளின் தாக்கத்தையும் கருத்தில் கொண்டு, சமூக நீதி மற்றும் சுற்றுச்சூழல் நிலைத்தன்மையை மேம்படுத்த பொதுக் காட்சி கலாச்சாரங்களின் திறனை மதிப்பிடுங்கள்.

9. ஓரங்கட்டப்பட்ட குழுக்களை நோக்கிய பொது மனப்பான்மையை வடிவமைப்பதில் காட்சி ஊடகங்களின் பங்கை விமர்சித்தல், இந்த பிரதிநிதித்துவங்கள் ஒரே மாதிரியான கருத்துக்களை நிலைநிறுத்துவதற்கும் ஏற்றத்தாழ்வுகளை வலுப்படுத்துவதற்கும் உள்ள திறனை பகுப்பாய்வு செய்தல்

மற்றும் காட்சி நிலப்பரப்பில் அதிக பன்முகத்தன்மை மற்றும் உள்ளடக்கத்தை ஊக்குவிப்பதற்கான உத்திகளை மதிப்பீடு செய்தல்

10. காட்சி கலாச்சாரம் பரந்த போக்குகள் மற்றும் நம்பிக்கைகளை பிரதிபலிக்கும் மற்றும் வலுப்படுத்தும் வழிகளையும், விமர்சன சிந்தனை மற்றும் குடிமை ஈடுபாட்டை ஊக்குவிக்கும் காட்சி ஊடகங்களின் திறனையும் கருத்தில் கொண்டு, யதார்த்தத்தைப் பற்றிய நமது கருத்துக்களை வடிவமைப்பதில் காட்சி ஊடகங்களின் பங்கை பகுப்பாய்வு செய்யுங்கள்.

பரிந்துரைக்கப்பட்ட ஆய்வுகள்

பெல்டன், ஜெ. (2005) அமெரிக்க சினிமா/ அமெரிக்க கலாச்சாரம். மெக்ரா ஹில்.

பெர்கர், ஜெ. (1972) பார்க்கும் வழிகள். பெங்குயின் புத்தகங்கள்.

பிரேவர்மேன், ஆர். (1994) காட்சி சொல்லாட்சிகளை வரையறுத்தல். ரூட்லெட்ஜ்.

டைன்ஸ், ஜி., & ஹியூம்ஸ், ஜெ.எம் (2011). ஊடகங்களில் பாலினம், இனம் மற்றும் வர்க்கம்: ஒரு விமர்சன வாசகர். சேஜ் பப்ளிகேஷன்ஸ்.

கில், ஆர். (2007). பாலினம் மற்றும் ஊடகங்கள். பாலிட்டி பிரஸ்.

ஹால், எஸ். (1997) பிரதிநிதித்துவம்: கலாச்சார பிரதிநிதித்துவங்கள் மற்றும் அடையாளப்படுத்தும் நடைமுறைகள். சேஜ் பப்ளிகேஷன்ஸ்.

ஹரௌக்ஸ், பி. (1992) கருப்பு தோற்றம்: இனம் மற்றும் பிரதிநிதித்துவம். சவுத் எண்ட் பிரஸ்.

கெல்னர், டி. (1995) ஊடக கலாச்சாரம்: நவீனத்திற்கும் பின்னவீனத்துவத்திற்கும் இடையிலான கலாச்சார ஆய்வுகள், அடையாளம் மற்றும் அரசியல். ரூட்லெட்ஜ்.

கோட்லர், பி., & ஆம்ஸ்ட்ராங், ஜி. (2010) சந்தைப்படுத்தலின் கொள்கைகள். பியர்சன் கல்வி.

லுல், ஜெ. (1990) குடும்பப் பார்வைக்குள்: தொலைக்காட்சியில் இனவரைவியல் ஆராய்ச்சி.இன் பார்வையாளர்கள். ரூட்லெட்ஜ்.

முர்டாக், ஜி., & கோல்டிங், பி. (பதிப்பாளர்கள்). (2005) ஊடகம், தொடர்பு மற்றும் உலகமயமாக்கல் பற்றிய கையேடு.. ரூட்லெட்ஜ்.

நெகஸ், கே. (1999) இசை மற்றும் பெருநிறுவன கலாச்சாரங்கள். ரூட்லெட்ஜ்.

நியூமன், டபிள்யூஆர், ஜஸ்ட், எம்ஆர், & கிரிக்லர், ஏஎன் (1992). பொது அறிவு: செய்திகள் மற்றும் அரசியல் அர்த்தத்தின் கட்டுமானம். சிகாகோ பல்கலைக்கழக அச்சகம்.

பாட்டன், பி. (2002). பாலினம் அவசியமா? ரெடெக்ஸ். ஜி. டைன்ஸ் & ஜெ.எம். ஹியூம்ஸ் (பதிப்பாளர்கள்), பாலினம், இனம் மற்றும் ஊடகங்களில் வர்க்கம்: ஒரு விமர்சன வாசகர் (பக். 176-185). சேஜ் பப்ளிகேஷன்ஸ்.

சிட்டர், இ. (1999) தொலைக்காட்சி மற்றும் புதிய ஊடக பார்வையாளர்கள். ஆக்ஸ்போர்டு பல்கலைக்கழக அச்சகம்.

ஷோஹத், இ., & ஸ்டாம், ஆர். (2006). ஊடக வாசகர்களில் இனம் மற்றும் இனம். ரூட்லெட்ஜ்.

சிக்னோரியெல்லி, என். (பதிப்பு). (2004). ஊடகங்களில் வன்முறை: ஒரு குறிப்பு கையேடு. ABC-CLIO.

வான் ஜௌனென், எல். (1994) பெண்ணிய ஊடக ஆய்வுகள். சேஜ் பப்ளிகேஷன்ஸ்.

வாஸ்கோ, ஜெ. (2014) டிஸ்னியைப் புரிந்துகொள்வது: கற்பனையின் உற்பத்தி. ஜான் வில் & சன்ஸ்.

வில்லியம்சன், ஜெ. (1978). விளம்பரங்களை டிகோடிங் செய்தல்: விளம்பரத்தில் சித்தாந்தம் மற்றும் பொருள். மரியன் பாயர்ஸ்.

கட்டுரைகள்:

கெர்ஷோன், ஐ. (2016) ஊடக சித்தாந்தங்கள்: ஒரு அறிமுகம். மானுடவியலின் மதிப்பாய்வு., 45, 269-284.

ஹாகிஸ், ஜெ., & ஹாசபோபௌலோ, எம். (2006). விளம்பரத்தில் பெண்களின் படங்கள்: ஒரு ஆய்வு ஆய்வு. நுகர்வோர் நடத்தை இதழ், 5(6), 555-567.
கோல்கோ, BE (2010). பெண்ணியமயமாக்கப்பட்ட பிரபலமான கலாச்சாரத்தை உருவாக்குதல்.: துயரத்தில் இருக்கும் பெண்கள் மற்றும் பெண்ணியத்திற்குப் பிந்தைய கற்பனைகள். ஊடகத் தொடர்பியல் விமர்சன ஆய்வுகள், 27(5), 401-421.
லாசரஸ், ஏ. (2015) அப்பாவித்தனத்தின் உற்பத்தி: குழந்தைப் பருவம் மற்றும் கலாச்சாரத் தொழில். நுகர்வோர் கலாச்சார இதழ், 15(3), 319-337.
லிவிங்ஸ்டன், எஸ். (2003). பொருள் மற்றும் குறியீட்டு குறித்து: சமூகத்தின் "மத்தியஸ்தமயமாக்கல்" பற்றிய சில்வர்ஸ்டோனின் இரட்டை வெளிப்பாடு

நான்கு

காட்சி சமூகவியல்:
படங்கள், கலாச்சாரம் மற்றும் அடையாளம்

காட்சி ஊடகங்கள் மனித தொடர்பு மற்றும் வெளிப்பாட்டின் ஒருங்கிணைந்த பகுதி, ஏனெனில் அவை கருத்துக்கள், உணர்ச்சிகள் மற்றும் அனுபவங்கள் வார்த்தைகளால் பெரும்பாலும் வெளிப்படுத்த முடியாத வழிகளில் வெளிப்படுத்துகின்றன. தனிநபர் மற்றும் கூட்டு உணர்வுகள், நடத்தைகள் மற்றும் மதிப்புகளை பாதிப்பதன் மூலம் சமூகத்தை வடிவமைப்பதில் அவை குறிப்பிடத்தக்க பங்கை வகிக்கின்றன. புகைப்படங்கள் உட்பட பல்வேறு காட்சி ஊடகங்களின் பங்கை இந்தக் கட்டுரை ஆராயும்., ஓவியங்கள்மற்றும் வரைபடங்கள், விளம்பரங்கள், மற்றும் திரைப்படங்கள், சமூகத்தை வடிவமைப்பதில்.

காட்சித் தொடர்பு வடிவமாக புகைப்படங்கள், காலத்தின் தருணங்களைப் படம்பிடிக்கவும், நினைவுகளைப் பாதுகாக்கவும், நிகழ்வுகளை பாதுகாக்கவும் தனித்துவமான திறன் உள்ளது. அவை காட்சிப் பதிவுகளாகச் செயல்பட்ட, மக்கள் மற்றும் இடங்களின் வாழ்க்கை, கலாச்சாரங்கள் மற்றும் வரலாறுகள் பற்றிய நுண்ணறிவை வழங்குகின்றன. பிரச்சினைகள் மற்றும் நிகழ்வுகளின் காட்சி பிரதிநிதித்துவத்தை வழங்குவதன் மூலம், பொதுக் கருத்து மற்றும் சொற்பொழிவை வடிவமைப்பதில் புகைப்படங்கள் முக்கியம் பங்கு வகிக்கின்றன. எடுத்துக்காட்டாக, சக்திவாய்ந்த படங்கள்வியட்நாம் போர் அல்லது அமெரிக்காவில் சிவில் உரிமைகள் இயக்கம் சமூகத்தில் ஆழமான தாக்கத்தை ஏற்படுத்தியது, விழிப்புணர்வை ஏற்படுத்தியது, விவாதத்தைத் தூண்டியது தூண்டியது, இறுதியில் கொள்கை மாற்றங்களைப் பாதித்தது.

ஓவியங்களும் வரைபடங்களும் பல நூற்றாண்டுகளாக சுய வெளிப்பாடு, கதைசொல்லல் மற்றும் கலாச்சாரப் பாதுகாப்பிற்கான வழிமுறையாகப் பயன்படுத்தப்பட்டது வருகிறது. இந்தக் கலை வடிவங்கள் பெரும்பாலும் தனிநபர்கள் மற்றும் சமூகங்களுடன் எதிரொலிக்கும் காட்சிகள், உணர்ச்சிகள் அல்லது கருத்துக்களை சித்தரிக்கின்றன, மேலும் அவை சமூகத்தின் மதிப்புகள் மற்றும் அபிலாஷைகளுக்கு ஒரு கண்ணாடியாகச் செயல்படுகின்றன.வரலாறு, ஓவியங்கள் முழுவதும்மற்றும் வரைபடங்கள் நிறுவப்பட்ட விதிமுறைகளை சவால் செய்வதன் மூலமும் மாற்றுக் கண்ணோட்டங்களை ஊக்குவிப்பதன் மூலமும் மாற்றத்தின் முகவர்களாக சேர்க்கப்பட்டன. உதாரணமாக, 19 ஆம் நூற்றாண்டின் பிற்பகுதியிலும் 20 ஆம் நூற்றாண்டின் முற்பகுதியிலும் இம்ப்ரெஷனிஸ்ட் மற்றும் எக்ஸ்பிரஷனிஸ்ட் இயக்கங்களின் படைப்புகள் கலை மற்றும் அழகு பற்றிய பாரம்பரிய கருத்துக்களை சீர்குலைத்து, மக்களை புதிய வழிகளில் உலகைப் பார்க்க ஊக்குவித்தன.

நுகர்வோர் நடத்தை, வாழ்க்கை முறை தேர்வுகள் மற்றும் கலாச்சார விழுமியங்கள் மீதான தாக்கத்தின் மூலம் சமூகத்தை வடிவமைப்பதில் விளம்பரங்கள் முக்கிய பங்கு

கிடைக்கிறது. அவை தயாரிப்புகள் மற்றும் சேவைகளை மேம்படுத்துவதற்கு வற்புறுத்தும் காட்சி மற்றும் உரைச் செய்திகளைப் பயன்படுத்துகின்றன, பெரும்பாலும் மக்களின் விருப்பங்கள், உணர்ச்சிகள் மற்றும் அபிலாஷைகளை ஈர்க்கின்றன. இதன் விளைவாக, விளம்பரங்கள்நுகர்வோர் தன்மையை ஊக்குவிப்பது மட்டுமல்லாமல், சமூக விதிமுறைகள் மற்றும் இலட்சியங்களை உருவாக்குவதற்கு பங்களிக்கின்றன. உதாரணமாக, அழகு மற்றும் ஃபேஷன் விளம்பரங்கள் நீண்டகாலமாக நம்பத்தகாத உடல் தரங்களை நிலைநிறுத்துவதாக உள்ளன, இது எதிர்மறையான சுய-பிம்பத்திற்கு தூண்டுகிறது.மற்றும் தனிநபர்களிடையே தீங்கு விளைவிக்கும் நடத்தைகள்.

கதைசொல்லல் மற்றும் கலை வெளிப்பாட்டின் சக்திவாய்ந்த வடிவமாக திரைப்படங்கள் சமூகத்தில் ஆழமான தாக்கத்தை ஏற்படுத்துகின்றன. அவை பொழுதுபோக்கு, கல்வி மற்றும் சமூக வர்ணனைக்கான வழிமுறையாகச் செயல்படுகின்றன, பெரும்பாலும் கலாச்சார விழுமியங்கள், நம்பிக்கைகள் மற்றும் அணுகுமுறைகளைப் பிரதிபலிக்கின்றன மற்றும் வடிவமைக்கின்றன. திரைப்படங்கள் சமூக விதிமுறைகளை சவால் செய்யலாம், அநீதிகளை அம்பலப்படுத்தலாம் மற்றும் மாற்று யதார்த்தங்களை சித்தரிப்பதன் மூலம் அல்லது சமகாலப் பிரச்சினைகள் குறித்த விமர்சனக் கண்ணோட்டங்களை வழங்குவதன் மூலம் மாற்றத்தை ஊக்குவிக்கலாம். உதாரணமாக, "டு கில் எ மோக்கிங்பேர்ட்" (1962) திரைப்படம் அமெரிக்காவில் இன அநீதி குறித்த விழிப்புணர்வை ஏற்படுத்துவதில் குறிப்பிடத்தக்க பங்கைக் கொண்டுள்ளது கொண்டிருந்தது மற்றும் பரந்த சிவில் உரிமைகள் இயக்கத்திற்கு பங்களித்தது.

மேலும், திரைப்படங்கள்ஸ்டீரியோடைகளை வலுப்படுத்தவும் தீங்கு விளைவிக்கும் கலாச்சார விவரிப்புகளை நிலைநிறுத்தவும் முடியும். உதாரணமாக, ஹாலிவுட் அதன் பன்முகத்தன்மை இல்லாமை மற்றும் அதன் தயாரிப்புகளில் இன மற்றும் பாலின ஸ்டீரியோடைப்களை நிலைநிறுத்துவதற்காக இது சமூகத்தின் பல்வேறு விமர்சகர்களின் மக்கள் பற்றிய புரிதல் மற்றும் அணுகுமுறைகளால் தீங்கு விளைவிக்கும்.

சமூகத்தை வடிவமைப்பதில் பல்வேறு காட்சி ஊடகங்களும் அவற்றின் பங்கும்

காட்சி ஊடகங்கள் மனித தொடர்பு, கலாச்சாரம், ஆகியவற்றில் ஆழமான தாக்கத்தை ஏற்படுத்துகின்றன.மற்றும் சமூகம். மொழியியல் தடைகளைத் தாண்டிய வழிகளில் உணர்ச்சிகள், கருத்துக்கள் மற்றும் அனுபவங்களை வெளிப்படுத்தும் சக்தி அவர்களுக்கு உண்டு, மேலும் தனிப்பட்ட மற்றும் கூட்டு உணர்வுகள், நடத்தைகள் மற்றும் மதிப்புகள் மீதான அவற்றின் செல்வாக்கை மிகைப்படுத்த முடியாது. இந்த கட்டுரை பல்வேறு காட்சி ஊடகங்களின் பங்கை ஆராய்கிறது - புகைப்படங்கள், ஓவியங்கள்மற்றும் வரைபடங்கள், விளம்பரங்கள், மற்றும் திரைப்படங்கள்—சமூகத்தை வடிவமைப்பதில், நமது உலகக் கண்ணோட்டத்தை வடிவமைப்பதில் அதன் முக்கியத்துவம் பற்றிய விரிவான புரிதலை வழங்குவதில்.

புகைப்படங்கள் நீண்ட காலமாக காட்சிப் பதிவுகளாகப் பணியாற்றி வருகின்றன, காலத்தின் தருணங்களைப் படம்பிடித்து, மக்கள் மற்றும் இடங்களின் வாழ்க்கை, கலாச்சாரங்கள் மற்றும் வரலாறுகளைப் பற்றிய ஒரு பார்வையை வழங்குகின்றன. காட்சித் தொடர்பின் அத்தியாவசிய வடிவமாக, புகைப்படங்கள்நிகழ்வுகளை ஆவணப்படுத்துதல், நினைவுகளைப் பாதுகாத்தல் மற்றும் பொதுக் கருத்து மற்றும் சொற்பொழிவை வடிவமைத்தல். அதன் தொடக்கத்திலிருந்தே, புகைப்படங்கள் வரலாற்றைப் பதிவு செய்வதிலும் சமூக மாற்றத்தை பாதிப்பதிலும் முக்கிய பங்கு உள்ளது. உதாரணமாக, படங்கள்அமெரிக்க உள்நாட்டுப் போர், வியட்நாம் போர் மற்றும் குடிமை உரிமைகள் இயக்கம் ஆகியவை விழிப்புணர்வை ஏற்படுத்துவதன் மூலமும், விவாதத்தைத் தூண்டுவதன் மூலமும் மூலமும், கொள்கை மாற்றங்களைப் பாதிப்பதன் மூலமும் சமூகத்தில் நீடித்த தாக்கத்தை ஏற்படுத்தியது. புகைப்படங்கள் சித்திரிக்கும் விஷயங்களைப் பற்றி பச்சாதாபத்தைத் தூண்டும் மற்றும் மனிதாபிமானமாக்கும் சக்தியையும் கொண்டுள்ளது. புகைப்பட இதழியல்குறிப்பாக, வறுமை, சமத்துவமின்மை மற்றும் சுற்றுச்சூழல் சீரழிவு

போன்ற உலகளாவிய பிரச்சினைகளுக்கு கவனம் செலுத்துவதன் மூலம் சமூக மாற்றத்தை ஏற்படுத்துகிறது குறிப்பிடத்தக்க பங்கைக் கொண்டுள்ளது. அமெரிக்காவில் பெரும் மந்தநிலையின் போராட்டங்களைப் படம்பிடித்த டோரோதியா லாங்கே மற்றும் சூடான பஞ்சத்தின் கொடூரங்களை ஆவணப்படுத்திய கெவின் கார்ட்டர் போன்ற புகைப்படக் கலைஞர்கள், மனித துன்பங்களையும் அநீதியையும் முன்னிலைப்படுத்த தங்கள் லென்ஸ்களைப் பயன்படுத்தினர், இறுதியில் பொதுக் கருத்து மற்றும் கொள்கையில் செல்வாக்கு செலுத்தினர்.

கலை வெளிப்பாட்டின் வடிவங்களாக ஓவியங்களும் வரைபடங்களும் பல ஆண்டுகளாக மனித கலாச்சாரத்தின் ஒருங்கிணைந்த பகுதியாக இருந்து வருகின்றன. அவை கடந்த காலத்திற்கான ஜன்னல்களாகச் செயல்படுகின்றன, காலம் மற்றும் இடம் முழுவதும் சமூகங்களின் மதிப்புகள், நம்பிக்கைகள் மற்றும் அபிலாஷைகள் வெளிப்படுத்துகின்றன. வரலாறு முழுவதும், கலைஞர்கள் தங்கள் கைவினைப் பொருட்களைப் பயன்படுத்தி நிறுவப்பட்ட விதிமுறைகளை சவால் செய்ய, மாற்றுக் கண்ணோட்டங்களை ஊக்குவிக்கவும், மாற்றத்தை ஊக்குவிக்கவும் பயன்படுத்தியுள்ளனர். உதாரணமாக, லியோனார்டோ டா வின்சி மற்றும் மைக்கேலேஞ்சலோ போன்ற மறுமலர்ச்சிக் காலத்து மாஸ்டர்களின் படைப்புகள் கலை நுட்பங்களில் புரட்சி ஏற்படுத்திய, மேற் கலாச்சாரம் மற்றும் சிந்தனையை மிகவும் பாதித்த மனிதநேய கருத்துக்களை வெளிப்படுத்தின. சமீப காலங்களில், இம்ப்ரேஷனிசம் மற்றும் எக்ஸ்பிரஷனிசம் போன்ற இயக்கங்கள் கலை மற்றும் அழகு பற்றிய பாரம்பரியக் கருத்துக்களை சீர்குலைத்து, புதிய வழிகளில் உலகைப் பார்க்க மக்களை ஊக்குவித்தன. வின்சென்ட் வான் கோக் மற்றும் எட்வர்ட் மன்ச் போன்ற கலைஞர்கள் தங்கள் தனித்துவமான பாணிகளைப் பயன்படுத்தி உணர்ச்சிகள், சுயபரிசோதனை மற்றும் இருத்தலியல் கவலைகளை வெளிப்படுத்தினர், பார்வையாளர்களை தங்கள் கலையில் ஆழமான மட்டத்தில் ஈடுபட அழைத்தனர். இந்த இயக்கங்கள் கலை உலகில் செல்வாக்கு செலுத்தியது மட்டுமல்ல, யதார்த்தத்தின் தன்மை மற்றும் மனித அனுபவத்தைப் பற்றிய சமூகத்தின் புரிதலையும் வடிவமைத்துள்ளன.

விளம்பரங்கள், ஒரு பரவலான காட்சித் தொடர்பு வடிவமாக, நுகர்வோர் நடத்தை, வாழ்க்கை முறை தேர்வுகள் மற்றும் கலாச்சார விழுமியங்களைப் பாதிப்பதன் மூலம் சமூகத்தை வடிவமைப்பதில் முக்கிய பங்கு வகிக்கிறது. அவை தயாரிப்புகள் மற்றும் சேவைகளை மேம்படுத்துவதற்கு வற்புறுத்தும் காட்சி மற்றும் உரைச் செய்திகளைப் பயன்படுத்துகின்றன, பெரும்பாலும் மக்களின் விருப்பங்கள், உணர்ச்சிகள் மற்றும் அபிலாஷைகளை ஈர்க்கின்றன. இதன் விளைவாக, விளம்பரங்கள்நுகர்வோர் தன்மையை ஊக்குவிப்பது மட்டுமல்லாமல், சமூக விதிமுறைகள் மற்றும் இலட்சியங்களை உருவாக்குவதற்கு பங்களிக்கின்றன. உதாரணமாக, அழகு மற்றும் ஃபேஷன் விளம்பரங்கள் நம்பத்தகாத உடல் தரநிலைகள் மற்றும் பாலின ஸ்டீரியோடைகளை நிலைநிறுத்துவதாக விமர்சிக்கப்பட்டுள்ளன, இது எதிர்மறையான சுய-பிம்பத்திற்கு வழிவகுக்கும்.நபர்களிடையே தீங்கு விளைவிக்கும் நடத்தைகள். இருப்பினும், விளம்பரங்கள் நேர்மறையான சமூக மாற்றத்திற்கான ஒரு சக்தியாகவும் இருக்கலாம். சில பிரச்சாரங்கள் சமூக விதிமுறைகளை சவால் செய்ய முற்போக்கான மதிப்புகளை ஊக்குவிக்கவும் தங்கள் தளத்தைப் பயன்படுத்தவும். உதாரணமாக, டவ்வின் "ரியல் பியூட்டி" பிரச்சாரம் பல்வேறு வடிவங்கள், அளவுகள் மற்றும் இனங்களைச் சேர்ந்த பெண்களைக் காண்பிப்பதன் மூலம் அழகு தரங்களை மறுவரையறை செய்ய முயன்றுள்ளது, அதே நேரத்தில் நைக்கின் "ஜஸ்ட் டூ இட்" பிரச்சாரம் மக்கள் தங்கள் வரம்புகளைக் கடந்து தங்கள் ஆர்வங்களைத் தொடர ஊக்குவித்தது. உள்ளடக்கிய மற்றும் அதிகாரமளிக்கும் செய்திகளை முன்னிலைப்படுத்துவதன் மூலம், இந்த விளம்பரங்கள் சமூகத்தின் உணர்வுகள் மற்றும் மதிப்புகளை மறுவடிவமைக்க பங்களிக்கின்றன.

கதைசொல்லல் மற்றும் கலை வெளிப்பாட்டின் சக்திவாய்ந்த வடிவமாக திரைப்படங்கள் சமூகத்தில் ஆழமான தாக்கத்தை ஏற்படுத்துகின்றன. அவை பொழுதுபோக்கு, கல்வி மற்றும் சமூக வர்ணனைக்கான ஒரு வழிமுறையாகச் செயல்படுகின்றன, பெரும்பாலும் கலாச்சார விழுமியங்கள், நம்பிக்கைகள் மற்றும் அணுகுமுறைகளைப் பிரதிபலிக்கின்றன மற்றும் வடிவமைக்கின்றன. திரைப்படங்கள் சமூக

விதிமுறைகளை சவால் செய்யலாம், அநீதிகளை அம்பலப்படுத்தலாம் மற்றும் மாற்று யதார்த்தங்களை சித்தரிப்பதன் மூலம் அல்லது சமகாலப் பிரச்சினைகள் குறித்த விமர்சனக் கண்ணோட்டங்களை வழங்குவதன் மூலம் மாற்றத்தை ஊக்குவிக்கலாம். உதாரணமாக, திரைப்படங்கள் "டு கில் எ மோக்கிங்பேர்ட்" (1962) மற்றும் "12 இயர்ஸ் எ ஸ்லேவ்" (2013) போன்ற படங்கள் அமெரிக்காவில் இன அநீதி குறித்த விழிப்புணர்வை ஏற்படுத்துவதில் உள்ளன குறிப்பிடத்தக்க பங்கைக் கொண்டுள்ளது, பரந்த சமூக மாற்றத்திற்கும் சிவில் உரிமைகள் இயக்கத்திற்கும் பங்களிக்கின்றன. மேலும், திரைப்பட பார்வையாளர்களை புதிய கண்ணோட்டங்கள் மற்றும் அனுபவங்களுக்கு வெளிப்படுத்துவதால், பல்வேறு கலாச்சாரங்களுக்கிடையில் பச்சாதாபம் மற்றும் புரிதலை வளர்க்கும் சக்தியைக் கொண்டுள்ளது. உதாரணமாக, "லைஃப் இஸ் பியூட்டிஃபுல்" (1997) மற்றும் "பாராசைட்" (2019) போன்ற சர்வதேச திரைப்படங்கள் உலகெங்கிலும் உள்ள பார்வையாளர்களிடம் எதிரொலித்தன, கலாச்சார தடைகளைத் தாண்டி, உலகளாவிய மனித கருப்பொருள்கள் குறித்த உரையாடல் மற்றும் பிரதிபலிப்பைத் தூண்டுகின்றன. இருப்பினும், திரைப்படங்கள் ஸ்டீரியோடைகளை வலுப்படுத்தவும் தீங்கு விளைவிக்கும் கலாச்சார விவரிப்புகளை நிலைநிறுத்தவும் முடியும். திரைப்படத் துறை, குறிப்பாக ஹாலிவுட், அதன் பன்முகத்தன்மை இல்லாமை மற்றும் அதன் தயாரிப்புகளில் பாலின ஸ்டீரியோடைகளை நிலைநிறுத்துவதற்காக விமர்சிக்கப்பட்டுள்ளது. ஸ்டீரியோடைப் அல்லது டோக்கனிஸ்டிக் பாத்திரங்களில் சிறுபான்மையினரை சித்தரிப்பது, பல்வேறு குழுக்கள் பற்றிய சமூகத்தின் புரிதல் மற்றும் அணுகுமுறைகளில் சேதத்தை ஏற்படுத்தும். சமீபத்திய ஆண்டுகளில், திரைப்படங்களில் மிகவும் மாறுபட்ட மற்றும் உண்மையான பிரதிநிதித்துவத்திற்கான தேவை அதிகரித்து வருகிறது, இது "பிளாக் பாந்தர்" (2018) "கிரேஸி ரிச் ஆசியன்" (2018) போன்ற புரட்சிகரமான திரைப்படங்களின் தோற்றத்திற்கு வழிவகுத்தது, இவை இரண்டும் பாரம்பரிய ஹாலிவுட் கதைகளை சவால் செய்கின்றன. பிரதிநிதித்துவம் மற்றும் உள்ளடக்கம் பற்றிய முக்கியமான உரையாடல்களைத் தூண்டியுள்ளன.

தொலைக்காட்சி நிகழ்ச்சிகள் மற்றும் டிஜிட்டல் மீடியா தளங்களும் சமூகத்தை வடிவமைப்பதில் குறிப்பிடத்தக்க பங்கைக் கொண்டுள்ளது, குறிப்பாக ஸ்ட்ரீமிங் சேவைகள் மற்றும் ஆன்லைன் உள்ளடக்கத்தின் எழுச்சியுடன். "ஆரஞ்சு இஸ் தி நியூ பிளாக்" (2013-2019) மற்றும் "தி ஹேண்ட்மெய்ட்ஸ் டேல்" (2017-தற்போது வரை) போன்ற நிகழ்ச்சிகள் சிக்கலான சமூகப் பிரச்சினைகளை ஆராயவும் பாலினம், இனம் மற்றும் அதிகார இயக்கவியல் பற்றிய முக்கியமான உரையாடல்களைத் தூண்டவும் தங்கள் தளங்களைப் பயன்படுத்தியுள்ளன. கூடுதலாக, யூடியூப் மற்றும் இன்ஸ்டாகிராம் போன்ற ஆன்லைன் தளங்கள் தனிநபர்கள் தங்கள்உலகளாவிய பார்வையாளர்களுடன் கதைகள் மற்றும் முன்னோக்குகள், காட்சி கதைசொல்லலை ஜனநாயகப்படுத்துதல் மற்றும் ஊடக விவரிப்புகளுக்கு சவால் விடும் மாற்றுக் குரல்களை வழங்குதல்.

காட்சி சமூகவியலில் படங்கள், கிராபிக்ஸ் மற்றும் புகைப்படங்களின் முக்கியத்துவம்

காட்சி சமூகவியல் துறைபடங்களைப் பற்றிய ஆய்வில் கவனம் செலுத்துகிறது., கிராபிக்ஸ் மற்றும் புகைப்படங்கள்சமூக வாழ்க்கையின் அத்தியாவசிய கூறுகளாகவும், சமூகத்தின் தாக்கமாகவும். காட்சி சமூகவியல் இந்த காட்சி கூறுகள் சமூக நிகழ்வுகள், கலாச்சார நடைமுறைகள் மற்றும் மனித நடத்தை பற்றிய நமது புரிதலுக்கு எவ்வாறு உள்ளது பங்களிக்கின்றன என்பதை ஆராய்கிறது. இந்தக் கட்டுரை சமூகவியலில் படங்கள், கிராபிக்ஸ் மற்றும் புகைப்படங்களின் முக்கியத்துவத்தைப் பற்றி விவாதிக்கிறது, சமூக சிந்தனையை வடிவமைப்பதில் அவற்றின் பங்குகளை ஆராய்கிறது, நிறுவப்பட்ட விதிமுறைகளை சவால் செய்கிறது மற்றும் கலாச்சாரங்கள் முழுவதும் தகவல்தொடர்புகளை எளிதாக்குகிறது.

படங்கள், கிராபிக்ஸ் மற்றும் புகைப்படங்கள்தகவல், கருத்துக்கள் மற்றும் உணர்ச்சிகளை வெளிப்படுத்துவதற்கான அத்தியாவசிய கருவிகளாக அவை நீண்ட காலமாக அங்கீகரிக்கப்பட்டுள்ளன. காட்சி கூறுகளாக, அவை மொழியியல் தடைகளைத் தாண்டிச் செல்லும் தனித்துவமான திறனைக் கொண்டுள்ளது, இது மிகவும் அணுகக்கூடிய மற்றும் உலகளாவிய தகவல்தொடர்புக்கு உட்பட. இந்த பண்பு சமூகவியலில் குறிப்பாக

முக்கியமானது., ஏனெனில் இது ஆராய்ச்சியாளர்கள் பல்வேறு பார்வையாளர்களைச் சென்றடையவும், கலாச்சாரப் புரிதலை ஊக்குவிக்கவும், பல்வேறு சமூகக் குழுக்களிடையே உரையாடலை வளர்க்கவும் உதவுகிறது. படங்களின் ஒரு முக்கிய பங்குகாட்சி சமூகவியலில் கிராபிக்ஸ் மற்றும் புகைப்படங்கள் ஆகியவை சமூக நிகழ்வுகளை ஆவணப்படுத்தவும் வரலாற்று நிகழ்வுகள், கலாச்சார நடைமுறைகள் மற்றும் அன்றாட வாழ்க்கையின் காட்சிப் பதிவை வழங்குவது திறனாகும். இந்த ஆவணங்கள் சமூகவியலாளர்களுக்கு மதிப்புமிக்க சான்றாகச் செயல்படுகின்றன, இது பாரம்பரிய உரை மற்றும் புள்ளிவிவரத் தரவுகளை நிறைவு செய்கிறது வளப்படுத்தும் வகையில் சமூக உலகத்தை பகுப்பாய்வு செய்து விளக்கப்பட்டது. உதாரணமாக, புகைப்படங்கள், ஓரங்கட்டப்பட்ட சமூகங்களின் அன்றாட வாழ்க்கையிலிருந்து அமெரிக்காவில் சிவில் உரிமைகள் இயக்கம் போன்ற குறிப்பிடத்தக்கவை வரலாற்று நிகழ்வுகள் வரை பரந்த அளவிலான சமூகங்களைப் பிடிக்கப் பயன்படுத்தப்பட்டுள்ளன. படங்கள், கிராபிக்ஸ் மற்றும் புகைப்படங்கள் பொதுக் கருத்து மற்றும் சொற்பொழிவை வடிவமைப்பதில் முக்கிய பங்கு வகிக்கிறது. சமூகப் பிரச்சினைகளின் காட்சி பிரதிநிதித்துவத்தை வழங்குவதன் மூலம், அவை உணர்ச்சிகளைத் தூண்டலாம், எதிர்வினைகளைத் தூண்டலாம் மற்றும் செயலைத் தூண்டலாம் தூண்டலாம். உதாரணமாக, வியட்நாம் போரின் போது "நேபாம் பெண்ணின்" சின்னமான புகைப்படம் அல்லது ஆப்பிரிக்காவில் பஞ்சத்தின் படங்கள் சமூகத்தில் ஆழமான தாக்கத்தை ஏற்படுத்தியது உருவாக்கப்பட்டன, விழிப்புணர்வை ஏற்படுத்துகின்றன மற்றும் பல்வேறு காரணங்களுக்காக ஆதரவை உருவாக்குகின்றன. இத்தகைய காட்சி பிரதிநிதித்துவங்கள் கொள்கை வகுப்பாளர்கள் மற்றும் பொதுமக்களின் கவனத்தை ஈர்க்க முடியும், இது உறுதியான கொள்கை மாற்றங்கள் மற்றும் சமூகம் நடவடிக்கைக்கான காரணமாக, அவை வக்காலத்துக்கான சக்திவாய்ந்த கருவிகளாகவும் செயல்படும்.

படங்களின் மற்றொரு முக்கியமான அம்சம், கிராபிக்ஸ் மற்றும் புகைப்படங்கள்காட்சி சமூகவியலில்நிறுவப்பட்ட விதிமுறைகளை சவால் செய்வதற்கும் விமர்சன சிந்தனையைத் தூண்டுவதற்கும் அவற்றின் திறன். ஓவியங்கள் போன்ற கலை வடிவங்கள், வரைபடங்கள் மற்றும் கிராஃபிக் வடிவமைப்பு மாற்றுக் கண்ணோட்டங்களை சித்தரித்து சமூக மதிப்புகளை கேள்விக்குள்ளாக்குகின்றன, இதனால் பார்வையாளர்கள் தங்கள் நம்பிக்கைகள் மற்றும் அனுமானங்களை மறுபரிசீலனை செய்ய ஊக்குவிக்கின்றன. எடுத்துக்காட்டாக, ஃப்ரிடா கஹ்லோ மற்றும் கீத் ஹாரிங் போன்ற கலைஞர்களின் படைப்புகள் வழக்கமான பாலின பாத்திரங்கள் மற்றும் சமூக விதிமுறைகளை சவால் செய்துள்ளன, முற்போக்கான கருத்துக்களை ஊக்குவிக்கவும் சமூக மாற்றத்தை ஊக்குவிக்கவும் காட்சி கூறுகளைப் பயன்படுத்துகின்றன. கூடுதலாக, காட்சி சமூகவியல் படங்கள், கிரா மற்றும் புகைப்படங்களை சமூக அடையாளங்கள் மற்றும் வலுப்படுத்துவதில் உள்ளன பங்கை அங்கீகரிக்கிறது. காட்சி கூறுகள் நம்மைப் பற்றியும் மற்றவர்களைப் பற்றியும் நமது புரிதலை வடிவமைப்பதில் முக்கிய பங்கு வகிக்கிறது, ஏனெனில் அவை கலாச்சாரம், பாலினம் மற்றும் இன அடையாளங்களை உருவாக்குவதற்கு பங்களிக்கின்றன. உதாரணமாக, விளம்பரங்களில் பெண்களின் சித்தரிப்பு.மேலும் ஊடகங்கள் தீங்கு விளைவிக்கும் அழகுத் தரநிலைகள் மற்றும் பாலின ஸ்டிரியோடைகளை நிலைநிறுத்த முடியும், இது தனிநபர்கள் தங்களை எவ்வாறு உணர்கிறார்கள் மற்றும் சமூகத்தில் தங்கள் பாத்திரங்களை எவ்வாறு உணர்கிறார்கள் என்பதை பாதிக்கிறது. மாறாக, படங்கள், கிராபிக்ஸ் மற்றும் புகைப்படங்கள் அத்தகைய ஸ்டிரியோடைகளை சவால் செய்ய, நேர்மறை, மாறுபட்ட பிரதிநிதித்துவங்களை ஊக்குவிக்கவும் பயன்படுத்தப்படலாம், இது சமீபத்திய உடல் நேர்மறை பிரச்சாரங்கள் மற்றும் ஊடக பிரதிநிதித்துவத்தில் அதிக பன்முகத்தன்மையை சமூகத்தை ஆதரிக்கிறது இயக்கங்களில் காணப்படுகிறது. படங்கள், கிராபிக்ஸ் மற்றும் புகைப்படங்கள் பல்வேறு சமூகக் குழுக்களின் தொடர்பு மற்றும் சுய வெளிப்பாட்டிற்கான அத்தியாவசிய கருவிகளாகவும் செயல்படுகின்றன. உதாரணமாக, கிராஃபிட்டி, சுவரோவியங்கள் மற்றும் தெருக் கலை போன்ற காட்சிகள் ஓரங்கட்டப்பட்ட சமூகங்களுக்கு குரல் கொடுக்கலாம், அவர்களின் அனுபவங்கள், அடையாளங்கள் மற்றும் அபிலாஷைகளை வெளிப்படுத்த ஒரு தளத்தை வழங்குகின்றன. இந்த காட்சி வடிவங்கள் எதிர்ப்பின் வழிமுறையாகவும் செயல்படலாம், ஏனெனில் அவை ஆதிக்கம் செலுத்தும் கதைகள் மற்றும் அதிகார

அமைப்புகளை சவால் செய்கின்றன, மாற்று சொற்பொழிவுகள் மற்றும் எதிர் கதைகளின் தோற்றத்திற்கு அனுமதிக்கின்றன.

காட்சி சமூகவியல்படங்களின் முக்கியத்துவத்தை மேலும் ஒப்புக்கொள்கிறது, கிராபிக்ஸ் மற்றும் புகைப்படங்கள்நமது கூட்டு நினைவாற்றலையும் கடந்த காலத்தைப் பற்றிய புரிதலையும் வடிவமைப்பதில். வரலாற்று நிகழ்வுகளை நாம் எவ்வாறு நினைவில் கொள்கிறோம் மற்றும் விளக்குகிறோம் என்பதில் இந்த காட்சிகள் குறிப்பிடத்தக்க பங்கை வகிக்கின்றன, பெரும்பாலும் வரலாற்றைப் பற்றிய நமது கருத்தை வடிவமைக்கின்றன மற்றும் தேசிய மற்றும் கலாச்சார அடையாளங்களை உருவாக்குவதற்கு பங்களிக்கின்றன. உதாரணமாக, ஜோ ரோசென்டலின் "இவோ ஜிமாவில் கொடியை உயர்த்துதல்" அல்லது ஆல்ஃப்பிரட் ஐசென்ஸ்டெட்டின் "டைம்ஸ் சதுக்கத்தில் விஜய் தினம்" போன்ற சின்னச் சின்ன புகைப்படங்கள் தேசபக்தி மற்றும் வெற்றியின் அடையாளங்களாக மாறி, அமெரிக்காவில் இரண்டாம் உலகப் போரின் கூட்டு நினைவாக வடிவமைக்கின்றன. இத்தகைய படங்கள் கடந்த காலத்தைப் பற்றிய நமது புரிதலுக்கு பங்களிப்பது மட்டுமல்லாமல், நிகழ்காலத்தைப் பற்றிய நமது கருத்தையும் பாதிக்கின்றன, ஏனெனில் அவை நமது சமகால சமூகங்களை வழிநடத்தும் கதைகள் மற்றும் மதிப்புகளைத் தெரிவிக்கின்றன.

படங்களின் பகுப்பாய்வு, கிராபிக்ஸ் மற்றும் புகைப்படங்கள்காட்சி சமூகவியலில்சமூக உறவுகள் மற்றும் சக்தி இயக்கவியலை வடிவமைப்பதில் காட்சி கலாச்சாரத்தின் பங்கு பற்றிய நுண்ணறிவுகளையும் வழங்குகிறது. காட்சி கூறுகள் எவ்வாறு உற்பத்தி செய்யப்படுகின்றன, நுகரப்படுகின்றன மற்றும் விளக்கப்படுகின்றன என்பதை ஆராய்வதன் மூலம், சமூகவியலாளர்கள் சமூகம் தொடர்புகள் மற்றும் நடைமுறைகளைத் தெரிவிக்கும் அடிப்படை சித்தாந்தங்கள் மற்றும் அதிகார கட்டமைப்புகளைக் கண்டறிய முடியும். உதாரணமாக, விளம்பரங்களின் ஆய்வுநிறுவனங்கள் மற்றும் தொழில்கள் சில இலட்சியங்களையும் மதிப்புகளையும் எவ்வாறு நிலைநிறுத்துகின்றன, இறுதியில் நுகர்வோர் நடத்தையைப் பாதிக்கப்படுகின்றன மற்றும் இருக்கும் சமூக நிலைகளை வலுப்படுத்துகின்றன என்பதை வெளிப்படுத்த முடியும். மேலும், படங்கள், கிராபிக்ஸ் மற்றும் புகைப்படங்கள் காட்சி சமூகவியலில் பங்கேற்பு ஆராய்ச்சி மற்றும் சமூக ஈடுபாட்டிற்கான முக்கியமான கருவிகளாக செயல்பட முடியும். ஓரங்கட்டப்பட்ட சமூகங்களைச் சேர்ந்த தனிநபர்களுக்கு அவர்களின் வாழ்க்கையையும் அனுபவங்களையும் ஆவணப்படுத்த கேமராக்கள் வழங்கப்படும் ஃபோட்டோவாய்ஸ் போன்ற நுட்பங்கள், பங்கேற்பாளர்கள் ஆராய்ச்சி செயல்முறைக்கு தீவிரமாக பங்களிக்கவும், அவர்களின் சொந்தக் கதைகளைச் சொல்லவும் அதிகாரம் அளிக்கின்றன. உருவாக்கம் மற்றும் விளக்கத்தில் சமூக உறுப்பினர்களை ஈடுபடுத்துவதன் மூலம்காட்சித் தரவுகளைப் பொறுத்தவரை, காட்சி சமூகவியல் உள்ளடக்கம், பிரதிபலிப்பு ஆகியவற்றை ஊக்குவிக்கும்., மற்றும் சமூக மாற்றம். இறுதியாக, படங்களின் முக்கியத்துவம், கிராபிக்ஸ் மற்றும் புகைப்படங்கள்காட்சி சமூகவியலில்சமூகவியல் அறிவைப் பரப்புவதிலும் பிரபலப்படுத்துவதிலும் அவற்றின் பங்கு நீண்டுள்ளது. காட்சி கூறுகள் சிக்கலான சமூகவியல் கருத்துக்களை பரந்த பார்வையாளர்களுக்கு அணுகக்கூடியதாகவும் ஈடுபாட்டுடன் மாற்றும், கல்வி ஆராய்ச்சிக்கும் பொது புரிதலுக்கும் உள்ள இடைவெளியைக் குறைக்க உதவும். உதாரணமாக, இன்போ கிராபிக்ஸ் மற்றும் தரவு காட்சிப்படுத்தல்கள் புள்ளிவிவரத் தகவல்களை திறம்பட தொடர்புபடுத்த முடியும், அதே நேரத்தில் ஆவணப்படங்கள் மற்றும் புகைப்படக் கட்டுரைகள் சமூகப் பிரச்சினைகளை மனிதாபிமானமாக்கி பொது ஆர்வத்தை உருவாக்கும் கவர்ச்சிகரமான கதைகளை வழங்க முடியும்.

பல்வேறு வகையான படங்கள், அவற்றின் பயன்கள் மற்றும் விளக்கம்

காட்சித் தொடர்பின் சக்திவாய்ந்த வடிவங்களாக படங்கள், பல்வேறு நோக்கங்களுக்கு உதவுகின்றன, மேலும் அவை பயன்படுத்தப்படும் சூழலைப் பொறுத்து பல்வேறு வழிகளில் விளக்கப்படலாம். இந்தக் கட்டுரை பல்வேறு வகையான படங்களை ஆராயும்., அவற்றின்

பயன்பாடுகள் மற்றும் விளக்க முறைகள், நமது அன்றாட வாழ்வில் படங்களின் முக்கியத்துவம் மற்றும் பல்துறைத்திறன் பற்றிய விரிவான புரிதலை வழங்குகிறது.

புகைப்படப் படங்கள்: புகைப்படப் படங்கள்ஒரு குறிப்பிட்ட பொருள் அல்லது காட்சியின் காட்சி பிரதிநிதித்துவத்தை வழங்குவதன் மூலம், ஒரு குறிப்பிட்ட தருணத்தைப் படம்பிடிக்கவும். அவற்றின் முதன்மையான பயன்பாடு நிகழ்வுகள், இடங்கள் அல்லது மக்களைப் பற்றிப் பேசுவதாகும், இது எதிர்கால சந்ததியினருக்காக பகுப்பாய்வு செய்ய, பகிரவும் பாதுகாக்கக்கூடிய ஒரு காட்சி பதிவை வழங்குகிறது. புகைப்பட படங்களின் உள்ளடக்கம், அமைப்பு மற்றும் சூழலின் அடிப்படையில் விளக்கலாம். வெளிச்சம், கவனம், சட்டம் மற்றும் பொருளின் வெளிப்பாடு போன்ற காரணிகள் படத்தின் ஒட்டுமொத்த அர்த்தத்திற்கு பங்களிக்கக்கூடும்.கூடுதலாக, புகைப்படம் எடுக்கப்பட்ட வரலாற்று, கலாச்சாரம் மற்றும் சமூக சூழலைக் கருத்தில் கொள்வது ஆழமான நுண்ணறிவுகளையும் புரிதல்களையும் கண்டறிய உதவவும்.

ஓவியங்கள் மற்றும் வரைபடங்கள்:இந்த கலைப் படங்கள்எண்ணெய் வண்ணப்பூச்சு, வாட்டர்கலர், கரி அல்லது பென்சில் போன்ற பல்வேறு நுட்பங்கள் மற்றும் பொருட்களைப் பயன்படுத்தி உருவாக்கப்படுகின்றன. ஓவியங்களும் வரைபடங்களும் பெரும்பாலும் சுய வெளிப்பாட்டின் ஒரு வடிவமாகச் செயல்படுகின்றன, கலைஞர்கள் தங்கள் உணர்ச்சிகள், கருத்துக்கள் மற்றும் கண்ணோட்டங்களை வெளிப்படுத்த அனுமதிக்கின்றன.

விளக்கம்: விளக்கம்ஓவியங்கள்மேலும் வரைபடங்கள் சிக்கலானதாக இருக்கலாம், ஏனெனில் இது பெரும்பாலும் கலைஞரின் நோக்கங்கள், வண்ணங்கள், வடிவங்கள் மற்றும் நுட்பங்களின் தேர்வு, மேலும் கலைப்படைப்பின் வரலாறு மற்றும் கலாச்சார சூழலை பகுப்பாய்வு செய்வதை உள்ளடக்கியது. உருவப்படம், குறியீட்டுவாதம் மற்றும் ஸ்டைலிஸ்டிக் தேர்வுகள் ஆகியவை ஒரு படைப்பின் பொருள் மற்றும் நோக்கம் பற்றிய மதிப்புமிக்க நுண்ணறிவுகளையும் வழங்குகின்றன முடியும்.

கிராஃபிக் வடிவமைப்பு: கிராஃபிக் வடிவமைப்பு படங்கள்ஒரு குறிப்பிட்ட செய்தி அல்லது கருத்தை தெரிவிக்க உரை, விளக்கப்படங்கள் மற்றும் பிற காட்சி கூறுகளை இணைக்கவும். தகவல்களைத் திறம்பட வெளிப்படுத்தவும் உணர்ச்சிகளைத் தூண்டவும் லோகோக்கள், சுவரொட்டிகள், பேக்கேஜிங் மற்றும் டிஜிட்டல் மீடியா போன்ற பல்வேறு வடிவங்களில் அவை பயன்படுத்தப்படுகின்றன. விளக்கம்கிராஃபிக் வடிவமைப்பு படங்களின் காட்சி கூறுகளுக்கும் நோக்கம் கொண்ட செய்திக்கும் இடையே உறவில் கவனம் செலுத்துகிறது. அச்சுக்கலை, வண்ணத் திட்டம், தளவமைப்பு மற்றும் படங்களின் தேர்வை பகுப்பாய்வு செய்வது வடிவமைப்பின் செயல்திறன் மற்றும் தாக்கம் பற்றியது நுண்ணறிவுகளை வழங்கும்.

இன்போ கிராபிக்ஸ்:இன்போ கிராபிக்ஸ் என்பது தரவு மற்றும் தகவலின் காட்சி பிரதிநிதித்துவங்கள் ஆகும், அவை சிக்கலான கருத்துக்களை எளிதில் புரிந்துகொள்ளக்கூடிய வடிவத்தில் காண்பிக்கப்படுகின்றன கிராஃபிக் கூறுகளைப் பயன்படுத்துகின்றன. அவை பெரும்பாலும் அறிக்கைகள், விளக்கக்காட்சிகள் மற்றும் டிஜிட்டல் ஊடகங்களில் புள்ளிவிவரத் தகவல்களைத் தொடர்புகொள்வதற்கு அல்லது செயல்முறைகள் மற்றும் உறவுகளை விளக்குவதற்குப் பயன்படுத்தப்படுகின்றன. விளக்கம்இன்போ கிராபிக்ஸ் என்பது தரவு பிரதிநிதித்துவத்தின் துல்லியம் மற்றும் தெளிவை ஆராய்வதை உள்ளடக்கியது, அதன் நோக்கம் கொண்ட செய்தி வெளிப்படுத்துவதில் காட்சிகளின் கலவையும் ஆராய்கிறது. விளக்கப்பட வகையின் தேர்வு, வண்ண குறியீட்டு முறை மற்றும் தகவலின் படிநிலை போன்ற காரணிகள் இன்போ கிராஃபிக்கின் ஒட்டுமொத்த புரிதலுக்கு பங்களிக்கும்.

கார்ட்டூன்கள்மற்றும் காமிக்ஸ்: கார்ட்டூன்கள் மற்றும் காமிக்ஸ் கதைகளைச் சொல்ல அல்லது செய்திகளை வெளிப்படுத்தும் விளக்கப்படங்கள் மற்றும் உரையைப் பயன்படுத்துகின்றன, பெரும்பாலும் பார்வையாளர்களை ஈடுபடுத்துகின்றன நகைச்சுவை அல்லது நையாண்டியைப் பயன்படுத்துகின்றன. அவை செய்தித்தாள்கள், பத்திரிகைகள், புத்தகங்கள் மற்றும் டிஜிட்டல் ஊடகங்களில் காணப்படுகின்றன, மேலும் அவை பெரும்பாலும் சமூக

வர்ணனை அல்லது பொழுதுபோக்காக செயல்படுகின்றன. கார்ட்டூன்கள் மற்றும் காமிக்ஸை விளக்குவது என்பது காட்சி மற்றும் உரை கூறுகளையும், அவை உருவாக்கப்பட்ட சூழலையும் பகுப்பாய்வு செய்வதை உள்ளடக்கியது. நோக்கம் கொண்ட பார்வையாளர்கள், கலாச்சார குறிப்புகள் மற்றும் நகைச்சுவை அல்லது நையாண்டியின் பயன்பாடுகளைப் புரிந்துகொள்வது படைப்பின் அர்த்தத்தையும் நோக்கத்தையும் கண்டறிய உதவும்.

வரைபடங்கள். வரைபடங்கள் என்பது புவியியல் தகவல்களின் காட்சி பிரதிநிதித்துவங்கள் ஆகும், அவை வெவ்வேறு இடங்கள் அல்லது அம்சங்களுக்கு இடையிலானவை இடஞ்சார்ந்த உறவுகளை சித்தரிக்க சின்னங்கள், கோடுகள் மற்றும் வண்ணங்களைப் பயன்படுத்துகின்றன. அவை வழிசெலுத்துதல் மற்றும் திட்டமிடல் முதல் கல்வி மற்றும் ஆராய்ச்சி வரை பல்வேறு நோக்கங்களுக்கு உதவுகின்றன. விளக்கம்.வரைபடங்களின் வடிவமைப்பு என்பது புவியியல் தகவல்களை பிரதிநிதித்துவப்படுத்தப்படும் அளவுகோல், வெளிப்பாடு மற்றும் சின்னங்களைப் பயன்படுத்துகிறது புரிந்துகொள்வதை உள்ளடக்கியது. வண்ணங்கள், வடிவங்கள் மற்றும் லேபிள்களின் தேர்வை பகுப்பாய்வு செய்வது வரைபடத்தின் நோக்கம் மற்றும் கவனம், தரவின் துல்லியம் மற்றும் நம்பகத்தன்மை பற்றிய நுண்ணறிவுகளை வழங்கும்.

*உருவப்பட வியல்:*கருத்துக்கள், யோசனைகள் அல்லது பொருள்களைக் குறிக்கும் சின்னங்கள் மற்றும் சின்னங்களைப் பயன்படுத்துவதை ஐகானோகிராஃபி குறிக்கிறது. இந்த காட்சி கூறுகளை டிஜிட்டல் இடைமுகங்கள், அடையாளங்கள், மதக் கலை மற்றும் கார்ப்பரேட் பிராண்டிங் உள்ளிட்ட பல்வேறு வகையான தகவல்தொடர்புகளில் காணலாம். ஐகானோகிராஃபி சிக்கலான கருத்துக்களை எளிமைப்படுத்தவும், மொழியியல் மற்றும் கலாச்சார தடைகளைத் தாண்டி தகவல்தொடர்புகளை எளிதாக்கவும் உதவுகிறது. ஐகானோகிராஃபியை விளக்குதல்.சின்னங்கள் அல்லது சின்னங்களின் காட்சி பண்புகள் மற்றும் அவை பயன்படுத்தப்படும் சூழலை பகுப்பாய்வு செய்வதை உள்ளடக்கியது. நோக்கம் கொண்ட செய்தி, கலாச்சாரம் அல்லது வரலாற்று முக்கியத்துவம் மற்றும் சின்னங்களுக்கும் அவற்றின் குறிப்புகளுக்கும் உறவைப் பற்றியது புரிந்துகொள்வது, சின்னத்தின் அர்த்தத்தையும் நோக்கத்தையும் கண்டறிய உதவும்.

*திரைப்படம் மற்றும் வீடியோ ஸ்டில்கள்:*திரைப்படம் மற்றும் வீடியோ ஸ்டில்கள் ஒற்றை பிரேம்கள் அல்லது படங்கள்.ஒரு நகரும் படத்திலிருந்து பிரித்தெடுக்கப்பட்டது. அவை பெரும்பாலும் திரைப்படங்களை பகுப்பாய்வு செய்யப்படுகின்றன, விவாதிக்கப்படுகின்றன அல்லது விளம்பரப்படுத்தப்படுகின்றன.மற்றும் வீடியோக்கள், ஒரு குறிப்பிட்ட காட்சி அல்லது தருணத்தின் ஸ்னாப்ஷாட்டை வழங்குகின்றன. விளக்கம்.திரைப்படம் மற்றும் வீடியோ ஸ்டில்களின் உருவாக்கம் என்பது படத்தின் கலவை, ஒளி மற்றும் பொருள் ஆராய்வதை உள்ளடக்கியது., மற்ற கதை சூழல் மற்றும் இயக்குனரின் நோக்கங்களை கருத்தில் கொள்வது. கேமரா கோணங்கள், காட்சியமைப்பு மற்றும் நடிகர்களின் வெளிப்பாடுகள் போன்ற கூறுகளை பகுப்பாய்வு செய்வது, பெரிய படைப்பில் உள்ள ஸ்டில்லின் அர்த்தம் மற்றும் முக்கியத்துவத்தைப் பற்றிய நுண்ணறிவுகளை வழங்க முடியும்.

*காட்சி உருவகங்கள் மற்றும் ஒப்புமைகள்:*காட்சி உருவகங்களும் ஒப்புமைப் படங்களைப் பயன்படுத்துகின்றன.தொடர்பில்லாததாகத் தோன்றும் பாடங்களுக்கு இடையே ஒப்பீடுகளை வரைவதன் மூலம் சுருக்கமான கருத்துக்கள் அல்லது கருத்துக்களை பிரதிநிதித்துவப்படுத்துதல். சிக்கலான செய்திகளை எளிமையாகவும் ஈர்க்கக்கூடிய வகையிலும் வெளிப்படுத்தும் விளம்பரம், கலை மற்றும் வடிவமைப்பில் அவை பொதுவாகப் பயன்படுத்தப்படுகின்றன. காட்சி உருவகங்கள் மற்றும் ஒப்புமைகளை விளக்குவதற்கு காட்சி கூறுகளுக்கும் நோக்கம் கொண்ட செய்திக்கும் உறவைப் புரிந்துகொள்வது அவசியம். பாடங்களின், அவற்றுக்கிடையேயான ஒற்றுமைகள் அல்லது வேறுபாடுகள் மற்றும் ஒட்டுமொத்த தேர்வு அமைப்பை பகுப்பாய்வு செய்வது காட்சி உருவகத்தின் செயல்திறன் மற்றும் தாக்கம் பற்றிய நுண்ணறிவுகளை வழங்கும்.

மீம்ஸ்கள்: மீம்ஸ் படங்கள்., இணையத்தில் பகிரப்பட்டு பரப்பப்படும் வீடியோக்கள் அல்லது உரைகள், பெரும்பாலும் தற்போதைய நிகழ்வுகள் மற்றும் கலாச்சார போக்குகள் குறித்த நகைச்சுவை அல்லது வர்ணனையைக் கொண்டுள்ளது. அவை சமூக தொடர்பு மற்றும் வெளிப்பாட்டின் ஒரு வடிவமாகச் செயல்படுகின்றன, தனிநபர்கள் கூட்டு விவாதங்களில் பங்கேற்க வேண்டும் பகிர்ந்து கொள்ளவும் அனுமதிக்கலாம். விளக்கம்.மீம்ஸ்கள் என்பது அவை உருவாக்கப்பட்டு பகிரப்பட்ட சூழலைப் புரிந்துகொள்வதையும், நோக்கம் கொண்ட செய்தி அல்லது வர்ணனையையும் உள்ளடக்கியது. படங்கள், உரை மற்றும் நகைச்சுவையின் தேர்வை பகுப்பாய்வு செய்வது மீமின் பொருள் மற்றும் நோக்கம் மற்றும் அதன் பிரபலத்திற்கு பங்களிக்கும் கலாச்சாரம் மற்றும் சமூக இயக்கவியல் பற்றிய நுண்ணறிவுகளை வழங்கும்.

நிஜ உலக எடுத்துக்காட்டுகள் மற்றும் பகுப்பாய்வு

இந்தக் கட்டுரையில், பல்வேறு வகையான படங்களின் நிஜ உலக உதாரணங்களை ஆராய்வோம்.காட்சித் தொடர்பின் முக்கியத்துவம் மற்றும் பல்துறைத்திறனைப் பற்றிய சிறந்த புரிதலை வழங்குதல், அதன் பயன்பாடுகள் மற்றும் விளக்கங்கள்.

புகைப்பட படங்கள்:

உதாரணம்: டோரோதியா லாங்கே எழுதிய "புலம்பெயர்ந்த தாய்" (1936)
பெரும் மந்தநிலையின் போது எடுக்கப்பட்ட இந்த சின்னமான புகைப்படம், தனது குழந்தைகளால் சூழப்பட்ட ஒரு தாய் தூரத்தை வெறித்துப் பார்ப்பதைக் காட்டுகிறது. படம்.இந்தக் காலத்தில் புலம்பெயர்ந்த தொழிலாளர்கள் அனுபவிக்கும் கஷ்டங்களையும் வறுமையையும் படம்பிடித்துக் காட்டுகிறது.

பகுப்பாய்வு: லாங்கேவின் புகைப்படம், பெரும் மந்தநிலையின் போது மில்லியன் கணக்கான அமெரிக்கர்கள் எதிர்கொண்ட போராட்டங்களின் சக்திவாய்ந்த ஆவணமாக செயல்படுகிறது. படத்தின் அமைப்பு, கவனம் மற்றும் உணர்ச்சி தீவிரம்.பச்சாதாபத்தையும் இரக்கத்தையும் தூண்டி, பார்வையாளரை பரந்த சமூகம் மற்றும் பொருளாதார சூழலைக் கருத்தில் கொள்ளத் தூண்டுகிறது.

ஓவியங்கள் மற்றும் வரைபடங்கள்:
உதாரணம்: பாப்லோ பிக்காசோவின் "குர்னிகா" (1937)
ஸ்பானிஷ் உள்நாட்டுப் போரின் போது ஸ்பானிஷ் நகரமான குர்னிகாவின் மீது குண்டுவீச்சு நடத்தப்பட்டதற்கு பதிலளிக்கும் விதமாக இந்த பெரிய அளவிலான ஓவியம் உருவாக்கப்பட்டது. இந்த கலைப்படைப்பில் கருப்பு, வெள்ளை மற்றும் சாம்பல் நிறங்களில் சுருக்கமான, சிதைந்த உருவங்கள் இடம்பெற்றுள்ளன, பாதிக்கப்பட்டவர்கள் அனுபவிக்கின்றனர் குழப்பம் மற்றும் துன்பங்களை சித்தரிக்கின்றன.

பகுப்பாய்வு: பிக்காசோவின் "குர்னிகா" ஒரு அரசியல் அறிக்கையாக செயல்படுகிறது, போரின் கொடூரங்களையும் அது ஏற்படுத்தும் துன்பங்களையும் கண்டிக்கிறது. கலைஞரின் சுருக்க வடிவங்கள், அப்பட்டமான வண்ணங்கள் மற்றும் நாடக அமைப்பு ஆகியவற்றின் பயன்பாட்டின் உணர்ச்சித் தீவிரத்தை வலியுறுத்துகிறது மற்றும் ஒரு சக்திவாய்ந்த போர் எதிர்ப்பு செய்தியைத் தெரிவிக்கிறது.

கிராஃபிக் வடிவமைப்பு:

உதாரணம்: ஆப்பிள் இன்க். லோகோ

ஆப்பிள் லோகோவில், ஒரு பகட்டான ஆப்பிள் துண்டு வெளியே எடுக்கப்பட்டிருப்பது, தொழில்நுட்ப நிறுவனத்தின் அடையாளம் காணக்கூடிய அடையாளமாகும். எளிமையான, சுத்தமான வடிவமைப்பு, புதுமை மற்றும் நட்பு தயாரிப்புகளுக்கான நிறுவனத்தின் பயனர் பணியை பிரதிபலிக்கிறது.

பகுப்பாய்வு: ஆப்பிள் லோகோவின் எளிமை மற்றும் நேர்த்தியானது பிராண்டின் அடையாளம் மற்றும் மதிப்புகளை வெளிப்படுத்துகிறது. வடிவமைப்பு எளிதில் அடையாளம் காணக்கூடியதாகவும் மறக்கமுடியாததாகவும் உள்ளது, இது நிறுவனத்தின் வலுவான சந்தை இருப்பு மற்றும் நுகர்வோர் விசுவாசத்திற்கு பங்களிக்கிறது.

இன்போ கிராபிக்ஸ்:

உதாரணம்: பில் கேட்ஸின் "உலகின் கொடிய விலங்குகள்"
பில் கேட்ஸ் தனது வலைப்பதிவில் பகிர்ந்துள்ள இந்த விளக்கப்படம், ஒவ்வொரு ஆண்டும் பல்வேறு விலங்குகளால் ஏற்படும் மனித இறப்புகளின் எண்ணிக்கை ஒப்பிடுகிறது. தரவு பிகோகிராம்களைப் பயன்படுத்தி குறிப்பிடப்படுகிறது, ஒவ்வொரு ஐகானும் ஒரு குறிப்பிட்ட எண்ணிக்கையிலான இறப்புகளைக் குறிக்கிறது.

பகுப்பாய்வு: இந்த விளக்கப்படம் சிக்கலான தரவை எளிமையான மற்றும் ஈர்க்கக்கூடிய வடிவத்தில் திறம்பட வெளிப்படுத்துகிறது. படவரைபடங்கள் மற்றும் வண்ண-குறியீட்டின் பயன்பாடு பார்வையாளர்கள் தகவல்களை ஒப்பிட்டுப் புரிந்துகொள்வதை எளிதாக்குகிறது, அதே நேரத்தில் ஆச்சரியமான புள்ளிவிவரங்கள் ஆபத்தான விலங்குகள் பற்றிய பொதுவான கருத்துக்களை சவால் செய்கின்றன.

கார்ட்டூன்கள் மற்றும் நகைச்சுவைகள்:

உதாரணம்: "தி நியூ யார்க்கர்" அரசியல் கார்ட்டூன்கள்
"தி நியூ யார்க்கர்" பத்திரிகை, நடப்பு நிகழ்வுகள் மற்றும் சமூகப் பிரச்சினைகள் குறித்த நையாண்டி வர்ணனைகளை வழங்கும் அரசியல் கார்ட்டூன்களை தொடர்ந்து வெளியிடுகிறது. இந்த கார்ட்டூன்கள் சமகால சமூகத்தில் உள்ள முரண்பாடுகள், அபத்தங்கள் மற்றும் நீதிகளை முன்னிலைப்படுத்திய நகைச்சுவை மற்றும் மிகைப்படுத்தலைப் பயன்படுத்துகின்றன.

பகுப்பாய்வு: "தி நியூ யார்க்கர்" இல் வரும் அரசியல் கார்ட்டூன்கள், பழக்கமான சூழ்நிலைகளை நகைச்சுவையான வெளிச்சத்தில் முன்வைப்பதன் மூலம் வாசகர்களை ஈர்க்கின்றன, விமர்சன சிந்தனையையும் சமூக மற்றும் அரசியல் பிரச்சினைகள் குறித்த பிரதிபலிப்பையும் ஊக்குவிக்கின்றன. காட்சி மற்றும் உரைகளின் கலவையானது பரந்த பார்வையாளர்களுடன் எதிரொலிக்கும் ஒரு கவர்ச்சிகரமான தகவல்தொடர்பு வடிவத்தை உருவாக்குகிறது.

வரைபடங்கள்:

உதாரணம்: லண்டன் குழாய் வரைபடம்
1931 ஆம் ஆண்டு ஹாரி பெக் வடிவமைத்த லண்டன் குழாய் வரைபடம், லண்டன் நிலத்தடி அமைப்பின் திட்டவட்டமான பிரதிநிதித்துவமாகும். இந்த வரைபட நிலையங்கள் மற்றும் கோடுகளின் சிக்கலான வலையமைப்பை எளிதாக்குகிறது, படிக்கும் தன்மை மற்றும் வழிசெலுத்தலை மேம்படுத்தும் வடிவியல் வடிவங்கள் மற்றும் வண்ண-குறியீட்டைப் பயன்படுத்துகிறது.

பகுப்பாய்வு: பெக்கின் புதுமையான வடிவமைப்பு பொது போக்குவரத்து வரைபடங்கள் உருவாக்கப்பட்டு பயன்படுத்தப்படும் விதத்தில் புரட்சியை ஏற்படுத்தியது. லண்டன் குழாய் வரைபடம் தெளிவு மற்றும் எளிமைக்கு முன்னுரிமை அளிக்கிறது, இது மில்லியன்

கணக்கான பயணிகள் நகரத்தின் நிலத்தடி அமைப்பு மிகவும் திறமையாக வழிநடத்த உதவுகிறது.

உருவப்படவியல்:

உதாரணம்: போக்குவரத்து அறிகுறிகள்
போக்குவரத்து அறிகுறிகள்வேக வரம்புகள், திசைகள் மற்றும் சாத்தியமான ஆபத்துகள் போன்ற முக்கியமான தகவல்களை ஓட்டுநர்களுக்கு தெரிவிக்கப்பட்ட சின்னங்கள் மற்றும் ஐகான்களைப் பற்றி தெரிவிக்கவும் பயன்படுத்தவும். இந்த காட்சி கூறுகள் விரைவான அங்கீகாரம் மற்றும் புரிதலுக்காக வடிவமைக்கப்பட்டுள்ளன, இது சாலையில் பாதுகாப்பான மற்றும் திறமையான வழிசெலுத்தலை உறுதி செய்கிறது. போக்குவரத்து அடையாள சின்னங்கள்சாலைகளில் ஒழுங்கையும் பாதுகாப்பையும் பராமரிப்பதற்கு இது மிகவும் முக்கியமானது. எளிமையான, உலகளவில் அடையாளம் காணக்கூடிய சின்னங்களைப் பயன்படுத்துவது மொழியியல் மற்றும் கலாச்சார தடைகளைத் தாண்டி தகவல்தொடர்புகளை எளிதாக்க உதவுகிறது, ஓட்டுநர்கள் சாலை விதிகளை எளிதாகப் புரிந்துகொண்டு பின்பற்ற முடியும் என்பதை உறுதி செய்கிறது.

திரைப்படம் மற்றும் வீடியோ ஸ்டில்கள்:

உதாரணம்: "தி காட்ஃபாதர்" (1972), பிரான்சிஸ் ஃபபோர்டு கொப்போலா இயக்கியது.
"தி காட்ஃபாதர்" திரைப்படத்தில் வரும் பிரபலமான ஞானஸ்நானக் காட்சியில், மைக்கேல் கோர்லியோன் (அல் பசினோவால் நடிக்கிறார்) தனது மருமகன் ஞானஸ்நானம் பெறும்போது புனிதமாக நிற்பதைக் காட்டுகிறது. இந்தக் காட்சி ஞானஸ்நானத்திற்கும் மைக்கேல் ஏற்பாடு செய்த தொடர்ச்சியான வன்முறைச் செயல்களுக்கும் இடையில் குறுக்கிடுகிறது, இது மாஃபியாவிற்குள் அவர் அதிகாரத்திற்கு வருவதை எடுத்துக்காட்டுகிறது.
பகுப்பாய்வு: இந்தப் படம் ஞானஸ்நானத்தின் புனிதத்தன்மைக்கும் மாஃபியாவின் அதிகாரப் போராட்டங்களின் மிருகத்தனத்திற்கும் இடையிலான கூர்மையான வேறுபாட்டை இன்னும் காட்டுகிறது. கதாபாத்திரங்களின் அமைப்பு, ஒளியமைப்பு மற்றும் முகபாவனைகள் மைக்கேல் கோர்லியோனின் கதாபாத்திரத்தின் பதற்றம் மற்றும் சிக்கலான தன்மையையும், குற்றவியல் பாதாளத்தையும் உலகில் அவரது புதிய நிலையையே வலியுறுத்துகின்றன.

காட்சி உருவகங்கள் மற்றும் ஒப்புமைகள்:

உதாரணம்: ஆப்பிளின் "1984" விளம்பரம்
இந்த சின்னமான விளம்பரத்தில், ஆப்பிள் நிறுவனம், ஐபிஎம் பிரதிநிதித்துவப்படுத்தும் அடக்குமுறை "பிக் பிரதர்" நபருக்கு எதிரான ஒரு புரட்சிகர சக்தியாக மேகிந்தோஷ் கணினியை அறிமுகப்படுத்துகிறது. இந்த விளம்பரம் ஜார்ஜ் ஓர்வெல்லின் "1984" மற்றும் கணினித் துறைக்கு இடையேயான ஒற்றுமையை வரைந்து, ஆப்பிளை தனித்துவம் மற்றும் சுதந்திரத்தின் சாம்பியனாக நிலைநிறுத்துகிறது.
பகுப்பாய்வு: கதாநாயகன் திரையை உடைப்பது போன்ற காட்சி உருவகம், கணினித் துறையில் ஆப்பிளின் சீர்குலைக்கும் செல்வாக்கை திறம்பட வெளிப்படுத்துகிறது. இந்த விளம்பரம், புதுமை மற்றும் அதிகாரமளிப்புக்கான நிறுவனத்தின் அர்ப்பணிப்பைத் தெரிவிக்கிறது, இது தொழில்நுட்ப சந்தையில் ஆப்பிளின் தொடர்ச்சியானது வெற்றிக்கு மேடை அமைக்கிறது.

மீம்ஸ்கள்:

இரா குமரன்

உதாரணம்: "கவனச்சிதறல் நிறைந்த காதலன்" மீம்
"டிராஸ்டட் பாய்பிரண்ட்" மீம், ஒரு ஆண் மற்றொரு பெண்ணைப் பார்க்கும் போது, அவனது காதலி அவனம்பிக்கையுடன் பார்க்கும் புகைப்படத்தைக் கொண்டுள்ளது. படம்பொதுவான அனுபவங்கள் மற்றும் கலாச்சாரப் போக்குகளை பிரதிபலிக்கும் பல்வேறு நகைச்சுவையான காட்சிகளுடன் பரவலாகப் பகிரப்பட்டு தலைப்புகள் செய்யப்பட்டுள்ளது. *பகுப்பாய்வு:* "திசைதிருப்பப்பட்ட காதலன்" மீம் அதன் தொடர்புத்தன்மை மற்றும் தகவமைப்புத் தன்மை காரணமாக பிரபலமடைந்துள்ளது. படம்நகைச்சுவை மற்றும் எளிமையான பரந்த பார்வையாளர்களை ஈர்க்கிறது, தனிநபர்கள் கூட்டு உரையாடல்களில் பங்கேற்கவும், பல்வேறு தலைப்புகளில் தங்கள் பார்வைகளை வெளிப்படுத்தவும் உதவுகிறது.

ஃபோட்டோவாய்ஸ் அறிமுகம்முறை

ஃபோட்டோவாய்ஸ்தனிநபர்கள் மற்றும் சமூகங்கள் தங்கள் அனுபவங்களையும் சூழல்களையும் அடையாளம் காணவும், பிரதிநிதித்துவப்படுத்தவும், மேம்படுத்தவும் அதிகாரம் அளிப்பதை நோக்கமாகக் கொண்டுள்ளது கொண்ட, புகைப்படக் கலையை அடிமட்ட சமூக நடவடிக்கைகளுடன் இணைக்கும் ஒரு பங்கேற்பு ஆராய்ச்சி முறையாகும். இந்தக் கட்டுரை ஃபோட்டோவாய்ஸ் முறை பற்றிய ஆழமான அறிமுகத்தை வழங்கும், அதன் தோற்றம், கொள்கைகள் மற்றும் பயன்பாடுகள் மற்றும் பல்வேறு ஆராய்ச்சி அமைப்புகளில் இந்த அணுகுமுறையைப் பயன்படுத்துவதன் நன்மைகள் மற்றும் சவால்களைப் பற்றி விவாதிக்கப்படும்.

ஃபோட்டோவாய்ஸின் தோற்றம்:

ஃபோட்டோவாய்ஸ்ஓரங்கட்டப்பட்ட மற்றும் பிரதிநிதித்துவம் குறைவாக உள்ள சமூகங்களின் அதிகாரமளிப்பை ஊக்குவிப்பதற்கான ஒரு வழிமுறையாக 1990களில் கரோலின் வாங் மற்றும் மேரி ஆன் பர்ரிஸ் ஆகியோரால் உருவாக்கப்பட்டது. பங்கேற்பு செயல் ஆராய்ச்சி, பெண்ணியக் கோட்பாடு மற்றும் புகைப்படம் எடுத்தல் ஆகியவற்றின் கொள்கைகளை வரைந்து, ஃபோட்டோவாய்ஸ் பாரம்பரிய வழிமுறைகள் மூலம் தங்கள் முன்னோக்குகளையும் அனுபவங்களையும் வெளிப்படுத்த வாய்ப்பு இல்லாத நபர்களுக்கு குரல் கொடுக்க முயல்கிறது.

ஃபோட்டோவாய்ஸின் கொள்கைகள்:

ஃபோட்டோவாய்ஸ்அதிகாரமளித்தல், பங்கேற்பு மற்றும் சமூக மாற்றம் ஆகிய மூன்று முக்கிய கொள்கைகளை கொண்டது.

*அ.அதிகாரமளித்தல்:*ஃபோட்டோவாய்ஸ்பங்கேற்பாளர்களுக்கு அவர்களின் வாழ்க்கையையும் அனுபவங்களையும் வழங்குவதற்கான கருவிகள் மற்றும் திறன்களை வழங்குவதன் மூலம் அவர்களை மேம்படுத்துவதையும், சுய வெளிப்பாடு மற்றும் சுயநிர்ணயத்தை எளிதாக்குவதையும் நோக்கமாகக் கொண்டுள்ளது.

*பி. பங்கேற்பு:*ஃபோட்டோவாய்ஸ்ஆராய்ச்சியாளர்கள் மற்றும் பங்கேற்பாளர்களிடையே தீவிர ஈடுபாடு மற்றும் ஒத்துழைப்பை ஊக்குவிக்கிறது, ஆராய்ச்சி செயல்முறைக்கான உரிமை பொறுப்புணர்வு உணர்வை வளர்க்கிறது.

*இ. சமூக மாற்றம்:*ஃபோட்டோவாய்ஸ்முக்கியமான பிரச்சினைகள் குறித்த விழிப்புணர்வை ஏற்படுத்துதல், கொள்கை மாற்றத்திற்காக வாதிடுதல் மற்றும் சமூகங்களுக்குள் உரையாடல் மற்றும் நடவடிக்கைகளை வளர்ப்பதன் மூலம் சமூக மாற்றத்தை ஊக்குவிக்கிறது.

தி ஃபோட்டோவாய்ஸ் செயல்முறை:

தி ஃபோட்டோவாய்ஸ் செயல்முறை பொதுவாக பல படிகளைப் பின்பற்றுகிறது, அவை திட்டத்தின் குறிப்பிட்ட தேவைகள் மற்றும் இலக்குகளுக்கு ஏற்ப மாற்றியமைக்கப்படலாம்:

அ. குறிக்கோள்களை நிறுவுதல்:ஆராய்ச்சி செயல்முறையை வழிநடத்துவதற்கும், முடிவுகள் இலக்குகளுடன் ஒத்துப்போவதை உறுதி செய்வதற்கும் திட்டத்தின் நோக்கம் மற்றும் நோக்கங்களை தெளிவாக வரையறுப்பது அவசியம்.

ஆ. பங்கேற்பாளர் தேர்வு மற்றும் பயிற்சி:பங்கேற்பாளர்கள் பொதுவாக அவர்களின் வாழ்க்கை அனுபவங்கள் மற்றும் ஆராய்ச்சி தலைப்புடன் உள்ள தொடர்புகளின் அடிப்படையில் தேர்ந்தெடுக்கப்பட்டவர்கள். புகைப்படம் எடுத்தல், நெறிமுறைகள் மற்றும் கதை சொல்லும் நுட்பங்களைப் பற்றி பங்கேற்பாளர்களுக்கு கற்பிக்க பயிற்சி அமர்வுகள் நடத்தப்படுகின்றன.

C. படப் பிடிப்பு:பங்கேற்பாளர்களுக்கு கேமராக்கள் (டிஜிட்டல் அல்லது பிலிம்) வழங்கப்பட்ட படங்களை பிடிக்க அறிவுறுத்தப்படுகின்றன.ஆராய்ச்சி தலைப்பில் அவர்களின் அனுபவங்கள், உணர்வுகள் மற்றும் முன்னோக்குகளை பிரதிபலிக்கும்.

ஈ. பிரதிபலிப்பு மற்றும் கலந்துரையாடல்:பங்கேற்பாளர்கள் தங்கள் புகைப்படங்களைப் பகிர்ந்து கொள்ள குழு அமர்வுகளில் ஒன்றுகூடுகிறார்கள்.மற்றும் ஆராய்ச்சியாளர் அல்லது ஒருங்கிணைப்பாளரால் வழிநடத்தப்படும் பிரதிபலிப்பு விவாதங்களில் ஈடுபடுங்கள். இந்த விவாதங்கள் பங்கேற்பாளர்கள் தங்கள் படங்களை பகுப்பாய்வு செய்து விளக்க உதவுகின்றன., ஆழமான நுண்ணறிவுகளையும் தொடர்புகளையும் வெளிக்கொணர்கிறது.

இ. கண்காட்சி மற்றும் ஆதரவு: புகைப்படங்கள்மேலும் அதனுடன் கூடிய விவரங்கள் பெரும்பாலும் கண்காட்சிகள், விளக்கக்காட்சிகள் அல்லது ஆன்லைன் தளங்கள் மூலம் பொதுமக்களுடன் பகிரப்படுகின்றன, விழிப்புணர்வை ஏற்படுத்தவும், உரையாடலைத் தூண்டவும், மாற்றத்திற்காக வாதிடவும் ஒரு வாய்ப்பை வழங்குகின்றன.

ஃபோட்டோவாய்ஸின் பயன்பாடுகள்:

ஃபோட்டோவாய்ஸ்பொது சுகாதாரம், கல்வி, நகர்ப்புற திட்டமிடல் மற்றும் சுற்றுச்சூழல் ஆய்வுகள் உள்ளிட்ட பல்வேறு ஆராய்ச்சி அமைப்புகள் மற்றும் துறைகள் பயன்படுத்தப்பட்டுள்ளது. ஃபோட்டோவாய்ஸ் திட்டங்களின் சில எடுத்துக்காட்டுகள் பின்வருமாறு:

அ. சுற்றுச்சூழல் மாசுபாட்டின் சமூக சுகாதாரத்தின் தாக்கத்தை ஆவணப்படுத்துதல்.
ஆ. புதிய கலாச்சாரத்திற்கு ஏற்ப அகதிகள் மற்றும் குடியேறிகளின் அனுபவங்களை ஆராய்தல்.
C. குறைந்த வருமானம் கொண்ட மக்களிடையே ஆரோக்கியமான உணவின் தடைகள் மற்றும் வசதிகளை ஆராய்தல். ஈ. பொது இடங்கள் மற்றும் சேவைகளை அணுகுவதில் குறைபாடுகள் உள்ள நபர்களின் அனுபவங்களை ஆராய்தல்.

ஃபோட்டோவாய்ஸின் நன்மைகள்:

ஃபோட்டோவாய்ஸ்ஒரு ஆராய்ச்சி முறையாக பல நன்மைகளை வழங்குகிறது:

அ. உள்ளடக்கம்: ஒளிக்குரல்குறைந்த எழுத்தறிவு அல்லது மொழித் திறன் கொண்ட தனிநபர்கள் ஆராய்ச்சி செயல்பாட்டில் பங்கேற்கவும், காட்சி வழிமுறைகள் மூலம் தங்கள் பார்வைகளை வெளிப்படுத்தவும் இது உதவுகிறது.

பி. அதிகாரமளித்தல்: பங்கேற்பாளர்கள் தங்கள் அனுபவங்களை ஆவணப்படுத்தவும் பகிர்ந்து கொள்ளவும் கற்றுக்கொள்வதன் மூலம் நம்பிக்கையையும் முகத்தையும் பெறுகிறார்கள், இது அவர்களின் சமூகத்தின் நல்வாழ்வுக்கான உரிமை மற்றும் பொறுப்புணர்வு உணர்வை வளர்க்கிறது.

இ. ரிச் டேட்டா: ஃபோட்டோவாய்ஸ்பங்கேற்பாளர்களின் வாழ்க்கை அனுபவங்கள் மற்றும் அவற்றின் சூழல்கள் பற்றிய தனித்துவமான நுண்ணறிவுகளை வழங்குதல், வளமான காட்சி மற்றும் கதை தரவுகளை உருவாக்குகிறது.

ஈ. சமூக ஈடுபாடு: ஃபோட்டோவாய்ஸ்சமூகங்களுக்குள் உரையாடல் மற்றும் ஒத்துழைப்பை ஊக்குவிக்கிறது, முக்கியமான பிரச்சினைகளைத் தீர்ப்பதற்கான பகிரப்பட்ட பொறுப்புணர்வு மற்றும் கூட்டு நடவடிக்கையை வளர்க்கிறது.

ஃபோட்டோவாய்ஸின் சவால்கள்:

அதன் பல நன்மைகள் இருந்தபோதிலும், ஃபோட்டோவாய்ஸ்ஆராய்ச்சியாளர்கள் கருத்தில் கொள்ள வேண்டிய சில சவால்களையும் முன்வைக்கிறது:

அ. நெறிமுறை சார்ந்த கவலைகள்: தனியுரிமை, ஒப்புதல் மற்றும் ரகசியத்தன்மை தொடர்பான பிரச்சினைகள் ஃபோட்டோவாய்ஸில் எழலாம்.திட்டங்கள், குறிப்பாக தனிநபர்கள் அல்லது உணர்திறன் மிக்க நபர்களை புகைப்படம் எடுக்கும்போது. பங்கேற்பாளர்கள் நெறிமுறை வழிகாட்டுதல்களைப் புரிந்துகொண்டு கடைப்பிடிப்பதையும், படங்களில் சித்தரிக்கப்பட்டுள்ளவர்களிடமிருந்து தகவலறிந்த ஒப்புதலைப் பெறுவதையும் ஆராய்ச்சியாளர்கள் உறுதி செய்ய வேண்டும்..

பி. சக்தி இயக்கவியல்: ஆராய்ச்சியாளர்கள் தங்களுக்கும் பங்கேற்பாளர்களுக்கும் சாத்தியமான சக்தி ஏற்றத்தாழ்வுகளை கவனத்தில் கொண்டு, பல்வேறு கண்ணோட்டங்களை மதிக்கும் மற்றும் மதிக்கும் ஒரு உள்ளடக்கிய மற்றும் ஒத்துழைப்பு சூழலை உருவாக்க பாடுபட வேண்டும்.

c. தொழில்நுட்ப வரம்புகள்: பங்கேற்பாளர்கள் புகைப்படக் கலையில் பல்வேறு அளவிலான அனுபவத்தையும் திறமையையும் கொண்டிருக்க வேண்டும், இது படங்களின் தரம் மற்றும் பிரதிநிதித்துவத்தை பாதிக்கலாம்.. பங்கேற்பாளர்கள் தங்கள் அனுபவங்களைப் பதிவுசெய்து பகிர்ந்து கொள்ளும் திறன்களில் நம்பிக்கையுடன் இருப்பதை உறுதி செய்வதற்கு போதுமான பயிற்சி மற்றும் ஆதரவை வழங்குவது மிக முக்கியம்.

ஈ. வள் கட்டுப்பாடுகள்: ஃபோட்டோவாய்ஸ்திட்டங்கள் வளங்கள் மிகுந்ததாக இருக்கலாம், கேமராக்கள், பயிற்சி அமர்வுகள் மற்றும் கண்காட்சி இடங்கள் தேவைப்படலாம். ஆராய்ச்சியாளர்கள் வளங்களின் கிடைக்கும் தன்மை மற்றும் அவர்களின் நோக்கங்களை அடைவதற்கான சாத்தியமான மாற்று முறைகளைக் கருத்தில் கொள்ள வேண்டும்.

வெற்றிகரமான முக்கிய ஃபோட்டோகுரலுக்கான பரிசீலனைகள்திட்டங்கள்:

ஃபோட்டோவாய்ஸின் செயல்திறன் மற்றும் தாக்கத்தை அதிகரிக்கதிட்டங்களைப் பொறுத்தவரை, ஆராய்ச்சியாளர்கள் பின்வரும் விஷயங்களை மனதில் கொள்ள வேண்டும்:

அ. தெளிவான குறிக்கோள்களை நிறுவுதல்: திட்டத்தின் குறிக்கோள்கள் மற்றும் நோக்கங்களை தெளிவாக வரையறுத்து, அவை அதிகாரமளித்தல், பங்கேற்பு மற்றும் சமூகம் மாற்றத்தின் கொள்கைகளுடன் ஒத்துப்போவதை உறுதிசெய்கின்றன.

பி. பங்குதாரர்களை ஈடுபடுத்துங்கள்: திட்டத்தை திட்டமிடுவதிலும் செயல்படுத்துவதிலும் சமூக உறுப்பினர்கள், நிறுவனங்கள் மற்றும் முடிவெடுப்பவர்கள் ஈடுபடுத்துங்கள், பகிரப்பட்ட உரிமை மற்றும் பொறுப்புணர்வு உணர்வை வளர்த்துக் கொள்ளுங்கள்.

c. போதுமான பயிற்சி மற்றும் ஆதரவை வழங்குதல்: பங்கேற்பாளர்களுக்கு அவர்களின் அனுபவங்களைப் பதிவுசெய்து விளக்குவதற்குத் தேவையான திறன்கள் மற்றும் அறிவை வழங்குதல், மேலும் திட்டம் முழுவதும் தொடர்ந்து ஆதரவையும் வழிகாட்டுதலையும் வழங்குதல்.

ஈ. பிரதிபலிப்பு உரையாடலை ஊக்குவிக்கவும்: பங்கேற்பாளர்கள் தங்கள் படங்களைப் பற்றி திறந்த மற்றும் நேர்மையான விவாதங்களில் ஈடுபட ஊக்குவிக்கவும்.மற்றும் அனுபவங்கள், விமர்சன சிந்தனை மற்றும் கூட்டு கற்றலை ஊக்குவித்தல்.

இ. கண்டுபிடிப்புகளைப் பகிர்ந்து கொள்ளுங்கள் மற்றும் மாற்றத்திற்கான ஆதரவாளர்கள்: புகைப்படங்களைப் பயன்படுத்தவும்.மற்றும் ஃபோட்டோவாய்ஸ் மூலம் உருவாக்கப்பட்ட விவரங்கள்விழிப்புணர்வை ஏற்படுத்துதல், உரையாடலைத் தூண்டுதல் மற்றும் அடையாளம் காணப்பட்ட பிரச்சினைகளை நிவர்த்தி செய்யும் கொள்கை அல்லது நடைமுறை மாற்றங்களுக்காக வாதிடுவதற்கான செயல்முறை.

ஃபோட்டோவாய்ஸ் மூலம் அதிகாரமளித்தல் மற்றும் சமூக ஈடுபாடு: *சமூக மாற்றத்திற்கான பாதை*

ஃபோட்டோவாய்ஸ்தனிநபர்கள் மற்றும் சமூகங்கள் தங்கள் அனுபவங்களையும் கண்ணோட்டங்களையும் புகைப்படம் எடுத்தல் மூலம் ஆவணப்படுத்தவும், பகுப்பாய்வு செய்யவும், பகிர்ந்து கொள்ளவும் கொள்ளவும் அதிகாரம் அளிக்கும் ஒரு பங்கேற்பு ஆராய்ச்சி முறையாகும். செயலில் பங்கேற்பு மற்றும் ஒத்துழைப்பை வளர்ப்பதன் மூலம், ஃபோட்டோவாய்ஸ் சமூக ஈடுபாடு மற்றும் கூட்டு நடவடிக்கையை ஊக்குவிக்கிறது, இறுதியில் சமூக மாற்றத்திற்கு பங்களிக்கிறது. இந்த கட்டுரை ஃபோட்டோவாய்ஸ் தனிநபர்கள் மற்றும் சமூகங்களை எவ்வாறு மேம்படுத்துகிறது என்பதை ஆராய்ந்து, சமூக ஈடுபாட்டிற்காக இந்த முறையைப் பயன்படுத்துகிறது பயன்படுத்துவதன் செயல்முறை, நன்மைகள் மற்றும் சவால்களைப் பற்றி விவாதிக்கும்.

ஃபோட்டோவாய்ஸ் செயல்முறை மற்றும் அதிகாரமளித்தல்:

ஃபோட்டோவாய்ஸ்அதிகாரமளித்தல், பங்கேற்பு மற்றும் சமூக மாற்றம் ஆகிய கொள்கைகளை கொண்டது. இந்த வழிமுறை பல நிலைகளை உள்ளடக்கியது, அவை பங்கேற்பாளர்களை அதிகாரமளிப்பதற்கும் சமூக ஈடுபாட்டை ஊக்குவிப்பதற்கும் ஒன்றிணைந்து செயல்படுகின்றன:

அ. பங்கேற்பாளர் தேர்வு மற்றும் பயிற்சி: ஆராய்ச்சி தலைப்புடன் நேரடியாக தொடர்புடைய நபர்கள் திட்டத்தில் பங்கேற்கத் தேர்ந்தெடுக்கப்படுகிறார்கள், இது அவர்களின் தனித்துவமான அனுபவங்களையும் முன்னோக்கிகளையும் பகிர்ந்து கொள்ள அவர்களுக்கு வாய்ப்பளிக்கிறது. பயிற்சி அமர்வுகள் பங்கேற்பாளர்களுக்கு புகைப்படம் எடுத்தல், கதைசொல்லல் மற்றும் நெறிமுறை திறன்களை வழங்குகின்றன, மேலும் அவர்களின் வாழ்க்கையை திறம்பட ஆவணப்படுத்த அவர்களுக்கு அதிகாரம் அளிக்கின்றன.

பி. படப் பிடிப்பு: பங்கேற்பாளர்களுக்கு கேமராக்கள் வழங்கப்படுகின்றன, அவர்களின் சூழலைப் புகைப்படம் எடுக்கவும், படங்களைப் பிடிக்கவும் ஊக்குவிக்கப்படுகிறார்கள்.அது அவர்களின் அனுபவங்கள், கவலைகள் மற்றும் அபிலாஷைகளை பிரதிபலிக்கிறது.

c. பிரதிபலிப்பு மற்றும் கலந்துரையாடல்: பங்கேற்பாளர்கள் தங்கள் புகைப்படங்களைப் பகிர்ந்து கொள்கிறார்கள்.குழு அமர்வுகளில், பகுப்பாய்வு மற்றும்

விளக்கத்தை எளிதாக்கும் பிரதிபலிப்பு விவாதங்களில் ஈடுபடுதல்.அவர்களின் படங்கள். இந்த விவாதங்கள் பங்கேற்பாளர்கள் தங்கள் உணர்வுகளை வெளிப்படுத்தவும், கருத்துக்களை பரிமாறிக்கொள்ளவும், கையில் உள்ள பிரச்சினைகள் குறித்து பகிரப்பட்டது புரிதலை வளர்த்துக் கொள்ளவும் ஒரு தளத்தை வழங்குகின்றன. ஈ. கண்காட்சி மற்றும் ஆதரவு: புகைப்படங்கள்அதனுடன் தொடர்புடைய விவரங்கள் பொதுவில் காட்சிப்படுத்தப்படுகின்றன, இதனால் பங்கேற்பாளர்கள் விழிப்புணர்வை ஏற்படுத்தவும், உரையாடலைத் தூண்டவும், தங்கள் சமூகங்களுக்கு மாற்றத்திற்காக வாதிடவும் அனுமதிக்கின்றனர்.

ஃபோட்டோவாய்ஸின் நன்மைகள்அதிகாரமளித்தல் மற்றும் சமூக ஈடுபாட்டிற்காக:

ஃபோட்டோவாய்ஸ்அதிகாரமளித்தல் மற்றும் சமூக ஈடுபாட்டிற்கான ஒரு கருவியாக பல நன்மைகளை வழங்குகிறது:

அ. உள்ளடக்கம்: ஒளிக்குரல்சுய வெளிப்பாட்டிற்கான அணுகக்கூடிய ஊடகத்தை வழங்குகிறது, குறைந்த எழுத்தறிவு அல்லது மொழித் திறன் கொண்ட தனிநபர்கள் ஆராய்ச்சி செயல்பாட்டில் பங்கேற்கவும் அவர்களின் முன்னோக்குகளைப் பகிர்ந்து கொள்ளவும் உதவுகிறது.

பி. உரிமை மற்றும் முகம்: பங்கேற்பாளர்கள் தங்கள் அனுபவங்களை ஆவணப்படுத்தும்போது, தன்னம்பிக்கை மற்றும் சுயநிர்ணயத்தை வளர்க்கும் போது, அவர்கள் உரிமை மற்றும் முகத்தை உணர்வைப் பெறுகிறார்கள்.

இ. கூட்டு முயற்சி மற்றும் உரையாடல்: ஃபோட்டோவாய்ஸ்சமூகங்களுக்குள் ஒத்துழைப்பு மற்றும் உரையாடலை ஊக்குவிக்கிறது, பங்கேற்பாளர்கள் பகிரப்பட்ட கவலைகளைக் கண்டறிந்து நிவர்த்தி செய்ய ஒன்றிணைந்து செயல்பட ஊக்குவிக்கிறது.

ஈ. விழிப்புணர்வு மற்றும் ஆதரவு: அவர்களின் புகைப்படங்களை காட்சிப்படுத்துவதன் மூலம்மற்றும் கதைகள் மூலம், பங்கேற்பாளர்கள் முக்கியமான பிரச்சினைகள் குறித்த விழிப்புணர்வை ஏற்படுத்துகிறார்கள் மற்றும் மாற்றத்திற்காக வாதிடுகிறார்கள், சமூகம் மாற்றத்திற்கு பங்களிக்கிறார்கள்.

நடைமுறையில் அதிகாரமளித்தல் மற்றும் சமூக ஈடுபாடு:

பல நிஜ உலக எடுத்துக்காட்டுகள் ஃபோட்டோவாய்ஸின் சக்தியை விளக்குகின்றன.அதிகாரமளித்தல் மற்றும் சமூக ஈடுபாட்டிற்கான ஒரு கருவியாக:

அ. கிராமப்புற நேபாளத்தில் பெண்கள் அதிகாரமளித்தல்: ஒரு புகைப்படக் குரல்கிராமப்புற நேபாளத்தில் இந்த திட்டம் பெண்களுக்கு அவர்களின் அன்றாட வாழ்க்கையை ஆவணப்படுத்த ஒரு வாய்ப்பை வழங்கியது, சுகாதாரம், கல்வி மற்றும் பொருளாதாரம் வாய்ப்புகளை அணுகுவதில் அவர்கள் எதிர்கொண்ட சவால்களை எடுத்துக்காட்டுகிறது. கண்காட்சிகள் மற்றும் கலந்துரையாடல்கள் மூலம், பெண்கள் இந்தப் பிரச்சினைகள் குறித்த விழிப்புணர்வை ஏற்படுத்தி, கொள்கை மாற்றங்களுக்காக வாதிட்டனர், இறுதியில் அவர்களின் சமூகத்தின் நல்வாழ்வில் முன்னேற்றங்களுக்கு பங்களித்தனர்.

பி. நகர்ப்புற திட்டமிடலில் இளைஞர்களின் ஈடுபாடு: ஒரு புகைப்படக் குரலில்அமெரிக்காவில் இந்தத் திட்டத்தில், இளைஞர்கள் நகர்ப்புற திட்டமிடல் செயல்பாட்டில் ஈடுபட்டிருந்தனர், படங்களைப் பிடித்தனர்பொது இடங்கள் மற்றும் போக்குவரத்து குறித்த அவர்களின் அனுபவங்களைப் பிரதிபலித்தது. இந்தத் திட்டம் இளைஞர்கள், திட்டமிடுபவர்கள் மற்றும் கொள்கை வகுப்பாளர்களிடையே உரையாடலை வளர்த்து, இளைஞர்களுக்கு ஏற்ற நகர்ப்புற இடங்கள் உருவாக்க வழிவகுத்தது.

இ. சுற்றுச்சூழல் நீதி மற்றும் சமூக சுகாதாரம்: ஒரு புகைப்பட குரல்அமெரிக்காவில் குறைந்த வருமானம் கொண்ட சமூகத்தில் சுற்றுச்சூழல் மாசுபாட்டின் தாக்கத்தை

ஆய்வு செய்த திட்டம். பங்கேற்பாளர்கள் தொழில்துறை வசதிகள் மற்றும் கழிவு தளங்கள் போன்ற மாசு மூலங்களை ஆவணப்படுத்தினர், இந்த பிரச்சினை குறித்த விழிப்புணர்வை ஏற்படுத்தினர் மற்றும் சமூக ஆரோக்கியத்தைப் பாதுகாக்கும் கொள்கை மாற்றங்களுக்கு வாதிட்டனர்.

ஃபோட்டோவாய்ஸின் சவால்கள் மற்றும் வரம்புகள்அதிகாரமளித்தல் மற்றும் சமூக ஈடுபாட்டிற்காக:

ஃபோட்டோவாய்ஸ் போதுஅதிகாரமளித்தல் மற்றும் சமூக ஈடுபாட்டிற்கு ஏராளமான நன்மைகள், மேலும் இது பல சவால்களையும் வரம்புகளையும் முன்வைக்கிறது:

அ. நெறிமுறை சார்ந்த கவலைகள்: தனியுரிமை, ஒப்புதல் மற்றும் ரகசியத்தன்மை தொடர்பான சிக்கல்கள் ஃபோட்டோவாய்ஸில் எழலாம்.திட்டங்கள், குறிப்பாக தனிநபர்கள் அல்லது உணர்திறன் மிக்க நபர்களை புகைப்படம் எடுக்கும்போது. பங்கேற்பாளர்கள் நெறிமுறை வழிகாட்டுதல்களைப் புரிந்துகொண்டு கடைப்பிடிப்பதையும், படங்களில் சித்தரிக்கப்பட்டுள்ளவர்களிடமிருந்து தகவலறிந்த ஒப்புதலைப் பெறுவதையும் ஆராய்ச்சியாளர்கள் உறுதி செய்ய வேண்டும்..
பி. சக்தி இயக்கவியல்: ஆராய்ச்சியாளர்கள் தங்களுக்கும் பங்கேற்பாளர்களுக்கும் சாத்தியமான சக்தி ஏற்றத்தாழ்வுகளை கவனத்தில் கொண்டு, பல்வேறு கண்ணோட்டங்களை மதிக்கும் மற்றும் மதிக்கும் ஒரு உள்ளடக்கிய மற்றும் ஒத்துழைப்பு சூழலை உருவாக்க பாடுபட வேண்டும்.
c. தொழில்நுட்ப வரம்புகள்: பங்கேற்பாளர்கள் புகைப்படக் கலையில் பல்வேறு அளவிலான அனுபவத்தையும் திறமையையும் கொண்டிருக்க வேண்டும், இது படங்களின் தரம் மற்றும் பிரதிநிதித்துவத்தை பாதிக்கலாம்.. பங்கேற்பாளர்கள் தங்கள் அனுபவங்களைப் பதிவுசெய்து பகிர்ந்து கொள்ளும் திறன்களில் நம்பிக்கையுடன் இருப்பதை உறுதி செய்வதற்கு போதுமான பயிற்சி மற்றும் ஆதரவை வழங்குவது மிக முக்கியம்.
ஈ. வளக் கட்டுப்பாடுகள்: ஃபோட்டோவாய்ஸ்திட்டங்கள் வளங்கள் மிகுந்ததாக இருக்கலாம், கேமராக்கள், பயிற்சி அமர்வுகள் மற்றும் கண்காட்சி இடங்கள் தேவைப்படலாம். ஆராய்ச்சியாளர்கள் வளங்களின் கிடைக்கும் தன்மை மற்றும் அவர்களின் நோக்கங்களை அடைவதற்கான சாத்தியமான மாற்று முறைகளைக் கருத்தில் கொள்ள வேண்டும்.

சவால்களை சமாளிப்பதற்கும் புகைப்படக் குரலின் தாக்கத்தை அதிகரிப்பதற்கும் ஊத்திகள்.:

ஃபோட்டோவாய்ஸின் சவால்கள் மற்றும் வரம்புகளை நிவர்த்தி செய்ய, ஆராய்ச்சியாளர்கள் பல உத்திகளைச் செயல்படுத்தலாம்:

அ. தெளிவான நெறிமுறை வழிகாட்டுதல்களை உருவாக்குதல்: தனியுரிமை, ஒப்புதல் மற்றும் ரகசியத்தன்மை தொடர்பான பிரச்சினைகளைத் தீர்த்து, பங்கேற்பாளர்களுக்கு தெளிவான நெறிமுறை வழிகாட்டுதல்களை நிறுவித் தெரிவிக்கவும். திட்டத்துடன் தொடர்புடைய சாத்தியமான அபாயங்கள் மற்றும் நன்மைகளைப் பங்கேற்பாளர்கள் புரிந்துகொள்வதையும், படங்களில் சித்தரிக்கப்பட்டுள்ளவர்களிடமிருந்து தகவலறிந்த ஒப்புதலைப் பெறுவதையும் உறுதிசெய்யவும்..
பி. ஒத்துழைப்பு மற்றும் உள்ளடக்கத்தை வளர்ப்பது: ஆராய்ச்சி செயல்முறை முழுவதும் ஒத்துழைப்பு மற்றும் உள்ளடக்கத்தை ஊக்குவித்தல், பங்கேற்பாளர்களை முடிவெடுப்பதில் ஈடுபடுத்துதல் மற்றும் அவர்களின் முன்னோக்குகள் மற்றும் கவலைகளைப் பகிர்ந்து கொள்ள வாய்ப்புகளை வழங்குதல்.

c. போதுமான பயிற்சி மற்றும் ஆதரவை வழங்குதல்: பங்கேற்பாளர்களுக்கு அவர்களின் அனுபவங்களைப் பதிவுசெய்து விளக்குவதற்குத் தேவையான திறன்கள் மற்றும் அறிவை வழங்குதல், மேலும் திட்டம் முழுவதும் தொடர்ந்து ஆதரவையும் வழிகாட்டுதலையும் வழங்குதல்.

ஈ. கிடைக்கக்கூடிய வளங்களைப் பயன்படுத்துங்கள்: செலவுகளைக் குறைத்து அணுகலை அதிகரிக்க டிஜிட்டல் கேமராக்கள், ஸ்மார்ட்போன்கள் மற்றும் ஆன்லைன் தளங்கள் போன்ற கிடைக்கக்கூடிய வளங்களை அதிகப்படுத்துங்கள்.

ஃபோட்டோவாய்ஸின் பயன்பாட்டைக் காட்டும் வழக்கு ஆய்வுகள்சமூகவியல் ஆராய்ச்சியில்

ஃபோட்டோவாய்ஸின் பயன்பாட்டைக் காட்டும் வழக்கு ஆய்வுகள்சமூகவியல் ஆராய்ச்சியில்

ஃபோட்டோவாய்ஸ்சமூகவியல் ஆராய்ச்சி அமைப்புகளில், விளிம்புநிலை மற்றும் பிரதிநிதித்துவம் குறைவாக உள்ள சமூகங்களின் பார்வையில் இருந்து சிக்கலான சமூகம் பிரச்சினைகளை ஆராய்ந்து பரவலாகப் பயன்படுத்தப்படுகிறது. சமூகவியல் ஆராய்ச்சியில் ஃபோட்டோவாய்ஸின் வெற்றிகரமான பயன்பாட்டை நிரூபிக்கும் மூன்று வழக்கு ஆய்வுகளை இந்தக் கட்டுரை விவாதிக்கிறது பங்கேற்பு முறை மூலம் பெறப்பட்ட தாக்கம் மற்றும் நுண்ணறிவுகளை எடுத்துக்காட்டுகிறது.

LGBTQ+ இளைஞர்களிடையே மன ஆரோக்கியம் மற்றும் நல்வாழ்வு:

பின்னணி: LGBTQ+ இளைஞர்கள் பெரும்பாலும் தங்கள் மன ஆரோக்கியம் மற்றும் நல்வாழ்வு தொடர்பான தனித்துவமான சவால்களை எதிர்கொள்கின்றனர், இதில் களங்கம், பாகுபாடு மற்றும் சமூக தனிமைப்படுத்தல் ஆகியவை அடங்கும். ஒரு புகைப்பட குரல்இந்த திட்டம் LGBTQ+ இளைஞர்களின் வாழ்க்கை அனுபவங்களை ஆராய்வதற்காக உள்ளது, அவர்களின் மன ஆரோக்கியம் மற்றும் நல்வாழ்வை ஊக்குவிக்கும் அல்லது தடுக்கும் காரணிகளைப் புரிந்துகொள்வதில் கவனம் செலுத்துகிறது.

வழிமுறை: இந்தத் திட்டத்தில் பங்கேற்க பல்வேறு வகையான LGBTQ+ இளைஞர்கள் தேர்ந்தெடுக்கப்பட்டனர். பங்கேற்பாளர்களுக்கு கேமராக்கள் மற்றும் புகைப்படம் எடுத்தல், கதைசொல்லல் மற்றும் நெறிமுறை பரிசீலனைகள் குறித்த பயிற்சி அமர்வுகள் வழங்கப்பட்டன. பல வாரங்களாக, இளைஞர்கள் படங்களைப் பிடித்தனர்.அவர்களின் அனுபவங்கள், சவால்கள் மற்றும் மீள்தன்மைக்கான ஆதாரங்களை பிரதிநிதித்துவப்படுத்துதல். படங்களை பகுப்பாய்வு செய்து விளக்குவதற்கு குழு விவாதங்கள் நடத்தப்பட்டன, பங்கேற்பாளர்கள் தங்கள் முன்னோக்குகள் மற்றும் நுண்ணறிவுகளைப் பகிர்ந்து கொண்டனர் கொள்ள அனுமதித்தன.

கண்டுபிடிப்புகள்: இந்தத் திட்டம் LGBTQ+ இளைஞர்களின் மன ஆரோக்கியம் மற்றும் நல்வாழ்வு தொடர்பான பல கருப்பொருள்களை வெளிப்படுத்தியது, அவற்றில் பாதுகாப்பானது இடங்களின் முக்கியத்துவம், ஆதரவான உறவுகள் மற்றும் மனநல வளங்களை அணுகுதல் ஆகியவை அடங்கும். புகைப்படங்கள்மற்ற விவரிப்புகள், பங்கேற்பாளர்களின் மன ஆரோக்கியத்தில் பாகுபாடு, கொடுமைப்படுத்துதல் மற்றும் களங்கம் ஆகியவற்றின் தாக்கத்தையும் எடுத்துக்காட்டின.

தாக்கம்: தி ஃபோட்டோவாய்ஸ்இந்தத் திட்டம் LGBTQ+ இளைஞர்கள் தங்கள் அனுபவங்களையும் கவலைகளையும் வெளிப்படுத்தவும், விழிப்புணர்வை ஏற்படுத்தவும், அவர்கள் எதிர்கொள்ளும் தனித்துவமான சவால்கள் குறித்த உரையாடலை வளர்க்கவும் ஒரு தளத்தை வழங்கியது. இந்த கண்டுபிடிப்புகள் இலக்கு வைக்கப்பட்ட தலையீடுகள் மற்றும் ஆதரவு சேவைகளின் வளர்ச்சியைத் தெரிவித்தன,

இறுதியில் சமூகத்தில் LGBTQ+ இளைஞர்களின் மேம்பட்ட மன ஆரோக்கியம் மற்றும் நல்வாழ்வுக்கு பங்களித்தன.

பெண்கள் மத்தியில் வீடற்ற தன்மையின் அனுபவங்கள்:

பின்னணி: வீடற்ற தன்மை பெண்களை விகிதாசாரமாக பாதிக்கிறது, அவர்கள் பெரும்பாலும் பாதுகாப்பு, சுகாதாரம் மற்றும் குடும்ப இயக்கவியல் தொடர்பான தனித்துவமான சவால்கள் எதிர்கொள்கின்றனர். ஒரு புகைப்பட குரல்-வீடற்ற பெண்களின் அனுபவங்களை ஆராய்வதற்கும், அவர்களின் பாதிப்பு மற்றும் மீள்தன்மைக்கு பங்களிக்கும் காரணிகளை அடையாளம் காண்பதற்கும் இந்த திட்டம் நடத்தப்பட்டது.

வழிமுறை: பல்வேறு பின்னணிகளைச் சேர்ந்த வீடற்ற பெண்கள் இந்தத் திட்டத்தில் பங்கேற்க அழைக்கப்பட்டனர். பங்கேற்பாளர்களுக்கு கேமராக்கள் மற்றும் புகைப்படம் எடுத்தல், கதைசொல்லல் மற்றும் நெறிமுறைகள் ஆகியவற்றில் பயிற்சி அளிக்கப்பட்டது. பல வாரங்களாக, பெண்கள் தங்கள் அன்றாட வாழ்க்கையை ஆவணப்படுத்தி, படங்களைப் பதிவு செய்தனர்.அது அவர்களின் வீடற்ற அனுபவங்களை பிரதிபலித்தது. புகைப்படங்களை பகுப்பாய்வு செய்து விளக்குவதற்கு குழு விவாதங்கள் வசதி செய்யப்பட்டன., ஆழமான நுண்ணறிவுகளையும் தொடர்புகளையும் வெளிக்கொணர்கிறது.

கண்டுபிடிப்புகள்: வீடற்ற பெண்களின் அனுபவங்களுடன் தொடர்புடைய பல கருப்பொருள்களை இந்த திட்டம் வெளிப்படுத்தியது, அவற்றில் அதிர்ச்சியின் தாக்கம், சமூக ஆதரவு நெட்வொர்க்குகளின் முக்கியத்துவம் மற்றும் வளங்கள் மற்றும் சேவைகளை அணுகுவதில் உள்ள சவால்கள் ஆகியவை அடங்கும். புகைப்படங்கள்மற்றும் கதைகள் துன்பங்களை எதிர்கொள்ளும் பெண்களின் மீள்தன்மை மற்றும் வலிமையையும் எடுத்துக்காட்டுகின்றன.

தாக்கம்: தி ஃபோட்டோவாய்ஸ்இந்த திட்டம் வீடற்ற பெண்கள் தங்கள் கதைகளைப் பகிர்ந்து கொள்ளவும், மாற்றத்திற்காக வாதிடவும் அதிகாரம் அளித்தது, அவர்கள் எதிர்கொள்ளும் குறிப்பிட்ட சவால்கள் மற்றும் இலக்கு வைக்கப்பட்ட தலையீடுகள் மற்றும் ஆதரவு சேவைகளின் அவசியம் பற்றிய விழிப்புணர்வை ஏற்படுத்தியது. இந்த கண்டுபிடிப்புகள் பாலின-பதிலளிக்கக்கூடிய கொள்கைகள் மற்றும் திட்டங்களின் வளர்ச்சியைத் தெரிவித்தன, இறுதியில் சமூகத்தில் வீடற்ற பெண்களுக்கு மேம்பட்ட விளைவுகளுக்கு பங்களித்தன.

ஓரங்கட்டப்பட்ட சமூகத்தில் சுற்றுச்சூழல் இனவெறி மற்றும் சுகாதார ஏற்றத்தாழ்வுகள்:

பின்னணி: சுற்றுச்சூழல் இனவெறி என்பது விளிம்புநிலை சமூகங்கள் சுற்றுச்சூழல் ஆபத்துகள் மற்றும் மாசுபாட்டிற்கு விகிதாசாரமற்ற முறையில் ஆளாகி, எதிர்மறையான விளைவுகளை ஏற்படுத்துவதைக் குறிக்கிறது. ஒரு புகைப்பட குரல்.சுற்றுச்சூழல் இனவெறியால் பாதிக்கப்பட்ட ஓரங்கட்டப்பட்ட சமூகத்தின் அனுபவங்கள் மற்றும் உணர்வுகளை ஆராய்வதற்காகவும், அவர்களின் உடல்நலம் மற்றும் நல்வாழ்வில் ஏற்படும் தாக்கத்தைப் புரிந்துகொள்வதில் கவனம் செலுத்துவதற்காகவும் இந்த திட்டம் உள்ளது.

வழிமுறை: பாதிக்கப்பட்ட சமூகத்தைச் சேர்ந்த குடியிருப்பாளர்கள் இந்தத் திட்டத்தில் பங்கேற்கத் தேர்ந்தெடுக்கப்பட்டனர். பங்கேற்பாளர்களுக்கு கேமராக்கள் மற்றும் புகைப்படம் எடுத்தல், கதைசொல்லல் மற்றும் நெறிமுறைகள் ஆகியவற்றில் பயிற்சி அளிக்கப்பட்டது. பல வாரங்களாக, குடியிருப்பாளர்கள் தங்கள் சமூகத்தில் சுற்றுச்சூழல் ஆபத்துகள் மற்றும் மாசுபாட்டின் ஆதாரங்களை ஆவணப்படுத்தி, படங்களை பிடித்தனர்.அது அவர்களின் கவலைகள் மற்றும் அனுபவங்களை பிரதிபலித்தது.

புகைப்படங்களை பகுப்பாய்வு செய்து விளக்குவதற்கு குழு விவாதங்கள் நடத்தப்பட்டன., உரையாடல் மற்றும் கூட்டு கற்றலை வளர்ப்பது.

கண்டுபிடிப்புகள்: இந்தத் திட்டம், தொழில்துறை வசதிகள், கழிவுகளை அகற்றும் தளங்கள் மற்றும் மோசமான காற்று மற்றும் நீர் தரம் உள்ளிட்டவை சுற்றுச்சூழல் இனவெறியின் தாக்கம் தொடர்பான பல கருப்பொருள்களை வெளிப்படுத்தியது. புகைப்படங்கள்மற்றும் விவரிப்புகள் இந்த சுற்றுச்சூழல் ஆபத்துகளுடன் தொடர்புடைய சுவாசப் பிரச்சினைகள், ஒவ்வாமை மற்றும் நாள்பட்ட நோய்களின் அதிகரித்த ஆபத்து போன்ற உடல்நலக் கவலைகளையும் எடுத்துக்காட்டின.

தாக்கம்: தி ஃபோட்டோவாய்ஸ்சுற்றுச்சூழல் இனவெறி மற்றும் அவர்களின் உடல்நலம் மற்றும் நல்வாழ்வில் அதன் தாக்கம் குறித்த விழிப்புணர்வை ஏற்படுத்திய விளிம்புநிலை சமூகத்திற்கு இந்த திட்டம் ஒரு தளத்தை வழங்கியது. சமூகம் எதிர்கொள்ளும் சுற்றுச்சூழல் நீதிகளை நிவர்த்தி செய்வதை நோக்கமாகக் கொண்ட கொள்கை மாற்றங்கள் மற்றும் தலையீடுகளுக்கு ஆதரவளிக்கவும் கண்டுபிடிப்புகள் பயன்படுத்தப்பட்டன. இதன் விளைவாக, பாதிக்கப்பட்ட சமூகத்திற்கு மிகவும் சமமான சுற்றுச்சூழல் கொள்கைகளை உருவாக்குவதற்கும் மேம்பட்ட சுகாதார விளைவுகளுக்கும் இந்த திட்டம் பங்களித்தது.

காட்சி சமூகவியலில் வரைபடங்கள் மற்றும் ஓவியங்களின் பங்கைப் புரிந்துகொள்வது

காட்சி சமூகவியல்படங்கள் போன்ற காட்சி பிரதிநிதித்துவங்களின் பங்கை மையமாகக் கொண்ட ஒரு இடைநிலைத் துறையாகும்., கிராபிக்ஸ் மற்றும் புகைப்படங்கள்சமூக யதார்த்தங்களை வடிவமைத்து பிரதிபலிப்பதில். வரைபடங்கள் மற்றும் ஓவியங்கள்காட்சி வெளிப்பாட்டின் முக்கிய வடிவங்களாக, மனித அனுபவத்தில் தனித்துவமான நுண்ணறிவுகளை வழங்குதல் மற்றும் சமூக நிகழ்வுகளைப் பற்றிய நமது புரிதலுக்கு பங்களிக்கின்றன. இந்தக் கட்டுரை காட்சி சமூகவியலில் வரைபடங்கள் மற்றும் ஓவியங்களின் பங்கை ஆராய்ந்து, அதன் வரலாற்று முக்கியத்துவம், வழிமுறை பயன்பாடுகள் மற்றும் அவை சமூகத்தைப் பற்றிய நமது புரிதலை மேம்படுத்தும் வழிகளைப் பற்றி விவாதிக்கும்.

சமூகவியலில் வரைபடங்கள் மற்றும் ஓவியங்களின் வரலாற்று முக்கியத்துவம்:

வரலாறு, வரைபடங்களும் ஓவியங்களும்சமூக உலகத்தை ஆவணப்படுத்துவதற்கும் விளக்குவதற்கும் முக்கிய கருவிகளாகச் செயல்பட்டன. நீண்ட காலத்திற்கு முன்பே, கலைஞர்கள் தங்கள் திறன்களைப் பயன்படுத்தி மனித சமூகத்தின் பல்வேறு அம்சங்கள் சித்தரித்தனர், இதில் கலாச்சார நடைமுறைகள், சமூக படிநிலைகள் மற்றும் அரசியல் நிகழ்வுகள் அடங்கும். கடந்த கால சமூகங்களைப் பற்றிய நமது புரிதலை வடிவமைப்பதில் காட்சிகள் குறிப்பிடத்தக்க பங்கைக் கொண்டுள்ளன, தனிநபர்கள் மற்றும் சமூகங்களின் வாழ்ந்த அனுபவங்கள், மதிப்புகள் மற்றும் நம்பிக்கைகள் பற்றிய மதிப்புமிக்க நுண்ணறிவுகளை வழங்குகின்றன.

காட்சி சமூகவியலில் வரைபடங்கள் மற்றும் ஓவியங்களின் வழிமுறை பயன்பாடுகள்:

ஓவியங்கள் மற்றும் ஓவியங்கள்காட்சி சமூகவியலில் பயன்படுத்தலாம்.பல்வேறு வழிமுறை அணுகுமுறைகள் மூலம் ஆராய்ச்சி, அவற்றுள்:

அ. உள்ளடக்க பகுப்பாய்வு: ஆராய்ச்சியாளர்கள் ஏற்கனவே உள்ள வரைபடங்கள் மற்றும் ஓவியங்களை பகுப்பாய்வு செய்யலாம்.காட்சி பிரதிநிதித்துவங்களில் பொதிந்துள்ள கருப்பொருள்கள், வடிவங்கள் மற்றும் சமூக அர்த்தங்களை ஆராய்வது. இந்த பகுப்பாய்வில், கலைப்படைப்பு வெளிப்படுத்தும் சமூக சூழல் மற்றும்

செய்திகளைப் புரிந்துகொள்ள பொருள், அமைப்பு, நிறம் மற்றும் குறியீட்டுவாதம் போன்ற கூறுகளை ஆராய்வது அடங்கும்.

பி. பங்கேற்பு கலை முறைகள்: ஆராய்ச்சியாளர்கள் பங்கேற்பாளர்களின் வரைபடங்கள் மற்றும் ஓவியங்களை மாற்றியமைக்கலாம்.சுய வெளிப்பாடு மற்றும் தொடர்புக்கான ஒரு வழிமுறை. இந்த அணுகுமுறை பங்கேற்பாளர்கள் தங்கள் அனுபவங்கள், கண்ணோட்டங்கள் மற்றும் உணர்ச்சிகளை வாய்மொழி அல்லாத மற்றும் அணுகக்கூடிய வடிவத்தில் பகிர்ந்து கொள்ளுங்கள், ஆராய்ச்சியாளர்கள் மற்றும் பார்வையாளர்களிடையே ஆழமான புரிதலையும் பச்சாதாபத்தையும் வளர்க்கிறது.

இ. காட்சித் தேர்வு: ஆராய்ச்சியாளர்கள் வரைபடங்கள் மற்றும் ஓவியங்களைப் பயன்படுத்தலாம்.நேர்காணல்கள் அல்லது கவனம் குழுக்களின் போது காட்சி தூண்டுதல்களாக, பங்கேற்பாளர்கள் படங்களைப் பற்றி சிந்திக்கவும் விவாதிக்கவும் ஊக்குவிக்கிறது.. இந்த நுட்பம் உரையாடலை எளிதாக்கவும், மறைக்கப்பட்ட அர்த்தங்களை வெளிக்கொணரவும், காட்சி பிரதிநிதித்துவங்கள் தொடர்பான தங்கள் எண்ணங்களையும் உணர்வுகளையும் பங்கேற்பாளர்களைப் பகிர்ந்து கொள்ளத் தூண்டவும் உதவும்.

காட்சி சமூகவியலுக்கு வரைபடங்கள் மற்றும் ஓவியங்களின் பங்களிப்புகள்:

ஓவியங்கள் மற்றும் ஓவியங்கள்காட்சி சமூகவியலுக்கு தனித்துவமான பங்களிப்புகளை வழங்குகின்றன.பல வழிகளில்:

அ. கலாச்சார வெளிப்பாடு: வரைபடங்கள் மற்றும் ஓவியங்கள்தனிநபர்கள் மற்றும் சமூகங்களின் மதிப்புகள், நம்பிக்கைகள் மற்றும் நடைமுறைகளைப் பிரதிபலிக்கும் வகையில், கலாச்சார வெளிப்பாட்டின் வளமான ஆதாரங்களாக செயல்படுகின்றன. இந்தக் காட்சிப் பிரதிநிதித்துவங்களை பகுப்பாய்வு செய்வதன் மூலம், ஆராய்ச்சியாளர்கள் மனித அனுபவங்களையும் அடையாளங்களையும் வடிவமைக்கும் சமூகம் விதிமுறைகள், சடங்குகள் மற்றும் பழக்கவழக்கங்கள் பற்றிய நுண்ணறிவுகளைப் பெறலாம்.

பி. உணர்ச்சி அதிர்வு: காட்சி கலைகள் வலுவான உணர்ச்சிகளைத் தூண்டும் சக்தியைக் கொண்டிருக்கின்றன, அவை மனித அனுபவத்தை வெளிப்படுத்துகின்றன புரிந்துகொள்வதற்கும் ஒரு பயனுள்ள ஊடகமாக அமைகின்றன. வரைபடங்கள் மற்றும் ஓவியங்கள்.தனிநபர்கள் மற்றும் சமூகங்களின் உணர்ச்சிகளையும் அனுபவங்களையும் படம்பிடித்து, அவர்கள் எதிர்கொள்ளும் சமூக யதார்த்தங்களைப் பற்றிய ஆழமான புரிதலை வழங்குகிறது.

இ. சமூக விமர்சனம் மற்றும் விமர்சனம்: கலைஞர்கள் நீண்ட காலமாக வரைபடங்களையும் ஓவியங்களையும் பயன்படுத்தி வருகின்றனர்.சமூக வர்ணனை மற்றும் விமர்சனத்திற்கான ஒரு வழிமுறை, அநீதி, சமத்துவமின்மை மற்றும் ஒடுக்குமுறை பிரச்சினைகளை எடுத்துக்காட்டுகிறது. இந்த காட்சி பிரதிநிதித்துவங்களை ஆராய்வதன் மூலம், ஆராய்ச்சியாளர்கள் மனித அனுபவங்களை வடிவமைக்கும் மற்றும் சமூக மாற்றத்திற்கு பங்களிக்கும் சமூகம் மற்றும் அரசியல் பிரச்சினைகள் பற்றிய நுண்ணறிவுகளைப் பெறலாம்.

ஈ. அணுகல் மற்றும் உள்ளடக்கம்: வரைபடங்கள் மற்றும் ஓவியங்கள்சுய வெளிப்பாடு மற்றும் தகவல்தொடர்புக்கு அணுகக்கூடிய மற்றும் உள்ளடக்கிய ஊடகத்தை வழங்குதல், குறைந்த எழுத்தறிவு அல்லது மொழித் திறன் கொண்டவை நபர்கள் ஆராய்ச்சி செயல்பாட்டில் பங்கேற்கவும் அவர்களின் முன்னோக்குகளைப் பகிர்ந்து கொள்ளவும். இந்த உள்ளடக்க ஆராய்ச்சியாளர்கள் மற்றும் பார்வையாளர்களிடையே அதிக புரிதலையும் பச்சாதாபத்தையும் வளர்க்கிறது, சமூக நிகழ்வுகளின் நுணுக்கமான மற்றும் துல்லியமான விளக்கங்களுக்கு பங்களிக்கிறது.

காட்சி சமூகவியலில் வரைபடங்கள் மற்றும் ஓவியங்களைப் பயன்படுத்துவதில் உள்ள சவால்கள் மற்றும் வரம்புகள்:

ஓவியங்களும் ஓவியங்களும் வரையும்போதுசமூக நிகழ்வுகள் பற்றிய மதிப்புமிக்க நுண்ணறிவுகளை வழங்குவதுடன், அவை சில சவால்களையும் வரம்புகளையும் முன்வைக்கின்றன:

அ. அகநிலை மற்றும் விளக்கம்: விளக்கம்ஓவியங்கள் மற்றும் ஓவியங்கள்பார்வையாளரின் தனிப்பட்ட அனுபவங்கள், கலாச்சார பின்னணி மற்றும் சார்புகளால் பாதிக்கப்படும் வகையில், மிகவும் அகநிலை சார்ந்ததாக இருக்கலாம். ஆராய்ச்சியாளர்கள் இந்த அகநிலைத்தன்மையை கவனத்தில் கொண்டு, அனிச்சைத்தன்மையை பராமரிக்க பாடுபட வேண்டும்.மற்றும் காட்சி பிரதிநிதித்துவங்களை பகுப்பாய்வு செய்யும் போது வெளிப்படைத்தன்மை.

ஆ. நெறிமுறை பரிசீலனைகள்: வரைபடங்கள் மற்றும் ஓவியங்களின் பயன்பாடு.காட்சி சமூகவியலில்ஆராய்ச்சி தனியுரிமை, ஒப்புதல் மற்றும் தீங்கு விளைவிக்கும் சாத்தியக்கூறுகள் தொடர்பான நெறிமுறை கவலைகளை எழுப்பக்கூடும். பங்கேற்பாளர்கள் தங்கள் கலைப்படைப்புகளைப் பகிர்வதன் தாக்கங்களைப் புரிந்துகொள்வதையும், அவர்களின் அடையாளங்கள் மற்றும் தனிப்பட்ட தகவல்களைப் பாதுகாக்கவும் பொருத்தமான நடவடிக்கைகள் எடுக்கப்படுவதையும் ஆராய்ச்சியாளர்கள் உறுதி செய்ய வேண்டும்.

இ. திறன் மற்றும் அனுபவம்: வரைபடங்கள் மற்றும் ஓவியங்களின் தரம் மற்றும் பிரதிநிதித்துவம்.கலைஞர்கள் அல்லது பங்கேற்பாளர்களின் திறமை மற்றும் அனுபவத்தால் பாதிக்கப்படலாம். விளக்கத்தில் இந்த காரணிகளின் சாத்தியமான தாக்கத்தை ஆராய்ச்சியாளர்கள் கருத்தில் கொள்ள வேண்டும்.மற்றும் காட்சி பிரதிநிதித்துவங்களின் பகுப்பாய்வு.

ஈ. சூழல் மற்றும் கலாச்சார உணர்திறன்: வரைபடங்கள் மற்றும் ஓவியங்களின் அர்த்தங்கள் மற்றும் விளக்கங்கள்.கலாச்சார விதிமுறைகள், மதிப்புகள் மற்றும் நடைமுறைகளால் பாதிக்கப்படக்கூடிய சூழல் சார்ந்ததாக இருக்கலாம். காட்சி பிரதிநிதித்துவங்களை பகுப்பாய்வு செய்யும் போது ஆராய்ச்சியாளர்கள் இந்த கலாச்சார காரணிகளுக்கு உணர்திறன் உடையவர்களாக இருக்க வேண்டும் அந்த குறிப்பிட்ட சமூக கலாச்சாரம் மற்றும் சூழலுக்குள் கலைப்படைப்பைப் புரிந்துகொள்ள முயற்சிக்க வேண்டும்.

காட்சி சமூகவியலில் சவால்களை எதிர்கொள்வதற்கும் வரைபடங்கள் மற்றும் ஓவியங்களின் திறனை அதிகப்படுத்துவதற்கும் உத்திகள்:

வரைபடங்கள் மற்றும் ஓவியங்களைப் பயன்படுத்துவதில் உள்ள சவால்கள் மற்றும் வரம்புகளை நிவர்த்தி செய்யகாட்சி சமூகவியலில்ஆராய்ச்சிக்கு, பல ஊத்திகளைப் பயன்படுத்தலாம்:

அ. பிரதிபலிப்புத் தன்மையையும் வெளிப்படைத்தன்மையையும் பராமரித்தல்: ஆராய்ச்சியாளர்கள் தங்கள் சொந்த சார்புகள் மற்றும் முன்முடிவுகளைப் பற்றி அறிந்திருக்கிறார்கள் வேண்டும் மற்றும் பிரதிபலிப்புத் தன்மையைப் பராமரிக்க பாடுபட வேண்டும்.பகுப்பாய்வு மற்றும் விளக்கம் முழுவதும் வெளிப்படைத்தன்மைசெயல்முறை.

பி. நெறிமுறை நடத்தையை உறுதி செய்தல்: தனியுரிமை, ஒப்புதல் மற்றும் தீங்கு விளைவிக்கும் சாத்தியக்கூறுகள் தொடர்பான தெளிவான நெறிமுறை வழிகாட்டுதல்களை நிறுவுதல் மற்றும் தொடர்பு கொள்ளுதல். பங்கேற்பாளர்களிடமிருந்து தகவலறிந்த ஒப்புதலைப் பெறுதல் மற்றும் அவர்களின்

அடையாளங்கள் மற்றும் தனிப்பட்ட தகவல்களைப் பாதுகாக்க பொருத்தமானது நடவடிக்கைகளை எடுத்தல்.

c. போதுமான பயிற்சி மற்றும் ஆதரவை வழங்குதல்: அர்த்தமுள்ள மற்றும் பிரதிநிதித்துவ காட்சி பிரதிநிதித்துவங்களை உருவாக்க தேவையான திறன்கள் மற்றும் அறிவு பங்கேற்பாளர்களை சித்தப்படுத்துதல். வரைபடங்கள் மற்றும் ஓவியங்கள் மூலம் தங்களை வெளிப்படுத்தும் திறன்களில் பங்கேற்பாளர்கள் நம்பிக்கையுடன் இருப்பதை உறுதிசெய்ய ஆராய்ச்சி செயல்முறை முழுவதும் வழிகாட்டுதல் மற்றும் ஆதரவை வழங்குதல்..

ஈ. கலாச்சார உணர்திறன் மற்றும் சூழலில் புரிதலில் ஈடுபடுங்கள்: காட்சி பிரதிநிதித்துவங்களை பகுப்பாய்வு செய்யும் போது கலாச்சார விதிமுறைகள், மதிப்புகள் மற்றும் நடைமுறைகளுக்கு உணர்திறன் கொண்டிருங்கள். காட்சி பிரதிநிதித்துவங்களின் அர்த்தங்கள் மற்றும் விளக்கங்கள் பற்றிய ஆழமான நுண்ணறிவுகளைப் பெற பங்கேற்பாளர்கள் மற்றும் சமூக உறுப்பினர்களுடன் ஈடுபடுவதன் மூலம், அந்த குறிப்பிட்ட சமூக மற்றும் கலாச்சார சூழலுக்குள் கலைப்படைப்பைப் புரிந்துகொள்ள முயற்சி செய்யுங்கள்.

வரைபடங்கள் மற்றும் ஓவியங்களுக்கான பகுப்பாய்வு மற்றும் விளக்க நுட்பங்கள்

ஓவியங்கள் மற்றும் ஓவியங்கள்காட்சி சமூகவியலாளர்களுக்கு மதிப்புமிக்க தகவல் ஆதாரங்களாக செயல்படுகின்றன, சமூக நிகழ்வுகள் மற்றும் மனித அனுபவங்கள் பற்றிய தனித்துவமானது நுண்ணறிவுகளை வழங்குகின்றன. இந்தக் காட்சி பிரதிநிதித்துவங்களிலிருந்து அர்த்தமுள்ள தகவல்களைப் பிரித்தெடுக்க, ஆராய்ச்சியாளர்கள் பல்வேறு பகுப்பாய்வு மற்றும் விளக்க நுட்பங்களைப் பயன்படுத்த வேண்டும்.. காட்சி சமூகவியலில் வரைபடங்கள் மற்றும் ஓவியங்களை பகுப்பாய்வு செய்வதற்கும் விளக்குவதற்கும் முக்கிய நுட்பங்களை இந்தக் கட்டுரை கோடிட்டுக் காட்டுகிறது காட்டும்.முறையான பகுப்பாய்வு, உருவப்பட பகுப்பாய்வு, குறியியல் பகுப்பாய்வு மற்றும் சூழல் பகுப்பாய்வு உள்ளிட்ட ஆராய்ச்சி.

*முறையான பகுப்பாய்வு:*முறையான பகுப்பாய்வு என்பது ஒரு ஓவியம் அல்லது ஓவியத்தின் காட்சி கூறுகள் மற்றும் கொள்கைகளை ஆராய்வதன் மூலம் அதன் அமைப்பு, கலவை மற்றும் அழகியல் குணங்களைப் புரிந்துகொள்வதாகும். இந்த நுட்பம் கலைப்படைப்பின் முறையான குணங்களில் கவனம் செலுத்துகிறது, அவை:

அ. கோடு: கலைப்படைப்பில் கோடுகளின் பயன்பாட்டைக் கவனியுங்கள், அவற்றின் திசை, எடை மற்றும் தொடர்ச்சி உட்பட. கோடுகள் இயக்கம், நிலைத்தன்மை மற்றும் பதற்றத்தை வெளிப்படுத்துவது, பொருள்கள் மற்றும் இடங்களுக்கு இடையிலான எல்லைகளையும் வரையறுக்கலாம்.

பி. வடிவம் மற்றும் வடிவம்: கலைப்படைப்பில் சித்தரிக்கப்பட்டுள்ள வடிவங்கள் மற்றும் வடிவங்களை அவற்றின் அமைப்பு, அளவு மற்றும் விகிதம் உட்பட பகுப்பாய்வு செய்யுங்கள். இந்த வடிவங்களும் ஒட்டுமொத்த கலவைக்கு எவ்வாறு பங்களிக்கின்றன மற்றும் அர்த்தத்தை வெளிப்படுத்துகின்றன என்பதைக் கவனியுங்கள்.

c. நிறம்: வண்ணங்களின் தேர்வு, மதிப்புகள் மற்றும் தீவிரம் உட்பட கலைப்படைப்பில் வண்ணத்தின் பயன்பாட்டை ஆராயுங்கள். வண்ண உறவுகள் எவ்வாறு நல்லிணக்கம், மாறுபாடு மற்றும் காட்சி ஆர்வத்தை உருவாக்குகின்றன, அற்புதமான மனநிலை, வளிமண்டலம் மற்றும் குறியீட்டை வெளிப்படுத்துகின்றன கவனியுங்கள்.

ஈ. அமைப்பு: கலைப்படைப்பில் உள்ள அமைப்பு, உண்மையான (ஊடகத்தின் மேற்பரப்பு தரம்) மற்றும் மறைமுகமான (அமைப்பின் காட்சி பிரதிநிதித்துவம்) இரண்டையும் ஆராயுங்கள். கலைப்படைப்பின் ஒட்டுமொத்த அழகியல் அனுபவத்திற்கும் அமைப்பும் எவ்வாறு பங்களிக்கிறது என்பதைக் கவனியுங்கள்.

இ. வெளி மற்றும் பார்வை: ஆழம், அளவு மற்றும் இடஞ்சார்ந்த உறவுகளின் பிரதிநிதித்துவம் உட்பட, கலைப்படைப்பில் வெளி மற்றும் பார்வையின் பயன்பாடு பகுப்பாய்வு செய்யுங்கள். இந்த கூறுகள் எவ்வாறு கலவையில் மாயை, இயக்கம் அல்லது நிலைத்தன்மையை உருவாக்குகின்றன என்பதைக் கவனியுங்கள்.

உருவப்பட பகுப்பாய்வு:ஐகானோகிராஃபிக் பகுப்பாய்வு அடையாளம் மற்றும் விளக்கத்தில் கவனம் செலுத்துகிறது.ஒரு வரைபடம் அல்லது ஓவியத்தின் சின்னங்கள், மையக்கருக்கள் மற்றும் கருப்பொருள்கள். இந்த நுட்பத்தில் பின்வருவன அடங்கும்:

அ. சின்னங்கள் மற்றும் மையக்கருக்களை அடையாளம் காணுதல்: குறிப்பிட்ட கலாச்சார அல்லது சமூக முக்கியத்துவத்தைக் கொண்டிருக்கும் கலைப்படைப்பில் மீண்டும் மீண்டும் வரும் சின்னங்கள், மையக்கருக்கள் அல்லது கருப்பொருள்களை அடையாளம் காணுதல். இவற்றில் மத சின்னங்கள், புராண உருவங்கள் அல்லது குறியீட்டு அர்த்தம் கொண்ட அன்றாடப் பொருட்கள் ஆகியவை அடங்கும்.
பி. கலாச்சார மற்றும் கலாச்சார சூழலைப் புரிந்துகொள்வது: சின்னங்கள் மற்றும் மையக்கருக்களின் மற்றும் வரலாற்று சூழலை ஆராய்ந்து அவை முக்கியத்துவத்தையும் அர்த்தத்தையும் நன்கு புரிந்துகொள்ளுங்கள். கலைப்படைப்புடன் தொடர்புடைய குறிப்பிட்ட காலகட்டம், புவியியல் பகுதி மற்றும் கலாச்சார மரபுகளுடன் உங்களைப் பழக்கப்படுத்திக் கொள்ளுங்கள்.
c. குறியீட்டு அர்த்தத்தை விளக்குதல்: அடையாளம் காணப்பட்ட சின்னங்கள் மற்றும் மையக்கருக்களின் குறியீட்டு அர்த்தத்தை பகுப்பாய்வு செய்தல், அவை கலைப்படைப்பின் ஒட்டுமொத்த செய்தி அல்லது கருப்பொருளுடன் எவ்வாறு தொடர்புடையவை என்பதைக் கருத்தில் கொள்ளுங்கள். இது கலைஞரின் நோக்கங்களையும், சின்னங்கள் மற்றும் மையக்கருக்களின் கலாச்சாரம் அல்லது சமூக முக்கியத்துவத்தையும் ஆராய்வதை உள்ளடக்கியிருக்கலாம்.

குறியியல் பகுப்பாய்வு:குறியியல் பகுப்பாய்வு என்பது குறிகளின் பயன்பாட்டை ஆராய்வதை உள்ளடக்கியது.மற்றும் ஒரு வரைபடம் அல்லது ஓவியத்தில் அதன் அர்த்தத்தை டிகோட் செய்ய குறிப்பான்கள். இந்த நுட்பம் குறியியல் கொள்கைகள், அறிகுறிகள் மற்றும் சின்னங்களின் ஆய்வு ஆகியவற்றைப் பயன்படுத்துகிறது, மேலும் பின்வருவனவற்றைப் பயன்படுத்துகிறது உள்ளடக்கியது:

அ. அடையாளங்கள் மற்றும் குறிப்பான்களை அடையாளம் காணுதல்: அறிகுறிகளை அடையாளம் காணுதல்.மற்றும் கலைப்படைப்பில் இருக்கும் குறிப்பான்கள், அதாவது பொருள்கள், உருவங்கள், வண்ணங்கள் மற்றும் கோடுகள் போன்ற குறிப்பிட்ட அர்த்தங்கள் அல்லது தொடர்புகளைக் கொண்டுள்ளது.
பி. சைகை அமைப்பை புரிந்துகொள்வது: சைகை அமைப்பை அல்லது சைகைகளின் பயன்பாட்டை நிர்வகிக்கும் மரபுகள் மற்றும் விதிகளின் தொகுப்பை ஆராயுங்கள்.மற்றும் கலைப்படைப்பில் குறிப்பான்கள். இது கலைஞரின் நோக்கங்களை ஆராய்வதையும், அடையாள அமைப்பின் கலாச்சாரம் அல்லது சமூக சூழலையும் உள்ளடக்கியிருக்கலாம்.
c. அர்த்தத்தை டிகோடிங் செய்தல்: அறிகுறிகளின் அர்த்தத்தை பகுப்பாய்வு செய்தல்.மற்றும் குறிப்பான்கள், அவை குறி அமைப்பிற்கு எவ்வாறு செயல்படுகின்றன மற்றும் கலைப்படைப்பின் ஒட்டுமொத்த அர்த்தத்திற்கு பங்களிக்கின்றன கருத்தில் கொண்டு. இது குறிகளுக்கும் குறிப்பான்களுக்கும் உள்ள உறவுகளையும், பரந்த கலாச்சார அல்லது சமூக கருப்பொருள்களுடனான அவற்றின் தொடர்புகளையும் ஆராய்வதை உள்ளடக்கியிருக்கலாம்.

சூழல் பகுப்பாய்வு:

சூழல் பகுப்பாய்வு என்பது உருவாக்கம், வரவேற்பு மற்றும் விளக்கத்தை வெளிப்புற காரணிகளை ஆராய்வதை உள்ளடக்கியது.ஒரு ஓவியம் அல்லது ஓவியத்தின். இந்த நுட்பம் கலைப்படைப்பின் பரந்த சமூக, கலாச்சார, வரலாற்று மற்றும் அரசியல் சூழலில் கவனம் செலுத்துகிறது மற்றும் பின்வருவனவற்றை உள்ளடக்கியது:

அ. கலைஞரின் பின்னணி: கலைஞரின் பின்னணியை ஆராயுங்கள், அவர்களின் தனிப்பட்ட அனுபவங்கள், கல்வி, தாக்கங்கள் மற்றும் கலை வாழ்க்கை உட்பட. கலைஞரின் பின்னணி கலைப்படைப்பின் உள்ளடக்கம், பாணி மற்றும் பொருளை எவ்வாறு பாதிக்கலாம் என்பதைக் கவனியுங்கள்.

பி. வரலாற்று சூழல்: தொடர்புடைய நிகழ்வுகள், சமூக இயக்கங்கள் அல்லது கலாச்சார மாற்றங்கள் உட்பட கலைப்படைப்பு உருவாக்கப்பட்ட வரலாற்று சூழல் ஆராயுங்கள். இந்தக் காரணிகள் கலைஞரின் நோக்கங்கள், கலைப்படைப்பின் கருப்பொருள் மற்றும் விளக்கத்தை எவ்வாறு பாதித்திருக்கலாம் என்பதைக் கவனியுங்கள்.சமகால மற்றும் பிற்கால பார்வையாளர்களால்.

C. கலாச்சார சூழல்: கலைப்படைப்பின் கலாச்சார சூழலை பகுப்பாய்வு செய்யுங்கள், அதில் உருவாக்கப்பட்ட சமூகத்தின் மதிப்புகள், நம்பிக்கைகள் மற்றும் பழக்கவழக்கங்கள் அடங்கும். இந்தக் காரணிகள் கலைப்படைப்பின் உள்ளடக்கம், பாணி மற்றும் குறியீட்டை எவ்வாறு வடிவமைக்கக்கூடும், அதன் வரவேற்பு மற்றும் விளக்கத்தை எவ்வாறு பாதிக்கலாம் என்பதையும் கவனியுங்கள்..

ஈ. அரசியல் சூழல்: கலைப்படைப்பின் அரசியல் சூழலை ஆராயுங்கள், அதன் உருவாக்கம் அல்லது வரவேற்பைப் பாதித்திருக்கக்கூடிய எந்தவொரு அரசியல் நிகழ்வுகள், சித்தாந்தங்கள் அல்லது அதிகார அமைப்புகள் அடங்கும். இந்தக் காரணிகள் கலைப்படைப்பின் கருப்பொருள், செய்தி மற்றும் குறியீட்டை எவ்வாறு பாதிக்கலாம் என்பதைக் கவனியுங்கள்.

ஒருங்கிணைந்த மற்றும் ஒப்பீட்டு பகுப்பாய்வு.ஒரு ஒருங்கிணைந்த மற்றும் ஒப்பீட்டு பகுப்பாய்வு என்பது ஒரு வரைதல் அல்லது ஓவியம் பற்றிய விரிவான புரிதலை அடைய பல ஆதாரங்கள் மற்றும் நுட்பங்களிலிருந்து தகவல்களை ஒருங்கிணைப்பதை உள்ளடக்குகிறது. இந்த நுட்பத்தில் பின்வருவன அடங்கும்:

அ. முக்கோணமாக்கல்: முறையான பகுப்பாய்வு, ஐகானோகிராஃபிக் பகுப்பாய்வு, குறியியல் பகுப்பாய்வு மற்றும் சூழல் பகுப்பாய்வு போன்ற பல பகுப்பாய்வு நுட்பங்களிலிருந்து நுண்ணறிவுகளை இணைத்து, மிகவும் நுணுக்கமான மற்றும் முழுமையான விளக்கத்தை உருவாக்குதல்.கலைப்படைப்பின்.

பி. ஒப்பீடு மற்றும் வேறுபடுத்துதல்: ஒரே கலைஞரின் அல்லது அதே வகை, பாணி அல்லது கலாச்சார மரபில் உள்ள பிற படைப்புகளுடன் கலைப்படைப்பை ஒப்பிட்டு வேறுபடுத்துங்கள். உள்ளடக்கம், பாணி மற்றும் அர்த்தத்தில் உள்ள ஒற்றுமைகள் மற்றும் வேறுபாடுகளை அடையாளம் கண்டு, இந்த ஒப்பீடுகள் கலைப்படைப்பை ஆழமாகப் புரிந்துகொள்ளுங்கள் எவ்வாறு பங்களிக்கின்றன என்பதைக் கவனியுங்கள்.

C. வடிவங்கள் மற்றும் கருப்பொருள்களை அடையாளம் காணுதல்: பகுப்பாய்விலிருந்து வெளிப்படும் ஏதேனும் தொடர்ச்சியான வடிவங்கள், கருப்பொருள்கள் மையக்கருத்துக்களை அடையாளம் கண்டு, அவை கலைப்படைப்பின் ஒட்டுமொத்த அர்த்தத்திற்கும் முக்கியத்துவத்திற்கும் எவ்வாறு பங்களிக்கின்றன என்பதைக் கருத்தில் கொண்டு கொள்ளுங்கள். இது கலைப்படைப்புக்கும் பரந்த சமூக, கலாச்சார அல்லது வரலாற்றுப் போக்குகளுக்கு இடையிலான தொடர்புகளை ஆராய்வதை உள்ளடக்கியிருக்கலாம்.

முடிவாக, வரைபடங்கள் மற்றும் ஓவியங்களை பகுப்பாய்வு செய்து விளக்குவதற்கு பல்வேறு நுட்பங்களைப் பயன்படுத்தலாம்.காட்சி சமூகவியலில்ஆராய்ச்சி. முறையான பகுப்பாய்வு, உருவப்பட பகுப்பாய்வு, குறியியல் பகுப்பாய்வு, சூழல் பகுப்பாய்வு மற்றும்

ஒருங்கிணைந்த மற்றும் ஒப்பீட்டு பகுப்பாய்வு ஆகியவற்றைப் பயன்படுத்தல் பயன்படுத்துவதன் மூலம், ஆராய்ச்சியாளர்கள் இந்தக் காட்சிப் பிரதிநிதித்துவங்களுக்குள் பொதிந்துள்ள அர்த்தத்தின் வளமான அடுக்குகளைக் கண்டறிய முடியும். இந்த நுட்பங்கள், இணைந்து பயன்படுத்தப்படும்போது, வரைபடங்கள் மற்றும் ஓவியங்களின் சமூகம், கலாச்சாரம், வரலாறு மற்றும் அரசியல் முக்கியத்துவம் புரிந்துகொள்வதற்கான விரிவான அணுகுமுறையை வழங்குகின்றன, இறுதியில் மனித அனுபவங்கள் மற்றும் சமூக நிகழ்வுகள் பற்றிய ஆழமான புரிதலுக்கு பங்களிக்கின்றன.

கலாச்சார அடையாளத்தில் கலை வெளிப்பாட்டின் முக்கியத்துவம்

கலை வெளிப்பாடு, அதன் பல்வேறு வடிவங்கள், நீண்ட காலமாக மனித அனுபவத்தின் ஒரு முக்கிய அம்சமாக இருந்து வருகிறது. ஆரம்பகால குகை ஓவியங்களிலிருந்துசமகால டிஜிட்டல் கலையைப் பொறுத்தவரை, கலாச்சார அடையாளங்களை வடிவமைப்பதிலும் பிரதிபலிப்பதிலும் படைப்பு முயற்சிகள் குறிப்பிடத்தக்க பங்கைக் கொண்டுள்ளது. இந்த கட்டுரை கலாச்சார அடையாளத்தின் உருவாக்கம், பாதுகாப்பு மற்றும் மாற்றம் ஆகியவற்றில் கலை வெளிப்பாட்டின் முக்கியத்துவத்தை ஆராயும், சமூகத்தில் கலையின் செயல்பாடுகள், கலைக்கும் கலாச்சார விழுமியங்களுக்கும் இடையிலான உறவுகள் மற்றும் மாற்றத்தின் முகவர்களாக கலைஞர்களின் பங்கு ஆகியவற்றைக் கொண்டு விவாதிக்கும்.

*சமூகத்தில் கலையின் செயல்பாடுகள்:*கலை சமூகத்தில் பல செயல்பாடுகளைச் செய்கிறது, அவற்றில் பல கலாச்சார அடையாளத்தை உருவாக்குதல் மற்றும் பராமரிப்பதோடு நெருக்கமாக உள்ளது இணைக்கப்பட்டுள்ளன. இந்த செயல்பாடுகளில் பின்வருவன அடங்கும்:

அ. தொடர்பு மற்றும் வெளிப்பாடு: கலை என்பது தொடர்பு மற்றும் சுய வெளிப்பாட்டிற்கான ஒரு சக்திவாய்ந்த ஊடகத்தை வழங்குகிறது, இது தனிநபர்கள் மற்றும் சமூகங்கள் தங்கள் எண்ணங்கள், உணர்ச்சிகள், நம்பிக்கைகள் மற்றும் அனுபவங்களை வாய்மொழியாக அல்லாத மற்றும் அணுகக்கூடிய வடிவத்தை வெளிப்படுத்துகின்றன உட்பட.

பி. சமூக ஒற்றுமை மற்றும் சொந்தம்: கலை சமூக ஒற்றுமை மற்றும் சொந்தம் என்ற உணர்வை வளர்க்கிறது, ஒரு சமூகத்திற்குள் பிணைப்புகளை வலுப்படுத்துகிறது மற்றும் பகிரப்பட்ட மதிப்புகள், பழக்கவழக்கங்கள் மற்றும் மரபுகளை வலுப்படுத்துகிறது.

இ. கலாச்சார பாரம்பரியத்தைப் பாதுகாத்தல்: ஒரு சமூகத்தின் கலாச்சார பாரம்பரியத்தைப் பாதுகாப்பதில் கலை முக்கிய பங்கு வகிக்கிறது, அதன் வரலாறு, சாதனைகள் மற்றும் கூட்டு நினைவகத்தின் உறுதியான பிரதிநிதித்துவமாக செயல்படுகிறது.

ஈ. கல்வி மற்றும் சமூகமயமாக்கல்: கலை ஒரு கல்வி கருவியாகச் செயல்பட முடியும், எதிர்கால சந்ததியினருக்கு கலாச்சார அறிவு மற்றும் மதிப்புகளைப் பரப்புவதற்கு கலாச்சார தொடர்ச்சியை ஊக்குவிப்பதற்கும் உதவுகிறது.

*கலை மற்றும் கலாச்சார மதிப்புகள்:*கலைக்கும் கலாச்சார விழுமியங்களுக்கும் இடையிலான உறவு மற்றும் பன்முகத்தன்மை கொண்டது. கலை ஒரு குறிப்பிட்ட சமூகத்தின் மதிப்புகளை பிரதிபலிக்கவும் வடிவமைக்கவும் முடியும், கலாச்சார அடையாளத்தின் கண்ணாடியாகவும் மாற்றத்தை ஊக்குவிக்கவும் செயல்படுகிறது. இந்த மாறும் உறவை பல வழிகளில் காணலாம்:

அ. கலாச்சார விழுமியங்களின் பிரதிபலிப்பாக கலை: கலைப்படைப்புகள் பெரும்பாலும் அவை உருவாக்கப்படும் சமூகத்தின் மதிப்புகள், நம்பிக்கைகள் மற்றும்

விதிமுறைகள் உள்ளடக்கி, கொடுக்கப்பட்ட சமூகத்தின் கலாச்சார அடையாளத்தைப் பற்றிய நுண்ணறிவுகளை வழங்குகின்றன. கலையில் இருக்கும் கருப்பொருள்கள், சின்னங்கள் மற்றும் அழகியலை ஆராய்வதன் மூலம், ஆராய்ச்சியாளர்கள் ஒரு சமூகத்தின் அடையாளத்தை கலாச்சாரத்தை ஆதரிக்கிறார்கள் விழுமியங்களைப் பற்றிய ஆழமான புரிதலைப் பெற முடியும்.

பி. கலாச்சார விழுமியங்களை வடிவமைப்பதில் கலை: கலை மாற்றத்தின் சக்திவாய்ந்த முகவராகவும் செயல்பட முடியும், ஏற்கனவே உள்ள கலாச்சார விழுமியங்கள் மற்றும் விதிமுறைகளை சவால் செய்து, புதிய சிந்தனை மற்றும் நடத்தை முறைகளை ஊக்குவிக்க முடியும். தங்கள் படைப்பு வெளிப்பாடுகள் மூலம், கலைஞர்கள் ஆதிக்க சித்தாந்தங்களை கேள்விக்குள்ளாக்கலாம், சமூக நீதிகளை விமர்சிக்கலாம் மற்றும் மாற்று எதிர்காலங்களை மாற்றலாம் கற்பனை செய்யலாம், இதன் மூலம் கலாச்சார அடையாளத்தின் பரிணாம வளர்ச்சியை பாதிக்கலாம்.

மாற்றத்தின் முகவர்களாக கலைஞர்கள்: கலைஞர்கள் பெரும்பாலும் சமூகத்தில் ஒரு தனித்துவமான இடத்தைப் பிடித்துள்ளனர், கலாச்சார சூழலில் உள் மற்றும் வெளி நபர்களாக செயல்படுகிறார்கள். இந்த இரட்டைக் கண்ணோட்டம் கலைஞர்கள் தங்கள் கலாச்சார அடையாளத்துடன் விமர்சன ரீதியாக ஈடுபடவும் அதன் தொடர்ச்சியான மாற்றத்திற்கு பங்களிக்கவும் உதவுகிறது. கலைஞர்கள் மாற்றத்தின் முகவர்களாகச் செயல்படும் சில வழிகள் பின்வருமாறு:

அ. சவால் விடும் ஸ்டீரியோடைப்கள் மற்றும் தப்பெண்கள்: கலைஞர்கள் தங்கள் படைப்பு வெளிப்பாடுகளைப் பயன்படுத்தி ஸ்டீரியோடைப்கள் மற்றும் தப்பெண்ணங்களை சவால் செய்யலாம், பார்வையாளர்களை தங்கள் அனுமானங்களை கேள்விக்குள்ளாக்கலாம், உலகை வேறு கோணத்தில் பார்க்கவும் ஊக்குவிக்கலாம்.

பி. சமூகப் பிரச்சினைகள் குறித்த விழிப்புணர்வை ஏற்படுத்துதல்: கலைஞர்கள் தங்கள் கலையை விழிப்புணர்வை ஏற்படுத்துவதற்கும் உரையாடலை ஊக்குவிப்பதற்கும் தளமாகப் பயன்படுத்தி, சமூகப் பிரச்சினைகள் மற்றும் அநீதிகளின் கவனத்தை ஈர்க்கலாம்.

இ. பன்முகத்தன்மை மற்றும் உள்ளடக்கத்தைக் கொண்டாடுதல்: கலைஞர்கள் தங்கள் படைப்புகளின் வெளிப்பாடுகளைப் பயன்படுத்தி பன்முகத்தன்மை மற்றும் உள்ளடக்கத்தைக் கொண்டாடுதல் கொண்டாடலாம், மனித அனுபவங்களின் வளமான திரைச்சீலைகளைக் காண்பிக்கலாம் மற்றும் கலாச்சாரப் புரிதலையும் பச்சாதாபத்தையும் வளர்க்கலாம்.

ஈ. கலாச்சாரப் பாதுகாப்பு மற்றும் புதுயிர் பெறுதலை ஆதரித்தல்: அழிந்து வரும் கலாச்சார நடைமுறைகள், மரபுகள் மற்றும் மொழிப் பாதுகாப்பிலும் புதுயிர் பெறுவதிலும் கலைஞர்கள் முக்கிய பங்கு வகிக்க முடியும், கலாச்சார பாரம்பரியம் மற்றும் தொடர்ச்சியின் முக்கியத்துவத்தை ஆதரிக்க தங்கள் கலையைப் பயன்படுத்தலாம்.

கலாச்சார அடையாளத்தின் மாறும் தன்மை:

கலாச்சார அடையாளம் என்பது ஒரு நிலையான அல்லது நிலையான கருத்து அல்ல; இது கலை வெளிப்பாடு உட்பட பல்வேறு காரணிகளால் பாதிக்கப்படும் ஒரு தொடர்ச்சியான, மாறும் செயல்முறையாகும். சமூகங்கள் பரிணமித்து மாறும்போது, அவற்றின் கலாச்சார அடையாளங்களும் அவ்வாறே மாறுகின்றன, இது பாரம்பரியம் மற்றும் புதுமை, தொடர்ச்சி மற்றும் மாற்றம் ஆகியவற்றுக்கு இடையேயான சிக்கலான தொடர்புகளை பிரதிபலிக்கிறது.

கலைஞர்கள், மாற்றத்தின் முகவர்களாக, ஒரே மாதிரியான கருத்துக்களை சவால் செய்கிறார்கள், சமூகப் பிரச்சினைகள் குறித்து விழிப்புணர்வை ஏற்படுத்துகிறார்கள், பன்முகத்தன்மையைக் கொண்டாடுகிறார்கள், மேலும் கலாச்சாரப் பாதுகாப்பு மற்றும்

புத்துயிர் பெறுதலை ஆதரிக்கின்றனர். இந்த தனித்துவமான நிலைப்பாடு, அவர்களின் கலாச்சார சூழலுடன் விமர்சன ரீதியாக ஈடுபடவும், அதன் தொடர்ச்சியான மாற்றத்திற்கு பங்களிக்கவும் உட்பட. இறுதியில், கலாச்சார அடையாளத்தின் மாறும் தன்மை, கலை வெளிப்பாடு உட்பட பல்வேறு காரணிகளால் பாதிக்கப்படுகிறது, இது மனித அனுபவங்கள் மற்றும் கலாச்சாரம் அடையாளங்களின் சிக்கலான திரைச்சீலைகளை ஆராய்வதற்கும், வெளிப்படுத்துவதற்கும், பரிணமிப்பதற்கும் ஒரு முக்கிய ஊடகமாக செயல்படுகிறது.

சமூகங்கள் தொடர்ந்து பரிணமித்து வருவதால், நமது கலாச்சாரங்களை வடிவமைப்பதில் கலை வெளிப்பாடுகள் குறிப்பிடத்தக்க பங்கை அங்கீகரித்து கொண்டாடுவது அவசியம். பல்வேறு பின்னணிகள் மற்றும் கண்ணோட்டங்களைச் சேர்ந்த கலைஞர்களின் படைப்பு முயற்சிகளை ஆதரித்து வளர்ப்பதன் மூலம், மனித அனுபவத்தின் மூலம் செழுமையையும் சிக்கலையும் ஏற்றுக்கொள்ளும் ஒரு உள்ளடக்கிய, பச்சாதாபம் மற்றும் ஒன்றோடொன்று இணைக்கப்பட்ட உலகளாவிய சமூகத்தை நாம் வளர்க்கிறோம் முடியும்.

சமூகம் மற்றும் கலாச்சாரத்தை வடிவமைப்பதில் விளம்பரங்களின் பங்கு

விளம்பரங்கள் நவீன சமூகத்தின் பிரிக்க முடியாத ஒரு பகுதியாக மாறிவிட்டன, நமது அன்றாட வாழ்க்கையின் ஒவ்வொரு அம்சத்திலும் ஊடுருவியுள்ளன. விளம்பரப் பலகைகள் மற்றும் தொலைக்காட்சி முதல் விளம்பரங்கள் முதல் ஆன்லைன் பாப்-அப்கள் மற்றும் சமூக ஊடகங்கள் வரை விளம்பரங்கள், நுகர்வோர் நடத்தையை பாதிக்கும் ஒரு சக்திவாய்ந்த கருவியாக விளம்பரம் உருவாகியுள்ளது, மேலும், சமூகத்தையும் கலாச்சாரத்தையும் வடிவமைக்கிறது. இந்தக் கட்டுரை விளம்பரங்களின் பங்கை ஆராயும். நுகர்வோர் கலாச்சாரத்தின் தாக்கத்தை ஆராய்வதன் மூலம் சமூகத்தையும் கலாச்சாரத்தையும் வடிவமைப்பதில், ஒரே மாதிரியான கருத்துக்கள் மற்றும் சமூக விதிமுறைகளை வலுப்படுத்துதல், மற்றும் மதிப்புகள் மற்றும் வாழ்க்கை முறைகளை மேம்படுத்துதல்.

விளம்பரங்கள் மற்றும் நுகர்வோர் கலாச்சாரம்:

நுகர்வோர் கலாச்சாரத்தின் வளர்ச்சியில் விளம்பரம் ஒரு முக்கிய பங்கைக் கொண்டுள்ளது, தனிநபர்கள் பொருள் உடைமைகள் மற்றும் நுகர்வை மகிழ்ச்சி, வெற்றி மற்றும் சமூக அந்தஸ்துடன் தொடர்புபடுத்த ஊக்குவிக்கின்றனர். விளம்பரத்தின் பரவலான தன்மை பல விளைவுகளுக்கு வழிவகுத்துள்ளது, அவற்றில்:

அ. பொருள்முதல்வாதம் மற்றும் நுகர்வு: விளம்பரங்கள் நுகர்வோரிடையே அதிருப்தி மற்றும் ஆசை உணர்வை உருவாக்குவதன் மூலம் பொருள்முதல்வாதம் மற்றும் நுகர்வை ஊக்குவிக்கின்றன. தனிநபர்கள் தங்கள் வாழ்க்கையை மேம்படுத்தவும், அவர்களின் சகாக்களுடன் இணையாக இருக்கவும் சமீபத்திய தயாரிப்புகள் மற்றும் சேவைகள் தேவை என்று அவர்கள் நம்புகிறார்கள் வைக்கிறார்கள், இது முடிவில்லாத நுகர்வு மற்றும் வீணாக்குதலின் சுழற்சியைத் தூண்டுகிறது.

பி. பிராண்ட் விசுவாசம் மற்றும் அடையாளம்: விளம்பரங்கள் நுகர்வோருக்கும் பிராண்டுகளுக்கும் இடையே வலுவான உணர்ச்சி ரீதியான தொடர்புகளை உருவாக்குகிறது உதவுகின்றன, விசுவாசம் மற்றும் அடையாள உணர்வை நிறுவுகின்றன. நுகர்வோர் பெரும்பாலும் குறிப்பிட்ட பிராண்டுகளுடன் பற்றுதல்களை வளர்த்துக் கொள்கிறார்கள், அவற்றை அவர்களின் தனிப்பட்ட மதிப்புகள், நம்பிக்கைகள் மற்றும் அபிலாஷைகளுடன் தொடர்புபடுத்துகிறார்கள்.

இ. சந்தைப் போட்டி மற்றும் புதுமை: நிறுவனங்கள் தங்கள் தயாரிப்புகள் மற்றும் சேவைகளை தங்கள் போட்டியாளர்களிடமிருந்து வேறுபடுத்திப் பார்க்க முயற்சிப்பதால், விளம்பரம் சந்தைப் போட்டியை இயக்குகிறது. வாடிக்கையாளர்களை

ஈர்க்கவும் தக்கவைக்கவும் வணிகங்கள் புதிய மற்றும் மேம்பட்ட சலுகைகளை உருவாக்க முற்படுவதால், இந்தப் போட்டி புதுமைக்கு உதவுகிறது.

ஸ்டீரியோடைகள் மற்றும் சமூக விதிமுறைகளை வலுப்படுத்துதல்:

விளம்பரங்கள் பெரும்பாலும் செய்திகளை விரைவாகவும் திறம்படவும் தெரிவிக்க ஒரே மாதிரியான கருத்துக்கள் மற்றும் சமூக விதிமுறைகளை நம்பியுள்ளன. இந்த அணுகுமுறை திறமையானதாக இருந்தாலும், இது சமூகம் மற்றும் கலாச்சாரத்தில் பல விளைவுகளை ஏற்படுத்துகிறது, உட்பட:

அ. பாலின ஸ்டீரியோடைப்கள்: விளம்பரங்கள் பெரும்பாலும் பாரம்பரிய பாலின பாத்திரங்கள் மற்றும் எதிர்பார்ப்புகளை நிலைநிறுத்துகின்றன, ஆண்களை வலிமையானவர்கள், ஆதிக்கம் செலுத்துபவர்கள் மற்றும் சுதந்திரமானவர்கள் என்றும், பெண்களை செயலற்றவர்கள், அடிபணிந்தவர்கள் மற்றும் சார்ந்திருப்பவர்கள் என்றும் சித்தரிக்கின்றனர். இந்த பிரதிநிதித்துவங்கள் தீங்கு விளைவிக்கும் ஸ்டீரியோடைகளை வலுப்படுத்தி, பாலினத்தின் அடிப்படையில் தனிநபர்களுக்கு கிடைக்கும் வாய்ப்புகள் மற்றும் தேர்வுகளை மட்டுப்படுத்தலாம்.

பி. இன மற்றும் இன ஸ்டீரியோடைப்கள்: விளம்பரங்கள் பெரும்பாலும் இன மற்றும் இன சிறுபான்மையினரை ஸ்டீரியோடைப் மற்றும் டோக்கனிஸ்டிக் வழிகளில் சித்தரிக்கின்றன, தீங்கு விளைவிக்கும் ஸ்டீரியோடைகளை நிலைநிறுத்துகின்றன மற்றும் இருக்கும் அதிகார இயக்கவியலை வலுப்படுத்துகின்றன. இந்த சித்தரிப்புகள் பாகுபாடு, ஓரங்கட்டப்படுதல் மற்றும் சிறுபான்மை குழுக்களுக்கான பிரதிநிதித்துவமின்மைக்கு பங்களிக்கக்கூடும்.

c. சமூக விதிமுறைகளை வலுப்படுத்துதல்: விளம்பரங்கள் பெரும்பாலும் உடல் கவர்ச்சி, வெற்றி மற்றும் பொருள் செல்வம் ஆகியவற்றின் மீதான முக்கியத்துவம் போன்றவை ஆதிக்க சமூக விதிமுறைகளை பிரதிபலிக்கின்றன மற்றும் வலுப்படுத்துகின்றன. இது சமூக மதிப்புகள் மற்றும் அபிலாஷைகளில் இணக்கத்தன்மை மற்றும் பன்முகத்தன்மை இல்லாமைக்கு வழிவகுக்கும்.

மதிப்புகள் மற்றும் வாழ்க்கை முறைகளை மேம்படுத்துதல்: விளம்பரங்கள் சமூக மதிப்புகள் மற்றும் வாழ்க்கை முறைகளை பிரதிபலிப்பதுடன், அவற்றை மேம்படுத்துவதிலும் வடிவமைப்பிலும் பங்கு வகிக்கிறது. விளம்பர மதிப்புகள் மற்றும் வாழ்க்கை முறைகளை பாதிக்கும் சில வழிகள் பின்வருமாறு:

அ. உடல்நலம் மற்றும் அழகு இலட்சியங்கள்: விளம்பரங்கள் பெரும்பாலும் ஆரோக்கியம் மற்றும் அழகுக்கான நம்பத்தகாத மற்றும் அடைய முடியாத தரங்களை ஊக்குவிக்கின்றன, தனிநபர்களை முழுமைக்காக பாடுபட ஊக்குவிக்கிறது மற்றும் உடல் தோற்றத்தை சுய மதிப்புடன் சமப்படுத்துகிறது. இது எதிர்மறையான உடல் பிம்பத்திற்கு வழிவகுக்கும்., குறைந்த சுயமரியாதை, மற்றும் ஒழுங்கற்ற உணவு மற்றும் அதிகப்படியான உடற்பயிற்சி போன்ற ஆரோக்கியமற்ற நடத்தைகள்.

பி. சுற்றுச்சூழல் மற்றும் நெறிமுறை மதிப்புகள்: விளம்பரங்கள், நிலைத்தன்மை, நியாயமான வர்த்தகம் மற்றும் கொடுமையற்ற நடைமுறைகள் போன்றவை நம்பிக்கைகளுடன் ஒத்துப்போகும் தயாரிப்புகள் மற்றும் சேவைகளை ஊக்குவிப்பதன் மூலம் நுகர்வோரின் சுற்றுச்சூழல் மற்றும் நெறிமுறை மதிப்புகளை பாதிக்கலாம். இது நுகர்வோர் அதிக தகவலறிந்த மற்றும் பொறுப்பான கொள்முதல் முடிவுகளை எடுக்க ஊக்குவிக்கும், மேலும் அவர்களின் மதிப்புகளைப் பகிர்ந்து கொள்ளும் நிறுவனங்களுக்கு ஆதரிக்கும்.

இ. வாழ்க்கை முறை தேர்வுகள்: குறிப்பிட்ட நடத்தைகள், செயல்பாடுகள் மற்றும் அனுபவங்களை விரும்பத்தக்கதாகவும், ஆர்வமுள்ளதாகவும் விளம்பரப்படுத்துவதன்

மூலம், நுகர்வோரின் வாழ்க்கை முறை தேர்வுகளை விளம்பரங்கள் வடிவமைக்க முடியும். உதாரணமாக, விளம்பரங்கள்ஆடம்பர விடுமுறைகள், உயர் ரக ஆட்டோமொபைல்கள் மற்றும் டிசைனர் ஆடைகள் பிரத்தியேக உணர்வையும் சமூக அந்தஸ்தையும் உருவாக்கி, நுகர்வோர் தங்கள் சமூக அந்தஸ்தை மேம்படுத்த இந்த தயாரிப்புகள் மற்றும் அனுபவங்களைத் தொடர ஊக்குவிக்கும்.

பொதுக் கருத்து மற்றும் அரசியல் சொற்பொழிவை வடிவமைப்பதில் விளம்பரத்தின் பங்கு:

விளம்பரம் நுகர்வோர் பொருட்கள் மற்றும் சேவைகளின் எல்லைக்கு அப்பால் நீண்டு, பொதுக் கருத்தையும் அரசியல் சொற்பொழிவையும் வடிவமைப்பதில் குறிப்பிடத்தக்கது பங்கை வகிக்கிறது. இந்த செல்வாக்கை பல வழிகளில் காணலாம்:

அ. அரசியல் விளம்பரம்: பிரச்சார விளம்பரங்கள் மற்றும் பிரச்சினை ஆதரவு போன்ற அரசியல் விளம்பரங்கள், வாக்காளர்களை வற்புறுத்துவதையும், குறிப்பிட்ட பிரச்சினைகள், வேட்பாளர்கள் அல்லது கொள்கைகள் குறித்து பொதுமக்களின் கருத்தை வடிவமைப்பதை நோக்கமாகக் கொண்டுள்ளது. இந்த விளம்பரங்கள் பெரும்பாலும் உணர்ச்சிபூர்வமான முறையீடுகள், தனிப்பட்ட விவரங்கள் மற்றும் எளிமைப்படுத்தப்பட்ட செய்திகளைப் பயன்படுத்துகின்றன பார்வையாளர்களுடன் எதிரொலித்து அவர்களின் கருத்துக்களைத் தூண்டுகின்றன.
பி. பிரச்சினை சட்டகம்: விளம்பரங்கள் பொது விவாதத்தை குறிப்பிட்ட வழிகளில் வடிவமைத்து, சில அம்சங்களை முன்னிலைப்படுத்தி, மற்றவற்றை குறைத்து மதிப்பிடுவதன் மூலம் வடிவமைக்க முடியும். இந்த சட்டம், சிக்கலான சமூக, அரசியல் மற்றும் பொருளாதார பிரச்சினைகளை தனிநபர்கள் எவ்வாறு விளக்குகிறார்கள் மற்றும் புரிந்துகொள்கிறார்கள் வழிநடத்துவதன் மூலம் பொதுக் கருத்தை பாதிக்கலாம்.
c. விளம்பரம் மற்றும் ஊடகம்: விளம்பர வருவாய் பல ஊடக நிறுவனங்களுக்கு முதன்மையான வருமான ஆதாரமாக உள்ளது, இது விளம்பரதாரர்கள், ஊடக நிறுவனங்கள் மற்றும் அவர்கள் உருவாக்கும் உள்ளடக்கம் ஆகியவற்றுக்கு இடையே ஒரு சிக்கலான உறவை உருவாக்குகிறது. இந்த உறவு நுகர்வோருக்குக் கிடைக்கும் செய்தி கவரேஜ் மற்றும் நிரலாக்க வகையை பாதிக்கலாம், ஏனெனில் ஊடக நிறுவனங்கள் தங்கள் விளம்பரதாரர்களை அந்நியப்படுத்தக்கூடிய கதைகளை உள்ளடக்கவோ அல்லது முன்னோக்குகளை முன்வைக்கவோ தயங்கக்கூடும்.

சமூகம் மற்றும் கலாச்சாரத்தின் விளம்பரத்தின் செல்வாக்கின் நெறிமுறை தாக்கங்கள்:

சமூகம் மற்றும் கலாச்சாரத்தின் விளம்பரத்தின் பரவலான செல்வாக்கு பல நெறிமுறை கவலைகளை எழுப்புகிறது, அவற்றுள்:

அ. கையாளுதல் மற்றும் சுரண்டல்: விளம்பரம் பெரும்பாலும் நுகர்வோரை வற்புறுத்துவதற்கு உளவியல் நுட்பங்களையும் உணர்ச்சிபூர்வமான கையாளுதலையும் நம்பியுள்ளது, இது நிதி ஆதாரத்திற்காக மனித பாதிப்புகளைப் பயன்படுத்துவதன் மூலம் நெறிமுறைகள் குறித்த கவலைகளை எழுப்புகிறது.
பி. பாதிக்கப்படக்கூடிய மக்களை குறிவைத்தல்: விளம்பரங்கள் பெரும்பாலும் குழந்தைகள் மற்றும் குறைந்த வருமானம் கொண்ட நபர்கள் போன்ற பாதிக்கப்படக்கூடிய மக்களை குறிவைக்கின்றன, அவர்கள் வற்புறுத்தும் செய்திகளுக்கு அதிக வாய்ப்புள்ளது, விளம்பரதாரர்கள் அளிக்கும் கூற்றுக்கள் மற்றும் வாக்குறுதிகளை விமர்சன ரீதியாக மதிப்பிடும் திறன் குறைவாகவும் இருக்கலாம்.
இ. தனியுரிமைமற்றும் கண்காணிப்பு: இலக்கு வைக்கப்பட்ட மற்றும் தனிப்பயனாக்கப்பட்ட விளம்பரங்களின் பயன்பாடு அதிகரித்து வருவது தனியுரிமை மற்றும் கண்காணிப்பு குறித்த கவலைகள் எழுப்புகிறது, ஏனெனில் விளம்பரதாரர்கள

தங்கள் செய்திகளை வடிவமைக்க தனிநபர்களின் நடத்தைகள், விருப்பத்தேர்வுகள் மற்றும் மக்கள்தொகை பற்றிய பெரிய அளவிலான தரவுகளை சேகரிக்கின்றனர்.

இதனால், விளம்பரங்கள்சமூகம் மற்றும் கலாச்சாரத்தை வடிவமைப்பதில் குறிப்பிடத்தக்க பங்கை வகிக்கிறது,நுகர்வோரின் நடத்தையை பாதித்தல், ஒரே மாதிரியான கருத்துக்கள் மற்றும் சமூக விதிமுறைகளை வலுப்படுத்துதல், மதிப்புகள் மற்றும் வாழ்க்கை முறைகளை ஊக்குவித்தல் பொதுக் கருத்து மற்றும் அரசியல் சொற்பொழிவை வடிவமைத்தல். விளம்பர சந்தைப் போட்டி மற்றும் புதுமைகளை இயக்க முடியும் என்றாலும், கையாளுதல், சுரண்டல், பாதிக்கப்படக்கூடிய மக்களை குறிவைத்தல் மற்றும் தனியுரிமை பல நெறிமுறை கவலைகளையும் இது எழுப்புகிறது. சமூகம் மற்றும் கலாச்சாரத்தை வடிவமைப்பதில் விளம்பரங்களின் பங்கை விமர்சன ரீதியாக ஆராய்வதன் மூலம், விளம்பரம், நுகர்வோர் நடத்தை மற்றும் கலாச்சாரம் அடையாளம் ஆகியவற்றுக்கு இடையேயான உறவை நாம் நன்கு புரிந்து கொள்ளலாம், மேலும் பன்முகத்தன்மை, சமத்துவம் மற்றும் சமூக நல்வாழ்வை ஊக்குவிக்கும் மிகவும் பொறுப்பான, நெறிமுறை மற்றும் உள்ளடக்கிய விளம்பர நடைமுறைகளை பயன்படுத்த முடியும்.

குறியியல்மற்றும் விளம்பரங்களை பகுப்பாய்வு செய்வதற்கான பிற நுட்பங்கள்

விளம்பரங்கள் சமூக கலாச்சாரத்தையும் வடிவமைப்பதில் குறிப்பிடத்தக்க பங்கை வகிக்கின்றன,அவற்றின் உள்ளடக்கத்தையும் செய்தியையும் விமர்சன ரீதியாக பகுப்பாய்வு செய்வது அவசியமாக்குகிறது., அறிகுறிகளின் ஆய்வும்மற்றும் சின்னங்கள், விளம்பரங்களை பகுப்பாய்வு செய்வதற்கு பரவலாகப் பயன்படுத்தப்படும் அணுகுமுறையாகும்., இந்த வற்புறுத்தும் தகவல்தொடர்புகளுக்குள் பொதிந்துள்ள அடிப்படை அர்த்தங்கள் மற்றும் செய்திகளை வெளிக்கொணர முயல்கிறது. குறியியல் தவிர, உள்ளடக்க பகுப்பாய்வு, கதை பகுப்பாய்வு மற்றும் சொற்பொழிவு பகுப்பாய்வு உள்ளிட்ட விளம்பரங்களை பருப்பாய்வு செய்ய பல நுட்பங்களைப் பயன்படுத்தலாம். இந்த கட்டுரை இந்த முறைகளின் கண்ணோட்டத்தை வழங்கும், பயன்பாடுகளின் தத்துவார்த்த அடித்தளங்கள், பலம் மற்றும் வரம்புகளை ஆராயும்.

குறியியல்:குறியியல் என்பது அறிகுறிகளின் ஆய்வில் கவனம் செலுத்தும் ஒரு தொடர்பு கோட்பாடாகும்.மற்றும் சின்னங்கள், அவற்றின் அர்த்தங்கள் மற்றும் செய்திகளை வெளிப்படுத்த அவை பயன்படுத்தப்படும் வழிகள். சுவிஸ் மொழியியலாளர் ஃபெர்டினாண்ட் டி சாசூர் மற்றும் அமெரிக்க தத்துவஞானி சார்லஸ் சாண்டர்ஸ் பியர்ஸ் ஆகியோரின் படைப்புகளில் குறியியல் வேர்களைக் கொண்டுள்ளது. விளம்பரங்களை பகுப்பாய்வு செய்வதற்கான குறியியல் அணுகுமுறைஒரு விளம்பரத்தை உருவாக்கும் காட்சி மற்றும் உரை கூறுகளை ஆராய்வது, குறிப்பான் (ஒரு அடையாளம் எடுக்கும் வடிவம்) மற்றும் குறிக்கப்பட்ட (அது பிரதிநிதித்துவப்படுத்தும் கருத்து) ஆகியவற்றுக்கு இடையேயான உறவுகளில் கவனம் செலுத்துவதை உள்ளடக்கியது.

அ. குறிப்பு மற்றும் பொருள் விளக்கம்: குறியியல்அறிகுறிகளின் குறியீட்டு மற்றும் குறியீட்டு அர்த்தங்களை வேறுபடுத்துகிறது.. குறிச்சொல் பொருள் என்பது ஒரு அடையாளத்தின் நேரடி, புறநிலை அர்த்தமாகும், அதே நேரத்தில் குறிச்சொல் பொருள் என்பது ஒரு அடையாளத்தால் தூண்டப்படும் அகநிலை, கலாச்சார தொடர்புகளைக் குறிக்கிறது. விளம்பரங்களை பகுப்பாய்வு செய்தல்.தெரிவிக்கப்படும் அடிப்படை செய்திகள் மற்றும் மதிப்புகளைக் கண்டறிய, தற்போதுள்ள அறிகுறிகளின் குறியீட்டு மற்றும் குறியீட்டு அர்த்தங்களை ஆராய்வதை உள்ளடக்கியது.

ஆ. குறியீடுகள் மற்றும் மரபுகள்: குறியியல்குறியீடுகள் மற்றும் மரபுகள் பற்றிய ஆய்வையும் உள்ளடக்கியது, அவை அடையாள பயன்பாடுகளை நிர்வகிக்கும் ஒப்புக்கொள்ளப்பட்ட விதிகள் மற்றும் விதிமுறைகள் ஆகும்.மற்றும் ஒரு

கலாச்சாரத்திற்குள் சின்னங்கள். விளம்பரங்களில் பயன்படுத்தப்படும் குறியீடுகள் மற்றும் மரபுகளை ஆராய்வதன் மூலம், ஆராய்ச்சியாளர்கள் செய்தியிடலுக்கு அடிப்படையாக இருக்கும் கலாச்சார மதிப்புகள் மற்றும் அனுமானங்கள் பற்றிய நுண்ணறிவுகளைப் பெற முடியும்.

இ. கட்டுக்கதை மற்றும் சித்தாந்தம்: குறியியல்விளம்பரங்களுக்குள் பொதிந்துள்ள கட்டுக்கதைகள் மற்றும் சித்தாந்தங்களை பகுப்பாய்வு செய்ய பயன்படுத்தலாம்.. தொன்மங்கள் என்பது தற்போதுள்ள சமூக ஒழுங்கை விளக்கவும் நியாயப்படுத்தவும் உதவும் கதைகளாகும், அதே சமயம் சித்தாந்தங்கள் என்பது உலகத்தைப் பற்றிய நமது புரிதலை வடிவமைக்கும் நம்பிக்கைகளின் அமைப்புகளாகும். விளம்பரங்கள் பெரும்பாலும் நுகர்வோரின் உணர்ச்சிகள் மற்றும் விருப்பங்களை ஈர்க்கவும், ஆதிக்கம் செலுத்தும் மதிப்புகள் மற்றும் விதிமுறைகளை வலுப்படுத்தவும் கட்டுக்கதைகள் மற்றும் சித்தாந்தங்களை உள்ளன.

*உள்ளடக்க பகுப்பாய்வு.*உள்ளடக்க பகுப்பாய்வுவிளம்பரங்கள் போன்ற தகவல்தொடர்புகளின் உள்ளடக்கத்தைப் படிப்பதற்கான ஒரு முறையான, புறநிலை முறையாகும்.இந்த முறை விளம்பரத்தின் காட்சி மற்றும் உரை கூறுகளை குறியீட்டு முறைப்படுத்தி வகைப்படுத்துவதை உள்ளடக்கியது, இதன் மூலம் தெரிவிக்கப்படும் செய்திகள் மற்றும் மதிப்புகள் பற்றிய நுண்ணறிவுகளை வழங்கக்கூடிய வடிவங்கள் மற்றும் போக்குகளை அடையாளம் காணலாம்.

அ. அளவு மற்றும் தரமான அணுகுமுறைகள்: உள்ளடக்க பகுப்பாய்வுஅளவு சார்ந்த அல்லது தரமான அணுகுமுறைகளைப் பயன்படுத்தி நடத்தப்படலாம். அளவு சார்ந்த உள்ளடக்க பகுப்பாய்வு என்பது ஒரு விளம்பரத்தில் குறிப்பிட்ட கூறுகளின் அதிர்வெண்ணை எண்ணி அளவிடுவதை உள்ளடக்கியது, அதே நேரத்தில் தரமான உள்ளடக்க பகுப்பாய்வு இந்த கூறுகளால் தெரிவிக்கப்படும் அர்த்தங்கள் மற்றும் செய்திகளை விளக்குவதிலும் புரிந்துகொள்வதிலும் கவனம் செலுத்துகிறது.

பி. நம்பகத்தன்மை மற்றும் செல்லுபடியாகும் தன்மை: உள்ளடக்க பகுப்பாய்வுவிளம்பரங்களை பகுப்பாய்வு செய்வதில் நம்பகத்தன்மை (குறியீட்டு செயல்முறையின் நிலைத்தன்மை) மற்றும் செல்லுபடியாகும் தன்மை (விளக்கங்களின் துல்லியம்) இவற்றின் முக்கியத்துவத்தை வலியுறுத்துகிறது.ஆராய்ச்சியாளர்கள் தங்கள் கண்டுபிடிப்புகள் நம்பகமானதாகவும் செல்லுபடியாகும் வகையிலும் இருப்பதை உறுதிசெய்ய தெளிவான குறியீட்டு வகைகளையும் அளவுகோல்களையும் நிறுவ வேண்டும்.

*விவரிப்பு பகுப்பாய்வு.*கதை பகுப்பாய்வு என்பது விளம்பரங்களின் கதைகள் மற்றும் கதைசொல்லல் பற்றிய ஆய்வில் கவனம் செலுத்தும் ஒரு அணுகுமுறையாகும்.. இந்த முறை கதைகளின் அமைப்பு, உள்ளடக்கம் மற்றும் செயல்பாடுகளைப் புரிந்துகொள்வது, செய்திகள் மற்றும் மதிப்புகளைத் தொடர்புகொள்வதற்கு அவை பயன்படுத்தப்படும் வழிகளைப் புரிந்துகொள்வதற்கும் முயல்கிறது.

அ. கதைக்களம், கதாபாத்திரங்கள் மற்றும் அமைப்பு: கதை பகுப்பாய்வு என்பது கதையின் கூறுகளான சதி, கதாபாத்திரங்கள் மற்றும் அமைப்பு போன்றவற்றை ஆராய்வதை உள்ளடக்கியது, இதன் மூலம் தெரிவிக்கப்படும் அடிப்படை கருப்பொருள்கள் மற்றும் செய்திகளைக் கண்டறிய முடியும். இந்தக் கூறுகளை பகுப்பாய்வு செய்வதன் மூலம், நுகர்வோரை வற்புறுத்தவும் செல்வாக்கு செலுத்தவும் விளம்பரதாரர்கள் பயன்படுத்தும் கதை உத்திகள் பற்றிய நுண்ணறிவுகளைப் பெறலாம்.

பி. விவரிப்பு செயல்பாடுகள்: விவரிப்பு பகுப்பாய்வு விளம்பரங்களில் கதைகளின் செயல்பாடுகளையும் ஆராய்கிறது.நுகர்வோரை ஈடுபடுத்துதல், உணர்ச்சிபூர்வமான தொடர்புகளை உருவாக்குதல் மற்றும் பிராண்ட் அடையாளத்தை நிறுவுதல் போன்றவை. விவரிப்புகளின் செயல்பாடுகளை ஆராய்வதன் மூலம், நுகர்வோரின்

உணர்வுகள் மற்றும் நடத்தைகளை வடிவமைக்க விளம்பரதாரர்களால் பயன்படுத்தப்படும் நுட்பங்களை ஆராய்ச்சியாளர்கள் நன்கு புரிந்து கொள்ள முடியும்.

சொற்பொழிவு பகுப்பாய்வு: சொற்பொழிவு பகுப்பாய்வு என்பது விளம்பரங்களில் மொழி மற்றும் தகவல்தொடர்பு பற்றிய ஆய்வில் கவனம் செலுத்தும் ஒரு அணுகுமுறையாகும்.. இந்த முறை, அர்த்தங்களை உருவாக்கவும், செய்திகளை தெரிவிக்கவும், சமூக யதார்த்தங்களை வடிவமைக்கவும் மொழி எவ்வாறு பயன்படுத்தப்படுகிறது புரிந்துகொள்ள முயல்கிறது.

அ. உரை மற்றும் சூழல் பகுப்பாய்வு: சொற்பொழிவு பகுப்பாய்வு என்பது உரை பகுப்பாய்வு (ஒரு விளம்பரத்தின் மொழியியல் அம்சங்கள் ஆராய்தல்) மற்றும் சூழல் பகுப்பாய்வு (விளம்பரம் தயாரிக்கப்பட்டு நுகரப்படும் சமூக, கலாச்சார மற்றும் வரலாற்று சூழலைக் கருத்தில் கொண்டு) இரண்டையும் உள்ளடக்கியது. விளம்பரங்களின் மொழி மற்றும் சூழலை பகுப்பாய்வு செய்வதன் மூலம்., ஆராய்ச்சியாளர்கள் செய்தியைத் தெரிவிக்கும் அடிப்படை அனுமானங்கள், மதிப்புகள் மற்றும் சித்தாந்தங்களைக் கண்டறிய முடியும்.

ஆ. சக்தி மற்றும் சித்தாந்தம்: அதிகார உறவுகள் மற்றும் சித்தாந்தங்களை உருவாக்குவதிலும் பராமரிப்பிலும் மொழியின் பங்கை சொற்பொழிவு பகுப்பாய்வு வலியுறுத்துகிறது. விளம்பரங்கள் பெரும்பாலும் ஆதிக்கம் செலுத்தும் சமூக விதிமுறைகள் மற்றும் மதிப்புகளை வலுப்படுத்தவும், ஏற்றத்தாழ்வுகளை நிலைநிறுத்தவும், நுகர்வோர் தங்களைப் மற்றவர்களைப் பற்றியும் உள்ள கருத்துக்களை வடிவமைக்கவும் மொழியைப் பயன்படுத்துகின்றன.

நுட்பங்களை இணைத்தல்:

விளம்பரங்களைப் பற்றிய விரிவான புரிதலைப் பெற, ஆராய்ச்சியாளர்கள் பெரும்பாலும் பல நுட்பங்களைப் பயன்படுத்துகின்றனர், ஒவ்வொரு அணுகுமுறையின் பலங்களையும் நுண்ணறிவு பயன்படுத்துகின்றனர். குறியியல், உள்ளடக்க பகுப்பாய்வு, கதை பகுப்பாய்வு மற்றும் சொற்பொழிவு பகுப்பாய்வு ஆகியவற்றை இணைப்பதன் மூலம், விளம்பரங்களுக்குள் பொதிந்துள்ளது சிக்கலான செய்திகள் மற்றும் அர்த்தங்களைப் பற்றிய மிகவும் நுணுக்கமான மற்றும் முழுமையான புரிதலை ஆராய்ச்சியாளர்கள் உருவாக்க முடியும்.

விளம்பரங்களை விமர்சன ரீதியாக ஆராய்வதன் மூலம்இந்த அணுகுமுறைகளைப் பயன்படுத்தி, ஆராய்ச்சியாளர்கள் விளம்பரம் சமூகத்தையும் கலாச்சாரத்தையும் வடிவமைக்கும் வழிகளைப் பற்றிய நுண்ணறிவுகளைப் பயன்படுத்துகின்றனர் பெறலாம்,நுகர்வோரின் உணர்வுகள், நடத்தைகள் மற்றும் அடையாளங்களை பாதிக்கிறது. சமூகம் மற்றும் கலாச்சாரத்தை வடிவமைப்பதில் விளம்பரத்தின் பங்கைப் பற்றிய சிறந்த புரிதலை வளர்ப்பதன் மூலம், பன்முகத்தன்மை, சமத்துவம் மற்றும் சமூகம் நல்வாழ்வை ஊக்குவிக்கும் மிகவும் பொறுப்பான, நெறிமுறை மற்றும் உள்ளடக்கிய விளம்பர நடைமுறைகளை உருவாக்குவதற்கு நாம் பணியாற்ற முடியும்.

வழக்கு ஆய்வுகள்: தேர்ந்தெடுக்கப்பட்ட விளம்பரங்களின் பகுப்பாய்வு மற்றும் சமூகத்தில் அவற்றின் தாக்கம்

இந்த உரையாடலில் பயன்படுத்தப்பட்ட முந்தைய மாதிரி கிடைக்கவில்லை. சமீபத்திய இயல்புநிலை மாதிரிக்கு உங்களை மாற்றியுள்ளோம்.

வழக்கு ஆய்வுகள்: தேர்ந்தெடுக்கப்பட்ட விளம்பரங்களின் பகுப்பாய்வு மற்றும் சமூகத்தில் அவற்றின் தாக்கம்

விளம்பரங்கள் சமூகம் மற்றும் கலாச்சாரத்தில் குறிப்பிடத்தக்க தாக்கத்தை ஏற்படுத்துகின்றன,நமது உணர்வுகள், மதிப்புகள் மற்றும் நடத்தைகளை வடிவமைத்தல். இந்தப் பிரிவில், விளம்பரங்களின் மூன்று வழக்கு ஆய்வுகளை ஆராய்வோம்.மேலும் அவற்றின் செய்திகள், தாக்கம் மற்றும் சமூகத்திற்கான தாக்கங்களை பகுப்பாய்வு செய்யவும்.

பெப்சியின் கெண்டல் ஜென்னர் விளம்பரம்:

2017 ஆம் ஆண்டு, பிரபல மாதலும் ரியாலிட்டி டிவி நட்சத்திரமுமான கெண்டல் ஜென்னரைக் கொண்ட ஒரு விளம்பரத்தை பெப்சி வெளியிட்டது, இது அதன் உணர்ச்சியற்ற மற்றும் காது கேளாத செய்திகளுக்காக பரவலாக விமர்சிக்கப்பட்டது. அந்த விளம்பரத்தில் ஒரு தெருப் போராட்டம் சித்தரிக்கப்பட்டது, மேலும் ஜென்னர் ஒரு போலீஸ் அதிகாரியிடம் பெப்சி டப்பாவை வழங்குவதையும், மோதலைத் தீர்த்து ஒற்றுமையை ஊக்குவிப்பதையும் காட்டியது. பிளாக் லைவ்ஸ் மேட்டர் போன்ற சமூக நீதி இயக்கங்களை கையகப்படுத்தி, அற்பமாக்குவதாகவும், அவற்றை சோடா விற்பனை செய்வதற்கான பின்னணியாகவும் பயன்படுத்துவதாகவும் இந்த விளம்பரம் குற்றம் சாட்டப்பட்டது.

அ. குறியியல் பகுப்பாய்வு: விளம்பரம் சமூக நீதி இயக்கங்களின் சின்னங்களைப் பயன்படுத்துகிறது, உதாரணமாக எதிர்ப்பு அறிகுறிகள்.சமூக விழிப்புணர்வு மற்றும் செயல்பாட்டின் உணர்வை உருவாக்க, பல்வேறு வகையான மக்கள் குழுவையும் உருவாக்கியுள்ளனர். இருப்பினும், இந்த சின்னங்களின் பயன்பாடு ஆழமற்றது மற்றும் நிஜ உலக சமூக நீதி இயக்கங்களின் ஆழமும் சிக்கலான தன்மையும் இல்லை. இந்த விளம்பரம் மாதிரியின் குறியீட்டுத் தீர்வையும் பயன்படுத்துகிறது, காவல்துறை அதிகாரி சிரித்துக்கொண்டே பெப்சியை ஏற்றுக்கொள்வது, ஒரு நுகர்வோர் தயாரிப்பு மூலம் ஒற்றுமையையும் அமைதியையும் அடைய முடியும் என்பதைக் குறிக்கிறது.
பி. தாக்கம் மற்றும் தாக்கங்கள்: இந்த விளம்பரம் பரவலான எதிர்வினையைத் தூண்டியது, மேலும் சமூக நீதி இயக்கங்களை அற்பமாகக் கருதியதற்காகவும், வணிக ஆதாரத்திற்காகவும் விளிம்புநிலை சமூகங்களின் போராட்டங்களைப் பயன்படுத்திக் கொண்டு விமர்சிக்கப்பட்டது. விளம்பரத்தில் கலாச்சார உணர்திறன் மற்றும் பொறுப்பான செய்தியின் முக்கியத்துவத்தையும், சமூக நீதி இயக்கங்களின் சிக்கலான மற்றும் நுணுக்கமான தன்மையையும் அங்கீகரிக்க வேண்டியதன் அவசியத்தையும் இந்த விளம்பரம் எடுத்துக்காட்டுகிறது.

டவ்வின் உண்மையான அழகு பிரச்சாரம்:

2004 ஆம் ஆண்டு தொடங்கப்பட்ட டவ்ஸ் ரியல் பியூட்டி பிரச்சாரம், பாரம்பரிய அழகு தரநிலைகளை சவால் செய்வது, பெண்களிடையே உடல் நேர்மறை மற்றும் தன்னம்பிக்கையை ஊக்குவிப்பதையும் நோக்கமாகக் கொண்டது. இந்த பிரச்சாரத்தில் பல்வேறு வயது, இனம் மற்றும் உடல் வகைகளைச் சேர்ந்த உண்மையான பெண்கள் இடம்பெற்றிருந்தனர், அவர்கள் தங்கள் இயற்கை அழகை வெளிப்படுத்தினர் மற்றும் இலட்சியப்படுத்தப்பட்ட பிம்பங்களை சவால் செய்தனர்.பிரபல ஊடகங்களில் வழங்கப்படும் அழகு.

அ. குறியியல் பகுப்பாய்வு: இந்தப் பிரச்சாரம் பல்வேறு உடல் வகைகள் மற்றும் இனங்களைச் சேர்ந்த உண்மையான பெண்களைப் பயன்படுத்தி, ஒரே மாதிரியான மற்றும் இலட்சியப்படுத்தப்பட்ட பிம்பங்களை சவால் செய்வதன் மூலம் பாரம்பரிய அழகுத் தரநிலைகளைத் தகர்த்தெறிந்தது.பிரதான ஊடகங்களில் வழங்கப்படும் அழகின் தன்மை. இந்தப் பிரச்சாரம் அதிகாரமளித்தல் மற்றும் தன்னம்பிக்கை பற்றிய

செய்தியையும் பயன்படுத்தியது, பெண்கள் தங்கள் இயற்கை அழகைத் தழுவி, அழகுத் துறையால் ஊக்குவிக்கப்படும் அழுக்கான நம்பத்தகாத மற்றும் அடைய முடியாத தரங்களை நிராகரிக்க ஊக்குவிக்கிறது.

பி. தாக்கம் மற்றும் தாக்கங்கள்: உள்ளடக்கம் மற்றும் உடல் நேர்மறை, தீங்கு விளைவிக்கும் அழகு தரநிலைகளை சவால் செய்தல் மற்றும் பெண்களிடையே தன்னம்பிக்கையை ஊக்குவித்தல் இவற்றின் செய்திக்காக இந்த பிரச்சாரம் பரவலாக பாராட்டப்பட்டது. சமூக மாற்றத்தை ஊக்குவிக்கவும் தீங்கு விளைவிக்கும் சமூக விதிமுறைகளை சவால் செய்யவும் விளம்பரத்தின் சக்தியையும், விளம்பரத்தில் பன்முகத்தன்மை மற்றும் பிரதிநிதித்துவத்தின் முக்கியத்துவத்தையும் இந்த பிரச்சாரம் எடுத்துக்காட்டுகிறது.

கார்ல்ஸ் ஜூனியரின் "பர்கர் பேப்ஸ்" விளம்பரங்கள்:

"பர்கர் பேப்ஸ்" விளம்பரங்கள் என்று அழைக்கப்படும், அரைகுறையாக உடையணிந்த பெண்கள் பர்கர்களை சாப்பிடும் தொடர் விளம்பரங்களை கார்ல்ஸ் ஜூனியர் வெளியிட்டது. இந்த விளம்பரங்கள் பெண்களை புறநிலைப்படுத்தி பாலியல் ரீதியாக சித்தரித்து, தீங்கு விளைவிக்கும் பாலின ஸ்டீரியோடைகளை நிலைநிறுத்தியதற்காக பரவலாக விமர்சிக்கப்பட்டன.

அ. குறியியல் பகுப்பாய்வு: விளம்பரங்கள் பெண்களின் உடல்களை பர்கர்களை விற்கும் பொருளாகப் பயன்படுத்துகின்றன, பெண்களை வெறும் ஆண் விருப்பப் பொருட்களாகக் குறைக்கின்றன. விளம்பரங்கள் பாலின ஸ்டீரியோடைகளை வலுப்படுத்துகின்றன, பெண்களை அடிபணிந்தவர்களாகவும் செயலற்றவர்களாகவும், ஆண்களை ஆதிக்கம் செலுத்துபவர்களாகவும் கட்டுப்பாட்டில் உள்ளவர்களாகவும் சித்தரிக்கின்றனர்.

பி. தாக்கம் மற்றும் பாதிப்புகள்: இந்த விளம்பரங்கள் தீங்கு விளைவிக்கும் பாலின ஸ்டீரியோடைகளை நிலைநிறுத்துகின்றன, மேலும் பெண்களை புறநிலைப்படுத்துதல் மற்றும் பாலியல்மயமாக்கலுக்கு பங்களிக்கின்றன, பெண் வெறுப்பு மற்றும் பெண்கள் மீதான அவமரியாதை கலாச்சாரத்தை ஊக்குவிக்கின்றன. பொறுப்பான விளம்பரத்தின் முக்கியத்துவத்தையும், விளம்பரத்திற்கு தீங்கு விளைவிக்கும் பாலின விதிமுறைகள் மற்றும் ஸ்டீரியோடைப்களை சவால் செய்ய வேண்டியதன் அவசியத்தையும் இந்த விளம்பரங்கள் எடுத்துக்காட்டுகின்றன.

அகநிலை, புகைப்படம் மற்றும் புகைப்படக் கலைஞர்

காட்சி சமூகவியலில் அகநிலை பற்றிய கருத்துகாட்சித் தரவை பகுப்பாய்வு செய்து விளக்கும் போது கருத்தில் கொள்ள வேண்டிய ஒரு முக்கியமான அம்சம் இது. இது காட்சிப் பொருட்களுடன் தனிநபர்கள் தங்கள் ஈடுபாட்டிற்கு வரும் தனித்துவமான கண்ணோட்டங்கள், விளக்கங்கள் மற்றும் அனுபவங்களைக் குறிக்கிறது. புகைப்படங்கள் உட்பட உள்ளடக்கத்தை மக்கள் எவ்வாறு உணர்கிறார்கள் மற்றும் புரிந்துகொள்கிறார்கள் என்பதை தனிப்பட்ட அனுபவங்கள், கலாச்சாரம் பின்னணிகள் மற்றும் தனிப்பட்ட மதிப்புகள் பாதிக்கப்படுகின்றன என்பதை அகநிலை அங்கீகரிக்கிறது., படங்கள், மற்றும் பிற காட்சி ஊடகங்கள். இது சம்பந்தமாக, காட்சி பிரதிநிதித்துவங்கள், சமூக யதார்த்தம் மற்றும் தனிப்பட்ட அனுபவங்களுக்கு இடையிலான சிக்கலான உறவைப் புரிந்துகொள்வதில் அகநிலை ஒரு அத்தியாவசிய அங்கமாகும்.

காட்சி சமூகவியல்சமூக அறிவு மற்றும் புரிதலுக்கான ஆதாரங்களாக காட்சி பிரதிநிதித்துவங்களை ஆய்வு செய்வதில் கவனம் செலுத்தும் சமூகவியலின் ஒரு துணைப் பிரிவு. இது படங்களின் சக்தியை ஒப்புக்கொள்கிறது.சமூக யதார்த்தத்தை வடிவமைப்பதிலும், மக்கள் காட்சி தூண்டுதல்களிலிருந்து அர்த்தத்தை உருவாக்கும் வழிகளிலும். காட்சி சமூகவியலில் அகநிலைத்தன்மையை அங்கீகரிப்பது, காட்சித் தரவின் பகுப்பாய்வில் பல

கண்ணோட்டங்கள் மற்றும் விளக்கங்களைக் கருத்தில் கொள்வதன் மூலம் முக்கியத்துவத்தையும், பிரதிபலிப்புத்தன்மையின் முக்கியத்துவத்தையும் எடுத்துக்காட்டுகிறது.ஆராய்ச்சி செயல்பாட்டில்.

உற்பத்தி, விளக்கம் ஆகியவற்றில் ஒரு முக்கிய பங்கை வகிக்கிறது., மற்றும் காட்சி உள்ளடக்கத்தின் நுகர்வு. முதலில், புகைப்படங்கள் போன்ற காட்சிப் பொருட்களின் உற்பத்தி, படத்தைப் புகைப்படக் கலைஞர் அல்லது உருவாக்கியவர் என்பதால், இயல்பாகவே அகநிலை சார்ந்தது.எதைப் படம்பிடிக்க வேண்டும், ஷாட்டை எப்படி வடிவமைக்க வேண்டும், எந்தெந்த கூறுகளை வலியுறுத்த வேண்டும் என்பது முடிவுகளை எடுக்கிறது. இந்தத் தேர்வுகள் படைப்பாளரின் தனிப்பட்ட அனுபவங்கள், கலாச்சார பின்னணி மற்றும் மதிப்புகளால் பாதிக்கப்படுகின்றன, அவை இறுதிப் படைப்பை வடிவமைக்கின்றன.

மேலும், விளக்கம்காட்சிப் பொருட்களின் உள்ளடக்கமும் அகநிலைத்தன்மையில் ஆழமாக வேரூன்றியுள்ளது. ஒரு படத்தைப் பார்ப்பவர்கள்அல்லது திரைப்படம் காட்சி உள்ளடக்கத்தைப் புரிந்துகொள்ளும்போது அவர்களின் தனித்துவமான கண்ணோட்டங்களையும் அனுபவங்களையும் மேசைக்குக் கொண்டுவருகின்றன. உதாரணமாக, கலாச்சார பின்னணியைச் சேர்ந்த இரண்டு பேர் ஒரே புகைப்படத்தை தனிப்பட்ட அனுபவங்கள் மற்றும் உலகத்தைப் பற்றியது புரிதல்களின் அடிப்படையில் தனித்துவமான வழிகளில் விளக்கலாம். சமூக யதார்த்தத்தின் செழுமையையும் சிக்கலையும் படம்பிடிக்க காட்சித் தரவுகளின் பகுப்பாய்வில் பல்வேறு கண்ணோட்டங்களைக் கருத்தில் கொள்வதன் முக்கியத்துவத்தை இந்த பன்முக விளக்கங்கள் எடுத்துக்காட்டுகின்றன.

தயாரிப்பு மற்றும் விளக்கத்தில் உள்ள அகநிலைத்தன்மைக்கு கூடுதலாகக்காட்சிப் பொருட்களின் நுகர்வு, காட்சி உள்ளடக்கத்தின் நுகர்வு அகநிலை காரணிகளால் பாதிக்கப்படுகிறது. மக்கள் காட்சிப் பொருட்களை எதிர்கொள்ளும் சூழல், ஒத்த உள்ளடக்கத்துடன் அவர்களின் முந்தைய அனுபவங்கள் மற்றும் அவர்களின் தனிப்பட்ட விருப்பத்தேர்வுகள் அனைத்தும் அவற்றின் எதிர்வினைகள் மற்றும் படங்களின் விளக்கங்களை வடிவமைப்பதில் பங்கு வகிக்கின்றன.அவை நுகரும். இதன் விளைவாக, மக்கள் காட்சிப் பொருட்களிலிருந்து பெறும் அர்த்தங்கள் மாறும் மற்றும் தற்செயலானவை, அவை தனிப்பட்ட அகநிலைகளுக்கும் படங்கள் எதிர்கொள்ளும் சமூக சூழலுக்கும் இடைவினையால் வடிவமைக்கப்படுகின்றன. காட்சி சமூகவியலில் அகநிலைத்தன்மையின் முக்கியத்துவத்தைக் கருத்தில் கொண்டு, ஆராய்ச்சியாளர்கள் தங்கள் பகுப்பாய்வுகளில் அகநிலைக் கண்ணோட்டங்கள் அறிமுகப்படுத்தக்கூடிய சாத்தியமான சார்புகள் மற்றும் வரம்புகளைப் பற்றி அறிந்திருக்கிறார்கள் வேண்டும் மற்றும் அவற்றை நிவர்த்தி செய்ய வேண்டும். பிரதிபலிப்பு, அல்லது ஒருவரின் சொந்த நிலைப்பாடு, மதிப்புகள் மற்றும் அனுமானங்களை விமர்சன ரீதியாக பிரதிபலிக்கும் செயல்முறை, ஆராய்ச்சி செயல்பாட்டில் அகநிலையை நிவர்த்தி செய்வதற்கான ஒரு முக்கிய உத்தியாகும். பிரதிபலிப்புத்தன்மையில் ஈடுபடுவதன் மூலம்ஆராய்ச்சியாளர்கள் தங்கள் சொந்த சார்புகள் மற்றும் கண்ணோட்டங்களைப் பற்றி மேலும் அறிந்துகொள்ளலாம், மேலும் விளக்கத்தில் அவர்களின் செல்வாக்கைக் குறைக்க வேலை செய்யலாம்.காட்சி தரவு.

பிரதிபலிப்புத்தன்மைக்கு கூடுதலாக, காட்சி சமூகவியலில் அகநிலைத்தன்மையை நிவர்த்தி செய்வதற்கு முக்கோணமாக்கல் மற்றொரு முறையாகும்.ஆராய்ச்சி. முக்கோணமாக்கல் என்பது ஒரு ஆராய்ச்சி கேள்வியை ஆராய பல தரவு மூலங்கள், முறைகள் அல்லது முன்னோக்குகளைப் பயன்படுத்துவதை உள்ளடக்கியது, இதன் மூலம் ஒற்றை, அகநிலை விளக்கத்தை நம்பியிருக்கும் அபாயத்தைக் குறைக்கிறது.உதாரணமாக, ஒரு குறிப்பிட்ட சமூகப் பிரச்சினையைப் படிக்கும் ஒரு காட்சி சமூகவியலாளர் புகைப்படங்களை பகுப்பாய்வு செய்யலாம்., நேர்காணல்கள் மற்றும்கணக்கெடுப்புத் தரவுகள் இந்த நிகழ்வைப் பற்றிய விரிவான மற்றும் நுணுக்கமான புரிதலை வளர்க்க உதவும். மேலும், ஆராய்ச்சி பங்கேற்பாளர்கள் மற்றும் பிற பங்குதாரர்களுடனான ஒத்துழைப்பு மற்றும் உரையாடல், காட்சி சமூகவியலில் அகநிலைத்தன்மையின் செல்வாக்கைக் குறைக்க உதவும்.ஆராய்ச்சி. பல்வேறு பின்னணிகள் மற்றும் அனுபவங்களைச் சேர்ந்த நபர்களுடன் உரையாடல்களில் ஈடுபடுவதன் மூலம், ஆராய்ச்சியாளர்கள் மாற்று விளக்கங்கள் மற்றும் கண்ணோட்டங்களைப்

பற்றிய நுண்ணறிவுகளைப் பெறலாம், இதன் மூலம் விசாரணையின் கீழ் உள்ள காட்சிப் பொருட்களைப் பற்றிய அவர்களின் புரிதல் வளப்படுத்தலாம்.

ஒரு புகைப்படத்தின் அர்த்தத்தை வடிவமைப்பதில் புகைப்படக் கலைஞரின் பங்கு

ஒரு புகைப்படத்தின் அர்த்தத்தை வடிவமைப்பதில் புகைப்படக் கலைஞரின் பங்கு பன்முகத்தன்மை கொண்டது மற்றும் சிக்கலானது. காட்சி உள்ளடக்கத்தை உருவாக்குபவராக, புகைப்படக் கலைஞர் புகைப்படச் செயல்பாட்டின் போது எடுக்கப்படும் பல்வேறு முடிவுகள் மற்றும் தேர்வுகள் மூலம் அர்த்தத்தை தீவிரமாக பங்கேற்கிறார். இந்த ஈடுபாடு பார்வையாளர்கள் படங்களை எவ்வாறு விளக்குகிறார்கள் மற்றும் புரிந்துகொள்கிறார்கள் என்பதில் குறிப்பிடத்தக்க தாக்கங்கள் உள்ளன.இந்தக் கட்டுரையில், ஒரு புகைப்படத்தின் அர்த்தத்தை வடிவமைப்பதில் புகைப்படக் கலைஞரின் பங்கின் பல்வேறு அம்சங்கள் ஆராய்வோம், இதில் உள்ள பாடங்களின் தேர்வு, சட்டகம் மற்றும் கலவையின் பயன்பாடு, தொழில்நுட்ப திறன்கள் மற்றும் அழகியலின் பயன்பாடு மற்றும் புகைப்பட கலைஞர் செயல்படும் பரந்த சமூகம் மற்றும் கலாச்சார சூழல் ஆகியவை அடங்கும்.

முதலாவதாக, புகைப்படக் கலைஞர் தனது படங்களின் உள்ளடக்கத்தையும் தேர்ந்தெடுப்பதில் முக்கிய பங்கு வகிக்கிறார்.. இந்தத் தேர்வு பல்வேறு காரணிகளால் இயக்கப்படலாம், அவற்றில் தனிப்பட்ட ஆர்வங்கள், கலை நோக்கங்கள் அல்லது ஒரு குறிப்பிட்ட பணி அல்லது வெளியீட்டின் தேவைகள் அடங்கும். இந்த முடிவு எடுப்பதில், புகைப்படக் கலைஞர் புகைப்படத்தின் கதை மற்றும் மையத்தை தீவிரமாக வடிவமைக்கிறார், உலகின் எந்த அம்சங்கள் முன்னிலைப்படுத்தப்படுகின்றன, எவை மறைக்கப்படுகின்றன என்பதைத் தீர்மானிக்கிறார். புகைப்படக் கலைஞரின் சொந்த அனுபவங்கள், மதிப்புகள் மற்றும் முன்னோக்குகள் அவர்களின் தேர்வுகள் மற்றும் முன்னுரிமைகளைப் பாதிக்கின்றன, ஏனெனில் தேர்வு செயல்முறை ஒரு குறிப்பிட்ட அளவிலான அகநிலைத்தன்மையை உள்ளடக்கியது.

இரண்டாவதாக, புகைப்படக் கலைஞரின் சட்டகம் மற்றும் கலவையின் பயன்பாடு ஒரு புகைப்படத்தின் அர்த்தத்தை கணிசமாக பாதிக்கிறது.படத்தில் எதைச் சேர்க்க வேண்டும், எதை விலக்க வேண்டும் என்பது குறித்த புகைப்படக் கலைஞரின் முடிவைக் குறிக்கிறது., பொருட்களை சட்டகத்திற்குள் உள்ள பொருட்கள் மற்றும் கூறுகளின் நிலைப்பாடு. சட்டகத்தின் மூலம், புகைப்பட கலைஞர் பார்வையாளரின் கவனத்தை காட்சியின் குறிப்பிட்ட அம்சங்களுக்கு செலுத்துகிறார், சில அம்சங்கள் வலியுறுத்துகின்றன, மற்றவற்றை குறைத்து மதிப்பிடுகிறார். மறுபுறம், கலவை என்பது சட்டகத்திற்குள் உள்ள காட்சி கூறுகளின் ஏற்பாட்டுடன் தொடர்புடையது, இதில் நல்லிணக்கம், சமநிலை மற்றும் காட்சி ஆர்வத்தை உருவாக்க கோடுகள், வடிவங்கள் மற்றும் வடிவங்களைப் பயன்படுத்துவது அடங்கும். சட்டகம் மற்றும் கலவையை கவனமாகக் கருத்தில் கொண்டு, புகைப்படக் கலைஞர்கள் பார்வையாளர்களின் விளக்கத்தை வழிநடத்த முடியும்.படத்தின் ஒழுங்கு, படிநிலை அல்லது புகைப்படத்திற்குள் பதற்றத்தை உருவாக்குதல்.

புகைப்படக் கலைஞரின் தொழில்நுட்பத் திறன்களும் அழகியல் தேர்வுகளும் ஒரு புகைப்படத்தின் அர்த்தத்தை வடிவமைப்பதில் முக்கிய பங்கு வகிக்கின்றன. இவற்றில் ஒளி, வெளிப்பாடு, புலத்தின் ஆழம், நிறம் மற்றும் பிந்தைய செயலாக்க நுட்பங்கள் போன்ற முடிவுகள் அடங்கும். எடுத்துக்காட்டாக, ஒரு புகைப்படக் கலைஞர் ஒரு பொருளை அதன் சுற்றுப்புறங்களிலிருந்து தனிமைப்படுத்த, பார்வையாளரின் கவனத்தை அந்தப் பொருளின் மீது ஈர்த்து, நெருக்கமான உணர்வை உருவாக்க, ஆழமற்ற புல ஆழத்தைப் பயன்படுத்தத் தேர்வுசெய்யலாம். மாற்றாக, ஒரு புகைப்படக் கலைஞர் நீர் அல்லது மேகங்களின் இயக்கத்தைப் படம்பிடிக்க நீண்ட வெளிப்பாட்டைப் பயன்படுத்தலாம், இது திரவத்தன்மை மற்றும் நிலையற்ற உணர்வைத் தூண்டுகிறது. இந்த தொழில்நுட்பம் மற்றும் அழகியல் தேர்வுகள் நடுநிலையானவை அல்ல; அவை புகைப்படத்தின் ஒட்டுமொத்த மனநிலை, வளிமண்டலம் மற்றும் அர்த்தத்திற்கு தீவிரமாக பங்களிக்கின்றன.

இந்தக் காரணிகளுக்கு மேலதிகமாக, புகைப்படக் கலைஞர் செயல்படும் பரந்த சமூக மற்றும் கலாச்சார சூழலும் அதன் புகைப்படங்களின் அர்த்தத்தை வடிவமைக்கிறது.. கலைஞர்கள் தனிமைப்படுத்தப்பட்ட புகைப்பட நபர்கள் அல்ல; அவர்களின் சமூக உறவுகள், கலாச்சார விதிமுறைகள் மற்றும் வரலாற்று மரபுகளின் சிக்கலான வலையமைப்பில் பொதிந்துள்ளனர். எனவே, அவர்களின் பணி தவிர்க்க முடியாமல் இந்த பரந்த சூழல்களைப் பிரதிபலிக்கிறது மற்றும் ஈடுபடுத்துகிறது. எடுத்துக்காட்டாக, ஓரங்கட்டப்பட்ட சமூகங்களின் வாழ்க்கையைப் பாதிக்கும் ஒரு புகைப்படக் கலைஞர், அந்த சமூக ஆவணங்களைப் பாதிக்கும் சமூகம் மற்றும் அரசியல் பிரச்சினைகளாலும், அந்த சூழலில் புகைப்பட பிரதிநிதித்துவத்தின் வரலாற்றாலும் பாதிக்கப்படலாம். இதேபோல், ஒரு ஃபேஷன் புகைப்படக் கலைஞர் ஃபேஷன் துறையின் காட்சி மொழி மற்றும் மரபுகளிலிருந்து உத்வேகம் பெறலாம், அதே நேரத்தில் அழகு மற்றும் பாணியின் சில இலட்சியங்களின் கட்டுமானத்திற்கும் நிலைத்தன்மைக்கும் பங்களிக்கலாம்.

ஒரு புகைப்படத்தின் அர்த்தத்தை வடிவமைப்பதில் புகைப்படக் கலைஞரின் பங்கைக் கருத்தில் கொண்டு, புகைப்படச் செயல்பாட்டில் சார்பு மற்றும் அகநிலைக்கான சாத்தியக்கூறுகளை அங்கீகரிப்பது அவசியம். முன்னர் குறிப்பிட்டது போல, எதைப் புகைப்படம் எடுப்பது, எப்படி தங்கள் படங்களை வடிவமைப்பது மற்றும் உருவாக்குவது என்பது குறித்த புகைப்படக் கலைஞர்களின் முடிவுகள், மற்றும் எந்த தொழில்நுட்பம் மற்றும் அழகியல் நுட்பங்களைப் பயன்படுத்த வேண்டும் என்பது அவர்களின் சொந்த அனுபவங்கள், மதிப்புகள் மற்றும் முன்னோக்குகளால் பாதிக்கப்படுகிறது. இந்த அகநிலை சில கண்ணோட்டங்களின் சலுகைகளுக்கு அல்லது மற்றவற்றை விலக்குவதற்கு வாய்ப்புள்ளது, ஏற்கனவே உள்ள அதிகார இயக்கவியலை வலுப்படுத்தும் அல்லது ஸ்டிரியோடைபகளை நிலைநிறுத்தக்கூடும்.

இந்தக் கவலைகளைத் தீர்க்க, புகைப்படக் கலைஞர்களும் பார்வையாளர்களும் புகைப்படச் செயல்முறையைப் பற்றி விமர்சன ரீதியாகவும், பிரதிபலிப்புடனும் கூடியவர்கள் நிலைப்பாட்டை எடுக்க வேண்டும், உருவாக்கம் மற்றும் விளக்கத்தில் சார்பு மற்றும் அகநிலைக்கான திறனை அங்கீகரிக்க வேண்டும்.படங்கள். புகைப்படக் கலைஞர்களைப் பொறுத்தவரை, இது அவர்களின் சொந்த நிலைப்பாடு மற்றும் தனிப்பட்ட பின்னணி மற்றும் அனுபவங்கள் வேலையில் ஏற்படும் தாக்கம் குறித்து விழிப்புடன் இருப்பதை உள்ளடக்கியது. தொடர்ச்சியான சுயபரிசோதனையில் ஈடுபடுவதன் மூலமும், மாற்றுக் கண்ணோட்டங்களைக் கருத்தில் கொள்வதன் மூலமும், புகைப்படக் கலைஞர்கள் அனுபவங்களின் பன்முகத்தன்மையை மிகவும் உள்ளடக்கிய, நுணுக்கமான மற்றும் பிரதிநிதித்துவப்படுத்தும் படங்களை உருவாக்குவதை நோக்கிச் செயல்பட முடியும்.

பார்வையாளர்களைப் பொறுத்தவரை, புகைப்படம் எடுப்பதில் ஒரு விமர்சன அணுகுமுறையை ஏற்றுக்கொள்வது என்பது ஒரு புகைப்படத்தின் பொருள் நிலையானது அல்லது புறநிலையானது அல்ல, மாறாக புகைப்படக் கலைஞரின் தேர்வுகள் மற்றும் பரந்த சமூக மற்றும் கலாச்சார சூழலால் வடிவமைக்கப்படுகிறது. கொடுக்கப்பட்ட படத்தின் அடிப்படையிலான அனுமானங்கள் மற்றும் சார்புகளை கேள்விக்குட்படுத்துவதன் மூலம்., பார்வையாளர்கள் மிகவும் தகவலறிந்த மற்றும் சுறுசுறுப்பான விளக்க செயல்பாட்டில் ஈடுபடலாம்., பல கண்ணோட்டங்களையும் அர்த்தங்களையும் கருத்தில் கொண்டு.

காட்சி சமூகவியல் ஆராய்ச்சியில் நெறிமுறை பரிசீலனைகள்

எந்தவொரு ஆராய்ச்சி முயற்சியிலும் நெறிமுறைக் கருத்தாய்வுகள் மிக முக்கியமானவை, மேலும் காட்சி சமூகவியல்விதிவிலக்கல்ல. காட்சி சமூகவியல் மற்றும் புகைப்படங்கள் போன்ற காட்சி பிரதிநிதித்துவங்களின் ஆய்வை உள்ளடக்கியது., படங்கள், மற்றும் பிற காட்சி ஊடகங்கள், சமூக அறிவு மற்றும் புரிதலின் ஆதாரங்களாக. எனவே, இது பிரதிநிதித்துவம், ஒப்புதல், தனியுரிமை மற்றும் தீங்கு விளைவிக்கும் சாத்தியக்கூறுகள் தொடர்பான உணர்திறன் சிக்கல்களை கையாள்கிறது. இந்தக் கட்டுரையில், காட்சி சமூகவியல் ஆராய்ச்சியில் கவனிக்கப்பட வேண்டிய பல முக்கிய நெறிமுறைக்

கருத்தாய்வுகளைப் பற்றி விவாதிப்போம், அவற்றில் தகவலறிந்த ஒப்புதல், பெயர் தெரியாதது மற்றும் ரகசியத்தன்மை, பிரதிநிதித்துவம் மற்றும் சக்தி இயக்கவியல் மற்றும் தீங்கு விளைவிக்கும் சாத்தியக்கூறுகள் ஆகியவை அடங்கும் அடங்கு.

*தகவலறிந்த ஒப்புதல்:*எந்தவொரு ஆராய்ச்சியிலும் அடிப்படை நெறிமுறைக் கொள்கைகளில் ஒன்று, பங்கேற்பாளர்களிடமிருந்து தகவலறிந்த சம்மதத்தைப் பெறுவதாகும். காட்சி சமூகவியலில்ஆராய்ச்சி, புகைப்படம் எடுக்கப்படும், படமாக்கப்படும் அல்லது வேறுவிதமாக ஆவணப்படுத்தப்படும் நபர்களின் ஆராய்ச்சியின் நோக்கம், முறைகள் மற்றும் சாத்தியமானது விளைவுகளை அறிந்திருப்பதையும், அவர்கள் தானாக முன்வந்து பங்கேற்க ஒப்புக்கொள்வதையும் உறுதி செய்வதை உள்ளடக்கியது. காட்சித் தரவின் ஆரம்ப சேகரிப்புக்கும், படங்களின் எந்தவொரு அடுத்தடுத்த பயன்பாடு அல்லது பரப்புதலுக்கும் தகவலறிந்த ஒப்புதல் பெறப்பட வேண்டும்.. பெரிய கூட்டங்கள் அல்லது பொது நிகழ்வுகளின் படங்களை எடுக்கும்போது சில சூழ்நிலைகளில் இது சவாலானதாக இருக்கலாம். பொதுவாக, மாற்று முறைகளைக் கருத்தில் கொள்வதன் மூலமோ அல்லது பின்னோக்கி ஒப்புதலைப் பெறுவதன் மூலமோ பங்கேற்பாளர்களுக்கு ஏற்படும் தீங்கு விளைவிக்கும் அபாயத்தைக் குறைக்க ஆராய்ச்சியாளர்கள் பாடுபட வேண்டும்.

*பெயர் தெரியாத தன்மை மற்றும் ரகசியத்தன்மை:*ஆராய்ச்சி பங்கேற்பாளர்களின் பெயர் தெரியாத தன்மை மற்றும் ரகசியத்தன்மையை உறுதி செய்யும் காட்சி சமூகவியலில் மற்றொரு முக்கியமான நெறிமுறைக் கருத்தாகும்.ஆராய்ச்சி. புகைப்படங்கள் போன்ற காட்சித் தரவுகளின் விஷயத்தில் இது குறிப்பாக சவாலானது.மற்றும் படங்கள்பெரும்பாலும் தனிநபர்களை ஆராய்ச்சியுடன் இணைக்கக்கூடிய அடையாளம் காணக்கூடிய அம்சங்களைக் கொண்டிருக்கும். படங்களை அநாமதேயமாக்குவது போன்ற பங்கேற்பாளர்களின் அடையாளங்களைப் பாதுகாக்க ஆராய்ச்சியாளர்கள் பொருத்தமான நடவடிக்கைகளை எடுக்க வேண்டும்.முகங்களை மங்கலக்குதல் அல்லது அடையாளம் காணக்கூடிய பிற அம்சங்களை மாற்றுதல் மூலம். கூடுதலாக, ஆராய்ச்சியாளர்கள் காட்சித் தரவைப் பாதுகாப்பாகச் சேமித்து, அங்கீகரிக்கப்பட்ட பணியாளர்களுக்கு மட்டுமே அணுகலைக் கட்டுப்படுத்த வேண்டும்.

*பிரதிநிதித்துவம்மற்றும் சக்தி இயக்கவியல்:*காட்சி சமூகவியல்ஆராய்ச்சி பெரும்பாலும் தனிநபர்கள் அல்லது சமூகங்களின் அனுபவங்கள், அடையாளங்கள் மற்றும் கலாச்சாரங்களைப் படம்பிடித்து பிரதிநிதித்துவப்படுத்துவதை உள்ளடக்கியது. இந்த செயல்முறை ஏற்கனவே உள்ள இயக்கவியலை நிலைநிறுத்தக்கூடும் மற்றும் கவனத்துடனும் உணர்திறனுடனும் அணுகப்படாவிட்டால் ஒரே மாதிரியான கருத்துக்களை வலுப்படுத்தும். ஆராய்ச்சியாளர்கள் தவறாக சித்தரிப்பதற்கான சாத்தியக்கூறுகளை நினைவில் வைத்துக் கொள்ள வேண்டும் மற்றும் தீங்கு விளைவிக்கும் அல்லது களங்கப்படுத்தும் படங்களை மீண்டும் உருவாக்குவதைத் தவிர்க்க முயற்சிக்க வேண்டும்.. இது கூட்டு அல்லது பங்கேற்பு ஆராய்ச்சி நடைமுறையில் ஈடுபடுவதை உள்ளடக்கியிருக்கலாம், அங்கு பங்கேற்பாளர்கள் தயாரிப்பு மற்றும் விளக்கத்தில் தீவிரமாக ஈடுபடுகிறார்கள்.காட்சி தரவு. அவ்வாறு செய்வதன் மூலம், ஆய்வு செய்யப்படும் தனிநபர்கள் மற்றும் சமூகங்களின் முன்னோக்குகள் துல்லியமாகவும் மரியாதையுடனும் பிரதிநிதித்துவப்படுத்தப்படுவதை உறுதிப்படுத்த ஆராய்ச்சியாளர்கள் உதவ முடியும்.

*தீங்கு விளைவிக்கும் சாத்தியம்:*காட்சி சமூகவியல்வேறு எந்த ஆராய்ச்சியையும் போலவே, ஆராய்ச்சியும் பங்கேற்பாளர்களுக்கு நேரடியாகவோ அல்லது மறைமுகமாகவோ தீங்கு விளைவிக்கும் ஆற்றலைக் கொண்டுள்ளது. இதில் உணர்ச்சி அல்லது உளவியல் துயரம், சமூகக் களங்கம் அல்லது ஆராய்ச்சி செயல்முறை அல்லது காட்சித் தரவைப் பரப்புவதன் விளைவாக ஏற்படும் பிற எதிர்மறை விளைவுகள் அடங்கும். ஆராய்ச்சியாளர்கள் இந்த அபாயங்களைப் பற்றி அறிந்திருக்க வேண்டும் மற்றும் தீங்கு ஏற்படுவதற்கான சாத்தியக்கூறுகளைக் குறைக்க பொருத்தமானது நடவடிக்கைகளை எடுக்க வேண்டும். ஆராய்ச்சியைத் தொடங்குவதற்கு முன் முழுமையான இடர் மதிப்பீட்டை நடத்துவது, ஆய்வு முழுவதும் பங்கேற்பாளர்களின் நல்வாழ்வை உன்னிப்பாகக் கண்காணிப்பது மற்றும் காட்சித்

தரவை, குறிப்பாக பொது மன்றங்கள் அல்லது கல்வியில் பரப்புவதன் தாக்கங்களை கவனமாகக் கருத்தில் கொள்வது இதில் அடங்கும்.

கலாச்சார உணர்திறன்: காட்சி சமூகவியல் ஆராய்ச்சியாளர்கள் தாங்கள் பணிபுரியும் கலாச்சார சூழலுக்கு உணர்திறன் உடையவர்களாகவும் இருக்க வேண்டும். இது காட்சி பிரதிநிதித்துவத்துடன் தொடர்புடைய விதிமுறைகள் மற்றும் நடைமுறைகள், இயற்கை கலாச்சார தவறான விளக்கம் அல்லது ஒதுக்கீட்டிற்கான சாத்தியக்கூறுகள் குறித்து விழிப்புடன் இருப்பதை உள்ளடக்கியது. ஆராய்ச்சியாளர்கள் தாங்கள் படிக்கும் தனிநபர்கள் மற்றும் சமூகங்களின் கலாச்சார மதிப்புகள் மற்றும் மரபுகளைப் புரிந்துகொண்டு மதிக்க முயற்சிக்க வேண்டும், மேலும் அவர்களின் ஆராய்ச்சி வடிவமைப்பு, தரவு சேகரிப்பு மற்றும் பகுப்பாய்வில் இந்த காரணிகளைக் கருத்தில் கொள்ள வேண்டும்.

பிரதிபலிப்பு: காட்சி சமூகவியலில் நெறிமுறை ஆராய்ச்சி நடைமுறையின் பிரதிபலிப்பு ஒரு முக்கிய அம்சமாகும், ஏனெனில் இது ஒருவரின் சொந்த நிலைப்பாடு, சார்புகள் மற்றும் அனுமானங்களை விமர்சன ரீதியாக ஆராய்வதை உள்ளடக்கியது. பிரதிபலிப்புத் தன்மையில் ஈடுபடுவதன் மூலம் ஆராய்ச்சியாளர்கள் தங்கள் சொந்த அனுபவங்கள், மதிப்புகள் மற்றும் கண்ணோட்டங்கள் ஆராய்ச்சி செயல்முறையை வடிவமைக்கும் வழிகள் மற்றும் விளக்கத்தை பாதிக்கும் திறன் குறித்து மேலும் அறிந்துகொள்ள முடியும். காட்சித் தரவுகளின் அடிப்படையில். இந்த சுய விழிப்புணர்வு ஆராய்ச்சியாளர்களுக்கு ஒரு சார்பு அபாயத்தைக் குறைக்கவும், மிகவும் நெறிமுறை மற்றும் பொறுப்பான ஆராய்ச்சி செயல்முறையை உறுதிப்படுத்தவும் உதவும்.

கலாச்சாரம், அடையாளம் மற்றும் பிம்பங்களுக்கு இடையிலான உறவைப் புரிந்துகொள்வது

கலாச்சாரத்திற்கு இடையிலான உறவு, அடையாளம், மற்றும் படங்கள் கலாச்சார மற்றும் தனிப்பட்ட அடையாளங்களின் பிரதிபலிப்புகளாகவும் கட்டுமானங்களாகவும் படங்கள் செயல்படுவதால், இது ஒரு சிக்கலான மற்றும் பன்முகத்தன்மை கொண்ட ஒன்றாகும். இந்தக் கட்டுரையில், படங்கள் மற்றும் காட்சி பிரதிநிதித்துவங்கள் கலாச்சாரம் மற்றும் அடையாளத்துடன் எவ்வாறு தொடர்பு கொள்கின்றன மற்றும் பாதிக்கப்படுகின்றன ஆராய்வோம், இதில் கலாச்சாரத் தொடர்புகளில் படங்களின் பங்கு, காட்சி பிரதிநிதித்துவம் மூலம் அடையாளத்தை உருவாக்குதல் மற்றும் சமூக விதிமுறைகள் மதிப்புகளை வடிவமைப்பதில் படங்களின் பங்கு ஆகியவை அடங்கும்.

கலாச்சார தொடர்புக்கான படங்கள்: கலாச்சாரக் கருத்துக்கள், மதிப்புகள் மற்றும் நடைமுறைகளின் தொடர்பு மற்றும் பரப்புதலில் படங்கள் முக்கிய பங்கு வகிக்கின்றன. அவை கலாச்சார எல்லைகளுக்குள்ளும், அதற்கு அப்பாலும் கலாச்சார அறிவை வெளிப்படுத்துவதற்கும் பரப்புவதற்கும் ஒரு சக்திவாய்ந்த வழிமுறையாகும் செயல்படுகின்றன. காட்சி சின்னங்கள், சின்னங்கள் மற்றும் பிரதிநிதித்துவங்களைப் பயன்படுத்துவதன் மூலம், படங்கள் பொதுவான கலாச்சார பின்னணியைப் பகிர்ந்து கொள்ளும் நபர்களால் புரிந்து கொள்ளக்கூடிய மற்றும் விளக்கக்கூடிய சிக்கலான கருத்துக்களையும் அர்த்தங்களையும் வெளிப்படுத்துகின்றன. படங்கள் கலாச்சாரங்களுக்கிடையேயான தொடர்பை எளிதாக்கும், ஏனெனில் அவை ஒரு பொதுவான காட்சி மொழியை வழங்க முடியும், இதன் மூலம் வேறு கலாச்சார பின்னணிகளைச் சேர்ந்த தனிநபர்கள் ஒருவருக்கொருவர் கலாச்சாரங்களுடன் ஈடுபடவும் கற்றுக்கொள்ளவும் முடியும்.

காட்சி பிரதிநிதித்துவம் மூலம் அடையாளத்தை உருவாக்குதல்: தனிநபர் மற்றும் கூட்டு அடையாளங்களை மாற்றியமைக்கப்பட்ட படங்கள் மையமாக உள்ளன. காட்சி பிரதிநிதித்துவங்களை உருவாக்கி நுகரும் செயல்முறையின் மூலம், தனிநபர்கள் குழுக்கள் தங்கள் சுய உணர்வு, மற்றவர்களுடனான உறவுகள் மற்றும் சமூகத்தில் தங்கள் இடத்தை வரையறுத்து வெளிப்படுத்துகிறார்கள். இந்த அடையாள கட்டுமான செயல்முறை தனிப்பட்ட, சமூக மற்றும் தேசிய அடையாளங்கள் உட்பட பல நிலைகளில் நிகழலாம். எடுத்துக்காட்டாக, தனிப்பட்ட புகைப்படங்கள் மேலும் உருவப்படங்கள் தனிநபர்கள் தங்கள்

சுய உணர்வை வெளிப்படுத்தவும், குடும்பத்தினர் மற்றும் நண்பர்களுடனான தொடர்புகளை வெளிப்படுத்தவும் ஒரு வழியாகச் செயல்படும். இதேபோல், படங்கள் தேசிய சின்னங்கள் அல்லது வரலாற்று நிகழ்வுகளை சித்திரிப்பது கூட்டு தேசிய அடையாளங்களை உருவாக்கவும் வலுப்படுத்தவும் உதவும்.

படங்கள் மற்றும் அடையாளப் பேச்சுவார்த்தை: படங்களுக்கு இடையிலான உறவுமேலும் அடையாளம் என்பது நிலையானது அல்லது நிலையானது அல்ல, மாறாக பேச்சுவார்த்தை மற்றும் மறு விளக்கத்தின் தொடர்ச்சியான செயல்முறையாகும். தனிநபர்களும் குழுக்களும் புதிய படங்கள் மற்றும் காட்சி பிரதிநிதித்துவங்களை எதிர்கொள்ளும்போது, அவர்கள் தங்கள் சுய உணர்வையும் மற்றவர்களுடன் உறவுகளையும் மறு மதிப்பீடு செய்து மறுவரையறை செய்யும் செயல்பாட்டில் ஈடுபடலாம். இந்த செயல்முறை ஏற்கனவே உள்ள படங்களை கையகப்படுத்துதல் மற்றும் தழுவல் ஆகிய இரண்டையும் உள்ளடக்கியது, மற்றொன்று மாறிவரும் அடையாளங்கள் மற்றும் கலாச்சார சூழல்களை பிரதிபலிக்கும் புதிய காட்சி பிரதிநிதித்துவங்களை உருவாக்குதல். எடுத்துக்காட்டாக, சமூக ஊடகங்களின் பரவலான பயன்பாடுமேலும் டிஜிட்டல் புகைப்படம் எடுத்தல் தனிநபர்கள் தங்கள் காட்சி அடையாளங்களை தீவிரமாக நிர்வகிக்கவும் கையாளவும் உதவியுள்ளது, தங்களின் ஒரு குறிப்பிட்ட பதிப்பை உலகிற்கு வழங்க படங்களைத் தேர்ந்தெடுத்து மாற்றியமைத்துள்ளது.

படங்கள் மற்றும் சக்தி இயக்கவியல்: படங்களின் உற்பத்தி, பரப்புதல் மற்றும் நுகர்வுசில குழுக்கள் அல்லது தனிநபர்கள் காட்சி பிரதிநிதித்துவங்களின் உருவாக்கம் மற்றும் விநியோகத்தில் அதிக கட்டுப்பாட்டைக் கொண்டிருப்பதால், அவை பெரும்பாலும் அதிகார இயக்கவியலுடன் பின்னிப் பிணைந்துள்ளன. இந்தக் கட்டுப்பாடு சில குழுக்கள் அல்லது முன்னோக்குகளை ஓரங்கட்டுதல் அல்லது தவறாக சித்திரித்தல், அவற்றுடன் ஏற்கனவே உள்ள அதிகார கட்டமைப்புகள் மற்றும் படிநிலைகளை வலுப்படுத்துதல் ஆகியவற்றிற்கு தூண்டுகிறது. எடுத்துக்காட்டாக, விளிம்புநிலை சமூகங்களின் பிரதான ஊடக பிரதிநிதித்துவங்கள் ஒரே மாதிரியான கருத்துக்களையும் களங்கப்படுத்தும் படங்களையும் நிலைநிறுத்தக்கூடும், அதே நேரத்தில் மாற்றுக் கண்ணோட்டங்கள் மற்றும் குரல்களை விலக்கவோ அல்லது மௌனமாக்கவோ செய்யலாம். இந்த அதிகார இயக்கவியலை சவால் செய்ய, விமர்சனக் காட்சி பகுப்பாய்வில் ஈடுபடுவது, மாறுபட்ட மற்றும் உள்ளடக்கிய காட்சி பிரதிநிதித்துவங்களின் உற்பத்தி மற்றும் பரவலை ஊக்குவிப்பது அவசியம்.

சமூக மாற்றத்தின் முகவர்களாக படங்கள்: படங்கள் சமூக மாற்றத்தின் சக்திவாய்ந்த முகவர்களாகவும் செயல்பட முடியும், ஏனெனில் அவை ஏற்கனவே உள்ள விதிமுறைகள், மதிப்புகள் மற்றும் அதிகாரம் அமைப்புகளை சவால் செய்யும் ஆற்றலைக் கொண்டுள்ளது. மாற்றுக் கண்ணோட்டங்கள் மற்றும் முன்னோக்குகளை முன்வைப்பதன் மூலம், படங்கள் விமர்சன ரீதியான பிரதிபலிப்பைத் தூண்டலாம், உரையாடலைத் தூண்டலாம் மற்றும் செயலைத் தூண்டலாம். உதாரணமாக, புகைப்படங்கள் சமூக அநீதிகள் அல்லது சுற்றுச்சூழல் சீரழிவை ஏற்படுத்துவது விழிப்புணர்வை ஏற்படுத்துகிறது, பச்சாதாபத்தை வளர்க்கிறது, மேலும் தனிநபர்களை வக்காலத்து வாங்குகிறது அல்லது செயல்பாட்டில் ஈடுபட ஊக்குவிக்கும். இதேபோல், நடைமுறையில் உள்ள அழகு தாரநிலைகள் அல்லது பாலின விதிமுறைகளை சவால் செய்யும் படங்கள் அணுகுமுறைகள் மற்றும் மதிப்புகளில் பரந்த சமூகம் மற்றும் கலாச்சார மாற்றங்களுக்கு பங்களிக்கும்.

படங்களின் பங்குசமூக விதிமுறைகள் மற்றும் மதிப்புகளை வடிவமைப்பதில்: படங்கள் சமூக விதிமுறைகள் மற்றும் மதிப்புகளை வடிவமைப்பதில் குறிப்பிடத்தக்க பங்கை வகிக்கின்றன, ஏனெனில் அவை இரண்டும் ஆதிக்கம் செலுத்தும் கலாச்சாரம் கருத்துக்கள் மற்றும் நம்பிக்கைகளை பிரதிபலிக்கின்றன மற்றும் உருவாக்குகின்றன. சில வகையான படங்களை மீண்டும் மீண்டும் வெளியிடுவதன் மூலம், தனிநபர்கள் குறிப்பிட்ட பிரதிநிதித்துவங்களை உள்வாங்கி இயல்பாக்குகிறார்கள், இது அவர்களின் யதார்த்தம் மற்றும் அவர்களின் நடத்தை பற்றிய கருத்துக்களை வடிவமைக்கிறது. எடுத்துக்காட்டாக, அழகு, வெற்றி மற்றும் மகிழ்ச்சியின் இலட்சியப்படுத்தப்பட்ட தரங்களை சித்திரிக்கும் விளம்பரம் மற்றும் ஊடகங்களில் படங்களின் பரவலான இருப்பு, தோற்றம், பொருள் செல்வம் மற்றும் உறவுகளைச் சுற்றியுள்ள சமூக எதிர்பார்ப்புகள் மற்றும் விதிமுறைகளை உருவாக்க

217

பங்களிக்கும். இதையொட்டி, இந்த விதிமுறைகள் மற்றும் மதிப்புகள் தனிநபர்களின் சுய-கருத்துகள், அபிலாஷைகள் மற்றும் செயல்களை பாதிக்கலாம்.

படங்கள் மற்றும் கலாச்சார நினைவகம்:படங்கள் கலாச்சார நினைவகத்தை உருவாக்குவதிலும் பாதுகாப்பிலும் முக்கிய பங்கு வகிக்கின்றன, ஏனெனில் அவை கடந்த காலத்தின் உறுதியான பதிவுகளாகும் செயல்படுகின்றன, அவை எதிர்கால சந்ததியினரால் அணுகப்படலாம், பகிரப்படலாம் மற்றும் விளக்கப்படலாம். படங்களை சேகரித்தல், காப்பகப்படுத்துதல் மற்றும் காட்சிப்படுத்துதல் ஆகியவற்றின் மூலம்., சமூகங்கள் தங்கள் வரலாறு, மரபுகள் மற்றும் கூட்டு அனுபவங்களின் காட்சி விளக்கத்தை உருவாக்கி பராமரிக்கின்றன. இந்த காட்சி விவரிப்புகள் பகிரப்பட்ட அடையாளம் மற்றும் சொந்தமான உணர்வை வலுப்படுத்தவும், கூட்டு புரிதல் மற்றும் விளக்கத்தை வடிவமைக்கவும் உதவும்.கடந்த காலத்தின். உதாரணமாக, வரலாற்று புகைப்படங்கள், ஓவியங்கள், மற்றும் திரைப்படங்கள்குறிப்பிடத்தக்க நிகழ்வுகள், நபர்கள் மற்றும் கலாச்சார நடைமுறைகளின் காட்சிப் பதிவை வழங்க முடியும், தனிநபர்கள் தங்கள் கலாச்சார பாரம்பரியத்துடன் இணைவதற்கும் அதிலிருந்து கற்றுக்கொள்ளவும் உதவுகிறது.

கலாச்சாரத்திற்கான உறவை வடிவமைப்பதில் தொழில்நுட்பத்தின் பங்கு,அடையாளம், மற்றும் படங்கள்: தொழில்நுட்ப முன்னேற்றங்கள் படங்கள் தயாரிக்கப்படும், பரப்பப்படும் மற்றும் நுகரப்படும் முறைகள் மாற்றப்பட்டுள்ளன, இது கலாச்சாரம், அடையாளம் மற்றும் படங்களுக்கு இடையிலான உறவில் தாக்கங்களை ஏற்படுத்தியது. டிஜிட்டல் புகைப்படம் எடுத்தல், சமூக ஊடகங்களின் பரவலான தன்மை, மற்றும் பிற டிஜிட்டல் தொடர்பு வடிவங்கள் படங்களின் உற்பத்தி மற்றும் விநியோகத்தை ஜனநாயகப்படுத்தியுள்ளன, தனிநபர்கள் மற்றும் சமூகங்கள் உலகம் அளவில் தங்கள் சொந்த காட்சி பிரதிநிதித்துவங்களை உருவாக்கி பகிர்ந்து கொள்ள உதவுகின்றன. இந்த அதிகரித்த அணுகல் மற்றும் நிறுவனம் காட்சி கலாச்சாரத்தில் அதிக பன்முகத்தன்மை மற்றும் உள்ளடக்கத்தை வளர்ப்பதற்கு, ஆதிக்கம் செலுத்தும் கதைகள் மற்றும் அதிகாரம் கட்டமைப்புகளை சவால் செய்வதற்கும் ஆற்றலைக் கொண்டுள்ளது. இருப்பினும், இது தனியுரிமை, கண்காணிப்பு மற்றும் தனிப்பட்ட படங்கள் மற்றும் அனுபவங்களின் பண்டமாக்கல் தொடர்பான கவலைகளையும் எழுப்புகிறது.

உடல் பிம்பத்தையும் சமூக தரநிலைகளையும் வடிவமைப்பதில் பிம்பங்களின் பங்கு

படங்களின் பங்குஉடல் பிம்பத்தை வடிவமைப்பதில்மேலும் சமூக தரநிலைகள் பன்முகத்தன்மை கொண்டவை மற்றும் பரவலாக உள்ளன. விளம்பரங்கள் போன்ற பல்வேறு வகையான ஊடகங்கள் மூலம் படங்கள் நம் அன்றாட வாழ்க்கையை ஊடுருவுகின்றன., தொலைக்காட்சி, திரைப்படம்,மற்றும் சமூக ஊடகங்கள்தளங்கள். இந்த படங்கள் நம்மைப் பற்றியும், மற்றவர்களைப் பற்றியும், நம்மைச் சுற்றியுள்ள உலகத்தைப் பற்றியும் நமது கருத்துக்களைப் பாதிக்கும் சக்தியைக் கொண்டுள்ளது. இந்த கட்டுரையில், படங்கள் உடல் பிம்பத்தையும் சமூகத் தரங்களையும் வடிவமைப்பதில் எவ்வாறு பங்களிக்கிறது என்பதை ஆராய்வோம், இதில் அழகு இலட்சியங்களை நிலைநிறுத்துதல், மன மற்றும் உடல் ஆரோக்கியத்தில் ஏற்படும் பாதிப்பு, சமூக ஊடகங்கள் மற்றும் தொழில்நுட்பத்தின் பங்கு மற்றும் நேர்மறையானது உடல் பிம்பத்தை ஊக்குவிப்பதற்கும் தீங்கு விளைவிக்கும் சமூக விதிமுறைகளை சவால் செய்வதற்கும் சாத்தியமான வழிகள் ஆகியவை அடங்கும்.

அழகு இலட்சியங்களின் நிலைத்தன்மை:சமூக அழகு இலட்சியங்களை நிலைநிறுத்துவதில் வலுப்படுத்துவதிலும் படங்கள் குறிப்பிடத்தக்க பங்கை வகிக்கின்றன. இந்த இலட்சியங்கள் பெரும்பாலும் குறுகிய மற்றும் நம்பத்தகாத உடல் கவர்ச்சி தரங்களை உள்ளடக்கியது, அவர்களின் தனிநபர்கள் கடினமாக இருந்தாலும், சாத்தியமற்றவை. உதாரணமாக, பெண்கள் பெரும்பாலும் மெல்லியவர்களாகவும், குறைபாடற்ற தோல் மற்றும் கூந்தலுடன் சித்தரிக்கப்படுகிறார்கள், அதே நேரத்தில் ஆண்கள் தசை மற்றும் நிறமுள்ளவர்களாக

சித்தரிக்கப்படுகிறார்கள். இந்த பிரதிநிதித்துவங்கள் இந்த தரநிலைகளை இயல்பாக்குவதற்கும் உள்மயமாக்குவதற்கும் பங்களிக்கின்றன, இதனால் தனிநபர்கள் இதை அடைய முடியாது இலட்சியங்களுடன் தங்களை ஒப்பிட்டுப் பார்க்கவும், தங்கள் சொந்த தோற்றத்தில் அதிருப்தி அடையவும்.

மன ஆரோக்கியத்தில் ஏற்படும் பாதிப்பு: இலட்சியப்படுத்தப்பட்ட படங்களுக்கு தொடர்ந்து வெளிப்பாடுஅழகு பற்றிய விழிப்புணர்வு தனிநபர்களின் மன ஆரோக்கியத்திற்கு தீங்கு விளைவிக்கும். மெலிதல் அல்லது தசைத்தன்மையை ஊக்குவிக்கும் படங்களைப் பார்ப்பது உடல் அதிருப்தி, எதிர்மறையான சுய மதிப்பீடு மற்றும் ஒழுங்கற்ற உணவு பழக்கவழக்கங்களின் வளர்ச்சிக்கு வழிவகுக்கும் என்று ஆராய்ச்சி காட்டுகிறது. மேலும், இந்த விளைவுகள் சகாக்கள் மற்றும் குடும்ப தாக்கங்கள், கலாச்சார பின்னணி மற்றும் தனிப்பட்ட பண்புகள் போன்ற காரணிகளால் அதிகரிக்கப்படலாம், இதனால் சில இந்த படங்களின் தாக்கத்தால் அவர்களின் மன ஆரோக்கியம் அதிக பாதிப்புக்குள்ளாகும்.

*உடல் ஆரோக்கியத்தில் ஏற்படும் பாதிப்பு:*யதார்த்தமற்ற அழகு இலட்சியங்களைப் பின்தொடர்வது தனிநபர்களின் உடல் ஆரோக்கியத்திற்கும் எதிர்மறையான விளைவுகளை ஏற்படுத்தும். இந்த தரநிலைகளுக்கு இணங்க, தனிநபர்கள் கூடுதல் உணவுமுறை, கூடுதல் உடற்பயிற்சி அல்லது ஆபத்தான சப்ளிமெண்ட்ஸ் அல்லது பொருட்களை பயன்படுத்துதல் போன்ற தீங்கு விளைவிக்கும் நடத்தைகளில் ஈடுபடலாம். இந்த நடத்தைகள் ஊட்டச்சத்து குறைபாடு, காயம் மற்றும் உண்ணும் கோளாறுகள் அல்லது உடல் டிஸ்மார்பிக் கோளாறு போன்ற நாள்பட்ட சுகாதார நிலைமைகள் வளர்ச்சி உள்ளிட்ட பல்வேறு உடல்நலப் பிரச்சினைகளுக்கு வழிவகுத்தது.

சமூக ஊடகங்களின் பங்குமற்றும் தொழில்நுட்பம்: சமூக ஊடகங்கள் மற்றும் தொழில்நுட்பத்தின் பரவலான பயன்பாட்டு படங்களின் தாக்கம் அதிகரித்துள்ளது.உடல் படத்தில்மற்றும் சமூக தரநிலைகள். இன்ஸ்டாகிராம், பேஸ்புக் மற்றும் ஸ்னாப்சாட் போன்ற சமூக ஊடக தளங்கள் பெரும்பாலும் அழகின் இலட்சியப்படுத்தப்பட்ட படங்களைப் பகிர்வதையும் நுகர்வதையும் ஊக்குவிக்கின்றன, பயனர்கள் தங்கள் புகைப்படங்களை அடிக்கடி தேர்ந்தெடுத்து திருப்தி தங்களை மிகவும் கவர்ச்சிகரமான அல்லது வெற்றிகரமான பதிப்பாகக் காட்டுகிறார்கள். இது சமூக ஒப்பீடு, பொறாமை மற்றும் அதிகரித்த உடல் அதிருப்திக்கு காரணமாக உள்ளது, ஏனெனில் தனிநபர்கள் தங்கள் சகாக்களின் வாழ்க்கையையும் தோற்றத்தையும் தங்கள் சொந்ததை விட உயர்ந்ததாக சித்தரிக்கும் படங்களின் தொடர்ச்சியான நீரோட்டத்திற்கு ஆளாகிறார்கள்.

*விளம்பரம் மற்றும் சந்தைப்படுத்தலின் பங்கு:*விளம்பரம் மற்றும் சந்தைப்படுத்தல் துறைகள் உடல் பிம்பத்தை வடிவமைப்பதில் குறிப்பிடத்தக்க பங்கை வகிக்கின்றன.மற்றும் சமூக தரநிலைகள், ஏனெனில் அவை பெரும்பாலும் தனிநபர்களின் பாதுகாப்பின்மை மற்றும் உடல் கவர்ச்சிக்கான ஆசைகளைப் பயன்படுத்துகின்றன. விளம்பரங்கள் பெரும்பாலும் ஒருவரின் தோற்றத்தை மேம்படுத்துவதாகவோ அல்லது தனிநபர்கள் ஒரு சிறந்த உடல் வகையை அடைய உதவுவதாகவோ உறுதியளிக்கும் தயாரிப்புகள் மற்றும் சேவைகளை விளம்பரப்படுத்துகின்றன. இது தீங்கு விளைவிக்கும் அழகு இலட்சியங்களை நிலைநிறுத்துவதற்கும், சுய மதிப்பு மற்றும் மகிழ்ச்சியை அடைவதற்கும் ஒரு வழிமுறையாக நுகர்வோர் கொள்கையை ஊக்குவிப்பதற்கும் பங்களிக்கும்.

*விளிம்புநிலை சமூகங்கள் மீதான தாக்கம்:*படங்களின் தாக்கம்உடல் படத்தில்இன மற்றும் இன சிறுபான்மையினர், குறைபாடுகள் உள்ள நபர்கள் அல்லது LGBTQ+ என அடையாளம் காணப்படுபவர்கள் போன்ற ஓரங்கட்டப்பட்ட சமூகங்களைச் சேர்ந்த தனிநபர்களுக்கு சமூகத் தரநிலைகள் குறிப்பாக உச்சரிக்கப்படலாம். இந்த நபர்கள் ஆதிக்கம் செலுத்தும் அழகு இலட்சியங்களுக்கு இணங்க கூடுதல் அழுத்தங்களை எதிர்கொள்ள நேரிடும், அவை பெரும்பாலும் யூரோசென்ட்ரிக் பன்முகத்தன்மை கொண்ட கவர்ச்சித் தரங்களுக்கு முன்னுரிமை அளிக்கின்றன. இந்த சமூகங்களைச் சேர்ந்த நபர்களுக்குத் தெரியாத தன்மை, ஓரங்கட்டப்படுதல் மற்றும் உடல் அதிருப்தி போன்ற உணர்வுகளை அதிகரிக்கச் செய்கிறது.

*நல்ல உடல் பிம்பத்தை ஊக்குவித்தல்மற்றும் தீங்கு விளைவிக்கும் விதிமுறைகளை சவால் செய்தல்:*நல்ல உடல் பிம்பத்தை ஊக்குவிப்பதற்கும் தீங்கு விளைவிக்கும் சமூக

தரநிலைகளை சவால் செய்வதற்கும் பல உத்திகள் உள்ளன. இவற்றில் ஊடக எழுத்தறிவு கல்வி அடங்கும், இதில் தனிநபர்களின் படங்களை விமர்சன ரீதியாக பகுப்பாய்வு செய்து மதிப்பீடு செய்ய கற்றுக்கொடுக்கப்படுகிறது.மற்றும் ஊடகங்களில் அவர்கள் சந்திக்கும் செய்திகள். ஊடக எழுத்தறிவு திறன்களை வளர்ப்பதன் மூலம், படங்கள் எவ்வாறு கையாளப்படுகின்றன மற்றும் கட்டமைக்கப்படுகின்றன என்பதைப் பற்றி தனிநபர்கள் அதிகம் விழிப்புணர்வைப் பெற முடியும், மேலும் தீங்கு விளைவிக்கும் அழகு இலட்சியங்களின் செல்வாக்கை சிறப்பாக எதிர்க்க முடியும்.

மற்றொரு உத்தி, உடல் நேர்மறை மற்றும் காட்சி பிரதிநிதித்துவங்களில் பன்முகத்தன்மையை மேம்படுத்துவதை உள்ளடக்கியது. படங்களை உருவாக்குவதன் மூலம் இதை அடைய முடியும்.பல்வேறு வகையான உடல் வகைகள், வயது, இனம் மற்றும் திறன்களைக் கொண்டாடும். அழகின் மாறுபட்ட மற்றும் யதார்த்தமான பிரதிநிதித்துவங்களைக் காண்பிப்பதன் மூலம், தனிநபர்கள் குறுகிய அழகு இலட்சியங்களை சவால் செய்கிறார்கள் சுய-ஏற்றுக்கொள்ளுதலை வளர்க்கும் மிகவும் உள்ளடக்கிய மற்றும் தொடர்புடைய படங்களை வெளிப்படுத்தலாம்.

உடல் நேர்மறையை ஊக்குவிப்பதிலும் சமூக தரநிலைகளை சவால் செய்வதிலும் செல்வாக்கு செலுத்துபவர்கள் மற்றும் பிரபலங்களின் பங்கை குறைத்தல் மதிப்பிடக்கூடாது. பொது நபர்கள் தங்கள் தளங்களைப் பயன்படுத்தி உடல் தோற்றத்துடன் தங்கள் அனுபவங்களைப் பகிர்ந்து கொள்ளலாம்., சுய ஏற்றுக்கொள்ளலை ஆதரிக்கின்றன, மேலும் அவர்களின் தனித்துவமான தோற்றங்களைத் தழுவி அவர்களைப் பின்தொடர்பவர்களை ஊக்குவிக்கின்றன.

கூடுதலாக, கொள்கை மாற்றங்கள் மற்றும் தொழில்துறை விதிமுறைகளுக்காக வாதிடுவது சமூக தரங்களை மாற்றுவதற்கு சாதகமான உடல் பிம்பத்தை ஊக்குவிக்கும் பங்களிக்கும்.. எடுத்துக்காட்டாக, சில நாடுகள் விளம்பரதாரர்களின் படங்கள் வெளியிடப்படும்போது அவற்றை வெளியிட வேண்டும் என்ற கொள்கைகள் அமல்படுத்தப்பட்டுள்ளன.டிஜிட்டல் முறையில் மாற்றப்பட்டுள்ளன அல்லது மறுசீரமைக்கப்பட்டுள்ளன, இது பல அழகு படங்களின் நம்பத்தகாத தன்மை குறித்த விழிப்புணர்வை ஏற்படுத்துகிறது உதவவும்.

இறுதியாக, ஆரோக்கியமான உடல் பிம்பத்தை மேம்படுத்த குடும்பங்கள், பள்ளிகள் மற்றும் சமூகங்களுக்கு ஒரு ஆதரவான மற்றும் உள்ளடக்கிய சூழல் வளர்ப்பது அவசியம்.மற்றும் தீங்கு விளைவிக்கும் சமூக தரநிலைகளை சவால் செய்தல். உடல் தோற்றம் பற்றிய திறந்த உரையாடல்களில் ஈடுபடுதல், சுய ஏற்றுக்கொள்ளுதல் மற்றும் இரக்கத்தை ஊக்குவித்தல், மற்றும் உடல் அதிருப்தி ஒழுங்கற்ற உணவுப் பழக்கவழக்கங்களுடன் போராடும் நபர்களுக்கு வளங்களையும் ஆதரவையும் வழங்குதல் ஆகியவை இதில் அடங்கும்.

மானுடவியல்காட்சி சமூகவியலில் பிம்பம் மற்றும் அதன் தாக்கங்கள்

பிம்பத்தின் மானுடவியல்உற்பத்தி, நுகர்வு மற்றும் விளக்கத்தை ஆராயும் ஒரு இடைநிலைத் துறையாகும்.படங்கள்மனித கலாச்சாரம் மற்றும் சமூகம் தொடர்பாக. இது மானுடவியல், சமூகவியல் போன்ற துறைகளை கொண்டு, பல்வேறு தத்துவார்த்த கண்ணோட்டங்கள் மற்றும் வழிமுறை அணுகுமுறைகள் உள்ளடக்கியது., கலை வரலாறு மற்றும் ஊடக ஆய்வுகள். உருவத்தின் மானுடவியல் காட்சி சமூகவியலில் குறிப்பிடத்தக்க தாக்கங்களைக் கொண்டுள்ளது, ஏனெனில் இது சமூக செயல்முறைகள், அதிகார உறவுகள் மற்றும் கலாச்சார நடைமுறைகளால் படங்கள் எவ்வாறு வடிவமைக்கப்படுகின்றன மற்றும் வடிவமைக்கப்படுகின்றன என்பது பற்றிய நுண்ணறிவுகளை வழங்குகிறது. இந்தக் கட்டுரையில், உருவத்தின் மானுடவியலில் உள்ள சில முக்கிய கருத்துக்கள் மற்றும் விவாதங்களை ஆராய்வோம் மற்றும் காட்சி சமூகவியல் ஆராய்ச்சி அவற்றின் தாக்கங்களைப் பற்றி விவாதிப்போம்.

கலாச்சார கலைப்பொருட்களாக படங்கள்:படங்கள் கலாச்சார கலைப்பொருட்களாகக் கருதப்படலாம், அவை உருவாக்கப்பட்டு நுகரப்படும் சமூகங்களின் நம்பிக்கைகள், மதிப்புகள் மற்றும் நடைமுறைகளைப் செய்கின்றன. படங்களை ஆராய்வதன் மூலம்கலாச்சார கலைப்பொருட்களாக, ஆராய்ச்சியாளர்கள் அவை உருவாக்கப்பட்ட சமூக சூழல்கள் மற்றும் வரலாற்று காலகட்டங்கள் மற்றும் காலப்போக்கில் அவை எவ்வாறு விளக்கப்பட்டு பயன்படுத்தப்பட்டன என்பது பற்றிய நுண்ணறிவுகளைப் பெறலாம். இந்த அணுகுமுறை சமூகவியலாளர்களுக்கு மிகவும் பயனுள்ளதாக இருக்கும், ஏனெனில் இது படங்கள், சமூகம் மற்றும் கலாச்சாரம் ஆகியவற்றுக்கு இடையேயானவை சிக்கலான உறவுகளை ஆராய உதவுகிறது.

படங்கள் மற்றும் சக்தி:படங்களின் உற்பத்தி மற்றும் நுகர்வுசில தனிநபர்கள் அல்லது குழுக்கள் காட்சி பிரதிநிதித்துவங்களை உருவாக்குதல் மற்றும் பரப்புதல் ஆகியவற்றில் அதிக கட்டுப்பாட்டைக் கொண்டிருக்கவில்லை என்பதால், அவை பெரும்பாலும் அதிகார இயக்கவியலுடன் பின்னிப் பிணைந்துள்ளன. இந்தக் கட்டுப்பாடு சில கண்ணோட்டங்களை ஓரங்கட்டுதல் அல்லது தவறாக சித்தரித்தல், ஏற்கனவே உள்ள அதிகார கட்டமைப்புகள் மற்றும் படிநிலைகளை வலுப்படுத்துதல் ஆகியவற்றிற்கு தூண்டுகிறது. படங்கள் உருவாக்கப்படும், பரப்பப்படும் மற்றும் நுகரப்படும் வழிகளை ஆராய்வதன் மூலம், காட்சி சமூகவியலாளர்கள் காட்சி கலாச்சாரத்தை ஆதரிக்கும் சக்தி உறவுகளை ஆதரிக்கின்றனர் ஆராய்ந்து, சமூக சமத்துவமின்மை மற்றும் நீதிக்கான இந்த உறவுகளின் தாக்கங்களைக் கருத்தில் கொள்ளலாம்.

படங்களின் சமூக வாழ்க்கை:பிம்பத்தின் மானுடவியல்படங்களின் சமூக வாழ்க்கையை வலியுறுத்துகிறது, சமூக வலைப்பின்னல்கள் மற்றும் சமூகங்களுக்குள் படங்கள் உருவாக்கப்படும், பரிமாறிக்கொள்ளப்படும் மற்றும் விளக்கப்படும் வழிகளை ஆராய்கிறது. படங்களின் சமூக வாழ்க்கையை ஆராய்வதன் மூலம், காட்சி சமூகவியலாளர்கள் படங்கள் எவ்வாறு தொடர்பு கொள்கின்றன, சமூக பிணைப்புகளை உருவாக்குகின்றன, அடையாளங்களை பேச்சுவார்த்தை நடத்துகின்றன, காலப்போக்கில் அவை எவ்வாறு கையகப்படுத்தப்படுகின்றன, போட்டியிடப்படுகின்றன மாற்றப்படுகின்றன என்பது பற்றிய நுண்ணறிவுகளைப் பெறலாம்.

பிரதிநிதித்துவ அரசியல்:பிம்பத்தின் மானுடவியல்பிரதிநிதித்துவ அரசியலில் அக்கறை உள்ளது, படங்கள் எவ்வாறு செயல்படுகின்றன என்பதை ஆராய்கிறதுசமூக யதார்த்தங்கள், அடையாளங்கள் மற்றும் படிநிலைகளை பிரதிபலிக்கவும் கட்டமைக்கவும் முடியும். பிரதிநிதித்துவத்தின் மீதான இந்த கவனம் காட்சி சமூகவியலில் குறிப்பிடத்தக்க தாக்கங்களைக் கொண்டுள்ளது., ஆதிக்கம் செலுத்தும் சமூக விதிமுறைகள், மதிப்புகள் மற்றும் அதிகார உறவுகளை எவ்வாறு இனப்பெருக்கம் செய்யலாம் மற்றும் சவால் செய்யலாம் கருத்தில் கொள்வதன் முக்கியத்துவத்தை இது எடுத்துக்காட்டுகிறது.

படங்கள் மற்றும் பொருள் தன்மை: பிம்பத்தின் மானுடவியல்படங்களின் பொருள் தன்மையையும் ஆராய்கிறது., பொருள் பொருட்கள், நடைமுறைகள் மற்றும் சூழல்களில் படங்கள் உட்பொதிக்கப்பட்டு வடிவமைக்கப்படும் வழிகளை ஆராய்தல். பொருள் மீதான இந்த கவனம், குறிப்பிட்ட பொருள் சூழல்களுக்குள் படங்கள் எவ்வாறு உருவாக்கப்படுகின்றன, பரப்பப்படுகின்றன மற்றும் நுகரப்படுகின்றன என்பதையும், இந்த சூழல்களால் படங்கள் எவ்வாறு வடிவமைக்கப்படுகின்றன என்பதையும் கருத்தில் கொள்ளக் காட்சி சமூகவியலாளர்களுக்கு உதவும்.

படங்களின் நிறுவனம்: பிம்பத்தின் மானுடவியலுக்குள், படங்களின் முகமைக்கு அதிகரித்து வரும் அங்கீகாரம் உள்ளது, ஆராய்ச்சியாளர்கள் படங்கள் சமூக மற்றும் கலாச்சார செயல்முறைகளுக்கு முகவர்களாகவோ அல்லது சக்திகளாகவோ செயல்படக்கூடிய வழிகளை ஆராய்கின்றனர். முகமை மீதான இந்த கவனம் காட்சி சமூகவியலில் குறிப்பிடத்தக்க தாக்கங்களைக் கொண்டுள்ளது., ஏனெனில் இது சமூக யதார்த்தங்களையும்

அனுபவங்களையும் வடிவமைப்பதில் படங்களின் செயலில் மற்றும் மாற்றத்தை ஏற்படுத்தும் பங்கை வலியுறுத்துகிறது.

பிம்பத்தின் நெறிமுறை பரிமாணங்கள் உற்பத்தி மற்றும் நுகர்வு: பிம்பத்தின் மானுடவியல் காட்சி சமூகவியலுக்கான முக்கியமான நெறிமுறைக் கருத்தாய்வுகளையும் எழுப்புகிறது. படத் தயாரிப்பாளர்கள் மற்றும் பட பயனர்களின் உரிமைகள் மற்றும் பொறுப்புகள், பட உற்பத்தி மற்றும் நுகர்வின் சாத்தியமான தீங்கு மற்றும் நன்மைகள் மற்றும் குறிப்பிட்ட காட்சி நடைமுறைகள் மற்றும் தொழில்நுட்பங்களின் நெறிமுறை தாக்கங்கள் போன்ற ஆராய்ச்சி.

முறைசார் தாக்கங்கள்: பிம்பத்தின் மானுடவியல் காட்சி சமூகவியலுக்குள் மாற்றியமைக்கப்பட்டுப் பயன்படுத்தக்கூடிய பல்வேறு வழிமுறைகள் மற்றும் கருவிகளை வழங்குகிறது. ஆராய்ச்சி. பங்கேற்பாளர் கண்காணிப்பு மற்றும் நேர்காணல்கள் போன்ற இனவரைவியல் முறைகள்; புகைப்படத் தோற்றம் மற்றும் காட்சி உள்ளடக்க பகுப்பாய்வு போன்ற காட்சி முறைகள்; மற்றும் காப்பக ஆராய்ச்சி மற்றும் ஒப்பீட்டு பகுப்பாய்வு போன்ற வரலாற்று முறைகள் இதில் அடங்கும். இந்த அணுகுமுறைகளை தங்கள் ஆராய்ச்சியில் இணைப்பதன் மூலம், சமூகவியலாளர்கள் படங்களுக்கு இடையிலான சிக்கலான உறவுகளைப் பற்றியது நுணுக்கமான மற்றும் விரிவான புரிதலை உருவாக்க முடியும்., சமூகம் மற்றும் கலாச்சாரம்.

பல்வேறு துறைகளுக்கு இடையேயான ஒற்றுமை மற்றும் ஒத்துழைப்பு: பிம்பத்தின் மானுடவியல் இது இயல்பாகவே பலதுறை சார்ந்தது, பல்வேறு துறைகளில் இருந்து பல்வேறு வகையான தத்துவார்த்த கண்ணோட்டங்கள் மற்றும் வழிமுறைகள் பயன்படுத்துகிறது. இந்த பலதுறை சார்ந்த தன்மை காட்சி சமூகவியலில் குறிப்பிடத்தக்க தாக்கங்களைக் கொண்டுள்ளது., இது ஆராய்ச்சியாளர்களை பரந்த அளவிலான அறிவார்ந்த மரபுகளில் ஈடுபடவும் கற்றுக்கொள்ளவும் ஊக்குவிக்கிறது, மேலும் படங்களின் புதிய ஆய்வு நுண்ணறிவுகளையும் அணுகுமுறைகளையும் உருவாக்குவதற்காக பல்வேறு துறைகளைச் சேர்ந்த ஆராய்ச்சியாளர்களுடன் ஒத்துழைக்கவும் ஊக்குவிக்கிறது. மற்றும் சமூகம்.

தொழில்நுட்பம் மற்றும் டிஜிட்டல் மீடியாவின் பங்கு: பிம்பத்தின் மானுடவியல் சமகால கலாச்சார காட்சியை வடிவமைப்பதில் தொழில்நுட்பம் மற்றும் டிஜிட்டல் ஊடகங்களின் பங்கில் அதிகளவில் ஈடுபட்டுள்ளது, டிஜிட்டல் படங்கள் எவ்வாறு செயல்படுகின்றன என்பதை ஆராய்தல் மற்றும் தளங்கள் படங்களின் உற்பத்தி, சுழற்சி மற்றும் நுகர்வு ஆகியவற்றை மாற்றியமைக்கின்றன, அதே போல் இந்த மாற்றங்கள் சமூக உறவுகள், அடையாளங்கள் மற்றும் இயக்கவியலை எவ்வாறு பாதிக்கின்றன என்பதை மாற்றியமைக்கின்றன. தொழில்நுட்பம் மற்றும் டிஜிட்டல் ஊடகங்களின் மீதான இந்த கவனம் காட்சி சமூகவியலில் குறிப்பிடத்தக்க தாக்கங்களைக் கொண்டுள்ளது. டிஜிட்டல் யுகத்தில் வேகமாக மாறிவரும் காட்சி கலாச்சாரத்தின் நிலப்பரப்பில் ஈடுபடுவதன் முக்கியத்துவத்தையும், விமர்சன ரீதியாக ஆராய்வதன் முக்கியத்துவத்தையும் இது எடுத்துக்காட்டுகிறது.

முடிவில், பிம்பத்தின் மானுடவியல் காட்சி சமூகவியலுக்கான மதிப்புமிக்க நுண்ணறிவுகளையும் அணுகுமுறைகளையும் வழங்குகிறது. படங்களுக்கு இடையிலான சிக்கலான உறவுகளை ஆராய்வதற்கான வளமான மற்றும் மாறுபட்ட கட்டமைப்பை வழங்கும் ஆராய்ச்சி, சமூகம் மற்றும் கலாச்சாரம். பிம்பத்தின் மானுடவியலுக்குள் உள்ள முக்கிய கருத்துக்கள் மற்றும் விவாதங்களில் ஈடுபடுவதன் மூலம், காட்சி சமூகவியலாளர்கள் சமூக செயல்முறைகள், அதிகாரம் உறவுகள் கலாச்சார மற்றும் நடைமுறைகளின் படங்கள் எவ்வாறு வடிவமைக்கப்படுகின்றன மற்றும் வடிவமைக்கப்படுகின்றன என்பதைப் பற்றிய மிகவும் நுணுக்கமான மற்றும் விரிவான புரிதலை உருவாக்க முடியும். மேலும், பிம்பத்தின் மானுடவியல், காட்சி சமூகவியலுக்குள் துறைகளுக்கு இடையேயான ஒத்துழைப்பு மற்றும் வழிமுறை கண்டுபிடிப்புகளுக்கு ஒரு ஊக்கமாகச் செயல்படும், நம்மைச் சுற்றியுள்ள காட்சி உலகத்தைப் பார்ப்பதற்கும் புரிந்துகொள்வதற்கும் புதிய வழிகளை வளர்க்கும்.

காட்சி சமூகவியலில் திரைப்படங்களின் முக்கியத்துவம்

காட்சி சமூகவியலில் திரைப்படங்கள் முக்கிய பங்கு வகிக்கின்றன.சமூக நிகழ்வுகள், கலாச்சார நடைமுறைகள் மற்றும் அதிகார உறவுகளை ஆராய்வதற்கான ஒரு தனித்துவமான மற்றும் சக்திவாய்ந்த ஊடகங்களை வழங்குகிறது. காட்சி தொடர்பு வடிவமாக, திரைப்படங்கள்சிக்கலான கருத்துக்கள், உணர்ச்சிகள் மற்றும் கதைகளை பரந்த அளவிலான பார்வையாளர்கள் அணுகக்கூடிய மற்றும் ஈர்க்கக்கூடிய வழிகளில் வெளிப்படுத்தும் திறன் உள்ளது. இந்தக் கட்டுரையில், காட்சி சமூகவியலில் திரைப்படங்களின் முக்கியத்துவத்தை ஆராய்வோம், சமூகப் பிரச்சினைகளை வெளிச்சம் போட்டுக் காட்டும், பொது விவாதத்தை வடிவமைக்கும் மற்றும் சமூக மாற்றத்திற்கு பங்களிக்கும் திறனில் கவனம் செலுத்துவோம்.

*கலாச்சார கலைப்பொருட்களாக திரைப்படங்கள்:*மற்ற வகையான காட்சி பிரதிநிதித்துவங்களைப் போலவே, திரைப்படங்களையும் அவை தயாரிக்கப்பட்டு நுகரப்படும் சமூகங்களின் மதிப்புகள், நம்பிக்கைகள் மற்றும் சித்தாந்தங்களைப் பிரதிபலிக்கும் கலாச்சார கலைப்பொருட்களாகப் புரிந்து கொள்ளலாம். திரைப்படங்களை பகுப்பாய்வு செய்வதன் மூலம்கலாச்சார கலைப்பொருட்களாக, காட்சி சமூகவியலாளர்கள் அவை உருவாக்கப்பட்ட சமூக சூழல்கள் மற்றும் வரலாற்று காலகட்டங்கள் மற்றும் காலப்போக்கில் அவை பெறப்பட்ட, விளக்கப்பட்ட மற்றும் மாற்றப்பட்ட வழிகள் பற்றிய நுண்ணறிவுகளைப் பெற முடியும்.

சமூக யதார்த்தங்களுக்குள் ஜன்னல்களாக திரைப்படங்கள். திரைப்படங்கள் சமூக யதார்த்தங்களுக்கு ஜன்னல்களாகச் செயல்பட முடியும், காட்சி சமூகவியலாளர்களுக்கு தனிநபர்கள் மற்றும் சமூகங்கள் வாழ்ந்தன அனுபவங்களை ஆராய்ந்து பகுப்பாய்வு செய்ய ஒரு தனித்துவமான வாய்ப்பை வழங்குகிறது. கதை, ஒளிப்பதிவு மற்றும் ஒலி ஆகியவற்றின் மூலம், திரைப்படங்கள்குடும்ப இயக்கவியல், பாலின உறவுகள், இனம் மற்றும் இனம், வர்க்க கட்டமைப்புகள் மற்றும் அரசியல் சித்தாந்தங்கள் போன்ற பல்வேறு சமூக நிகழ்வுகள் தெளிவாக சித்தரிக்க முடியும். திரைப்படங்களைப் படிப்பதன் மூலம், காட்சி சமூகவியலாளர்கள் சமூக வாழ்க்கையை உருவாக்கும் சிக்கல்கள் மற்றும் முரண்பாடுகள் பற்றியது நுணுக்கமான மற்றும் பச்சாதாபமான புரிதலை வளர்த்துக் கொள்ள முடியும்.

பொது விவாதத்திற்கு வினையூக்கிகளாக திரைப்படங்கள். சமூகப் பிரச்சினைகள் குறித்த விழிப்புணர்வை ஏற்படுத்துவதன் மூலமும், ஆதிக்கக் கதைகளை சவால் செய்வதன் மூலமும், மாற்றுக் கண்ணோட்டங்களை வழங்குவதன் மூலமும், திரைப்படங்கள் பொதுச் சொற்பொழிவை வடிவமைக்கும் சக்தியைக் கொண்டுள்ளது. காட்சி சமூகவியலாளர்கள் திரைப்படங்கள் எவ்வாறு செயல்படுகின்றன என்பதைப் படிக்கலாம்.பொது விவாதங்கள் மற்றும் விவாதங்களுக்கு பங்களிக்கின்றன, அவை பொதுக் கருத்து, கொள்கை முடிவுகள் மற்றும் சமூக இயக்கங்களை எவ்வாறு பாதிக்கலாம் என்பதையும் காட்டுகின்றன. பொது விவாதத்தில் திரைப்படங்களின் தாக்கத்தை ஆராய்வதன் மூலம், சமூக மாற்றத்திற்கும் அதிகார உறவுகளின் பேச்சுவார்த்தைக்கும் திரைப்படங்கள் எவ்வாறு பங்களிக்கின்றன முடியும் என்பது பற்றிய நுண்ணறிவுகளைப் பெற காட்சி சமூகவியலாளர்கள் முடியும்.

சமூக விமர்சனத்திற்கான ஒரு வழிமுறையாக திரைப்படங்கள். திரைப்படங்கள் சமூக விமர்சனம் ஒரு சக்திவாய்ந்த முறையில் செயல்பட முடியும், திரைப்பட தயாரிப்பாளர்களுக்கு சமூக நீதிகள், ஏற்றத்தாழ்வுகள் அதிகார ஏற்றத்தாழ்வுகளை அம்பலப்படுத்தவும் சவால் செய்யவும் வாய்ப்பளிக்கின்றன. நையாண்டி, முரண் மற்றும் உருவகம் போன்ற நுட்பங்களை பயன்படுத்துவதன் மூலம், திரைப்பட தயாரிப்பாளர்கள் சிந்தனையைத் தூண்டும் மற்றும் தூண்டும் படைப்புகளை உருவாக்க முடியும், அவை பார்வையாளர்களை தங்கள் வாழ்க்கையை வடிவமைக்கும் சமூகப் பிரச்சினைகள் மற்றும் கட்டமைப்புகளில் விமர்சன ரீதியாக ஈடுபடுகின்றன. காட்சி சமூகவியலாளர்கள் இந்த படைப்புகளை பகுப்பாய்வு செய்து திரைப்படங்கள் எவ்வாறு வடிவமைக்கப்பட்டுள்ளன என்பதை நன்கு புரிந்துகொள்ள முடியும்.விமர்சன நனவின் வளர்ச்சிக்கும் சமூக மாற்றத்தை வளர்ப்பதற்கும் பங்களிக்க முடியும்.

திரைப்படங்களும் கூட்டு அடையாளங்களின் கட்டுமானமும்: திரைப்படங்களின் கூட்டு அடையாளங்களை குறிப்பிடத்தக்க பங்கு வகிக்க முடியும், ஏனெனில் அவை பெரும்பாலும்

223

பகிரப்பட்ட வரலாறுகள், மரபுகள் மற்றும் அனுபவங்களை சித்தரிக்கின்றன, அவை பார்வையாளர்களிடையே சொந்தமானது மற்றும் ஒற்றுமை உணர்வை வளர்க்கும். திரைப்படங்கள் எவ்வாறு செயல்படுகின்றன என்பதை ஆராய்வதன் மூலம்கூட்டு அடையாளங்களை பங்களிப்பதன் மூலம், காட்சி சமூகவியலாளர்கள் தனிநபர்களும் சமூகங்களும் தங்கள் சுய உணர்வையும் மற்றவர்களுடனான உறவுகளையும் உருவாக்கி பேச்சுவார்த்தை நடத்தும் செயல்முறைகளைப் பற்றிய நுண்ணறிவுகளைப் பெற முடியும்.

*திரைப்படங்களும் விளிம்புநிலை குழுக்களின் பிரதிநிதித்துவமும்:*ஒரங்கட்டப்பட்ட குழுக்களின் பிரதிநிதித்துவத்திற்கு திரைப்படங்கள் முக்கியமான தளங்களாகச் செயல்பட முடியும், இந்தக் குழுக்கள் தங்கள் கதைகளைச் சொல்லவும், ஒரே மாதிரியான கருத்துக்களை சவால் செய்யவும், ஆதிக்க சக்தி கட்டமைப்புகளை எதிர்த்து போட்டியிடவும் வாய்ப்புகளை வழங்க முடியும். காட்சி சமூகவியலாளர்கள் திரைப்படங்கள் எவ்வாறு செயல்படுகின்றன என்பதைப் படிக்கலாம்விளிம்புநிலை சமூகங்களின் தெரிவுநிலை மற்றும் அதிகாரமளிப்பிற்கு பங்களிக்கின்றன, மேலும் அவை இருக்கும் அதிகார உறவுகள் மற்றும் சமூக படிநிலைகளை மீண்டும் உருவாக்க அல்லது சவால் செய்யக்கூடிய வழிகளையும் உருவாக்குகின்றன.

*முறைசார் தாக்கங்கள்:*திரைப்படங்களைப் பற்றிய ஆய்வுகாட்சி சமூகவியலுக்கான பல்வேறு வழிமுறைகள் மற்றும் கருவிகளை வழங்குகிறது.ஆராய்ச்சி. கதை பகுப்பாய்வு, காட்சி உள்ளடக்க பகுப்பாய்வு மற்றும் குறியியல் பகுப்பாய்வு போன்ற நுட்பங்கள், நேர்காணல்கள், கவனம் குழுக்கள் மற்றும் இனவியல் ஆராய்ச்சி போன்ற தரமான முறைகளின் பயன்பாடும் இதில் அடங்கும். இந்த அணுகுமுறைகளை தங்கள் ஆராய்ச்சியில் இணைப்பதன் மூலம், காட்சி சமூகவியலாளர்கள் திரைப்படங்கள், சமூகம் மற்றும் கலாச்சாரம் ஆகியவற்றிற்கு இடையேயான சிக்கலான உறவுகளைப் பற்றிய விரிவான மற்றும் அதிநவீன புரிதலை உருவாக்க முடியும்.

*திரைப்பட ஆய்வுகளின் பலதுறை இயல்பு:*திரைப்படங்களைப் பற்றிய ஆய்வுகாட்சி சமூகவியலில்திரைப்பட ஆய்வுகள், கலாச்சார ஆய்வுகள், ஊடக ஆய்வுகள் மற்றும் சமூகவியல் போன்ற பல்வேறு துறைகளில் பல்வேறு வகையான தத்துவார்த்த கண்ணோட்டங்கள் மற்றும் வழிமுறை அணுகுமுறைகளைப் பயன்படுத்தி, அதன் உள்ளார்ந்த இடைநிலை இயல்பில் பயனடைகிறது. இந்த இடைநிலைத்தன்மை காட்சி சமூகவியலாளர்களை பரந்த அளவிலான அறிவார்ந்த மரபுகளில் ஈடுபடவும் கற்றுக்கொள்ளவும் ஊக்குவிக்கிறது, திரைப்படங்கள் மற்றும் அவற்றின் சமூக தாக்கங்கள் பற்றிய ஆய்வு புதிய நுண்ணறிவுகள் மற்றும் அணுகுமுறைகளின் வளர்ச்சியை வளர்க்கிறது.

ஒடுக்கப்பட்ட குரல்களுக்கான தளமாக திரைப்படங்கள்: திரைப்படங்கள் ஒரங்கட்டப்பட்ட குரல்களுக்கான தளமாகச் செயல்பட முடியும், தனிநபர்கள் மற்றும் சமூகங்கள் தங்கள் கதைகள், அனுபவங்கள் மற்றும் கண்ணோட்டங்களை பரந்த பார்வையாளர்களுடன் பகிர்ந்து கொள்ள வாய்ப்புகளை வழங்குகின்றன. திரைப்படங்கள் எவ்வாறு செயல்படுகின்றன என்பதை ஆராய்வதன் மூலம்ஒரங்கட்டப்பட்ட குரல்களின் வெளிப்பாடு மற்றும் பரவலை எளிதாக்குவதன் மூலம், காட்சி சமூகவியலாளர்கள் அதிகாரமளித்தல், எதிர்ப்பு மற்றும் சமூக மாற்றம் ஒரு வழிமுறையாக திரைப்படங்களின் திறனைப் பற்றிய நுண்ணறிவுகளைப் பெற முடியும்.

*திரைப்படங்களும் டிஜிட்டல் யுகமும்:*டிஜிட்டல் யுகம் திரைப்படங்களின் தயாரிப்பு, விநியோகம் மற்றும் நுகர்வை மாற்றியுள்ளது., இதன் விளைவாக கதைசொல்லல், பிரதிநிதித்துவம் மற்றும் பார்வையாளர் ஈடுபாடு ஆகியவற்றின் புதிய வடிவங்கள் உருவாகின்றன. டிஜிட்டல் தொழில்நுட்பங்கள் தளங்களும் திரைப்படங்கள் உருவாக்கப்படும், பகிரப்படும் மற்றும் அனுபவிக்கும் வழிகளை வடிவமைக்கும் வழிகளையும், இந்த மாற்றங்கள் சமூக உறவுகள், அடையாளங்கள் மற்றும் சக்தி இயக்கவியலை பாதிக்கும் வழிகளையும் கருத்தில் கொண்டு, திரைப்பட ஆய்வுக்கான இந்த மாற்றங்களின் தாக்கங்களை காட்சி சமூகவியலாளர்கள் ஆராயலாம்.

திரைப்படங்களை பகுப்பாய்வு செய்வதற்கான நுட்பங்கள்மற்றும் அவற்றின் கலாச்சார முக்கியத்துவம்

திரைப்படங்களை பகுப்பாய்வு செய்தல்மேலும் கலாச்சார முக்கியத்துவத்திற்கான திரைப்பட ஆய்வுகள், கலாச்சார ஆய்வுகள், சமூகவியல் போன்ற துறைகளின் பல்வேறு வழிமுறைகள் மற்றும் கண்ணோட்டங்களைப் பயன்படுத்தும் பன்முக அணுகுமுறை தேவைப்படுகிறது., மற்றும் குறியியல். இந்தக் கட்டுரையில், திரைப்படங்களையும் கலாச்சார முக்கியத்துவத்தையும் பகுப்பாய்வு செய்வதற்கான சில முக்கிய நுட்பங்களை நாங்கள் கோடிட்டுக் காட்டுகிறோம் காட்டுவோம், கதை அமைப்பு, ஒளிப்பதிவு, காட்சி, ஒலி மற்றும் பிரதிநிதித்துவம் போன்ற அம்சங்களில் கவனம் செலுத்துவோம்.

விவரிப்பு பகுப்பாய்வு. ஒரு கதை பகுப்பாய்வு ஒரு படத்தின் கதை அமைப்பு, கதைக்களம் மற்றும் கருப்பொருள்களை மையமாகக் கொண்டுள்ளது,இந்த கூறுகள் அதன் ஒட்டுமொத்த அர்த்தத்திற்கும் கலாச்சார முக்கியத்துவத்திற்கும் எவ்வாறு பங்களிக்கின்றன என்பதை ஆராய்தல். கதை பகுப்பாய்வின் முக்கிய அம்சங்களில் படத்தின் கதாபாத்திரங்கள், அவர்களின் உந்துதல்கள் மற்றும் வளர்ச்சியை ஆராய்வது, அடுத்தடுத்து மையக்கருக்கள், சின்னங்கள் மற்றும் வடிவங்களை அடையாளம் காண்பது ஆகியவை அடங்கும். ஒரு படத்தின் கதையை பகுப்பாய்வு செய்வதன் மூலம், ஆராய்ச்சியாளர்கள் அதன் அடிப்படை மதிப்புகள், நம்பிக்கைகள் மற்றும் சித்தாந்தங்கள் மற்றும் அதன் பரந்த சமூகம் மற்றும் கலாச்சார தாக்கங்கள் பற்றிய நுண்ணறிவுகளைப் பெறலாம்.

ஒளிப்பதிவு. ஒளிப்பதிவு என்பது கேமரா வேலை, சட்டகம், ஒளியமைப்பு மற்றும் வண்ணம் உள்ளிட்ட திரைப்படத் தயாரிப்பின் காட்சி அம்சங்களைக் குறிக்கிறது. ஒரு படத்தின் ஒளிப்பதிவை ஆராய்வதன் மூலம், ஆராய்ச்சியாளர்கள் அர்த்தத்தை வெளிப்படுத்த, சூழ்நிலையை உருவாக்க மற்றும் பார்வையாளர்களின் கருத்துக்களை வடிவமைக்க காட்சி நுட்பங்கள் எவ்வாறு பயன்படுத்தப்படுகின்றன என்பதை ஆராயலாம். எடுத்துக்காட்டாக, கேமரா கோணங்கள், ஷாட் வகைகள் மற்றும் ஒளியமைப்பு ஆகியவற்றின் பயன்பாட்டை பகுப்பாய்வு செய்வதன் மூலம் ஒரு படத்தின் காட்சி மொழி அதன் ஒட்டுமொத்த கருப்பொருள்கள் மற்றும் கலாச்சார முக்கியத்துவத்திற்கு எவ்வாறு பங்களிக்கிறது என்பதை வெளிப்படுத்தலாம்.

மிகையான காட்சி. மிஸ்-என்-ஸ்கீன் என்பது ஒரு சட்டகத்திற்குள் காட்சி கூறுகளின் படத்தின் அமைப்பைக் குறிக்கிறது, அதாவது அரங்க அமைப்பு, உடைகள், முட்டுகள் மற்றும் நடிகர்கள் நிலைப்படுத்தல். ஒரு படத்தின் மிஸ்-என்-ஸ்கீனை பகுப்பாய்வு செய்வது, ஆராய்ச்சியாளர்கள் இந்த காட்சி கூறுகள் அர்த்தத்தை உருவாக்கவும் கருப்பொருள்களை வெளிப்படுத்தவும் பயன்படுத்தப்படும் வழிகளை ஆராயவும். உதாரணமாக, நிறம், வடிவங்கள் மற்றும் இடஞ்சார்ந்த உறவுகளின் பயன்பாடு ஆராய்வது ஒரு படத்தின் கலாச்சார முக்கியத்துவம் மற்றும் அது தீர்க்க முயற்சிக்கும் சமூகப் பிரச்சினைகள் பற்றிய நுண்ணறிவுகளை வழங்கும்.

ஒலி. ஒலி பகுப்பாய்வு என்பது ஒரு படத்தின் பல்வேறு செவிப்புலன் கூறுகளை ஆராய்வதை உள்ளடக்கியது,உரையாடல், இசை, ஒலி விளைவுகள் மற்றும் அமைதி போன்றவை. ஒரு படத்தின் ஒலி வடிவமைப்பை பகுப்பாய்வு செய்வதன் மூலம், ஆராய்ச்சியாளர்கள் அதன் ஒட்டுமொத்த அர்த்தத்திற்கும் தாக்கத்திற்கும் செவிப்புலன் குறிப்புகள் எவ்வாறு பங்களிக்கின்றன என்பதை ஆராயலாம். எடுத்துக்காட்டாக, இசை மற்றும் ஒலி விளைவுகளின் பயன்பாட்டைப் படிப்பது, ஒரு படத்தின் செவிப்புலன் நிலப்பரப்பு உணர்ச்சி, பதற்றம் மற்றும் சூழ்நிலையை உருவாக்கவும், கருப்பொருள் கூறுகள் மற்றும் கலாச்சார முக்கியத்துவத்தை வெளிப்படுத்தவும் எவ்வாறு பயன்படுத்தப்படுகிறது என்பதை வெளிப்படுத்தலாம்.

*பிரதிநிதித்துவம்:*ஒரு படத்தில் வரும் கதாபாத்திரங்கள், குழுக்கள் மற்றும் சமூகப் பிரச்சினைகளின் பிரதிநிதித்துவத்தை பகுப்பாய்வு செய்வது, இந்த கூறுகள் சித்தரிக்கப்படும் விதங்களையும் அவை தெரிவிக்கும் செய்திகளையும் ஆராய்வதை உள்ளடக்குகிறது.

பிரதிநிதித்துவத்தைப் படிப்பதன் மூலம், ஆராய்ச்சியாளர்கள் திரைப்படங்கள் எவ்வாறுகலாச்சார விதிமுறைகள், ஸ்டீரியோடைப்கள் மற்றும் அதிகார இயக்கவியலை பிரதிபலிக்கவும், சவால் செய்யவும் அல்லது வலுப்படுத்தவும். உதாரணமாக, ஒரு படத்தில் பாலினம், இனம் மற்றும் வர்க்கத்தின் சித்தரிப்பை பகுப்பாய்வு செய்வது அதன் கலாச்சார முக்கியத்துவம் மற்றும் அது தீர்க்க முயற்சிக்கும் சமூகப் பிரச்சினைகள் பற்றிய நுண்ணறிவுகளை வழங்கும்.

குறியியல்:குறியியல் என்பது அறிகுறிகளைப் பற்றிய ஆய்வு ஆகும்.மற்றும் சின்னங்கள் மற்றும் அவற்றின் பயன்பாடு அல்லது விளக்கம். திரைப்பட பகுப்பாய்வில் குறியியல் பயன்படுத்துவதில், காட்சி மற்றும் செவிப்புலன் கூறுகள் குறிகள் மற்றும் குறியீடுகளாக செயல்படும் வழிகளை ஆராய்வது, அர்த்தத்தை வெளிப்படுத்துவது மற்றும் ஒரு திரைப்படத்தின் ஒட்டுமொத்த கருப்பொருள்கள் மற்றும் கலாச்சார முக்கியத்துவத்திற்கு பங்களிப்பது ஆகியவை அடங்கும். உதாரணமாக, குறிப்பிட்ட பொருள்கள், வண்ணங்கள் அல்லது ஒலிகளை குறியீடுகளாகப் பயன்படுத்துவதை பகுப்பாய்வு செய்வது ஒரு திரைப்படத்தின் ஆழமான அர்த்தங்கள் மற்றும் கலாச்சார தாக்கங்கள் பற்றிய நுண்ணறிவுகளை வழங்கும்.

உரைநடைக்கு இடைநிலை:உரைநடை இடைநிலை என்பது ஒரு திரைப்படம் மற்ற படங்களுடன் எவ்வாறு ஈடுபடுகிறது மற்றும் குறிப்பிடுகிறது என்பதைக் குறிக்கிறது., நூல்கள் அல்லது கலாச்சார கலைப்பொருட்கள். ஒரு திரைப்படத்தின் உரைநடை தொடர்புகளை ஆராய்வதன் மூலம், ஆராய்ச்சியாளர்கள் ஒரு பரந்த கலாச்சார சூழலில் அதன் இடத்தையும், அதன் தாக்கங்களையும், தொடர்ச்சியான கலாச்சார உரையாடல்களுக்கு அது பங்களிக்கும் வழிகளையும் ஆராயலாம். எடுத்துக்காட்டாக, ஒரு திரைப்படத்தின் பிற படைப்புகளுக்கான குறிப்புகளை பகுப்பாய்வு செய்வது குறிப்பிட்ட வகைகள், மரபுகள் அல்லது சமூகப் பிரச்சினைகளுடனானது அதன் தொடர்புகளை வெளிப்படுத்தலாம்.

வரவேற்பு ஆய்வுகள். வரவேற்பு ஆய்வுகள் என்பது பார்வையாளர்கள் திரைப்படங்களுடன் எவ்வாறு ஈடுபடுகிறார்கள் மற்றும் விளக்குகிறார்கள் என்பதை ஆராய்வதை உள்ளடக்கியது., பார்வையாளர்களின் மக்கள்தொகை, கலாச்சார சூழல் மற்றும் வரவேற்பு வரலாறு போன்ற காரணிகளில் கவனம் செலுத்துகிறது. ஒரு படத்தின் வரவேற்பைப் படிப்பதன் மூலம், ஆராய்ச்சியாளர்கள் அதன் கலாச்சார முக்கியத்துவம் மற்றும் பார்வையாளர்களின் எதிர்பார்ப்புகள், நம்பிக்கைகள் மற்றும் மதிப்புகளுடன் எவ்வாறு எதிரொலிக்கிறது அல்லது சவால் செய்கிறது என்பது பற்றிய நுண்ணறிவுகளைப் பெறலாம். எடுத்துக்காட்டாக, பார்வையாளர்களின் எதிர்வினைகள், மதிப்புரைகள் மற்றும் விவாதங்களை பகுப்பாய்வு செய்வது, பார்வையாளர்கள் ஒரு படத்திலிருந்து பெறும் பல்வேறு விளக்கங்கள் மற்றும் அர்த்தங்களையும் அது எழுப்பும் சமூகப் பிரச்சினைகளையும் வெளிப்படுத்தும்.

கருத்தியல் பகுப்பாய்வு. ஒரு படத்தின் கதை, பிரதிநிதித்துவம் மற்றும் அழகியலைத் தெரிவிக்கும் அடிப்படை மதிப்புகள், நம்பிக்கைகள் மற்றும் அனுமானங்களை ஆராய்வது கருத்தியல் பகுப்பாய்வில் அடங்கு. ஒரு படத்தின் கருத்தியல் அடித்தளங்களை ஆராய்வதன் மூலம், ஆராய்ச்சியாளர்கள் அதன் கலாச்சார முக்கியத்துவம் மற்றும் அது ஆதிக்க சித்தாந்தங்கள் மற்றும் அதிகாரம் அமைப்புகளை எவ்வாறு பிரதிபலிக்கிறது அல்லது சவால் செய்கிறது என்பது பற்றிய நுண்ணறிவுகளைப் பெறலாம். உதாரணமாக, ஒரு படத்தின் முதலாளித்துவம், தேசியவாதம் அல்லது ஆணாதிக்க சித்தரிப்பை பகுப்பாய்வு செய்வது அதன் சித்தாந்த நிலைப்பாடு மற்றும் அது ஈடுபடும் சமூகப் பிரச்சினைகள் பற்றிய நுண்ணறிவுகளை வழங்க முடியும்.

வரலாற்று மற்றும் சூழல் பகுப்பாய்வு. ஒரு திரைப்படத்தை அதன் வரலாற்று மற்றும் கலாச்சார சூழலில் பகுப்பாய்வு செய்வது, அதன் தயாரிப்பு மற்றும் வரவேற்பு ஆகியவற்றின் சமூக, அரசியல் மற்றும் பொருளாதார நிலைமைகள் அதை நிலைநிறுத்துவதை உள்ளடக்குகிறது. ஒரு திரைப்படத்தின் வரலாறு மற்றும் சூழல் பின்னணியை ஆராய்வதன் மூலம், ஆராய்ச்சியாளர்கள் அதன் காலத்தின் கவலைகள், பிரச்சினைகள் மற்றும் விவாதங்களில் ஈடுபடும் மற்றும் பிரதிபலிக்கும் வழிகளையும், அதன் பரந்த கலாச்சார

முக்கியத்துவத்தையும் ஆராயலாம். உதாரணமாக, ஒரு குறிப்பிட்ட சமூக அல்லது அரசியல் சூழலில் ஒரு திரைப்படத்தின் தயாரிப்பு வரலாறு மற்றும் வரவேற்பை பகுப்பாய்வு செய்வது சமகால நிகழ்வுகள், இயக்கங்கள் மற்றும் போக்குகளுடனான அதன் தொடர்புகளை வெளிப்படுத்தலாம்.

ஆசிரியர் கோட்பாடு: ஒரு திரைப்படத்தின் இயக்குநர் அதன் முதன்மை எழுத்தாளர் என்றும், அதன் ஒட்டுமொத்த பார்வை, பாணி மற்றும் கருப்பொருள் உள்ளடக்கத்திற்கு அவர் பொறுப்பு என்றும் ஆசிரியர் கோட்பாடு கூறுகிறது. ஒரு திரைப்படத்தை ஆசிரியர் கோட்பாட்டின் லென்ஸ் மூலம் பகுப்பாய்வு செய்வதன் மூலம், ஆராய்ச்சியாளர்கள் ஒரு இயக்குநரின் தனித்துவமான படைப்பு பார்வை மற்றும் தனிப்பட்ட அனுபவங்கள் ஒரு படத்தின் அர்த்தத்தையும் கலாச்சார முக்கியத்துவத்தையும் எவ்வாறு வடிவமைக்கின்றன என்பதை ஆராயலாம். எடுத்துக்காட்டாக, ஒரு இயக்குநரின் படைப்புத் தொகுப்பில் தொடர்ச்சியான கருப்பொருள்கள், ஸ்டைலிஸ்டிக் தேர்வுகள் மற்றும் தாக்கங்களைப் படிப்பது அவர்களின் படைப்பு செயல்முறை மற்றும் அவர்களின் திரைப்படங்கள் எவ்வாறு செயல்படுகின்றன என்பது பற்றிய நுண்ணறிவுகளை வழங்க முடியும். சமூகப் பிரச்சினைகள் மற்றும் கலாச்சார விவாதங்களில் ஈடுபடுங்கள்.

வகை பகுப்பாய்வு: வகை பகுப்பாய்வு என்பது திகில், அறிவியல் புனைகதை அல்லது காதல் நகைச்சுவை போன்ற குறிப்பிட்ட திரைப்பட வகைகளின் சூழலில் ஒரு திரைப்படம் ஆராய்வதை உள்ளடக்குகிறது. ஒரு திரைப்படத்தின் வகை மரபுகளுடனான உறவை ஆராய்வதன் மூலம், ஆராய்ச்சியாளர்கள் இந்த மரபுகளுடன் ஈடுபடும், மாற்றியமைக்கும் அல்லது மறுவரையறை செய்யும் வழிகள், அதன் கலாச்சார முக்கியத்துவம் மற்றும் அது நிவர்த்தி செய்யும் சமூகப் பிரச்சினைகள் பற்றிய நுண்ணறிவுகளைப் பெறலாம். எடுத்துக்காட்டாக, ஒரு திரைப்படத்தின் வகைப் படங்கள் மற்றும் மரபுகளைப் பயன்படுத்துவதை பகுப்பாய்வு செய்வதன் மூலம், குறிப்பிட்ட மரபுகளுடனான அதன் தொடர்புகள், வகை எதிர்பார்ப்புகளை அது சவால் செய்யும் அல்லது வலுப்படுத்தும் வழிகளையும் வெளிப்படுத்தலாம்.

சினிமாவில் அரசியல், அழகியல் மற்றும் கலாச்சாரத்துடன் தொடர்புடையது

சினிமாவில் அரசியல், அழகியல் மற்றும் கலாச்சாரம் ஆகியவற்றுக்கு இடையேயான இடைச்செருகல், திரைப்படங்கள் எவ்வாறு உருவாகின்றன வடிவமைக்கும் ஒரு சிக்கலான மற்றும் ஆற்றல்மிக்க உறவாகும். உருவாக்கப்படுகின்றன, விளக்கப்படுகின்றன, பெறப்படுகின்றன. சினிமாவின் கலாச்சார முக்கியத்துவம் மற்றும் சமூக தாக்கத்தை ஆராய்வதற்கு இந்த இடைச்செருகலைப் புரிந்துகொள்வது மிகவும் முக்கியமானது. சினிமாவில் அரசியல், அழகியல் மற்றும் கலாச்சாரம் ஆகியவற்றுக்கு இடையேயான தொடர்புகளை ஆராயும்போது கருத்தில் கொள்ள வேண்டிய சில முக்கியமானவை அம்சங்கள் கீழே உள்ளன.

அரசியல் கருப்பொருள்கள் மற்றும் செய்திகள்: திரைப்படங்கள் பெரும்பாலும் அரசியல் கருப்பொருள்கள் மற்றும் செய்திகளுடன் ஈடுபடுகின்றன, அவை வெளிப்படையாகவோ அல்லது நுட்பமாகவோ, அவை சமூக மற்றும் அரசியல் சூழல்களைப் பிரதிபலிக்கின்றன அல்லது விமர்சிக்கின்றன. இந்தக் கருப்பொருள்களை கதை, கதாபாத்திர மேம்பாடு மற்றும் காட்சி அல்லது செவிவழி குறிப்புகள் மூலம் தொடர்பு கொள்ளலாம், இது அரசியல் பிரச்சினைகள், அதிகாரம் கட்டமைப்புகள் மற்றும் சமூக மாற்றம் குறித்த திரைப்படத் தயாரிப்பாளர்களின் கண்ணோட்டங்களை வெளிப்படுத்துகிறது.

தணிக்கைமற்றும் ஒழுங்குமுறை: திரைப்படத் தயாரிப்பு மற்றும் விநியோகத்தில் அரசியல் குறிப்பிடத்தக்க பங்கை வகிக்கிறது. தணிக்கை மற்றும் ஒழுங்குமுறை மூலம். அரசாங்கங்களும் ஒழுங்குமுறை அமைப்புகளும் திரைப்பட உள்ளடக்கத்தின் மீது கட்டுப்பாடுகளை விதிக்கலாம், சில கருத்துக்கள், கருப்பொருள்கள் அல்லது படங்கள்

வெளிப்பாட்டைக் கட்டுப்படுத்தலாம்.சர்ச்சைக்குரியதாகவோ அல்லது நாசகாரமாகவோ கருதப்படும். இது திரைப்படத் தயாரிப்பாளர்கள் அரசியல் தலைப்புகளை அணுகும் விதங்களையும் அவர்கள் செய்யும் அழகியல் தேர்வுகளையும் வடிவமைக்கிறார்கள்.

பிரதிநிதித்துவம் மற்றும் அடையாள அரசியல்:சினிமா கலாச்சார உணர்வுகள் மற்றும் அடையாளங்களை வடிவமைக்கும் மற்றும் பாதிக்கும் சக்தியைக் கொண்டிருக்கும், பெரும்பாலும் சமூக விதிமுறைகள், ஸ்டீரியோடைப்கள் மற்றும் அதிகார இயக்கவியலை பிரதிபலிக்கிறது அல்லது வலுப்படுத்துகிறது. இனம், பாலினம், வர்க்கம் மற்றும் பாலியல் நோக்குநிலை போன்ற பல்வேறு சமூகக் குழுக்களின் பிரதிநிதித்துவம் அரசியல் தாக்கங்களை ஏற்படுத்தக்கூடும் அடையாள அரசியல் மற்றும் சமூக நீதியைச் சுற்றியுள்ள பெரிய கலாச்சார உரையாடல்களுக்கு பங்களிக்கும்.

அழகியல் ஒரு அரசியல் கருவியாக:அரசியல் கருத்துக்களை வெளிப்படுத்துவதற்கும் கலாச்சார விவாதங்களில் ஈடுபடுவதற்கும் அழகியல் ஒரு வழியாகச் செயல்படும். திரைப்படத் தயாரிப்பாளர்கள் அரசியல் செய்திகளைத் தொடர்புகொள்வதற்கும், மேலாதிக்க சித்தாந்தங்களைச் சவால் செய்வதற்கும் அல்லது சமூக மாற்றத்தைத் தொடங்குவதற்கும் தூண்டுவதற்கும் குறிப்பிட்ட காட்சி, செவிப்புலன் அல்லது கதை நுட்பங்களைப் பயன்படுத்தலாம். எடுத்துக்காட்டாக, குறிப்பிட்ட கேமரா கோணங்கள், ஒளியமைப்பு அல்லது எடிட்டிங் நுட்பங்களைப் பயன்படுத்துவது சில கருப்பொருள்களை வலியுறுத்தலாம் அல்லது ஒரு குறிப்பிட்ட அரசியல் நிலைப்பாட்டை வெளிப்படுத்தலாம்.

தேசிய மற்றும் நாடுகடந்த சினிமா:சினிமாவில் அரசியல், அழகியல் மற்றும் கலாச்சாரம் ஆகியவற்றுக்கு இடையேயான உறவு தேசிய மற்றும் நாடுகடந்த சினிமாவின் லென்ஸ் மூலமாகவும் ஆராயலாம். திரைப்படங்கள் தேசிய அடையாளங்கள், கலாச்சார மதிப்புகள் மற்றும் அரசியல் சித்தாந்தங்களை பிரதிபலிக்கலாம், ஊக்குவிக்கலாம் அல்லது போட்டியிடலாம், தேசிய மற்றும் நாடுகடந்த கலாச்சார அடையாளங்களை உருவாக்குதல் அல்லது பேச்சுவார்த்தை நடத்துவதற்கு பங்களிக்கலாம். திரைப்படங்கள் எவ்வாறு செயல்படுகின்றன என்பதில் இந்த இடைச்செருகலைக் காணலாம்.கலாச்சார ஏகாதிபத்தியம், உலகமயமாக்கல் பிரச்சினைகளில் ஈடுபடுங்கள், மற்றும் பிரதிநிதித்துவ அரசியல்.

திரைப்படத் துறை மற்றும் அரசியல் பொருளாதாரம்: திரைப்படத் துறையின் அரசியல் பொருளாதாரமும் சினிமாவின் அழகியல் மற்றும் கலாச்சாரத்தின் முக்கியத்துவத்தை வடிவமைப்பதில் பங்கு வகிக்கிறது. தயாரிப்பு மற்றும் விநியோக செயல்முறைகள், நிதி மற்றும் சந்தை பரிசீலனைகள் போன்ற காரணிகள் திரைப்படங்களின் வகைகளை பாதிக்கலாம்.உருவாக்கப்படும் கதைகள், அவர்கள் சொல்லும் கதைகள் மற்றும் திரைப்பட தயாரிப்பாளர்கள் செய்யும் அழகியல் தேர்வுகள். அரசியல் அதிகார கட்டமைப்புகள் மற்றும் பொருளாதார அமைப்புகளுடனான திரைப்படத் துறையின் உறவு சினிமாவின் கலாச்சார நிலப்பரப்பில் குறிப்பிடத்தக்க தாக்கம் ஏற்படுத்தும்.

வரவேற்பு மற்றும் பார்வையாளர் ஈடுபாடு:பார்வையாளர்களுடன் திரைப்படம் எவ்வாறு ஈடுபடுகிறது மற்றும் விளக்குகிறது அரசியல், அழகியல் மற்றும் கலாச்சாரம் ஆகியவற்றுக்கு இடையேயான தொடர்புகளாலும் அவை பாதிக்கப்படுகின்றன. பார்வையாளர்களின் மக்கள்தொகை, அரசியல் நம்பிக்கைகள் மற்றும் கலாச்சார பின்னணிகள் போன்ற காரணிகள் வரவேற்பு மற்றும் விளக்கத்தை வடிவமைக்கலாம்.திரைப்படங்களின் வளர்ச்சி, சினிமாவின் கலாச்சார முக்கியத்துவம் மற்றும் அரசியல் தாக்கத்தைச் சுற்றியுள்ள பெரிய சொற்பொழிவுகளுக்கு பங்களிக்கிறது.

சமூக மதிப்புகள் மற்றும் விதிமுறைகளில் சினிமாவின் தாக்கம்

கலை மற்றும் தகவல்தொடர்புக்கான சக்திவாய்ந்த வடிவமாக சினிமா, நீண்ட காலமாக சமூக மதிப்புகள் மற்றும் விதிமுறைகளை பாதிக்கும் திறன் கொண்டது. காட்சி, செவிப்புலன் மற்றும் கதை கூறுகளின் தனித்துவமான கலவையின் மூலம், சினிமா பார்வையாளர்களை உணர்ச்சி ரீதியாகவும் அறிவுபூர்வமாகவும் ஈடுபடுத்தும் திறனைக் கொண்டுள்ளது,

யதார்த்தத்தின் கருத்துக்களை வடிவமைக்கிறது மற்றும் சமூக அடையாளங்கள், நம்பிக்கைகள் மற்றும் நடத்தைகளை உருவாக்குவதற்கு பங்களிக்கிறது. ஆதிக்க சித்தாந்தங்களை பிரதிபலிப்பதிலும் வலுப்படுத்துவதிலும், பாரம்பரிய மதிப்புகளை சவால் செய்வதிலும், தகர்ப்பதிலும், கலாச்சார பிளவுகளில் பச்சாதாபம் மற்றும் புரிதல் வளர்ப்பதிலும் அதன் பங்கு உட்பட, சமூக மதிப்புகள் மற்றும் விதிமுறைகளில் சினிமா எவ்வாறு செல்வாக்கு செலுத்துகிறது என்பதை இந்தக் கட்டுரை ஆராயும்.

*மேலாதிக்க சித்தாந்தங்களின் பிரதிபலிப்பு மற்றும் வலுப்படுத்துதல்:*சினிமா சமூக மதிப்புகள் மற்றும் விதிமுறைகளை பாதிக்கக்கூடிய முதன்மையான வழிகளில் ஒன்று, ஆதிக்க சித்தர்கள், நம்பிக்கைகள் மற்றும் அதிகார அமைப்புகளை பிரதிபலிப்பதும் வலுப்படுத்துவதும் ஆகும். திரைப்படங்கள் பெரும்பாலும் நடைமுறையில் உள்ள கலாச்சார மதிப்புகள் மற்றும் சமூக விதிமுறைகளை வெளிப்படையாகவோ அல்லது மறைமுகமாகவோ சித்திரிக்கின்றன, மேலும் பார்வையாளர்களின் மனதில் இந்தக் கருத்துக்களைச் சரிபார்த்து நிலைநிறுத்த உதவுகின்றன. உதாரணமாக, திரைப்படங்கள்பாரம்பரிய பாலின பாத்திரங்களை அல்லது இன ரீதியான ஸ்டீரியோடைகளை சித்தரிக்கும் திரைப்படங்கள் இந்த விதிமுறைகளை வலுப்படுத்த பங்களிக்கக்கூடும், அதே நேரத்தில் நுகர்வோர் அல்லது தனித்துவத்தை கொண்டாடும் திரைப்படங்கள் மேலாதிக்க பொருளாதார மற்றும் அரசியல் சித்தாந்தங்களை நிலைநிறுத்த உதவும்.

பாரம்பரிய மதிப்புகளின் சவால் மற்றும் அழிவு: அதே நேரத்தில், சினிமா பாரம்பரிய மதிப்புகள் மற்றும் விதிமுறைகளை சவால் செய்து, அவற்றை தகர்த்தெறியும் ஆற்றலைக் கொண்டுள்ளது, மாற்று கண்ணோட்டங்களை வழங்குகிறது மற்றும் பார்வையாளர்களிடையே விமர்சன சிந்தனையை ஊக்குவிக்கிறது. சுயாதீன மற்றும் சோதனைத் திரைப்படங்கள்.குறிப்பாக, பெரும்பாலும் பிரபலமான சினிமாவின் எல்லைகளைத் தள்ளி, நிறுவப்பட்ட நம்பிக்கைகள் மற்றும் அமைப்புகளை கேள்விக்குள்ளாக்குகின்றன, மேலும் வழக்கத்திற்கு மாறான கதைகள் மற்றும் கதாபாத்திரங்களை வழங்குகின்றன. இந்தத் திரைப்படங்கள் பார்வையாளர்களிடையே விவாதத்தையும் பிரதிபலிப்பையும் தூண்டும், அவர்களின் சொந்த நம்பிக்கைகள் மற்றும் அனுமானங்களை மறு மதிப்பீடு செய்ய ஊக்குவிக்கும், மேலும் சமூக மாற்றத்திற்கு பங்களிக்கும்.

*பிரதிநிதித்துவம்மற்றும் அடையாள அரசியல்:*இனம், பாலினம், வர்க்கம் மற்றும் பாலியல் நோக்குநிலை போன்ற பல்வேறு சமூகக் குழுக்களின் பிரதிநிதித்துவத்தின் மூலம், சமூக மதிப்புகள் மற்றும் விதிமுறைகள் வடிவமைப்பில் சினிமா முக்கிய பங்கு வகிக்கிறது. திரைப்படங்களில் இந்தக் குழுக்கள் சித்தரிக்கப்படும் விதங்கள்ஒரே மாதிரியான கருத்துக்கள் மற்றும் சார்புகளை வலுப்படுத்துவதன் மூலமோ அல்லது அவற்றை சவால் செய்து அகற்றுவதன் மூலமோ பார்வையாளர்களின் கருத்துக்கள் பாதிக்கலாம். உதாரணமாக, வலுவான, சிக்கலான மற்றும் மாறுபட்ட பெண் கதாபாத்திரங்களைக் கொண்ட திரைப்படங்கள் பெண்களின் அதிகாரமளிக்கும் பாலின சமத்துவத்தை மேம்படுத்துவதற்கு பங்களிக்க முடியும், அதே நேரத்தில் இன மற்றும் இன சிறுபான்மையினரின் நேர்மறையான மற்றும் நுணுக்கமான சித்தரிப்புகளை முன்வைக்கும் திரைப்படங்கள் பார்வையாளர்களிடையே அதிக புரிதலையும் ஏற்றுக்கொள்ளலையும் வளர்க்கும்.

*பச்சாதாபம் மற்றும் உணர்ச்சிபூர்வமான ஈடுபாட்டின் பங்கு:*சினிமாவின் உணர்வுபூர்வமாக பார்வையாளர்களை ஈடுபடுத்தும் திறன், சமூக மதிப்புகள் மற்றும் விதிமுறைகளின் செல்வாக்கில் ஒரு முக்கிய காரணியாகும். திரைப்பட கதாபாத்திரங்கள் மற்றும் சூழ்நிலைகள் மீது பச்சாதாபத்தையும் இரக்கத்தையும் தூண்டும், திரையில் சித்தரிக்கப்படும் அனுபவங்கள் மற்றும் உணர்ச்சிகளுடன் பார்வையாளர்களை அடையாளம் காண ஊக்குவிக்கும். இந்த உணர்ச்சிபூர்வமான ஈடுபாடு பார்வையாளர்களிடையே அதிக புரிதலையும் சகிப்புத்தன்மையையும் எளிதாக்கும், சமூக ஒற்றுமையை ஊக்குவிக்கும் மற்றும் பகிரப்பட்டது மனிதநேய உணர்வை வளர்க்கும். உதாரணமாக, திரைப்படங்கள்ஓரங்கட்டப்பட்ட அல்லது ஒடுக்கப்பட்ட குழுக்களின் அனுபவங்களை

சித்தரிக்கும் நிகழ்ச்சிகள் சமூக அநீதிகள் குறித்த விழிப்புணர்வை ஏற்படுத்துவது, பார்வையாளர்களிடையே பச்சாதாபத்தையும் ஒற்றுமையையும் ஊக்குவிக்கும்.

*கலாச்சார பரிமாற்றத்திற்கான தளமாக சினிமா.*சினிமா கலாச்சார பரிமாற்றத்திற்கான ஒரு முக்கியமான தளமாக செயல்படுகிறது, பார்வையாளர்கள் உலகம் முழுவதிலுமிருந்து பல்வேறு கதைகள், கண்ணோட்டங்கள் மற்றும் அனுபவங்களுடன் ஈடுபட வாய்ப்பளிக்கிறது. பல்வேறு கலாச்சாரங்கள் மற்றும் வாழ்க்கை முறைகளை வெளிப்படுத்துவது, திறந்த மனுடன் மற்றும் உள்ளடக்கிய சமூக மதிப்புகள் மற்றும் விதிமுறைகள் வளர்ப்பதற்கு பங்களிக்கும், கலாச்சார பன்முகத்தன்மைக்கு அதிக பாராட்டுகளை வளர்க்கும் மற்றும் சகிப்புத்தன்மை மற்றும் புரிதலை ஊக்குவிக்கும்.

*திரைப்படத் துறை கட்டமைப்புகள் மற்றும் நடைமுறைகளின் தாக்கம்:*சமூக மதிப்புகள் மற்றும் விதிமுறைகள் சினிமாவின் செல்வாக்கு திரைப்படத் துறையின் கட்டமைப்புகள் மற்றும் நடைமுறைகள் வடிவமைக்கப்பட்டுள்ளன. தயாரிப்பு, விநியோகம் மற்றும் சந்தைப்படுத்தல் செயல்முறைகள் போன்ற காரணிகள் திரைப்படங்களின் வகைகளைத் தீர்மானிக்கலாம்.அவை பிரதான பார்வையாளர்களையும் அவர்கள் தெரிவிக்கும் செய்திகளையும் சென்றடைகின்றன. எடுத்துக்காட்டாக, வணிக அழுத்தங்களும் சந்தைக் கருத்தாய்வுகளும் ஆதிக்க சித்தாந்தங்களைக் கடைப்பிடிக்கும் மற்றும் பிரபலமான ரசனைகளைப் பூர்த்தி செய்யும் திரைப்படங்களுக்கு சாதகமாக இருக்கலாம், இது பார்வையாளர்களுக்கு கிடைக்கும் கண்ணோட்டங்கள் மற்றும் கதைகளின் பன்முகத்தன்மையைக் கட்டுப்படுத்தலாம். மேலும், திரைப்படத் துறைக்குள்ளேயே பிரதிநிதித்துவம் மற்றும் பன்முகத்தன்மை தொடர்பான பிரச்சினைகள் சொல்லப்படும் கதைகளின் வகைகள், சமூக மதிப்புகள் மற்றும் விதிமுறைகள் சித்தரிக்கப்பட்டு வடிவமைக்கப்படும் வழிகளையும் பாதிக்கலாம்.

*வரவேற்பு மற்றும் பார்வையாளர் விளக்கம்:*சமூக மதிப்புகள் மற்றும் விதிமுறைகளில் சினிமாவின் செல்வாக்கு திரைப்படங்களின் உள்ளடக்கத்தால் மட்டுமே தீர்மானிக்கப்படுவதில்லை., ஆனால் பார்வையாளர்கள் அவற்றை எவ்வாறு கையாளுகிறார்கள் மற்றும் விளக்குகிறார்கள் என்பதன் மூலமும். பார்வையாளர்களின் மக்கள்தொகை, கலாச்சார பின்னணிகள் மற்றும் தனிப்பட்ட நம்பிக்கைகள் போன்ற காரணிகள் திரைப்படங்களின் வரவேற்பு மற்றும் விளக்கத்தை வடிவமைக்கலாம், சமூக அடையாளங்களை உருவாக்குவதற்கும் சமூக மதிப்புகள் மற்றும் விதிமுறைகளை பேச்சுவார்த்தை நடத்துவதற்கும் பங்களிக்கின்றன. உதாரணமாக, குறிப்பிட்ட கலாச்சார அல்லது சமூகக் குழுக்களுடன் எதிரொலிக்கும் திரைப்படங்கள் கூட்டு நடவடிக்கையை ஊக்குவிக்கலாம் அல்லது பகிரப்பட்ட அடையாளம் உணர்வை வளர்க்கலாம், அதே நேரத்தில் நிறுவப்பட்ட நம்பிக்கைகளை சவால் செய்யும் திரைப்படங்கள் பார்வையாளர்களிடையே விவாதத்தையும் பிரதிபலிப்பையும் தூண்டக்கூடும்.

*திரைப்பட விமர்சனம் மற்றும் சொற்பொழிவின் பங்கு:*திரைப்பட விமர்சனம் மற்றும் சினிமாவைச் சுற்றியுள்ள பொது விவாதம் ஆகியவை சமூக மதிப்புகள் மற்றும் விதிமுறைகளை வடிவமைப்பதில் குறிப்பிடத்தக்க பங்கை வகிக்கின்றன முடியும். திரைப்படங்களின் விமர்சன பகுப்பாய்வு.அடிப்படை கருப்பொருள்கள், செய்திகள் மற்றும் பிரதிநிதித்துவங்களுக்கு கவனத்தை ஈர்க்க முடியும், பார்வையாளர்களின் திரைப்படங்களுடன் ஆழமான மட்டத்தில் ஈடுபடுங்கள் ஊக்குவிக்கவும், அவற்றின் பரந்த கலாச்சார தாக்கங்களைக் கருத்தில் கொள்ளவும் ஊக்குவிக்கவும். மேலும், திரைப்படங்களைப் பற்றிய பொது விவாதங்கள், கல்வி வட்டாரங்கள், முதன்மை ஊடகங்கள் அல்லது சமூக வலைப்பின்னல்களில் இருந்தாலும், கூட்டு விளக்கங்கள் மற்றும் பகிரப்பட்ட கலாச்சார புரிதல்களின் வளர்ச்சிக்கு பங்களிக்க முடியும், இது செயல்பாட்டில் சமூக மதிப்புகள் மற்றும் விதிமுறைகளை பாதிக்கிறது.

*தொழில்நுட்ப முன்னேற்றங்களின் தாக்கம்:*டிஜிட்டல் தளங்கள் மற்றும் ஸ்ட்ரீமிங் சேவைகளின் எழுச்சி போன்ற திரைப்படத் துறையில் ஏற்பட்டுள்ள தொழில்நுட்ப முன்னேற்றங்கள், பார்வையாளர்கள் சினிமாவுடன் ஈடுபடும் விதத்தையும், திரைப்படங்களின் வகைகளையும் மாற்றியுள்ளனர்.தயாரிக்கப்பட்டு

விநியோகிக்கப்படுகின்றன. இந்த மாற்றம் பார்வையாளர்களுக்குக் கிடைக்கும் குரல்கள் மற்றும் கண்ணோட்டங்களின் வரம்பை விரிவுபடுத்தியுள்ளது, இது மிகவும் மாறுபட்ட மற்றும் உள்ளடக்கியது சினிமா நிலப்பரப்புக்கு வழிவகுக்கும். இதையொட்டி, இந்த அதிகரித்த பன்முகத்தன்மை பார்வையாளர்களை பரந்த அளவிலான கதைகள், கதாபாத்திரங்கள் மற்றும் கலாச்சார அனுபவங்களை வெளிப்படுத்துகிறது மூலம் சமூக மதிப்புகள் மற்றும் விதிமுறைகளை பாதிக்கலாம்.

*சமூக மாற்றத்திற்கான ஒரு ஊக்கமாக சினிமா:*வரலாறு, சமூக மாற்றத்தைத் தூண்டுவதிலும், முக்கியமான பிரச்சினைகள் குறித்த விழிப்புணர்வை ஏற்படுத்துவதிலும் சினிமா ஒரு பங்கைக் கொண்டுள்ளது. சமூக, அரசியல் அல்லது சுற்றுச்சூழல் கவலைகளை நிவர்த்தி செய்யும் திரைப்படங்கள் பொது நலனையும் உடனடி உரையாடலையும் உருவாக்கக்கூடும், இது சமூக மதிப்புகள் மற்றும் விதிமுறைகள் மாற்றங்களுக்கு வழிவகுக்கும். உதாரணமாக, திரைப்படங்கள்காலநிலை மாற்றத்தின் தாக்கங்களை எடுத்துக்காட்டுகள் அல்லது குற்றவியல் நீதி அமைப்பிற்குள் நடக்கும் நீதிகளை மேம்படுத்தும் கட்டுரைகள், பார்வையாளர்களிடையே செயல்பாடு மற்றும் ஆதரவை ஊக்குவிக்கும், பரந்த சமூக இயக்கங்கள் மற்றும் கொள்கை மாற்றங்களுக்கு பங்களிக்கும்.

வழக்கு ஆய்வுகள்: தேர்ந்தெடுக்கப்பட்ட படங்களின் பகுப்பாய்வுமற்றும் சமூகத்தில் அவர்களின் தாக்கம்

இந்தக் கட்டுரை தேர்ந்தெடுக்கப்பட்ட மூன்று படங்களை பகுப்பாய்வு செய்யும்.மற்றும் சமூகத்தின் தாக்கத்தைப் பற்றி விவாதிக்கவும், சினிமா சமூக மதிப்புகள் மற்றும் விதிமுறைகளை வடிவமைக்கவும், கலாச்சார சொற்பொழிவுகள் பங்களிக்கும் மற்றும் சமூக மாற்றத்தை ஊக்குவிக்கும் பல்வேறு வழிகளை நிரூபிக்கவும்.

"டு கில் எ மோக்கிங்பேர்ட்" (1962) - ராபர்ட் முல்லிகன் இயக்கியது.

புலிட்சர் பரிசு பெற்ற ஹார்பர் லீயின் நாவலை அடிப்படையாகக் கொண்ட "டு கில் எ மோக்கிங்பேர்ட்" என்பது இன அநீதி, தார்மீக வளர்ச்சி மற்றும் பச்சாதாபம் அவற்றின் கருப்பொருள்களை ஆராயும் ஒரு உன்னதமான அமெரிக்க திரைப்படமாகும். பெரும் மந்தநிலையின் போது ஒரு சிறிய தெற்கு நகரத்தில் அமைக்கப்பட்ட இந்தப் படம், வெள்ளையர் வழக்கறிஞரான அட்டிகஸ் ஃபின்ச் (கிரிகோரி பெக் நடித்தார்) கதையைச் சொல்கிறது, அவர் ஒரு வெள்ளையர் பெண்ணை பாலியல் பலாத்காரம் செய்ததாக பொய்யாகக் குற்றம் சாட்டப்பட்ட ஒரு கருப்பின மனிதரான டாம் ராபின்சனை (புரோக் பீட்டர்ஸ்) பாதுகாக்கிறார்.

சமூகத்தில் தாக்கம்:

*இன அநீதி மற்றும் சிவில் உரிமைகள்:*சிவில் உரிமைகள் இயக்கம் உச்சத்தில் இருந்த காலத்தில் வெளியான இந்தப் படம், இன சமத்துவமின்மை பிரச்சினையை சக்திவாய்ந்த முறையில் எடுத்துரைக்கிறது மற்றும் தனிமைப்படுத்தப்பட்ட தெற்கில் ஆப்பிரிக்க அமெரிக்கர்கள் எதிர்கொள்ளும் அநீதிகளை அம்பலப்படுத்துகிறது. அட்டிகஸ் ஃபின்ச்சின் இளம் மகள் ஸ்கவுட்டின் அப்பாவி கண்ணோட்டத்தின் மூலம் கதையை வழங்குவதன் மூலம், இந்தப் படம் பார்வையாளர்களை டாம் ராபின்சனின் அவலநிலையைப் புரிந்துகொள்ளவும், சமூகத்தில் பரவியுள்ள இனரீதியான தப்பெண்ணங்கள் மற்றும் சார்புகளைக் கேட்கவும் ஊக்குவிக்கிறது. இனம் மற்றும் சிவில் உரிமைகளைச் சுற்றியுள்ள பரந்த கலாச்சார உரையாடலுக்கு அந்த பங்களிப்பில், இன அநீதியை எதிர்கொள்ளவும் சவால் செய்யவும் பார்வையாளர்களை ஊக்குவிக்கும் வகையில், சமூகத்தில் படத்தின் தாக்கத்தைக் காணலாம்.

தார்மீக வளர்ச்சி மற்றும் பச்சாதாபம்:"டு கில் எ மோக்கிங்பேர்ட்" திரைப்படம் தார்மீக வளர்ச்சி மற்றும் பச்சாதாபம் ஆகிய கருப்பொருள்களையும் ஆராய்கிறது, ஸ்கவுட்டும் அவரது சகோதரர் ஜெமும் இரக்கம், புரிதல் மற்றும் சரியானதை நிலைநிறுத்துவதன் முக்கியத்துவம் பற்றிய மதிப்புமிக்க பாடங்களைக் கற்றுக்கொள்கிறார்கள். இந்தக் கருப்பொருள்கள் பார்வையாளர்களிடம் எதிரொலித்தன, மேலும் படத்தின் நீடித்த கலாச்சார முக்கியத்துவத்திற்கு பங்களித்தன, சமூக மதிப்புகள் மற்றும் விதிமுறைகளை வடிவமைப்பதில் பச்சாதாபம் மற்றும் தார்மீக ஒருமைப்பாட்டின் முக்கியத்துவத்தை வலுப்படுத்தியது.

"டெல்மா & லூயிஸ்" (1991) - ரிட்லி ஸ்காட் இயக்கியது

"டெல்மா & லூயிஸ்" என்பது ஒரு புரட்சிகரமான பெண்ணியத் திரைப்படமாகும், இது டெல்மா (கீனா டேவிஸ்) மற்றும் லூயிஸ் (சூசன் சரண்டன்) ஆகிய இரண்டு பெண்கள் ஒரு சாலைப் பயணத்தை மேற்கொண்டு, அது ஒரு குற்றச் சம்பவமாக மாறுவதைப் பற்றியது. இந்தப் படம் பாரம்பரிய பாலினப் பாத்திரங்களைத் தகர்த்தெறிந்து, பெண்களின் சமூக எதிர்பார்ப்புகளை சவால் செய்கிறது, பெண் அதிகாரமளித்தல், நட்பு மற்றும் ஆணாதிக்க ஒடுக்குமுறைக்கு எதிரான எதிர்ப்பு ஆகிய கருப்பொருள்களை ஆராய்கிறது.

சமூகத்தில் தாக்கம்:

பெண்ணியம் மற்றும் பெண் அதிகாரமளித்தல்:"டெல்மா & லூயிஸ்" திரைப்படம் பெண் அதிகாரமளித்தல் மற்றும் ஆணாதிக்க விதிமுறைகளுக்கு எதிரான எதிர்ப்பின் சக்திவாய்ந்த சித்தரிப்பை வழங்குவதன் மூலம் சமூகத்தில் குறிப்பிடத்தக்க தாக்கத்தை ஏற்படுத்தியது. வலுவான, சிக்கலான பெண் கதாபாத்திரங்களின் சித்தரிப்பு, பெண்ணிய கருப்பொருள்களை மன்னிக்காமல் ஆராய்வது, பெண்களுக்கு உத்வேகம் அளித்து அதிகாரம் அளித்தது, பாலின சமத்துவம் மற்றும் பெண்கள் உரிமைகளைச் சுற்றியுள்ள பரந்த கலாச்சார சொற்பொழிவுகளுக்கு பங்களித்தது.

*பாரம்பரிய பாலின பாத்திரங்களுக்கு சவால் விடும் சவால்கள்:*பாரம்பரிய பாலின பாத்திரங்களைத் தலைகீழாக மாற்றி, டெல்மா மற்றும் லூயிஸை தங்கள் சொந்த விதிகளைக் கட்டுப்படுத்தும் கதாநாயகர்களாகக் காண்பிப்பதன் மூலம், பெண்களின் சமூக எதிர்பார்ப்புகளை கேள்விக்குள்ளாக்கவும் சவால் செய்யவும் பார்வையாளர்களை இந்தத் திரைப்படம் ஊக்குவித்தது. பிரபலமான கலாச்சாரத்தில் அதன் நீடித்த செல்வாக்கில் படத்தின் தாக்கத்தைக் காணலாம்.மற்றும் எதிர்கால தலைமுறையினரை மையமாகக் கொண்ட திரைப்படங்களுக்கு ஊக்குவிப்பதில் அதன் பங்குமற்றும் பெண்ணியக் கதைகள்.

"ஒரு சிரமமான உண்மை" (2006) - டேவிஸ் குகன்ஹெய்ம் இயக்கியது

"ஒரு வசதியற்ற உண்மை" என்பது முன்னாள் அமெரிக்க துணை ஜனாதிபதி அல் கோரின் காலநிலை மாற்றத்தின் ஆபத்துகள் குறித்த விழிப்புணர்வை ஏற்படுத்தும் பிரச்சாரத்தைத் தொடர்ந்து வரும் ஒரு ஆவணப்படமாகும். இந்தப் படம் புவி வெப்பமடைதலை நிவர்த்தி செய்ய வேண்டியதன் அவசியத்திற்கான அறிவியல் சான்றுகளையும், கட்டாய வாதங்களையும் முன்வைக்கிறது, இது உலகெங்கிலும் உள்ள பார்வையாளர்களுக்கு நடவடிக்கைக்கான சக்திவாய்ந்த அழைப்பாக செயல்படுகிறது.

சமூகத்தில் தாக்கம்:

பருவநிலை மாற்றம் குறித்த விழிப்புணர்வை ஏற்படுத்துதல்:"ஒரு சிரமமான உண்மை" என்ற புத்தகம், காலநிலை மாற்றத்தின் அவசரப் பிரச்சினை மற்றும் அதன் பேரழிவு விளைவுகள் பற்றிய விழிப்புணர்வை ஏற்படுத்துவதன் மூலம் மூலம் சமூகத்தில் குறிப்பிடத்தக்க தாக்கத்தை ஏற்படுத்தியது. அல் கோரின் தீவிரமான வாதத்தால் வழிநடத்தப்பட்ட அறிவியல் தரவுகளின் தெளிவான விளக்கமும் அதன் கவர்ச்சிகரமான விவரிப்பும், காலநிலை மாற்றம் பிரச்சினையை பொது நானவின் முன்னணிக்கு கொண்டு வருவதிலும், பரவலான விவாதம் மற்றும் விவாதத்தைத் தூண்டுவதிலும் வெற்றி பெற்றது.

ஊக்கமளிக்கும் செயல்பாடு மற்றும் கொள்கை மாற்றங்கள்:காலநிலை நடவடிக்கைக்கான செயல்பாடுகள் மற்றும் ஆதரவை ஊக்குவிப்பதில் அதன் பங்கிலும் சமூகத்தில் இந்தத் திரைப்படத்தின் தாக்கத்தைக் காணலாம். "ஒரு சிரமமான உண்மை" சுற்றுச்சூழல் இயக்கத்தின் வளர்ச்சிக்கு பங்களித்து மற்றும் காலநிலை மாற்றத்தை நிவர்த்தி செய்ய அரசாங்கங்கள் மற்றும் நிறுவனங்கள் மீது பொதுமக்களின் அழுத்தத்தை அதிகரித்தது, இது பசுமை இல்ல வாயு வெளியேற்றத்தைக் குறைப்பதற்கும் நிலைத்தன்மையை மேம்படுத்துவதற்கும் நோக்கமாக உள்ளது கொண்ட பல்வேறு கொள்கைகள் மற்றும் முன்முயற்சிகளை செயல்படுத்த வழிவகுத்தது.

சமூக மாற்றத்தின் ஆவணப்படத்தின் பங்கு:"ஒரு சிரமமான உண்மை" திரைப்படம், சமூக மாற்றத்திற்கான ஒரு கருவியாக ஆவணப்படத்தின் சக்தியை நிரூபிக்கிறது, இது உலகளாவிய பிரச்சினைகளில் பார்வையாளர்களை ஈடுபடத் தெரிவிக்கவும், கல்வி கற்பிக்கவும், ஊக்குவிக்கவும் சினிமாவின் திறனைக் காட்டுகிறது. படத்தின் வெற்றி, முக்கியமான சமூக, அரசியல் மற்றும் சுற்றுச்சூழல் கவலைகள் குறித்த விழிப்புணர்வை ஏற்படுத்துவதிலும், பொது நடவடிக்கையிலும் திரட்டுவதிலும் காட்சி கதைசொல்லலின் முக்கியத்துவத்தை எடுத்துக்காட்டுகிறது.

அரசியல், அழகியல் ஆகியவற்றுக்கு இடையேயான தொடர்பு, மற்றும் சினிமாவில் கலாச்சாரம்

சினிமா என்பது அரசியல், அழகியல் மற்றும் கலாச்சாரத்தை பல வழிகளில் பின்னிப்பிணைக்கும் ஒரு சிக்கலான கலை வடிவமாகும், இதன் விளைவாக மனித அனுபவங்கள், நம்பிக்கைகள் மற்றும் சித்தாந்தங்களின் சாரத்தை படம்பிடிக்கும் திறன் கொண்ட ஒரு ஊடகம் உருவாகிறது. சினிமாவில் இந்த மூன்று அம்சங்களுக்கும் இடையிலான தொடர்பு திரைப்படங்கள் எவ்வாறுசமூக மதிப்புகள் மற்றும் விதிமுறைகளை பிரதிபலிக்கவும், வடிவமைக்கவும், சவால் செய்யவும் முடியும். இந்த கட்டுரை சினிமாவில் அரசியல், அழகியல் மற்றும் கலாச்சாரம் ஆகியவற்றுக்கு இடையேயான பல்வேறு பரிமாணங்களை ஆராயும், அவை எவ்வாறு ஒன்றையொன்று வெட்டி செல்வாக்கு செலுத்துகின்றன, மேலும் இந்த பரந்த சமூக மற்றும் கலாச்சார நிலப்பரப்பில் தாக்கங்களை ஏற்படுத்துகின்றன விவாதிக்கும்.

*அரசியலின் பிரதிபலிப்பாக சினிமா:*சினிமா பெரும்பாலும் அது தயாரிக்கப்படும் சமூகங்களின் அரசியல் நிலப்பரப்பை பிரதிபலிக்கிறது. திரைப்படங்கள் அரசியல் சித்தாந்தங்கள், அதிகார இயக்கவியல் மற்றும் சமூகப் பிரச்சினைகளை நேரடியாகவோ அல்லது உருவகமாகவோ ஆராய ஒரு தளமாகச் செயல்பட முடியும். இந்த அரசியல் கருப்பொருள்கள் பெரும்பாலும் ஒரு படத்தின் கதைகள், கதாபாத்திரங்கள் மற்றும் காட்சிகளின் கூறுகள் பதிக்கப்படுகின்றன,அரசியல் சூழல் குறித்த திரைப்படத் தயாரிப்பாளர்களின் கண்ணோட்டங்களைப் பிரதிபலிப்பது, பார்வையாளர்கள் இந்தக் கருப்பொருள்களுடன் எவ்வாறு ஈடுபடுகிறார்கள் மற்றும் விளக்குகிறார்கள் என்பதை வடிவமைப்பதும் ஆகும். எனவே, பல்வேறு வரலாற்று காலகட்டங்கள் மற்றும் கலாச்சார

அமைப்புகளின் அரசியல் சூழல்கள் மற்றும் சொற்பொழிவுகள் பற்றிய மதிப்புமிக்கது நுண்ணறிவுகளை சினிமா வழங்க முடியும்.

அரசியல் மற்றும் திரைப்பட தயாரிப்பு: திரைப்படங்களின் தயாரிப்பு மற்றும் விநியோகத்தை வடிவமைப்பதில் அரசியல் நிலப்பரப்பு குறிப்பிடத்தக்க பங்கை வகிக்கிறது.. அரசாங்கக் கொள்கைகள், தணிக்கை மற்றும் நிதி கட்டமைப்புகள் அனைத்தும் தயாரிக்கப்படும் திரைப்படங்களின் வகைகள், சொல்லப்படும் கதைகள் மற்றும் தெரிவிக்கப்படும் செய்திகளை பாதிக்கலாம். எடுத்துக்காட்டாக, பல ஐரோப்பிய நாடுகளில் உள்ளவை போன்ற அரசு நிதியளிக்கும் திரைப்படத் தொழில்கள், தேசிய கலாச்சாரம் மற்றும் அடையாளத்தை ஊக்குவிக்கும் அல்லது சமூக மற்றும் அரசியல் பிரச்சினைகளை நிவர்த்தி செய்யும் படங்களுக்கு முன்னுரிமை அளிக்கலாம், அதே நேரத்தில் ஹாலிவுட் போன்ற வணிக ரீதியாக இயக்கப்படும் தொழில்கள், பிரபலமான ரசனைகளைப் பூர்த்தி செய்து லாபம் ஈட்டும் படங்களைத் தயாரிப்பதில் அதிக கவனம் செலுத்தலாம்.

அழகியல் மற்றும் அரசியல் வெளிப்பாடு: அரசியல் கருத்துக்கள் மற்றும் கருப்பொருள்களை வெளிப்படுத்தும் காட்சி பாணி, ஒளிப்பதிவு, எடிட்டிங், ஒலி மற்றும் மிஸ்-எ ன்-ஸ்கீன் உள்ளிட்ட சினிமாவின் அழகியலைப் பயன்படுத்தலாம். திரைப்படத் தயாரிப்பாளர்கள் குறிப்பிட்ட அரசியல் சித்தாந்தங்களை வலியுறுத்த அல்லது விமர்சிக்க பல்வேறு அழகியல் நுட்பங்களைப் பயன்படுத்தலாம், பார்வையாளர்களுக்கு அவர்களின் செய்தியைத் தெரிவிக்கும் ஒரு காட்சி மொழியை உருவாக்கலாம். உதாரணமாக, அரசியல் கருத்துக்கள் அல்லது சக்தி இயக்கவியலைக் குறிக்கும் காட்சி உருவகங்கள் அல்லது சின்னங்களை உருவாக்க விளக்குகள், நிறம் மற்றும் கலவையின் பயன்பாடு பயன்படுத்தப்படலாம், அதே நேரத்தில் எடிட்டிங் நுட்பங்கள் நேரத்தையும் இடத்தையும் கையாளவும், குறிப்பிட்ட அரசியல் கதைகளை முன்னிலைப்படுத்தவும் அல்லது கவிழ்க்கவும் பயன்படுத்தப்படலாம்.

அழகியலின் கலாச்சார சூழல்: சினிமாவின் அழகியலும், திரைப்படங்கள் உருவாகும் கலாச்சார சூழல்களால் வடிவமைக்கப்படுகின்றன. அழகியல் பாணிகள் மற்றும் நுட்பங்கள் கலாச்சார மரபுகள், கலை இயக்கங்கள் மற்றும் சமூக விதிமுறைகளால் பாதிக்கப்படலாம், இது கலாச்சாரம் சினிமாவின் காட்சி மொழியை வடிவமைக்கும் வழிகளைப் பிரதிபலிக்கிறது. எடுத்துக்காட்டாக, இரண்டாம் உலகப் போருக்குப் பிந்தைய திரைப்பட இயக்கமான இத்தாலிய நியோரியலிசத்தின் அழகியல், சாதாரண மக்களின் வாழ்க்கையில் கவனம் செலுத்துதல் மற்றும் இயற்கையான அமைப்புகள் மற்றும் தொழில்முறை அல்லாத நடிகர்களைப் பயன்படுத்துவதன் மூலம் வகைப்படுத்தப்படுகிறது, இது போருக்குப் பின்தங்கிய இத்தாலியின் கலாச்சாரம் மற்றும் அரசியல் சூழலுக்கு ஒரு பிரதிபலிப்பாகக் காணப்படுகிறது.

கலாச்சார பரிமாற்றத்திற்கான தளமாக சினிமா: சினிமா கலாச்சார பரிமாற்றத்திற்கான ஒரு முக்கியமான தளமாக செயல்படுகிறது, பார்வையாளர்கள் பல்வேறு கலாச்சார பின்னணியில் இருந்து வரும் கதைகள், கண்ணோட்டங்கள் மற்றும் அழகியல் பாணிகளுடன் பங்கேற்கவும். வெவ்வேறு கலாச்சாரங்களுடனான இந்த வெளிப்பாடு சினிமாவின் அழகியல் மொழியை விரிவுபடுத்துவதோடு புதிய மற்றும் புதுமையான பாணிகள் மற்றும் நுட்பங்களின் வளர்ச்சிக்கும் பங்களிக்கும். மேலும், சினிமாவில் கலாச்சார அழகியலின் குறுக்கு மகரந்தச் சேர்க்கை கலாச்சார பன்முகத்தன்மைக்கு அதிக பாராட்டுகளை வளர்க்கும் மற்றும் பார்வையாளர்களிடையே சகிப்புத்தன்மை மற்றும் புரிதலை ஊக்குவிக்கும்.

பிரதிநிதித்துவ அரசியல்: சினிமாவில் பிரதிநிதித்துவ அரசியல், பல்வேறு சமூகக் குழுக்களின் சித்தரிப்பு மற்றும் படங்களில் வழங்கப்படும் குரல்கள் மற்றும் கண்ணோட்டங்கள் பன்முகத்தன்மை உட்பட., சமூக மதிப்புகள் மற்றும் விதிமுறைகளில் குறிப்பிடத்தக்க தாக்கத்தை ஏற்படுத்தக்கூடும். திரைப்படங்களில் இனம், பாலினம், வர்க்கம் மற்றும் பிற சமூக வகைகள் பிரதிநிதித்துவப்படுத்தப்படும் வழிகள் ஒரே மாதிரியான கருத்துக்கள் மற்றும் சார்புகளை வலுப்படுத்துகின்றன அல்லது சவால் செய்யவோ முடியும், பார்வையாளர்களின் கருத்துக்களை வடிவமைக்கின்றன மற்றும் பரந்த கலாச்சார சொற்பொழிவை பாதிக்கின்றன. எனவே, சினிமாவில் பிரதிநிதித்துவத்தின் அரசியல் அழகியல் மற்றும் கலாச்சாரம் இரண்டுடனும் நெருக்கமாகப் பின்னிப் பிணைந்துள்ளது, திரைப்படத்தின் காட்சி

மொழிக்குள் பல்வேறு அடையாளங்கள் மற்றும் அனுபவங்களை பிரதிநிதித்துவப்படுத்துவதில் உள்ள சிக்கல்களை திரைப்பட தயாரிப்பாளர்கள் வழிநடத்தும்போது.

*சினிமாவில் சமூக இயக்கங்களின் தாக்கம்:*பெண்ணியம், சிவில் உரிமைகள் மற்றும் சுற்றுச்சூழல் போன்ற சமூக இயக்கங்கள், சினிமாவின் அரசியல், அழகியல் மற்றும் கலாச்சாரத்திலும் குறிப்பிடத்தக்கவை தாக்கத்தை ஏற்படுத்தக்கூடும். இந்த இயக்கங்கள் திரைப்பட தயாரிப்பாளர்களை தங்கள் படங்களில் பொருத்தமான சமூக மற்றும் அரசியல் பிரச்சினைகளை உரையாற்ற ஊக்குவிக்கும்., இந்த கருப்பொருள்களை வெளிப்படுத்தும் வகையில் பயன்படுத்தப்படும் அழகியல் மற்றும் கதை அமைப்புகளை பாதிக்கிறது. கூடுதலாக, சமூக இயக்கங்கள் கலாச்சார விதிமுறைகள் மற்றும் மதிப்புகள் மாற்றங்களுக்கு பங்களிக்கக்கூடும், இது திரைப்படத் துறையில் அதிக பிரதிநிதித்துவம் மற்றும் பன்முகத்தன்மைக்கு வழிவகுக்கும் மற்றும் சொல்லப்படும் கதைகளின் வகைகள் மற்றும் முன்வைக்கப்படும் கண்ணோட்டங்களை பாதிக்கும்.

*பார்வையாளர் வரவேற்பின் பங்கு:*சினிமாவில் அரசியல், அழகியல் மற்றும் கலாச்சாரம் ஆகியவற்றுக்கு இடையேயான தொடர் பார்வையாளர்களின் வரவேற்பு மற்றும் விளக்கங்கள் வடிவமைக்கப்படுகிறது.. பார்வையாளர்கள் தங்கள் சொந்த அரசியல் நம்பிக்கைகள், கலாச்சார பின்னணிகள் மற்றும் அழகியல் விருப்பங்களை திரைப்படங்களுடனான தங்கள் ஈடுபாட்டிற்கு கொண்டு வருகிறார்கள்., சினிமாவின் அரசியல், கலாச்சாரம் மற்றும் அழகியல் அம்சங்களை அவை எவ்வாறு விளக்குகின்றன மற்றும் எதிர்வினையாற்றுகின்றன பாதிக்கிறது. சினிமாவிற்கும் அந்த பார்வையாளர்களுக்கும் இடையிலான இந்த சிக்கலான உறவு, சினிமாவில் அரசியல், அழகியல் மற்றும் கலாச்சாரம் ஆகியவற்றுக்கு இடையேயானவை தொடர்புகளைப் புரிந்துகொள்வதில் வரவேற்பின் பங்கைக் கருத்தில் கொள்வதன் முக்கியத்துவத்தை எடுத்துக்காட்டுகிறது.

*உலகமயமாக்கலின் தாக்கம்:சினிமா பற்றி:*உலகமயமாக்கல் சினிமாவில் அரசியல், அழகியல் மற்றும் கலாச்சாரம் ஆகியவற்றுக்கு இடையேயான தொடர்புகளில் ஆழமான தாக்கத்தை ஏற்படுத்தியது, ஏனெனில் திரைப்படங்கள்மேலும் திரைப்படத் தயாரிப்பாளர்கள் தேசிய எல்லைகளைக் கடந்து பல்வேறு கலாச்சார தாக்கங்களுடன் அதிகளவில் ஈடுபடுகின்றனர். உலகமயமாக்கலின் இந்த செயல்முறை, பாரம்பரிய அழகியல் மற்றும் கலாச்சார எல்லைகளை கலந்து மறுகட்டமைக்கும் புதிய சினிமா பாணிகள், வகைகள் மற்றும் கதைகள் தோற்றத்திற்கு வழிவகுத்துள்ளது. திரைப்படங்களின் உலகளாவிய சுழற்சி, அரசியல் கருத்துக்கள் மற்றும் சித்தாந்தங்களைப் பரப்புவதற்கும் பங்களிக்கிறது, ஏனெனில் சினிமா கலாச்சாரங்களுக்கு உரையாடல் மற்றும் பரிமாற்றத்திற்கான ஒரு தளமாக செயல்படுகிறது.

*சமூக மாற்றத்திற்கான ஒரு ஊக்கமாக சினிமா:*சினிமாவில் அரசியல், அழகியல் மற்றும் கலாச்சாரம் ஆகியவற்றுக்கு இடையேயான தொடர்பு சமூக மாற்றத்திற்கு ஒரு சக்திவாய்ந்த வினையூக்கியாக உள்ளது செயல்படும். சமூக, அரசியல் அல்லது சுற்றுச்சூழல் பிரச்சினைகளை நிவர்த்தி செய்யும் திரைப்படங்கள் பொது விவாதத்தைத் தூண்டும், விழிப்புணர்வை ஏற்படுத்தும் மற்றும் கூட்டு நடவடிக்கையை ஊக்குவிக்கும், இது சமூக மதிப்புகள் மற்றும் விதிமுறைகள் மற்றும் கொள்கைகளை மாற்றுவதற்கு வழிவகுக்கும். சினிமாவில் அரசியல், அழகியல் மற்றும் கலாச்சாரம் தொடர்பான அனைத்து உறவுகளிலும் ஈடுபடுவதன் மூலம், திரைப்பட தயாரிப்பாளர்களும் பார்வையாளர்களும் திரைப்படத்தின் திறனைத் தொடர்பு, கல்வி மற்றும் மாற்றத்திற்கான கருவியாகப் பயன்படுத்தலாம்.

சமூக மதிப்புகள் மற்றும் விதிமுறைகளில் சினிமாவின் தாக்கம்

சமூக மதிப்புகள் மற்றும் விதிமுறைகளை வடிவமைப்பதில் சினிமா ஒரு சக்திவாய்ந்த சக்தியாக நீண்ட காலமாக அங்கீகரிக்கப்பட்டுள்ளது. வெகுஜன ஊடகங்களின் பரவலான மற்றும் செல்வாக்குமிக்க வடிவமாக, திரைப்படங்கள்நமது சமூகத்தை வரையறுக்கும் நம்பிக்கைகள், அணுகுமுறைகள் மற்றும் நடத்தைகளை பிரதிபலிக்கவும், வலுப்படுத்தவும், சவால் செய்யவும் திறன் கொண்டது. இந்த கட்டுரை, சமூக மதிப்புகள் மற்றும் விதிமுறைகளில் சினிமா அதன் செல்வாக்கை செலுத்தும் பல்வேறு வழிகளை ஆராயும்,

திரைப்பட பார்வையாளர்களை எவ்வாறு, பிரதிநிதித்துவம் மற்றும் கதைசொல்லலின் பங்கு மற்றும் சமூக மாற்றத்தை ஊக்குவிக்கும் சினிமாவின் ஆற்றலைப் பற்றி விவாதிக்கும்.

கதை சொல்லும் சக்தி:சமூக மதிப்புகள் மற்றும் விதிமுறைகளில் சினிமாவின் செல்வாக்கின் மையத்தில், பார்வையாளர்களை ஈடுபடுத்தும் மற்றும் வசீகரிக்கும் கவர்ச்சிகரமான கதைகளைச் சொல்லும் திறன் உள்ளது. கதை சொல்லும் கலை மூலம், திரைப்படங்கள்ஆழ்ந்த உலகங்களை உருவாக்கவும், சிக்கலான கதாபாத்திரங்களை உருவாக்கவும், பார்வையாளர்களுடன் ஆழ்ந்த தனிப்பட்ட மட்டத்தில் உணர்ச்சி ரீதியாகவும் எதிரொலிக்கும் கதைகளை வழங்கவும் முடியும். இந்த இணைப்பு, உலகத்தைப் பற்றிய பார்வையாளர்களின் கருத்துக்களை வடிவமைத்து தெரிவிக்கக்கூடிய கருத்துக்கள், செய்திகள் மற்றும் கருப்பொருள்களைத் தொடர்பு சினிமாவை அறியலாம், இது அவர்களின் மதிப்புகள், அணுகுமுறைகள் மற்றும் நடத்தைகளை பாதிக்கும் திறன் கொண்டது.

அடையாளம் மற்றும் பச்சாதாபத்தின் பங்கு:சமூக மதிப்புகள் மற்றும் விதிமுறைகளை சினிமா பாதிக்கும் வழிமுறைகளில் ஒன்று அடையாளம் காணுதல் மற்றும் பச்சாதாபம் ஆகியவற்றின் செயல்முறையாகும். தொடர்புடைய மற்றும் ஈர்க்கக்கூடிய கதாபாத்திரங்களை வழங்குவதன் மூலம், திரைப்படங்கள்பார்வையாளர்கள் இந்தக் கதாபாத்திரங்களின் அனுபவங்கள் மற்றும் உணர்ச்சிகளுடன் தங்களை அடையாளம் காண ஊக்குவிக்கும், பச்சாதாபம் மற்றும் புரிதல் உணர்வை வளர்க்கும். இந்த உணர்ச்சிபூர்வமான தொடர்பு, பார்வையாளர்களின் மனப்பான்மைகள் மற்றும் நம்பிக்கைகளை பாதிக்கலாம், ஏனெனில் அவர்களின் தாங்கள் அடையாளம் காணும் கதாபாத்திரங்களின் கண்கள் மூலம் உலகைப் பார்க்கிறார்கள் மற்றும் படத்தில் வழங்கப்பட்ட மதிப்புகள் மற்றும் விதிமுறைகளை உள்வாங்குகிறார்கள்.

பிரதிநிதித்துவம்மற்றும் பன்முகத்தன்மை:திரைப்படங்களில் பல்வேறு சமூகக் குழுக்கள் எவ்வாறு பிரதிநிதித்துவப்படுத்தப்படுகின்றனசமூக மதிப்புகள் மற்றும் விதிமுறைகளில் குறிப்பிடத்தக்க தாக்கத்தை ஏற்படுத்தக்கூடும். சினிமா ஒரே மாதிரியான கருத்துக்கள் மற்றும் சார்புகளை வலுப்படுத்தவோ அல்லது சவால் செய்யவோ வல்லமை கொண்டது, இனம், பாலினம், வர்க்கம் மற்றும் பிற சமூகம் வகைகளின் பார்வையாளர்களின் கருத்துக்களை வடிவமைக்கிறது. பல்வேறு சமூகக் குழுக்களின் மாறுபட்ட மற்றும் நுணுக்கமான பிரதிநிதித்துவங்களை முன்வைப்பதன் மூலம், திரைப்படங்கள் மிகவும் உள்ளடக்கிய மற்றும் சமத்துவ சமூகத்திற்கு பங்களிக்க முடியும், சகிப்புத்தன்மை, புரிதல் மற்றும் பன்முகத்தன்மைக்கு மரியாதை ஆகியவற்றை ஊக்குவிக்கும்.

யதார்த்தத்தின் கதை கட்டுமானம்:யதார்த்தத்தின் கதை கட்டுமானத்தின் மூலம் சமூக மதிப்புகள் மற்றும் விதிமுறைகளை வடிவமைப்பதில் சினிமாவும் ஒரு பங்கை வகிக்கிறது. திரைப்படத் தயாரிப்பாளர்களின் கண்ணோட்டங்கள், சித்தாந்தங்கள் மற்றும் படைப்புத் தேர்வுகளால் பாதிக்கப்பட்டு, உலகின் தேர்ந்தெடுக்கப்பட்ட மற்றும் ஒழுங்கமைக்கப்பட்ட பதிப்பை திரைப்படங்கள் முன்வைக்கின்றன. இந்த கட்டமைக்கப்பட்ட யதார்த்தம், படத்தில் வழங்கப்பட்ட மதிப்புகள், விதிமுறைகள் மற்றும் நம்பிக்கைகளை யதார்த்தத்தின் பிரதிநிதியாக ஏற்றுக்கொள்ளும் பார்வையாளர்களால் உலகத்தைப் பற்றிய கருத்துக்களை வடிவமைக்க முடியும். இந்த வழியில், சினிமா ஆதிக்கம் செலுத்தும் கலாச்சார விவரிப்புகளின் உருவாக்கம் மற்றும் நிலைத்தன்மைக்கு பங்களிக்க முடியும், அதே போல் இந்த விவரிப்புகளையும் சவால் செய்து சீர்குலைத்து, உலகின் மாற்றுக் கண்ணோட்டங்களையும் பார்வைகளையும் வழங்குகிறது.

வகையின் பங்கு:சமூக மதிப்புகள் மற்றும் விதிமுறைகளில் சினிமாவின் செல்வாக்கை வகையின் பாத்திரத்திலும் காணலாம். வெவ்வேறு வகைகள் பெரும்பாலும் தனித்துவமான மதிப்புகள், விதிமுறைகள் மற்றும் எதிர்பார்ப்புகளை முன்வைக்கின்றன, குறிப்பிட்ட கலாச்சார சொற்பொழிவுகள் மற்றும் சித்தாந்தங்களை பிரதிபலிக்கின்றன மற்றும் வலுப்படுத்துகின்றன. உதாரணமாக, சூப்பர் ஹீரோ வகை பெரும்பாலும் வீரம், சுய தியாகம் மற்றும் நீதியின் மதிப்புகளை ஊக்குவிக்கிறது, அதே நேரத்தில் காதல் நகைச்சுவைகள் காதல்

மற்றும் உறவுகளைச் சுற்றியுள்ள பாரம்பரிய பாலின பாத்திரங்கள் மற்றும் விதிமுறைகளை வலுப்படுத்தக்கூடும். சில வகைகளின் பிரபலமும் பரவலும் அவை உள்ளடக்கிய மதிப்புகள் மற்றும் விதிமுறைகளை இயல்பாக்குவதற்கும் நிலைநிறுத்துவதற்கும் பங்களிக்கும்.

*திரைப்பட சின்னங்களின் தாக்கம்:*சின்னச் சின்ன கதாபாத்திரங்களும் திரைப்பட நட்சத்திரங்களும் சமூக மதிப்புகள் மற்றும் விதிமுறைகளை வடிவமைப்பதில் பங்கு வகிக்க முடியும். இந்த நபர்கள் பெரும்பாலும் குறிப்பிட்ட இலட்சியங்கள், மதிப்புகள் மற்றும் முன்மாதிரிகளை உள்ளடக்கி, பார்வையாளர்களுக்கு முன்மாதிரிகளாகவும் கலாச்சார தரிக்கற்களாகவும் செயல்படுகிறார்கள். திரைப்பட சின்னங்களின் புகழ் மற்றும் நீடித்த ஈர்ப்பு, அவை பிரதிநிதித்துவப்படுத்தும் மதிப்புகள் மற்றும் விதிமுறைகளைப் பரப்புவதற்கும் வலுப்படுத்துவதற்கும் பங்களிக்கும், பார்வையாளர்களின் அபிலாஷைகள், நடத்தைகள் மற்றும் சுய உணர்வுகளைப் பாதிக்கும்.

*சமூக மாற்றத்திற்கான சாத்தியக்கூறுகள்:*சமூக மதிப்புகள் மற்றும் விதிமுறைகளை சவால் செய்து ஒரு வினையூக்கியாக சினிமா செயல்படும் ஆற்றலைக் கொண்டுள்ளது. சமூக, அரசியல் அல்லது சுற்றுச்சூழல் பிரச்சினைகளை எதிர்கொள்ளும் திரைப்படங்கள் பொது விவாதத்தைத் தூண்டலாம், விழிப்புணர்வை ஏற்படுத்தலாம் மற்றும் கூட்டு நடவடிக்கையை ஊக்குவிக்கலாம், இது சமூக மதிப்புகள், விதிமுறைகள் மற்றும் கொள்கைகள் மாற்றங்களுக்கு வழிவகுக்கும். உலகின் மாற்றுக் கண்ணோட்டங்கள் மற்றும் பார்வைகளை முன்வைப்பதன் மூலம், சினிமா பார்வையாளர்களை தங்கள் சொந்த நம்பிக்கைகள், அணுகுமுறைகள் மற்றும் நடத்தைகளை கேள்வி கேட்கவும் மறு மதிப்பீடு செய்யவும் ஊக்குவிக்கும், சமூகம் மற்றும் அதன் மதிப்புகளுடன் மிகவும் விமர்சன ரீதியாகவும் பிரதிபலிப்புடனும் ஈடுபட ஊக்குவிக்கும்.

*பார்வையாளர் வரவேற்பின் பங்கு:*சமூக மதிப்புகள் மற்றும் விதிமுறைகளில் சினிமாவின் செல்வாக்கு, பார்வையாளர்கள் திரைப்படங்களுடன் எவ்வாறு ஈடுபடுகிறார்கள் மற்றும் விளக்குகிறார்கள் என்பதன் மூலமும் வடிவமைக்கப்படுகிறது.. பார்வையாளர்கள் தங்கள் சொந்த கலாச்சார பின்னணிகள், நம்பிக்கைகள் மற்றும் அனுபவங்களை திரைப்படங்களைப் பார்ப்பதற்குக் கொண்டு வருகிறார்கள், இது திரையில் காட்டப்படும் மதிப்புகள் மற்றும் விதிமுறைகளை அவர்கள் எவ்வாறு உணர்கிறார்கள் மற்றும் எதிர்வினையாற்றுகிறார்கள் என்பதை பாதிக்கிறது. சினிமாவிற்கும் அந்த பார்வையாளர்களுக்கும் இடையிலான இந்த சிக்கலான உறவு, சமூக மதிப்புகள் மற்றும் விதிமுறைகள் திரைப்படத்தின் செல்வாக்கைப் புரிந்துகொள்வதில் வரவேற்பின் பங்கைக் கருத்தில் கொள்வதன் முக்கியத்துவத்தை எடுத்துக்காட்டுகிறது.

*உலக சினிமாவின் தாக்கம்:*சமூக மதிப்புகள் மற்றும் விதிமுறைகளில் சினிமாவின் செல்வாக்கு உள்நாட்டுத் துறையுடன் மட்டும் நின்றுவிடவில்லை, ஏனெனில் திரைப்படங்கள்உலகம் முழுவதிலுமிருந்து பல்வேறு பார்வையாளர்களுடன் இணைந்து பணியாற்றுகின்றன. உலகளாவிய சினிமா பார்வையாளர்களை பல்வேறு கலாச்சாரக் கண்ணோட்டங்கள், மதிப்புகள் மற்றும் விதிமுறைகளை வெளிப்படுத்த முடியும், உலகத்தைப் பற்றியது அவர்களின் புரிதலை விரிவுபடுத்துகிறது மற்றும் கலாச்சார பன்முகத்தன்மைக்கு அதிக பாராட்டுகளை வளர்க்கிறது. உலகளாவிய சினிமாவுடனான இந்த வெளிப்பாடு, பார்வையாளர்கள் திரையில் எதிர்கொள்ளும் பல்வேறு தாக்கங்களை ஒருங்கிணைத்து பேச்சுவார்த்தை நடத்துவதால், கலாச்சார மதிப்புகள் மற்றும் விதிமுறைகளின் பரவல் மற்றும் கலப்பினத்திற்கும் பங்களிக்கும்.

*பொதுச் சொற்பொழிவை வடிவமைப்பதில் திரைப்படத்தின் பங்கு:*திரைப்படங்கள் பொது உரையாடலை வடிவமைப்பதில் சினிமாவும் குறிப்பிடத்தக்க பங்கை வகிக்க முடியும், ஏனெனில்சரியான நேரத்தில் மற்றும் சர்ச்சைக்குரிய பிரச்சினைகளை நிவர்த்தி செய்யும் திரைப்படங்கள் பரவலான விவாதத்தையும் விவாதத்தையும் உருவாக்க முடியும். திரைப்படங்கள் கருத்துக்கள், நம்பிக்கைகள் மற்றும் சித்தாந்தங்களைப் பரப்புவதற்கும் விவாதிப்பதற்கும் சக்திவாய்ந்த வாகனங்களாகச் செயல்பட முடியும் என்பதால், பொதுமக்களின் கருத்துடன் ஈடுபடுவதற்கும் செல்வாக்கு செலுத்துவதற்கும் சினிமாவின் இந்த திறன் சமூக மதிப்புகள் மற்றும் விதிமுறைகளில் ஆழமான தாக்கத்தை ஏற்படுத்தும்.

அரசியல், அழகியல் மற்றும் கலாச்சாரத்தின் குறுக்குவெட்டை எடுத்துக்காட்டுகள் தேர்ந்தெடுக்கப்பட்ட திரைப்பட வழக்கு ஆய்வுகள்.

இந்தப் பகுதியில் அரசியல், அழகியல் மற்றும் கலாச்சாரத்தின் குறுக்குவெட்டை எடுத்துக்காட்டுகள் மூன்று திரைப்பட வழக்கு ஆய்வுகளைப் பற்றி விவாதிப்போம்,இந்தக் கூறுகள் எவ்வாறு ஒன்றிணைந்து சிந்தனையைத் தூண்டும் மற்றும் தாக்கத்தை ஏற்படுத்தும் சினிமா அனுபவங்களை உருவாக்குகின்றன என்பதை விளக்குகிறது.

"சைக்கில் தீவ்ஸ்" (1948) - விட்டோரியோ டி சிகா இயக்கியது.

"சைக்கில் தீவ்ஸ்" என்பது இரண்டாம் உலகப் போருக்குப் பிந்தைய இத்தாலியின் சமூகப் பொருளாதார நிலப்பரப்பை ஆராயும் ஒரு உன்னதமான இத்தாலிய நியோரியலிஸ்ட் திரைப்படமாகும். இந்தப் படம், வேலைவாய்ப்பைப் பெறவும், தனது குடும்பத்தைப் பராமரிக்கவும் சைக்கிள் தேவைப்படுகிற போராடும் தொழிலாளி வர்க்க மனிதரான அன்டோனியோ ரிச்சியின் கதையைச் சொல்கிறது. இறுதியாக ஒரு மிதிவண்டியைப் பெற்ற பிறகு, அது திருடப்படுகிறது, இது திருடப்பட்ட மிதிவண்டியைத் தேடி ஆண்டோனியோவையும் அவரது இளம் மகன் புருனோவையும் ரோம் வழியாக ஒரு இதயத்தைத் துளைக்கும் பயணத்திற்கு இட்டுச் செல்கிறது.

*அரசியல்:*வறுமை, வேலையின்மை மற்றும் சமூக சமத்துவமின்மை பற்றிய சித்தரிப்பு, இரண்டாம் உலகப் போருக்குப் பிறகு இத்தாலி எதிர்கொள்ளும் அரசியல் மற்றும் பொருளாதாரம் சவால்களை வெளிச்சம் போட்டுக் காட்டுகிறது. இது தொழிலாளி வர்க்கத்தின் போராட்டங்களை எடுத்துக்காட்டுகிறது மற்றும் இந்தப் பிரச்சினைகளைத் தீர்க்க அரசாங்கத்தின் முயற்சிகளின் போதாமை சமூக சீர்திருத்தத்திற்கான தேவை பற்றிய ஒரு சக்திவாய்ந்த அரசியல் அறிக்கையை உருவாக்குகிறது.

அழகியல்:"சைக்கில் தீவ்ஸ்" திரைப்படம் இத்தாலிய நியோரியலிசத்தின் கொள்கைகளை பிரதிபலிக்கும் அதன் குறைந்தபட்ச அழகியலால் வகைப்படுத்தப்படுகிறது. இந்த திரைப்படம் தொழில்முறை அல்லாத நடிகர்கள், இருப்பிட படப்பிடிப்பு மற்றும் இயற்கை ஒளியைப் பயன்படுத்தி அன்றாட வாழ்க்கையின் ஒரு பச்சையான, உண்மையான சித்தரிப்பை உருவாக்குகிறது. இந்த அழகியல் தேர்வு படத்தின் உணர்ச்சி தாக்கத்திற்கு பங்களிக்கிறது, பார்வையாளர்களின் கதாபாத்திரங்களின் போராட்டங்களிலும் போருக்குப் பிந்தைய இத்தாலியின் கடுமையான யதார்த்தத்திலும் மூழ்கடிக்கிறது.

*கலாச்சாரம்:*இந்த கொந்தளிப்பான குழந்தை இத்தாலிய கலாச்சாரத்தின் சாரத்தை படம்பிடித்து காட்டுகிறது, ரோமின் பரபரப்பான தெருக்கள் முதல் நெருக்கமான குடும்ப இயக்கவியல் வரை. இது குடும்ப அன்பு, விரக்தி மற்றும் மீள்தன்மை ஆகியவற்றின் கருப்பொருள்களை ஆராய்கிறது, மனித நிலை மற்றும் உயிர்வாழ்வதற்கான உலகளாவிய போராட்டம் சக்திவாய்ந்த கலாச்சார விளக்கத்தை வழங்குகிறது.

"சரியானதைச் செய்" (1989) - ஸ்பைக் லீ இயக்கியது

ஸ்பைக் லீயின் "டு தி ரைட் திங்" திரைப்படம், புருக்ளின் சுற்றுப்புறத்தில் இனப் பதட்டங்கள் மற்றும் சமூக சமத்துவமின்மையை ஆராயும் ஒரு ஆத்திரமூட்டும் மற்றும் புரட்சிகரமான திரைப்படமாகும். வெப்பமான நாளில் அமைக்கப்பட்ட இந்தப் படம், ஆண்டின் பல்வேறு இனப் பின்னணிகளைச் சேர்ந்த பல்வேறு கதாபாத்திரங்களைப் பின்தொடர்கிறது, இறுதியில் மேற்பரப்புக்கு அடியில் கொதித்துக்கொண்டிருக்கும் ஆழமான தப்பெண்ணங்கள் மற்றும் பதட்டங்களை அம்பலப்படுத்தும் ஒரு துயரமான வன்முறைச் செயலில் முடிகிறது.

அரசியல்:"சரியானதைச் செய்" திரைப்படம் அமெரிக்க சமூகத்தில் நிலவும் இனப் பாகுபாடு மற்றும் சமத்துவமின்மை பற்றிய ஒரு துணிச்சலான அரசியல் அறிக்கை வெளியிடுகிறது. இந்தத் திரைப்படம், நிறவெறி கொண்ட மக்கள் எதிர்கொள்ளும் முறையான நீதிகளை எதிர்கொள்கிறது, காவல்துறையின் மிருகத்தனம், பழங்குடியினரின் ஆதிக்கம் பொருளாதார ஏற்றத்தாழ்வு போன்ற பிரச்சினைகளை நிவர்த்தி செய்கிறது. இந்தப் பிரச்சினைகளை அதன் தளராத சித்தரிப்பு மூலம், இந்தத் திரைப்படம் சமூக மற்றும் அரசியல் மாற்றத்திற்கான ஒரு சக்திவாய்ந்த அழைப்பாக செயல்படுகிறது.

*அழகியல்:*படத்தின் துடிப்பான காட்சி பாணி மற்றும் துடிப்பான ஒளிப்பதிவு அதன் சக்திவாய்ந்த தாக்கத்திற்கு பங்களிக்கிறது. பிரகாசமான வண்ணங்களின் பயன்பாடு, வெளிப்படையான கேமரா கோணங்கள் மற்றும் துடிப்பான எடிட்டிங் ஆகியவை பதற்றம் மற்றும் அமைதியின்மையின் உயர்ந்தது உணர்வை உருவாக்குகின்றன, இது கதைக்குள் கொதித்து வரும் இன பதட்டங்களை பிரதிபலிக்கிறது. "சரியானதைச் செய்" படத்தின் புதுமையான அழகியல் அதன் அரசியல் செய்தியை பெருக்கவும், பார்வையாளர்களை உள்ளுணர்வாகவும் உணர்ச்சி ரீதியாகவும் ஈடுபடுத்த உதவுகிறது.

கலாச்சாரம்:"சரியானதைச் செய்" திரைப்படம் புரூக்ளினின் மாறுபட்ட கலாச்சார நிலப்பரப்பின் வளமான மற்றும் நுணுக்கமான சித்தரிப்பை வழங்குகிறது. இந்த திரைப்பட கலாச்சார அடையாளத்தின் சிக்கல்களை ஆராய்கிறது, பல்வேறு இனக்குழுக்களுக்கு இடையிலான பொதுவான தன்மைகள் மற்றும் வேறுபாடுகள் எடுத்துக்காட்டுகிறது. துன்பங்களை எதிர்கொள்ளும் போது எதிர்ப்பு மற்றும் அதிகாரமளிப்பதற்கான ஒரு வழிமுறையாக இசை முதல் ஃபேஷன் வரை கலாச்சார வெளிப்பாட்டின் பங்கையும் இது ஆராய்கிறது.

""பான்ஸ் லேபிரிந்தீ" (2006) - கில்லர்மோ டெல் டோரோ இயக்கியது

"Pan's Labyrinth" என்பது ஸ்பானிஷ் உள்நாட்டுப் போருக்குப் பிறகு அமைக்கப்பட்ட ஒரு இருண்ட மற்றும் அற்புதமான திரைப்படமாகும், இது புராண உயிரினங்கள் மற்றும் இயற்கைக்கு அப்பாற்பட்ட உயிரினங்களின் இணையான உலகத்துடன் Ofelia என்ற இளம் பெண்ணின் கதையைப் பின்னிப்பிணைக்கிறது. இந்தப் படம் போர் மற்றும் ஒடுக்குமுறையின் கடுமையான யதார்த்தங்களுக்கான ஒரு உருவகமாக செயல்படுகிறது, ஸ்பானிஷ் நாட்டுப்புறக் கதைகள் மற்றும் விசித்திரக் கதைகள் கதைகளின் வளமான பாரம்பரியத்தை வரைந்து, பார்வைக்கு அதிர்ச்சியூட்டும் மற்றும் உணர்ச்சி ரீதியாக எதிரொலிக்கும் சினிமா அனுபவத்தை உருவாக்குகிறது.

*அரசியல்:*ஜெனரல் பிரான்சிஸ்கோ பிராங்கோவின் பாசிச ஆட்சியின் பின்னணியில் அமைக்கப்பட்ட "பான்ஸ் லேபிரிந்த்", கொடுங்கோன்மை, எதிர்ப்பு மற்றும் அரசியல் எழுச்சியை எதிர்கொள்ளும் போது அப்பாவித்தனத்தை இழப்பது போன்ற கருப்பொருள்களை ஆராய்கிறது. இந்த படம் போரின் கொடூரங்கள் மற்றும் மிருகத்தனத்தை அப்பட்டமாக சித்தரிக்கிறது, தனிநபர்கள் மற்றும் ஒட்டுமொத்த சமூகத்தின் மீதும் பேரழிவு தாக்கத்தை ஏற்படுத்துகிறது எடுத்துக்காட்டுகிறது. அதன் அற்புதமான கதை மூலம், இந்த படம் சர்வாதிகாரம் மற்றும் கட்டுப்படுத்தப்படாத அதிகாரத்தின் ஆபத்துகள் பற்றிய சக்திவாய்ந்த விமர்சனமாக செயல்படுகிறது.

அழகியல்:"Pan's Labyrinth" திரைப்படம் அதன் மூச்சடைக்க வைக்கும் காட்சி வடிவமைப்பு மற்றும் கற்பனையான உலகக் கட்டுமானத்திற்காகப் பெயர் பெற்றது. போரினால் பாதிக்கப்பட்ட ஸ்பெயினின் கடுமையான யதார்த்தத்தையும் மயக்கும் கற்பனை உலகத்தையும் இந்தத் திரைப்படம் தடையின்றி இணைத்து, ஒரு துடிப்பான மற்றும் ஆழமான சினிமா அனுபவத்தை உருவாக்குகிறது. சிக்கலான தொகுப்பு வடிவமைப்பு, விரிவான உடைகள் மற்றும் சிறப்பு விளைவுகள் ஆகியவை படத்தின் தனித்துவமான அழகியலுக்கு

பங்களிக்கின்றன, இது அந்த உணர்ச்சித் தாக்கத்தையும் அரசியல் அதிர்வுகளையும் அதிகரிக்க உதவுகிறது.

*கலாச்சாரம்:*ஸ்பானிஷ் நாட்டுப்புறக் கதைகள் மற்றும் விசித்திரக் கதைகளின் வளமான பாரம்பரியத்தை வரைந்து, "பான்ஸ் லேபிரிந்த்" உலகின் கடுமையான யதார்த்தங்களைப் புரிந்துகொள்வதற்கும் சமாளிப்பதற்கும் ஒரு வழிமுறையாக புராணம் மற்றும் கதைசொல்லலின் கலாச்சார முக்கியத்துவத்தை ஆராய்கிறது. இந்த படம் கற்பனையின் பங்கையும், எதிர்ப்பின் ஒரு வடிவமாக கதைசொல்லலின் சக்தியையும் ஆராய்கிறது, இது போன்ற கதாபாத்திரங்கள் தங்கள் அடக்குமுறை சூழ்நிலைகளின் எல்லைகளிலிருந்து தப்பித்து கற்பனை உலகில் ஆறுதல் காணப்பட்டது. வரலாறு, அரசியல் மற்றும் நாட்டுப்புறக் கதைகளின் நூல்களை ஒன்றாக இணைப்பதன் மூலம், "பான்ஸ் லேபிரிண்ட்" ஸ்பானிஷ் கலாச்சாரம் மற்றும் அடையாளத்தின் தனித்துவமான மற்றும் கட்டாய ஆய்வை வழங்குகிறது.

முடிவில், "சைக்கில் தீவ்ஸ்," "டு தி ரைட் திங்," மற்றும் "பான்ஸ் லேபிரிந்த்" ஆகிய மூன்று திரைப்பட வழக்கு ஆய்வுகள், அரசியல், அழகியல் மற்றும் கலாச்சாரத்தின் குறுக்குவெட்டு எவ்வாறு சக்திவாய்ந்த மற்றும் சிந்தனையைத் தூண்டும் சினிமா அனுபவங்களை உருவாக்க முடியும் எடுத்துக்காட்டுகின்றன. இந்த படங்கள் ஒவ்வொன்றும்.சமூக மதிப்புகள் மற்றும் விதிமுறைகளுடன் ஈடுபடவும் சவால் செய்யவும் சினிமாவின் சக்தியை எடுத்துக்காட்டும் சக்திவாய்ந்த அரசியல் செய்திகள் வெளிப்படுத்த அதன் தனித்துவமான அழகியல் பாணி மற்றும் கலாச்சார சூழலைப் பயன்படுத்துகிறது. இந்த வழக்கு ஆய்வுகளை ஆராய்வதன் மூலம், சினிமா நாம் வாழும் உலகத்தை பிரதிபலிக்கவும், விசாரிக்கவும், இறுதியில் மாற்றவும் கூடிய சிக்கலான மற்றும் பன்முக வழிகளைப் பற்றிய ஆழமான புரிதலைப் பெறலாம்.

சிந்திக்க வேண்டிய கேள்விகள்

2- மதிப்பெண் கேள்விகள்:

1. *காட்சி சமூகவியலை வரையறுக்கவும்.*
2. *படங்களின் முக்கியத்துவம் என்ன? காட்சி சமூகவியலில்?*
3. *ஃபோட்டோவாய்ஸ் முறை எவ்வாறு செயல்படுகிறது?*
4. *காட்சி சமூகவியலில் வரைபடங்களின் பங்கு என்ன??*
5. *விளம்பரங்கள் எப்படி? சமூகத்தையும் கலாச்சாரத்தையும் வடிவமைக்கவா?*
6. *குறியியல் என்றால் என்ன, விளம்பரங்களை பகுப்பாய்வு செய்ய இது எவ்வாறு பயன்படுத்தப்படுகிறது?*
7. *விளம்பரத்தைச் சுற்றியுள்ள நெறிமுறை சார்ந்த கவலைகள் என்ன?*
8. *விளம்பரங்களை பகுப்பாய்வு செய்ய சொற்பொழிவு பகுப்பாய்வை எவ்வாறு பயன்படுத்தலாம்?*
9. *கலாச்சார அடையாளத்தில் கலை வெளிப்பாட்டின் முக்கியத்துவம் என்ன?*
10. *ஒரு அடையாளத்தின் குறியீட்டு அர்த்தம் என்ன?*
11. *கதை பகுப்பாய்வு எவ்வாறு செயல்படுகிறது?*
12. *அளவு மற்றும் தரமான பகுப்பாய்விற்கு இடையே உள்ள வேறுபாடு என்ன?*
13. *விளம்பரத்தில் ஊடகங்களின் பங்கு என்ன?*
14. *சமூக மாற்றத்தை உருவாக்க விளம்பரங்களை எவ்வாறு பயன்படுத்தலாம்?*
15. *விளம்பரத்தில் பன்முகத்தன்மையின் முக்கியத்துவம் என்ன?*
16. *குறிக்கும் மற்றும் குறிக்கும் அர்த்தங்களுக்கு இடையிலான வேறுபாடு என்ன?*
17. *அரசியல் விளம்பரத்தின் பங்கு என்ன?*
18. *வெளியீட்டு சட்டம் எவ்வாறு செயல்படுகிறது?*
19. *விளம்பரத்திற்கும் கண்காணிப்புக்கும் உள்ள தொடர்பு என்ன?*

20. சொற்பொழிவு பகுப்பாய்வு அதிகாரம் மற்றும் சித்தாந்தத்துடன் எவ்வாறு தொடர்புடையது?
21. புகைப்படங்களின் முக்கியத்துவம் என்ன? காட்சி சமூகவியலில்?
22. ஓவியங்கள் எப்படி? செய்திகளையும் அர்த்தங்களையும் தெரிவிக்கவா?
23. விளம்பரங்களில் குறியியல் எவ்வாறு பயன்படுத்தப்படலாம்??
24. விளம்பரத்தில் கலாச்சார அடையாளத்தின் பங்கு என்ன?
25. பாதிக்கப்படக்கூடிய மக்கள் மீது விளம்பரத்தின் தாக்கம் என்ன?

5- மதிப்பெண் கேள்விகள்:

1. புகைப்படங்களின் முக்கியத்துவத்தை விளக்குங்கள். மற்றும் காட்சி சமூகவியலில் ஒளிக்குரல் முறை.
2. வரைபடங்களும் ஓவியங்களும் எப்படி முடியும் செய்திகளையும் அர்த்தங்களையும் தெரிவிக்கப் பயன்படுத்தப்படுமா?
3. குறியியல் பயன்படுத்தி ஒரு விளம்பரத்தை பகுப்பாய்வு செய்து அதன் அடிப்படை செய்திகள் மற்றும் மதிப்புகளைப் பற்றி விவாதிக்கவும்.
4. பொதுக் கருத்து மற்றும் சொற்பொழிவில் அரசியல் விளம்பரத்தின் தாக்கத்தை விவாதிக்கவும்.
5. விளம்பரங்களை பகுப்பாய்வு செய்ய பகுப்பாய்வை எவ்வாறு உள்ளடக்கத்தை பயன்படுத்தலாம், மற்றும் அதன் வரம்புகள் என்ன?
6. விளம்பரங்களின் உள்ளடக்கம் மற்றும் செய்தியை வடிவமைப்பதில் ஊடகங்களின் பங்கைப் பற்றி விவாதிக்கவும்.
7. இலக்கு மற்றும் தனிப்பயனாக்கப்பட்ட விளம்பரங்களைச் சுற்றியுள்ள நெறிமுறை கவலைகளை பகுப்பாய்வு செய்யுங்கள்.
8. விவரிப்பு பகுப்பாய்வு எவ்வாறு செயல்படுகிறது, அதை விளம்பரங்களுக்கு எவ்வாறு பயன்படுத்தலாம்?
9. விளம்பரத்தில் உள்ள சக்தி இயக்கவியல் மற்றும் சித்தாந்தங்களைப் புரிந்துகொள்வதில் சொற்பொழிவு பகுப்பாய்வின் பங்கை விளக்குங்கள்.
10. விளம்பரத்தில் பன்முகத்தன்மை மற்றும் பிரதிநிதித்துவத்தின் முக்கியத்துவத்தை விவாதிக்கவும்.
11. விளம்பரங்களின் தாக்கத்தை பகுப்பாய்வு செய்யுங்கள். கலாச்சார அடையாளம் மற்றும் மதிப்புகள் குறித்து.
12. விளம்பரங்கள் எப்படி? தீங்கு விளைவிக்கும் பாலின ஸ்டீரியோடைகளை நிலைநிறுத்துகின்றன, மேலும் சமூகத்திற்கு அதன் தாக்கங்கள் என்ன?
13. சமூக மாற்றத்தை ஊக்குவிக்கவும் தீங்கு விளைவிக்கும் சமூக விதிமுறைகளை சவால் செய்யவும் விளம்பரங்களை எவ்வாறு பயன்படுத்தலாம் என்பதை விளக்குங்கள்.
14. குழந்தைகள் மற்றும் குறைந்த வருமானம் உள்ள நபர்கள் போன்ற பாதிக்கப்படக்கூடிய மக்களிடையே விளம்பரத்தின் தாக்கத்தைப் பற்றி விவாதிக்கப்படுகிறது.
15. விளம்பரத்தில் கட்டுக்கதை மற்றும் சித்தாந்தத்தின் பங்கு மற்றும் பொது உணர்வின் மீதான அதன் தாக்கத்தை பகுப்பாய்வு செய்யுங்கள்.

10- மதிப்பெண் கேள்விகள்:

1. படங்களின் பங்கை விமர்சன ரீதியாக பகுப்பாய்வு செய்யுங்கள். காட்சி சமூகவியலில் மற்றும் சமூக கலாச்சாரம் மற்றும் அதன் தாக்கம்.

2. கலாச்சார அடையாளம் மற்றும் மதிப்புகளை வடிவமைப்பதில் கலை வெளிப்பாட்டின் முக்கியத்துவத்தைப் பற்றி விவாதிக்கவும்.

3. குறியியல் மற்றும் கதை பகுப்பாய்வு மூலம் ஒரு ஓவியம் அல்லது வரைபடத்தை பகுப்பாய்வு செய்து, அதன் அடிப்படை செய்திகள் மற்றும் அர்த்தங்களைப் பற்றி விவாதிக்கவும்.

4. விளம்பரங்களை பகுப்பாய்வு செய்வதில் உள்ளடக்க பகுப்பாய்வு மற்றும் சொற்பொழிவு பகுப்பாய்வின் நன்மைகள் மற்றும் வரம்புகளை ஒப்பிட்டு வேறுபடுத்துங்கள்.

5. சமூகம் மற்றும் கலாச்சாரத்தின் விளம்பரத்தின் செல்வாக்கின் நெறிமுறை தாக்கங்களைப் பற்றி விவாதிக்கவும், கையாளுதல், சுரண்டல் மற்றும் கண்காணிப்பு உள்ளிட்ட பிரச்சினைகள் இதில் அடங்கும்.

6. விளம்பரங்களின் தாக்கத்தை பகுப்பாய்வு செய்யுங்கள், பாலினம் மற்றும் இனம் சார்ந்த ஸ்டீரியோடைப்கள் மற்றும் சமூக நீதி மற்றும் சமத்துவத்திற்கான அவற்றின் தாக்கங்கள் குறித்து.

7. பொதுக் கருத்து மற்றும் சொற்பொழிவை வடிவமைப்பதில் அரசியல் விளம்பரத்தின் மதிப்பை மதிப்பிடுங்கள், ஜனநாயக செயல்பாட்டில் அதன் தாக்கம் உட்பட.

8. நுகர்வோர் கலாச்சாரத்தை நிலைநிறுத்துவதில் விளம்பரத்தின் பங்கு மற்றும் சுற்றுச்சூழல் மற்றும் சமூக நல்வாழ்வில் அதன் தாக்கத்தை விமர்சன ரீதியாக பகுப்பாய்வு செய்யுங்கள்.

9. விளம்பரத்தில் பன்முகத்தன்மை மற்றும் பிரதிநிதித்துவத்தின் முக்கியத்துவத்தையும், சமூக நீதி மற்றும் உள்ளடக்கத்தை மேம்படுத்துவதில் அதன் பங்கையும் விவாதிக்க வேண்டும்.

10. தனிநபர் தனியுரிமை மற்றும் சுயாட்சியில் இலக்கு மற்றும் தனிப்பயனாக்கப்பட்ட விளம்பரங்களின் தாக்கத்தை பகுப்பாய்வு செய்யுங்கள்.

11. நல்ல சமூக மாற்றத்தை ஊக்குவிப்பதில் விளம்பரத் தொகுப்பு, சிக்கலான சமூகப் பிரச்சினைகளைத் தீர்ப்பதில் அதன் வரம்புகளையும் மதிப்பிடுங்கள்.

12. விளம்பரங்களின் உள்ளடக்கம் மற்றும் செய்தியை வடிவமைப்பதில் உள்ள பங்கை விமர்சன ரீதியாக ஊடகங்கள் பகுப்பாய்வு செய்யுங்கள், பெருநிறுவன நலன்கள் மற்றும் ஊடக சார்புகளின் தாக்கம் உட்பட.

13. கலாச்சார அடையாளத்தை விளம்பரத்தின் தாக்கங்கள் மற்றும் உலகமயமாக்கலின் தாக்கம் குறித்து விவாதிக்கப்பட்டது, மற்றும் கலாச்சார ஒருமைப்பாடு.

14. விளம்பரம் பொதுமக்களின் பார்வையில் தாக்கத்தையும், செய்திகளை வடிவமைப்பதில் கட்டுக்கதை மற்றும் சித்தாந்தத்தின் பங்கையும் பகுப்பாய்வு செய்யுங்கள்.

15. சமூக நல்வாழ்வு மற்றும் பன்முகத்தன்மையை ஊக்குவிக்கும் பொறுப்பான மற்றும் நெறிமுறை விளம்பரங்களை ஊக்குவிப்பதில் விளம்பரதாரர்கள் மற்றும் விளம்பரம் துறையின் நெறிமுறை பொறுப்புகளை விமர்சன ரீதியாக மதிப்பிடுங்கள்.

பரிந்துரைக்கப்பட்ட ஆய்வுகள்

புத்தகங்கள்:

பெர்கர், ஏஏ (2012). ஊடக பகுப்பாய்வு நுட்பங்கள். சேஜ் பப்ளிகேஷன்ஸ்.
பெர்கர், ஜெ. (1972) பார்க்கும் வழிகள். பெங்குயின் புத்தகங்கள்.

டக்ளஸ், எம்., & இஷர்வுட், பி. (1996) பொருட்களின் உலகம்: நுகர்வு மானுடவியலை நோக்கி. ரூட்லெட்ஜ்.

ஐசென்ஸ்டீன், எஸ். (1983). திரைப்பட வடிவம்: திரைப்படக் கோட்பாட்டில் கட்டுரைகள். ஹார்கோர்ட் பிரேஸ் ஜோவனோவிச்.

கோல்ட்மேன், ஆர்., & பாப்சன், எஸ். (2003). நைக் கலாச்சாரம்: ஸ்வூஷின் அடையாளம். சேஜ் பப்ளிகேஷன்ஸ்.

கிரே, ஏ. (2013) கலாச்சார ஆய்வுகளுக்கான ஆராய்ச்சி நடைமுறை: இனவரைவியல் முறைகள் மற்றும் வாழும் கலாச்சாரங்கள். சேஜ் பப்ளிகேஷன்ஸ்.

கிரெஸ், ஜி., & வான் லீவென், டி. (2006). படங்களைப் படித்தல்: காட்சி வடிவமைப்பின் இலக்கணம் (2வது பதிப்பு). ரூட்லெட்ஜ்.

மெஸ்ஸாரிஸ், பி. (1997) காட்சி வற்புறுத்தல்: படங்களின் பங்கு.விளம்பரத்தில். சேஜ் பப்ளிகேஷன்ஸ்.

மிர்சோஃப், என். (2015) உலகை எப்படிப் பார்ப்பது. பெலிகன் புத்தகங்கள்.

பிங்க், எஸ். (2007). இனவியல் மற்றும் கண்காணிப்பு ஆராய்ச்சி செய்தல். சேஜ் பப்ளிகேஷன்ஸ்.

பிங்க், எஸ். (2013) விஷுவல் எத்னோகிராஃபி செய்தல் (3வது பதிப்பு). சேஜ் பப்ளிகேஷன்ஸ்.

ரோஸ், ஜி. (2016) காட்சி முறைகள்: காட்சிப் பொருட்களைக் கொண்டு ஆராய்ச்சிக்கான அறிமுகம் (4வது பதிப்பு). சேஜ் பப்ளிகேஷன்ஸ்.

சோண்டாக், எஸ். (1977) புகைப்படம் எடுத்தல் பற்றி. பெங்குயின் புத்தகங்கள்.

ஸ்டாம், ஆர்., பர்கோயின், ஆர்., & ஃபிளிட்டர்மேன்-லூயிஸ், எஸ். (1992) திரைப்பட குறியியல் துறையில் புதிய சொற்களஞ்சியம்: கட்டமைப்புவாதம், பிந்தைய கட்டமைப்புவாதம் மற்றும் அதற்கு அப்பால். ரூட்லெட்ஜ்.

வில்லியம்சன், ஜெ. (1995) விளம்பரங்களை டிகோடிங் செய்தல்: விளம்பரத்தில் சித்தாந்தம் மற்றும் பொருள். மரியன் பாயர்ஸ் பப்ளிஷர்ஸ்.

கட்டுரைகள்:

பாங்க்ஸ், எம். (2001) சமூக ஆராய்ச்சியில் காட்சி முறைகள். சேஜ் பப்ளிகேஷன்ஸ்.

வாங், சிசி, & பர்ரிஸ், எம்ஏ (1997). ஃபோட்டோவாய்ஸ்: பங்கேற்பு தேவைகள் மதிப்பீட்டிற்கான கருத்து, வழிமுறை மற்றும் பயன்பாடு. சுகாதார கல்வி மற்றும் நடத்தை, 24(3), 369-387.

ஹால், எஸ். (1997) 'மற்றவர்களின் காட்சி. எஸ். ஹாலில் (பதிப்பு), பிரதிநிதித்துவம்: கலாச்சார பிரதிநிதித்துவங்கள் மற்றும் குறிக்கும் நடைமுறைகள் (பக். 223-290). சேஜ் பப்ளிகேஷன்ஸ்.

ஓகில்வி, டி. (1963) விளம்பரத்தின் கோட்பாடு மற்றும் நடைமுறை. ஆக்ஸ்போர்டு பல்கலைக்கழக அச்சகம்.

ஜாலி, எஸ். (2006). மதமாக விளம்பரம்: தொழில்நுட்பம் மற்றும் மந்திரத்தின் இயங்கியல். கே. பெக்கர் & டபிள்யூ. ஜே. பெர்கர் (பதிப்பாளர்கள்) இல், விளம்பரக் கலை (பக். 285-295). டாரிஷன்.

இந்தப் புத்தகங்களும் கட்டுரைகளும் காட்சி சமூகவியல் தொடர்பான பல்வேறு தலைப்புகளை உள்ளடக்கியது.சமூக ஆராய்ச்சியில் காட்சி முறைகளின் பயன்பாடு, விளம்பரங்களின் பங்கு உட்படசமூகத்தையும் கலாச்சாரத்தையும் வடிவமைப்பதில்,மற்றும் கலாச்சார அடையாளம் மற்றும் மதிப்புகளில் காட்சி ஊடகங்களின் தாக்கம். இந்த தலைப்புகளில் மேலும் ஆய்வு மற்றும் ஆராய்ச்சிக்கு அவை மதிப்புமிக்க வளங்களாகச் செயல்படும்.

ஐந்து

டிஜிட்டல் மற்றும் மல்டிமீடியாவின் சமூகவியல் இணையத்தின் உள்கட்டமைப்பு

இணையம் என்பது இணைக்கப்பட்ட கணினி நெட்வொர்க்குகளின் உலகளாவிய அமைப்பாகும், இது உலகெங்கிலும் உள்ள மில்லியன் கணக்கான பயனர்களிடையே தொடர்பு மற்றும் தகவல் பரிமாற்றம். இணையத்தின் உள்கட்டமைப்பு என்பது தரவு பரிமாற்றம் மற்றும் நெட்வொர்க் வழியாக தொடர்பு கொள்ள உதவும் இயற்பியல் மற்றும் தொழில்நுட்ப கூறுகளை கொண்டுள்ளது. இணையத்தின் உள்கட்டமைப்பு என்பது வன்பொருள், மென்பொருள், நெறிமுறைகள் மற்றும் தரநிலைகளின் கலவையை உள்ளடக்கிய ஒரு சிக்கலான அமைப்பாகும், இது தடையற்ற தொடர்பு மற்றும் தரவு பரிமாற்றத்தை செயல்படுத்த ஒன்றாக வேலை செய்கிறது.

இணையத்தின் இயற்பியல் உள்கட்டமைப்பில், நெட்வொர்க் வழியாக தரவு பரிமாற்றத்தை எளிதாக்கும் கேபிள்கள், ரவுட்டர்கள், சுவிட்சுகள் மற்றும் சர்வர்கள் இவற்றின் பரந்த வலையமைப்பு அடங்கும். இணையத்தின் முதுகெலும்பாக இருக்கும் கேபிள்கள் ஃபைபர்-ஆப்டிக் கேபிள்கள் என்று அழைக்கப்படுகின்றன, அவை நீண்ட தூரங்களுக்கு அதிக வேகத்தில் தரவை அனுப்பப்படுகின்றன ஒளியைப் பயன்படுத்துகின்றன. இந்த கேபிள்கள் கடலுக்கு அடியிலும் நிலத்திலும் அமைக்கப்பட்டு, கண்டங்களையும் நாடுகளையும் இணைக்கும் ஒரு பரந்த வலையமைப்பை உருவாக்குகின்றன.

இணைய முதுகெலும்பு என்பது ஒரு நெட்வொர்க்கில் இருந்து மற்றொரு நெட்வொர்க்கிற்கு தரவு பாக்கெட்டுகளை இயக்கும் ரவுட்டர்கள் மற்றும் சுவிட்சுகளால் ஆனது. ரவுட்டர்கள் மற்றும் சுவிட்சுகள் என்பது நெட்வொர்க் முழுவதும் தரவு பாக்கெட்டுகளின் ஓட்டத்தை நிர்வகிக்கும் கணினி வன்பொருள் சாதனங்கள் ஆகும். தரவு பாக்கெட்டுகளை இயக்குவதற்கு ரவுட்டர்கள் பொறுப்பாகும், அதே நேரத்தில் சுவிட்சுகள் ஒரு நெட்வொர்க்கிற்குள் சாதனங்களை இணைக்கின்றன. இந்த சாதனங்கள்இணையம் முழுவதும் தரவு பாக்கெட்டுகள் திறமையாக கடத்தப்படுவதை உறுதிசெய்ய ஒன்றிணைந்து செயல்படுங்கள்.

சேவையகங்கள் இணைய உள்கட்டமைப்பின் மற்றொரு முக்கிய அங்கமாகும். அவை வலைப்பக்கங்கள், கோப்புகள் மற்றும் பிற உள்ளடக்கங்களை நெட்வொர்க் முழுவதும் சேமித்து விநியோகிக்கும் கணினி வன்பொருள் சாதனங்கள். வலைத்தளங்கள் மற்றும் பிற டிஜிட்டல் சேவைகள் சேவையகங்கள் ஹோஸ்ட் செய்யப்படுகின்றன, மேலும் ஒரு பயனர் வலைப்பக்கம் அல்லது கோப்பைக் கோரும்போது, சேவையகம் கோரப்பட்ட உள்ளடக்கத்தை பயனரின் சாதனத்திற்கு திருப்பி அனுப்புவதன் மூலம் பதிலளிக்கிறது.

இணையத்தின் தொழில்நுட்ப உள்கட்டமைப்பு, தரவு பாதுகாப்பாகவும் நம்பகத்தன்மையுடனும் நெட்வொர்க் முழுவதும் கடத்தப்படுவதை உறுதி செய்யும் நெறிமுறைகள் மற்றும் தரநிலைகளின் தொகுப்பால் நிர்வகிக்கப்படுகிறது. பரிமாற்றக் கட்டுப்பாட்டு நெறிமுறை/இணைய நெறிமுறை (TCP/IP) என்பது இணைய உள்கட்டமைப்பில் மிகவும் பரவலாகப் பயன்படுத்தப்படும் நெறிமுறையாகும். தரவை பாக்கெட்டுகளாகப் பிரித்து நெட்வொர்க் முழுவதும் அனுப்புவதற்கு இது பொறுப்பாகும்.

டொமைன் பெயர் அமைப்பு (DNS) என்பது டொமைன் பெயர்களை IP முகவரிகளுடன் வரைபடமாக்கும் மற்றொரு முக்கியமான நெறிமுறையாகும், இது பயனர்களின் வலைத்தளங்கள் மற்ற டிஜிட்டல் சேவைகளை அணுகுவதை எளிதாக்குகிறது. DNS சேவையகங்கள் இணையத்திற்கான தொலைபேசி புத்தகமாகச் செயல்படுகின்றன, டொமைன் பெயர்களை கணினிகள் புரிந்துகொள்ளக்கூடிய IP முகவரிகளாக மொழிபெயர்க்கின்றன.

இணைய உள்கட்டமைப்பு பல்வேறு சாதனங்கள் மற்றும் நெட்வொர்க்குகளுக்கு இடையேயான இயங்குதன்மை மற்றும் இணக்கத்தன்மையை உறுதி செய்யும் தரநிலைகளின் தொகுப்பால் நிர்வகிக்கப்படுகிறது. ஹைபர்டெக்ஸ்ட் டிரான்ஸ்ஃபர் புரோட்டோகால் (HTTP), கோப்பு டிரான்ஸ்ஃபர் புரோட்டோகால் (FTP) மற்றும் எளிய அஞ்சல் டிரான்ஸ்ஃபர் புரோட்டோகால் (SMTP) போன்றவை தரநிலைகள் இணையத்தில் தரவு பரிமாற்றத்திற்கான விதிகள் மற்றும் நடைமுறைகளை வரையறுக்கின்றன.

இணைய உள்கட்டமைப்பின் உரிமை மற்றும் கட்டுப்பாடு விவாதம் மற்றும் சர்ச்சைக்குரிய விஷயமாகும். இணைய உள்கட்டமைப்பு உலகளாவிய வளமாக இருந்தாலும், அது இணைய சேவை வழங்குநர்கள் (ISP-கள்) மற்றும் தொழில்நுட்ப நிறுவனங்கள் போன்ற சில ஆதிக்க வீரர்களால் கட்டுப்படுத்தப்படுகிறது. இந்த நிறுவனங்கள் ஃபைபர்-ஆப்டிக் கேபிள்கள் மற்றும் தரவு மையங்கள் போன்ற இணையத்தின் இயற்பியல் உள்கட்டமைப்பை சொந்தமாக வைத்து இயக்குகின்றன, மேலும் நெட்வொர்க்கிற்கான அணுகலையும் கட்டுப்படுத்துகின்றன.

இணைய உள்கட்டமைப்பின் கட்டுப்பாடு, இணைய நடுநிலைமை போன்ற பிரச்சினைகளுக்கு தாக்கங்களை ஏற்படுத்துகிறது, இது அனைத்து இணைய போக்குவரத்தையும் சமமாக, பாகுபாடு அல்லது முன்னுரிமை இல்லாமல் நடத்த வேண்டும் என்ற கொள்கையாகும். சில ISP-கள் மற்றும் தொழில்நுட்ப நிறுவனங்கள் ஸ்ட்ரீமிங் வீடியோ அல்லது சமூக ஊடகங்கள் போன்ற சில வகையான போக்குவரத்து அல்லது சேவைகளுக்கு அளிப்பதாக குற்றம் சாட்டப்பட்டுள்ளது, இணைய நடுநிலைமை என்பது ஒரு சர்ச்சைக்குரிய பிரச்சினையாகும்..

சமூகவியலில் இணையத்தின் உள்கட்டமைப்பைப் படிப்பதன் முக்கியத்துவம்

இணையம் சமகால சமூகத்தின் ஒரு முக்கிய அங்கமாக மாறியுள்ளது, மக்கள் தொடர்பு கொள்ளும் விதம், தொடர்பு கொள்ளும் விதம் மற்றும் தகவல்களை அணுகும் விதத்தில் தாக்கத்தை செய்தது. இணையத்தின் உள்கட்டமைப்பு பற்றிய ஆய்வு சமூகவியலில் மிக முக்கியமானது.சமூக உறவுகள், கலாச்சார நடைமுறைகள் மற்றும் சக்தி இயக்கவியலை வடிவமைப்பதில் இணையத்தின் பங்கைப் புரிந்துகொள்ள இது உதவுகிறது. இந்தக் கட்டுரையில், சமூகவியலில் இணையத்தின் உள்கட்டமைப்பைப் படிப்பதன் முக்கியத்துவத்தைப் பற்றி விவாதிப்பேன்.

முதலாவதாக, இணையத்தின் உள்கட்டமைப்பு பற்றிய ஆய்வு, டிஜிட்டல் தகவல்தொடர்பை வடிவமைக்கும் சக்தி இயக்கவியல் பற்றிய நுண்ணறிவை வழங்குகிறது. இணைய உள்கட்டமைப்பின் உரிமை மற்றும் கட்டுப்பாடு, தகவல் அணுகல், கருத்து சுதந்திரம் மற்றும் ஜனநாயக பங்கேற்பில் குறிப்பிடத்தக்க தாக்கங்களை கொண்டுள்ளது. இணைய உள்கட்டமைப்பு எவ்வாறு இணைய சேவை வழங்குநர்கள் (ISPகள்) மற்றும் தொழில்நுட்ப நிறுவனங்கள் போன்ற ஒரு சில ஆதிக்க வீரர்களால் சொந்தமாக மற்றும் கட்டுப்படுத்தப்படுகிறது என்பதை புரிந்துகொள்வது, சில குரல்கள் மற்றும் முன்னோக்குகள்

ஏன் மற்றவர்களை விட சலுகை பெறுகின்றன என்பதை விளக்கவும் உதவுகிறது. எடுத்துக்காட்டாக, ISPகள் மற்றும் தொழில்நுட்ப நிறுவனங்கள் பொதுமக்களின் நலன்களை விட தங்கள் பங்குதாரர்களின் நலன்களுக்கு முன்னுரிமை அளிக்கலாம், இது தணிக்கை, பாகுபாடு, மற்றும் டிஜிட்டல் பொதுத் துறையில் இருந்து சில குரல்கள் மற்றும் கண்ணோட்டங்களை விலக்குதல். இணையத்தின் உள்கட்டமைப்பைப் படிப்பதன் மூலம், சமூகவியலாளர்கள் டிஜிட்டல் தகவல்தொடர்புகளின் சமூக மற்றும் அரசியல் தாக்கங்களையும், தகவல் தகவல் தொடர்பு தொழில்நுட்பங்களுக்கு அதிக ஜனநாயக மற்றும் சமமான அணுகலின் தேவையையும் நன்கு புரிந்து கொள்ள முடியும்.

இரண்டாவதாக, இணையத்தின் உள்கட்டமைப்பு பற்றிய ஆய்வு, டிஜிட்டல் தொடர்பு சமூக கலாச்சார மற்றும் நடைமுறைகளை எவ்வாறு பாதிக்கிறது பற்றிய நுண்ணறிவை வழங்குகிறது. இணைய உள்கட்டமைப்பு என்பது நெட்வொர்க் வழியாக தொடர்பு மற்றும் தகவல் பரிமாற்றத்தை எளிதாக்கும் இயற்பியல் மற்றும் தொழில்நுட்ப கூறுகளைக் கொண்டது கொண்டுள்ளது. ஃபைபர்-ஆப்டிக் கேபிள்கள் மற்றும் தரவு மையங்கள் போன்ற இயற்பியல் உள்கட்டமைப்பு, டிஜிட்டல் தகவல்தொடர்புகளின் வேகம், நம்பகத்தன்மை மற்றும் கிடைக்கும் தன்மையை வடிவமைக்கிறது. நெறிமுறைகள் மற்றும் தரநிலைகள் போன்ற தொழில்நுட்ப உள்கட்டமைப்பு, டிஜிட்டல் தகவல்தொடர்புகளின் வடிவம், உள்ளடக்கம் மற்றும் அணுகலை வடிவமைக்கிறது. இணையத்தின் உள்கட்டமைப்பைப் படிப்பதன் மூலம், சமூகவியலாளர்கள் இந்த இயற்பியல் மற்றும் தொழில்நுட்பக் கூறுகள் டிஜிட்டல் தகவல்தொடர்புகள் தன்மையையும் சமூக மற்றும் கலாச்சார நடைமுறைகளில் அதன் தாக்கத்தையும் எவ்வாறு வடிவமைக்கின்றன என்பதை நன்கு புரிந்து கொள்ள முடியும். எடுத்துக்காட்டாக, அதிவேக இணைய அணுகலின் கிடைக்கும் தன்மை ஆன்லைன் கிக் வேலை போன்ற புதிய வடிவிலான டிஜிட்டல் உழைப்புக்கும், ஆன்லைன் கேமிங் சமூகங்கள் போன்ற புதிய வடிவிலான சமூகத் தொடர்புக்கு வழிவகுக்கும். சமூக ஊடகங்கள் போன்ற தொழில்நுட்ப உள்கட்டமைப்புவழிமுறைகள், ஆன்லைன் சமூக வலைப்பின்னல்களின் உருவாக்கம் மற்றும் தகவல் மற்றும் தவறான தகவல்களின் பரவலை வடிவமைக்கக்கூடும். இணையத்தின் உள்கட்டமைப்பைப் படிப்பதன் மூலம், சமூகவியலாளர்கள் டிஜிட்டல் தொடர்பு எவ்வாறு சமூக மற்றும் கலாச்சார நடைமுறைகளை வடிவமைக்கிறது என்பதையும், இந்த நடைமுறைகள் டிஜிட்டல் தகவல்தொடர்புகளை எவ்வாறு பாதிக்கின்றன என்பதையும் நன்கு புரிந்து கொள்ள முடியும்.

மூன்றாவதாக, இணையத்தின் உள்கட்டமைப்பு பற்றிய ஆய்வு, டிஜிட்டல் தகவல்தொடர்புகளின் கலாச்சார அர்த்தங்கள் மற்றும் பிரதிநிதித்துவங்கள் பற்றிய ஆய்வு நுண்ணறிவை வழங்குகிறது. இணைய உள்கட்டமைப்பு, காட்சி, உரை மற்றும் ஆடியோவிஷுவல் கூறுகள் உட்பட டிஜிட்டல் தகவல்தொடர்புகளின் வடிவம் மற்றும் உள்ளடக்கம் வடிவமைக்கிறது. இணையத்தின் உள்கட்டமைப்பு, கலாச்சார மதிப்புகள், நம்பிக்கைகள் மற்றும் நடைமுறைகளை பிரதிபலிக்கும் மற்றும் வடிவமைக்கும் மீம்ஸ், செல்ஃபிகள் மற்றும் ஆன்லைன் வீடியோக்கள் போன்ற டிஜிட்டல் ஊடகங்களின் உற்பத்தி மற்றும் பரவலை பாதிக்கிறது. இணையத்தின் உள்கட்டமைப்பைப் படிப்பதன் மூலம், சமூகவியலாளர்கள் டிஜிட்டல் தகவல்தொடர்புகளின் கலாச்சார அர்த்தங்கள் மற்றும் பிரதிநிதித்துவங்களையும், அவை சமூக கலாச்சார மற்றும் நடைமுறைகளை எவ்வாறு பிரதிபலிக்கின்றன மற்றும் வடிவமைக்கின்றன என்பதை நன்கு புரிந்து கொள்ள முடியும். எடுத்துக்காட்டாக, மீம்ஸ் மற்றும் ட்ரோலிங் நடத்தை பற்றிய ஆய்வு, டிஜிட்டல் தகவல்தொடர்புகளில் நகைச்சுவை, நையாண்டி மற்றும் கருத்து வேறுபாடுகளின் கலாச்சார அரசியலைப் பற்றிய நுண்ணறிவை வழங்க முடியும். செல்ஃபிகள் மற்றும் காட்சி சுய விளக்கக்காட்சி பற்றிய ஆய்வு, டிஜிட்டல் தகவல்தொடர்புகளில் அடையாளம், உருவகம் மற்றும் சுய பிரதிநிதித்துவத்தின் கலாச்சாரத்தைப் பற்றிய நுண்ணறிவை வழங்க முடியும். இணையத்தின் உள்கட்டமைப்பைப் படிப்பதன் மூலம், சமூகவியலாளர்கள் டிஜிட்டல் தகவல்தொடர்புகளின் கலாச்சார அர்த்தங்கள் மற்றும் பிரதிநிதித்துவங்களையும், அவை சமூக கலாச்சார மற்றும் நடைமுறைகளை எவ்வாறு பிரதிபலிக்கின்றன மற்றும் வடிவமைக்கின்றன என்பதை நன்கு புரிந்து கொள்ள முடியும்.

இணையத்தின் வளர்ச்சியின் சுருக்கமான வரலாறு

இணையத்தின் வளர்ச்சி என்பது பல தசாப்தங்களாக நீடித்த ஒரு சிக்கலான மற்றும் தொடர்ச்சியான செயல்முறையாகும். இணையம் 1960களின் பிற்பகுதியில் ஒரு ஆராய்ச்சித் திட்டமாகத் தொடங்கியது, காலப்போக்கில், அது ஒன்றோடொன்று இணைக்கப்பட்ட கணினி நெட்வொர்க்குகளின் உலகளாவிய அமைப்பாக பரிணமித்துள்ளது, இது மக்கள் தொடர்பு கொள்ளும் விதம், தகவல்களை அணுகும் விதம் மற்றும் வணிகத்தை நடத்தும் விதத்தை மாற்றியுள்ளது. இந்தக் கட்டுரையில், இணையத்தின் வளர்ச்சியின் சுருக்கமான வரலாற்றை நான் வழங்குவேன்.

1960களின் பிற்பகுதியில், அமெரிக்க பாதுகாப்புத் துறை, மேம்பட்ட ஆராய்ச்சி திட்டங்கள் முகமை வலையமைப்பு (ARPANET) என்ற ஆராய்ச்சித் திட்டம் தொடங்கியது. அணுசக்தித் தாக்குதலைத் தாங்கக்கூடிய ஒரு தகவல் தொடர்பு வலையமைப்பை உருவாக்குவதே ARPANET இன் குறிக்கோளாக இருந்தது, ஒரு தோல்விப் புள்ளி கூட இல்லாதது பரவலாக்கப்பட்ட அமைப்பை உருவாக்குவதன் மூலம். ARPANET பாக்கெட் மாறுதல் தொழில்நுட்பத்தைப் பயன்படுத்தியது, இது தரவை சிறிய பாக்கெட்டுகளாக உடைத்து அதன் இலக்கை அடைய பல வழிகளில் அனுப்பப்பட்டது. இந்த தொழில்நுட்பம் இன்றும் இணையத்தில் பயன்படுத்தப்படுகிறது.

1970களின் முற்பகுதியில், முதல் மின்னஞ்சல் நிரல் உருவாக்கப்பட்டது, இது ARPANET இல் உள்ள பயனர்கள் ஒருவருக்கொருவர் செய்திகளை அனுப்ப அனுமதித்தது. இது ஒரு குறிப்பிடத்தக்க திருப்புமுனையாகும், ஏனெனில் இது பல்வேறு இடங்களில் உள்ள மக்களிடையே தொடர்பு கொள்ள உதவியது, மேலும் நிகழ்நேரத்தில் தகவல் பரிமாற்றத்தை அனுமதித்தது.

1970களின் பிற்பகுதியில், டிரான்ஸ்மிஷன் கண்ட்ரோல் புரோட்டோகால் (TCP) மற்றும் இன்டர்நெட் புரோட்டோகால் (IP) ஆகியவை உருவாக்கப்பட்டன, இது நெட்வொர்க் வழியாக தரவை அனுப்பும் ஒரு நிலையான வழியை வழங்குகிறது. இது பல்வேறு கணினிகள் மற்றும் நெட்வொர்க்குகள் ஒருவருக்கொருவர் தொடர்பு கொள்ளக்கூடிய ஒரு பொதுவான மொழியை உருவாக்க அனுமதித்தது.

1980களில், டொமைன் பெயர் அமைப்பு (DNS) உருவாக்கப்பட்டது, இது google.com அல்லது facebook.com போன்ற டொமைன் பெயர்களை கணினிகள் புரிந்துகொள்ளக்கூடிய IP முகவரிகளாக மொழிபெயர்க்க அனுமதித்தது. இது இணையத்தில் பல்வேறு வலைத்தளங்கள் மற்றும் சேவைகளை மக்கள் அணுகுவதை எளிதாக்கியது.

1980களின் நடுப்பகுதியில், தேசிய அறிவியல் அறக்கட்டளை (NSF), அமெரிக்கா முழுவதும் உள்ள பல்கலைக்கழகங்கள் மற்றும் ஆராய்ச்சி நிறுவனங்களை இணைக்கிறது அதிவேக வலையமைப்பான NSFNET-ஐ உருவாக்க நிதியளிக்கத் தொடங்கியது. இது இராணுவம் மற்றும் ஆராய்ச்சி சமூகங்களுக்கு அப்பால் மற்றும் பரந்த பொதுமக்களிடையே இணையப் பரப்பு உதவியது.

1990களில், பிரிட்டிஷ் கணினி விஞ்ஞானியான டிம் பெர்னர்ஸ்-லீ என்பவரால் உலகளாவிய வலை (WWW) உருவாக்கப்பட்டது. WWW என்பது இணையம் வழியாக அணுகக்கூடிய ஒன்றோடொன்று இணைக்கப்பட்ட ஹைப்பர்டெக்ஸ்ட் ஆவணங்களின் அமைப்பாகும். இது மக்கள் இணையத்தில் தகவல்களை எளிதாகப் பயன்படுத்தி, அணுகுவதை எளிதாக்கியது, இதனால் இணையத்தைப் பயன்படுத்துபவர்களின் எண்ணிக்கை வேகமாக அதிகரித்தது.

1990களின் பிற்பகுதியில், டாட்-காம் ஏற்றப்பட்டது, இது இணைய நிறுவனங்கள் மற்றும் சேவைகளின் எண்ணிக்கையில் விரைவான வளர்ச்சியைக் கண்டது. இந்தக் காலகட்டம் இணைய நிறுவனங்களில் முதலீடு அதிகரித்ததன் மூலம் வகைப்படுத்தப்பட்டது, அவற்றில் பலவற்றிற்கு தெளிவான வணிக மாதிரி அல்லது வருவாய் வழிகள் இல்லை. 2000 ஆம் ஆண்டு டாட்-காம் குமிழி வெடித்தது, இது இணையத் துறையில் ஒருங்கிணைப்பு காலத்திற்கு வழிவகுத்தது.

2000களில், சமூக ஊடகங்களின் வருகையுடன் இணையம் தொடர்ந்து வளர்ச்சியடைந்தது.பேஸ்புக் மற்றும் ட்விட்டர் போன்ற தளங்கள் மற்றும் மின் வணிகம் மற்றும் ஆன்லைன் விளம்பரங்களின் எழுச்சி. ஸ்மார்ட்போன்கள் மற்றும் பிற மொபைல் சாதனங்களின் பரவலான ஏற்றுக்கொள்ளுடன் இணையமும் மேலும் மொபைல் ஆனது, இது மக்கள் பயணத்தின்போது இணையத்தை அணுக அனுமதித்தது.

இன்று, இணையம் என்பது ஒன்றோடொன்று இணைக்கப்பட்ட கணினி நெட்வொர்க்குகளின் ஒரு பரந்த உலகளாவிய வலையமைப்பாகும், இது உலகெங்கிலும் உள்ளது மில்லியன் கணக்கான பயனர்களிடையே தொடர்பு மற்றும் தகவல் பரிமாற்றம். இணையம் மக்கள் தொடர்பு கொள்ளும் விதம், தகவல்களை அணுகும் விதம் மற்றும் வணிகத்தை நடத்தும் விதத்தை மாற்றியுள்ளது, மேலும் இது விரைவான வேகத்தில் வளர்ச்சியடைந்து வருகிறது. பிளாக்செயின் மற்றும் செயற்கை நுண்ணறிவு போன்ற புதிய தொழில்நுட்பங்கள் உருவாக்கப்பட்டு வருகின்றன, அவை இணையத்தையும் சமூகம் மற்றும் கலாச்சாரத்தின் மீதான அதன் தாக்கத்தையும் மேலும் மாற்றும் ஆற்றலைக் கொண்டுள்ளது. இணைய வரலாற்றில் முக்கிய பங்கு வகிப்பவர்கள் மற்றும் மைல்கற்கள்

இணையத்தின் வரலாறு குறிப்பிடத்தக்க மைல்கற்கள் மற்றும் காலப்போக்கில் அதன் வளர்ச்சியை வடிவமைத்த முக்கிய வீரர்களால் நிரம்பியுள்ளது. ARPANET இன் ஆரம்ப நாட்களில் சமூக ஊடகங்களின் தோற்றம் வரை.மற்றும் மின் வணிகம் என, இணையம் நவீன வாழ்க்கையின் ஒவ்வொரு அம்சத்திலும் தாக்கத்தை ஏற்படுத்திய ஒரு வியத்தகு மாற்றத்திற்கு உட்பட்டுள்ளது. இந்தக் கட்டுரையில், இணைய வரலாற்றில் சில முக்கிய பங்கு வகிப்பவர்களையும் மைல்கற்களையும் நான் முன்னிலைப்படுத்துவேன்.

முக்கிய வீரர்கள்:

1. ஜே.சி.ஆர் லிக்லைடர்: ஜே.சி.ஆர் லிக்லைடர் ஒரு கணினி விஞ்ஞானி மற்றும் அமெரிக்க பாதுகாப்புத் துறையின் மேம்பட்ட ஆராய்ச்சி திட்டங்கள் நிறுவனத்தில் (ARPA) தகவல் செயலாக்க நுட்ப அலுவலகத்தின் (IPTO) இயக்குநராக இருந்தார். நவீன இணையத்திற்கு அடித்தளம் அமைத்த ARPANET இன் வளர்ச்சியில் லிக்லைடர் முக்கிய பங்கு வகித்தார்.

2. டிம் பெர்னர்ஸ்-லீ: டிம் பெர்னர்ஸ்-லீ ஒரு பிரிட்டிஷ் கணினி விஞ்ஞானி அவர், அவர் உலகளாவிய வலையை (WWW) உருவாக்கினார். பெர்னர்ஸ்-லீ முதல் வலை உலாவி மற்றும் வலை சேவையகத்தை உருவாக்கினார், இது பயனர்கள் இணையத்தில் தகவல்களை எளிதாக வழிநடத்தவும் அணுகவும் அனுமதித்தது.

3. விண்ட் செர்ஃப் மற்றும் பாப் கான்: விண்ட் செர்ஃப் மற்றும் பாப் கான் ஆகியோர் இணையம் வழியாக தரவை அனுப்புவதற்கான ஒரு நிலையான வழியை வழங்குகிறது டிரான்ஸ்மிஷன் கண்ட்ரோல் புரோட்டோகால் (TCP) மற்றும் இன்டர்நெட் புரோட்டோகால் (IP) ஆகியவற்றை உருவாக்கிய கணினி விஞ்ஞானிகள். செர்ஃப் மற்றும் கானின் பணி நவீன இணையத்திற்கான அடித்தளத்தை அமைத்தது மற்றும் பல்வேறு கணினிகள் மற்றும் நெட்வொர்க்குகள் ஒருவருக்கொருவர் தொடர்பு பயன்படுத்தக்கூடிய ஒரு பொதுவான மொழியை உருவாக்க உதவியது.

4. லாரி பேஜ் மற்றும் செர்ஜி பிரின் ஆகியோர் இணையத்தில் மிகவும் பரவலாகப் பயன்படுத்தப்படும் தேடுபொறியான கூகிளின் இணை நிறுவனர்கள். கூகிளின் தேடல் வழிமுறை மக்கள் இணையத்தில் தகவல்களை அணுகும் மற்றும் கண்டுபிடிக்கும் விதத்தில் புரட்சியை உருவாக்கியது.

5. மார்க் ஜுக்கர்பெர்க்: மிகப்பெரிய சமூக ஊடகமான ஃபேஸ்புக்கின் இணை நிறுவனர் மார்க் ஜுக்கர்பெர்க் ஆவார்.இணையத்தில் ஒரு தளம். மக்கள் ஒருவருக்கொருவர் தொடர்பு கொள்ளும் விதத்தையும் தொடர்பு கொள்ளும்

இரா குமரன்

விதத்தையும் பேஸ்புக் மாற்றியுள்ளது மற்றும் உலகம் முழுவதும் சமூக மற்றும் அரசியல் வாழ்க்கையில் குறிப்பிடத்தக்க தாக்கத்தை ஏற்படுத்தியது.

மைல்கற்கள்:

*1969:*முதல் செய்தி UCLA மற்றும் ஸ்டான்போர்ட் ஆராய்ச்சி நிறுவனத்தில் உள்ள கணினிகளுக்கு இடையே ARPANET வழியாக அனுப்பப்படுகிறது. இது நவீன இணையத்தின் பிறப்பைக் குறிக்கிறது.

*1971:*முதல் மின்னஞ்சல் நிரல் உருவாக்கப்பட்டது, இது ARPANET இல் உள்ள பயனர்கள் ஒருவருக்கொருவர் செய்திகளை அனுப்பலாம். இது ஒரு குறிப்பிடத்தக்க திருப்புமுனையாகும், ஏனெனில் இது பல்வேறு இடங்களில் உள்ள மக்களிடையே தொடர்பு கொள்ள உதவுகிறது மற்றும் நிகழ்நேரத்தில் தகவல் பரிமாற்றத்தை அனுமதித்தது.

*1983:*டொமைன் பெயர் அமைப்பு (DNS) உருவாக்கப்பட்டுள்ளது, இது டொமைன் பெயர்களை கணினிகள் புரிந்துகொள்ளக்கூடிய IP முகவரிகளாக மொழிபெயர்க்கப்பட்டுள்ளது. இது இணையத்தில் பல்வேறு வலைத்தளங்கள் மற்றும் சேவைகளை மக்கள் அணுகுவதை எளிதாக்கியது.

*1990:*டிம் பெர்னர்ஸ்-லீ, இணையம் வழியாக அணுகக்கூடிய ஒன்றோடொன்று இணைக்கப்பட்ட ஹைப்பர்டெக்ஸ்ட் ஆவணங்களின் அமைப்பான வேர்ல்ட் வைட் வெப் (WWW) ஐ உருவாக்கினார். இது மக்கள் இணையத்தில் தகவல்களை எளிதாகப் பயன்படுத்தி அணுக உதவியது.

*1993:*முதல் வரைகலை வலை உலாவியான மொசைக் உருவாக்கப்பட்டது, இது வலையை பொது மக்களுக்கு எளிதாக அணுகக்கூடியதாக மாற்றப்பட்டது. இது இணையத்தைப் பயன்படுத்துபவர்களின் எண்ணிக்கையில் விரைவான அதிகரிப்புக்கு வழிவகுத்தது.

*1998:*லாரி பேஜ் மற்றும் செர்ஜி பிரின் ஆகியோரால் நிறுவப்பட்ட கூகிள், இணையத்தில் மிகவும் பரவலாகப் பயன்படுத்தப்படும் தேடுபொறியை அறிமுகப்படுத்தியது.

*2004:*மார்க் ஜுக்கர்பெர்க் பேஸ்புக்கைத் தொடங்கினார், இது விரைவில் மிகப்பெரிய சமூக ஊடகமாக மாறுகிறது.இணையத்தில் ஒரு தளம்.

*2007:*ஆப்பிள் நிறுவனம் ஐபோனை வெளியிட்டு, ஸ்மார்ட்போன் புரட்சியைத் தொடங்கி, இணையத்தை மேலும் ஆக்குகிறது.

*2010:*இன்ஸ்டாகிராம் தொடங்கப்பட்டது, மக்கள் இணையத்தில் காட்சி உள்ளடக்கத்தைப் பகிர்ந்து கொள்ள மற்றும் நுகரும் விதத்தில் புரட்சியை ஏற்படுத்துகிறது.

*2018:*ஐரோப்பிய ஒன்றியத்தின் பொது தரவு பாதுகாப்பு ஒழுங்குமுறை (GDPR) செயல்படுத்தப்படுகிறது, இது EU இல் இணைய பயனர்களுக்கான தரவு தனியுரிமை மற்றும் பாதுகாப்பு உரிமைகளை வலுப்படுத்துகிறது.

சமூகம் மற்றும் கலாச்சாரத்தில் இணையத்தின் தாக்கம்

இணையம் சமூகம் மற்றும் கலாச்சாரத்தில் ஆழமான தாக்கத்தை ஏற்படுத்தியது,மக்கள் தொடர்பு கொள்ளும் விதம், தகவல்களை அணுகும் விதம் மற்றும் வணிகத்தை நடத்தும் விதத்தை மாற்றியமைக்கிறது. இணையம் சமூக தொடர்பு, கலாச்சார வெளிப்பாடு மற்றும் பொருளாதார வளர்ச்சிக்கு புதிய வாய்ப்புகளை உருவாக்கியுள்ளது, ஆனால் அது தனியுரிமை, பாதுகாப்பு மற்றும் சமத்துவமின்மை பற்றிய கவலைகளையும் எழுப்பியுள்ளது. இந்த கட்டுரையில், சமூகம் மற்றும் கலாச்சாரத்தில் இணையத்தின் தாக்கத்தை நான் விவாதிப்பேன். முதலாவதாக, இணையம் மக்கள் ஒருவருக்கொருவர் தொடர்பு கொள்ளும் விதத்தையும் தொடர்பு கொள்ளும் விதத்தையும் மாற்றியுள்ளது. புவியியல் கலாச்சாரம் மற்றும் எல்லைகளைத் தாண்டி நண்பர்கள், குடும்பத்தினர் மற்றும் சமூகங்களுடன் மக்கள்

இணைவதை இணையம் எளிதாக்கியுள்ளது. பேஸ்புக், ட்விட்டர் மற்றும் இன்ஸ்டாகிராம் போன்ற சமூக ஊடக தளங்கள், மக்கள் தகவல்களை பகிர்ந்து கொள்ளும் விதம், கருத்துக்களை வெளிப்படுத்தும் விதம் மற்றும் அரசியல் மற்றும் சமூக விவாதங்களில் ஈடுபடும் விதத்தில் புரட்சியை ஏற்படுத்தியது. ஆன்லைன் கேமிங் சமூகங்கள், டேட்டிங் செயலிகள் மற்றும் மெய்நிகர் ரியாலிட்டி தளங்கள் போன்ற புதிய வகையான சமூக தொடர்புகளையும் இணையம் உருவாக்கியுள்ளது. இந்த புதிய வகையான சமூக தொடர்புகள் சமூகம் மற்றும் கலாச்சாரத்தில் நேர்மறை மற்றும் எதிர்மறை விளைவுகள் ஏற்படுத்துகின்றன. அவை சமூக இணைப்பு மற்றும் வெளிப்பாட்டிற்கான புதிய வாய்ப்புகளை வழங்கினாலும், அவை சமூக தனிமை, அடிமையாதல் மற்றும் சைபர்புல்லிங்கிற்கும் பங்களிக்கின்றன முடியும்.

இரண்டாவதாக, மக்கள் தகவல் மற்றும் அறிவை அணுகும் முறையை இணையம் மாற்றியுள்ளது. செய்திகள் மற்றும் நடப்பு நிகழ்வுகள் முதல் கல்வி ஆராய்ச்சி மற்றும் வரலாற்றுக் காப்பகங்கள் வரை பல்வேறு தலைப்புகளில் தகவல்களை அணுகுவது இணையம் எளிதாக்கியுள்ளது. கூகிள் போன்ற தேடுபொறிகள், மக்கள் தகவல்களைக் கண்டுபிடித்து அணுகும் விதத்தில் புரட்சியை ஏற்படுத்தியது, இதனால் பல்வேறு ஆதாரங்களில் தரவைக் கண்டுபிடித்து பகுப்பாய்வு செய்வதை எளிதாக்குகின்றன. கோசெரா மற்றும் எட்எக்ஸ் போன்ற ஆன்லைன் கல்வி தளங்கள் சிறந்த பல்கலைக்கழகங்கள் மற்றும் கல்வியாளர்களிடமிருந்து படிப்புகள் மற்றும் வளங்களை அணுகுவதை வழங்குவதால், மக்கள் கற்றுக்கொள்ளும் விதத்திலும் இணையம் மாற்றத்தை ஏற்படுத்தியுள்ளது. இருப்பினும், போலிச் செய்திகள், தவறான தகவல்கள் மற்றும் பிரச்சாரங்களின் பெருக்கத்தால், தகவலின் துல்லியம் மற்றும் நம்பகத்தன்மை குறித்த கவலைகளையும் இணையம் எழுப்பியுள்ளது.

மூன்றாவதாக, மக்கள் வணிகம் நடத்தும் விதத்தையும் பொருளாதாரத்தில் பங்கேற்கும் விதத்தையும் இணையம் மாற்றியுள்ளது. அமேசான் மற்றும் அலிபாபா போன்ற மின்வணிக தளங்கள், மக்கள் பொருட்கள் மற்றும் சேவைகளை வாங்கும் மற்றும் விற்கும் விதத்தை மாற்றியுள்ளன, தொழில்முனைவோர் மற்றும் பொருளாதார வளர்ச்சிக்கான புதிய வாய்ப்புகளை உருவாக்கியுள்ளனர். உபர் மற்றும் ஏர்பிஎன்பி போன்ற தளங்களை உள்ளடக்கிய கிக் பொருளாதாரம், புதிய வகையான வேலை மற்றும் வருமானத்தை உருவாக்கியுள்ளது. மொபைல் பேங்கிங் மற்றும் ஆன்லைன் கட்டண முறைகள் மூலம் மக்கள் தங்கள் பணத்தை நிர்வகிப்பதை எளிதாக்குவதன் மூலம், மக்கள் நிதி சேவைகளை அணுகலாம் விதத்தையும் இணையம் மாற்றியுள்ளது. இருப்பினும், அமேசான், கூகிள் மற்றும் பேஸ்புக் போன்ற சில ஆதிக்க வீரர்களின் கைகளில் செல்வமும் அதிகாரமும் குவிவது குறித்த கவலைகளையும் இணையம் எழுப்பியுள்ளது.

நான்காவதாக, இணையம் கலாச்சார வெளிப்பாடு மற்றும் படைப்பாற்றலை மாற்றியுள்ளது. இணையம் கலை கலாச்சாரம் மற்றும் வெளிப்பாட்டிற்கான புதிய வாய்ப்புகளை உருவாக்கியுள்ளது, யூடியூப், சவுண்ட்க்ளூட் மற்றும் விமியோ போன்ற தளங்கள் பரந்த இசை, வீடியோ மற்றும் பிற வகையான படைப்பு உள்ளடக்கங்களை அணுகுவதை வழங்குகின்றன. இணையம் ரசிகர் புனைகதை, மீம்ஸ் மற்றும் ரீமிக்ஸ் கலாச்சாரம் போன்ற புதிய கலாச்சார உற்பத்தி மற்றும் நுகர்வு வடிவங்களையும் உருவாக்கியுள்ளது.இருப்பினும், பதிப்புரிமை மீறல், கலாச்சார ஒதுக்கீடு மற்றும் கலாச்சாரத்தை பண்டமாக்குவது குறித்து இணையம் கவலைகளை எழுப்பியுள்ளது.

இறுதியாக, இணையம் தனியுரிமை, பாதுகாப்பு மற்றும் சமத்துவமின்மை குறித்து குறிப்பிடத்தக்க கவலைகளை எழுப்பியுள்ளது. அரசாங்கங்கள், நிறுவனங்கள் மற்றும் தனிநபர்கள் மக்களின் வாழ்க்கையைப் பற்றிய தரவுகளைச் சேகரிக்க, சேமிக்க மற்றும் பகுப்பாய்வு செய்வதை இணையம் எளிதாக்கியுள்ளது, இது கண்காணிப்பு மற்றும் கட்டுப்பாடு குறித்த கவலைகளை எழுப்பியுள்ளது. அடையாளத் திருட்டு, ஹேக்கிங் மற்றும் சைபர்புல்லிங் போன்ற புதிய சைபர் குற்றங்களையும் இணையம் உருவாக்கியுள்ளது, இது குறிப்பிடத்தக்கது உளவியல் மற்றும் சமூக தாக்கங்களை ஏற்படுத்தும். தொழில்நுட்பம் மற்றும் டிஜிட்டல் திறன்களுக்கான சமமற்ற அணுகல் சமூகம் மற்றும் பொருளாதார

சமத்துவமின்மைக்கு வழிவகுக்கும் வகையில், பணக்காரர்களுக்கும் ஏழைகளுக்கும் இடையிலான இடைவெளியை விரிவுபடுத்துவதற்கும் இணையம் பங்களித்துள்ளது.

இணைய உள்கட்டமைப்பின் இயற்பியல் மற்றும் தொழில்நுட்ப கூறுகளின் கண்ணோட்டம்.

இணைய உள்கட்டமைப்பு என்பது நெட்வொர்க் வழியாக தகவல் தொடர்பு மற்றும் பரிமாற்றத்தை எளிதாக்கும் இயற்பியல் மற்றும் தொழில்நுட்ப கூறுகளால் ஆனது. இயற்பியல் உள்கட்டமைப்பு கேபிள்கள், தரவு மையங்கள் மற்றும் பிற வன் தொழில்நுட்ப கூறுகளைக் கொண்டுள்ளது, அதே நேரத்தில் உள்கட்டமைப்பு நெறிமுறைகள், தரநிலைகள் மற்றும் நெட்வொர்க் வழியாக தரவு பரிமாற்றத்தை செயல்படுத்தும் மென்பொருளைக் கொண்டுள்ளது. இந்தக் கட்டுரையில், இணைய உள்கட்டமைப்பின் இயற்பியல் மற்றும் தொழில்நுட்பக் கூறுகளின் கண்ணோட்டத்தை நான் வழங்குவேன்.

இயற்பியல் உள்கட்டமைப்பு:

- கேபிள்கள்: கேபிள்கள் இணையத்தில் தரவைக் கொண்டு செல்லும் இயற்பியல் ஊடகம். ஃபைபர்-ஆப்டிக் கேபிள்கள், செப்பு கேபிள்கள் மற்றும் கோஆக்சியல் கேபிள்கள் உட்பட இணைய உள்கட்டமைப்பில் பல வகையான கேபிள்கள் பயன்படுத்தப்படுகின்றன. ஃபைபர்-ஆப்டிக் கேபிள்கள் வேகமான மற்றும் மிகவும் நம்பகமான கேபிள் ஆகும், அவை நீண்ட தூரங்களுக்கு 100 Gbps வரை வேகத்தில் தரவை அனுப்பும் திறன் கொண்டவை.
- தரவு மையங்கள்: தரவு மையங்கள் என்பது இணையத்தில் தரவைச் சேமித்து செயலாக்கும் சேவையகங்கள் மற்றும் பிற வன்பொருள் கூறுகளைக் கொண்ட வசதிகள் ஆகும். தரவு மையங்கள் இணைய உள்கட்டமைப்பிற்கு மிகவும் முக்கியமானவை, ஏனெனில் அவை நெட்வொர்க்கில் பரவும் பரந்த அளவிலான தரவை ஆதரிக்கத் தேவையான கணினி சக்தி மற்றும் சேமிப்பு திறனை வழங்குகின்றன.
- நெட்வொர்க் முனைகள்: நெட்வொர்க் முனைகள் என்பது இணைய உள்கட்டமைப்பின் பல்வேறு பகுதிகளை இணைக்கும் இயற்பியல் சாதனங்கள் ஆகும். நெட்வொர்க் முனைகளில் ரவுட்டர்கள், சுவிட்சுகள் மற்றும் ஹப்கள் ஆகியவை அடங்கும், அவை பல்வேறு நெட்வொர்க்குகள் மற்றும் சாதனங்கள் இடையில் தரவை அனுப்ப உதவுகின்றன.

தொழில்நுட்ப உள்கட்டமைப்பு:

- டிரான்ஸ்மிஷன் கண்ட்ரோல் புரோட்டோகால் (TCP) மற்றும் இன்டர்நெட் புரோட்டோகால் (IP): TCP மற்றும் IP ஆகியவை இணைய உள்கட்டமைப்பில் பயன்படுத்தப்படும் இரண்டு மிக முக்கியமான நெறிமுறைகள். தரவை பாக்கெட்டுகளாக உடைத்து இலக்கில் மீண்டும் இணைப்பதற்கு TCP பொறுப்பாகும், அதே நேரத்தில் பாக்கெட்டுகளை அவற்றின் இலக்கிற்கு வழிநடத்துவதற்கு IP பொறுப்பாகும்.
- டொமைன் பெயர் அமைப்பு (DNS): DNS என்பது google.com அல்லது facebook.com போன்ற டொமைன் பெயர்களை கணினிகள் புரிந்துகொள்ளக்கூடிய IP முகவரிகளாக மாற்றும் ஒரு அமைப்பாகும். DNS இணையத்தின் செயல்பாட்டிற்கு மிகவும் முக்கியமானது, இது பயனர்கள் நெட்வொர்க் மூலம் பல்வேறு வலைத்தளங்கள் மற்றும் சேவைகளை அணுகுகிறது உதவிகிறது.

- ஹைபர்டெக்ஸ்ட் டிரான்ஸ்ஃபர் புரோட்டோகால் (HTTP) மற்றும் ஹைபர்டெக்ஸ்ட் மார்க்அப் லாங்குவேஜ் (HTML): HTTP மற்றும் HTML ஆகியவை உலகளாவிய வலையில் (WWW) பயன்படுத்தப்படும் இரண்டு மிக முக்கியமான நெறிமுறைகள். வலை சேவையகங்களுக்கும் வாடிக்கையாளர்களுக்கும் இடையில் தரவை அனுப்புவதற்கு HTTP பொறுப்பாகும், அதே நேரத்தில் HTML வலைப்பக்கங்களை வடிவமைத்து வழங்குவதற்கு பொறுப்பாகும்.
- போக்குவரத்து அடுக்கு பாதுகாப்பு (TLS): TLS என்பது இணையம் வழியாக பாதுகாப்பான தகவல்தொடர்பை வழங்கும் ஒரு நெறிமுறையாகும். TLS என்பது நெட்வொர்க் வழியாக அனுப்பப்படும் தரவை குறியாக்கம் செய்யப் பயன்படுகிறது, இது இடைமறிப்பு மற்றும் அங்கீகரிக்கப்படாத அணுகலில் இருந்து பாதுகாக்கப்படுகிறது.
- எளிய அஞ்சல் பரிமாற்ற நெறிமுறை (SMTP): SMTP என்பது இணையம் வழியாக மின்னஞ்சல் அனுப்பப்படுவதற்குப் பயன்படுத்தப்படும் ஒரு நெறிமுறையாகும். SMTP பயனர்கள் பல்வேறு மின்னஞ்சல் கிளையண்டுகள் மற்றும் சேவைகளின் மின்னஞ்சல் செய்திகளை அனுப்பவும் பெறவும் உதவுகிறது.
- பயன்பாட்டு நிரலாக்க இடைமுகங்கள் (APIகள்): APIகள் என்பது பல்வேறு பயன்பாடுகள் மற்றும் சேவைகள் இணையம் வழியாக ஒன்றையொன்று தொடர்பு கொள்ள உதவும். மென்பொருள் இடைமுகங்கள் ஆகும். APIகள் இணையத்தின் செயல்பாட்டிற்கு மிகவும் முக்கியமானவை, ஏனெனில் அவை பல்வேறு சேவைகள் மற்றும் பயன்பாடுகளை ஒரே தளத்தில் ஒருங்கிணைக்க உதவுகின்றன.

இணைய சேவை வழங்குநர்களின் (ISP-கள்) பங்கைப் புரிந்துகொள்வது.

இணைய சேவை வழங்குநர்கள் (ISP-கள்) இணையத்தின் செயல்பாட்டில் முக்கிய பங்கு வகிக்கின்றனர். ISP-கள் என்பவை இணைய அணுகலை வழங்கும் நிறுவனங்கள், நேரடியாக இறுதிப் பயனர்களுக்கு அல்லது இணைய சேவைகளை வழங்கும் பிற நிறுவனங்களுக்கு. இந்தக் கட்டுரையில், இணைய சுற்றுச்சூழல் அமைப்பில் ISP-களின் பங்கைப் பற்றி விவாதிப்பேன்.

இறுதி பயனர்களுக்கு இணைய இணைப்பு வழங்குவதே ISP-களின் முதன்மைப் பணியாகும். ISP-கள் கேபிள் மற்றும் ஃபைபர்-ஆப்டிக் போன்ற கம்பி இணைப்புகள் மற்றும் Wi-Fi மற்றும் மொபைல் பிராட்பேண்ட் போன்ற வயர்லெஸ் இணைப்புகள் உட்பட பல்வேறு வகையான இணைய இணைப்புகளை வழங்குகின்றன. ISP-கள் தங்கள் வாடிக்கையாளர்களின் பல்வேறு தேவைகளைப் பூர்த்தி செய்ய, மாறுபட்ட வேகம் மற்றும் தரவு கொடுப்பனவுகளுடன் பல்வேறு சேவைகள் திட்டங்களையும் வழங்குகின்றன.

இணைய இணைப்பு செயல்படுத்தும் இயற்பியல் உள்கட்டமைப்பின் பராமரிப்பு மற்றும் செயல்பாட்டிற்கு ISP-க்கள் பொறுப்பு. இதில் கேபிள்கள், ரூட்டர்கள், சுவிட்சுகள் மற்றும் இணையத்தின் முதுகெலும்பாக இருக்கும் பிற வன்பொருள் கூறுகளை நிறுவுதல் மற்றும் பராமரித்தல் ஆகியவை அடங்கும். ISP-க்கள் பல்வேறு நெட்வொர்க்குகள் மற்றும் திறமைகளுக்கு இடையில் தரவை ரூட்டிங் செய்வதையும் நிர்வகிக்கிறார்கள், தரவுகளாகவும் நம்பகத்தன்மையுடனும் கடத்தப்படுவதை உறுதி செய்கிறார்கள்.

இணைய பயனர்களின் பாதுகாப்பு மற்றும் தனியுரிமையை உறுதி செய்வதிலும் ISP-கள் முக்கிய பங்கு வகிக்கின்றன. சைபர் அச்சுறுத்தல்களிலிருந்து தங்கள் நெட்வொர்க்குகளைப் பாதுகாக்க ஃபயர்வால்கள் மற்றும் ஊடுருவல் கண்டறிதல் அமைப்புகள் போன்ற பாதுகாப்பு அதை செயல்படுத்துவதற்கு ISP-கள் பொறுப்பாவார்கள். பயனர் தரவு சேகரிக்கப்பட்டு, சேமிக்கப்பட்டு, பொறுப்பான மற்றும் வெளிப்படையான முறையில் பயன்படுத்தப்படுவதை உறுதிசெய்தல், தரவு தனியுரிமை மற்றும் பாதுகாப்பு விதிமுறைகளுக்கு இணைக்கவும் ISP-கள் தேவை.

உள்ளடக்கம் மற்றும் அணுகல் ஆகிய இரண்டிலும் இணைய நிலப்பரப்பை வடிவமைப்பில் ISP-களும் ஈடுபட்டுள்ளன. நெட்வொர்க் நெரிசலை நிர்வகிக்க அல்லது சட்டத் தேவைகளுக்கு இணங்க, ஸ்ட்ரீமிங் வீடியோ அல்லது கோப்பு பகிர்வு போன்ற சில வகையான உள்ளடக்கங்களை அணுகுவதில் ISP-கள் கட்டுப்பாடுகளை விதிக்கலாம். கட்டணம் போன்ற பல்வேறு நிலைகளில் இணைய அணுகலையும் ISP-கள் வழங்கலாம், இது சில வகையான உள்ளடக்கம் அல்லது சேவைகளை விரைவாகவோ அல்லது உயர் தரமான சேவையுடன் வழங்க உதவுகிறது.

இணைய சந்தையில் போட்டி மற்றும் புதுமைகளில் ISP-களும் குறிப்பிடத்தக்க தாக்கத்தை ஏற்படுத்துகின்றன. ISP-கள் தங்கள் சந்தை சக்தியைப் பயன்படுத்தி பிற வழங்குநர்களிடமிருந்து போட்டியைக் கட்டுப்படுத்தலாம், பிரத்தியேக ஒப்பந்தங்கள் மூலமாகவோ அல்லது நெட்வொர்க் உள்கட்டமைப்பின் மீதான தங்கள் கட்டுப்பாட்டைப் பயன்படுத்தி தங்கள் சொந்த சேவைகள் அல்லது உள்ளடக்கத்திற்கு சாதகமாக செயல்படலாம். இது புதுமை மற்றும் நுகர்வோர் தேர்வில் எதிர்மறையான தாக்கத்தை ஏற்படுத்தக்கூடும், ஏனெனில் இது இணையத்தில் புதிய சேவைகள் மற்றும் பயன்பாடுகள் வளர்ச்சியைக் கட்டுப்படுத்தலாம்.

இணைய உள்கட்டமைப்பின் உரிமை மற்றும் கட்டுப்பாடு தொடர்பான சிக்கல்கள்

இணையம் தொடர்பு, வணிகம் மற்றும் சமூக தொடர்புக்கு இன்றியமையாத கருவியாக மாறியுள்ளதால், இணைய உள்கட்டமைப்பின் உரிமை மற்றும் கட்டுப்பாடு சமீபத்தியது ஆண்டுகளில் ஒரு முக்கியமான பிரச்சினையாக மாறியுள்ளது. இணைய உள்கட்டமைப்பு தனியார் நிறுவனங்கள், அரசாங்கங்கள் மற்றும் இலாப நோக்கற்ற நிறுவனங்களின் சிக்கலான வலையமைப்பால் சொந்தமாகவும் கட்டுப்படுத்தப்படுகிறது, இது பொறுப்புக்கூறல், வெளிப்படைத்தன்மை மற்றும் போட்டி பற்றிய கவலைகளை எழுப்புகிறது. இந்தக் கட்டுரையில், இணைய உள்கட்டமைப்பின் உரிமை மற்றும் கட்டுப்பாடு தொடர்பான சில சிக்கல்களைப் பற்றி விவாதிப்பேன்.

முதலாவதாக, இணையத்தை ஆதரிக்கும் இயற்பியல் உள்கட்டமைப்பின் உரிமையும் ஒரு சில பெரிய நிறுவனங்களின் கைகளில் குவிந்துள்ளது. AT&T, Verizon மற்றும் Comcast போன்ற இந்த நிறுவனங்கள், இணைய இணைப்பை செயல்படுத்தும் கேபிள்கள், தரவு மையங்கள் மற்றும் பிற வன்பொருள் கூறுகளை சொந்தமாக வைத்து இயக்குகின்றன. இந்த உரிமையின் செறிவு போட்டி மற்றும் புதுமை பற்றிய கவலைகளை எழுப்புகிறது, ஏனெனில் இது இணையத்தில் புதிய சேவைகள் மற்றும் பயன்பாடுகள் வளர்ச்சியைக் கட்டுப்படுத்தலாம். உள்கட்டமைப்பின் உரிமையாளர்கள் அதிக விலைகளை வசூலிக்க அல்லது சில வகையான உள்ளடக்கம் அல்லது சேவைகளுக்கான அணுகலைக் கட்டுப்படுத்தும் அதிகாரம் ஏனெனில், இது அணுகல் மற்றும் விலை நிர்ணயம் பற்றிய கவலைகளையும் எழுப்புகிறது.

இரண்டாவதாக, இணையம் வழியாக தரவு பரிமாற்றத்தை செயல்படுத்தும் தொழில்நுட்ப உள்கட்டமைப்பின் உரிமை மற்றும் கட்டுப்பாடு, தரநிலை அமைப்புகள், தொழில் சங்கங்கள் மற்றும் ஒழுங்குமுறை நிறுவனங்களின் சிக்கலான வலையமைப்பால் நிர்வகிக்கப்படுகிறது. இந்த அமைப்புகள், TCP/IP, DNS மற்றும் HTTP போன்ற தொழில்நுட்ப தரநிலைகள் மற்றும் நெறிமுறைகளை உருவாக்குவதற்கும் செயல்படுத்துவதற்கும் பொறுப்பாகும், இவை வெவ்வேறு சாதனங்கள் மற்றும் நெட்வொர்க்குகள் இணையம் வழியாக ஒருவருக்கொருவர் தொடர்பு கொள்ள உதவுகின்றன. இந்த தொழில்நுட்ப தரநிலைகளின் நிர்வாகம் பெரும்பாலும் தெளிவற்றதாகவும், பெரிய தொழில்நுட்ப நிறுவனங்கள் அல்லது அரசாங்கங்கள் போன்ற சக்திவாய்ந்தவை பங்குதாரர்களால் ஆதிக்கம் செலுத்துவதாகவும் இருக்கும். இது பொறுப்புக்கூறல் மற்றும் வெளிப்படைத்தன்மை குறித்த கவலைகளை எழுப்புகிறது, ஏனெனில் இந்த அமைப்புகள் எடுக்கும் முடிவுகள் இணையத்தின் செயல்பாட்டில் குறிப்பிடத்தக்க தாக்கங்களை ஏற்படுத்தக்கூடும்.

மூன்றாவதாக, இணைய உள்கட்டமைப்பின் உரிமை மற்றும் கட்டுப்பாடு தனியுரிமை மற்றும் கண்காணிப்பு குறித்த கவலைகளை எழுப்புகிறது. அரசாங்கங்கள், நிறுவனங்கள் மற்றும் பிற நிறுவனங்களின் தரவு சேகரிப்பு மற்றும் கண்காணிப்புக்கான தொழில்நுட்ப உள்கட்டமைப்பை இணைய உள்கட்டமைப்பு வழங்குகிறது. இதில் பயனர்களின் ஆன்லைன் நடத்தை, அவர்களின் உலாவல் வரலாறு, தேடல் வினவல்கள் மற்றும் சமூக ஊடகங்கள் போன்றவற்றின் தரவு சேகரிப்பு பகுப்பாய்வு அடங்கும். செயல்பாடு உள்கட்டமைப்பின் உரிமை மற்றும் கட்டுப்பாடு சக்திவாய்ந்த நிறுவனங்கள் இந்தத் தரவைச் சேகரிக்க, சேமிக்க மற்றும் பகுப்பாய்வு செய்ய உதவும், இது தனியுரிமை, பாதுகாப்பு மற்றும் துஷ்பிரயோகத்திற்கான சாத்தியக்கூறுகள் பற்றிய கவலைகளை எழுப்புகிறது.

நான்காவதாக, இணைய உள்கட்டமைப்பின் உரிமை மற்றும் கட்டுப்பாடு சர்வதேச ஒத்துழைப்பு மற்றும் நிர்வாகம் குறித்த கவலைகளை எழுப்புகிறது. இணையம் என்பது தேசிய எல்லைகளைக் கடந்து செல்லும் ஒரு உலகளாவிய வலையமைப்பாகும், மேலும் அதன் உள்கட்டமைப்பு பல்வேறு நாடுகள் மற்றும் பிராந்தியங்களைச் சேர்ந்த நடிகர்களின் சிக்கலான வலையமைப்பால் சொந்தமாகச் செய்யப்பட்டுள்ளது. இது பல்வேறு நாடுகள் மற்றும் பிராந்தியங்களுக்கு இடையேயான ஒத்துழைப்பு மற்றும் ஒருங்கிணைப்புக்கான சவால்களை எழுப்புகிறது, ஏனெனில் ஒவ்வொன்றும் வெவ்வேறு முன்னுரிமைகள், ஆர்வங்கள் மற்றும் மதிப்புகளைக் கொண்டுள்ளன. இணையத்தின் நிர்வாகம் தற்போது பல பங்குதாரர் மாதிரியை கொண்டுள்ளது, இது அரசாங்கங்கள், சிவில் சமூகம் மற்றும் தனியார் உட்பட அனைத்து தொடர்புடைய பங்குதாரர்களையும் ஈடுபடுத்த முயல்கிறது. இருப்பினும், இந்த மாதிரியானது விமர்சனத்திற்கும் விவாதத்திற்கும் உட்பட்டது, ஏனெனில் இது மற்றவர்களை விட சக்திவாய்ந்த பங்குதாரர்களுக்கு சாதகமாக இருக்கலாம், மேலும் ஓரங்கட்டப்பட்ட சமூகங்கள் அல்லது சிறிய நாடுகளின் நலன்களைப் போதுமான அளவு பிரதிநிதித்துவப்படுத்தாமல் போகலாம்.

டிஜிட்டல் மீடியா பயன்பாடு தொடர்பான சமூகவியல் கோட்பாடுகளின் கண்ணோட்டம்.

டிஜிட்டல் மீடியாவின் பயன்பாடு நவீன சமூகத்தின் மைய அம்சமாக மாறியுள்ளது, சமூக தொடர்புகள், கலாச்சார வெளிப்பாடுகள் மற்றும் பொருளாதாரம் செயல்பாடுகளை வடிவமைக்கிறது. சமூகவியல் கோட்பாடுகள் டிஜிட்டல் மீடியா சமூக மற்றும் கலாச்சார தாக்கங்கள் குறித்த பல்வேறு கண்ணோட்டங்களை வழங்குகின்றன, தொழில்நுட்பம், கலாச்சாரம், ஆகியவற்றுக்கு இடையேயான சிக்கலான உறவுகளை எடுத்துக்காட்டுகின்றன. மற்றும் சமூகம். இந்தக் கட்டுரையில், டிஜிட்டல் மீடியா பயன்பாடு தொடர்பான சில முக்கிய சமூகவியல் கோட்பாடுகளின் கண்ணோட்டத்தை நான் வழங்குவேன்.

- ஊடக சூழலியல் கோட்பாடு: ஊடக சூழலியல் கோட்பாடு தொழில்நுட்பம், கலாச்சாரம், ஆகியவற்றுக்கு இடையேயான உறவை ஆராய்கிறது. மற்றும் சமூகம், தொழில்நுட்பம் மக்கள் தொடர்பு கொள்ளும், சிந்திக்கும் மற்றும் உலகை அனுபவிக்கும் விதத்தை வடிவமைக்கிறது என்று வாதிடுகின்றனர். ஊடக சூழலியல் கோட்பாடு, டிஜிட்டல் ஊடகப் பயன்பாடு மக்கள் தொடர்பு கொள்ளும், தொடர்பு கொள்ளும் மற்றும் சமூக உறவுகளை உருவாக்கும் வழிகளில் ஆழமான தாக்கங்களை குறிக்கிறது, ஏனெனில் இது மக்கள் தங்களைச் சுற்றியுள்ள உலகத்தை உணரும் மற்றும் புரிந்துகொள்ளும் விதத்தை வடிவமைக்கிறது.
- தொழில்நுட்பத்தின் சமூக கட்டுமானம் (SCOT): தொழில்நுட்பக் கோட்பாட்டின் சமூக கட்டுமானம், சமூக மற்றும் கலாச்சார காரணிகளால் எவ்வாறு செயல்படுகிறது வடிவமைக்கப்படுகிறது என்பதை ஆராய்கிறது. டிஜிட்டல் மீடியா பயன்பாட்டு தொழில்நுட்ப காரணிகளால் மட்டுமே தீர்மானிக்கப்படுவதில்லை, மாறாக சமூக மற்றும் கலாச்சார நடைமுறைகள், விதிமுறைகள் மற்றும்

மதிப்புகளால் வடிவமைக்கப்படுகிறது என்று SCOT அறிவுறுத்துகிறது. டிஜிட்டல் மீடியா பயன்பாடு நிகழும் சமூக மற்றும் கலாச்சார சூழலையும், சமூக நடிகர்கள் தொழில்நுட்பத்தால் எவ்வாறு வடிவமைக்கப்படுகிறார்கள் வடிவமைக்கப்படுகின்றன என்பதற்கான படிப்பதன் முக்கியத்துவத்தை SCOT எடுத்துக்காட்டுகிறது.

- நடிகர்-நெட்வொர்க் கோட்பாடு (ANT): நடிகர்-நெட்வொர்க் கோட்பாடு சமூகம் மற்றும் தொழில்நுட்ப நெட்வொர்க்குகள் தனிநபர்கள் மற்றும் குழுக்களின் செயல்கள் மற்றும் உணர்வுகளை வடிவமைக்கும் வழிகளை ஆராய்கிறது. டிஜிட்டல் மீடியா செயல்பாடு என்பது ஒரு தனிமையான அல்லது தனிப்பட்ட அல்ல, மாறாக பயனர்களின் நடத்தையை பாதிக்கும் மற்றும் வடிவமைக்கும் சிக்கலான சமூக மற்றும் தொழில்நுட்ப நெட்வொர்க்குள் உட்பொதிக்கப்பட்டுள்ளன என்று ANT அறிவுறுத்துகிறது. பயனர்கள், டெவலப்பர்கள், தளங்கள் மற்றும் ஒழுங்குமுறை அதிகாரிகள் உட்பட டிஜிட்டல் மீடியா சுற்றுச்சூழல் அமைப்பில் உள்ள பல்வேறு நடிகர்களுக்கு இடையிலான உறவுகளைப் படிப்பதன் முக்கியத்துவத்தை ANT வலியுறுத்துகிறது.

- பயன்கள் மற்றும் மனநிறைவு கோட்பாடு: பயன்கள் மற்றும் மனநிறைவு கோட்பாடு தனிநபர்கள் தங்கள் தேவைகள் மற்றும் விருப்பங்களை பூர்த்தி செய்ய ஊடகங்களைப் பயன்படுத்தும் வழிகளை ஆராய்கிறது. இந்த கோட்பாடு டிஜிட்டல் மீடியா பயன்பாடு பொழுதுபோக்கு, சமூகமயமாக்கல், தகவல் தேடுதல் மற்றும் சுய வெளிப்பாடு உள்ளிட்ட பல்வேறு மற்றும் சமூக காரணிகளால் தூண்டப்படுகிறது. பயன்கள் மற்றும் மனநிறைவு கோட்பாடு பயனர்களின் தேவைகள் மற்றும் உந்துதல்களைப் புரிந்துகொள்வதன் முக்கியத்துவத்தையும், டிஜிட்டல் மீடியா பயன்பாடுகள் இந்தத் தேவைகளை நிறைவேற்றும் வழிகளையும் எடுத்துக்காட்டுகிறது.

- சமூக கற்றல் கோட்பாடு: சமூக கற்றல் கோட்பாடு, தனிநபர்கள் மற்றவர்களின் நடத்தைகள் மற்றும் அனுபவங்களை எவ்வாறு கற்றுக்கொள்கிறார்கள் என்பதை ஆராய்கிறது. இந்த கோட்பாடு, டிஜிட்டல் மீடியா பயன்பாடு சமூக கற்றலுக்கான ஒரு சக்திவாய்ந்த கருவியாக இருக்க முடியும் என்றும், பயனர்கள் மற்றவர்களின் நடத்தைகள் மற்றும் அனுபவங்களைக் கவனிக்கவும், பின்பற்றவும், கற்றுக்கொள்ளவும் உதவுகிறது என்றும் கூறுகிறது. சமூக கற்றல் கோட்பாடு, டிஜிட்டல் மீடியா பயன்பாடு நிகழும் சமூக மற்றும் கலாச்சார சூழல் படிப்பதன் முக்கியத்துவத்தையும், டிஜிட்டல் மீடியா சமூக கற்றலை எளிதாக்கும் அல்லது தடுக்கும் வழிகளையும் எடுத்துக்காட்டுகிறது.

- கலாச்சார ஆய்வுகள்: கலாச்சார ஆய்வுகள், கலாச்சாரமும் சமூகமும் அதிகாரம், சித்தாந்தம் மற்றும் பிரதிநிதித்துவத்தால் எவ்வாறு வடிவமைக்கப்படுகின்றன ஆராய்கின்றன. டிஜிட்டல் ஊடக பயன்பாடு ஒரு நடுநிலை அல்லது புறநிலை செயல்பாடு அல்ல, மாறாக சமூக மற்றும் கலாச்சார அதிகார உறவுகளால் வடிவமைக்கப்படுகிறது, அதே போல் டிஜிட்டல் ஊடகங்கள் சமூக அடையாளங்கள், விதிமுறைகள் மற்றும் மதிப்புகளை பிரதிநிதித்துவப்படுத்தும் மற்றும் கட்டமைக்கும் வழிகளையும் இந்த கோட்பாடு அறிவுறுத்துகிறது. டிஜிட்டல் ஊடகங்கள் கலாச்சார நடைமுறைகள் மற்றும் சமூக விதிமுறைகளை வடிவமைக்கும் மற்றும் பிரதிபலிக்கும் வழிகளைப் படிப்பதன் முக்கியத்துவத்தை கலாச்சாரம் ஆய்வுகள் எடுத்துக்காட்டுகின்றன.

டிஜிட்டல் மீடியா பயன்பாடு பாதிக்கும் சமூக மற்றும் கலாச்சார காரணிகள் பற்றிய விவாதம்.

டிஜிட்டல் மீடியா பயன்பாடு நவீன சமூகத்தின் ஒரு பரவலான அம்சமாக மாறியுள்ளது, அனைத்து வயது, பின்னணி மற்றும் கலாச்சாரங்களைச் சேர்ந்த மக்களும் டிஜிட்டல் மீடியாவை பல்வேறு நோக்கங்களுக்காகப் பயன்படுத்துகின்றனர். டிஜிட்டல் மீடியா பயன்பாடு பெரும்பாலும் முற்றிலும் தொழில்நுட்ப அல்லது தனிப்பட்ட செயல்பாடாக

காணப்பட்டாலும், மக்கள் டிஜிட்டல் மீடியாவில் ஈடுபடும் சமூக மற்றும் கலாச்சார காரணிகளின் சிக்கலான வரிசையால் இது உள்ளது. இந்தக் கட்டுரையில், டிஜிட்டல் மீடியா பயன்பாடு சில முக்கிய சமூக மற்றும் கலாச்சார காரணிகளைப் பற்றி விவாதிப்பேன்.

- சமூக வலைப்பின்னல்கள்: சமூக வலைப்பின்னல்கள் டிஜிட்டல் மீடியா பயன்பாடு பாதிக்கும் மிக முக்கியமான காரணிகளில் ஒன்றாகும். ஆன்லைன் மற்றும் ஆஃப்லைன் ஆகிய இரண்டு சமூக வலைப்பின்னல்களும், மக்கள் டிஜிட்டல் மீடியாவைப் பற்றி அறிந்துகொள்ளும் மற்றும் அதில் ஈடுபடும் வழிகளை வடிவமைக்கின்றன. சமூக வலைப்பின்னல்கள் மக்கள் உட்கொள்ளும் உள்ளடக்கம், அவர்கள் பயன்படுத்தும் தளங்கள் மற்றும் டிஜிட்டல் மீடியாவைப் பகிர்ந்து கொள்ள வேண்டும் செல்லும் வழிகளை பாதிக்கின்றன. சமூக வலைப்பின்னல்கள் மக்கள் டிஜிட்டல் மீடியாவை உணர்ந்து புரிந்துகொள்ளும் வழிகளையும் பாதிக்கின்றன, பல்வேறு வகையான உள்ளடக்கம் மற்றும் தளங்கள் குறித்த அவர்களின் அணுகுமுறைகள் மற்றும் நடத்தைகளை வடிவமைக்கின்றன.

- கலாச்சார விதிமுறைகள்: டிஜிட்டல் மீடியா பயன்பாடு பாதிக்கும் மற்றொரு முக்கிய காரணி கலாச்சார விதிமுறைகள் ஆகும். டிஜிட்டல் மீடியாவை மக்கள் உணரும் மற்றும் பயன்படுத்தும் விதங்களையும், ஏற்றுக்கொள்ளக்கூடிய அல்லது பொருத்தமானதாகக் கருதப்படும் உள்ளடக்க வகைகள் மற்றும் தளங்களையும் கலாச்சார விதிமுறைகள் வடிவமைக்கின்றன. கலாச்சார விதிமுறைகள் பல்வேறு பிராந்தியங்கள் மற்றும் சமூகங்களுக்கு இடையில் வேறுபடலாம், மேலும் சமூக அணுகுமுறைகள் மற்றும் மதிப்புகள் உருவாகும்போது காலப்போக்கில் மாறலாம்.

- பொருளாதார காரணிகள்: டிஜிட்டல் மீடியா பயன்பாட்டில் பொருளாதார காரணிகளும் குறிப்பிடத்தக்க பங்கை வகிக்கின்றன. வருமானம், கல்வி மற்றும் வேலைவாய்ப்பு போன்ற பொருளாதார காரணிகள், மக்கள் டிஜிட்டல் மீடியாவை அணுகும் மற்றும் பயன்படுத்தும் வழிகளைப் பாதிக்கிறது. மக்கள் பயன்படுத்தும் மற்றும் ஈடுபடும் உள்ளடக்க வகைகள் மற்றும் தளங்கள், அதே போல் ஆன்லைன் ஷாப்பிங் அல்லது வேலை தேடல் போன்ற பொருளாதாரம் டிஜிட்டல் மீடியாவைப் பயன்படுத்தும் வழிகளையும் பொருளாதார காரணிகள் பாதிக்கலாம்.

- தொழில்நுட்ப காரணிகள்: வன்பொருள் மற்றும் மென்பொருளின் கிடைக்கும் தன்மை போன்ற தொழில்நுட்ப காரணிகளும் டிஜிட்டல் மீடியா பயன்பாட்டை பாதிக்கின்றன. மக்கள் டிஜிட்டல் மீடியாவை அணுகும் மற்றும் பயன்படுத்தும் வழிகளையும், அவர்களுக்கு கிடைக்கும் உள்ளடக்க வகைகள் மற்றும் தளங்களையும் தொழில்நுட்பம் காரணிகள் வடிவமைக்கின்றன. புதிய தொழில்நுட்பங்களும் தளங்களும் புதிய தொடர்பு மற்றும் தகவல்தொடர்பு முறைகளை அறிமுகப்படுத்தக்கூடும் என்பதால், டிஜிட்டல் மீடியாவை மக்கள் உணர்ந்துள்ளனர் புரிந்துகொள்ளும் வழிகளையும் தொழில்நுட்ப காரணிகள் பாதிக்கலாம்.

- ஒழுங்குமுறை மற்றும் நிர்வாகம்: ஒழுங்குமுறை மற்றும் நிர்வாகம் ஆகியவை டிஜிட்டல் மீடியா பயன்பாடு முக்கிய காரணிகளாகும். ஒழுங்குமுறைகள் மற்றும் நிர்வாக கட்டமைப்புகள் டிஜிட்டல் மீடியாவை அணுகும், பயன்படுத்தும் மற்றும் விநியோகிக்கும் வழிகளையும், டிஜிட்டல் மீடியா நிறுவனங்கள் செயல்படும் மற்றும் பயனர்களுடன் தொடர்பு கொள்ளும் வழிகளையும் வடிவமைக்கின்றன. ஒழுங்குமுறை மற்றும் நிர்வாகம் கிடைக்கக்கூடிய உள்ளடக்க வகைகள் மற்றும் தளங்களிலும், பொருளாதார மற்றும் சமூக நடவடிக்கைகளுக்கு டிஜிட்டல் மீடியா பயன்படுத்தப்படும் வழிகளிலும் குறிப்பிடத்தக்க தாக்கத்தை ஏற்படுத்தும்.

- தனிப்பட்ட அடையாளம்: டிஜிட்டல் மீடியா பயன்பாட்டை பாதிக்கும் ஒரு குறிப்பிடத்தக்க காரணியாக தனிப்பட்ட அடையாளமும் உள்ளது. தனிநபர்கள் தங்கள் அடையாளங்கள், நம்பிக்கைகள் மற்றும் மதிப்புகளை வெளிப்படுத்தும் டிஜிட்டல் மீடியாவைப் பயன்படுத்துவதால், மக்கள் டிஜிட்டல் மீடியாவுடன் ஈடுபடும் வழிகளை தனிப்பட்ட அடையாளம் வடிவமைக்கிறது. மக்கள்

பயன்படுத்தும் மற்றும் ஈடுபடும் உள்ளடக்க வகைகள் மற்றும் தளங்கள், டிஜிட்டல் மீடியா தளங்களில் அவர்கள் மற்றவர்களுடன் தொடர்பு கொள்ளும் வழிகளையும் தனிப்பட்ட அடையாளம் பாதிக்கலாம்.

சமூக உறவுகள் மற்றும் சமூக அடையாளத்தில் டிஜிட்டல் மீடியா தாக்கம்

டிஜிட்டல் மீடியா பயன்பாடு நவீன சமூக உறவுகளின் ஒரு முக்கிய அம்சமாக மாறியுள்ளது, மக்கள் தொடர்பு கொள்ளும், உறவுகளை உருவாக்கும் மற்றும் அவர்களின் அடையாளங்களை வெளிப்படுத்தும் வழிகளை வடிவமைக்கிறது. டிஜிட்டல் மீடியா பயன்பாடு புதிய வடிவிலான சமூக தொடர்பு மற்றும் அடையாள வெளிப்பாட்டை எளிதாக்கும் அதே நேரத்தில், அந்த சமூக உறவுகள் மற்றும் அடையாள உருவாக்கத்திலும் எதிர்மறையான தாக்கங்களை ஏற்படுத்தும். இந்தக் கட்டுரையில், சமூக உறவுகள் மற்றும் சமூக அடையாளத்தில் டிஜிட்டல் மீடியா தமிழ் தாக்கத்தைப் பற்றி விவாதிப்பேன்.

1. *சமூக உறவுகளின் தாக்கம்:* டிஜிட்டல் மீடியா பயன்பாடு சமூக உறவுகளில் நேர்மறை மற்றும் எதிர்மறை தாக்கங்களை ஏற்படுத்தும். ஒருபுறம், டிஜிட்டல் மீடியா பயன்பாடு புதிய வடிவிலான சமூக தொடர்புகளை எளிதாக்குகிறது, இதனால் மக்கள் தொலைதூரங்கள் மற்றும் எல்லைகளைக் கடந்து செல்கின்றன. மற்றவர்களுடன் இணைய முடியும். சமூக ஊடகங்கள் போன்ற டிஜிட்டல் மீடியா தளங்கள், செய்தியிடல் செயலர்கள் மற்றும் ஆன்லைன் சமூகங்கள், சமூக வலைப்பின்னல்களை உருவாக்குவதற்கும் சமூக நடவடிக்கைகளில் ஈடுபடுவதற்கும் மக்களுக்கு புதிய வாய்ப்புகளை உருவாக்க முடியும். டிஜிட்டல் மீடியா பயன்பாடு, தொடர்பு மற்றும் தொடர்புக்கான புதிய சேனல்களை வழங்குவதன் மூலம், ஏற்கனவே உள்ள சமூக உறவுகளைப் பராமரிக்கவும் வலுப்படுத்தவும் மக்களுக்கு உதவும். மறுபுறம், டிஜிட்டல் மீடியா பயன்பாடு சமூக உறவுகளில் எதிர்மறையான தாக்கங்களை ஏற்படுத்தக்கூடும். டிஜிட்டல் மீடியா பயன்பாடு சமூக சமத்துவமின்மை மற்றும் விலக்கலின் புதிய வடிவங்களை உருவாக்கக்கூடும், ஏனெனில் சிலருக்கு டிஜிட்டல் மீடியா தளங்களை அணுகவோ அல்லது பயன்படுத்தவோ முடியாமல் போகலாம். டிஜிட்டல் மீடியா பயன்பாடு வெறுப்பு பேச்சு, சைபர்புல்லிங் மற்றும் தவறான தகவல் போன்ற தீங்கு விளைவிக்கும் உள்ளடக்கத்தைப் பரப்புவதை எளிதாக்கும், இது சமூக உறவுகளை சேதப்படுத்தும் மற்றும் நம்பிக்கையை குறைமதிப்பிற்கு உட்படுத்தும். டிஜிட்டல் மீடியா பயன்பாடு புதிய வடிவிலான சமூக அழுத்தம் மற்றும் பதட்டத்தையும் உருவாக்கக்கூடும், ஏனெனில் மக்கள் ஒரு குறிப்பிட்ட ஆன்லைன் ஆளுமையை பராமரிக்க அல்லது டிஜிட்டல் மீடியா தளங்களில் சமூக விதிமுறைகளை இணைக்க வேண்டிய கட்டாயம்.

2. *சமூக அடையாளத்தின் மீதான தாக்கம்:* டிஜிட்டல் மீடியா பயன்பாடு சமூக அடையாள உருவாக்கத்தில் நேர்மறை மற்றும் எதிர்மறை தாக்கங்களை ஏற்படுத்தக்கூடும். ஒருபுறம், டிஜிட்டல் மீடியா பயன்பாடு மக்கள் தங்கள் அடையாளங்களை வெளிப்படுத்தவும், ஒத்த அடையாளங்கள் அல்லது ஆர்வங்களைப் பகிர்ந்து கொள்ளவும் மற்றவர்களுடன் இணைவதற்கும் புதிய வாய்ப்புகளை வழங்க முடியும். சமூக ஊடகங்கள் போன்ற டிஜிட்டல் மீடியா தளங்கள்மற்றும் ஆன்லைன் சமூகங்கள், மக்கள் தங்கள் அடையாளங்களை புதிய மற்றும் ஆக்கபூர்வமான வழிகளில் ஆராய்ந்து வெளிப்படுத்த உதவும். டிஜிட்டல் மீடியா பயன்பாடு மக்கள் புதிய சமூகங்களை உருவாக்கவும், சமூக இயக்கங்கள் பங்கேற்கவும் உதவும், இது அவர்களின் சமூக அடையாளம் மற்றும் சொந்தம் என்ற உணர்வை மேம்படுத்தும். மறுபுறம், டிஜிட்டல் மீடியா பயன்பாடு சமூக அடையாள உருவாக்கத்திலும் எதிர்மறையான தாக்கங்களை ஏற்படுத்தக்கூடும். டிஜிட்டல் மீடியா பயன்பாடு சமூக ஒப்பீடு மற்றும் போட்டியின் புதிய வடிவங்களை உருவாக்கக்கூடும், ஏனெனில் மக்கள் இலட்சியப்படுத்தப்பட்டனர் படங்களுக்கு இணங்க அழுத்தம் கொடுக்கலாம்.அல்லது டிஜிட்டல் மீடியா தளங்களின் அடையாளங்கள். டிஜிட்டல் மீடியா பயன்பாடு அடிப்படையிலான பாகுபாடு மற்றும் துன்புறுத்தலின் புதிய வடிவங்களையும்

உருவாக்கலாம், ஏனெனில் மக்கள் இனம், பாலினம், பாலியல் அல்லது அவர்களின் டிஜிட்டல் மீடியா தளங்களில் பிற சமூக அடையாளங்களின் அடிப்படையில் குறிவைக்கப்படலாம். டிஜிட்டல் மீடியா பயன்பாடு சமூக தனிமைப்படுத்தல் மற்றும் துண்டிப்பின் புதிய வடிவங்களையும் உருவாக்கலாம், ஏனெனில் மக்கள் நேரடி சமூக உறவுகளை உருவாக்கலாம் விட டிஜிட்டல் மீடியாவில் ஈடுபடுவதில் அதிக நேரம் செலவிடக்கூடும்.

3.. *சமூக மாற்றத்தின் மீதான தாக்கம்:*டிஜிட்டல் மீடியா பயன்பாடு சமூக மாற்றம் மற்றும் செயல்பாட்டில் குறிப்பிடத்தக்க தாக்கங்களை ஏற்படுத்தும். அரபு வசந்தம், பிளாக் லைவ்ஸ் மேட்டர் மற்றும் #MeToo போன்ற சமூக இயக்கங்களை எளிதாக்குவதில் டிஜிட்டல் மீடியா தளங்கள் குறிப்பிடத்தக்க பங்கை கொண்டுள்ளன உள்ளது, அவை தொடர்பு, அமைப்பு மற்றும் அணிதிரட்டலுக்கான புதிய சேனல்களை வழங்குகின்றன. டிஜிட்டல் மீடியா பயன்பாடு, வெளிப்பாடு மற்றும் தகவல் பகிர்வுக்கான புதிய வாய்ப்புகளை வழங்குவதன் மூலம், அரசியல் மற்றும் சமூக விவாதங்களில் மக்கள் பங்கேற்கவும் உதவும். டிஜிட்டல் மீடியா பயன்பாடு, ஓரங்கட்டப்பட்ட குரல்கள் மற்றும் முன்னோக்குகளுக்கு புதிய தளங்களை வழங்குவதன் மூலம், ஆதிக்கக் கதைகள் மற்றும் அதிகாரம் கட்டமைப்புகளை சவால் செய்ய மக்களை அனுமதிக்கும். மறுபுறம், டிஜிட்டல் மீடியா பயன்பாடு சமூக மாற்றம் மற்றும் செயல்பாட்டில் எதிர்மறையான தாக்கங்களை ஏற்படுத்தும். டிஜிட்டல் மீடியா பயன்பாடு புதிய வடிவிலான எதிரொலி அறைகளை உருவாக்கலாம் மற்றும் குமிழ்களை வடிகட்டலாம், அங்கு மக்கள் தங்கள் தற்போதைய நம்பிக்கைகள் மற்றும் மதிப்புகளை வலுப்படுத்தும் தகவல் மற்றும் முன்னோக்குகளுடன் மட்டுமே ஈடுபடுகிறார்கள். டிஜிட்டல் மீடியா பயன்பாடு தவறான தகவல் மற்றும் பிரச்சாரத்தின் பரவலை எளிதாக்குகிறது, இது சமூக மாற்றம் மற்றும் ஜனநாயக செயல்முறைகளை குறைக்கிறது உட்படுத்தும். டிஜிட்டல் மீடியா பயன்பாடு புதிய வடிவிலான துருவமுனைப்பு மற்றும் விரோதத்தையும் உருவாக்கலாம், டிஜெயரில் மக்கள் டிஜிட்டல் மீடியா தளங்களில் சூடான மற்றும் பிளவுபடுத்தும் விவாதங்களில் ஈடுபடலாம்.

டிஜிட்டல் மீடியாவிலிருந்து தரவைப் பிடித்து பகுப்பாய்வு செய்வதற்கான கருவிகள் மற்றும் முறைகளின் கண்ணோட்டம்.

டிஜிட்டல் மீடியாவிலிருந்து தரவைப் பிடித்து பகுப்பாய்வு செய்வது சமூக மற்றும் கலாச்சார ஆராய்ச்சியின் ஒரு முக்கிய அம்சமாக மாறியுள்ளது, இது டிஜிட்டல் மீடியாவில் மக்கள் ஈடுபடும் வழிகள் மற்றும் டிஜிட்டல் மீடியா பரந்த சமூக மற்றும் கலாச்சார தாக்கங்கள் பற்றியது நுண்ணறிவுகளைப் பெற ஆராய்ச்சியாளர்களுக்கு உதவுகிறது. தானியங்கி தரவு ஸ்கிராப்பிங் கருவிகள் முதல் தரமான உள்ளடக்க பகுப்பாய்வு வரை டிஜிட்டல் மீடியாவிலிருந்து தரவைப் பிடித்து பகுப்பாய்வு செய்வதற்கு பல்வேறு வகையான கருவிகள் மற்றும் முறைகள் உள்ளன. இந்தக் கட்டுரையில், டிஜிட்டல் மீடியாவிலிருந்து தரவைப் பிடித்து பகுப்பாய்வு செய்வதற்கான சில முக்கிய கருவிகள் மற்றும் முறைகள் பற்றியது கண்ணோட்டத்தை நான் வழங்குவேன்.

- தானியங்கி தரவு ஸ்கிராப்பிங்: தானியங்கி தரவு ஸ்கிராப்பிங் கருவிகள் என்பது சமூக ஊடகங்கள் போன்ற டிஜிட்டல் மீடியா தளங்களிலிருந்து தரவை தானாகவே சேகரிக்கக்கூடிய மென்பொருள் நிரல்களாகும்., செய்தி வலைத்தளங்கள் மற்றும் ஆன்லைன் சமூகங்கள். இந்த கருவிகள் பயனர் புள்ளிவிவரங்கள், வகை உள்ளடக்கம் மற்றும் ஈடுபாட்டு அளவீடுகள் போன்ற பரந்த அளவிலான மாறிகளில் தரவை சேகரிக்க முடியும். அளவு பகுப்பாய்விற்கான பெரிய தரவுத்தொகுப்புகளை உருவாக்க தானியங்கி தரவு ஸ்கிராப்பிங் கருவிகளைப் பயன்படுத்தலாம், இது ஆராய்ச்சியாளர்கள் டிஜிட்டல் மீடியா பயன்பாட்டில் வடிவங்கள் மற்றும் போக்குகளை அடையாளம் காண உதவுகிறது.
- கணக்கெடுப்புகள் மற்றும் கேள்வித்தாள்கள்: கணக்கெடுப்புகள் மற்றும் கேள்வித்தாள்கள் சமூக மற்றும் கலாச்சார ஆராய்ச்சியிலிருந்து தரவைச்

சேகரிப்பதற்கான பாரம்பரிய முறைகள், மேலும் டிஜிட்டல் மீடியாவிலிருந்து தரவைப் பிடிக்கவும் பயன்படுத்தப்படலாம். கணக்கெடுப்புகள் மற்றும் கேள்வித்தாள்களை ஆன்லைனில் நிர்வகிக்கலாம், மேலும் பயனர் புள்ளிவிவரங்கள், டிஜிட்டல் மீடியா பயன்பாட்டு பழக்கவழக்கங்கள் மற்றும் டிஜிட்டல் மீடியா மீதான அணுகுமுறைகள் போன்ற பரந்த அளவிலான மாறிகள் குறித்த தரவைச் சேகரிக்கலாம். அளவு பகுப்பாய்விற்கான பெரிய தரவுத்தொகுப்புகளை உருவாக்கவும், டிஜிட்டல் மீடியா பயனர்களின் அகநிலை அனுபவங்களைப் பற்றிய நுண்ணறிவுகளைப் பற்றிய பெறவும் கணக்கெடுப்புகள் மற்றும் கேள்வித்தாள்களைப் பயன்படுத்தலாம்.

- உள்ளடக்க பகுப்பாய்வு: உள்ளடக்க பகுப்பாய்வுஒரு தரமான ஆராய்ச்சி ஆகும்.சமூக ஊடகங்கள் போன்ற டிஜிட்டல் மீடியாவின் உள்ளடக்கத்தை பகுப்பாய்வு செய்வதை உள்ளடக்கிய முறைபதிவுகள், செய்தி கட்டுரைகள் மற்றும் ஆன்லைன் கருத்துகள். டிஜிட்டல் மீடியா உள்ளடக்கத்தில் உள்ள வடிவங்கள் மற்றும் கருப்பொருள்களை அடையாளம் காணவும், டிஜிட்டல் மீடியாவில் பொதிந்துள்ள சமூகம் மற்றும் கலாச்சார அர்த்தங்கள் மற்றும் மதிப்புகள் பற்றிய நுண்ணறிவுகளைப் பெறவும் உள்ளடக்க பகுப்பாய்வு பயன்படுத்தப்படலாம். டிஜிட்டல் மீடியாவில் பல்வேறு சமூகக் குழுக்கள் எவ்வாறு பிரதிநிதித்துவப்படுத்தப்படுகின்றன மற்றும் சித்தரிக்கப்படுகின்றன என்பதை ஆராயலாம் உள்ளடக்க பகுப்பாய்வு பயன்படுத்தப்படலாம்.

- நெட்வொர்க் பகுப்பாய்வு: நெட்வொர்க் பகுப்பாய்வு என்பது டிஜிட்டல் மீடியா மூலம் உருவாகும் சமூக வலைப்பின்னல்களை பகுப்பாய்வு செய்வதை உள்ளடக்கிய ஒரு அளவு ஆராய்ச்சி முறையாகும். டிஜிட்டல் மீடியா தளங்களுக்குள் நிகழும் சமூக தொடர்பு மற்றும் தகவல்தொடர்பு வடிவங்களை அடையாளம் காணவும், டிஜிட்டல் மீடியா பயன்பாடு வடிவமைக்கும் சமூக கட்டமைப்புகள் மற்றும் இயக்கவியல் பற்றிய நுண்ணறிவுகளைப் பெறவும் நெட்வொர்க் பகுப்பாய்வு பயன்படுத்தப்படலாம். டிஜிட்டல் மீடியா தளங்களுக்குள் செல்வாக்கு மிக்க பயனர்கள் மற்றும் சமூகங்களை அடையாளம் காணவும் நெட்வொர்க் பகுப்பாய்வு பயன்படுத்தப்படலாம்.

- இனவரைவியல்: இனவரைவியல் என்பது ஒரு தரமான ஆராய்ச்சி ஆகும்.சமூக மற்றும் கலாச்சார நடைமுறைகளை ஆழமாக அவதானிப்பதை உள்ளடக்கிய முறை. மக்கள் தங்கள் அன்றாட வாழ்வில் டிஜிட்டல் ஊடகங்களுடன் எவ்வாறு ஈடுபடுகிறார்கள் என்பது பற்றிய ஆழமான புரிதலைப் பெறவும், டிஜிட்டல் ஊடகம் பயன்பாட்டில் பொதிந்துள்ள சமூக மற்றும் கலாச்சார அர்த்தங்கள் மற்றும் மதிப்புகளை அடையாளம் காணவும் இனவரைவியல் பயன்படுத்தப்படலாம். சமூக வலைப்பின்னல்கள், கலாச்சார விதிமுறைகள் மற்றும் தனிப்பட்ட அடையாளங்கள் போன்ற சமூக மற்றும் கலாச்சார காரணிகளால் டிஜிட்டல் ஊடக பயன்பாடு எவ்வாறு வடிவமைக்கப்படுகிறது என்பதை ஆராயவும் இனவரைவியல் பயன்படுத்தப்படலாம்.

டிஜிட்டல் தரவு பகுப்பாய்வு தொடர்பான நெறிமுறை மற்றும் தனியுரிமை சிக்கல்கள் பற்றிய விவாதம்.

டிஜிட்டல் தரவு பகுப்பாய்வு நவீன சமூக மற்றும் கலாச்சார ஆராய்ச்சியின் ஒரு பரவலான அம்சமாக மாறியுள்ளது, இது ஆராய்ச்சியாளர்கள் டிஜிட்டல் ஊடகங்களுடன் மக்கள் எவ்வாறு ஈடுபடுகிறார்கள் மற்றும் டிஜிட்டல் ஊடகம் பரந்த சமூக மற்றும் கலாச்சார தாக்கங்கள் பற்றிய நுண்ணறிவுகளைப் பற்றியது பெற உதவுகிறது. இருப்பினும், டிஜிட்டல் தரவு பகுப்பாய்வுக் கருத்தில் கொள்ளப்பட்டு தீர்க்கப்பட வேண்டிய பல நெறிமுறை மற்றும் தனியுரிமை சிக்கல்களை எழுப்புகிறது. இந்தக் கட்டுரையில், டிஜிட்டல் தரவு தொடர்பான பகுப்பாய்வு சில முக்கிய நெறிமுறைகள் மற்றும் தனியுரிமை சிக்கல்களைப் பற்றி விவாதிப்பேன்.

தகவலறிந்த ஒப்புதல்: டிஜிட்டல் தரவு பகுப்பாய்வு தொடர்பான முக்கிய நெறிமுறை சிக்கல்களில் ஒன்று தகவலறிந்த சம்மதத்தின் பிரச்சினை. தகவலறிந்த சம்மதம் என்பது தனிநபர்களின் ஆராய்ச்சியின் நோக்கம் மற்றும் குறித்து தெரிவிக்கப்பட வேண்டும், மேலும் ஆராய்ச்சியில் பங்கேற்பதற்கு சுதந்திரமாக சம்மதிக்கவோ அல்லது மறுக்கவோ முடியும் என்ற கொள்கையாகும். டிஜிட்டல் தரவு பகுப்பாய்வைப் பொறுத்தவரை, தரவு சேகரிக்கப்படும் நபர்களிடமிருந்து தகவலறிந்த சம்மதத்தைப் பெறுவது கடினமாக இருக்கலாம், ஏனெனில் தரவு பொதுவில் கிடைக்கக்கூடியதாக இருக்கலாம் அல்லது குறிப்பிட்ட நபர்களிடம் இருந்து பின்னோக்கிச் செல்வது கடினமாக இருக்கலாம். எனவே, ஆராய்ச்சியாளர்கள் பொதுவில் கிடைக்கும் தரவைப் பயன்படுத்துவதன் மூலம் நெறிமுறை தாக்கங்களை கவனமாகக் கருத்தில் கொள்ள வேண்டும், மேலும் அவர்களின் தரவு சேகரிப்பு முறைகள் மற்றும் அவர்களின் ஆராய்ச்சியின் நோக்கங்கள் குறித்து வெளிப்படையாக இருக்க வேண்டும்.

தனியுரிமைமற்றும் பெயர் தெரியாதது: டிஜிட்டல் தரவு பகுப்பாய்வு தொடர்பான மற்றொரு முக்கிய பிரச்சினை தனியுரிமை மற்றும் பெயர் தெரியாதது. டிஜிட்டல் தரவு பகுப்பாய்வு பெரும்பாலும் சமூக ஊடகங்கள் போன்ற தனிப்பட்ட தரவைச் சேகரித்து பகுப்பாய்வு செய்வதை உள்ளடக்கியது. பதிவுகள், ஆன்லைன் கருத்துக்கள் மற்றும் தேடல் வரலாறுகள். இந்தத் தரவில் தனிநபர்களின் நம்பிக்கைகள், நடத்தைகள் மற்றும் அடையாளங்கள் பற்றிய முக்கியமான தகவல்கள் இருக்கலாம், மேலும் தனிநபர்கள் எதிர்பார்க்காத அல்லது சம்மதிக்காத நோக்கங்களுக்காகப் பயன்படுத்தப்படலாம். எனவே, தரவு பகுப்பாய்வு செய்யப்படும் தனிநபர்களின் தனியுரிமை மற்றும் பெயர் தன்மையை எவ்வாறு பாதுகாப்பார்கள் என்பதை அறியாத ஆராய்ச்சியாளர்கள் கவனமாக இருக்க வேண்டும் கருத்தில் கொள்ள வேண்டும், மேலும் தரவு மீறல்கள் அல்லது அங்கீகரிக்கப்படாத தரவை அணுகுவதற்கான அபாயத்தைக் குறைக்க நடவடிக்கை எடுக்க வேண்டும்.

சார்பு மற்றும் பிரதிநிதித்துவம்: டிஜிட்டல் தரவு பகுப்பாய்வோடு தொடர்புடைய மற்றொரு முக்கியமான நெறிமுறை சிக்கல் சார்பு மற்றும் பிரதிநிதித்துவம் பற்றிய பிரச்சினை. பயன்படுத்தப்படும் தரவு மூலங்கள் மற்றும் பகுப்பாய்வு முறைகளைப் பொறுத்து, டிஜிட்டல் தரவு பகுப்பாய்வு சில குழுக்கள் அல்லது கண்ணோட்டங்களை நோக்கி சார்புடையதாக இருக்கலாம். இந்த சார்பு சமூக மற்றும் கலாச்சார நிகழ்வுகளின் தவறான அல்லது முழுமையற்ற பிரதிநிதித்துவங்களுக்கு வழிவகுக்கும், மேலும் ஸ்டீரியோடைப்கள் மற்றும் பாகுபாட்டை நிலைநிறுத்தக்கூடும். எனவே, ஆராய்ச்சியாளர்கள் தங்கள் தரவு மூலங்கள் மற்றும் பகுப்பாய்வு முறைகளின் பிரதிநிதித்துவத்தை கவனமாகக் கருத்தில் கொள்ள வேண்டும், மேலும் அவர்களின் ஆராய்ச்சியில் சார்புகளை நிவர்த்தி செய்து பன்முகத்தன்மையை ஊக்குவிக்க வேண்டும்.

உரிமை மற்றும் கட்டுப்பாடு: டிஜிட்டல் தரவின் உரிமை மற்றும் கட்டுப்பாடு என்பது டிஜிட்டல் தரவு பகுப்பாய்வோடு தொடர்புடைய மற்றொரு முக்கியமான நெறிமுறை சிக்கலாகும். டிஜிட்டல் தரவு தனிநபர்கள், நிறுவனங்கள் அல்லது தளங்களுக்கு சொந்தமானதாக இருக்கலாம், மேலும் இந்தத் தரவை ஆராய்ச்சி நோக்கங்களுக்காகப் பயன்படுத்துவது உரிமை மற்றும் கட்டுப்பாடு தொடர்பான சிக்கல்களை எழுப்பக்கூடும். ஆராய்ச்சியாளர்கள் தங்கள் தரவு மூலங்களைப் பற்றி வெளிப்படையாக இருக்க வேண்டும் மற்றும் முடிந்தவரை தரவு உரிமையாளர்களிடமிருந்து அனுமதியைப் பெறுங்கள் வேண்டும். டிஜிட்டல் தரவு தவறாகப் பயன்படுத்தப்படுவதற்கோ அல்லது சுரண்டப்படுவதற்கோ உள்ள சாத்தியக்கூறுகள் குறித்து ஆராய்ச்சியாளர்கள் கவனத்தில் கொள்ள வேண்டும் வேண்டும், மேலும் தரவு உரிமையாளர்களின் உரிமைகள் மற்றும் நலன்களைப் பாதுகாக்க நடவடிக்கை எடுக்க வேண்டும்.

சமூகவியல் ஆராய்ச்சியில் டிஜிட்டல் தரவு பகுப்பாய்வு எவ்வாறு பயன்படுத்தப்பட்டுள்ளது என்பதற்கான வழக்கு ஆய்வுகள்

டிஜிட்டல் தரவு பகுப்பாய்வு சமூகவியல் ஆராய்ச்சிக்கான ஒரு முக்கிய கருவியாக மாறியுள்ளது, இது ஆராய்ச்சியாளர்கள் டிஜிட்டல் ஊடகங்களுடன் மக்கள் எவ்வாறு

ஈடுபடுகிறார்கள் மற்றும் டிஜிட்டல் ஊடகம் பரந்த சமூக மற்றும் கலாச்சார தாக்கங்கள் பற்றிய நுண்ணறிவுகளைப் பெற உதவுகிறது. இந்தக் கட்டுரையில், சமூகவியல் ஆராய்ச்சியில் டிஜிட்டல் தரவு பகுப்பாய்வு எவ்வாறு பயன்படுத்தப்பட்டுள்ளது என்பது குறித்த இரண்டு வழக்கு ஆய்வுகளைப் பற்றி விவாதிப்பேன்.

பெர்குசன் போராட்டங்கள். 2014 ஆம் ஆண்டு, மிசோரியின் பெர்குசனில், நிராயுதபாணியான கறுப்பின இளைஞன் மைக்கேல் பிரவுன் ஒரு வெள்ளை போலீஸ் அதிகாரியால் சுட்டுக் கொல்லப்பட்டதைத் தொடர்ந்து போராட்டங்கள் வெடித்தன. போராட்டங்கள் விரைவாக அமெரிக்கா முழுவதும் பரவின, மேலும் டிஜிட்டல் ஊடகங்கள் போராட்டங்களை வடிவமைப்பதிலும், போராட்டங்களுக்கு ஆதரவைத் திரட்டுவதிலும் குறிப்பிடத்தக்க பங்கைக் கொண்டிருந்தன. செயின்ட் லூயிஸில் உள்ள வாஷிங்டன் பல்கலைக்கழக ஆராய்ச்சியாளர்கள் சமூக ஊடகங்கள் குறித்து ஒரு ஆய்வை நடத்தியது. பெர்குசன் போராட்டங்களின் போது, பயனர்கள் போராட்டங்களுக்கு ஆதரவையோ அல்லது எதிர்ப்பையோ வெளிப்படுத்தும் வழிகளை ஆராய ட்விட்டர் மற்றும் இன்ஸ்டாகிராமில் இருந்து தரவைப் பயன்படுத்துதல். பெர்குசன் போராட்டங்கள் தொடர்பான ஹேஷ்டேக்குகள் மற்றும் முக்கிய வார்த்தைகள் குறித்த தரவுகளைச் சேகரிக்க ஆராய்ச்சியாளர்கள் தானியங்கி தரவு ஸ்கிராப்பிங் கருவிகளைப் பயன்படுத்தினர், மேலும் சமூக ஊடக உள்ளடக்கத்தில் உள்ள வடிவங்கள் மற்றும் கருப்பொருள்களை அடையாளம் காண உள்ளடக்கம் பகுப்பாய்வைப் பயன்படுத்தினர். போராட்டங்களுக்கான விவாதத்தை வடிவமைப்பதிலும் ஆதரவைத் திரட்டுவதிலும் சமூக ஊடகங்கள் குறிப்பிடத்தக்க பங்கைக் கொண்டிருந்தன, பயனர்கள் போராட்டங்கள் பரந்த அளவிலான கருத்துகளையும் உணர்ச்சிகளையும் வெளிப்படுத்தினர். சமூக ஊடக பயன்பாடு மக்கள்தொகை மற்றும் புவியியல் காரணிகளால் குறிப்பிடப்பட்டுள்ளது என்றும், பல்வேறு பிராந்தியங்கள் மற்றும் சமூகக் குழுக்கள் சேர்ந்தோர் போராட்டங்களுக்கு பல்வேறு நிலைகளில் ஆதரவை வெளிப்படுத்துகிறார்கள் என்றும் ஆராய்ச்சியாளர்கள் கண்டறிந்தனர்.

2. *ஆன்லைன் சமூகங்கள் மற்றும் மனநலம்:* மனநலப் பிரச்சினைகள் உள்ள நபர்களுக்கு ஆன்லைன் சமூகங்கள் பெருகிய முறையில் பிரபலமான ஆதரவான ஆதாரமாக மாறிவிட்டன, இது தனிநபர்கள் ஒத்த அனுபவங்களைப் பகிர்ந்து கொள்ளும் மற்றவர்களுடன் இணைவதற்கும் தகவல் மற்றும் வளங்களைப் பகிர்ந்து கொள்வதற்கும் ஒரு இடத்தை வழங்குகிறது. மிச்சிகன் பல்கலைக்கழக ஆராய்ச்சியாளர்கள் மனநலப் பிரச்சினைகள் உள்ள நபர்களுக்கான ஆன்லைன் சமூகங்கள் குறித்து ஒரு ஆய்வை மேற்கொண்டனர், ரெடிட்டில் இருந்து தரவைப் பயன்படுத்தி பயனர்கள் தங்கள் அனுபவங்களைப் பற்றி விவாதித்து ஆதரவைத் தேடும் வழிகளை ஆய்வு செய்தனர்.

ரெடிட் உள்ளடக்கத்தில் உள்ள வடிவங்கள் மற்றும் கருப்பொருள்களை அடையாளம் காண ஆராய்ச்சியாளர்கள் உள்ளடக்கம் பகுப்பாய்வைப் பயன்படுத்தினர், மனநலம் மொழி மற்றும் தலைப்புகளில் கவனம் செலுத்தினர். மனநல நிலைமைகளைக் கொண்ட நபர்களுக்கு ஆன்லைன் சமூகங்கள் சமூக ஆதரவின் மதிப்புமிக்க ஆதாரத்தை வழங்குகின்றன, இதனால் அவர்கள் தங்கள் அனுபவங்களைப் பெறுகிறார்கள் புரிந்துகொண்ட மற்றவர்களுடன் இணைவதற்கும் தகவல் மற்றும் வளங்களைப் பகிர்ந்து கொள்வதற்கும் உதவுகிறது. ஆன்லைன் சமூக கலாச்சாரங்கள் மற்றும் சமூக காரணிகளால் வடிவமைக்கப்படுகின்றன என்றும், பல்வேறு மனநல நிலைமைகள் மற்றும் சிகிச்சை அணுகுமுறைகளைச் சுற்றி பல்வேறு துணை சமூகங்கள் உருவாகின்றன என்றும் ஆராய்ச்சியாளர்கள் கண்டறிந்தனர்.

இந்த இரண்டு வழக்கு ஆய்வுகளிலும், டிஜிட்டல் மீடியா சமூக மற்றும் கலாச்சார தாக்கங்கள் பற்றிய நுண்ணறிவுகளைப் பெற டிஜிட்டல் தரவு பகுப்பாய்வு பயன்படுத்தப்பட்டது. சமூகவியல் ஆராய்ச்சிக்கான டிஜிட்டல் தரவு பகுப்பாய்வின் மதிப்பை இந்த ஆய்வுகள் நிரூபிக்கின்றன, ஆராய்ச்சியாளர்கள் டிஜிட்டல் ஊடகங்கள் சமூகம் உறவுகள் மற்றும் அடையாள உருவாக்கத்தை வடிவமைக்கும் வழிகளை ஆராயவும், சமூக ஊடகங்களில் வடிவங்கள் மற்றும் போக்குகளை அடையாளம் காணவும் உதவுகின்றன. உள்ளடக்கம் மற்றும் ஆன்லைன் சமூகங்கள். டிஜிட்டல் தரவு பகுப்பாய்விற்கான பல்வேறு கருவிகள் மற்றும் முறைகளைப் பயன்படுத்துவதன் மூலம்,

ஆராய்ச்சியாளர்கள் டிஜிட்டல் மீடியா பயன்பாட்டிற்குக் காரணமான சிக்கலான சமூக மற்றும் கலாச்சார இயக்கவியல் பற்றிய ஆழமான புரிதலைப் பெறலாம், மேலும் டிஜிட்டல் மீடியாவின் பொறுப்பான மற்றும் நெறிமுறை பயன்பாடு ஊக்குவிக்கும் கொள்கைகள் மற்றும் நடைமுறைகளை வடிவமைக்க உதவலாம்.

மீம்ஸ்களின் கண்ணோட்டம்மற்றும் டிஜிட்டல் மீடியாவில் அவற்றின் பங்கு

மீம்ஸ்கள்டிஜிட்டல் மீடியாவின் பரவலான மற்றும் பரவலாக அங்கீகரிக்கப்பட்ட அம்சமாகும், இது பரந்த அளவிலான படங்கள்., வீடியோக்கள் மற்றும் சமூக ஊடகங்களில் பகிரப்பட்டு பரப்பப்படும் உரைகள்தளங்கள் மற்றும் பிற டிஜிட்டல் மீடியா சேனல்கள். நகைச்சுவை படங்கள் மற்றும் வீடியோக்கள் முதல் அரசியல் செய்திகள் மற்றும் சமூக வர்ணனை வரை மீம்ஸ்கள் பல வடிவங்களை எடுக்கலாம். இந்தக் கட்டுரையில், மீம்ஸ் மற்றும் டிஜிட்டல் மீடியாவில் அவற்றின் பங்கு பற்றிய கண்ணோட்டத்தை வழங்குவேன்.

மீம்ஸ்களின் வரையறை:மீம்ஸ்கள் கலாச்சார கலைப்பொருட்கள்.அவை சமூக வலைப்பின்னல்கள் மற்றும் பிற டிஜிட்டல் மீடியா தளங்களில் பகிரப்பட்டு நகலெடுக்கப்படுகின்றன. மீம்ஸ் படங்கள் முதல் பல வடிவங்களை எடுக்கலாம்.மற்றும் வீடியோக்களை உரை மற்றும் ஆடியோவாக மாற்றியமைத்து, பெரும்பாலும் நகைச்சுவையான, மரியாதையற்ற அல்லது நையாண்டி உள்ளடக்கத்தால் வகைப்படுத்தப்படுகின்றன. மீம்ஸ்கள் பொதுவாக தனிப்பட்ட பயனர்களால் உருவாக்கப்பட்டு பகிரப்படுகின்றன, அவர்கள் புதிய மற்றும் அசல் உள்ளடக்கத்தை உருவாக்க ஏற்கனவே உள்ள மீம்களை மாற்றியமைக்கிறார்கள் அல்லது ரீமிக்ஸ் செய்கிறார்கள். மீம்ஸ்கள் பெரும்பாலும் அரசியல், சமூக அல்லது கலாச்சார செய்திகளை வெளிப்படுத்த பயன்படுத்தப்படுகின்றன, மேலும் சில நேரங்களில் டிஜிட்டல் செயல்பாட்டின் ஒரு வடிவயயாகவும் பயன்படுத்தப்படுகின்றன.

- மீம்ஸின் தோற்றம்: "மீம்" என்ற சொல் முதன்முதலில் பரிணாம உயிரியலாளர் ரிச்சர்ட் டாக்கின்சால் 1976 ஆம் ஆண்டு தனது "தி செல்ஃபிஷ் ஜீன்" என்ற புத்தகத்தில் உருவாக்கப்பட்டது, அதில் அவர் மரபணுக்களுக்கு ஒப்பான கலாச்சார அலகுகளைக் குறிக்க இந்த வார்த்தையைப் பயன்படுத்தினார். மீம்ஸ் என்ற கருத்து பின்னர் 1990 இல் இணைய கலாச்சாரத்தால் பிரபலப்படுத்தப்பட்டது, பின்னர் டிஜிட்டல் ஊடகத்தின் பரவலாக அங்கீகரிக்கப்பட்ட அம்சமாக மாறியுள்ளது. இணைய கலாச்சாரத்தின் ஆரம்ப நாட்கள், ஆரம்பகால ஆன்லைன் சமூகங்களில் பகிரப்பட்ட டான்சிங் பேபி மற்றும் ஆல் யுவர் பேஸ் ஆர் பிலாங் டு அஸ் போன்ற ஆரம்பகால மீம்களை உருவாக்குவதன் மூலம் வகைப்படுத்தப்பட்டன.

மீம்ஸ் வகைகள். மீம்ஸ்கள் பல வடிவங்களை எடுக்கலாம், ஆனால் பொதுவாக அவற்றின் நகைச்சுவை, மரியாதை அல்லது சமூக வர்ணனையால் வகைப்படுத்தப்படுகின்றன. சில பொதுவான மீம்ஸ் வகைகளில் படம் அடங்கும்.மேக்ரோக்கள், அவை படங்கள்உரை மிகைப்படுத்தப்பட்ட நிலையில், உணர்ச்சிகள் அல்லது எதிர்வினைகளை வெளிப்படுத்தும் குறுகிய அனிமேஷன் செய்யப்பட்ட GIF களான எதிர்வினை GIFகள் மற்றும் சமூக ஊடகங்களில் பரவலாகப் பகிரப்படும் வீடியோக்களான வைரல் வீடியோக்கள்.அரசியல் மீம்ஸ்களும் ஒரு பொதுவான வகை மீம்ஸ் ஆகும், இது பெரும்பாலும் அரசியல் செய்திகளை வெளிப்படுத்துவது அல்லது அரசியல் பிரமுகர்களை நையாண்டி செய்வது பயன்படுகிறது.

மீம்ஸ்களின் பங்குடிஜிட்டல் மீடியாவில்: மீம்ஸ் டிஜிட்டல் ஊடகங்களில் முக்கிய பங்கு வகிக்கின்றன, சமூக வர்ணனை மற்றும் கலாச்சார விமர்சனம் ஒரு வழியாக செயல்படுகின்றன. மீம்ஸ்கள் பெரும்பாலும் தற்போதைய நிகழ்வுகள் குறித்து கருத்து தெரிவிக்க அல்லது கலாச்சார போக்குகள் மற்றும் சமூக விதிமுறைகளை நையாண்டி செய்ய பயன்படுத்தப்படுகின்றன. அவை அரசியல் செய்திகளை வெளிப்படுத்த அல்லது டிஜிட்டல் செயல்பாட்டில் ஈடுபடவும் பயன்படுத்தப்படுகின்றன. மீம்ஸ்கள் சமூக ஊடகங்களில்

வேகமாக பரவக்கூடும்.தளங்கள், பெரும்பாலும் பெரிய பார்வையாளர்களைச் சென்றடைந்து, பகிரப்பட்ட கலாச்சார அடையாள உணர்வை உருவாக்குகின்றன.

மீம்ஸ் நெறிமுறைகள். மீம்ஸின் நெறிமுறைகள் ஒரு சிக்கலான மற்றும் பெரும்பாலும் சர்ச்சைக்குரிய பிரச்சினையாகும். சில மீம்கள் தீங்கற்றதாகவோ அல்லது நகைச்சுவையாகவோ கூட பார்க்கப்படலாம், மற்றவை புண்படுத்தும் அல்லது பாரபட்சமானதாகவோ இருக்கலாம். தவறான தகவல்களைப் பரப்புவதற்கும் அல்லது தீங்கு விளைவிக்கும் ஸ்டிரியோடைகளை நிலைநிறுத்துவதற்கும் மீம்கள் பயன்படுத்தப்படலாம். எனவே, பயனர்கள் தங்கள் மீம், சாத்தியமான நெறிமுறை தாக்கங்களை கவனத்தில் கொள்வது, மீம்களை உருவாக்குவதிலும் பகிர்வதிலும் பொறுப்பாக இருப்பது முக்கியம். மீம்ஸ் உருவாக்கம் மற்றும் பரவலை பாதிக்கும் சமூக மற்றும் கலாச்சார காரணிகள்

மீம்ஸின் உருவாக்கம் மற்றும் பரவல் பல்வேறு சமூக மற்றும் கலாச்சார காரணிகளால் வடிவமைக்கப்படுகின்றன, இது பல்வேறு சமூக மற்றும் கலாச்சார சூழல்களில் பயனர்களின் மாறுபட்ட கண்ணோட்டங்கள் மற்றும் அனுபவங்களை பிரதிபலிக்கிறது. இந்த கட்டுரையில், மீம்ஸின் உருவாக்கம் மற்றும் பரவலை பாதிக்கும் சில முக்கிய சமூக மற்றும் கலாச்சார காரணிகளைப் பற்றி விவாதிப்பேன்.

கலாச்சார சூழல். மீம்ஸ்கள் அவை உருவாக்கப்பட்டு பகிரப்படும் கலாச்சார சூழலால் வடிவமைக்கப்படுகின்றன. பல்வேறு கலாச்சாரங்கள் வெவ்வேறு விதிமுறைகள், மதிப்புகள் மற்றும் நம்பிக்கைகள் உள்ளன, அவை மீம்ஸின் அர்த்தத்தையும் பாதிக்கலாம். இசை, திரைப்படங்கள் அல்லது தொலைக்காட்சி நிகழ்ச்சிகள் போன்ற கலாச்சார குறிப்புகளால் மீம்ஸ்கள் பாதிக்கப்படலாம், அவை ஒரு குறிப்பிட்ட கலாச்சாரத்தைச் சார்ந்தவை சேர்ந்தவர்களுக்கு நன்கு தெரிந்தவை. நகைச்சுவை, நையாண்டி அல்லது சமூக வர்ணனை போன்ற கலாச்சார மனப்பான்மைகள் மற்றும் நம்பிக்கைகளையும் மீம்ஸ்கள் பிரதிபலிக்கக்கூடும். இந்த வழியில், கலாச்சார போக்குகள் மற்றும் சமூக விதிமுறைகளை பிரதிபலிக்கவும் விமர்சிக்கவும் மீம்ஸ்கள் பெரும்பாலும் பயன்படுத்தப்படுகின்றன.

மொழி மற்றும் மொழிபெயர்ப்பு. மீம்ஸ்களின் உருவாக்கம் மற்றும் பரவலை வடிவமைக்கும் ஒரு முக்கிய காரணி மொழி. மீம்ஸ்கள் பெரும்பாலும் மொழியை ஆக்கப்பூர்வமாகவும் விளையாட்டுத்தனமாகவும் பயன்படுத்துகிறார்கள், அர்த்தத்தை வெளிப்படுத்தும் சிலேடைகள், வார்த்தை விளையாட்டுகள் மற்றும் ஸ்லாங்கைப் பயன்படுத்துகிறார்கள். இருப்பினும், மீம்ஸ்களை வெவ்வேறு மொழிகள் மற்றும் கலாச்சாரங்களில் மொழிபெயர்ப்பது கடினமாக இருக்கலாம், ஏனெனில் அவை கலாச்சார குறிப்புகள் மற்றும் மொழியியல் நுணுக்கங்களைச் சார்ந்திருக்கலாம், அவை நன்றாக மொழிபெயர்க்கப்படாமல் போகலாம். எனவே, மீம்ஸின் அர்த்தமும் தாக்கமும் அவை பகிரப்படும் மொழி மற்றும் கலாச்சார சூழலைப் பொறுத்து பரவலாக மாறுபடும்.

பயனர் சமூகங்கள். மீம்ஸ்சமூக ஊடகங்கள் போன்ற குறிப்பிட்ட ஆன்லைன் சமூகங்கள் பெரும்பாலும் உருவாக்கப்பட்டு பகிரப்படுகின்றன.குழுக்கள் அல்லது துணை பதிவுகள். இந்த சமூகங்கள் பகிரப்பட்ட ஆர்வங்கள், அடையாளங்கள் அல்லது மதிப்புகளால் வடிவமைக்கப்படலாம், அவை மீம்ஸின் உள்ளடக்கம் மற்றும் அர்த்தத்தை பாதிக்கலாம். இந்த சமூகங்களுக்குள் உள்ள பயனர்கள் தற்போதைய நிகழ்வுகள் அல்லது சமூகப் போக்குகளுக்கு பதிலளிக்கும் விதமாக மீம்களை உருவாக்கி பகிர்ந்து கொள்ளலாம், இது அவர்களின் பகிரப்பட்ட கலாச்சார அனுபவங்கள் மற்றும் முன்னோக்குகளை பிரதிபலிக்கிறது.

அரசியல் மற்றும் செயல்பாடு. மீம்ஸ்அரசியல் சொற்பொழிவு மற்றும் டிஜிட்டல் செயல்பாட்டில் முக்கிய பங்கு வகிக்க முடியும். அரசியல் மீம்ஸ்கள் பெரும்பாலும் அரசியல் செய்திகளை வெளிப்படுத்தவோ அல்லது அரசியல் பிரமுகர்களை நையாண்டி செய்யவோ பயன்படுத்தப்படுகின்றன, இது பயனர்களின் அரசியல் நம்பிக்கைகள் மற்றும் மதிப்புகளை பிரதிபலிக்கிறது. சமூக மற்றும் அரசியல் பிரச்சினைகள் குறித்த விழிப்புணர்வை

ஏற்படுத்தவும், சமூக இயக்கங்களுக்கு ஆதரவைத் திரட்டவும், ஆர்வலர்கள் மீம்களை டிஜிட்டல் செயல்பாட்டின் ஒரு வடிவமாகவும் பயன்படுத்தலாம். இந்த வழியில், அரசியல் சொற்பொழிவு மற்றும் சமூக மாற்றத்தை வடிவமைப்பதில் மீம்ஸ் முக்கிய பங்கு வகிக்க முடியும்.

நகைச்சுவை மற்றும் உணர்ச்சி. நகைச்சுவை மற்றும் உணர்ச்சி ஆகியவை மீம்ஸ்களின் உருவாக்கம் மற்றும் பரவலை வடிவமைக்கும் முக்கிய காரணிகளாகும். மீம்ஸ்கள்நகைச்சுவையாகவோ அல்லது பயனர்களிடமிருந்து உணர்ச்சிபூர்வமான பதிலை ஈர்க்கும் விதமாகவோ, அர்த்தத்தை வெளிப்படுத்தும் நகைச்சுவை, நையாண்டி அல்லது முரண்பாட்டைப் பயன்படுத்தி வடிவமைக்கப்படுகின்றன. உணர்ச்சிகளை வெளிப்படுத்தவோ அல்லது கடினமான அல்லது சவாலான சூழ்நிலைகளைச் சமாளிப்பதற்கான வழிகளை வழங்கவோ மீம்ஸ்களைப் பயன்படுத்தலாம். இந்த வழியில், மீம்ஸ் உணர்ச்சி வெளிப்பாடாகவும் சமூக ஆதரவாகவும் செயல்பட முடியும்.

ட்ரோலிங் நடத்தை மற்றும் டிஜிட்டல் மீடியா சமூகங்களில் அதன் தாக்கம் பற்றிய பகுப்பாய்வு.

ட்ரோலிங் என்பது டிஜிட்டல் மீடியா சமூகங்களில் பரவலாகவும் சீர்குலைக்கும் நடத்தையாகவும் உள்ளது, இது எரிச்சலூட்டும், புண்படுத்தும் அல்லது பொருத்தமற்ற செய்திகள் அல்லது உள்ளடக்கத்தை வேண்டுமென்றே இடுகையிடுவதன் மூலம் வகைப்படுத்தப்படுகிறது. ட்ரோலிங் நடத்தை ஆன்லைன் மன்றங்கள், சமூக ஊடகங்கள் உள்ளிட்ட டிஜிட்டல் மீடியா சமூகங்களில் குறிப்பிடத்தக்க தாக்கத்தை ஏற்படுத்தும்.தளங்கள் மற்றும் பிற ஆன்லைன் சமூகங்கள். இந்தக் கட்டுரையில், ட்ரோலிங் நடத்தை மற்றும் டிஜிட்டல் மீடியா சமூகங்களில் அதன் தாக்கத்தை நான் பகுப்பாய்வு செய்வேன்.

ட்ரோலிங்கின் வரையறை: ட்ரோலிங் என்பது ஆன்லைன் விவாதங்கள் அல்லது சமூகங்களைத் தூண்டும் அல்லது சீர்குலைக்கும் நோக்கத்துடன் வேண்டுமென்றே செய்திகள் உள்ளடக்கத்தை இடுகையிடுவதை உள்ளடக்கிய ஒரு நடத்தை. ட்ரோலிங் பல வடிவங்களை எடுக்கலாம், அவற்றில் எரிச்சலூட்டும் அல்லது புண்படுத்தும் செய்திகளை இடுகையிடுதல், பொருத்தமற்ற அல்லது தலைப்புக்கு அப்பாற்பட்ட செய்திகளை இடுகையிடுதல் மற்றும் சைபர்புல்லிங் அல்லது துன்புறுத்தலில் ஈடுபடுதல் ஆகியவை அடங்கும். ட்ரோலிங் நடத்தை பெரும்பாலும் கவனத்தை ஈர்ப்பது, கருத்து வேறுபாடு அல்லது எதிர்ப்பை வெளிப்படுத்துவது அல்லது ஆன்லைன் விவாதங்களை சீர்குலைப்பது அல்லது கையாளுவது போன்ற விருப்பத்தால் தூண்டப்படுகிறது.

- *டிஜிட்டல் மீடியா சமூகங்களில் ட்ரோலிங் தாக்கம்:* ட்ரோலிங் நடத்தை ஆன்லைன் மன்றங்கள், சமூக ஊடகங்கள் உள்ளிட்ட டிஜிட்டல் மீடியா சமூகங்களில் குறிப்பிடத்தக்க தாக்கத்தை ஏற்படுத்தும்.தளங்கள் மற்றும் பிற ஆன்லைன் சமூகங்கள். ட்ரோலிங் நடத்தை விவாதங்களை சீர்குலைத்து, உரையாடல்களைத் தடம் புரளச் செய்து, பயனர்களுக்கு விரோதமான அல்லது நச்சு சூழலை உருவாக்கலாம். ட்ரோலிங் நடத்தை சில குழுக்கள் அல்லது தனிநபர்களை ஆன்லைன் சமூகங்களிலிருந்து விலக்கும், குறிப்பாக ட்ரோலிங் நடத்தையால் குறிவைக்கப்படுபவர்களை. ட்ரோல்களால் குறிவைக்கப்படுவார்கள் என்ற பயத்தில் பயனர்கள் தங்கள் கருத்துக்களை வெளிப்படுத்தவோ அல்லது ஆன்லைன் விவாதங்களில் ஈடுபடவோ தயங்குவதால், இது பேச்சு சுதந்திரம் மற்றும் திறந்த சொற்பொழிவில் ஒரு குளிர்ச்சியான விளைவை ஏற்படுத்தும்.

*ட்ரோலிங்கிற்கான உந்துதல்கள்:*கவனத்தை ஈர்க்கும் ஆசை, கருத்து வேறுபாடு அல்லது எதிர்ப்பை வெளிப்படுத்தும் விருப்பம் மற்றும் ஆன்லைன் விவாதங்களை சீர்குலைக்க அல்லது கையாள விருப்பம் உள்ளிட்ட பல்வேறு நோக்கங்கள் ட்ரோலிங் நடத்தைக்கு உள்ளன. சில ட்ரோல்கள் ட்ரோலிங் நடத்தையை ஒரு பொழுதுபோக்கு வடிவமாகவோ அல்லது மற்றவர்கள் மீதான அதிகார உணர்வை அல்லது கட்டுப்பாட்டை திருப்திப்படுத்தவோ ஈடுபடுகின்றன. மற்றவர்கள் அரசியல் அல்லது சமூக செயல்பாட்டின்

ஒரு வடிவமாக ட்ரோலிங் நடத்தையில் ஈடுபடலாம், எதிர்ப்பை வெளிப்படுத்தும் அல்லது ஆதிக்கம் செலுத்தும் சமூக அல்லது அரசியல் கதைகளை சவால் செய்யும் வழிமுறையாக ட்ரோலிங் நடத்தையைப் பயன்படுத்தலாம்.

ட்ரோலிங்கிற்கான பதில்கள். ட்ரோலிங் நடத்தைக்கு பதிலளிப்பது சவாலானது, ஏனெனில் ட்ரோல்கள் பெரும்பாலும் பிற பயனர்களிடமிருந்து எதிர்மறையான எதிர்வினைகளைத் தூண்டவோ அல்லது தூண்டவோ முயல்கின்றன. இருப்பினும், ட்ரோலிங் நடத்தையின் தாக்கத்தைக் குறைக்கப் பயன்படுத்தக்கூடிய பல உத்திகள் உள்ளன. ட்ரோல்களைத் தடுப்பது அல்லது புறக்கணிப்பது, மதிப்பீட்டாளர்கள் அல்லது நிர்வாகிகளுக்கு ட்ரோலிங் நடத்தையைப் புகாரளிப்பது மற்றும் ட்ரோல்களுக்கு பதிலளிப்பது விட உற்பத்தி உரையாடலில் கவனம் செலுத்தும் நேர்மறையான அல்லது ஆக்கபூர்வமான விவாதங்களில் ஈடுபடுவது இதில் அடங்கும். அனைத்து பயனர்களுக்கும் பாதுகாப்பான மற்றும் உள்ளடக்கிய சூழலை உருவாக்குதல், டிஜிட்டல் மீடியா சமூகங்கள் ட்ரோலிங் நடத்தைக்கு பதிலளிப்பது பயனுள்ளது உத்திகளை உருவாக்குவது முக்கியம்.

சட்ட மற்றும் நெறிமுறை சிக்கல்கள். ட்ரோலிங் நடத்தை பல சட்ட மற்றும் நெறிமுறை சிக்கல்களை எழுப்புகிறது, குறிப்பாக ட்ரோலிங் நடத்தை துன்புறுத்தல் அல்லது சைபர்புல்லிங்காக எல்லை மீறும் போது. குறிப்பிட்ட தனிநபர்கள் அல்லது குழுக்களை குறிவைக்கும் ட்ரோலிங் நடத்தை கடுமையான விளைவுகளை ஏற்படுத்தக்கூடும், இதில் உணர்ச்சி ரீதியான துயரம், நற்பெயருக்கு சேதம் மற்றும் சில நேரங்களில் உடல் ரீதியான தீங்கு கூட அடங்கும். எனவே, ட்ரோலிங் நடத்தையை நிவர்த்தி செய்வதற்கான தெளிவான கொள்கைகள் மற்றும் வழிகாட்டுதல்களை டிஜிட்டல் மீடியா சமூகங்கள் உருவாக்குவது, துன்புறுத்தல் அல்லது சைபர்புல்லிங்கின் நிலைக்கு உயரும் ட்ரோலிங் நடத்தை வழக்குகளை விசாரித்து வழக்குத் தொடர சட்ட அமலாக்க மற்றும் பிற அதிகாரிகளுடன் இணைந்து பணியாற்றுவதும் முக்கியம்.

சமூக ஊடகங்களின் கண்ணோட்டம் மற்றும் சுய அடையாளத்தை வடிவமைப்பதில் அதன் பங்கு

சமூக ஊடகங்கள் நவீன வாழ்க்கையின் ஒரு முக்கிய அம்சமாக மாறி வருகின்றன, இதனால் தனிநபர்கள் மற்றவர்களுடன் இணைவதற்கு, தகவல்களையும் அனுபவங்களையும் பகிர்ந்து கொள்வதற்கும், ஆன்லைன் சமூகங்களில் பங்கேற்பதற்கும் இது உதவுகிறது. சுய அடையாளத்தை வடிவமைப்பதில் சமூக ஊடகங்கள் குறிப்பிடத்தக்க பங்கை வகிக்க முடியும், தனிநபர்கள் தங்களைப் பற்றியும் உலகில் இடத்தைப் பற்றியும் சிந்திக்கும் விதத்தை பாதிக்கின்றன. இந்தக் கட்டுரையில், சமூக ஊடகங்கள் பற்றிய ஒரு கண்ணோட்டத்தை நான் வழங்குவேன். மற்றும் சுய அடையாளத்தை வடிவமைப்பதில் அதன் பங்கு.

சமூக வரையறைஊடகம்: சமூக ஊடகம் என்பது தனிநபர்கள் மற்றவர்களுடன் இணைவதற்கும், தகவல் மற்றும் அனுபவங்களைப் பகிர்ந்து கொள்வதற்கும், ஆன்லைன் சமூகங்களில் பங்கேற்கவும் உதவும் பல்வேறு ஆன்லைன் தளங்கள் மற்றும் கருவிகளைக் குறிக்கிறது. சமூக ஊடகங்களில் Facebook, Twitter, Instagram மற்றும் Snapchat போன்ற தளங்கள், வலைப்பதிவு தளங்கள் மற்றும் ஆன்லைன் மன்றங்களும் அடங்கும்.

சுய அடையாளம்: சுய அடையாளம் என்பது தனிநபர்கள் தங்களைப் பற்றியும் உலகில் தங்கள் இடத்தைப் பற்றியும் சிந்திக்கும் விதத்தைக் குறிக்கிறது. சுய அடையாளம் என்பது தனிப்பட்ட அனுபவங்கள், கலாச்சாரம் மற்றும் சமூக விதிமுறைகள் மற்றும் சுயமரியாதை மற்றும் சுய-செயல்திறன் போன்ற உளவியல் காரணிகள் உள்ளிட்ட பல்வேறு காரணிகளால் வடிவமைக்கப்படுகிறது.

சுய அடையாளத்தை வடிவமைப்பதில் சமூக ஊடகங்களின் பங்கு: சமூக ஊடகங்கள் சுய அடையாளத்தை வடிவமைப்பதில் குறிப்பிடத்தக்க பங்கை வகிக்க முடியும், தனிநபர்கள் தங்களைப் பற்றியும் உலகில் தங்கள் இடத்தைப் பற்றியும் சிந்திக்கும் விதத்தை பாதிக்கின்றன. சமூக ஊடகங்கள் தனிநபர்கள் தங்கள் ஆன்லைன் ஆளுமையை உருவாக்கி

நிர்வகிக்க ஒரு தளத்தை வழங்குகின்றன, மற்றவர்களுக்கு தங்களின் ஒரு சிறந்த பதிப்பை வழங்குகின்றன. இது தனிநபர்கள் சமூக ஊடகங்களில் மற்றவர்களுடன் தங்களை ஒப்பிட்டுப் பார்க்கும்போது சமூக ஒப்பீடு மற்றும் சுய மதிப்பீட்டின் உணர்வுகளுக்கு வழிவகுக்கும். மேலும் தங்களைப் பற்றிய ஒரு சிறந்த பதிப்பை முன்வைக்க பாடுபடுகிறார்கள்.

காட்சி சுய பிரதிநிதித்துவம்: காட்சி சுய பிரதிநிதித்துவம் சமூக ஊடகங்களின் ஒரு முக்கிய அம்சமாகும்., தனிநபர்கள் படங்களைப் பயன்படுத்துவதால்மற்றவர்களுக்கு தங்களைப் பற்றிய ஒரு சிறந்த பதிப்பை வழங்குவதற்கான வீடியோக்கள். காட்சி சுய-பிரதிநிதித்துவம் சுய-பொருள் மற்றும் உடல் பிம்ப உணர்வுகளுக்கு வழிவகுக்கும். தனிநபர்கள் சமூக ஊடகங்களில் தங்களை மற்றவர்களுடன் ஒப்பிட்டுப் பார்த்து, தங்கள் உடல் தோற்றத்தின் ஒரு சிறந்த பதிப்பை முன்வைக்க முயற்சிக்கிறது ஏற்படும் கவலைகள்.

சமூக ஊடகங்கள் மற்றும் அடையாள உருவாக்கம்: சமூக ஊடகங்கள் அடையாள உருவாக்கத்தில் பங்கு வகிக்க முடியும், குறிப்பாக இளம் பருவத்தினர் மற்றும் இளைஞர்கள் தங்கள் சுய உணர்வை வளர்த்துக் கொள்வார்கள் செயல்பாட்டில் உள்ளனர். சமூக ஊடகங்கள் தனிநபர்கள் தங்கள் ஆர்வங்கள், நம்பிக்கைகள் மற்றும் மதிப்புகள் போன்ற அவர்களின் அடையாளத்தின் பல்வேறு அம்சங்களை ஆராய்ந்து பரிசோதிக்க ஒரு தளத்தை வழங்க முடியும். சமூக ஊடகங்கள் தனிநபர்கள் ஒத்த அனுபவங்களையும் கண்ணோட்டங்களையும் பகிர்ந்து கொள்ளும் மற்றவர்களுடன் இணைவதால், அவர்களுக்கு சொந்தமானவர்கள் என்ற உணர்வையும் சமூக ஆதரவையும் வழங்க முடியும்.

சமூக ஊடகங்கள் மற்றும் அடையாள கட்டுமானம்: சமூக ஊடகங்கள் தனிநபர்கள் தங்கள் அடையாளத்தை உருவாக்கும் விதத்திலும், தங்களைப் பற்றியும் உலகில் தங்கள் இடத்தைப் பற்றி சிந்திக்கும் விதத்திலும் செல்வாக்கு செலுத்த முடியும். சமூக ஊடகங்கள் கலாச்சாரம் மற்றும் சமூக விதிமுறைகளை வலுப்படுத்தவோ அல்லது சவால் செய்யவோ முடியும், தனிநபர்கள் தங்களைப் பற்றியும் மற்றவர்களுடனான உறவுகளைப் பற்றியும் செல்வாக்கு செலுத்துகின்றன. சமூக ஊடகங்கள் தனிநபர்கள் தங்கள் அரசியல் அல்லது சமூக நம்பிக்கைகளை வெளிப்படுத்தவும், சமூகத்தில் தங்கள் பங்கைப் பற்றி அவர்கள் சிந்திக்கும் விதத்தை வடிவமைக்கவும் ஒரு தளத்தை வழங்க முடியும்.

நெறிமுறை மற்றும் தனியுரிமைசிக்கல்கள்: சமூக ஊடகப் பயன்பாடு பல நெறிமுறைகள் மற்றும் தனியுரிமைச் சிக்கல்களை எழுப்புகிறது, குறிப்பாக தனிநபர்கள் தங்களை எவ்வாறு வழங்குகிறார்கள் மற்றும் அவர்களின் தனிப்பட்ட தகவல்களை ஆன்லைனில் வழங்குகிறார்கள் என்பது தொடர்பான பிரச்சினைகள். தனிநபர்கள் தங்கள் சமூக ஊடகங்களின் சாத்தியமான நெறிமுறை தாக்கங்களை கவனத்தில் கொள்ள வேண்டும். பயன்படுத்துதல், மற்றும் அவர்களின் ஆன்லைன் சுய பிரதிநிதித்துவத்தில் பொறுப்பாக இருத்தல். சமூக ஊடக தளங்கள் தங்கள் பயனர்களின் தனியுரிமை மற்றும் தனிப்பட்ட தகவல்களைப் பாதுகாப்பதற்கும், சமூக ஊடகங்களின் பொறுப்பான மற்றும் நெறிமுறை பயன்பாட்டை ஊக்குவிப்பதற்கும் பொறுப்பைக் கொண்டுள்ளது.

சுய அடையாளத்தை உருவாக்குவதிலும் வெளிப்படுத்துவதிலும் செல்ஃபிகளின் பங்கு பற்றிய பகுப்பாய்வு.

நவீன டிஜிட்டல் கலாச்சாரத்தில் சுய பிரதிநிதித்துவத்தின் பிரபலமான வடிவமாக செல்ஃபிகள் உள்ளன, தனிநபர்களின் படங்களை பிடிக்கவும் பகிரவும் உதவுகிறதுமற்றவர்களுடன் தங்களைப் பற்றியது. சுய அடையாளத்தை வெளிப்படுத்துவதில் செல்ஃபிகள் முக்கிய பங்கு வகிக்கின்றன, தனிநபர்கள் தங்களைப் பற்றியும் உலகில் தங்கள் இடத்தைப் பற்றியும் சிந்திக்கும் விதத்தை பிரதிபலிக்கின்றன. இந்த கட்டுரையில், சுய அடையாளத்தை வெளிப்படுத்துவதில் செல்ஃபிகளின் பங்கை நான் பகுப்பாய்வு செய்வேன்.

- செல்ஃபிகளின் வரையறை: செல்ஃபிகள் என்பது படங்கள்.தனிநபர்கள் தங்களைப் பற்றி எடுத்துக்கொள்கிறார்கள், பெரும்பாலும் தங்கள் ஸ்மார்ட்போன்கள் அல்லது பிற டிஜிட்டல் சாதனங்களைப் பயன்படுத்துகிறார்கள். செல்ஃபிகள் பல்வேறு சூழல்களில் எடுக்கப்படலாம், மேலும் சமூக ஊடகங்களில் பகிரப்படலாம்.தளங்கள், செய்தியிடல் பயன்பாடுகள் அல்லது பிற டிஜிட்டல் தளங்கள்.

- சுய அடையாளத்தை உருவாக்குதல்: சுய அடையாளத்தை செல்ஃபிகள் முக்கிய பங்கு வகிக்கின்றன, தனிநபர்கள் தங்களைப் பற்றிய ஒரு சிறந்தவர் பதிப்பை மற்றவர்களுக்கு வழங்க உதவுகின்றன. செல்ஃபிகள் ஒரு நபரின் உடல் தோற்றம், ஆளுமை மற்றும் ஆர்வங்கள் போன்ற அடையாளத்தின் அம்சங்களை பிரதிபலிக்க முடியும். செல்ஃபிகள் கலாச்சாரம் மற்றும் சமூக விதிமுறைகளையும் பிரதிபலிக்க முடியும், ஏனெனில் தனிநபர்கள் சமூக எதிர்பார்ப்புகளுக்கு இணங்க தங்களைப் பற்றிய ஒரு சிறந்த பதிப்பை முன்வைக்க முயற்சி செய்கிறார்கள்.

- சுய அடையாளத்தை வெளிப்படுத்துதல்: சுய அடையாளத்தை வெளிப்படுத்துவதிலும் செல்ஃபிகள் ஒரு பங்கை வகிக்க முடியும், தனிநபர்கள் தங்கள் ஆளுமை, நம்பிக்கைகள் மற்றும் மதிப்புகளை மற்றவர்களுக்குத் தெரிவிக்க உதவுகிறது. செல்ஃபிகள் பரந்த அளவிலான உணர்ச்சிகள் மற்றும் மனநிலைகளை வெளிப்படுத்தும் வகையில் பயன்படுத்தப்படலாம், மேலும் ஒரு தனிநபரின் அடையாளத்தின் பல்வேறு மற்றவர்களுக்குத் தெரிவிக்கப் பயன்படுத்தப்படலாம். செல்ஃபிகள் அரசியல் அல்லது சமூக நம்பிக்கைகளை வெளிப்படுத்தவும் பயன்படுத்தப்படலாம், மேலும் அவை ஒரு வகையான செயல்பாடு அல்லது சமூகம் வர்ணனையாகவும் பயன்படுத்தப்படலாம்.

- பாலினம் மற்றும் சுய அடையாளம்: பெண்களாக அடையாளம் காணும் நபர்களுக்கு செல்ஃபிகள் குறிப்பாக முக்கியத்துவம் வாய்ந்ததாக இருக்கலாம், ஏனெனில் அவர்கள் பெரும்பாலும் உடல் தோற்றத்தின் இலட்சியப்படுத்தப்பட்ட தரநிலைகளுக்கு இணங்க சமூக அழுத்தத்திற்கு ஆளாகிறார்கள். செல்ஃபிகள் தனிநபர்கள் இந்த விதிமுறைகளை சவால் செய்வதற்கும் பெண்மையின் மாற்று பதிப்புகளை முன்வைப்பதற்கும் ஒரு வழிமுறையை வழங்க முடியும். இருப்பினும், செல்ஃபிகள் பாலின ஸ்டீரியோடைகளை வலுப்படுத்தலாம், குறிப்பாக பெண்கள் தங்கள் சுய பிரதிநிதித்துவத்தில் புறநிலைப்படுத்தப்படும் பாலியல் ரீதியாக மாற்றப்படும் போது.

- இனம் மற்றும் சுய அடையாளம்: இன அடையாளத்தை வெளிப்படுத்துவதிலும் செல்ஃபிகள் முக்கிய பங்கு வகிக்க முடியும், இனம் மற்றும் இனம் தொடர்பான கலாச்சாரம் சமூக விதிமுறைகளை பிரதிபலிக்கின்றன. செல்ஃபிகள் தனிநபர்கள் கலாச்சார பாரம்பரியத்தின் பெருமையை வெளிப்படுத்த அல்லது இனம் மற்றும் இனம் தொடர்பான தங்கள் ஸ்டீரியோடைப்கள் மற்றும் தப்பெண்ணங்களை சவால் செய்ய ஒரு வழிமுறையை வழங்க முடியும். இருப்பினும், செல்ஃபிகள் இன மற்றும் இன ஸ்டீரியோடைகளை வலுப்படுத்தலாம், குறிப்பாக தனிநபர்கள் கலாச்சார ஒதுக்கீட்டில் அல்லது பிற வகையான உணர்ச்சியற்ற சுய பிரதிநிதித்துவத்தில் ஈடுபடும் போது.

- நெறிமுறை மற்றும் தனியுரிமைசிக்கல்கள்: செல்ஃபிகள் பல நெறிமுறைகள் மற்றும் தனியுரிமைகளை எழுப்புகின்றன, குறிப்பாக தனிநபர்கள் தங்களை எவ்வாறு வெளிப்படுத்துகிறார்கள் மற்றும் அவர்களின் தனிப்பட்ட தகவல்களை ஆன்லைனில் வழங்குகிறார்கள் என்பது தொடர்பானவை. தனிநபர்கள் தங்கள் செல்ஃபி சாத்தியமான நெறிமுறை தாக்கங்களை கவனத்தில் கொள்ள வேண்டும், மேலும் அவர்களின் ஆன்லைன் சுய பிரதிநிதித்துவத்தில் பொறுப்பாக இருக்க வேண்டும். செல்ஃபிகள் தனியுரிமை கவலைகளையும் எழுப்பக்கூடும், குறிப்பாக தனிநபர்களின் படங்களைப் பகிரும் போது.அவர்களின் சம்மதம் இல்லாமல் மற்றவர்களுடன் தங்களைப் பற்றி.

- நேர்மறை மற்றும் எதிர்மறை விளைவுகள்: செல்ஃபிகள் சுய அடையாளம் மற்றும் மன ஆரோக்கியத்தில் நேர்மறை மற்றும் எதிர்மறை விளைவுகள். செல்ஃபிகள் தனிநபர்கள் தங்களை ஆக்கபூர்வமாக வெளிப்படுத்தவும், மற்றவர்களுடன் இணைவதற்கும் ஒரு வழிமுறையை வழங்க முடியும், சுய வெளிப்பாடு மற்றும் சமூக இணைப்பு உணர்வுகளை ஊக்குவிக்கும். இருப்பினும், செல்ஃபிகள் சுய-புறநிலைப்படுத்தல் மற்றும் குறைந்த சுயமரியாதை உணர்வு பங்களிக்கக்கூடும், குறிப்பாக தனிநபர்கள் சமூக ஊடகங்களில் மற்றவர்களுடன் அடிக்கடி ஒப்பிடும் போது..

எனவே, சுய அடையாளத்தை வெளியிடுவதில் செல்ஃபிகள் முக்கிய பங்கு வகிக்கின்றன, தனிநபர்கள் தங்களைப் பற்றியும் உலகில் தங்கள் இடத்தைப் பற்றியும் சிந்திக்கும் விதத்தை பிரதிபலிக்கின்றன. செல்ஃபிகள் ஒரு தனிநபரின் உடல் தோற்றம், ஆளுமை மற்றும் ஆர்வங்களின் பண்புகள் முடியும், மேலும் பரந்த அளவிலான உணர்ச்சிகள் மற்றும் மனநிலைகளை வெளிப்படுத்தவும் பயன்படுத்தப்படலாம். செல்ஃபிகள் பல நெறிமுறைகள் மற்றும் தனியுரிமை சிக்கல்களையும் எழுப்பக்கூடும், மேலும் சுய அடையாளம் மற்றும் மன ஆரோக்கியத்தில் நேர்மறை மற்றும் எதிர்மறை விளைவுகளை ஏற்படுத்தக்கூடும். டிஜிட்டல் மீடியாவின் பொறுப்பான மற்றும் நெறிமுறை பயன்பாடு ஊக்குவிப்பதற்கும், மனநலத்தை ஆதரிப்பதற்கும் சுய அடையாளத்தில் செல்ஃபிகளின் பங்கைப் புரிந்துகொள்வது மிகவும் முக்கியமானது.

சமூக ஊடகங்களின் தாக்கம் குறித்த விவாதம்:சமூக உறவுகள் மற்றும் அர்த்தத்தை உருவாக்கும் நடைமுறைகள் குறித்து

நவீன டிஜிட்டல் கலாச்சாரத்தில் சமூக உறவுகள் மற்றும் அர்த்தத்தை உருவாக்கும் நடைமுறையில் சமூக ஊடகங்கள் ஆழமான தாக்கத்தை ஏற்படுத்தியுள்ளன. சமூக ஊடக தளங்கள் தனிநபர்கள் மற்றவர்களுடன் இணைவதற்கும், தகவல் மற்றும் அனுபவங்களைப் பகிர்ந்து கொள்வதற்கும், ஆன்லைன் சமூகங்களில் பங்கேற்பதற்கும் உதவுகின்றன. சமூக ஊடகங்கள் தனிநபர்கள் ஒருவருக்கொருவர் தொடர்பு கொள்ளும் விதத்தை மாற்றியுள்ளனர், மேலும் தனிநபர்கள் தங்கள் சமூக உறவுகளை உருவாக்குகிறார்கள் அர்த்தப்படுத்தும் விதத்தில் தாக்கத்தை ஏற்படுத்தியது. இந்தக் கட்டுரையில், சமூக ஊடகங்களின் தாக்கத்தைப் பற்றி விவாதிப்பேன்.சமூக உறவுகள் மற்றும் அர்த்தத்தை உருவாக்கும் நடைமுறைகள் குறித்து.

- *சமூக ஊடகங்களின் வரையறை:* சமூக ஊடகங்கள் என்பது தனிநபர்கள் மற்றவர்களுடன் இணைவதற்கும், தகவல் மற்றும் அனுபவங்களைப் பகிர்ந்து கொள்வதற்கும், ஆன்லைன் சமூகங்களில் பங்கேற்க உதவும் பல்வேறு ஆன்லைன் தளங்கள் மற்றும் கருவிகளைக் குறிக்கிறது. சமூக ஊடகங்களில் Facebook, Twitter, Instagram மற்றும் Snapchat போன்ற தளங்கள், வலைப்பதிவு தளங்கள் மற்றும் ஆன்லைன் மன்றங்களும் அடங்கும்.
- *சமூக உறவுகளின் தாக்கம்:* சமூக சமூக உறவுகளில் குறிப்பிடத்தக்க தாக்கத்தை ஏற்படுத்தியது, தனிநபர்கள் ஒருவருக்கொருவர் தொடர்பு கொள்கிறார்கள் விதத்தையும், அவர்கள் சமூக உறவுகளை உருவாக்கி பராமரிக்கும் விதத்தையும் மாற்றியுள்ளனர். சமூக ஊடகங்கள் தனிநபர்கள் பரந்த தூரங்களில் மற்றவர்களுடன் இணைவதற்கு உதவியுள்ளனர், மேலும் டிஜிட்டல் தொழில்நுட்பம் இல்லாமல் சாத்தியமில்லாத்து புதிய சமூக உறவுகளை உருவாக்குவதற்கு உதவியுள்ளன. தொடர்ச்சியான தொடர்பு மற்றும் சமூக ஆதரவிற்கான ஒரு தளத்தை வழங்குவதன் மூலம், சமூக ஊடகங்கள் தனிநபர்கள் ஏற்கனவே உள்ள சமூக உறவுகளை பராமரிக்கவும் வலுப்படுத்தவும் உதவியுள்ளன.

- அர்த்தத்தை உருவாக்கும் நடைமுறைகளின் தாக்கம்: சமூக ஊடகங்கள் அர்த்தத்தை உருவாக்கும் நடைமுறைகளிலும் நடைமுறை குறிப்பிடத்தக்க தாக்கத்தை ஏற்படுத்தியுள்ளன, தனிநபர்கள் தங்கள் சமூக உறவுகளை கட்டமைத்து அர்த்தப்படுத்துகின்ற விதத்தில் தாக்கத்தை ஏற்படுத்தியுள்ளனர். சமூக ஊடகங்கள் தனிநபர்கள் தங்களைப் பற்றிய ஒரு சிறந்த பதிப்பை மற்றவர்களுக்கு உருவாக்கி வழங்குவதற்கான ஒரு தளத்தை வழங்கியுள்ளனர், இது அவர்களுக்கு தங்களைப் பற்றியும் உலகில் தங்கள் இடத்தைப் பற்றியும் சிந்திக்கும் விதத்தில் தாக்கத்தை ஏற்படுத்தும். தொடர்ச்சியான சமூக ஒப்பீடு மற்றும் மதிப்பீட்டிற்கான ஒரு தளத்தை வழங்குவதன் மூலம், தனிநபர்கள் சமூக உறவுகளை உணர்ந்து புரிந்துகொள்ளும் விதத்திலும் சமூக ஊடகங்கள் செல்வாக்கு செலுத்த முடியும்.

- சமூக ஊடகங்கள் மற்றும் அடையாள உருவாக்கம்: சமூக ஊடகங்கள் அடையாள உருவாக்கத்தில் முக்கிய பங்கு வகிக்க முடியும், குறிப்பாக இளம் பருவத்தினர் மற்றும் இளைஞர்கள் தங்களை உணர்வை வளர்த்துக் கொள்ளும் செயல்பாட்டில் உள்ளனர். சமூக ஊடகங்கள் தனிநபர்கள் தங்கள் ஆர்வங்கள், நம்பிக்கைகள் மற்றும் மதிப்புகள் போன்ற அவர்களின் அடையாளத்தின் பல்வேறு அம்சங்களை ஆராய்ந்து பரிசோதிக்க ஒரு தளத்தை வழங்க முடியும். சமூக ஊடகங்கள் தனிநபர்கள் ஒத்த அனுபவங்களையும் கண்ணோட்டங்களையும் பகிர்ந்து கொள்ளும் மற்றவர்களுடன் இணைவதால், அவர்களுக்கு சொந்தமானவர்கள் என்ற உணர்வையும் சமூக ஆதரவையும் வழங்க முடியும்.

- சமூக ஊடகங்கள் மற்றும் சமூக மாற்றம்: சமூக ஊடகங்கள் சமூக மாற்றத்திற்கான ஒரு தளமாகவும் பயன்படுத்தப்படுகின்றன, இதனால் தனிநபர்கள் மற்றவர்களுடன் இணைவதற்கும் சமூக மற்றும் அரசியல் காரணங்களை ஊக்குவிப்பதற்கும் உதவுகிறது. அரபு வசந்தம் மற்றும் பிளாக் லைவ்ஸ் மேட்டர் போன்ற பெரிய அளவிலான சமூக இயக்கங்களைத் திரட்டும் சமூக ஊடகங்கள் பயன்படுத்தப்பட்டுள்ளன, மேலும் தனிநபர்கள் தங்கள் அரசியல் அல்லது சமூக நம்பிக்கைகளை வெளிப்படுத்த ஒரு தளத்தை வழங்கியுள்ளனர்.

- நெறிமுறை மற்றும் தனியுரிமைசிக்கல்கள்: சமூக ஊடகப் பயன்பாடு பல நெறிமுறைகள் மற்றும் தனியுரிமைச் சிக்கல்களை எழுப்புகிறது, குறிப்பாக தனிநபர்கள் தங்களை எவ்வாறு வழங்குகிறார்கள் மற்றும் அவர்களின் தனிப்பட்ட தகவல்களை ஆன்லைனில் வழங்குகிறார்கள் என்பது தொடர்பான பிரச்சினைகள். தனிநபர்கள் தங்கள் சமூக ஊடகங்களின் சாத்தியமான நெறிமுறை தாக்கங்களை கவனத்தில் கொள்ள வேண்டும்.பயன்படுத்துதல், மற்றும் அவர்களின் ஆன்லைன் சுய பிரதிநிதித்துவத்தில் பொறுப்பாக இருத்தல். சமூக ஊடக தளங்கள் தங்கள் பயனர்களின் தனியுரிமை மற்றும் தனிப்பட்ட தகவல்களைப் பாதுகாப்பதற்கும், சமூக ஊடகங்களின் பொறுப்பான மற்றும் நெறிமுறை பயன்பாட்டை ஊக்குவிப்பதற்கும் பொறுப்பைக் கொண்டுள்ளது.

முடிவில், சமூக ஊடகங்கள்நவீன டிஜிட்டல் கலாச்சாரத்தில் சமூக உறவுகள் மற்றும் அர்த்தத்தை உருவாக்கும் நடைமுறைகளில் ஆழமான தாக்கத்தை ஏற்படுத்தியது. சமூக ஊடகங்கள் தனிநபர்கள் ஒருவருக்கொருவர் தொடர்பு கொள்ளும் விதத்தை மாற்றியுள்ளனர், மேலும் தனிநபர்கள் தங்கள் சமூக உறவுகளை உருவாக்கும் விதத்தையும் அர்த்தப்படுத்தும் விதத்தையும் பாதித்துள்ளன. சமூக ஊடகங்கள் தனிநபர்கள் தங்கள் அடையாளத்தின் பல்வேறு அம்சங்களை ஆராய்ந்து பரிசோதிக்க ஒரு தளத்தை வழங்கியுள்ளனர், மேலும் சமூக மாற்றத்திற்காக தளமாகவும் பயன்படுத்தப்பட்டுள்ளன. இருப்பினும், சமூக ஊடக பயன்பாடு பல நெறிமுறைகள் மற்றும் தனியுரிமை சிக்கல்களை எழுப்புகிறது, மேலும் தனிநபர்களும் சமூக ஊடக தளங்களும் சமூக ஊடகங்களின் பொறுப்பான மற்றும் நெறிமுறை பயன்பாட்டை ஊக்குவிக்கும் பொறுப்பைக் கொண்டுள்ளது.

சமூக ஊடகங்களின் தாக்கம் குறித்த விவாதம்சமூக உறவுகள் மற்றும் அர்த்தத்தை உருவாக்கும் நடைமுறைகள் குறித்து

சமூக ஊடகங்கள் நாம் தொடர்பு கொள்ளும் விதத்திலும், தகவல்களைப் பகிர்ந்து கொள்ளும் விதத்திலும், சமூக உறவுகளைப் பராமரிக்கும் விதத்திலும் புரட்சியை ஏற்படுத்தன. இது தனிநபர்கள் தொடர்பு கொள்ளவும், தங்களை வெளிப்படுத்திக் கொள்ளவும், பல்வேறு தலைப்புகளில் விவாதங்கள் மற்றும் விவாதங்களில் ஈடுபடவும் உதவியுள்ளது. Facebook, Twitter, Instagram மற்றும் Snapchat போன்ற சமூக ஊடக தளங்கள், நாம் தொடர்பு கொள்ளும் விதத்தை மட்டுமல்ல, சமூக உறவுகள் மற்றும் அர்த்தத்தை உருவாக்கும் நடைமுறைகளையும் பாதித்துள்ளன. இந்தக் கட்டுரை சமூக ஊடகங்களின் தாக்கத்தைப் பற்றி விவாதிக்கும். சமூக உறவுகள் மற்றும் அர்த்தத்தை உருவாக்கும் நடைமுறைகள் குறித்து.

- சமூக உறவுகளின் தாக்கம்: சமூக ஊடகங்கள் நாம் மற்றவர்களுடன் தொடர்பு கொள்ளும் விதத்தையும், சமூக உறவுகளைப் பராமரிக்கும் விதத்தையும் மாற்றியுள்ளன. புவியியல் எல்லைகள், வயது, பாலினம் மற்றும் சமூக அந்தஸ்து ஆகியவற்றைப் பொருட்படுத்தாமல் தனிநபர்கள் ஒருவருக்கொருவர் இணைய சமூக ஊடகங்கள் உதவியுள்ளன. தனிநபர்கள் தங்கள் கருத்துக்கள், அனுபவங்கள் மற்றும் கண்ணோட்டங்களை மற்றவர்களுடன் பகிர்ந்து கொள்ள இது ஒரு தளத்தை வழங்கியுள்ளது. சமூக ஊடகங்கள் தனிநபர்கள் வேறுவிதமாக சந்தித்திருக்காத ஒத்த எண்ணம் கொண்டவர்களுடன் புதிய சமூக உறவுகளை உருவாக்க அனுமதித்துள்ளது. தனிநபர்கள் தங்கள் இருப்பிடத்தைப் பொருட்படுத்தாமல் தங்கள் நண்பர்கள், குடும்பத்தினர் மற்றும் சக ஊழியர்களுடன் தொடர்பில் இருக்க இது ஒரு தளத்தை வழங்கியுள்ளது.

- அர்த்தத்தை உருவாக்கும் நடைமுறைகளின் தாக்கம்: சமூக ஊடகங்கள் நமது சமூக உறவுகளை நாம் கட்டமைத்து அர்த்தப்படுத்தும் விதத்திலும் தாக்கத்தை ஏற்படுத்தியுள்ளன. சமூக ஊடகங்கள் தனிநபர்கள் தங்களைப் பற்றிய ஒரு சிறந்த பதிப்பை மற்றவர்களுக்கு வழங்குவதற்கான ஒரு தளத்தை வழங்கியுள்ளனர், இது அவர்களே பற்றியும் உலகில் தங்கள் இடத்தைப் பற்றியும் சிந்திக்கும் விதத்தையும் பாதிக்கும். தொடர்ச்சியான சமூக ஒப்பீடு மற்றும் மதிப்பீட்டிற்கான ஒரு தளத்தை வழங்குவதன் மூலம், தனிநபர்கள் சமூக உறவுகளை உணர்ந்து அவற்றைப் புரிந்துகொள்ளலாம் விதத்திலும் சமூக ஊடகங்கள் செல்வாக்கு செலுத்த முடியும். உதாரணமாக, தனிநபர்கள் தங்கள் வாழ்க்கையை சமூக ஊடகங்களில் மற்றவர்களின் சரியான வாழ்க்கையுடன் ஒப்பிடலாம்., இது அவர்களின் சுயமரியாதை மற்றும் மன ஆரோக்கியத்தை பாதிக்கலாம்.

- சமூக ஊடகங்கள் மற்றும் அடையாள உருவாக்கம்: சமூக ஊடகங்கள் அடையாள உருவாக்கத்தில் முக்கிய பங்கு வகிக்கின்றன, குறிப்பாக இளம் பருவ மற்றும் இளைஞர்களுக்கு. சமூக ஊடகங்கள் தனிநபர்கள் தங்கள் ஆர்வங்கள், நம்பிக்கைகள் மற்றும் மதிப்புகள் போன்ற அவர்களின் அடையாளத்தின் பல்வேறு அம்சங்களை ஆராய்ந்து பரிசோதிக்க ஒரு தளத்தை வழங்க முடியும். சமூக ஊடகங்கள் தனிநபர்கள் ஒத்த அனுபவங்களையும் கண்ணோட்டங்களையும் பகிர்ந்து கொள்ளும் மற்றவர்களுடன் இணைவதால், அவர்கள் தங்களைச் செய்வார்கள் சேர்ந்தவர்கள் என்ற உணர்வையும் சமூக ஆதரவையும் வழங்க முடியும். இருப்பினும், சமூக ஊடகங்கள் அழகு அல்லது வெற்றிக்கான சமூக விதிமுறைகள் மற்றும் தரநிலைகளுக்கு இணங்க அவர்கள் அழுத்தம் கொடுக்கப்படுவதால், தனிநபர்களின் சுய அடையாளத்தையும் எதிர்மறையாக பாதிக்கலாம்.

- சமூக ஊடகங்கள் மற்றும் சமூக மாற்றம்: சமூக மாற்றம் மற்றும் செயல்பாட்டிற்கான ஒரு தளமாக சமூக ஊடகங்கள் பயன்படுத்தப்பட்டுள்ளன. சமூக ஊடகங்கள் தனிநபர்கள் மற்றவர்களுடன் இணைவதற்கும் சமூக மற்றும் அரசியல் காரணங்களை ஊக்குவிப்பதற்கும் உதவியுள்ளனர். #MeToo இயக்கம் மற்றும் Black Lives Matter போன்ற பெரிய அளவிலான சமூக இயக்கங்களைத்

திரட்டும் சமூக ஊடகங்கள் பயன்படுத்தப்பட்டுள்ளன. தனிநபர்கள் தங்கள் அரசியல் அல்லது சமூக நம்பிக்கைகளை வெளிப்படுத்தவும், ஒத்த மதிப்புகளைப் பகிர்ந்து கொள்ளும் மற்றவர்களுடன் இணைவதற்கும் சமூக ஊடகங்கள் ஒரு தளத்தை வழங்கியுள்ளனர்.

- நெறிமுறை மற்றும் தனியுரிமைசிக்கல்கள்: சமூக ஊடக பயன்பாடு நெறிமுறை மற்றும் தனியுரிமை சிக்கல்களை எழுப்புகிறது. தனிநபர்கள் தங்கள் சமூக ஊடகங்களின் சாத்தியமான நெறிமுறை தாக்கங்களை கவனத்தில் கொள்ள வேண்டும்.தங்கள் ஆன்லைன் சுய பிரதிநிதித்துவத்தைப் பயன்படுத்தவும் பொறுப்பாகவும் இருக்க வேண்டும். சமூக ஊடக தளங்கள் தங்கள் பயனர்களின் தனியுரிமை மற்றும் தனிப்பட்ட தகவல்களைப் பாதுகாக்கவும், சமூக ஊடகங்களின் பொறுப்பான மற்றும் நெறிமுறை பயன்பாடு ஊக்குவிக்கவும் பொறுப்பாகும். தவறான தகவல்கள், வெறுப்புப் பேச்சு மற்றும் சைபர்புல்லிங் ஆகியவற்றின் பரவலுக்காக சமூக ஊடகங்கள் விமர்சிக்கப்பட்டுள்ளன.

இதனால், சமூக ஊடகங்கள்சமூக உறவுகள் மற்றும் அர்த்தத்தை உருவாக்கும் நடைமுறைகளில் குறிப்பிடத்தக்க தாக்கத்தை ஏற்படுத்தியது. இது நாம் மற்றவர்களுடன் சமூக உறவுகளைத் தொடர்பு கொள்ளும் விதத்தையும் பராமரிக்கும் விதத்தையும் மாற்றியுள்ளது. தனிநபர்கள் தங்கள் அடையாளத்தின் பல்வேறு அம்சங்களை ஆராய்ந்து பரிசோதிக்க இது ஒரு தளத்தை வழங்கியுள்ளது. சமூக ஊடகங்கள் சமூக மாற்றம் மற்றும் செயல்பாட்டிற்கான ஒரு தளமாகப் பயன்படுத்தப்பட்டுள்ளன, ஆனால் இது நெறிமுறை மற்றும் தனியுரிமை பிரச்சினைகளையும் எழுப்புகிறது. சமூக உறவுகள் மற்றும் அர்த்தத்தை உருவாக்கும் நடைமுறைகளில் சமூக ஊடகங்களின் தாக்கத்தைப் புரிந்துகொள்வது டிஜிட்டல் ஊடகங்களின் பொறுப்பாகும் நெறிமுறை பயன்பாடு ஊக்குவிப்பதற்கு முக்கியமானது. சமூக ஊடக தளங்கள் தங்கள் பயனர்களின் தனியுரிமை மற்றும் தனிப்பட்ட தகவல்களைப் பாதுகாக்கும் அதே நேரத்தில் தங்கள் தளங்களின் பொறுப்பான பயன்பாடு ஊக்குவிக்க வேண்டும்.

டிஜிட்டல் மீடியாவின் தற்போதைய போக்குகள் மற்றும் சமூகம் மற்றும் கலாச்சாரத்தின் தாக்கம் பற்றிய கண்ணோட்டம்.

டிஜிட்டல் ஊடகங்கள் நவீன சமூகத்தின் ஒருங்கிணைந்த பகுதியாக மாறியுள்ளன, புதிய தொழில்நுட்பங்களும் தளங்களும் தொடர்ந்து உருவாகி வருகின்றன. இந்தப் போக்குகள் நாம் தொடர்பு கொள்ளும் விதம், தகவல்களை நுகரும் விதம் மற்றும் ஒருவருக்கொருவர் தொடர்பு கொள்ளும் விதத்தை வடிவமைக்கின்றன. இந்தக் கட்டுரையில், டிஜிட்டல் ஊடகங்களின் தற்போதைய போக்குகள் மற்றும் சமூகம் மற்றும் கலாச்சாரத்தின் தாக்கம் பற்றிய பார்வை வழங்குவேன்.

- சமூக ஊடக ஆதிக்கம்: பேஸ்புக், ட்விட்டர் மற்றும் இன்ஸ்டாகிராம் போன்ற சமூக ஊடக தளங்கள் டிஜிட்டல் ஊடக நிலப்பரப்பில் தொடர்ந்து ஆதிக்கம் செலுத்துகின்றன. இந்த தளங்கள் தனிநபர்கள் ஒருவருக்கொருவர் தொடர்பு கொள்ளும் விதத்தை மாற்றியுள்ளனர், இதனால் அவர்கள் தகவல்களைப் பகிர்ந்து கொள்ளவும், புவியியல் எல்லைகளைத் தாண்டி மற்றவர்களுடன் இணைக்கவும் முடிகிறது. இருப்பினும், சமூக ஊடகங்கள்பயன்பாடு தனியுரிமை, பாதுகாப்பு மற்றும் தவறான தகவல்களின் பரவல் பற்றிய கவலைகளையும் எழுப்புகிறது.
- காணொளி உள்ளடக்கம்: காணொளி உள்ளடக்கம் சமூக ஊடகங்களில் பெருகிய முறையில் பிரபலமடைந்து வருகிறது.யூடியூப் மற்றும் டிக்டாக் போன்ற தளங்களின் எழுச்சியுடன், வீடியோ உள்ளடக்கம் தொடர்புக்கு ஒரு முக்கியமான ஊடகமாக மாறியுள்ளது, தனிநபர்கள் தங்கள் கருத்துகள், அனுபவங்கள் மற்றும் பார்வைகளை மற்றவர்களுடன் பகிர்ந்து கொள்ள வீடியோவைப் பயன்படுத்துகின்றனர். வீடியோ உள்ளடக்கம் விளம்பரம் மற்றும் சந்தைப்படுத்துதலுக்கான ஒரு முக்கியமான தளமாகவும் மாறியுள்ளது.

- மெய்நிகர் மற்றும் பெரிதாக்கப்பட்ட யதார்த்தம்: மெய்நிகர் மற்றும் பெரிதாக்கப்பட்ட யதார்த்தம்தொழில்நுட்பங்கள் தொடர்ந்து வளர்ச்சியடைந்து வருகின்றன, இதனால் தனிநபர்கள் அதிவேக மற்றும் ஊடா டிஜிட்டல் சூழல்களை அனுபவிக்க முடிகிறது. மெய்நிகர் மற்றும் ஆக்மென்டட் ரியாலிட்டி தொழில்நுட்பங்கள் கேமிங், கல்வி மற்றும் சந்தைப்படுத்தல் ஆகியவற்றில் பயன்படுத்தப்பட்டுள்ளன. இருப்பினும், இந்த தொழில்நுட்பங்கள் மன ஆரோக்கியத்திற்கும் யதார்த்தத்திற்கும் ஏற்படக்கூடிய உலகத்திற்கும் இடையிலான எல்லைகள் மங்கலகி வருவது பற்றிய கவலைகளையும் எழுப்புகின்றன.

- செல்வாக்கு மிக்க சந்தைப்படுத்தல்: நிறுவனங்கள் சமூக ஊடகங்களைப் பயன்படுத்துவதால், டிஜிட்டல் மீடியாவில் செல்வாக்கு மிக்க சந்தைப்படுத்தல் குறிப்பிடத்தக்க போக்காக மாறியுள்ளது.செல்வாக்கு செலுத்துபவர்கள் தங்கள் தயாரிப்புகள் மற்றும் சேவைகளை விளம்பரப்படுத்துகின்றனர். செல்வாக்கு செலுத்துபவர் சந்தைப்படுத்தல் தனிநபர்களின் தகவல்களை நுகரும் மற்றும் வாங்கும் முடிவுகளை எடுக்கும் முறையை மாற்றியுள்ளது, சமூக ஊடகங்கள் செல்வாக்கு செலுத்துபவர்கள் நுகர்வோர் நடத்தையில் குறிப்பிடத்தக்க தாக்கத்தை ஏற்படுத்துகின்றனர்.

- செயற்கை நுண்ணறிவு: செயற்கை நுண்ணறிவு தொழில்நுட்பங்கள் தொடர்ந்து வளர்ச்சியடைந்து வருகின்றன, இதனால் தனிநபர்கள் பணிகள் தானியக்கமாக்குவதற்கும் டிஜிட்டல் அனுபவங்களைத் தனிப்பயனாக்குவதற்கும் உதவுகிறது. சாட்பாட்கள், குரல் உதவியாளர்கள் மற்றும் தனிப்பயனாக்கப்பட்ட பரிந்துரைகள் போன்ற துறைகளில் செயற்கை நுண்ணறிவு பயன்படுத்தப்பட்டுள்ளது. இருப்பினும், இந்த தொழில்நுட்பங்கள் தனியுரிமை, பாதுகாப்பு மற்றும் வேலைவாய்ப்பில் ஏற்படக்கூடிய தாக்கம் குறித்த கவலைகளையும் எழுப்புகின்றன.

- கிரிப்டோகரன்சிகள்மற்றும் பிளாக்செயின்: டிஜிட்டல் மீடியாவில் கிரிப்டோகரன்சிகள் மற்றும் பிளாக்செயின் தொழில்நுட்பங்கள் ஒரு புதிய போக்காக உருவெடுத்துள்ளன. பிட்காயின் போன்ற கிரிப்டோகரன்சிகள் குறிப்பிடத்தக்க பிரபலத்தைப் பெற்றுள்ளன, தனிநபர்கள் இந்த நாணயங்களை ஆன்லைன் பரிவர்த்தனைகளுக்குப் பெற்றுள்ளனர் பயன்படுத்துகின்றனர். டிஜிட்டல் அடையாளம் மற்றும் பாதுகாப்பான தரவு சேமிப்பு போன்ற பகுதிகளிலும் பிளாக்செயின் தொழில்நுட்பங்கள் பயன்படுத்தப்பட்டுள்ளன.

- சமூகம் மற்றும் கலாச்சாரத்தில் இந்தப் போக்குகளின் தாக்கம் குறிப்பிடத்தக்கதாக உள்ளது. டிஜிட்டல் ஊடகங்கள் நாம் தகவல்களைத் தொடர்பு கொள்ளும் மற்றும் நுகரும் முறையை மாற்றியுள்ளன, தனிநபர்கள் பரந்த தூரங்களில் மற்றவர்களுடன் இணைக்கவும், தேவைக்கேற்ப தகவல் மற்றும் பொழுதுபோக்கை அணுகவும் உதவுகின்றன. இருப்பினும், இந்தப் போக்குகள் தனியுரிமை, பாதுகாப்பு மற்றும் மன ஆரோக்கியம் மற்றும் சமூக உறவுகளில் ஏற்படும் பாதிப்புகள் குறித்த கவலைகளையும் எழுப்புகின்றன.

- தகவல்தொடர்பு மீதான தாக்கம்: டிஜிட்டல் ஊடகங்கள் நாம் ஒருவருக்கொருவர் தொடர்பு கொள்ளும் விதத்தை மாற்றியமைத்துள்ளன, தனிநபர்கள் பரந்த தூரங்களில் மற்றவர்களுடன் இணைவதற்கும் நிகழ்நேரத்தில் தொடர்பு கொள்வதற்கும் உதவுகின்றன. டிஜிட்டல் ஊடகங்கள் தனிநபர்கள் தங்கள் கருத்துகள், அனுபவங்கள் மற்றும் முன்னோக்குகளை மற்றவர்களுடன் பகிர்ந்து கொள்ள ஒரு தளத்தை வழங்கியுள்ளனர். இருப்பினும், டிஜிட்டல் ஊடக பயன்பாடு தவறான தகவல்களின் பரவல், சைபர்புல்லிங் மற்றும் மன ஆரோக்கியத்தில் ஏற்படும் தாக்கம் குறித்த கவலைகளையும் எழுப்புகிறது.

- பொழுதுபோக்கு மீதான தாக்கம்: டிஜிட்டல் ஊடகங்கள் நாம் பொழுதுபோக்கை நுகரும் முறையை மாற்றியமைத்துள்ளன, இதனால் தனிநபர்கள் தேவைக்கேற்ப பரந்த அளவிலான உள்ளடக்கத்தை அணுக முடிகிறது. டிஜிட்டல் ஊடகங்கள்

தனிநபர்கள் தங்கள் படைப்பாற்றல் மற்றும் திறமைகளை மற்றவர்களுடன் பகிர்ந்து கொள்ள ஒரு தளத்தை வழங்கியுள்ளனர். இருப்பினும், டிஜிட்டல் ஊடக பயன்பாடு அச்சு மற்றும் ஒளிபரப்பு ஊடகங்கள் போன்ற பாரம்பரிய ஊடகத் தொழில்களில் ஏற்படும் பாதிப்புகள் குறித்த கவலைகள் எழுப்புகிறது.

- சமூக உறவுகளின் தாக்கம்: டிஜிட்டல் ஊடகங்கள் நாம் சமூக உறவுகளைப் பராமரிக்கும் முறையை மாற்றியமைத்துள்ளன, தனிநபர்கள் பரந்த தூரங்களில் மற்றவர்களுடன் இணைவதற்கும், நண்பர்கள் மற்றும் குடும்பத்தினருடன் தொடர்பில் இருப்பதற்கும் உதவுகின்றன. டிஜிட்டல் ஊடகங்கள் தனிநபர்கள் தங்களை வெளிப்படுத்திக் கொள்ளவும், மற்றவர்களுடன் புதிய சமூக உறவுகளை உருவாக்கவும் ஒரு தளத்தை வழங்கியுள்ளனர். இருப்பினும், டிஜிட்டல் ஊடக பயன்பாடு சமூக உறவுகளில் ஏற்படும் தாக்கம், சமூக தனிமைப்படுத்தலுக்கான சாத்தியக்கூறுகள் மற்றும் மன ஆரோக்கியத்தில் ஏற்படும் தாக்கம் போன்ற கவலைகளையும் எழுப்புகிறது.

- கலாச்சாரத்தின் மீதான தாக்கம்: டிஜிட்டல் ஊடகங்கள் நாம் நுகரும் விதத்தையும் கலாச்சாரத்தை உருவாக்கும் விதத்தையும் மாற்றியுள்ளன, தனிநபர்கள் பரந்த தூரங்களில் கலாச்சார உள்ளடக்கத்தை அணுகவும் பகிர்ந்து கொள்ளவும் உதவுகிறது. டிஜிட்டல் ஊடகங்கள் தனிநபர்கள் தங்கள் கலாச்சார அடையாளங்களை வெளிப்படுத்தவும், தங்கள் கலாச்சார பாரம்பரியத்தை மற்றவர்களுடன் பகிர்ந்து கொள்ளவும் ஒரு தளத்தை வழங்கியுள்ளனர். இருப்பினும், டிஜிட்டல் ஊடக பயன்பாடு இசை மற்றும் திரைப்படத் தொழில்கள் போன்ற பாரம்பரிய கலாச்சாரத் தொழில்களில் ஏற்படும் தாக்கம் மற்றும் கலாச்சாரம் ஒருமைப்பாட்டிற்கான சாத்தியக்கூறுகள் பற்றிய கவலைகளையும் எழுப்புகிறது.

- அரசியல் மற்றும் சமூகத்தின் மீதான தாக்கம்: டிஜிட்டல் ஊடகங்கள் அரசியல் மற்றும் சமூகத்துடன் நாம் ஈடுபடும் விதத்தை மாற்றியமைத்துள்ளனர், தனிநபர்கள் தங்கள் அரசியல் கருத்துக்களை வெளிப்படுத்தவும் அரசியல் விவாதங்கள் மற்றும் விவாதங்களில் பங்கேற்கவும் உதவுகின்றன. #MeToo இயக்கம் மற்றும் Black Lives Matter போன்ற சமூக இயக்கங்கள் மற்றும் செயல்பாடுகளுக்கு டிஜிட்டல் ஊடகங்கள் ஒரு தளத்தையும் வழங்கியுள்ளன. இருப்பினும், போலிச் செய்திகள் பரவ சாத்தியக்கூறுகள் மற்றும் அரசியல் பிரச்சாரங்களில் டிஜிட்டல் ஊடகங்களின் செல்வாக்கு போன்றவை ஜனநாயகத்தின் மீதான தாக்கம் குறித்த கவலைகளையும் டிஜிட்டல் ஊடக பயன்பாடு எழுப்புகிறது.

இவ்வாறு, டிஜிட்டல் ஊடகங்கள் சமூகம் மற்றும் கலாச்சாரத்தில் குறிப்பிடத்தக்க தாக்கத்தை ஏற்படுத்தியது,நாம் தொடர்பு கொள்ளும் விதம், தகவல்களை நுகரும் விதம் மற்றும் ஒருவருக்கொருவர் தொடர்பு கொள்ளும் விதத்தை மாற்றுகிறது. சமூக ஊடகங்கள் போன்ற டிஜிட்டல் ஊடகங்களில் தற்போதைய போக்குகள்ஆதிக்கம், வீடியோ உள்ளடக்கம், மெய்நிகர் மற்றும் அக்மென்ட் ரியாலிட்டி, செல்வாக்கு சந்தைப்படுத்தல், செயற்கை நுண்ணறிவு, மற்றும் கிரிப்டோகரன்சிகள் மற்றும் பிளாக்செயின் ஆகியவை எதிர்காலத்தில் டிஜிட்டல் மீடியா நிலப்பரப்பை தொடர்ந்து வடிவமைக்கும் ஆற்றலைக் கொண்டுள்ளது. இருப்பினும், இந்தப் போக்குகள் தனியுரிமை, பாதுகாப்பு, மனநலம் மற்றும் சமூக உறவுகளில் ஏற்படும் தாக்கம், கலாச்சார ஒருமைப்பாடு மற்றும் தவறான தகவல் பரவலுக்கான சாத்தியக்கூறுகள் பற்றிய கவலைகளையும் எழுப்புகின்றன. டிஜிட்டல் மீடியா தொடர்ந்து வளர்ச்சியடைந்து வருவதால், தனிநபர்களும் சமூகமும் இந்தப் போக்குகள் சமூகம் மற்றும் கலாச்சாரத்தில் தாக்கத்தை ஏற்படுத்துகின்றன புரிந்துகொண்டு வழிநடத்துவது முக்கியம்.

டிஜிட்டல் மீடியாவின் எதிர்காலம் மற்றும் சமூக உறவுகள் மற்றும் அடையாளத்தால் அதன் சாத்தியமான தாக்கம்.

டிஜிட்டல் மீடியா அதன் தொடக்கத்திலிருந்து நீண்ட தூரம் வந்துள்ளது, மேலும் பல்வேறு வழிகளில் சமூகம் மற்றும் கலாச்சாரத்தின் தாக்கம் செய்தது. புதிய தொழில்நுட்பங்கள் மற்றும் தளங்கள் உருவாகும்போது, சமூக உறவுகள் மற்றும் அடையாளத்தால் ஏற்படக்கூடிய சாத்தியமான தாக்கத்தை கருத்தில் கொள்வது முக்கியம். இந்த கட்டுரையில், டிஜிட்டல் மீடியாவின் எதிர்காலம் மற்றும் சமூக உறவுகள் மற்றும் அடையாளத்தில் அதன் சாத்தியமான தாக்கம் பற்றி விவாதிப்பேன்.

- ஆக்மென்டட் ரியாலிட்டி: டிஜிட்டல் மீடியாவுடன் நாம் தொடர்பு கொள்ளும் விதத்தில் புரட்சியை ஏற்படுத்தும் ஆற்றலை ஆக்மென்டட் ரியாலிட்டி கொண்டுள்ளது. ஆக்மென்டட் ரியாலிட்டி தொழில்நுட்பங்கள் பயனர்களுக்கு மிகவும் ஆழமான மற்றும் ஊடாடும் அனுபவத்தை வழங்க முடியும், டிஜிட்டல் மற்றும் இயற்பியல் உலகங்களுக்கு இடையிலான எல்லைகளை மங்கலப்படுத்துகின்றன. தனிநபர்கள் அதிக ஒத்துழைப்பு மற்றும் பகிரப்பட்ட அனுபவங்களில் ஈடுபடலாம், இது சமூக உறவுகளை பாதிக்கும்.

- மெய்நிகர் யதார்த்தம்: மெய்நிகர் யதார்த்தம் என்பது டிஜிட்டல் ஊடகங்களுடன் நாம் தொடர்பு கொள்ளும் விதத்தில் புரட்சியை ஏற்படுத்தும் ஆற்றலைக் கொண்டதாகும் மற்றொரு தொழில்நுட்பமாகும். மெய்நிகர் யதார்த்தங்கள் பயனர்களுக்கு முற்றிலும் ஆழமான அனுபவத்தை வழங்க முடியும், அவர்களை பல்வேறு தொழில்நுட்பங்கள் மற்றும் சூழல்களுக்கு கொண்டு செல்ல முடியும். தனிநபர்கள் மிகவும் தனிப்பயனாக்கப்பட்ட மற்றும் நெருக்கமான அனுபவங்களில் ஈடுபடக்கூடும் என்பதால், இது சமூக உறவுகளை பாதிக்கும் ஆற்றலைக் கொண்டுள்ளது.

- செயற்கை நுண்ணறிவு: செயற்கை நுண்ணறிவு தொழில்நுட்பங்கள் ஏற்கனவே பல்வேறு டிஜிட்டல் மீடியா தளங்களில் பயன்படுத்தப்படுகின்றன, அதாவது சாட்பாட்கள் மற்றும் தனிப்பயனாக்கப்பட்ட பரிந்துரைகள். செயற்கை நுண்ணறிவு தொழில்நுட்பங்கள் தொடர்ந்து வளர்ச்சியடைந்து வருவதால், அவை மிகவும் தனிப்பயனாக்கப்பட்ட மற்றும் திறமையான அனுபவங்கள் வழங்குவதன் மூலம் சமூக உறவுகள் மற்றும் அடையாளத்தை பாதிக்கும் ஆற்றலைக் கொண்டுள்ளது.

- தொகுதிச்சங்கிலி: பாதுகாப்பான தரவு சேமிப்பு மற்றும் டிஜிட்டல் அடையாளம் போன்ற பல்வேறு வழிகளில் டிஜிட்டல் மீடியாவை பாதிக்கும் ஆற்றலை பிளாக்செயின் தொழில்நுட்பங்கள் உள்ளன. இது தனிநபர்களின் தனிப்பட்ட தரவு மற்றும் ஆன்லைன் அடையாளத்தின் மீது கூடுதல் கட்டுப்பாட்டை வழங்குவதன் மூலம் சமூக உறவுகள் மற்றும் அடையாளத்தை பாதிக்கும் ஆற்றலைக் கொண்டுள்ளது.

- தனிப்பயனாக்கம்: டிஜிட்டல் மீடியாவில் தனிப்பயனாக்கம் ஒரு முக்கியமான போக்காக மாறியுள்ளது, Netflix மற்றும் Spotify போன்ற தளங்கள் பயனர்களுக்கு தனிப்பயனாக்கப்பட்டன. பரிந்துரைகளை வழங்குகின்றன. தனிப்பயனாக்குதல் தொழில்நுட்பங்கள் தொடர்ந்து உருவாகி வருவதால், தனிநபர்களின் தனிப்பட்ட விருப்பங்களையும் மதிப்புகளையும் பிரதிபலிக்கும் வகையில் மிகவும் அனுபவங்களை வழங்குவதன் மூலம் சமூக உறவுகள் மற்றும் அடையாளத்தை பாதிக்கும் ஆற்றலை அவை உள்ளன.

- சமூக உறவுகள் மற்றும் அடையாளத்தில் இந்தப் போக்குகளின் சாத்தியமான தாக்கம் குறிப்பிடத்தக்கது. இந்தப் போக்குகள் தனிநபர்கள் ஒருவருக்கொருவர் தொடர்பு கொள்ளும் விதத்திலும் சமூக உறவுகளை உருவாக்கும் விதத்திலும் தாக்கத்தை ஏற்படுத்துகிறது. தனிநபர்கள் தங்கள் அடையாளத்தை உருவாக்கி வெளிப்படுத்தும் விதத்திலும் தாக்கத்தை ஏற்படுத்தும் ஆற்றலைக் கொண்டுள்ளது.

- சமூக உறவுகளின் தாக்கம்: சமூக உறவுகளில் இந்தப் போக்குகளின் சாத்தியமான தாக்கம் குறிப்பிடத்தக்கது. ஆக்மென்டட் மற்றும் மெய்நிகர் ரியாலிட்டி தொழில்நுட்பங்கள் தனிநபர்களுக்கு அதிக ஆழமான மற்றும் ஊடாடும் அனுபவங்களை வழங்கும் திறனைக் கொண்டுள்ளது, இதனால் அவர்கள் அதிக ஒத்துழைப்பு மற்றும் பகிரப்பட்ட அனுபவங்களில் ஈடுபட முடியும். தனிநபர்கள்

ஒருவருக்கொருவர் மிகவும் நெருக்கமான மற்றும் தனிப்பயனாக்கப்பட்ட வழிகளில் இணைக்க உதவுவதன் மூலம் இது சமுக உறவுகளை பாதிக்கும் திறனைக் கொண்டுள்ளது கொண்டுள்ளது. இருப்பினும், இந்த தொழில்நுட்பங்கள் சமூக தனிமைப்படுத்தலில் தாக்கம் மற்றும் டிஜிட்டல் மற்றும் இயற்பியல் உலகங்களுக்கு இடையே உள்ளன எல்லைகளை மங்கலப்படுத்துவது பற்றிய கவலைகளையும் எழுப்புகின்றன.

- அடையாளத்தின் மீதான தாக்கம்: அடையாளத்தின் மீதான இந்தப் போக்குகளின் சாத்தியமான தாக்கமும் குறிப்பிடத்தக்கது. தனிப்பயனாக்க தொழில்நுட்பங்கள், தனிநபர்கள் தங்கள் தனிப்பட்ட விருப்பங்களையும் மதிப்புகளையும் பிரதிபலிக்கும் வகையில் மிகவும் அனுபவங்கள் வழங்குவதன் மூலம், அவர்களின் அடையாளத்தை உருவாக்கும் மற்றும் வெளிப்படுத்தும் விதத்தில் தாக்கத்தை ஏற்படுத்தும் ஆற்றலைக் கொண்டுள்ளது. செயற்கை நுண்ணறிவு தொழில்நுட்பங்கள், தனிநபர்கள் தங்கள் அடையாளத்தை உணர்ந்து, அதை உணர்த்தும் விதத்தில் தாக்கத்தை ஏற்படுத்தும் ஆற்றலை மேலும் தனிப்பயனாக்கப்பட்ட மற்றும் திறமையான அனுபவங்களை வழங்குவதன் மூலம். இருப்பினும், இந்த தொழில்நுட்பங்கள் தனியுரிமையின் மீதான சாத்தியமான தாக்கம் மற்றும் தனிப்பயனாக்கப்பட்ட விளம்பரங்கள் மூலம் தனிநபர்கள் இலக்காகக் கொள்ளப்படுவதற்கான சாத்தியக்கூறுகள் பற்றிய கவலைகளையும் எழுப்புகின்றன.

- சமூக மாற்றத்தின் மீதான தாக்கம்: சமூக மாற்றம் மற்றும் செயல்பாட்டிற்கான ஒரு தளமாக டிஜிட்டல் மீடியா ஏற்கனவே பயன்படுத்தப்பட்டுள்ளது. புதிய தொழில்நுட்பங்கள் மற்றும் தளங்கள் உருவாகும்போது, தனிநபர்கள் ஒருவருக்கொருவர் மிகவும் அர்த்தமுள்ள மற்றும் தாக்கத்தை ஏற்படுத்தும் வழிகளில் இணைக்கப்படுகின்றன உதவுவதன் மூலம் சமூக மாற்றத்தை பாதிக்கிறது. இருப்பினும், இந்த தொழில்நுட்பங்கள் தவறான தகவல் பரவ சாத்தியக்கூறுகள் மற்றும் அரசியல் பிரச்சாரங்களில் டிஜிட்டல் மீடியாவின் செல்வாக்கு பற்றிய கவலைகளையும் எழுப்புகின்றன.

முடிவில், டிஜிட்டல் மீடியாவின் எதிர்கால சமூக உறவுகள் மற்றும் அடையாளத்தை பல்வேறு வழிகளில் பாதிக்கும் ஆற்றலைக் கொண்டுள்ளது. புதிய தொழில்நுட்பங்கள் மற்றும் தளங்கள் உருவாகும்போது, சமூகம் மற்றும் கலாச்சாரத்தில் ஏற்படக்கூடிய தாக்கத்தை கருத்தில் கொள்வது முக்கியம். இந்த போக்குகள் தனிநபர்கள் ஒருவருக்கொருவர் தொடர்பு கொள்ளும் விதம், சமூக உறவுகளை உருவாக்குதல் மற்றும் அவர்களின் அடையாளத்தை கட்டமைத்தல் விதத்தை பாதிக்கும் ஆற்றலைக் கொண்டுள்ளது. தனிநபர்களும் சமூகமும் புரிந்துகொண்டு வழிநடத்துவது முக்கியம்

சமூக ஊடகங்களின் தாக்கம் குறித்த விவாதம்:சமூக உறவுகள் குறித்து

சமூக ஊடகங்கள் நவீன வாழ்க்கையின் ஒரு பொதுவான அம்சமாக மாறிவிட்டது, பில்லியன் கணக்கான தனிநபர்கள் மற்றவர்களுடன் இணைவதற்கும், தகவல்களுக்கும் பகிர்ந்து கொள்வதற்கும், தங்கள் எண்ணங்களையும் கருத்துகளையும் வெளிப்படுத்துவதற்கும் பல்வேறு தளங்களைப் பயன்படுத்துகின்றனர். சமூக ஊடகங்கள் நாம் ஒருவருக்கொருவர் தொடர்பு கொள்ளும் விதத்தை மாற்றியுள்ளன, மேலும் சமூக உறவுகள் மற்றும் அர்த்தத்தை உருவாக்கும் நடைமுறைகள் குறிப்பிடத்தக்க தாக்கத்தை ஏற்படுத்தியுள்ளன. இந்தக் கட்டுரையில், சமூக ஊடகங்களின் தாக்கத்தைப் பற்றி விவாதிப்பேன்.சமூக உறவுகள் மற்றும் அர்த்தத்தை உருவாக்கும் நடைமுறைகள் குறித்து.

- சமூக உறவுகளில் தாக்கம்: சமூக ஊடகங்கள் தனிநபர்கள் ஒருவருக்கொருவர் இணைக்கும் விதத்தை மாற்றியுள்ளனர், தனிநபர்கள் பரந்த தூரங்களுக்கு சமூக

உறவுகளைப் பெற்றுள்ளனர் பராமரிக்கவும், ஒத்த ஆர்வங்கள் மற்றும் மதிப்புகளைப் பகிர்ந்து கொள்ளும் மற்றவர்களுடன் இணைக்கவும் உதவுகின்றன. சமூக ஊடகங்கள் தனிநபர்கள் தங்கள் கருத்துகளையும் கண்ணோட்டங்களையும் வெளிப்படுத்தவும், மற்றவர்களுடன் கலந்துரையாடல்கள் மற்றும் விவாதங்கள் ஈடுபடவும் ஒரு தளத்தையும் வழங்கியுள்ளனர். இருப்பினும், சமூக ஊடகங்கள்சமூக தனிமைப்படுத்தல், சைபர்புல்லிங் மற்றும் தவறான தகவல் பரவல் போன்ற சமூக உறவுகளில் ஏற்படக்கூடிய தாக்கம் குறித்த கவலைகளையும் பயன்பாடு எழுப்புகிறது.

- அடையாளத்தின் மீதான தாக்கம்: தனிநபர்கள் தங்கள் அடையாளத்தை உருவாக்கி வெளிப்படுத்தும் விதத்தையும் சமூக ஊடகங்கள் மாற்றியுள்ளன. தனிநபர்கள் தங்கள் எண்ணங்கள், உணர்வுகள் மற்றும் அனுபவங்களை மற்றவர்களுடன் பகிர்ந்து கொள்ள சமூக ஊடகங்கள் ஒரு தளத்தை வழங்கியுள்ளன, இது உடல் அடையாளத்திலிருந்து வேறுபட்டதாக இருக்கக்கூடிய அவர்களின் டிஜிட்டல் அடையாளத்தை உருவாக்குகிறது. தனிநபர்கள் தங்கள் கலாச்சாரம் மற்றும் சமூக அடையாளங்களை வெளிப்படுத்தவும், ஒத்த அனுபவங்களையும் கண்ணோட்டங்களையும் பகிர்ந்து கொள்ளும் மற்றவர்களுடன் இணைவதற்கும் சமூக ஊடகங்கள் ஒரு தளத்தை வழங்கியுள்ளன. இருப்பினும், சமூக ஊடகங்கள்தனிநபர்கள் ஆன்லைனில் தவறான அல்லது தேர்ந்தெடுக்கப்பட்ட அடையாளத்தை வழங்குவதற்கான சாத்தியக்கூறுகள் பற்றிய கவலைகளையும் பயன்பாடுகள் எழுப்புகிறது, இது போதாது மற்றும் பாதுகாப்பின்மை உணர்வுகளுக்கு.

- அர்த்தத்தை உருவாக்கும் நடைமுறைகளின் தாக்கம்: சமூக ஊடக நபர்கள் தங்களைச் சுற்றியுள்ள உலகத்தை அர்த்தப்படுத்தும் விதத்தை மாற்றியுள்ளனர். சமூக ஊடகங்கள் தனிநபர்கள் தகவல்களை அணுகவும் பகிர்ந்து கொள்ளவும், தற்போதைய நிகழ்வுகள் மற்றும் பிரச்சினைகள் பற்றிய விவாதங்கள் மற்றும் விவாதங்களில் ஈடுபடவும் ஒரு தளத்தை வழங்கியுள்ளனர். மீம்ஸ்கள் மற்றும் வைரல் வீடியோக்கள் போன்ற கலாச்சார உள்ளடக்கத்தை உருவாக்கவும் சமூக ஊடகங்கள் தனிநபர்களுக்கு ஒரு தளத்தையும் பகிர்ந்து கொள்ளவும் வழங்கப்பட்டுள்ளன. இருப்பினும், சமூக ஊடகங்கள்விமர்சன சிந்தனை மற்றும் தவறான தகவல் பரவலில் ஏற்படக்கூடிய தாக்கம் குறித்த கவலைகளையும் பயன்பாடு எழுப்புகிறது.

சமூக ஊடகங்களின் தாக்கம்சமூக உறவுகள் மற்றும் அர்த்தத்தை உருவாக்கும் நடைமுறைகள் குறித்த கருத்து குறிப்பிடத்தக்கது. சமூக ஊடகங்கள் நாம் ஒருவருக்கொருவர் தொடர்பு கொள்ளும் விதத்தை மாற்றியமைத்துள்ளன, தனிநபர்கள் பரந்த தூரங்களில் மற்றவர்களுடன் இணைவதற்கு எண்ணங்களையும் கருத்துகளையும் வெளிப்படுத்துவதற்கும் ஒரு தளத்தை வழங்குகின்றன. இருப்பினும், சமூக ஊடக பயன்பாடு சமூக தனிமைப்படுத்தல், சைபர்புல்லிங் மற்றும் தவறான தகவல்களின் பரவல் போன்ற சமூக உறவுகளில் ஏற்படக்கூடிய தாக்கம் குறித்த கவலைகளையும் எழுப்புகிறது.

தனிநபர்கள் தங்கள் அடையாளத்தை உருவாக்கி வெளிப்படுத்தும் விதத்தையும் சமூக ஊடகங்கள் மாற்றியுள்ளன. சமூக ஊடகங்கள் தனிநபர்களுக்கு அவர்களின் உடல் அடையாளத்திலிருந்து வேறுபட்ட டிஜிட்டல் அடையாளத்தை உருவாக்க ஒரு தளத்தை வழங்கியுள்ளனர். சமூக ஊடகங்கள் தனிநபர்கள் தங்கள் கலாச்சார மற்றும் சமூக அடையாளங்களை வெளிப்படுத்தவும், ஒத்த அனுபவங்களையும் கண்ணோட்டங்களையும் பகிர்ந்து கொள்ளவும் மற்றவர்களுடன் இணைவதற்கும் ஒரு தளத்தை வழங்கியுள்ளனர். இருப்பினும், சமூக ஊடகங்கள்தனிநபர்கள் ஆன்லைனில் தவறான அல்லது தேர்ந்தெடுக்கப்பட்ட அடையாளத்தை வழங்குவதற்கான சாத்தியக்கூறுகள் பற்றிய கவலைகளையும் பயன்பாடுகள் எழுப்புகிறது, இது போதாது மற்றும் பாதுகாப்பின்மை உணர்வுகளுக்கு.

இறுதியாக, சமூக ஊடகங்கள்தனிநபர்கள் தங்களைச் சுற்றியுள்ள உலகத்தை அர்த்தப்படுத்தும் விதத்தை மாற்றியுள்ளது. சமூக ஊடகங்கள் தனிநபர்கள் தகவல்களை அணுகவும் பகிர்ந்து கொள்ளவும், தற்போதைய நிகழ்வுகள் மற்றும் பிரச்சினைகள் பற்றிய விவாதங்கள் மற்றும் விவாதங்களில் ஈடுபடவும் ஒரு தளத்தை வழங்கியுள்ளனர். மீம்ஸ்கள் மற்றும் வைரல் வீடியோக்கள் போன்ற கலாச்சார உள்ளடக்கத்தை உருவாக்கவும் சமூக ஊடகங்கள் தனிநபர்களுக்கு ஒரு தளத்தை பகிர்ந்து கொள்ளவும் வழங்கப்பட்டுள்ளன. இருப்பினும், விமர்சன சிந்தனை மற்றும் தவறான தகவல்களின் பரவலில் ஏற்படக்கூடிய தாக்கம் குறித்த கவலைகளையும் சமூக ஊடக பயன்பாடுகளையும் எழுப்புகிறது.

முடிவில், சமூக ஊடகங்கள்சமூக உறவுகள் மற்றும் அர்த்தத்தை உருவாக்கும் நடைமுறைகளில் குறிப்பிடத்தக்க தாக்கத்தை ஏற்படுத்தியது. சமூக ஊடகங்கள் தனிநபர்கள் அவர்களின் மற்றவர்களுடன் இணைவதற்கும், அடையாளத்தை வெளிப்படுத்துவதற்கும், விவாதங்கள் மற்றும் விவாதங்களில் ஈடுபடுவதற்கு ஒரு தளத்தை வழங்கிய நிலையில், சமூக உறவுகள், அடையாள கட்டுமானம் மற்றும் விமர்சன சிந்தனை ஆகியவற்றில் ஏற்படக்கூடிய தாக்கம் குறித்த கவலைகளையும் இது எழுப்புகிறது. சமூக ஊடகங்கள் தொடர்ந்து வளர்ச்சியடைந்து வருவதால், சமூக உறவுகள் மற்றும் அர்த்தத்தை உருவாக்கும் நடைமுறைகளில் சமூக ஊடகங்களின் தாக்கம் தனிநபர்களும் சமூகமும் புரிந்துகொண்டு வழிநடத்துவது முக்கியம்.

டிஜிட்டல் மீடியாவின் தற்போதைய போக்குகள் மற்றும் சமூகத்தின் தாக்கம் பற்றிய கண்ணோட்டம்.

டிஜிட்டல் மீடியா என்பது தொடர்ந்து வளர்ந்து வரும் ஒரு நிலப்பரப்பாகும், புதிய தொழில்நுட்பங்களும் தொடர்ந்து உருவாகி வருகின்றன. இந்தப் போக்குகள் சமூகத்தையும் கலாச்சாரத்தையும் பல்வேறு வழிகளில் பாதிக்கும் ஆற்றலைக் கொண்டுள்ளது, நாம் தொடர்பு கொள்ளும் விதம், தகவல்களை நுகரும் விதம் மற்றும் ஒருவருக்கொருவர் தொடர்பு கொள்ளும் விதத்தை வடிவமைக்கின்றன. இந்தக் கட்டுரையில், டிஜிட்டல் மீடியாவின் தற்போதைய போக்குகள் மற்றும் சமூகம் மற்றும் கலாச்சாரத்தின் தாக்கம் பற்றிய பார்வை வழங்குவேன்.

- சமூக ஊடக ஆதிக்கம்: சமூக ஊடகங்கள் டிஜிட்டல் ஊடக நிலப்பரப்பில் தொடர்ந்து ஆதிக்கம் செலுத்தி வருகின்றன, பேஸ்புக், இன்ஸ்டாகிராம் மற்றும் ட்விட்டர் போன்ற தளங்களை உலகம் முழுவதும் பில்லியன் கணக்கான நபர்கள் பயன்படுத்துகின்றனர். சமூக ஊடகங்கள் நாம் ஒருவருக்கொருவர் இணைக்கும் விதத்தை மாற்றியுள்ளன, இதனால் தனிநபர்கள் பரந்த தூரங்களில் சமூக உறவுகளைப் பராமரிக்க வேண்டும், ஒத்த ஆர்வங்கள் மற்றும் மதிப்புகளைப் பகிர்ந்து கொள்ளும் மற்றவர்களுடன் இணைக்கவும் உதவுகிறது. இருப்பினும், சமூக ஊடகங்கள்மனநலம், சமூக உறவுகள் மற்றும் தவறான தகவல்களின் பரவல் ஆகியவற்றில் ஏற்படக்கூடிய தாக்கம் குறித்த கவலைகளையும் பயன்பாடுகளையும் எழுப்புகிறது.
- காணொளி உள்ளடக்கம்: காணொளி உள்ளடக்கம் சமீபத்திய ஆண்டுகளில் பெருகிய முறையில் பிரபலமடைந்து வருகிறது, யூடியூப் மற்றும் டிக்டாக் போன்ற தளங்கள் தனிநபர்கள் காணொளி உள்ளடக்கத்தை உருவாக்கவும் பகிர்ந்து கொள்ளவும் ஒரு தளத்தை வழங்குகின்றன. காணொளி உள்ளடக்கம், தனிநபர்களுக்கு மிகவும் ஆழமான மற்றும் ஈடுபாட்டுடன் கூடிய அனுபவத்தை வழங்குவதன் மூலம் சமூகம் மற்றும் கலாச்சாரத்தின் தாக்கத்தை ஆற்றலைக் கொண்டுள்ளது, மேலும் அவர்கள் மற்றவர்களுடன் மிகவும் நெருக்கமான மற்றும் தனிப்பயனாக்கப்பட்ட வழிகளில் இணைக்க உதவுகிறது.
- மெய்நிகர் மற்றும் பெரிதாக்கப்பட்ட யதார்த்தம்: மெய்நிகர் மற்றும் பெரிதாக்கப்பட்ட யதார்த்தம்டிஜிட்டல் மீடியாவுடன் நாம் தொடர்பு கொள்ளும்

விதத்தில் புரட்சியை ஏற்படுத்தும் ஆற்றலை தொழில்நுட்பங்கள் உள்ளன. இந்த தொழில்நுட்பங்கள் பயனர்களுக்கு மிகவும் ஆழமான மற்றும் ஊடாடும் அனுபவத்தை வழங்க முடியும், டிஜிட்டல் மற்றும் இயற்பியல் உலகங்களுக்கு எல்லைகளை மங்கலப்படுத்துகின்றன. இது தனிநபர்கள் அதிக ஒத்துழைப்பு மற்றும் பகிரப்பட்ட அனுபவங்களில் ஈடுபடவும், புதிய மற்றும் புதுமையான வழிகளில் கலாச்சார உள்ளடக்கத்தை உருவாக்கவும் உதவுவதன் மூலம் சமூகம் மற்றும் கலாச்சாரத்தை பாதிக்கும் ஆற்றலைக் கொண்டுள்ளது.

- செல்வாக்கு மிக்க சந்தைப்படுத்தல்: டிஜிட்டல் மீடியாவில் செல்வாக்கு மிக்க சந்தைப்படுத்தல் ஒரு முக்கியமான போக்காக மாறியுள்ளது, பிராண்டுகள் தங்கள் தயாரிப்புகள் மற்றும் சேவைகளை விளம்பரப்படுத்த செல்வாக்கு மிக்கவர்களைப் பயன்படுத்துகின்றனர். நுகர்வோர் நடத்தை வடிவமைப்பதன் மூலமும், தயாரிப்புகள் மற்றும் சேவைகளைப் பற்றி தனிநபர்கள் உணர்ந்து முடிவுகளை எடுக்கும் விதத்தில் செல்வாக்கு செலுத்துவதன் மூலமும் சமூகத்தையும் கலாச்சாரத்தையும் பாதிக்கும் ஆற்றலை செல்வாக்கு மிக்க சந்தைப்படுத்துகிறது.

செயற்கை நுண்ணறிவு. செயற்கை நுண்ணறிவு தொழில்நுட்பங்கள் ஏற்கனவே பல்வேறு டிஜிட்டல் மீடியா தளங்களில் பயன்படுத்தப்படுகின்றன, எடுத்துக்காட்டாக சாட்பாட்கள் மற்றும் தனிப்பயனாக்கப்பட்ட பரிந்துரைகள். செயற்கை நுண்ணறிவு தொழில்நுட்பங்கள் தொடர்ந்து வளர்ச்சியடைந்து வருவதால், அவை மிகவும் தனிப்பயனாக்கப்பட்ட மற்றும் திறமையான அனுபவங்கள் வழங்குவதன் மூலமும், தனிநபர்கள் தங்களைச் சுற்றியுள்ள உலகத்தை உணர்ந்து உணரும் விதத்தை வடிவமைப்பதன் மூலமும் சமூகத்தையும் கலாச்சாரத்தையும் பாதிக்கும் ஆற்றலைக் கொண்டுள்ளது.

கிரிப்டோகரன்சிகள் மற்றும் பிளாக்செயின். கிரிப்டோகரன்சிகள் மற்றும் பிளாக்செயின் தொழில்நுட்பங்கள் பாதுகாப்பான தரவு சேமிப்பு மற்றும் டிஜிட்டல் அடையாளம் போன்ற பல்வேறு வழிகளில் சமூகத்தையும் கலாச்சாரத்தையும் பாதிக்கிறது. இந்த தொழில்நுட்பங்கள் தனிநபர்கள் தங்கள் தனிப்பட்ட தரவு மற்றும் ஆன்லைன் அடையாளத்தின் மீது அதிக கட்டுப்பாட்டை வழங்குவதன் மூலமும், தனிநபர்களும் நிதி பரிவர்த்தனைகளை உணர்ந்து உணரும் விதத்தை வடிவமைப்பதன் மூலமும் சமூகத்தையும் கலாச்சாரத்தையும் பாதிக்கும் ஆற்றலைக் கொண்டுள்ளது.

சமூகம் மற்றும் கலாச்சாரத்தில் இந்தப் போக்குகளின் தாக்கம் குறிப்பிடத்தக்கது. இந்தப் போக்குகள் நாம் ஒருவருக்கொருவர் தொடர்பு கொள்ளும் விதம், தகவல்களை நுகரும் விதம் மற்றும் டிஜிட்டல் ஊடகங்களுடன் தொடர்பு கொள்ளும் விதத்தை பாதிக்கும் ஆற்றலைக் கொண்டுள்ளது. இருப்பினும், இந்தப் போக்குகள் தனியுரிமை, பாதுகாப்பு, மனநலம் மற்றும் சமூக உறவுகளில் ஏற்படும் தாக்கம் மற்றும் கலாச்சார ஒருமைப்பாடு மற்றும் தவறான தகவல் பரவல் சாத்தியக்கூறுகள் பற்றிய கவலைகளையும் எழுப்புகின்றன.

வளர்ந்து வரும் தொழில்நுட்பங்கள் மற்றும் சமூகம் மற்றும் கலாச்சாரத்திற்கான சாத்தியமான தாக்கங்கள்

வளர்ந்து வரும் தொழில்நுட்பங்கள் நாம் வாழும் விதம், வேலை செய்யும் விதம் மற்றும் ஒருவருக்கொருவர் தொடர்பு கொள்ளும் விதத்தில் புரட்சியை ஏற்படுத்தும் ஆற்றலைக் கொண்டுள்ளது. இந்த தொழில்நுட்பங்கள் தொடர்ந்து வளர்ச்சியடையும் போது, சமூகம் மற்றும் கலாச்சாரத்திற்கான சாத்தியமான தாக்கங்களைக் கருத்தில் கொள்வது முக்கியம். இந்தக் கட்டுரையில், வளர்ந்து வரும் தொழில்நுட்பங்கள் மற்றும் சமூகம் மற்றும் கலாச்சாரத்திற்கான சாத்தியமான தாக்கங்களை நான் பகுப்பாய்வு செய்கிறேன் செய்வேன்.

செயற்கை நுண்ணறிவு: செயற்கை நுண்ணறிவு (AI) என்பது வளர்ந்து வரும் தொழில்நுட்பமாகும், இது சமூகத்தையும் கலாச்சாரத்தையும் பல்வேறு வழிகளில் பாதிக்கும் ஆற்றலைக் கொண்டுள்ளது. சுகாதாரம், நிதி மற்றும் கல்வி போன்ற பல்வேறு தொழில்களில் AI தொழில்நுட்பங்கள் ஏற்கனவே பயன்படுத்தப்படுகின்றன. மேலும் தனிப்பயனாக்கப்பட்ட மற்றும் திறமையான அனுபவங்களை வழங்குவதன் மூலமும்,

தனிநபர்கள் தங்களைச் சுற்றியுள்ள உலகத்தை உணர்ந்து புரிந்துகொள்ளலாம் விதத்தை வடிவமைப்பதன் மூலமும் சமூகத்தையும் கலாச்சாரத்தையும் பாதிக்கும் ஆற்றலை AI கொண்டுள்ளது. இருப்பினும், வேலை இடப்பெயர்ச்சி, தனியுரிமை மற்றும் முடிவெடுப்பதில் சார்பு மற்றும் பாகுபாடுக்கான சாத்தியக்கூறுகள் பற்றிய கவலைகளையும் AI எழுப்புகிறது.

மேம்படுத்தப்பட்ட மற்றும் மெய்நிகர் யதார்த்தம்: டிஜிட்டல் மீடியாவுடன் நாம் தொடர்பு கொள்ளும் விதத்தில் புரட்சியை ஏற்படுத்தும் ஆற்றலை ஆக்மென்டட் மற்றும் விர்ச்சுவல் ரியாலிட்டி தொழில்நுட்பங்கள் உள்ளன. இந்த தொழில்நுட்பங்கள் பயனர்களுக்கு மிகவும் ஆழமான மற்றும் ஊடாடும் அனுபவத்தை வழங்க முடியும், டிஜிட்டல் மற்றும் இயற்பியல் உலகங்களுக்கு எல்லைகளை மங்கலப்படுத்துகின்றன. தனிநபர்கள் அதிக ஒத்துழைப்பு மற்றும் பகிரப்பட்ட அனுபவங்களில் ஈடுபடவும், புதிய மற்றும் புதுமையான வழிகளில் உள்ளடக்கத்தை உருவாக்கவும் பகிர்ந்து கொள்ளவும் இது சமூகத்தையும் கலாச்சாரத்தையும் பாதிக்கும் ஆற்றலைக் கொண்டுள்ளது. இருப்பினும், இந்த தொழில்நுட்பங்கள் அடிமையாதல், சமூக தனிமைப்படுத்தல் மற்றும் டிஜிட்டல் மற்றும் இயற்பியல் உலகங்களுக்கு இடையிலான எல்லைகள் மங்கலாக்குவதற்கான சாத்தியக்கூறுகள் பற்றிய கவலைகளையும் எழுப்புகின்றன.

தொகுதிச்சங்கிலி. பாதுகாப்பான தரவு சேமிப்பு மற்றும் டிஜிட்டல் அடையாளம் போன்ற பல்வேறு வழிகளில் சமூகத்தையும் கலாச்சாரத்தையும் பாதிக்கும் ஆற்றலை பிளாக்செயின் தொழில்நுட்பங்கள் உள்ளன. தனிநபர்கள் தங்கள் தனிப்பட்ட தரவு மற்றும் ஆன்லைன் அடையாளத்தின் மீது அதிக கட்டுப்பாட்டை வழங்குவதன் மூலமும், தனிநபர்கள் நிதி பரிவர்த்தனைகளும் உணர்ந்து உணரும் விதத்தை வடிவமைப்பதன் மூலமும் சமூகத்தையும் கலாச்சாரத்தையும் பாதிக்கும் ஆற்றலை பிளாக்செயின் கொண்டுள்ளது. இருப்பினும், அதிகரித்த கண்காணிப்புக்கான சாத்தியக்கூறு, தவறாகப் பயன்படுத்துவதற்கான சாத்தியக்கூறு மற்றும் தொழில்நுட்ப மேட்டுக்குடித்தனத்திற்கான சாத்தியக்கூறு பற்றிய கவலைகளையும் பிளாக்செயின் எழுப்புகிறது.

5G தொழில்நுட்பம்: 5G தொழில்நுட்பம் என்பது வளர்ந்து வரும் தொழில்நுட்பமாகும், இது நாம் ஒருவருக்கொருவர் இணைக்கும் விதத்தையும் தகவல்களை அணுகும் விதத்தையும் மாற்றும் ஆற்றலைக் கொண்டுள்ளது. 5G தனிநபர்களுக்கு வேகமான மற்றும் நம்பகமான தொழில்நுட்ப இணைய அணுகலை வழங்குவதன் மூலம் சமூகம் மற்றும் கலாச்சாரத்தை பாதிக்கும் ஆற்றலைக் கொண்டுள்ளது, இது புதிய மற்றும் புதுமையான தொழில்நுட்பங்களின் வளர்ச்சியை செயல்படுத்துகிறது. இருப்பினும், 5G தொழில்நுட்பம் அதிகரித்த கண்காணிப்புக்கான சாத்தியக்கூறுகள் மற்றும் டிஜிட்டல் பிளவு விரிவடைவதற்கான சாத்தியக்கூறுகள் பற்றிய கவலைகள் எழுப்புகிறது, கிராமப்புற மற்றும் குறைந்த வருமானம் உள்ள பகுதிகளில் உள்ள தனிநபர்கள் இந்த தொழில்நுட்பங்களை குறைவாக அணுகுவதால்.

விஷயங்களின் இணையம் (IoT): இன்டர்நெட் ஆஃப் திங்ஸ் (IoT) என்பது வளர்ந்து வரும் தொழில்நுட்பமாகும், இது சாதனங்கள் மற்றும் சாதனங்களை இணையத்துடன் இணைக்கிறது, இதனால் தனிநபர்கள் தங்கள் வீடுகளையும் சாதனங்களையும் தொலைவிலிருந்து கட்டுப்படுத்தவும் கண்காணிக்கவும் உதவுகிறது. தனிநபர்களுக்கு அவர்களின் அன்றாட வாழ்க்கையில் அதிக வசதிகளையும் கட்டுப்பாட்டையும் வழங்குவதன் மூலம், புதிய மற்றும் புதுமையான தொழில்நுட்பங்கள் உருவாக்குவதன் மூலமும் சமூகம் மற்றும் கலாச்சாரத்தின் தாக்கத்தை ஏற்படுத்தும் ஆற்றலை IoT கொண்டுள்ளது. இருப்பினும், அதிகரித்த கண்காணிப்புக்கான சாத்தியக்கூறுகள் மற்றும் பாதுகாப்பு மீறல்கள் மற்றும் தரவு தனியுரிமை மீறல்களுக்கான சாத்தியக்கூறுகள் பற்றிய கவலைகளையும் IoT எழுப்புகிறது.

இந்த வளர்ந்து வரும் தொழில்நுட்பங்கள் சமூகத்திற்கும் கலாச்சாரத்திற்கும் ஏற்படுத்தும் சாத்தியமான தாக்கங்கள் குறிப்பிடத்தக்கவை. இந்த தொழில்நுட்பங்கள் நாம் வாழும் விதம், வேலை செய்யும் விதம் மற்றும் ஒருவருக்கொருவர் தொடர்பு கொள்ளும் விதத்தை பாதிக்கும். இருப்பினும், இந்த தொழில்நுட்பங்கள் வேலை இடப்பெயர்ச்சி, தனியுரிமை, பாதுகாப்பு மற்றும் முடிவெடுப்பதில் சார்பு மற்றும் பாகுபாடு காட்டுவதற்கான வாய்ப்பு சாத்தியக்கூறுகள் பற்றிய கவலைகளையும் எழுப்புகின்றன.

முடிவில், வளர்ந்து வரும் தொழில்நுட்பங்கள் சமூகத்தையும் கலாச்சாரத்தையும் பல்வேறு வழிகளில் மாற்றும் ஆற்றலைக் கொண்டுள்ளது. இந்தத் தொழில்நுட்பங்கள் தொடர்ந்து வளர்ச்சியடையும் போது, தனிநபர்களும் சமூகமும் இந்தத் தொழில்நுட்பங்களின் சாத்தியமான தாக்கங்களைப் புரிந்துகொண்டு வழிநடத்துவது முக்கியம். இந்த தொழில்நுட்பங்களின் சாத்தியமான நன்மைகள் மற்றும் அபாயங்களைக் கருத்தில் கொள்வது, இந்த தொழில்நுட்பங்கள் நேர்மறையான சமூக மற்றும் கலாச்சாரம் விளைவுகளை ஊக்குவிக்கும் வழிகளில் பயன்படுத்தப்படுவதை உறுதி செய்வதற்கான உத்திகளை உருவாக்குவது முக்கியம். இது தனிநபர்களுக்கும் முக்கியமானதுஇந்த தொழில்நுட்பங்களுடன் தொடர்புடைய சாத்தியமான அபாயங்கள் மற்றும் கவலைகளை நிவர்த்தி செய்வதில் சமூகம் முன்முயற்சியுடன் செயல்படும் வேண்டும், இதனால் அவை ஒட்டுமொத்த சமூகத்திற்கும் பயனளிக்கும் வகையில் பயன்படுத்தப்படுகின்றன.

சமூகவியல்சமகால சமூகம் மற்றும் கலாச்சாரத்தைப் புரிந்துகொள்வதில் டிஜிட்டல் மல்டிமீடியாவின் பங்கு

சமூகவியல் ஆய்வுடிஜிட்டல் மற்றும் மல்டிமீடியாவின் முக்கியத்துவம் சமகால சமூகம் மற்றும் கலாச்சாரத்தைப் புரிந்துகொள்வதில் மிகவும் முக்கியமானது. டிஜிட்டல் ஊடகங்கள் நாம் தொடர்பு கொள்ளும் விதம், தகவல்களை நுகரும் விதம் மற்றும் ஒருவருக்கொருவர் தொடர்பு கொள்ளும் விதத்தை மாற்றியுள்ளன, மேலும் சமூக உறவுகள், அடையாள கட்டுமானம் மற்றும் அர்த்தத்தை உருவாக்கும் நடைமுறைகளில் குறிப்பிடத்தக்க தாக்கத்தை ஏற்படுத்தியுள்ளது. இந்தக் கட்டுரையில், டிஜிட்டல் மற்றும் மல்டிமீடியாவின் சமூகவியலைப் படிப்பதன் முக்கியத்துவத்தைப் பற்றி சிந்தித்து, இந்தத் துறையில் ஆராய்ச்சி திசைகளைப் பற்றி விவாதிப்பேன்.

சமூகவியல் படிப்பதன் முக்கியத்துவம்டிஜிட்டல் மற்றும் மல்டிமீடியாவின் முக்கியத்துவம், டிஜிட்டல் ஊடகங்கள் சமகால சமூகத்தையும் கலாச்சாரத்தையும் வடிவமைக்கும் வழிகளை வெளிச்சம் போட்டுக் காட்டும் திறனில் உள்ளது. டிஜிட்டல் ஊடகங்கள் நாம் ஒருவருக்கொருவர் தொடர்பு கொள்ளும் விதத்தை மாற்றியமைத்துள்ளன, தனிநபர்கள் பரந்த தூரங்களில் மற்றவர்களுடன் இணைவதற்கு அவர்களின் எண்ணங்களையும் கருத்துக்களையும் வெளிப்படுத்துவதற்கும் ஒரு தளத்தை வழங்குகின்றன. இருப்பினும், டிஜிட்டல் ஊடக பயன்பாடு சமூக தனிமைப்படுத்தல், சைபர்புல்லிங் மற்றும் தவறான தகவல்களின் பரவல் போன்ற சமூக உறவுகளில் ஏற்படக்கூடியது தாக்கம் குறித்த கவலைகளையும் எழுப்புகிறது. எனவே, டிஜிட்டல் மற்றும் மல்டிமீடியாவின் சமூகவியலைப் படிப்பது டிஜிட்டல் ஊடகத்தின் சாத்தியமான நன்மைகள் மற்றும் அபாயங்களைப் புரிந்துகொள்ளவும், சமூக மற்றும் கலாச்சார விளைவுகளை ஊக்குவிக்கும் வழி டிஜிட்டல் ஊடகங்கள் பயன்படுத்தப்படுவதை உறுதி செய்வதற்கான உத்திகளை உருவாக்கவும் உதவும்.

சமூகவியல் படிப்பதுடிஜிட்டல் மற்றும் மல்டிமீடியாவின் சமூகவியல், டிஜிட்டல் ஊடகங்கள் அடையாளக் கட்டுமானம் மற்றும் அர்த்தத்தை உருவாக்கும் நடைமுறைகளை எவ்வாறு செயல்படுத்துகிறது மாற்றுகின்றன என்பதை புரிந்துகொள்ளவும் உதவும். டிஜிட்டல் ஊடகங்கள் தனிநபர்களுக்கு அவர்களின் உடல் அடையாளத்திலிருந்து வேறுபட்ட டிஜிட்டல் அடையாளத்தை உருவாக்க ஒரு தளத்தை வழங்கியுள்ளனர். டிஜிட்டல் ஊடகங்கள் தனிநபர்கள் தங்கள் கலாச்சார மற்றும் சமூக அடையாளங்களை வெளிப்படுத்தவும், ஒத்த அனுபவங்களையும் கண்ணோட்டங்களையும் பகிர்ந்து கொள்ளவும் மற்றவர்களுடன் இணைவதற்கும் ஒரு தளத்தை வழங்கியுள்ளனர். இருப்பினும், டிஜிட்டல் ஊடக பயன்பாட்டு தனிநபர்கள் தவறான அல்லது நிர்வகிக்கப்பட்ட அடையாளத்தை ஆன்லைனில் வழங்குவதற்கான சாத்தியக்கூறுகள் பற்றியது கவலைகளையும் எழுப்புகிறது, இது போதாது மற்றும் பாதுகாப்பின்மை உணர்வுகளுக்கு இடையூறு. எனவே, டிஜிட்டல் மற்றும் மல்டிமீடியாவின் சமூகவியலைப் படிப்பது, அடையாளக் கட்டுமானம் மற்றும் அர்த்தத்தை உருவாக்கும் நடைமுறைகளில் டிஜிட்டல் ஊடகத்தின் சாத்தியமான தாக்கத்தைப் புரிந்துகொள்ளவும், உண்மையான அடையாள உருவாக்கம் மற்றும் அர்த்தமுள்ள தொடர்புகளை ஊக்குவிக்கும் வழிகளில் டிஜிட்டல் ஊடகம் பயன்படுத்தப்படுவதை உறுதி செய்வதற்கான உத்திகளை உருவாக்கவும் உதவும்.

இரா குமரன்

சமூகவியல் துறையில் எதிர்கால ஆராய்ச்சி திசைகள்டிஜிட்டல் மற்றும் மல்டிமீடியாவின் வகைகள் ஏராளமாகவும் மாறுபட்டதாகவும் உள்ளன. சமூக உறவுகளில் டிஜிட்டல் ஊடகத்தின் தாக்கம் ஆராய்ச்சியின் ஒரு முக்கியமான பகுதியாகும். சமூக ஊடகங்களாகடிஜிட்டல் மீடியா நிலப்பரப்பில் தொடர்ந்து ஆதிக்கம் செலுத்துவதால், சமூக தனிமைப்படுத்தல், சைபர்புல்லிங் மற்றும் தவறான தகவல் பரவல் போன்ற சமூகம் உறவுகளில் ஏற்படக்கூடிய தாக்கத்தைப் புரிந்துகொள்வது முக்கியம். இந்த பகுதியில் எதிர்கால ஆராய்ச்சி சமூக மூலதனம், சமூக ஆதரவு மற்றும் சமூக ஈடுபாடு ஆகியவற்றில் சமூக ஊடகங்களின் தாக்கத்தையும், நேர்மறையான சமூகம் உறவுகளை மேம்படுத்த டிஜிட்டல் ஊடகங்களைப் பயன்படுத்தக்கூடிய வழிகளையும் ஆராயக்கூடும்.

அடையாளக் கட்டுமானம் மற்றும் அர்த்தத்தை உருவாக்கும் நடைமுறையில் டிஜிட்டல் ஊடகத்தின் தாக்கம் என்பது ஆராய்ச்சியின் மற்றொரு முக்கியமான பகுதியாகும். டிஜிட்டல் ஊடகங்கள் தனிநபர்கள் தங்கள் அடையாளத்தை உருவாக்கவும், ஒரு தளத்தை தொடர்ந்து வழங்குவதால், அடையாளத்தை உருவாக்கவும் சாத்தியமான தாக்கத்தையும், தனிநபர்கள் தங்களைச் சுற்றியுள்ள உலகத்தை எவ்வாறு அர்த்தப்படுத்துகிறார்கள் என்பதையும் புரிந்துகொள்வது முக்கியம். இந்த பகுதியில் எதிர்கால ஆராய்ச்சி, கலாச்சார அடையாளம், சுயமரியாதை மற்றும் அர்த்தமுள்ள தொடர்புகளில் டிஜிட்டல் ஊடகத்தின் தாக்கத்தையும், நேர்மறையானது அடையாள உருவாக்கம் மற்றும் அர்த்தமுள்ள தொடர்புகளை ஊக்குவிக்கும் டிஜிட்டல் ஊடகத்தின் திறனையும் ஆராயலாம்.

ஆராய்ச்சியின் மூன்றாவது முக்கியமான பகுதி, சமூகம் மற்றும் கலாச்சாரத்தில் வளர்ந்து வரும் தொழில்நுட்பங்களின் தாக்கமாகும். செயற்கை நுண்ணறிவு, மெய்நிகர் மற்றும் ஆக்மென்டட் ரியாலிட்டி போன்றவை வளர்ந்து வரும் தொழில்நுட்பங்கள்., மற்றும் blockchain ஆகியவை சமூகத்தையும் கலாச்சாரத்தையும் பல்வேறு வழிகளில் மாற்றும் ஆற்றலைக் கொண்டுள்ளது. இருப்பினும், இந்த தொழில்நுட்பங்கள் தனியுரிமை, பாதுகாப்பு மற்றும் முடிவெடுப்பதில் சார்பு மற்றும் பாகுபாடு காட்டுவதற்கான சாத்தியக்கூறுகள் பற்றிய கவலைகளையும் எழுப்புகின்றன. இந்த பகுதியில் எதிர்கால ஆராய்ச்சி இந்த தொழில்நுட்பங்களின் சாத்தியமான நன்மைகள் மற்றும் அபாயங்களை ஆராய்ந்து, நேர்மறையான சமூக மற்றும் கலாச்சார விளைவுகளை ஊக்குவிக்கும் வழிகளில் அவை பயன்படுத்தப்படுவதை உறுதி செய்யும் உத்திகளை உருவாக்கலாம்.

முடிவில், சமூகவியலைப் படிப்பதுசமகால சமூகம் மற்றும் கலாச்சாரத்தைப் புரிந்துகொள்வதில் டிஜிட்டல் மற்றும் மல்டிமீடியாவின் முக்கியத்துவம் மிகவும் முக்கியமானது. டிஜிட்டல் ஊடகங்கள் நாம் தொடர்பு கொள்ளும் விதம், தகவல்களை நுகரும் விதம் மற்றும் ஒருவருக்கொருவர் தொடர்பு கொள்ளும் விதத்தை மாற்றியுள்ளன, மேலும் சமூக உறவுகள், அடையாளக் கட்டுமானம் மற்றும் அர்த்தத்தை உருவாக்கும் நடைமுறைகளில் குறிப்பிடத்தக்க தாக்கத்தை ஏற்படுத்தியுள்ளது. இந்தத் துறையில் எதிர்கால ஆராய்ச்சி சமூக உறவுகள், அடையாளக் கட்டுமானம், ஆகியவற்றில் டிஜிட்டல் ஊடகத்தின் தாக்கத்தை ஆராயலாம்.

சிந்திக்க வேண்டிய கேள்விகள்

2 மதிப்பெண் வினாக்கள்

1. "டிஜிட்டல் பிளவு" என்ற சொல்லை வரையறுக்கவும்.
2. டிஜிட்டல் ஊடகங்களில் தேடல்பொறிகளின் பங்கை விளக்குக.
3. சமூக ஊடகங்களுடன் தொடர்புடைய சில சாத்தியமான ஆபத்துகள் என்ன? பயன்படுத்தவா?
4. டிஜிட்டல் மீடியா நிலப்பரப்பை வடிவமைப்பதில் வழிமுறைகளின் பங்கை விவரிக்கவும்.
5. சமூக ஊடகங்களில் ஹேஷ்டேக்குகளின் நோக்கம் என்ன??
6. டிஜிட்டல் மீடியாவில் "வைரலிட்டி" என்ற கருத்தை விளக்குங்கள்.
7. "பெரிய தரவு" என்ற சொல்லை வரையறுக்கவும்.

282

8. மெய்நிகர் யதார்த்தத்திற்கும் ஆக்மென்டட் யதார்த்தத்திற்கும் என்ன வித்தியாசம்??

9. டிஜிட்டல் மீடியாவில் சாட்போட்களின் பங்கை விவரிக்கவும்.

10. டிஜிட்டல் மீடியாவில் "வடிகட்டி குமிழ்கள்" என்ற கருத்தை விளக்குங்கள்.

11. "டிஜிட்டல் மீடியா" என்ற சொல்லை வரையறுக்கவும்.

12. இணைய உள்கட்டமைப்பில் இணைய சேவை வழங்குநர்களின் (ISP-கள்) பங்கை விளக்குங்கள்.

13. மீம்ஸ் என்றால் என்ன, அவை டிஜிட்டல் மீடியாவில் எவ்வாறு செயல்படுகின்றன?

14. சமூக ஊடகத்திற்கு ஒரு உதாரணம் கொடுங்கள்.தளத்தை விளக்கி அதன் முக்கியத்துவத்தை விளக்குங்கள்.

15. சமூக உறவுகளில் டிஜிட்டல் ஊடகத்தின் தாக்கம் என்ன?

16. டிஜிட்டல் மீடியாவில் செயற்கை நுண்ணறிவின் சாத்தியமான நன்மைகள் என்ன?

17. ஆக்மென்டட் ரியாலிட்டியின் சாத்தியமான தாக்கத்தை விவரிக்கவும்.சமூகத்தின் மீது.

18. டிஜிட்டல் மீடியாவில் செல்வாக்கு செலுத்தும் சந்தைப்படுத்தலின் பங்கை விளக்குங்கள்.

19. பிளாக்செயின் என்றால் என்ன, அது டிஜிட்டல் மீடியாவுடன் எவ்வாறு தொடர்புடையது?

20. "இன்டர்நெட் ஆஃப் திங்ஸ்" (IoT) என்ற சொல்லை வரையறுக்கவும்.

5-மதிப்பெண் கேள்விகள்:

1. கல்வி மற்றும் பொருளாதார வாய்ப்புகளுக்கான அணுகலில் டிஜிட்டல் பிளவின் தாக்கத்தை பகுப்பாய்வு செய்யுங்கள்.

2. நுகர்வோர் நடத்தையில் ஏற்படக்கூடிய தாக்கத்தைக் கருத்தில் கொண்டு, கலாச்சாரம் மற்றும் சமூகப் போக்குகளை வடிவமைப்பதில் செல்வாக்கு செலுத்துபவர்கள் பங்கை மதிப்பிடுங்கள்.

3. விளம்பரங்களை குறிவைக்க டிஜிட்டல் தரவு பகுப்பாய்வைப் பயன்படுத்துவதன் மூலம் நெறிமுறை மற்றும் சமூக தாக்கங்களைப் பற்றி விவாதிக்கவும்.குறிப்பிட்ட குழுக்களுக்கு.

4. சமூக ஊடகங்களின் சாத்தியமான தாக்கத்தை பகுப்பாய்வு செய்யுங்கள்.அரசியல் துருவமுனைப்பு மற்றும் தவறான தகவல் பரவல் குறித்து.

5. நேர்மறை மற்றும் எதிர்மறை விளைவுகளை கருத்தில் கொண்டு, டிஜிட்டல் மீடியா நிலப்பரப்பை வடிவமைப்பதில் வழிமுறைகளின் பங்கை விமர்சன ரீதியாக மதிப்பிடுங்கள்.

6. ஆக்மென்டட் ரியாலிட்டியின் தாக்கத்தை மதிப்பிடுங்கள்.பொழுது போக்கு துறையில், சாத்தியமான நன்மைகள் மற்றும் அபாயங்கள் இரண்டையும் கருத்தில் கொண்டு.

7. பிரபலமான கலாச்சாரத்திலிருந்து எடுத்துக்காட்டுகளைப் பயன்படுத்துதல், அடையாளம் மற்றும் உணர்வுகளை உருவாக்கும் நடைமுறைகளை வடிவமைப்பதில் மீம்ஸின் பங்கைப் பற்றி விவாதிக்கவும்.

8. சமூக ஊடகங்களின் தாக்கத்தை பகுப்பாய்வு செய்யுங்கள்.நேர்மறை மற்றும் எதிர்மறை விளைவுகளை கருத்தில் கொண்டு, மன ஆரோக்கியத்தில்.

9. தனிநபர்கள் தகவல்களை அணுகும் மற்றும் நுகரும் விதத்தை வடிவமைப்பதில் தேடுபொறிகளின் பங்கை மதிப்பிடுங்கள்.

10. சமூக ஊடகங்களின் தாக்கத்தைப் பற்றி விவாதிக்கவும்.சாத்தியமான நன்மைகள் மற்றும் அபாயங்கள் இரண்டையும் கருத்தில் கொண்டு, ஒருவருக்கொருவர் உறவுகளின் வளர்ச்சி குறித்து.

11. இணையத்தின் வளர்ச்சியின் வரலாற்றையும், சமூகம் மற்றும் கலாச்சாரத்தின் மீதான அதன் தாக்கத்தையும் பகுப்பாய்வு செய்யுங்கள்.

12. டிஜிட்டல் மீடியா பயன்பாடு சமூக மற்றும் கலாச்சார காரணிகளைப் பற்றி விவாதிக்கவும்.

13. சமூகம் மற்றும் கலாச்சாரத்தில் டிஜிட்டல் தரவு பகுப்பாய்வின் தாக்கத்தை மதிப்பிடுங்கள், சாத்தியமான நன்மைகள் மற்றும் அபாயங்கள் இரண்டையும் கருத்தில் கொண்டு.

14. மெய்நிகர் யதார்த்தம் மற்றும் ஆக்மென்டட் யதார்த்தத்தின் தாக்கங்களை ஒப்பிட்டு வேறுபடுத்துங்கள், சமூகம் மற்றும் கலாச்சாரத்திற்காக.

15. சுய அடையாளத்தை உருவாக்குவதிலும் வெளிப்படுத்துவதிலும் செல்ஃபிகளின் பங்கை விமர்சன ரீதியாக மதிப்பிடுங்கள்.

16. சமூக ஊடகங்களின் தாக்கத்தை பகுப்பாய்வு செய்யுங்கள்,சமூக உறவுகள் மற்றும் அர்த்தத்தை உருவாக்கும் நடைமுறைகள் குறித்து, நேர்மறை மற்றும் எதிர்மறை விளைவுகளை கருத்தில் கொண்டு.

17. சமூக மற்றும் பொருளாதார காரணிகளைக் கருத்தில் கொண்டு, டிஜிட்டல் ஊடகங்களில் செயற்கை நுண்ணறிவின் சாத்தியமான நன்மைகள் மற்றும் அபாயங்கள் மதிப்பிடுங்கள்.

18. டிஜிட்டல் அடையாளம் மற்றும் தரவு தனியுரிமையில் பிளாக்செயினின் தாக்கத்தை விவாதிக்கவும்.

19. சமூகம் மற்றும் கலாச்சாரத்தில் 5G தொழில்நுட்பத்தின் தாக்கத்தை பகுப்பாய்வு செய்யுங்கள்,சாத்தியமான நன்மைகள் மற்றும் அபாயங்கள் இரண்டையும் கருத்தில் கொண்டு.

20. நுகர்வோர் மற்றும் கலாச்சார போக்குகளின் வளர்ச்சியில் செல்வாக்கு சந்தைப்படுத்தலின் தாக்கத்தை மதிப்பிடுங்கள்.

10- மதிப்பெண் கேள்விகள்:

1. சமூக ஊடகங்களின் தாக்கத்தை ஆராய ஒரு ஆராய்ச்சி திட்டத்தை வடிவமைக்கவும்,மனநலம் குறித்து, பொருத்தமான ஆராய்ச்சி முறைகள் மற்றும் நெறிமுறைக் கருத்தாய்வுகளைப் பயன்படுத்துதல்.

2. டிஜிட்டல் மீடியா பயன்பாட்டிற்கும் சமூக அடையாள கட்டுமானத்திற்கும் இடையிலான உறவை விளக்க ஒரு தத்துவார்த்த கட்டமைப்பை உருவாக்குங்கள்.

3. தற்போதைய நிகழ்வுகளின் எடுத்துக்காட்டுகளைப் பயன்படுத்துதல், கலாச்சாரம் மற்றும் அரசியல் சொற்பொழிவை வடிவமைப்பதில் மீம்ஸ்லின் பங்கை பகுப்பாய்வு செய்யுங்கள்.

4. கல்வி அமைப்புகளில் மெய்நிகர் யதார்த்தத்தைப் பயன்படுத்துவதன் சாத்தியமான நன்மைகள் மற்றும் அபாயங்களை விமர்சன ரீதியாக மதிப்பிடுங்கள்.

5. தற்போதைய நிகழ்வுகள் மற்றும் நெறிமுறைக் கருத்தாய்வுகளிலிருந்து எடுத்துக்காட்டுகளைப் பயன்படுத்தி, தனியுரிமை மற்றும் பாதுகாப்பில் டிஜிட்டல் தரவு பகுப்பாய்வின் தாக்கத்தை மதிப்பிடுங்கள்.

6. சமூக மற்றும் கலாச்சார காரணிகளின் சாத்தியமான தாக்கத்தைக் கருத்தில் கொண்டு, டிஜிட்டல் ஊடகங்களின் சூழலில் நேர்மறையான சுய அடையாள உருவாக்கம் ஊக்குவிக்க ஒரு உத்தியை வடிவமைக்கவும்.

7. சமூக ஊடகங்களின் தாக்கத்தை பகுப்பாய்வு செய்யுங்கள்,தற்போதைய நிகழ்வுகளின் எடுத்துக்காட்டுகளைப் பயன்படுத்துதல், அரசியல் செயல்பாடு மற்றும் சமூக மாற்றம் குறித்து.

8. சமூகம் மற்றும் கலாச்சாரத்தின் மீதான சாத்தியமான தாக்கத்தைக் கருத்தில் கொண்டு, நுகர்வோர் மற்றும் பொருள்முதல்வாதத்தை ஊக்குவிப்பதில் செல்வாக்கு செலுத்துபவர்களின் பங்கை விமர்சன ரீதியாக மதிப்பிடுங்கள்.

9. சமூக உறவுகள் மற்றும் பொருளாதார அமைப்புகளில் செயற்கை நுண்ணறிவின் தாக்கத்தை விளக்க ஒரு தத்துவார்த்த கட்டமைப்பை உருவாக்குங்கள்.

10. தனியுரிமை மற்றும் பாதுகாப்பில் ஏற்படக்கூடிய சாத்தியமான தாக்கத்தைக் கருத்தில் கொண்டு, பாதுகாப்பான தரவு சேமிப்பு மற்றும் டிஜிட்டல் அடையாளத்திற்காக பிளாக்செயின் தொழில்நுட்பத்தைப் பயன்படுத்துவதன் சாத்தியமான நன்மைகள் மற்றும் அபாயங்களை மதிப்பிடுங்கள்.

பரிந்துரைக்கப்பட்ட ஆய்வுகள்

பேம், என்.கே (2015). டிஜிட்டல் யுகத்தில் தனிப்பட்ட தொடர்புகள். பாலிட்டி பிரஸ்.

பாய்ட், டி. (2014) இது சிக்கலானது: நெட்வொர்க் செய்யப்பட்ட டீனர்களின் சமூக வாழ்க்கை. யேல் யுனிவர்சிட்டி பிரஸ்.

பாய்ட், டி. (2017) நல்லவர்கள், கெட்டவர்கள் மற்றும் அசிங்கமானவர்களின் இணையம்: டிஜிட்டல் வாழ்க்கையின் கடந்த காலம், நிகழ்காலம் மற்றும் எதிர்காலம் பற்றிய பிரதிபலிப்புகள். ஆக்ஸ்போர்டு பல்கலைக்கழக அச்சகம்.

பாய்ட், டி., & கிராஃபோர்ட், கே. (2012) பெரிய தரவுகளுக்கான முக்கியமான கேள்விகள்: ஒரு கலாச்சாரம், தொழில்நுட்பம் மற்றும் அறிவார்ந்த நிகழ்வுக்கான தூண்டுதல்கள். தகவல், தொடர்பு மற்றும் சமூகம், 15(5), 662-679.

பிரன்ஸ், ஏ. (2008). வலைப்பதிவுகள், விக்கிபீடியா, இரண்டாம் வாழ்க்கை மற்றும் அதற்கு அப்பால்: உற்பத்தியிலிருந்து உ ற்பத்தி வரை. பீட்டர் லாங்.

காஸ்டெல்ஸ், எம். (2010) நெட்வொர்க் சொசைட்டியின் எழுச்சி (தொகுதி 1). ஜான் வில் & சன்ஸ்.

காஸ்டெல்ஸ், எம். (2015) சீற்றம் மற்றும் நம்பிக்கையின் வலையமைப்புகள்: இணைய யுகத்தில் சமூக இயக்கங்கள். ஜான் வில் & சன்ஸ்.

ஃபுக்ஸ், சி. (2014) சமூக ஊடகங்கள்: ஒரு விமர்சன அறிமுகம். சேஜ்.

கிலெஸ்பி, டி. (2018) இணையத்தின் பாதுகாவலர்கள்: தளங்கள், உள்ளடக்க கட்டுப்பாடு மற்றும் சமூக ஊடகங்களை வடிவமைக்கும் மறைக்கப்பட்ட முடிவுகள்.யேல் பல்கலைக்கழக அச்சகம்.

ஜென்கின்ஸ், ஹெச். (2006). ஒருங்கிணைப்பு கலாச்சாரம்: பழைய மற்றும் புதிய ஊடகங்கள் மோதும் இடம். NYU பிரஸ்.

ஜென்கின்ஸ், ஹெச்., இடோ, எம்., & பாய்ட், டி. (2016) நெட்வொர்க் செய்யப்பட்ட சகாப்தத்தில் பங்கேற்பு கலாச்சாரம்: இளைஞர்கள், கற்றல், வணிகம் மற்றும் அரசியல் பற்றிய உரையாடல். பாலிட்டி பிரஸ்.

லிஸ்டர், எம்., டோவி, ஜெ., கிடிங்ஸ், எஸ்., கிராண்ட், ஐ., & கெல்லி, கே. (2009) புதிய ஊடகம்: ஒரு விமர்சன அறிமுகம். ரூட்லெட்ஜ்.

டர்க்கிள், எஸ். (1995) திரையில் வாழ்க்கை: இணைய யுகத்தில் அடையாளம். சைமன் மற்றும் ஸ்கஸ்டர்.

டர்க்கிள், எஸ். (2011) தனியாக ஒன்றாக: தொழில்நுட்பத்திலிருந்து அதிகமாகவும் குறைவாகவும் எதிர்பார்க்கிறோம் என்பதற்கான காரணங்கள். அடிப்படை புத்தகங்கள்.

வான் டிஜ்க், ஜெ. (2013) இணைப்பு கலாச்சாரம்: சமூக ஊடகங்களின் ஒரு முக்கியமான வரலாறு.. ஆக்ஸ்போர்டு பல்கலைக்கழக அச்சகம்.

கட்டுரைகள்:

பாய்ட், டி., & எலிசன், NB (2007). சமூக வலைப்பின்னல் தளங்கள்: வரையறை, வரலாறு மற்றும் புலமைப்பரிசில். கணினி-மத்தியஸ்த தொடர்பு இதழ், 13(1), 210-230.

ஷிர்கி, சி. (2008). இதோ அனைவரும் வருகிறார்கள்: அமைப்புகள் இல்லாமல் ஒழுங்கமைக்கும் சக்தி. பென்குயின்.

பாய்ட், டி., & கிராஃபோர்ட், கே. (2012) பெரிய தரவுகளுக்கான முக்கியமான கேள்விகள்: ஒரு கலாச்சாரம், தொழில்நுட்பம் மற்றும் அறிவார்ந்த நிகழ்வுக்கான தூண்டுதல்கள். தகவல், தொடர்பு மற்றும் சமூகம், 15(5), 662-679.

மார்விக், ஏ.ஜ., & பாய்ட், டி. (2011) நாடகம்! நெட்வொர்க் பொதுமக்களிடையே டீன் மோதல், கிசுகிசு மற்றும் கொடுமைப்படுத்துதல். இளைஞர் மற்றும் இளம்பருவ இதழ், 40(4), 419-440.

பாய்ட், டி., & மார்விக், ஏ. (2011) நெட்வொர்க் பொதுமக்களால் செய்யப்பட்ட சமூக தனியுரிமை: டீனேஜர்களின் அணுகுமுறைகள், நடைமுறைகள் மற்றும் உத்திகள். ஆக்ஸ்போர்டு, யுகேவில் உள்ள ஆக்ஸ்போர்டு இணைய நிறுவனத்தின் "இணைய நேரத்தில் ஒரு தசாப்தம்" கருத்தரங்கில் வழங்கப்பட்ட ஆய்வறிக்கை.

இந்த குறிப்புகள் சமூகவியல் தொடர்பான பல்வேறு தலைப்புகளை உள்ளடக்கியது.டிஜிட்டல் மற்றும் மல்டிமீடியா, சமூக உறவுகள், அடையாள கட்டுமானம் மற்றும் கலாச்சார நடைமுறைகளில் டிஜிட்டல் ஊடகங்களின் தாக்கம் உட்பட.

பொருள் மற்றும் ஆசிரியர் குறியீடு